ESSENTIAL
ENGLISH–VIETNAMESE
DICTIONARY

ESSENTIAL
ENGLISH–VIETNAMESE DICTIONARY

(tù-điển anh-việt)

by nguyễn đình-hoà

with the assistance of
PATRICIA NGUYEN THI MY-HUONG

CHARLES E. TUTTLE CO.: PUBLISHERS
Rutland, Vermont & Tokyo, Japan

Published by the Charles E. Tuttle Company
of Rutland, Vermont & Tokyo, Japan
with editorial offices at
2-6 Suido 1-chome, Bunkyo-ku, Tokyo 112

© 1983 by Charles E. Tuttle Co., Inc.

First Tuttle edition, 1983
First paperback edition, 1990

LCC Card No. 82-80014
ISBN 0-8048-1661-1
Printed in Japan

CONTENTS

PREFACE   vii

LỜI TỰA   ix-x

LỜI DẪN   xi-xii

ESSENTIAL ENGLISH-VIETNAMESE DICTIONARY   1-316

PREFACE

This dictionary grew out of several successive drafts, beginning with a manuscript undertaken as early as 1966, when the author, then Visiting Professor of Vietnamese Language and Literature at the University of Hawaii during that summer session, attempted to construct a combined English-Vietnamese glossary for his textbook series SPEAK VIET-NAMESE, the second part of which later appeared as a separate volume entitled COLLOQUIAL VIETNAMESE (Carbondale, 1971).

The first typescript was prepared with the invaluable assistance of Miss Pham Thi Thuy and Miss Annette Fukuda, respectively Vietnamese Instructor and Graduate Student in Honolulu. I am indebted to them for their pioneer contributions. Intermittent work on those handwritten and mimeographed pages could not, however, be resumed more steadily until the academic year 1972–73, when the corpus was enlarged beyond the letter "L", and again two years later, when the compiler spent his sabbatical leave at the School of Oriental and African Studies, University of London, England, between January and June 1975.

The superb resources of the S.O.A.S. Library was helpful to the task of selecting more English entries and refining their definitions in Viet-namese, as well as adding a long list of technical terms newly coined in the Vietnamese language and supplying their English equivalents.

But not until 1975–76 was the compiler truly able to devote consider-able research time—evenings and weekends, that is—to this lexico-graphic effort, by now a pet project whose implementation was to serve a growing population of Vietnamese refugees in English-speaking host countries, who had access only to the author's two Vietnamese-English dictionaries, published in 1966 and 1971. Teaching duties as well as numerous writing commitments and speaking engagements would have prevented further progress in this labor of love, had not some amount of nagging been contributed by the author's own wife and children. Our oldest daughter, an industrious and rigorous teacher of English as a Second Language, proved to be the most persistent, too. To her goes the well-earned credit for the final editing and the preparation of the camera-ready typescript of which this volume finally put in your hands is the crystallization.

Here then is the result of several years of quiet diligence and dedication. It is hoped that ESSENTIAL ENGLISH-VIETNAMESE DICTIO-NARY will effectively serve many classes of ESL students as a compact and functional tool of bilingual and bicultural communication both in their scholastic pursuits and their daily social activities.

Carbondale, Illinois, U.S.A.   Nguyen Dinh-Hoa

LỜI TỰA

Cuốn từ-điển nhỏ bé này đã qua một thời-kỳ thai nghén lâu dài. Thoạt tiên, chúng tôi chỉ quan-niệm nó như một tập ngữ-vựng Anh-Việt để sinh-viên người Mỹ hay người Anh học tiếng Việt dùng cho việc ôn-tập tại Viện Đại-học Bang Washington ở Seattle và Viện Đại-học Bang Hawaii ở Honolulu, trong thời-gian chúng tôi làm Giáo-sư Biệt-thỉnh tại hai trường đó, trường trên trong năm học 1965-1966 và trường dưới trong khoá hè 1966. Tập từ-vựng kia, căn-cứ vào SPEAK VIETNAMESE, là sách giáo-khoa dùng cho lớp tiếng Việt Sơ-cấp và Trung-cấp -- cả phần 1 (Saigon, 1957, mà nhà xuất-bản Charles E. Tuttle tái-bản tại Tokyo, Nhật-bản năm 1966) lẫn phần 2 (mà nhà xuất-bản Đại-học SIU Press phát-hành tại Carbondale, Illinois năm 1971, rồi tái-bản năm 1974 với nhan sách mới COLLOQUIAL VIETNAMESE). Riêng phần từ-vựng Việt-Anh tổng-hợp của giáo-trình nói trên thì đã được bổ-sung dần-dần và trở thành hai cuốn từ-điển VIETNAMESE-ENGLISH DICTIONARY, 1959 và 1966, và VIETNAMESE-ENGLISH STUDENT DICTIONARY, 1971, cả hai đều được nhiều nhà ngôn-ngữ-học chuyên-môn tán-thưởng trong các bài điểm sách đăng trên mấy tập-san chuyên-môn.

Cuối mùa hạ 1966, một bản đánh máy được bắt đầu với sự biên-tập của Cô Phạm Thị Thuỷ, Giảng-viên Việt-ngữ, và tài đánh máy của Cô Annette Fukuda, nhân-viên người Mỹ phụ-trách Phòng Thính-thị ở Viện Đại-học Hawaii. Hai vị có công tiên-phong, tôi xin ghi lời chân-thành cảm-tạ về bản đánh máy đó, mà một số trang được quay rônêô để phổ-biến hạn-chế. Tuy nhiên, vì bản cảo đó phải sửa-chữa nhiều chỗ nên nhiều năm sau, nó bị lãng quên, một phần cũng vì chúng tôi bận những công-trình khảo-cứu và viết-lách khác gấp-rút hơn.

Bằng đi bao nhiêu năm, vì lý-do phải vừa chuẩn-bị vừa đôn-đốc học-vụ của chương-trình Ngữ-học và Văn-học Việt-nam tại Trung-tâm Việt-học (Center for Vietnamese Studies) ở Viện Đại-học Nam Illinois từ 1969, nên mãi đến quãng 1972-1973 chúng tôi mới lại có thể để thì-giờ, một mặt sửa-chữa, soát lại và thêm bớt những trang đã được soạn từ trước, một mặt tiếp-tục việc tuyển-lựa và dịch các mục từ cho những vần kế-tiếp của bộ chữ cái trong Anh, từ chữ "L" trở đi -- tất cả vẫn còn là bản sơ-thảo đánh máy. Công-việc này, chúng tôi lại có dịp rỉ-rả theo đuổi liên-tục trong thời-gian đi nghỉ một lục-cá-nguyệt để khảo-cứu về tiếng Việt và văn-học Việt tại Trường Nghiên-cứu Á-Phi (School of Oriental and African Studies, S.O.A.S.) thuộc Viện Đại-học Tổng-hợp London bên Anh-quốc, từ tháng 1 đến tháng 6 năm 1975.

Thế rồi, sau biến-cố 1975, vì làn sóng người Việt-nam bỏ nước ra đi nương-náu tại xứ người, vấn-đề học tiếng Anh (và những ngoại-ngữ khác, thậm chí cả tiếng Do-thái nữa) đồng thời được đặt ra, cấp-thiết không kém vấn-đề bảo-tồn nền văn-minh Việt-nam trên khắp năm châu -- là một vấn-đề làm cho các bậc cha anh của những cháu bé Việt-nam vô-cùng thắc-mắc và lo-âu. Chính trong năm học 1975-1976 nhu-cầu của các thanh-thiếu-niên và các vị lớn tuổi cần học ngoại-ngữ cho nhanh, cho giỏi, đã thúc-đẩy chúng tôi, giữa lúc công-việc giảng-dạy và khảo-cứu viết-lách bộn-bề, phải tái-tục công-tác biên-soạn từ-điển Anh-Việt, để khỏi phụ lòng nhiều bạn đồng-nghiệp, sinh-viên, các nhà xuất-bản, các học-giả và giáo-sư sinh-ngữ cũng như các bậc phụ-huynh có lòng thương hỏi-han, chỉ-bảo và khuyến-khích chúng tôi rất nhiều.

Làm việc khẩn-trương tuy âm-thầm thì đến cuối năm 1976 chúng tôi hoàn-thành được một bản thảo từ-điển cỡ trung, gồm có hơn hai vạn rưỡi mục từ tiếng Anh với những từ tương ứng trong tiếng Việt và một số ví-dụ thật cần để minh-họa cách dùng một từ hoặc một cụm từ. Chính bản cảo đó đã đưa tới bản sách cô-đọng và khiêm-tốn này, bây giờ mới đến tay quý-vị. Chúng tôi dám tin là muộn còn hơn không, và về lĩnh-vực học-thuật, ta "quý hồ tinh", chứ đâu có "quý hồ đa"! Vả lại, tính khoa-học, tính hiện-đại và tính sư-phạm được chú-trọng bảo-đảm trong quyển từ-điển nhỏ này sẽ cho thấy rằng nó khác những cuốn trước đây có thể quảng-cáo rầm-rộ nhưng thiếu phương-pháp nghiêm-túc và nhất-quán. Dù cho tổng-số các mục từ có hạn-chế thì việc chọn từ cũng như việc dịch nghĩa và cho ví-dụ đều phải cân-nhắc kỹ-lưỡng mới tránh được lời chỉ-trích là làm việc tài-tử hay nghiệp-dư hoặc để cho động-cơ thương-mại thúc-đẩy. Chúng tôi chịu trách-nhiệm hoàn-toàn về chất-lượng của sách này mặc dầu là trong quá-trình hoàn-tất sách, chúng tôi đã giao việc biên-tập lần chót và việc đánh máy bản in cho con gái lớn chúng tôi là cháu Mỹ-Hường -- một cộng-tác-viên đắc-lực lúc đó vừa xong bằng Phó Tiến-sĩ về ngành dạy Anh-ngữ và đặc-biệt là người chuyên hối-thúc và khích-lệ chúng tôi từ đầu năm 1976.

Trong khi chờ-đợi bộ từ-điển Việt-Anh Anh-Việt cỡ lớn, đầy-đủ hơn, hoàn-chỉnh hơn, công-phu hơn, được khởi-công soạn vào mùa thu 1977 từ số không, bằng thẻ IBM, với sự tài-trợ của Cơ-quan Quốc-gia Ủng-hộ Nhân-văn (National Endowment for the Humanities) trong bốn năm 1977-1981, thì cuốn nhỏ này chắc-chắn có chức-năng giúp ích cho người học-viên ở khắp năm châu, cần có một quyển "tự-vị" nhỏ, gọn, nhưng thật-sự cần-thiết cho việc giao-thiệp hàng ngày, trong lớp học cũng như ngoài đời, lúc chợ-búa làm-ăn cũng như khi thư-giãn giải-trí. Nếu cuốn sách công-cụ này được bổ-ích như vậy đối với quý-vị thì chúng tôi sẽ rất biết ơn và hài lòng, để có thể hăng-say chuẩn-bị những đóng-góp khác.

Carbondale, Illinois, Hoa-kỳ
trọng-xuân 1980

NGUYỄN ĐÌNH-HOÀ

LỜI DẪN

Cuốn từ-điển Anh-Việt cỡ nhỏ này gồm có 16 nghìn mục từ của Anh-ngữ xếp theo thứ-tự chữ cái a, b, c. Tuy rằng đây là một con số hạn-chế nhưng nếu người dùng sách xem kỹ cấu-tạo của từng mục từ thì sẽ thấy bên trong nó chứa đựng tư-liệu phong-phú về tiếng Anh.

Mỗi mục từ có mấy thành-phần như sau: (A) từ tiếng Anh; (B) chú-thích về từ-loại của nó; (C) nghĩa hay các nghĩa tiếng Việt, tức là từ hay các từ tương-ứng trong Việt-ngữ; (D) ví-dụ minh-hoạ với tương-đương của nó trong tiếng Việt; và (Đ) từ ghép, thành-ngữ và quán-ngữ vận-dụng từ tiếng Anh đang được xét, tất cả đều dịch ra tiếng Việt.

A. Mục từ tiếng Anh phản-ánh chính-tả: nếu có hai cách viết từ nào, thì sách này kể cả hai, chính-tả thông-dụng hơn đặt trước, ví-dụ whiz, whizz; hay ax(e).

B. Trong tiếng Anh, một từ có thể được dùng trong hai (hay ba, bốn) loại từ khác nhau: ví-dụ, rank vừa là danh-từ, có nghĩa "hàng, dãy; hàng-ngũ,...", vừa là động-từ, có nghĩa "xếp loại, xếp hạng,v.v." Trong trường-hợp như thế, những nghĩa của từ-loại (tức chức-năng) danh-từ được kể trước những nghĩa của từ-loại động-từ: n., rồi mới v. Nếu một từ vừa là tính-từ, vừa là phó-từ, thì ghi adj. trước, adv. sau, hay ghi adj., adv. trong trường-hợp hai thể và hai nghĩa y hệt nhau.

C. Việc định-nghĩa, tức cho từ tương-ứng trong ngôn-ngữ mục-tiêu, là tiếng Việt, phải theo một số quy-ước. Các nghĩa được xếp theo thứ-tự từ nghĩa đen đến nghĩa bóng, từ nghĩa cụ-thể đến nghĩa trừu-tượng, và giữa các nghĩa gần nhau có dấu phẩy, còn giữa các nghĩa hơi xa nhau lại dùng dấu chấm phẩy. Những nhãn chỉ-dẫn đặt trong ngoặc vuông có công-dụng của nó. Chẳng hạn, tính-từ (adj.) raw có nhiều nghĩa: nói về thịt, rau, tơ thì nghĩa là "sống", nói về đường hay dầu thì nghĩa là "thô", nói về vết thương thì nghĩa là "đau buốt", còn nói về thời-tiết thì lại nghĩa là "ẩm, lạnh". Động-từ (v.) repair có nghĩa "sửa chữa" hoặc "vá" (như vá quần áo), "tu sửa, tu-bổ, trùng-tu" (nói về nhà cửa), "sửa" (nói về sai lầm), "dùng đến" (nói về phương-pháp, thủ-đoạn, và có giới-từ to đặt ở trước bổ-ngữ.

D. Cách dùng từ trong một ngữ-cảnh đặc-biệt được minh-hoạ rõ-ràng: trong mục từ wire, có cụm từ reply by wire "trả lời bằng điện-tín"; quán-ngữ to pull the wires "giật dây" và câu Hold the wire, please. "Xin ông giữ máy (điện-thoại)".

Đ. Một mục từ như wire còn có những danh-từ ghép như steel wire, copper wire, barbed wire, telephone wire, wire cutter: trong những danh-từ ghép này, thành-tố chính là wire được ghi bằng hai gạch nối (--) để khỏi phải nhắc lại và tiết-kiệm chỗ.

Ngoài ra, giới-từ được dùng kèm một động-từ nào đó cũng được nhắc luôn trong mục động-từ ấy: ví-dụ, động-từ result theo sau có thể có giới-từ from hoặc in. Nhiều khi, sách còn chua cả động-từ nào dùng với danh-từ nào làm bổ-ngữ: ví-dụ, danh-từ responsibility có thể dùng sau động-từ to bear "chịu", to take "nhận" và to decline "từ-chối".

Lại lấy thêm ví-dụ mục từ <u>trap</u>. Khi được dùng làm danh-từ thì nó nghĩa là cái bẫy và muốn dịch cụm động-từ <u>to set</u> hoặc <u>to lay a trap</u> thì người tra từ-điển được mách nghĩa "đặt" hay "gài". <u>To fall into a trap</u> hay <u>to be caught in a trap</u>, ta sẽ dịch là "rơi vào bẫy" hoặc "mắc bẫy". Các nghĩa khác của danh-từ <u>trap</u> là: "cửa sập" hay "cửa lật" (còn nói là <u>trapdoor</u>); cái "xi-phông", cái "ống chữ U"; và sau hết là "mồm, mõm". Động-từ <u>trap</u> thì có nghĩa là "bẫy, đặt bẫy, cài bẫy". Cuối mục từ, ta còn được biết là danh-từ số nhiều <u>traps</u> có nghĩa là "bộ trống nhạc ja".

Các tính-từ đều định-nghĩa bằng cách cho danh-từ được dùng với nó: ví-dụ, <u>recti-linear</u> khi dùng với danh-từ <u>coordinates</u> "toạ-độ" thì nghĩa là "thẳng".

Một từ càng đa-nghĩa thì lại càng cần có nhiều "nhãn" chỉ cách dùng. Cũng là một động-từ <u>resurface</u>, nhưng nó có nghĩa "trải nhựa lại" nếu bổ-ngữ của nó là con đường; còn trong ngữ-cảnh nói đến chiến-tranh và tiềm-thuỷ-đỉnh chẳng hạn, thì với chủ-ngữ <u>submarine</u> "tàu ngầm" ta sẽ dịch là "lại nổi lên trên mặt nước", mà khi chủ-ngữ của động-từ đang xét chỉ một nhân-vật vẫn ở ẩn, chẳng hạn, thì người dùng từ-điển để dịch văn-bản tiếng Anh sẽ có thể lựa-chọn giữa "ra khỏi bóng tối", "lại thò đầu ra", hoặc "lại xuất-hiện", v.v. Việc chuyển dịch từ ngôn-ngữ X sang ngôn-ngữ Y đòi-hỏi những hiểu-biết tinh-tế về hai ngôn-ngữ đó và hai nền văn-hoá được biểu-hiện qua hai thứ tiếng ấy. Mục từ <u>rice</u> cần kê -- và giảng rõ -- để cho học-viên lúc vào chợ thực-phẩm đừng nằng-nặc đòi mua "cơm" và khi đến phố tàu ăn sáng đừng kêu món "gạo". (Chuyện tương-tự: năm 1948, Phòng Thông-tin Hoa-kỳ ở Sài-gòn phát-hành một cuốn sách nhỏ chỉ-dẫn về nước Mỹ, nói về đời sống sinh-viên đại-học có nêu vấn-đề sinh-viên đi làm cả việc "thợ lặn" để kiếm tiền ăn học. Hoá ra người dịch cuốn MEET THE U.S.A. khi thấy từ <u>dishwasher</u> đã dùng từ-điển song-ngữ Anh-Pháp, trong đó ghi từ thông-tục <u>plongeur</u> (nghĩa là "người rửa bát/chén"), sau đó tra cứu từ-điển song-ngữ Pháp-Việt thì lẽ tất nhiên viên thông-dịch đó phang luôn từ "thợ lặn" kia thôi!)

Những dấu ngoặc vuông còn được dùng để chỉ dạng bất-thường của danh-từ số nhiều: ví-dụ, danh-từ <u>basis</u> có số nhiều là <u>bases</u>; <u>bacillus</u> có số nhiều <u>bacilli</u>; cũng như <u>met</u> thì ghi trong ngoặc vuông dưới động-từ <u>meet</u>, và hai thể <u>wrote</u> và <u>written</u> ("thời quá-khứ" và "động-tính-từ quá-khứ") ghi giữa ngoặc vuông trong mục động-từ <u>write</u>.

Ngoài ra, để tiết-kiệm chỗ, sách này dùng dấu chéo "/" để chỉ hai hay nhiều từ có thể thay-thế cho nhau: ví-dụ, <u>bakery</u> "lò bánh mì; hiệu/tiệm bánh mì" hay <u>scorn</u> "khinh-bỉ/khinh-rẻ/khinh-miệt".

Tiếng hay từ nào để trong ngoặc đơn là có thể không dùng cũng được: <u>emissary</u> n. phái-viên (mật); <u>haberdashery</u> n. (cửa hàng) sơ-mi, ca-vát, v.v.; <u>oval</u> n., adj. (có) hình trái xoan; <u>raid</u> n., v. (trận) tấn-công bất ngờ, (trận) đột-kích); (cuộc) vây bắt, bố ráp; (vụ) cướp bóc.

Những chữ viết tắt hay dùng nhất trong sách này là: <u>adj.</u>, <u>adjective</u> tính-từ; <u>adv.</u>, <u>adverb</u> phó-từ; <u>art.</u>, <u>article</u> mạo-từ; <u>conj.</u>, <u>conjunction</u> liên-từ; <u>interj.</u>, <u>interjection</u> thán-từ; <u>pl.</u>, <u>plural</u> số nhiều; <u>prep.</u>, <u>preposition</u> giới-từ; <u>pron.</u>, <u>pronoun</u> đại-từ; <u>v.</u>, <u>verb</u> động-từ; <u>v. aux.</u>, <u>auxiliary verb</u> trợ-động-từ; <u>n.</u>, <u>noun</u> danh-từ.

𝒜

a, an ind. art. một; cái, con, chiếc, quyển, cây, người, đứa, v.v. twice a month mỗi tháng hai lần. eighty kilometers an hour 80km một giờ.

aback adv. ngạc-nhiên, sửng-sốt, ngã ngửa ra.

abacus n. bàn toán, bàn tính [abacuses = abaci].

abandon v. bỏ đi, bỏ rơi. -- oneself say đấm.

abase v. hạ xuống, làm nhục.

abash v. làm luống-cuống, làm lúng-túng.

abate v. hạ bớt, giảm bớt; chấm rứt, hủy bỏ.

abbey n. tu-viện, đạo-viện.

abbreviate v. viết tắt; tóm tắt, tóm lược.

abbreviation n. chữ viết tắt.

ABC's n. bảng chữ cái; những điều cơ bản.

abdicate v. nhường ngôi, thoái-vị; từ bỏ.

abdication n. việc thoái-vị; sự từ bỏ.

abdomen n. bụng, phần bụng.

abdominal adj. thuộc về bụng.

abduct v. bắt cóc, lừa đem đi, cuỗm đi.

abed adv. ở trên giường, ở trong giường.

aberration n. sự lầm-lạc; sự loạn-trí.

abet v. xúi giục, xúi bẩy, tiếp tay.

abeyance n. in -- còn đọng lại; còn hoãn lại.

abhor v. căm ghét, gớm mặt, kinh tởm.

abhorrence n. sự ghê tởm, sự ghét cay ghét đắng.

abide v. -- by giữ, (tuân) theo, tuân-thủ.

ability n. khả-năng, năng-lực; tài-năng.

abject adj. hèn-hạ, đê-tiện; (nghèo) xác-xơ.

abjure v. thề/nguyện bỏ, tuyên-bố bỏ.

ablaze adj. đỏ lửa, rực cháy; bừng bừng, hăng say.

able adj. có khả-năng, có tài; có thể ....

able-bodied adj. tráng-kiện, đủ sức khỏe.

ABM = anti-ballistic missile tên lửa chống đường đạn.

abnormal adj. khác thường, dị-thường.

aboard adj. trên tàu/thuyền/xe/máy bay.

abode n. nhà ở, nơi ở.

abolish v. bãi bỏ, hủy bỏ, thủ-tiêu.

abolition n. sự hủy bỏ, việc thủ-tiêu; sự bãi-nô.

A-bomb = atomic bomb bom nguyên-tử.

abominable adj. ghê tởm, kinh tởm; tồi, dở.

abomination n. sự ghê tởm, sự kinh tởm.

aboriginal adj. thuộc thổ-dân; nguyên-thủy, cổ-sơ.

aborigines n. thổ-dân, thổ-trước.

abortion n. sự phá thai, sự nạo thai.

abortive adj. đẻ non; sớm thất-bại, bất-thành.

abound v. có rất nhiều, có thừa, nhan nhản.

about adv. xung quanh, quanh quẩn; vào khoảng, độ, chừng. prep. (nói) về. -- to sắp sửa ....

above adv. trên đầu, ở trên, trên gác; trên, hơn.

aboveboard adj., adv. không giấu giếm, thẳng-thắn.

above-mentioned adj. kể trên, nói trên.

abreast adv. ngang nhau, sóng/cùng hàng.

abridge v. tóm tắt, rút ngắn lại. [ngắn.

abridgment n. sách tóm tắt, bài toát-yếu; sự rút

abroad adv. ở nước ngoài, ra ngoại-quốc; khắp nơi.

abrupt adj. bất ngờ, đột-ngột; thô lỗ, cộc lốc.

abscess n. áp-xe.

abscond v. trốn, chuồn, lẩn đi.

absence n. sự vắng mặt; thời-gian vắng mặt.

absent adj. vắng mặt, khiếm-diện, đi vắng, nghỉ.

absentee n. người vắng mặt.

absent-minded adj. lơ-đãng, đãng-trí.

absolute adj. tuyệt-đối, hoàn-toàn; chuyên-chế, độc-đoán; nguyên-chất.

absolution n. sự tha tội; sự miễn-xá.

absolve v. tha/xá tội, miễn trách.

absorb v. hút, thấm, hấp thu; mê mải, miệt mài.

absorbing adj. hấp dẫn, thú-vị, làm say mê.

abstain v. nhịn, kiêng, cữ; miễn bỏ/đầu phiếu.

abstemious adj. có điều-độ; sơ sài, đạm-bạc.

abstention n. sự tiết-chế; phiếu trắng.

abstinence n. sự kiêng rượu; sự tiết-dục.

abstract n. bản tóm tắt. adj. trừu-tượng, khó hiểu. v. tách ra, rút ra.

abstraction n. khái-niệm trừu-tượng.

abstruse adj. khó hiểu; sâu kín, thâm-áo.

absurd adj. vô-lý; ngu-xuẩn, ngớ-ngẩn, buồn cười.

absurdity n. điều vô-lý, chuyện ngớ-ngẩn.

abundance n. sự dư-dật; sự phong-phú.

abundant adj. nhiều, dư-dật, chan-chứa, phong-phú.

abuse n. sự lạm-dụng; lời chửi rủa. v. lạm-dụng; chửi rủa, lăng-mạ, sỉ-nhục; ngược-đãi.

abusive adj. sỉ-nhục, nhục-mạ.

abyss n. vực sâu, vực thẳm.

academic year năm học.

academy n. viện hàn-lâm; học-viện; trường trung-học tư. military -- trường võ-bị.

accede   v. bằng lòng, đồng-ý, tán-thành; nhậm chức, lên ngôi, tựu-chức; gia-nhập.

accelerate   v. làm nhanh thêm, gia-tốc.

acceleration   n. sự gia-tốc.

accelerator   n. máy gia-tốc; chân ga [xe hơi].

accent   n. giọng; dấu [sắc, huyền,..]; trọng-âm.

accentuate   v. nhấn mạnh, làm nổi bật.

accept   v. (chấp-)nhận; thừa-nhận; đảm-nhận.

acceptable   adj. có thể nhận; vừa ý, thoả-đáng.

acceptance   n. sự (chấp-)nhận; sự công-nhận.

access   n. lối/đường/cửa vào; sự đến gần.

accessible   adj. có thể đi đến; dễ gần.

accession   n. việc nhậm chức, sự lên ngôi; sự mua.

accessory   n. đồ phụ-tùng, vật phụ; tòng-phạm.

accident   n. tai nạn, tai-biến, sự-cố; tình cờ.

accidental   adj. bất ngờ, tình cờ, ngẫu-nhiên.

acclaim   n. tiếng hoan-hô. v. hoan-hô, tôn-vinh.

acclamation   n. sự hoan-hô (để thông-qua).

acclimatize   v. làm phục thuỷ-thổ; thích-ứng.

accommodate   v. cung-cấp, cung-ứng; làm cho thích-nghi; chứa được.

accommodating   adj. dễ tính, xuề xoà.

accommodation   n. sự điều-tiết/điều-chỉnh; tiện-nghi ăn ở, chỗ trọ.

accompaniment   n. nhạc đệm; phần phụ-thuộc.

accompany   v. đi theo/kèm, hộ-tống; đệm nhạc.

accomplice   n. tòng-phạm, tên đồng-loã.

accomplish   v. làm tròn/trọn, hoàn-thành; thực-hiện, đạt tới.

accomplished   adj. xong xuôi; đầy đủ tài-năng.

accomplishment   n. sự hoàn-thành; thành-tích, thành-tựu; tài-nghệ, tài-năng.

accord   n. sự đồng lòng, sự nhất trí; hoà-ước; sự phù-hợp; ý-chí. v. đi đôi với; ban cho.

accordance   n. sự phù-hợp. in -- with theo đúng.

according   adv. theo, y theo; tuỳ theo -- to.

accordingly   adv. vì vậy, do đó.

accordion   n. đàn xếp, đàn ắc-cooc-đê-ông.

accost   v. đến gần; bắt chuyện.

account   n. trương-mục, công; bài tường-thuật, báo-cáo; lý-do; sự để ý; lợi-ích. v. giải-thích; coi như, coi là.

accountable   adj. chịu trách-nhiệm.

accountant   n. kế-toán(-viên).

accumulate   v. chồng chất, tích-luỹ.

accumulation   n. sự chồng chất, sự tích-luỹ.

accuracy   n. sự/độ chính-xác.

accurate   adj. đúng, chính-xác, chuẩn-xác.

accursed   adj. đáng ghét, đáng nguyền rủa.

accusation   n. sự kết/buộc tội, lời tố-cáo.

accusative   n. tân-cách, đối-cách.

accuse   v. kết/buộc tội, tố-cáo. the --d bị-cáo.

accustom   v. làm/tập cho quen.

ace   n. quân ách/xì; phi-công giỏi; tay vô-địch.

ache   n. sự đau/nhức. v. đau, nhức; đau đớn.

achieve   v. đạt/giành được; thực-hiện, hoàn-thành.

achievement   n. sự đạt được; thành-tựu, thành-tích.

acid   n. axit, chất chua. adj. chua, axit.

acknowledge   v. nhận, công-nhận; báo là đã nhận.

acknowledg(e)ment   n. sự thừa-nhận; sự đền đáp.

acme   n. đỉnh cao nhất, tột đỉnh.

acorn   n. quả sồi.

acoustics   n. âm-học.

acquaint   v. làm quen; báo cho biết, cáo-tri.

acquaintance   n. sự hiểu biết; người quen.

acquiesce   v. bằng lòng, ưng thuận, đồng-ý.

acquiescence   n. sự bằng lòng (ngầm), mặc-nhận.

acquire   v. (mua) được, thu được, kiếm được.

acquirement   n. sự kiếm được; học-thức, tài-nghệ.

acquisition   n. sự thu được; sách/báo/đồ mua vào.

acquisitive   adj. thích trữ của, ham lợi, tham.

acquit   v. tha bổng; làm trọn [bổn-phận].

acquittal   n. việc tha bổng.

acre   n. mẫu Anh.

acrid   adj. cay, hăng; gay gắt, khắc độc.

acrobat   n. diễn-viên nhào lộn hay leo dây.

acrobatics   n. thuật nhào lộn, thuật leo dây.

across   prep. ngang, qua; ở (phía) bên kia. adv. ngang qua; chéo nhau, bắt chéo.

act   n. hành-động, hành-vi; đạo luật; hồi, màn, tiết-mục. v. hành-động; tác-động; đóng vai, đóng kịch.   [quyền chủ-nhiệm/chủ-tịch.

acting   n. diễn-xuất. adj. quyền-. -- chairman

action   n. hành-động, hành-vi; tác-dụng; chiến-đấu; sự kiện-tụng. killed in -- chết trận.

active   adj. hoạt-động, tích-cực; tại-ngũ, hiện-dịch; chủ-động.

activist   n. phần-tử tích-cực/hiếu-động.

activity   n. hoạt-động; tính hoạt-động.

actor   n. kép (hát), tài-tử, diễn-viên.

actress   n.   đào (hát), tài-tử, nữ diễn-viên.

actual   adj.   thật, có thật, thật sự, thực-tế.

actually   adv.   thật ra, đúng ra, thực-sự.

acupuncture   n.   thuật châm-cứu.

acute   adj.   buốt; sắc bén, sắc sảo; cấp-tính;
   [góc] nhọn.

ad   Xem advertisement.

A.D. = Anno Domini   công-nguyên.

Adam   n.   ông A-dam, thuỷ-tổ loài người.

adapt   v.   (làm) thích-ứng/thích-nghi; sửa lại,
   viết lại, cải-biên.

adaptable   adj.   có thể thích-ứng/cải-biên.

adaptation   n.   sự thích-ứng; sách viết phỏng theo.

add   v.   cộng; thêm, cho thêm, nói thêm, tính gộp.

addendum   n.   phần thêm, phụ-lục.

adder   n.   rắn độc.

addict   n.   người nghiện. v. nghiện, mê say, ham.

addition   n.   tính/phép cộng; phần thêm.

additional   adj.   thêm/phụ vào; phải trả thêm.

addle   v.   (làm) lẫn, (làm) quẫn, (làm) rối trí.

address   n.   địa-chỉ; bài nói chuyện, diễn-từ/văn.
   v.   đề địa-chỉ, gửi cho; nói chuyện với; gọi,
   xưng-hô; chăm chú, chuyên-tâm.

adept   n.   người giỏi. adj. giỏi, thạo, lão-luyện.

adequate   adj.   đủ, đầy đủ; xứng-đáng, thoả-đáng.

adhere   v.   dính/bám vào; theo đúng, tôn-trọng.

adherence   n.   sự dính; sự tôn-trọng/trung-thành.

adherent   n.   người trung-thành; đảng-viên,hội-viên.

adhesive tape   băng dính.

ad hoc   adj.   đặc-biệt, đặc-cử, đặc-thiết.

adipose   adj.   có mỡ, béo.

adjacent   adj.   kề liền, kề sát, sát ngay.

adjective   n.   tính-từ, hình-dung-từ.

adjoin   v.   nối liền; ở sát bên cạnh.

adjoining   adj.   kề bên, tiếp-giáp, sát nách/vách.

adjourn   v.   hoãn; ngừng họp; dời chỗ (họp).

adjournment   n.   sự hoãn; sự ngừng; sự dời chỗ.

adjunct   n.   vật/điều phụ-thuộc; người phụ-tá.

adjust   v.   điều-chỉnh; chỉnh-lý; thích-ứng.

adjustable   adj.   có thể điều-chỉnh/điều-tiết.

adjustment   n.   sự điều-chỉnh; sự thích-ứng.

adjutant   n.   sĩ-quan phụ-tá, thượng-sĩ.

adlib   v.   cương thêm, nói thêm, ứng-khẩu.

administer   v.   trông nom, quản-lý, cai-trị; thi-
   hành; cho, đánh cho.

administration   n.   sự quản-lý/cai-trị; chính-phủ,
   chính-quyền; sự thi-hành; việc cung-cấp, sự cho.

administrative   adj.   (thuộc) hành-chính.

administrator   n.   nhân-viên hành-chính.

admirable   adj.   tuyệt vời, tuyệt-diệu; đáng phục.

admiral   n.   đô-đốc, thượng-tướng hải-quân.

admiralty   n.   chức-vụ đô-đốc; bộ Hải-quân (Anh).

admiration   n.   sự khâm-phục, lòng thán-phục.

admire   v.   khâm-phục, thán-phục; khen ngợi, ca-
   tụng; ngắm nhìn thích thú.

admirer   n.   người ngưỡng-mộ/hâm-mộ; kẻ say mê.

admissible   adj.   có thể tiếp-nạp/kết-nạp/chấp-nhận.

admission   n.   sự nhận vào (học); sự/tiền vào cửa;
   lời thú-nhận. free -- vào cửa không mất tiền.

admit   v.   nhận vào, cho vào, kết-nạp; thú-nhận.

admittance   n.   sự cho/nhận vào; dẫn-nạp.

admonish   v.   quở mắng; khuyên răn; cảnh-cáo.

admonition   n.   sự quở mắng; lời khuyên răn.

ado   n.   công sức; sự rối rít, sự hối hả.

adolescence   n.   thời thanh-niên, tuổi thanh-xuân.

adolescent   n., adj.   (đang tuổi) thanh-niên.

adopt   v.   áp-dụng, theo [phương-pháp]; nhận làm
   con nuôi, nhận làm bố mẹ nuôi; thông-qua.

adoption   n.   việc nuôi con nuôi; sự thông-qua.

adorable   adj.   đáng yêu, khả-ái; đáng sùng-bái.

adoration   n.   sự quý mến/yêu-chuộng/sùng-bái.

adore   v.   kính yêu, quý mến; yêu chuộng; tôn-sùng.

adorn   v.   tô-điểm, trang-điểm; trang-hoàng.

adornment   n.   sự tô-điểm; đồ trang-trí.

adrift   adj., adv.   lênh-đênh, phiêu-bạt.

adroit   adj.   khéo léo, thục luyện.

adulation   n.   sự nịnh hót, lời nịnh nọt.

adult   n.   người lớn. adj. trưởng-thành, lớn tuổi.

adulterate   v.   pha; làm giả, giả-mạo.

adulterer   n.   gian-phu, đàn ông ngoại-tình.

adulteress   n.   dâm-phụ, đàn bà ngoại-tình.

adultery   n.   tội ngoại-tình/thông-dâm.

advance   n.   sự tiến-bộ/thăng-tiến; tiền đặt/ứng.
   v.   tiến lên, tiến-bộ; tăng; đưa ra; ứng trước.

advanced   adj.   tiên-tiến, tiến-bộ; cao, cao-cấp.

advancement   n.   sự tiến-bộ/thăng-tiến.

advantage   n.   sự thuận-lợi; mối/thế lợi. take
   -- of lợi-dụng.

advantageous   adj.   có lợi, thuận-lợi.

advent   n.   sự đến, sự xảy tới; kỳ Giáng-lâm.

adventure n. sự mạo-hiểm; cuộc phiêu-lưu.

adventurer n. người phiêu-lưu; kẻ gian-hùng.

adventurism n. chủ-nghĩa phiêu-lưu.

adventurous adj. thích phiêu-lưu; đầy mạo-hiểm.

adverb n. phó-từ.

adverbial n., adj. (thuộc)phó-từ/trạng-ngữ.

adversary n. địch, kẻ thù; đối-thủ, đối-phương.

adverse adj. ngược lại, chống lại; bất lợi.

adversity n. sự bất-hạnh; nghịch-cảnh, tai-hoạ.

advertise v. quảng-cáo; đăng báo tìm.

advertisement n. quảng-cáo, yết-thị, mục rao vặt.

advertiser n. người quảng-cáo. [một lời khuyên.

advice n. lời khuyên, lời chỉ bảo. a piece of --

advisable adj. đáng theo, nên, khôn, thích-hợp.

advise v. khuyên (bảo), khuyên răn; thông-báo.

advised adj. đúng đắn, có suy nghĩ.

adviser, advisor n. cố-vấn.

advocate n. người chủ-trương; luật-sư. v. chủ-
   trương, đề-xướng.

aerial n. dây trời, ăng-ten. adj. trên không.

aeronautics n. hàng-không-học.

afar adv. xa, ở (đằng) xa, cách xa.

affability n. sự ân-cần niềm-nở; tính hoà-nhã.

affable adj. ân-cần, niềm-nở; lịch-sự, nhã-nhặn.

affair n. việc, việc làm, công việc, sự-vụ; vấn-
   đề, chuyện; vụ gian díu, chuyện tình.

affect v. ảnh-hưởng đến; bị; làm xúc-động.

affect v. giả vờ/bộ; thành hình; ưa dùng.

affected adj. điệu, màu mè, không tự-nhiên.

affection n. lòng thương yêu, sự yêu mến; bệnh.

affidavit n. chứng-chỉ (có tuyên-thệ).

affiliate v. liên-kết với, có liên-hệ với.

affiliation n. liên-hệ, quan-hệ.

affinity n. quan-hệ; sự giống nhau; ái-lực.

affirm v. xác-nhận, xác-định, khẳng-định.

affirmation n. lời/sự xác-nhận/khẳng-định.

affirmative n., adj. (lời/câu)khẳng-định.

affix n. phụ-tố. v. gắn/dính vào; đóng, dán.

afflict v. làm đau buồn, làm đau khổ.

affliction n. sự thống-khổ, nỗi đau buồn.

affluence n. sự giàu có, sự sung-túc/phong-phú.

affluent adj. giàu có, phong-lưu; nhiều, dồi dào.

afford v. có đủ tiền/sức; cho, cung-cấp.

afforest v. trồng cây gây rừng.

afforestation n. việc trồng cây gây rừng.

affront n. sự lăng-mạ. v. lăng-mạ, lăng-nhục.

afire adj., adv. rực cháy, cháy, bừng bừng.

aflame adj., adv. rực lửa, bốc lửa.

afloat adj., adv. nổi lênh-đênh, lơ-lửng ở trên.

afoot adj., adv. đi bộ, đi chân; đang tiến-hành.

afraid adj. sợ, sợ hãi, hoảng sợ; e,lấy làm tiếc.

afresh adv. lại, một lần nữa.

African n. người châu Phi. adj. thuộc châu Phi.

aft adv. ở đuôi tàu/thuyền.

after prep. sau, sau khi; ở đằng sau; bất chấp,
   mặc dầu; theo sau, theo đuổi; (phỏng) theo.
   adv. sau (đó). conj. sau khi....

aftermath n. hậu-quả.

afternoon n. buổi chiều. in the -- về buổi chiều.

afterward(s) adv. sau này, sau đó, về sau,rồi thì.

again adv. lại, (lần) nữa; ngoài ra, mặt khác.
   -- and -- nhiều lần, tái tam. time and -- tái
   tam tái tứ.

against prep. chống/ngược lại, phản-đối; so với;
   dựa/dựa vào; (để) phòng.

age n. tuổi, niên-tuế; tuổi già, tuổi-tác; tuổi
   trưởng-thành; thời-đại, thời-kỳ. v. già đi.

aged adj. có tuổi, nhiều tuổi.

agency n. cơ-quan, sở, hãng,-xã; đại-lý, chi-cục.

agenda n. chương-trình nghị-sự, nghị-trình.

agent n. đại-lý; tay gián-điệp, điệp-viên.

aggravate v. làm nặng thêm, làm cho thêm trầm-
   trọng; chọc tức, làm bực mình.

aggregate n. khối tập-hợp; tổng-số. v. tập-hợp.

aggression n. sự/cuộc xâm-lược.

aggressive adj. xâm-lược, xâm-lăng; gây gổ.

aggressor n. kẻ xâm-lược, quân xâm-lăng.

aggrieve v. làm cho buồn rầu, làm cho phiền-não.

aghast adj. kinh-ngạc, kinh-hoàng, thất-kinh.

agile adj. nhanh nhẹn, lẹ làng, lanh lẹn.

agility n. sự nhanh nhẹn, tính lẹ làng.

agitate v. lay động; khích-động, xúi giục.

agitation n. sự khích-động, sự sách-động.

agitator n. kẻ khích-động, người gây phiến-động.

aglow adj., adv. cháy đỏ, đỏ rực, sáng ngời.

ago adv. về trước, trước đây, cách đây.

agony n. sự đau đớn quằn quại; cơn hấp hối.

agree v. bằng lòng, đồng ý, tán-thành; hợp với.

agreeable adj. được, vừa ý; dễ chịu, dễ thương.

agreement n. sự đồng-ý/thoả-thuận; hiệp-định.

agricultural adj. (thuộc) nông-nghiệp/canh-nông.

agriculture n. nông-nghiệp, canh-nông; nông-học.

aground adj., adv. mắc cạn.

ah int. a! chà! (ôi) chao!

aha int. ha ha!

ahead adj. hơn, vượt. adv. ở phía trước.

ahoy int. ới! bớ! (ai ở thuyền kia!)

aid n. sự giúp đỡ, sự cứu-trợ/viện-trợ; người
    phụ-tá. v. giúp đỡ, cứu-trợ, viện-trợ.

aide(-de-camp) n. sĩ-quan hầu-cận; phụ-tá.

ail v. (làm) ốm đau, (làm) đau đớn.

ailment n. bệnh-tật, bệnh.

aim n. đích; mục-đích, mục-tiêu, ý-định. v.
    nhắm, nhằm, chĩa; hướng/xoay vào -- at.

aimless adj. không có mục-đích/chuẩn-đích.

air n. không-khí, không-trung, không-gian; vẻ,
    dáng (điệu); điệu hát, điệu nhạc, khúc-điệu.
    v. phơi (gió), hóng gió; làm thoáng; bộc-lộ.

airborne adj. đã cất cánh; không-vận.

air brake n. phanh/thắng hơi.

air-conditioned adj. có máy lạnh.

aircraft n. máy bay, phi-cơ, phi-thuyền. --
    carrier tàu sân bay, hàng-không mẫu-hạm.

airdrome n. sân bay, phi-trường.

airdrop n. việc thả từ trên không. v. thả dù.

airfield n. sân/trường bay, phi-trường.

airline n. đường hàng-không.

airliner n. máy bay (chở) khách.

airmail n. thư-từ/bưu-phẩm gửi bằng máy bay.

airman n. người lái máy bay, phi-công; lính

airplane n. máy bay, phi-cơ. [không-quân.

airport n. sân bay, phi-trường (dân-dụng).

air raid n. vụ oanh-tạc bằng máy bay.

airship n. khí-cầu, phi-thuyền, phi lĩnh.

airsickness n. chứng say gió trên máy bay.

airtight adj. kín hơi/gió.

airway n. đường hàng-không; lỗ thông-khí.

airy adj. thoáng khí; nhẹ nhàng; thoải mái.

aisle n. gian/chái nhà; lối đi ở giữa phòng.

ajar adj. [cửa] mở hé, khép hờ.

akimbo adv. with arms -- chống nạnh.

akin adj. có họ, thân-thuộc, bà con, đồng-tộc.

alacrity n. sự nhanh nhẩu hoạt-bát.

alarm n. sự/còi báo động; sự lo âu, sự lo sợ.
    -- clock đồng hồ báo thức. v. làm lo sợ.

alas int. than ôi! chao ôi! ôi thôi!

albeit conj. dẫu, (mặc) dù, dù cho/là.

album n. an-bom, tập ảnh; tập đĩa hát.

albumen n. lòng trắng trứng, đản-bạch; anbumin.

alcohol n. rượu; cồn.

alcoholic n. người nghiện rượu. adj. có rượu.

alderman n. hội-viên thành-phố.

ale n. rượu bia.

alert n. sự báo động (phòng-không); sự cảnh-giác.
    adj. đề-phòng, cảnh-giác, tỉnh táo; lanh lẹn.

alga n. tảo, rong bể [algae là số nhiều, thường

algebra n. đại-số(-học). [dùng hơn.

alias n. tên hiệu, biệt-hiệu, bí-danh.

alibi n. chứng-cớ vắng mặt (vì ở nơi khác).

alien n. ngoại-kiều. adj. thuộc nước ngoài; xa
    lạ, khác biệt; trái với.

alienate v. làm cho xa lánh, ly-gián; nhượng.

alienation n. mối bất-hoà; sự chuyển-nhượng.

alight adj. bùng cháy; sáng ngời.

alight v. xuống [ngựa, xe]; [chim] đậu xuống.

align v. sắp thành cùng hàng; ăn khớp, liên-kết.

alignment n. sự sắp thành hàng thẳng, sự liên-kết.

alike adj., adv. giống nhau; đều nhau.

alimentary adj. -- canal đường tiêu-hoá.

alive adj. còn sống, chưa chết; sinh-động.

alkali n. chất kiềm; đất muối.

all adj. tất cả, hết thảy, toàn-thể, toàn-bộ,
    trọn, suốt. adv. tất cả, trọn vẹn, hoàn-toàn.
    -- day cả/suốt ngày. -- her life trọn đời bà.
    -- of us tất cả chúng ta/tôi. above -- trước/
    trên hết. after -- xét cho cùng. in -- tổng-
    cộng. not at -- không đâu, không chút nào.

allay v. làm giảm bớt, làm nguôi.

allegation n. sự khẳng-định, luận-điệu.

allege v. khẳng-định, cho là; vin, viện, dẫn.

allegiance n. lòng trung-thành.

allegory n. lời nói bóng, phúng-dụ; ngụ-ngôn.

allergic adj. dị-ứng, quá-mẫn; có ác-cảm.

allergy n. dị-ứng; sự ác-cảm.

alleviate v. làm nhẹ bớt, làm dịu, làm khuây.

alleviation n. sự làm nhẹ bớt, sự làm dịu.

alley n. ngõ, hẻm; lối đi. blind -- đường cụt.

alliance n. sự/khối đồng-minh/liên-minh.

allied adj. đồng-minh, liên-minh; cùng giống.

alligator n. cá sấu.

alliteration   n.   sự lặp lại âm đầu.

allocate   v.   cấp cho; phân-phối, phân-phát.

allocation   n.   sự cấp phát; sự phân-phối.

allot   v.   chia phần, phân-phối; chuẩn-chi.

allotment   n.   sự chia; phần được chia.

allow   v.   cho phép; (công-)nhận, thừa-nhận; kể.

allowance   n.   phụ-cấp, tiền trợ-cấp; tính/kể đến.

allow   n.   hợp-kim; sự pha-trộn.

all-round   adj.   toàn-diện.

all-time   adj.   không-tiền. -- high kỷ-lục/mức
cao nhất (từ trước đến nay).

allude   v.   nói bóng gió, ám-chỉ.

allure   v.   lôi cuốn, quyến rũ.

allurement   n.   sự lôi cuốn, sức cám dỗ.

allusion   n.   sự ám-chỉ; liên-cố.

alluvial   adj.   thuộc phù-sa, thuộc tất bồi.

ally   n.   đồng-minh, liên-minh.   v. liên-kết/minh.

almanac   n.   sách lịch, niên-lịch, niên-giám.

almighty   adj.   toàn-năng, vạn-năng.

almond   n.   quả hạnh, hạnh-nhân.

almost   adv.   hầu/gần như, suýt nữa.

alms   n.   của bố-thí.

aloft   adj., adv.   ở trên cao.

alone   adj., adv.   riêng một mình, trơ trọi, cô-độc.

along   prep.   dọc theo.   adv.   theo chiều dài; về
phía trước, tiến lên. all -- ngay từ đầu.

alongside   prep., adv.   dọc theo; sát bên cạnh.

aloof   adj., adv.   tách rời, lánh xa; lãnh-đạm.

aloud   adv.   to, lớn tiếng, oang oang.

alpha   n.   chữ anpha.

alphabet   n.   bảng chữ cái, bảng tự-mẫu.

alphabetical   adj.   [thứ-tự] theo chữ cái, abc.

alpine   adj.   thuộc núi cao.

already   adv.   đã .... rồi.

also   adv.   cũng; hơn nữa. but -- mà lại còn.

altar   n.   bàn thờ.

alter   v.   thay đổi, sửa đổi; sửa [quần áo].

alteration   n.   sự thay đổi, sự sửa đổi; sự sửa.

altercation   n.   vụ cãi nhau, cuộc đấu khẩu.

alternate   adj.   xen kẽ; [thành-viên] dự-khuyết.
v.   xen nhau; thay phiên, luân-phiên.

alternation   n.   sự xen kẽ; kiểu luân-phiên.

alternative   n.   sự lựa chọn; cách, con đường.

although   conj.   mặc dù, mặc dầu, dẫu cho. tuy là.

altimeter   n.   cái đo độ cao, cao-độ-kế.

altitude   n.   độ cao; altitudes nơi/chỗ cao.

altogether   adv.   hoàn-toàn; nói chung; tất cả.

altruism   n.   chủ-nghĩa vị-tha.

alum   n.   phèn.

alumin(i)um   n.   nhôm.

alumna   n.   cựu-học-sinh, cựu-sinh-viên nữ.

alumnae   số nhiều của alumna.

alumni   số nhiều của alumnus.

alumnus   n.   cựu-học-sinh, cựu-sinh-viên nam.

always   adv.   bao giờ cũng, luôn luôn, mãi, hoài.

am   Xem be. I am tired. Tôi mệt.

A.M., a.m.   = ante meridiem sáng, trước ngọ.

amah   n.   vú em, chị hai.

amalgam   n.   hỗn-hống.

amalgamation   n.   sự hỗn-hống; sự pha trộn.

amass   v.   thu nhặt, cóp nhặt, tích-luỹ.

amateur   n.   tay tài-tử, nghiệp-dư.

amateurish   adj.   tài-tử, nghiệp-dư, không chuyên.

amaze   v.   làm ngạc-nhiên/sửng-sốt.

amazement   n.   sự sửng-sốt/kinh-ngạc.

amazing   adj.   lạ, làm người ta ngạc-nhiên.

ambassador   n.   đại-sứ. -- extraordinary and plen-
ipotentiary đại-sứ đặc-mệnh toàn-quyền.

ambassadorial   adj.   ở cấp đại-sứ.

amber   n.   hổ-phách.

ambiguity   n.   sự không rõ nghĩa, sự mơ-hồ/hàm-hồ.

ambiguous   adj.   tối nghĩa, mơ-hồ, hàm-hồ.

ambition   n.   hoài-bão; tham-vọng.

ambitious   adj.   có nhiều hoài-bão; tham lam.

amble   v.   đi nước kiệu; bước nhẹ nhàng.

ambulance   n.   xe cứu thương.

ambush   n.   cuộc/nơi phục-kích/mai-phục; phục-binh.
v.   chặn đánh, phục-kích, mai-phục.

ameliorate   v.   làm tốt hơn, cải-thiện, cải-tiến.

amenable   adj.   phục-tùng, biết nghe theo.

amend   v.   sửa đổi, thay đổi, bổ-sung, tu-chính.

amendment   n.   sự sửa đổi; tu-chính-án.

amends   n.   sự/tiền bồi-thường.

amenity   n.   tính hoà-nhã; sự dễ chịu; tiện-nghi.

amiable   adj.   tử-tế, nhã-nhặn, hoà-nhã.

amicable   adj.   thân-ái; thoả-thuận, hoà-giải.

amid(st)   prep.   ở giữa, giữa lúc.

amiss   adj., adv.   sai, lầm, hỏng, bậy, xấu.

amity   n.   tình bạn, tình bằng-hữu/hữu-nghị.

ammonia   n.   amoniac, nước đái quỷ.

ammunition n. đạn-dược; sự-kiện, lý-lẽ.

amnesia n. chứng quên.

amnesty n. sự ân-xá.

amoeba n. amip. Cũng viết *ameba*.

among(st) prep. giữa, ở giữa, trong số.

amorous adj. đa-tình; yêu đương.

amount n. số-lượng, tổng-số. v. chung quy là, có nghĩa là.

amphibian n. động-vật lưỡng-cư; xe tăng lội nước.

amphibious adj. lưỡng-cư; đổ bộ; lội nước.

amphitheater n. nhà hát lộ-thiên; giảng-đường.

ample adj. rộng lụng-thụng; nhiều, dư-dật.

amplification n. sự mở/tăn rộng; sự khuếch-đại.

amplifier n. máy/bộ khuếch-đại.

amplify v. mở rộng; bàn/tán rộng; khuếch-đại.

amp(o)ule n. ống thuốc tiêm, ampun.

amputate v. cắt, cưa cụt.

amputee n. người cụt chân/tay.

amuck adv. cuồng/điên lên.

amulet n. bùa, lá bùa.

amuse v. làm vui/thích, giải-trí, tiêu-khiển.

amusement n. sự vui chơi; trò vui/giải-trí.

amusing adj. vui, buồn cười, ngộ. [tiếng đồng hồ.

an Xem a. -- orange một quả cam. -- hour một

anachronism n. sự sai niên-đại; việc lỗi-thời.

an(a)emia n. bệnh thiếu máu.

an(a)esthesia n. sự gây tê/mê.

an(a)esthetic n. thuốc tê/mê.

analogous adj. giống nhau, tương-tự.

analogy n. sự tương-tự; phép loại-suy.

analysis n. sự phân-tích, phép phân-tích.

analyst n. nhà phân-tích/giải-tích.

analyze v. phân-tích; giải-tích.

anarchism n. chủ-nghĩa vô-chính-phủ.

anarchist n. người chủ-trương vô-chính-phủ.

anarchy n. tình-trạng vô-chính-phủ/hỗn-loạn.

anatomical adj. thuộc khoa giải-phẫu.

anatomist n. nhà giải-phẫu, nhà mổ xẻ.

anatomy n. khoa giải-phẫu; thuật mổ xẻ.

ancestor n. ông bà (ông vải), tổ-tiên.

ancestral adj. thuộc tổ-tiên, tổ-truyền.

ancestry n. tổ-tiên, tổ-tông; dòng họ, gốc gác.

anchor n. mỏ neo.

anchorage n. chỗ thả neo, chỗ đậu.

anchovy n. cá trổng.

ancient adj. xưa, cổ; già cả, tuổi-tác; cũ-kỹ.

and conj. và, với, cùng. one hundred -- seventy 170. a worker -- writer một công-nhân kiêm văn-sĩ. for hours -- hours hàng giờ. -- so on, -- so forth vân vân. -- yet vậy/thế mà.

anecdote n. chuyện vặt, giai-thoại.

anemometer n. cái đo gió, phong-lực-biểu.

anew adv. lại, lại nữa, một lần nữa.

angel n. thiên-thần, thiên-sứ.

angelic adj. thuộc/giống thiên-thần; trong trắng.

anger n. con/mối giận, sự phẫn-nộ. v. chọc tức.

angle n. góc; xó; khía cạnh, góc độ.

angle v. câu cá.

angler n. người câu cá, ngư-ông, ngư-phủ.

Anglican n., adj. (người) theo giáo-phái Anh.

angry adj. cáu, giận, tức giận. angrily adv.

anguish n. nỗi đau-đớn/thống-khổ/khổ-não.

angular adj. thuộc/có góc; xương xương, gầy còm.

animal n. động-vật, thú-vật; con vật. adj. thuộc động-vật; thuộc xác thịt, thuộc nhục-thể.

animate adj. sống, có tri-giác. v. làm sinh-động.

animation n. sự nhộn-nhịp/náo-nhiệt.

animism n. thuyết vật-linh, tục bái-vật.

animosity n. sự thù oán; tình-trạng thù-địch.

anise n. hồi, hoa hồi.

ankle n. mắt cá chân.

anklet n. bít-tất ngắn (đến mắt cá).

annals n. sử biên-niên, niên-biểu; tập-san.

annex n. phần thêm; nhà phụ. v. sáp-nhập.

annexation n. sự phụ thêm; sự sáp-nhập/thôn-tính.

annihilate v. tiêu-diệt, tiêu huỷ, thủ-tiêu.

annihilation n. sự tiêu-diệt/huỷ-diệt.

anniversary n. ngày kỷ-niệm; kỷ-niệm ngày cưới.

annotate v. chú-thích, chú-giải.

annotation n. lời chú-thích/chú-giải.

announce v. báo, loan, loan-báo, thông-tri; công-bố, tuyên-bố; xướng-ngôn, đọc tin-tức.

announcement n. lời rao, cáo-thị; lời công-bố.

announcer n. người đưa tin; xướng-ngôn-viên.

annoy v. làm phiền, làm bực mình, làm khó chịu.

annoyance n. điều bực mình, điều khó chịu.

annoying adj. làm phiền, làm khó chịu, chọc tức.

annual adj. hàng năm, từng năm, năm một.

annuity n. tiền góp/trả hàng năm; lương hưu.

annul v. bãi/huỷ bỏ, thủ-tiêu.

anode n. cực dương, dương-cực, anốt.

anomaly n. chuyện/vật dị-thường; độ dị-thường.

anonymous adj. giấu tên, vô-danh, nặc-danh.

another adj. khác; nữa, thêm. pr. cái khác/kia,
    người khác/kia. one -- lẫn nhau.

answer n. câu/thư trả lời; phép/lời giải. v. trả
    lời, đáp lại, thưa; xứng với.

answerable adj. có thể trả lời được; có thể giải
    được; chịu trách-nhiệm.

ant n. con kiến. red -- kiến lửa.

antagonism n. sự đối-lập/đối-kháng.

antagonistic adj. trái ngược, nghịch; đối-kháng.

antagonize v. làm cho ... phản-đối, gây thù hằn.

antarctic adj. thuộc nam-cực, ở về phía nam.

antecedent n. tiền-ngữ, mệnh-đề đứng trước; lai-
    lịch, quá-khứ, tiền-sử.

antedate v. đề lùi ngày tháng về trước.

antelope n. linh-dương.

antenna n. dây trời, ăng-ten; râu [sâu bọ].

anterior adj. ở/đằng/phía trước.

anteroom n. phòng trước/ngoài; phòng khách.

anthem n. bài ca. national -- quốc-ca/-thiều.

anther n. bao phấn.

anthology n. hợp-tuyển, hợp-thái, tuyển-tập.

anthracite n. than antraxit.

anthropologist n. nhà nhân-loại-học.

anthropology n. nhân-loại-học.

anti-aircraft adj. chống máy bay, phòng không.
    -- gun súng cao-xạ. -- shelter hầm trú ẩn.

anti-ballistic adj. chống/phản đạn-đạo.

antibiotic n. thuốc kháng-sinh/trụ-sinh.

antic n. trò hề/cười.

anticipate v. đoán/thấy trước; liệu/chặn trước;
    mong đợi, chờ đợi.

anticipation n. sự liệu trước; sự mong chờ.

anticlimax n. sự hạ xuống từ cực-điểm (khg ai ngờ).

anti-colonial adj. chống thực-dân.

antidote n. thuốc giải-độc.

anti-fascist adj. chống phát-xít.

antifreeze n. hoá-chất chống đông.

anti-imperialist adj. chống đế-quốc.

antimissile adj. chống tên lửa, chống hoả-tiễn.

antimony n. antimon.

antipathy n. ác-cảm.

antipodes n. điểm đối chân.

antiquarian n. người bán đồ cổ. adj. cổ-học.

antiquary n. nhà khảo-cổ; người sưu-tầm đồ cổ.

antiquated adj. cổ, cổ xưa, không hợp-thời.

antique n. đồ cổ. adj. theo lối/kiểu cổ.

antiquity n. đời xưa. antiquities đồ cổ.

antiseptic adj. khử-trùng.

antithesis n. phản-đề; phép đối chọi.

antler n. sừng/gạc [hươu, nai].

antonym n. từ trái/phản nghĩa.

anvil n. cái đe; xương đe.

anxiety n. sự lo-lắng, mối lo-âu.

anxious adj. lo-lắng, lo-âu, áy-náy, băn-khoăn;
    khát-khao, ước-ao.

any adj. một(người/vật)nào đó. Do you see --
    kite? Anh có trông thấy cái diều nào không?
    I don't see -- kite. Tôi không trông thấy cái
    diều nào cả. -- book bất cứ quyển sách nào.
    -- time bất luận lúc nào. -- person bất cứ ai.
    pr. Does -- of them know? Bọn họ có ai biết
    không? We could not locate -- of you. Chúng
    tôi tìm mà chả thấy ai trong nhóm các anh cả.
    -- of these pens bất kỳ cái nào trong số bút này.
    adv. Throw that eraser away, it isn't -- good.
    Vứt cái tẩy ấy đi: không dùng được.

anybody pr. người nào, ai; bất cứ ai.

anyhow adv. dù sao chăng nữa; bằng bất cứ cách gì.

anyone pr. người nào, ai; bất cứ ai.

anything pr. vật/việc gì; bất cứ vật/việc gì.

anyway adv. dù sao chăng nữa.

anywhere adv. bất cứ ở đâu, bất luận chỗ nào.

apace adv. nhanh, mau, mau lẹ.

apart adv. riêng ra, xa ra. -- from ngoài ...
    (ra). to take -- tháo tung ra.

apartheid n. chính-sách tách-biệt chủng-tộc.

apartment n. căn phòng/ buồng/ hộ [ở bin-đinh].

apathetic adj. lãnh-đạm, hờ-hững, thờ-ơ.

apathy n. tính lãnh-đạm; sự hờ-hững.

ape n. khỉ không đuôi, khỉ hình người. v. nhại,
    bắt chước, mô-phỏng.

aperture n. lỗ hổng; lỗ ống kính; độ mở.

apex n. đỉnh, ngọn, chỏm.

aphasia n. chứng mất ngôn-ngữ.

aphorism n. cách-ngôn.

aphrodisiac n. thuốc kích-thích tình-dục.

apiece adv. mỗi một người/cái.

apogee n. điểm cao nhất, thời cực-thịnh.

apologetic adj. biết lỗi, xin lỗi, chữa lỗi.

apologize v. xin lỗi, tạ lỗi.

apology n. sự xin lỗi; lời biện-giải.

apoplectic adj. ngập máu, trúng phong.

apoplexy n. chứng ngập máu.

apostle n. tông-đồ; người đề-xướng.

apostrophe n. dấu lược / ' /.

apothecary n. nhà bào-chế thuốc.

appal v. làm kinh sợ, làm thất-kinh.

apparatus n. bộ máy; dụng-cụ, đồ dùng.

apparel n. quần áo, y-phục.

apparent adj. rõ ràng, rõ rành-rành, hiển-nhiên.

   --ly adv. cứ xét theo bề ngoài, có vẻ.

apparition n. ma quỷ.

appeal n. lời kêu gọi, lời hịch; sự cầu-khẩn;
sự chống án, sự kháng án; sức quyến rũ. v. kêu
gọi; chống án; lôi cuốn, hấp dẫn.

appear v. hiện ra, xuất-hiện; ra mắt, trình-diện;
được xuất-bản; hình như, có vẻ...

appearance n. sự xuất-hiện; bề ngoài, dáng điệu,
phong-thái; sự trình-diện, sự ra mắt.

appease v. làm nguôi/khuây; nhân-nhượng.

append v. gắn vào, viết thêm vào.

appendage n. vật/phần phụ-thuộc.

appendicitis n. bệnh viêm ruột thừa.

appendix n. phụ-lục; ruột thừa/dư.

appertain v. thuộc về, của.

appetite n. sự ngon miệng, sự thèm ăn.

appetizer n. món ăn khai-vị, món ăn chơi.

appetizing adj. ngon (miệng), ngon lành.

applaud v. vỗ tay; khen ngợi.

applause n. tiếng vỗ tay, tràng pháo tay.

apple n. quả táo. -- orchard vườn táo.

appliance n. dụng-cụ, đồ thiết-bị, máy móc.

applicable adj. có thể áp-dụng/ứng-dụng được.

applicant n. người xin việc, người xin vào học,
người nộp đơn, đương-đơn.

application n. sự gắn/đắp vào; sự áp-dụng; sự
chuyên-cần; đơn xin. -- form/blank mẫu đơn.

applied adj. ứng-dụng.

apply v. gắn/đắp/áp vào; dùng, áp-dụng, ứng-dụng;
chăm-chú, chuyên-tâm; xin, hỏi, thỉnh-cầu.

appoint v. cử, bổ, bổ-nhiệm, chỉ-định, chọn, lập;
hẹn, định [ngày giờ].

appointment n. việc bổ-nhiệm; sự hẹn gặp.

appraisal n. sự đánh giá.

appraise v. đánh giá, định giá.

appreciable adj. thấy rõ được.

appreciate v. hiểu rõ giá-trị, thấy rõ; biết
thưởng-thức; cảm-kích, biết ơn; lên/tăng giá.

appreciation n. sự biết thưởng-thức; sự cảm-kích;
sự lên/tăng giá. [≠ depreciation].

apprehend v. bắt, tóm; sợ, e sợ.

apprehension n. sự e sợ.

apprehensive adj. sợ, e sợ, e ngại.

apprentice n. người học việc/nghề. v. học nghề.

apprenticeship n. thời-gian học việc/nghề.

approach n. lối vào, đường đi đến; khảo-hướng.
   v. đến/tới/lại gần; thăm dò ý-kiến.

approbation n. sự tán-thành.

appropriate adj. thích-đáng/-hợp. v. chiếm-đoạt.

appropriation n. sự chiếm-hữu; sự dành riêng,
ngân-khoản được dành riêng.

approval n. sự tán-thành/chấp-thuận/phê-chuẩn.

approve v. tán-thành, đồng-ý, chấp-thuận, chuẩn-y.

approximate adj. gần đúng, xấp-xỉ. v. gần đúng,
gần giống. --ly adv. vào khoảng, chừng độ.

approximation n. sự gần đúng, sự xấp-xỉ.

apricot n. quả mơ.

April n. tháng tư.

apriorism n. tiên-nghiệm-luận.

apron n. cái tạp-dề; thềm sàn khấu.

apropos adj., adv. đúng lúc, thích-hợp.

apt adj. thích-hợp, đúng; dễ/hay ...

aptitude n. năng-khiếu, tài-năng, khả-năng.

aquarium n. bể nuôi cá, chậu cá vàng.

aquatic adj. sống/mọc ở dưới nước.

aqueduct n. cống nước.

Arab n. người Ả-rập.

Arabic n. tiếng Ả-rập. adj. [chữ số] Ả-rập.

arable adj. [đất] trồng-trọt được.

arbiter n. trọng-tài.

arbitrary adj. độc-đoán, chuyên-đoán.

arbitrate v. làm trọng-tài, phân-xử.

arbitration n. sự phân-xử.

arbitrator n. trọng-tài, người phân-xử; quan tòa.

arbo(u)r n. chỗ ngồi mát dưới giàn hoa, lương-đình.

arc n. hình cung; cung; hồ-quang, cung lửa.

arcade n. dãy cuốn; những cửa hàng trong tòa nhà.

arch n. cửa tò-vò; vòm; nhịp cuốn. v. cong lên.

arch(a)eology n. khảo-cổ-học.

archaic adj. cổ xưa, cổ-đại, cổ-phong.

archbishop n. tổng-giám-mục.

archer n. người bắn cung, xạ-thủ.

archery n. thuật bắn cung, tiễn-thuật, xạ.

archipelago n. quần-đảo.

architect n. kiến-trúc-sư.

architectural adj. thuộc kiến-trúc; xây-dựng.

architecture n. khoa/thuật kiến-trúc; kiểu.

archives n. văn-thư lưu-trữ, văn-khố.

archway n. cổng tò-vò, lối đi có mái vòm.

arctic adj. thuộc bắc-cực, ở về phía bắc.

ardent adj. nồng-nàn, nồng-nhiệt, hăng-hái, sôi-
   nổi, có nhiệt-tâm, đầy nhiệt-tình.

ardo(u)r n. sự hăng-hái, nhiệt-tình, nhiệt-tâm.

arduous adj. khó-khăn, gay-go, cam-go, gian-khổ.

are n. a [đơn-vị diện-tích, bằng 100m²].

are Xem động-từ be.

area n. bề mặt, diện-tích; vùng, khu-vực.

areca n. cây cau. -- nut quả cau.

arena n. trường đấu (lộ-thiên); vũ-đài, giới.

aren't = are not.

argon n. agon.

argue v. cãi, tranh-luận, biện-luận; thuyết-phục.

argument n. sự cãi nhau, sự tranh-luận; lý lẽ,
   luận-điểm, luận-cứ.

arid adj. khô cằn; khó-khan, vô-vị.

aright adv. đúng.

arise v. xuất-hiện, nảy sinh, phát-sinh.

aristocracy n. tầng-lớp quý-tộc, quý-phái.

aristocrat n. người quý-tộc, tay quý-phái.

aristocratic adj. thuộc dòng-dõi quý-tộc.

arithmetic n. số-học.

arm n. cánh tay; tay áo; nhánh sông; tay ghế;
   cán cân; quyền-lực.

arm n. khí-giới, vũ-khí, binh-khí; binh-chủng;
   phù-hiệu, huy-hiệu. v. vũ-trang, trang-bị.

armada n. đội tàu, hạm-đội.

armament n. sự vũ-trang; vũ-khí, quân-trang.

armchair n. ghế bành.

armed adj. được vũ-trang.

armful n. ôm đầy. an -- of books một ôm sách.

armistice n. sự đình-chiến/hưu-chiến.

armo(u)r n. áo giáp; xe bọc sắt, thiết-giáp.

armo(u)red adj. bọc sắt, thiết-giáp.

armo(u)ry n. kho vũ-khí; trụ-sở lực-lượng trừ-bị.

armpit n. nách.

army n. quân-đội; đám đông, đoàn, đội-ngũ; lục-
                                                    [quân.

aroma n. mùi/hương thơm, hương-vị.

aromatic adj. thơm.

arose quá-khứ của arise.

around prep. xung quanh, vòng quanh; khắp, đó
   đây; khoảng chừng, vào khoảng, độ. adv. xung
   quanh; đó đây, khắp nơi; quanh quất, quanh quẩn,
   loanh-quanh.

arouse v. gợi, khuấy-động, phát-động.

arraign v. buộc tội, tố-cáo.

arrange v. sắp đặt/xếp, sửa soạn; thu xếp; dàn
   xếp, hoà-giải; soạn lại, cải-biên.

arrangement n. sự sắp đặt; sự thu xếp, sự dànxếp;
   việc soạn lại, việc cải-biên.

array n. sự dàn trận; dãy, hàng-ngũ. v. dàn
   hàng, dàn trận, bài binh bố trận.

arrears n. tiền còn thiếu/khất; việc còn dở.

arrest n. sự bắt giữ. under -- bị bắt. v. bắt
   giữ; chặn lại, ngăn lại, làm ngừng lại.

arrival n. sự đến/tới nơi; người/vật mới đến.

arrive v. đến/tới nơi; xảy đến/ra; đi đến/tới,
   đạt tới; thành-đạt.

arrogance n. tính kiêu-ngạo.

arrogant adj. kiêu-ngạo, kiêu-căng, ngạo-mạn.

arrow n. mũi tên.

arrowroot n. (bột) hoàng-tinh, (bột) dong.

arsenal n. kho/xưởng vũ-khí đạn-dược, kho đạn.

arsenic n. asen, nhân-ngôn, thạch-tín.

arson n. tội đốt nhà, tội cố ý gây hoả-hoạn.

art n. nghệ-thuật, mỹ-thuật; tài khéo, thuật.

arterial adj. thuộc động-mạch.

artery n. động-mạch; con đường chính/lớn.

artful adj. tinh ranh, tinh ma, xảo-quyệt.

arthritis n. viêm khớp.

article n. thức, đồ, vật-phẩm, hàng; mục, khoản;
   bài báo; mạo-từ . --s of clothing quần áo.

articulate adj. rõ-ràng. v. phát-âm rõ-ràng.

articulation n. khớp xương; cách phát-âm rõ-ràng.

artifact n. đồ tạo-tác của người xưa.

artifice n. tài khéo, kỹ-xảo; mưu mẹo, ngón.

artificial adj. nhân-tạo; giả (tạo).

artillery n. pháo, trọng-pháo; pháo-binh.

artisan n. thợ thủ-công.

artist n. nghệ-sĩ; hoạ-sĩ.

artistic adj. đẹp, khéo, có mỹ-thuật.

artless adj. tự-nhiên, không giả-tạo, chân-thật.

as adv. như; với tư-cách là; cũng bằng. well
-- usual mạnh khoẻ như thường. -- an old
friend với tư-cách một người bạn cố-tri. --
rich -- his uncle cũng giàu bằng ông chú.
conj. vì, bởi vì; (trong) khi; tuy rằng.
-- it was late vì lúc ấy đã khuya. -- we cross
the bridge khi chúng ta qua cầu. busy -- she
was tuy bà ta bận. pron. người/cái/điều mà.
such men -- were leading the country những vị
lãnh-đạo trong nước hồi đó. such a great man
-- một bậc vĩ-nhân như là ... such poets --
Nguyễn Du, Nguyễn Đình-Chiểu, etc. những nhà
thơ như Nguyễn Du, Nguyễn Đình-Chiểu, v.v.
*** to walk -- far -- the library đi bộ đến tận
thư-viện. -- for/to còn về phần ... -- though,
-- if y như thế. -- regards về ... -- long
-- he lives ngày nào ông ta còn sống. -- such
như thử, cứ như thế. -- it were có thể cho là
như vậy.

asbestos n. amiăng, thạch-miên.

ascarid n. giun đũa.

ascend v. lên, trèo lên; thăng; dốc lên; cao.

ascendancy n. uy-thế, uy-lực.

ascendant adj. đang lên, có ưu-thế.

ascension n. sự lên; lễ Thăng-thiên.

ascertain v. biết chắc, xác-định, tra-minh.

ascetic n., adj. (người) tu khổ-hạnh, khổ-tu.

ascribe v. đổ tại; gán cho, quy cho.

ash n. tro; tàn; tro hoả-táng, di-cốt. -- tray
cái gạt tàn thuốc lá.

ashamed adj. xấu-hổ, hổ-thẹn, ngượng.

ashore adv. trên/vào bờ. go -- đi lên bờ.

Asian n., adj. (người) châu Á, thuộc Á-châu.

Asiatic n., adj. (người) châu Á, Á-châu.

aside n. lời nói riêng. adv. sang/về một bên.
-- from ngoài ... (ra), trừ ... (ra).

ask v. hỏi; xin, yêu-cầu, thỉnh-cầu; mời; đòi.

askance adv. nghiêng một bên; một cách ngờ-vực.

asleep adj., adv. đang ngủ. fall -- ngủ thiếp
đi. fast -- đang ngủ say.

asparagus n. măng tây.

aspect n. vẻ, diện-mạo; khía cạnh; thể.

asphalt n. nhựa đường.

asphyxiation n. sự ngạt thở.

aspiration n. khát-vọng, nguyện-vọng, chí-hướng;
sự thở vào; sự bật hơi.

aspire v. khao-khát, thiết-tha, mong-mỏi.

aspirin n. atpirin, thuốc nhức đầu.

ass n. con lừa; người ngu, thằng đần.

ass n. [Vulgar, Tục] đít, lỗ đít.

assail v. tấn-công; (hỏi, chửi) túi bụi, dồn-dập.

assailant n. kẻ tấn-công, kẻ hành-hung.

assassin n. kẻ ám-sát, tên thích-khách, hung-thủ.

assassinate v. ám-sát, hành-thích.

assassination n. vụ ám-sát.

assault n. trận tấn-công; sự công-kích. v. tấn-
công, đột-kích; hành-hung.

assemblage n. sự tập-hợp/tụ-tập/thu-thập; sự lắp.

assemble v. tập-hợp, tụ-tập; nhóm họp; lắp ráp.

assembly n. hội-đồng, hội-nghị; sự lắp ráp. --
line dây chuyền lắp ráp.

assent n., v. (sự) đồng-ý/tán-thành/ưng-thuận.

assert v. xác-nhận, khẳng-định; đòi [quyền-lợi].

assertion n. sự khẳng-định/quả-quyết/quyết-đoán.

assess v. đánh giá, định giá, thẩm-lượng; phạt,
đánh thuế (theo định-mức).

assessment n. sự đánh giá; sự đánh thuế.

asset n. người/vật quý. assets tài-sản.

assiduity n. tính siêng năng, tính chuyên-cần.

assiduous adj. siêng-năng, chuyên-cần.

assign v. cất đặt, phân-công; chia phần; ra bài.

assignment n. nhiệm-vụ được giao-phó; bài học/làm.

assimilate v. đồng-hoá; tiêu-hoá.

assimilation n. sự đồng-hoá; sự tiêu-hoá.

assist v. giúp, giúp đỡ, đỡ đần.

assistance n. sự giúp đỡ, (sự) viện-trợ.

assistant n. viên phụ-tá; phụ-khảo, trợ-giáo.
adj. phụ, phó, phụ-tá, trợ-lý.

associate n. đồng-sự, đồng-liêu, đồng-minh. adj.
phó, phụ, trợ. v. kết-giao, kết bạn, đan-đúm,
giao-thiệp; liên-tưởng.

association n. sự liên-tưởng; hội, hiệp-hội, hội
liên-hiệp.

assorted adj. hợp nhau, phối-hợp (nhiều thứ).

assortment n. tập-hợp gồm nhiều thứ.

assuage v. làm dịu bớt, làm khuây-khoả.

assume v. cứ cho rằng (là đúng), thừa-nhận; nắm lấy, nhận lấy, chiếm lấy; làm ra vẻ.

assumption n. giả-định, ức-thuyết; sự đảm-đương; sự giả bộ.

assurance n. sự cam-đoan/đảm-bảo/quả-quyết; điều chắc-chắn, điều tin chắc.

assure v. cam-đoan, quả-quyết; đảm-bảo.

assured adj. yên-trí, tin chắc.

asterisk n. dấu sao, dấu hoa thị.

astern adv. ở phía sau (tàu); ở đằng sau.

asthma n. bệnh hen/suyễn.

astir adj. xôn-xao, xao-động, hoạt-động; dậy.

astonish v. làm ngạc-nhiên.

astonishing adj. lạ-lùng, kỳ-dị.

astonishment n. sự ngạc-nhiên.

astound v. làm sửng-sốt/kinh-ngạc.

astray adv. lạc đường/lối; làm-lạc.

astride prep., adv. cưỡi lên

astrology n. thuật chiêm-tinh.

astronaut n. nhà du-hành vũ-trụ.

astronomer n. nhà thiên-văn-học.

astronomical adj. to lớn vô cùng.

astronomy n. thiên-văn-học.

astute adj. láu, tinh ranh; tinh khôn, sắc-sảo.

asunder adv. rời ra (từng mảnh).

asylum n. viện cứu-tế; nhà thương điên, viện dưỡng-trí; nơi ẩn náu, cảnh tị nạn.

at prep. ở, tại; vào lúc/hồi; đang, đang lúc; (nhằm) vào, về phía; với giá ...; lúc/khi, về; theo; về [ngành, môn]. at Nha-trang ở Nha-trang. -- school ở trường. -- noon lúc 12g trưa. -- work đang làm việc. -- war đang có chiến-tranh. look -- nhìn vào. laugh -- cười vào mặt ... -- four dollars a dozen với giá 4 đô-la một tá. surprised -- lấy làm lạ về. -- her request thể theo lời yêu-cầu của bà ấy. very good -- math rất giỏi về môn toán. *** -- first lúc đầu. -- last sau cùng, mãi về sau. -- least ít nhất. -- most nhiều nhất. -- once ngay lập tức. -- times đôi khi.

ate quá-khứ của eat.

atheism n. thuyết/chủ-nghĩa vô-thần.

atheist n. kẻ vô-thần.

athlete n. vận-động-viên, lực-sĩ.

athletic adj. như lực-sĩ; về điền-kinh.

athletics n. điền-kinh, thể-thao.

athwart prep., adv. ngang qua, xiên; trái ngược.

Atlantic n., adj. (thuộc) Đại-tây-dương.

atlas n. tập bản đồ.

atmosphere n. không-khí; khí-quyển; atmôtfe.

atmospheric adj. thuộc không-khí/khí-quyển.

atoll n. đảo san-hô vòng.

atom n. nguyên-tử; mảnh nhỏ, mảy may.

atomic adj. thuộc nguyên-tử. -- energy năng-lượng nguyên-tử, nguyên-tử-năng, nguyên-tử-lực. -- bomb bom nguyên-tử.

atone v. chuộc, đền [lỗi, tội].

atonement n. sự chuộc lỗi, sự đền tội.

atrocious adj. tàn-ác, tàn-bạo, hung-bạo; dở ẹt.

atrocity n. hành-động tàn-ác/tàn-nhẫn.

atrophy n. sự teo. v. (làm) teo đi.

attach v. dán, gắn, trói, buộc; gắn bó.

attaché n. tùy-viên sứ-quán.

attachment n. lòng quyến-luyến; tài-liệu kèm.

attack n. sự tấn-công/công-kích; cơn. heart attack cơn đau tim. v. tấn-công, tập-kích, công-kích; ăn mòn; bắt tay vào, lao vào.

attain v. đến, tới, đạt tới.

attainable adj. có thể đạt tới được.

attainment n. sự đạt được; kết-quả thực-hiện được, tri-thức trau giồi được.

attempt n. cố-gắng; sự mưu-hại. v. cố-gắng, thử, toan; mưu-hại, xâm-phạm.

attend v. dự; chăm sóc; kèm theo; chăm lo.

attendance n. việc dự; số người dự; sự chăm sóc.

attendant n. người phục-vụ. adj. đi kèm theo.

attention n. sự chú-ý. Attention! Nghiêm! attentions sự ân-cần, sự hậu-đãi.

attentive adj. chăm chú, chú-ý, lưu-tâm; ân-cần.

attest v. chứng-nhận, chứng-thực, làm chứng.

attic n. gác xép dưới mái nhà.

attire n. quần áo, y-phục. v. mặc quần áo.

attitude n. thái-độ; dáng, tư-thế.

attorney n. luật-sư; người đại-diện. Attorney General Bộ-trưởng Bộ Tư-pháp Mỹ.

attract v. thu hút, hấp dẫn, lôi cuốn.

attraction n. sức hút; sự/tiết-mục hấp dẫn.

attractive adj. hút; hấp dẫn, quyến rũ, đẹp.

attribute n. thuộc-tính; thuộc-ngữ, định-ngữ. v. quy cho, cho là vì.

auburn adj. [tóc] màu nâu vàng.

auction n. cuộc bán đấu giá. v. bán đấu giá.

auctioneer n. người bán đấu giá.

audacious adj. gan, táo-bạo, đại-đởm; liều-lĩnh,
trơ-tráo, mặt dạn mày dày, cả gan.

audacity n. sự táo-bạo; sự liều-lĩnh/trơ-tráo.

audible adj. nghe thấy được, nghe rõ.

audience n. thính-giả, khán-giả, độc-giả; triều-
kiến, yết-kiến, tiếp-kiến, hội-kiến.

audio-visual adj. thính-thị, nghe và nhìn.

audit n. sự kiểm-tra. v. kiểm-tra [sổ sách];
bàng-thính [lớp học].

auditor n. người nghe, bàng-thính-viên; kiểm-
tra-viên.

auditorium n. giảng-đường, thính-đường, lễ-đường.

augment v. làm tăng lên, tăng-gia, tăng-đính.

August n. tháng tám.

august adj. oai-nghiêm, oai-vệ, uy-nghi.

aunt n. cô, già, dì; bác gái, thím, mợ.

aural adj. thuộc tai, nghe được bằng tai.

auspices n. sự bảo-trợ/tán-trợ.

auspicious adj. có điềm lành, cát-tường.

austere adj. nghiêm-khắc, khắt-khe; khắc-khổ.

austerity n. sự khắt-khe; sự khắc-khổ.

Australian n. người Úc. adj. thuộc Úc.

Austrian n. người Áo. adj. thuộc Áo.

authentic adj. thật, xác-thực; đáng tin.

author n. tác-gia, tác-giả; người tạo nên.

authoress n. nữ-tác-gia, nữ-tác-giả.

authoritarian n., adj. (người) độc-đoán.

authoritative adj. có thẩm-quyền/căn-cứ; hách.

authority n. quyền-lực; nhà thẩm-quyền, chuyên-
gia. the authorities nhà cầm quyền/chức-trách/
dương-cục.

authorize v. cho phép, cho quyền, uỷ quyền.

auto n. xe hơi, ô-tô.

autobiography n. lự-truyện, tiểu-sử tự-thuật.

autocracy n. chế-độ chuyên-quyền/độc-tài.

autocrat n. người chuyên-quyền, kẻ độc-tài.

autocratic adj. độc-tài, chuyên-quyền/-chế.

autograph n. chữ ký riêng. v. đề ký tặng.

automat n. quán ăn tự-động.

automatic adj. tự-động; vô-ý-thức, máy móc.

automation n. sự tự-động-hoá; kỹ-thuật tự-động.

automobile n. ô-tô, xe hơi, khí-xa.

autonomous adj. tự-trị.

autonomy n. sự/quyền tự-trị.

autopsy n. sự mổ xác để khám-nghiệm; sự phân-tích.

autumn n. mùa thu.

autumnal adj. (thuộc mùa) thu, thu-thiên.

auxiliary adj. phụ, bổ-trợ.

avail n. ích-lợi. v. giúp ích, có lợi cho. --
oneself of lợi-dụng.

availability n. sự có thể có/kiếm được.

available adj. sẵn có; có thể mua/kiếm được.

avalanche n. tuyết lở.

avarice n. lòng tham, tính tham-lam.

avaricious adj. tham-lam, hám lợi.

avenge v. trả/báo thù, báo cừu.

avenue n. đại-lộ, đường lớn; phương-pháp.

aver v. quả-quyết, khẳng-định, xác-nhận.

average n. số/mức trung-bình. adj. trung-bình.
v. tính trung-bình.

averse adj. chống lại, phản-đối; không thích.

aversion n. sự ghét, ác-cảm; sự không ưa.

avert v. tránh, ngăn chặn, ngăn ngừa; ngoảnh đi.

aviation n. (thuật) hàng-không/phi-hành. civil
-- hàng-không dân-dụng/dân-sự.

aviator n. phi-công, người lái máy bay.

avoid v. tránh, tránh xa, tránh né.

avoidable adj. có thể tránh được.

avoidance n. sự tránh; sự tránh xa.

avow v. nhận, thừa-nhận, thú-nhận.

avowal n. sự nhận, sự thừa-nhận, sự thú-nhận.

await v. đợi, chờ đợi.

awake adj. thức, thức dậy, thức giấc; tỉnh-táo,
cảnh-giác. v. (đánh) thức dậy, (làm) thức-tỉnh.

awaken v. đánh thức; làm thức-tỉnh/tỉnh-ngộ.

award n. phần thưởng, tặng-khoản. v. tặng, cấp.

aware adj. biết, nhận thấy, nhận-thức.

awareness n. nhận-thức, ý-thức, tri-giác.

away adv. xa, xa cách, xa ra, rời xa, ... đi;
hết đi, mất đi, biến đi; ngay tức thì. -- from
the crowd xa đám đông. to go -- đi khỏi/xa.
to fade -- phai mờ đi. right -- ngay lập tức.

awe n. nỗi kinh-sợ/kinh-dị. v. làm sợ hãi.

awesome adj. làm khiếp sợ, làm kinh-hoàng.

awful adj. kinh-khủng, khủng-khiếp, lạ-lùng, vô
cùng, phi-thường, dễ sợ; tệ, xấu quá, dở ẹt.

awhile adv. một lúc, một lát.

awkward adj. vụng-về; lúng-túng ngượng-nghịu; khó xử, bất-tiện, rày-rà, rắc-rối.

awl n. cái giùi.

awning n. mái vải, tấm vải bạt.

awoke quá-khứ của *awake*.

awry adj., adv. lệch, xiên, méo-mó; thất-bại.

ax(e) n. cái rìu. get the -- bị đuổi/thải.

axes số nhiều của ax(e) và của *axis*.

axiom n. tiên-đề; sự thật đương-nhiên.

axiomatic adj. hiển-nhiên, tự nó đã đúng.

axis n. trục [quả đất, hình-học]; phe Trục.

axle n. trục xe.

ay(e) n. câu trả lời đồng-ý; phiếu thuận.

azalea n. cây/hoa đỗ-quyên.

azolla n. bèo hoa dâu.

azure n., adj. màu xanh da trời.

ℬ

B.A. = Bachelor of Arts.

baa n. tiếng be-be. v. [cừu] kêu be-be.

babble n., v. (tiếng) bi-bô/bập-bẹ; (sự) nói bép xép; (tiếng) róc-rách, (tiếng) rì-rào.

babel n. tình-trạng ầm-ĩ hỗn-loạn.

baboon n. khỉ đầu chó.

baby n. em bé, trẻ thơ, trẻ sơ-sinh; người tính trẻ con; người yêu, "em bé", "em út"; cỡ nhỏ. -- sitter người giữ trẻ hộ.

babyhood n. tuổi thơ.

babyish adj. (như) trẻ con.

baby-sit v. giữ trẻ hộ.

bachelor n. người chưa vợ, đàn ông độc-thân. Bachelor of Arts Cử-nhân Văn-chương. Bachelor of Science Cử-nhân Khoa-học.

bacillus [pl. bacilli] khuẩn que.

back n. lưng [người, thú-vật]; lưng ghế; phía sau, đằng sau; mặt sau/trái; hậu-vệ. adj. sau, hậu; ngược; còn nợ/chịu lại. adv. lùi lại; về, ngược, trở lại, trả lại; trước, đã qua. v. lùi lại; ủng-hộ, làm hậu-thuẫn cho. -- pay lương còn chịu lại. a few years -- vài năm trước. to throw -- ném trả lại. to go -- and forth đi tới đi lui. to -- down bỏ, chùn lại. to -- out nuốt lời; lẩn trốn.

backache n. chứng đau lưng.

backbite v. nói vụng, nói xấu sau lưng.

backbone n. xương sống; cột trụ; nghị-lực.

backer n. người ủng-hộ.

background n. phía sau; nền; bối-cảnh, quá-trình học-hành, kinh-nghiệm.

backhand n. cú rơ-ve, quả trái.

backstage adj., adv. ở hậu-trường.

backstroke n. cú trái; kiểu bơi ngửa.

backward adj. về phía sau, giật lùi; chậm tiến, lạc-hậu. adv. (backward/backwards) về phía sau, lùi; ngược.

backwater n. chỗ nước đọng; tình-trạng đình-trệ.

backwoods n. vùng (rừng) khỉ ho cò gáy.

bacon n. thịt lợn muối hoặc xông khói.

bacteria n [số nhiều của *bacterium*] vi-khuẩn.

bacteriology n. vi-khuẩn-học.

bacterium Xem *bacteria*.

bad adj. [worse, worst] xấu, dở, tồi; ác, xấu, bất-lương; có hại; nặng, trầm-trọng; thiu, ươn, hỏng; khó chịu. a -- shoulder bả vai bị đau.

bade quá-khứ của *bid*.

badge n. huy-hiệu, phù-hiệu; lon, quân-hàm.

badger n. con lửng. v. quấy rầy, làm phiền.

badly adv. xấu, tồi, bậy-bạ; ác; nặng; lắm, quá.

badminton n. cầu lông, vũ-cầu.

baffle v. làm lúng-túng/bối-rối; làm hỏng.

bag n. bao, bị, túi, xắc; bọng, bọc; chỗ phồng ra, chỗ lụng-thụng, chỗ húp lên; vật săn được. v. bỏ vào bị, cho vào bao; săn/bắn được; lấy, ăn cắp; [quần] phồng ra.

baggage n. hành-lý, hành-trang.

baggy adj. [quần] phồng ra; [má] phị.

bagpipe n. kèn túi.

bail n. tiền bảo-lãnh cho tự-do tạm. v. đóng bảo lãnh cho ai được tự-do tạm: to -- sb. out.

bail v. dùng gàu tát nước trong thuyền. to -- out nhảy dù khỏi máy bay.

bailiff n. nhân-viên chấp-hành ở toà án.

bait n. mồi, bả. v. bẫy.

bake v. nướng bằng lò, bỏ lò; nung.

bakelite n. bakêlit.

baker n. người làm/bán bánh mì, chủ lò bánh mì.

bakery n. lò bánh mì; hiệu/tiệm bánh mì.

balance n. cái cân; sự thăng-bằng, cán cân; số

còn lại, số dư. v. làm cho thăng-bằng; quyết-
toán các khoản chi-thu.

balcony n. bao lơn, ban-công.

bald adj. hói đầu; trọc, trụi.

bale n. kiện (hàng). v. đóng thành kiện.

balk v. chùn bước, ngần-ngại; [ngựa] dở chứng.

ball n. quả bóng/ban, trái banh; quả cầu, hình
cầu; cuộn, búi (len, chỉ); hòn bi. v. cuộn lại.

ball n. buổi khiêu-vũ, tiệc nhảy, ban, bum.

ballad n. dân-ca trữ-tình; truyện thơ dân-gian.

ballast n. bì, đồ dằn; đá balat; sự chín-chắn.

ballet n. kịch múa, ba-lê.

ballistic adj. thuộc đạn-đạo-học. -- missile tên
lửa theo đường đạn, hoả-tiễn đạn-đạo.

ballistics n. đạn-đạo-học, khoa đường đạn.

balloon n. khí-cầu, quả bóng; bóng trẻ con chơi.

ballot n. lá phiếu; sự bỏ phiếu, vòng phiếu.
v. bỏ phiếu.

ball-point pen n. bút bi, bút nguyên-tử.

balm n. dầu thơm, dầu cù-là; niềm an-ủi.

balmy adj. thơm ngát; êm dịu, êm ả.

bamboo n. cây tre. -- shoot măng tre.

ban n. sự cấm; tội đày. v. cấm-chỉ; đày.

banana n. quả chuối. a hand of --s một nải
chuối. a bunch of --s một buồng chuối.

band n. dải, đai, nẹp, bang. v. buộc dải.

band n. đoàn, toán, bọn, lũ; ban nhạc. v. họp
lại thành đoàn/bọn.

bandage n. băng. v. băng-bó.

bandit n. kẻ cướp, thổ-phỉ.

bandy-legged adj. có chân vòng kiềng.

bane n. bả, thuốc độc.

baneful adj. tai-hại, độc-hại.

bang n. tiếng sập mạnh. v. đập mạnh; nổ vang.

bangle n. vòng đeo cổ tay/chân.

banish v. đày đi, trục-xuất; xua đuổi, tiêu-trừ.

banishment n. sự đày, sự phóng-trục; sự xua đuổi.

banister n. lan-can, thành cầu thang.

banjo n. đàn banjô, đàn băng-giô.

bank n. bờ sông/hồ; ụ, đê, gờ; đống tuyết; bãi
cát (dưới đáy sông). v. đắp bờ; chất đống.

bank n. nhà băng, ngân-hàng. v. gửi tiền ở nhà
băng. to -- on trông mong vào. blood -- ngân-
hàng máu.

bankbook n. sổ băng.

banker n. chủ băng, giám-đốc ngân-hàng; nhà cái.

banking n. công-việc ngân-hàng; khoa ngân-hàng.

banknote n. giấy bạc.

bankrupt adj. vỡ nợ, phá-sản.

bankruptcy n. sự vỡ nợ, tình-trạng phá-sản.

banner n. ngọn cờ; biểu-ngữ, băng khẩu-hiệu.
-- headline tít chữ lớn chạy ngang trang báo.

banquet n. tiệc lớn, đại-tiệc.

banter n., v. (sự) nói đùa, (sự) giễu cợt.

baptism n. lễ rửa tội; sự thử thách đầu tiên.

baptist n. người thuộc giáo-phái báp-tít.

baptize v. rửa tội; đặt tên.

bar n. thanh, thỏi, miếng; chấn song, then cửa;
cồn cát ngầm; vạch ngang, đường kẻ; xà; vành
móng ngựa; nghề luật-sư; quầy bán rượu, tửu-quán.
v. cài then cửa; ngăn chặn, cấm-chỉ.

barb n. ngạnh, gai; lời nói châm-chọc.

barbarian n., adj. (người) dã-man/man-rợ.

barbarism n. hành-động dã-man/man-rợ; sự thô-lỗ.

barbarity n. tính-chất/hành-động dã-man.

barbarous adj. dã-man, man-rợ; tàn-ác, hung-bạo.

barbecue v. nướng/quay cả con.

barbed wire dây thép gai, dây kẽm gai.

barber n. thợ cạo, thợ cắt/hớt tóc.

bard n. nhà thơ, thi-sĩ, thi-nhân.

bare adj. trần, trần truồng,trọc; trống không,
trống rỗng; vừa đủ, tối-thiểu. to lay -- vạch
trần. v. lột, bóc trần, để lộ ra; thổ-lộ,bộc-lộ.

barefaced adj. mày râu nhẵn-nhụi; mặt dạn mày dày.

barefooted adj. đi chân không.

bareheaded adj. để đầu trần.

barely adv. vừa đủ; công-khai, rõ-ràng.

bargain n. sự mặc cả; sự thoả-thuận mua bán; món
mua được, món hời. v. mặc cả, trả giá; thương-
lượng mua bán.

barge n. sà-lan; thuyền mui. v. xông/xía vào.

baritone n. giọng nam trung.

barium n. bari.

bark n. tiếng sủa; tiếng quát tháo; tiếng ho.
v. sủa; quát tháo; ho.

bark n. vỏ cây. v. lột vỏ, bóc vỏ; sầy da.

bark n. thuyền.

barley n. lúa mạch.

barm n. men rượu.

barn n. kho thóc, vựa lúa; chuồng bò/ngựa.

barometer n. phong-vũ-biểu, cái đo khí-áp.

baron n. nam-tước. steel -- vua thép.

baroness n. nam-tước phu-nhân; nữ-nam-tước.

baronet n. tòng nam-tước.

barony n. tước-vị/lãnh-địa của nam-tước.

barracks n. trại lính, doanh-trại.

barrage n. sự bắn yểm-hộ; hàng rào.

barrel n. thùng tròn, thùng rượu; thùng (159l);
nòng súng, ống bơm nước.

barren adj. [đất] cằn-cỗi; [cây] không có quả;
[đàn bà] không sinh đẻ, hiếm-hoi.

barricade n. vật chướng-ngại. v. chặn [đường]
bằng vật chướng-ngại.

barrier n. cái chắn đường; vật/sự cản-trở.

barrister n. luật-sư.

barrow n. xe cút-kít wheelbarrow; xe ba gác.

barter n., v. (sự) đổi chác.

base n. nền (móng), nền tảng, cơ-sở, chân, đế,
đáy; căn-cứ; đường/mặt đáy; bazơ; gốc từ.
v. dựa vào, đặt vào, căn-cứ vào.

base adj. hèn-hạ, đê-tiện; [kim-loại] thường.

baseball n. bóng chày, dã-cầu.

baseless adj. không có cơ-sở, vô-căn-cứ.

basement n. nền móng; tầng hầm.

bases số nhiều của basis.

bashful adj. e-lệ, thẹn-thò, bẽn-lẽn.

basic adj. cơ-bản, cơ-sở; thuộc bazơ.

basil n. cây húng quế.

basin n. chậu washbasin; lưu-vực.

basis n. [pl. bases] cơ-sở; căn-cứ.

bask v. phơi/tắm nắng.

basket n. giỏ, rổ, thúng, nong, nia, sọt, v.v.

basketball n. bóng rổ.

basketry n. nghề đan rổ rá; rổ rá.

bass n. giọng nam trầm; kèn bát.

bastard n. con hoang, con tư-sinh.

bastion n. pháo-đài, thành-luỹ.

bat n. chày vụt bóng; vợt bóng bàn. v. vụt.

bat n. con dơi. as blind as a -- mù tịt.

batch n. mẻ bánh; đợt, chuyến, lứa.

bate v. giảm bớt.

bath n. sự tắm; chậu/bồn tắm, nhà tắm. to take
a bath, to have a bath tắm một cái.

bathe v. tắm (sông, hồ, bể), đầm mình; rửa [vết
thương]; làm ngập trong [ánh sáng].

bathing suit n. áo tắm đàn bà.

bathing trunks n. quần bơi đàn ông.

bathrobe n. áo choàng mặc sau khi tắm.

bathroom n. buồng tắm, phòng tắm.

bathtub n. bồn tắm.

baton n. đũa nhạc-trưởng; gậy chỉ-huy.

battalion n. tiểu-đoàn.

batter n. bột nhào trứng và sữa.

batter n. người vụt bóng chày.

batter v. đập; nã súng vào; đánh đập, hành-hạ.

battery n. pin, ắc-quy, bình điện; khẩu-đội pháo;
bộ [đồ dùng, bài thi]; tội hành-hung.

battle n. trận đánh, cuộc chiến-đấu. v. vật lộn.

battlefield n. chiến-trường, sa-trường.

battleground n. chiến-trường, sa-trường.

battlement n. tường có lỗ châu mai.

battleship n. tàu chiến, chiến-hạm.

bawd n. trùm nhà thổ, tú-bà; đĩ, gái mại-dâm.

bawdy adj. tục-tĩu dâm-ô.

bawdyhouse n. nhà thổ, nhà chứa, ổ gái điếm.

bawl v. nói oang-oang, chửi mắng.

bay n. vịnh.

bay n. tiếng chó sủa. v. sủa.

bayonet n. lưỡi lê. v. đâm bằng lưỡi lê.

baza(a)r n. chợ; hiệu tạp-hoá, cửa hàng bách-hoá;
chợ phiên từ-thiện.

bazooka n. súng bazôca bắn xe tăng.

B.B.C. = British Broadcasting Corporation đài BBC.

B.C. = before Christ trước công-nguyên.

be v. [hiện-tại: I am, you/we/they are, he/she/it
is; quá-khứ: I/he/she/it was, you/we/they were;
been] là; có, tồn-tại, ở; trở nên; giá. The
earth is round. Trái đất tròn. I am a worker.
Tôi là công-nhân. It isn't hot today. Hôm nay
trời không nóng. Don't be late. Đừng đến muộn!
My car is out of order. Xe tôi hỏng. The total
is 68. Tổng-số là 68. Where were you yesterday?
Hôm qua anh đi đâu? There is no electricity.
Không có điện. They will be good teachers. Họ
sẽ trở thành những thày giáo giỏi. This book is
five dollars. Quyển sách này giá 5 đô-la.
I am to leave for Haiphong this evening. Theo
chương-trình thì tối nay tôi đi Hải-phòng. Have
you ever been in that city? Anh đã bao giờ đến
chơi thành-phố đó chưa? She is washing her hair.
Cô ấy đang gội đầu. He was rewarded one day and

punished the next. Thằng đó hôm trước được
thưởng, hôm sau bị phạt.

beach n. bãi biển.

beacon n. đèn hiệu, đèn biển.

bead n. hạt/hột trong chuỗi; giọt [sương, mồ hôi]

beak n. mỏ chim; mũi khoằm, đầu nhọn, vòi.

beaker n. cốc vại, chén tống; cốc bêse.

beam n. xà, rầm; cán/đòn cân; tia, chùm; vẻ
vui tươi. v. chiếu/rọi; phát đi; tươi cười.

bean n. đậu, đỗ; hột cà-phê. lima -- đậu ngự.
string -- đậu đũa. soy--, soya -- đậu tương.

bean cake/curd n. đậu phụ.

bean sprouts n. giá đậu tương.

bear n. con gấu. the Great B. chòm sao Đại-hùng.

bear v. [bore; born, borne] mang, cầm, vác,v.v.
chịu đựng; sinh(sản), sinh lợi. to -- oneself
cư-xử, xử-sự. to -- in mind nhớ. to -- inter-
est sinh lãi. I was born in Hanoi. Tôi sinh
ở Hà-nội. The cost will be borne by my boss.
Ông chủ tôi sẽ chịu tiền phí-tổn.

bearable adj. có thể chịu đựng được.

beard n. râu, bộ râu; gai, ngạnh.

beardless adj. không có râu.

bearer n. người cầm/mang (thư); người khiêng.

bearing n. sự mang; sự sinh nở; thái-độ, bộ-
dạng; sự liên-quan; vị-trí, phương-hướng.

beast n. thú-vật, súc-vật; người hung-bạo.

beastly adj. như súc-vật, hung-bạo; khổ chịu.

beat n. tiếng đập; nhịp; khu-vực đi tuần.
v. [beat; beaten] đánh, đập; vỗ, gõ; đánh bại,
thắng; đánh trống ra lệnh. to -- up đánh như
tử. to -- about the bush nói quanh. B. it!
Cút đi!

beaten quá-khứ của beat. adj. đập thành hình;
nản chí. the -- track/path đường mòn.

beating n. sự đánh đập; sự thua, sự thất-bại.

beautiful adj. đẹp, hay, tốt.

beautify v. làm đẹp, tô-điểm.

beauty n. vẻ/sắc đẹp, nhan-sắc; cái đẹp, cái hay

beaver n. con hải-ly.

became quá-khứ của become.

because conj. vì, bởi vì. -- of vì.

beck n. sự gật đầu vẫy tay ra hiệu.

beckon v. gật đầu hoặc vẫy tay ra hiệu.

become v. [became; become] trở nên, trở thành;

vừa, hợp, xứng. to -- of xảy đến.

becoming adj. vừa, hợp, xứng, thích-hợp.

bed n. cái giường; nền, lớp; lòng sông; luống.
to go to -- đi ngủ. to make the -- làm giường.

bedbug n. con rệp.

bedclothes n. bộ đồ giường (khăn, nệm, chăn, gối).

bedlam n. cảnh hỗn-loạn ồn-ào.

bedridden adj. nằm liệt giường.

bedroom n. buồng/phòng ngủ.

bedside n. bên cạnh giường.

bedtime n. giờ đi ngủ.

bee n. con ong; buổi lao-động vui chơi tập-thể.

beech n. cây sồi.

beef n. thịt bò. v. to -- up tăng-cường.

beefsteak n. thịt bít-tết.

beehive n. tổ ong.

been Xem be.

beer n. rượu bia.

beet n. củ cải đường.

beetle n. bọ cánh cứng.

befall v. [befell; befallen] xảy đến, giáng xuống.

befit v. thích-hợp với.

before prep. trước, trước mặt, trước mắt; hơn;
thà ... còn hơn. adv. đằng trước; ngày trước,
trước đây. conj. trước khi; thà ... chứ không.

beforehand adv. trước, dự trước.

befriend v. đối-xử như bạn, giúp đỡ.

beg v. [-gg-] ăn xin, xin; cầu xin, khẩn-cầu.
We -- to advise you that... Chúng tôi trân-trọng
thông-báo để ông rõ là ...

began quá-khứ của begin.

beget v. [begot; begotten] sinh ra, gây ra.

beggar n. người ăn mày, kẻ ăn xin.

beggary n. cảnh ăn mày.

begin v. [began; begun] bắt đầu, mở đầu, khởi-sự.
to -- with,... trước hết....

beginner n. người bắt đầu.

beginning n. lúc bắt đầu, phần đầu; nguyên-do.

begone int. Cút đi!

begot quá-khứ của beget.

begotten Xem beget.

begrudge v. ghen tị; miễn-cưỡng phải cho/làm.

beguile v. đánh lừa; làm khuây, tiêu-khiển.

begun Xem begin.

behalf n. on/in -- of thay mặt cho, nhân danh.

behave v. ăn ở, cư-xử, đối-xử. to -- oneself ăn
ở cư-xử cho phải phép.

behavio(u)r n. cách ăn ở cư-xử, cách đối-xử, cử-
chỉ, thái-độ, hành-vi; tư-cách đạo-đức.

behead v. chém đầu, chặt đầu, xử trảm.

beheld quá-khứ của behold.

behest n. mệnh-lệnh.

behind n. [Tục] mông đít. prep. sau, đằng sau;
kém [ai]. adv. sau, ở đằng sau; chậm trễ. --
time chậm, trễ, muộn. -- the times cũ rích,
cổ lỗ. -- the scenes ở hậu-trường.

behold v. [beheld] nhìn, ngắm; trông thấy.

beholden adj. chịu ơn.

being n. sinh-vật, con người human being; sự
sống, sự tồn-tại. the Supreme -- Thượng-đế.
to come into -- ra đời, được thành-lập.

belated adj. muộn, chậm.

belch v. phun [khói, lửa, đạn, v.v.]; ợ.

belfry n. tháp chuông.

Belgian n., adj. (người) Bỉ.

belief n. sự tin-tưởng, lòng/đức tin; tín-ngưỡng.

believe v. tin, tin-tưởng; cho rằng, nghĩ rằng.
to -- in tin ở, tín-nhiệm. to make -- giả vờ.

believer n. người tin, tín-đồ.

bell n. cái/quả chuông, nhạc; tiếng chuông. to
ring the -- bấm/giật/rung/lắc/thỉnh chuông.

bellicose adj. hung-hăng, hiếu-chiến.

belligerent n., adj. (nước/phe) tham-chiến.

bellow n., v. (tiếng) kêu rống; (tiếng) gầm vang.

bellows n. ống bễ lò rèn.

belly n. bụng; dạ dày. v. phồng ra.

belong v. thuộc về, của, thuộc quyền sở-hữu; là
hội-viên của, có chân trong....

belongings n. của-cải, đồ-đạc, hành-lý.

beloved adj., n. (người) yêu-dấu/yêu-quý.

below prep. dưới, ở dưới, thấp hơn; không xứng-
đáng. adv. ở (bên) dưới; ở dưới đây.

belt n. dây lưng, thắt lưng; vành đai.

bemoan v. than khóc, nhớ tiếc.

bench n. ghế dài; bàn thợ mộc; chức quan toà.

bend n. chỗ cong, chỗ rẽ; khuỷu. v. [bent]
cúi xuống, cong xuống, uốn cong; hướng về, rẽ;
bắt phải theo.

beneath prep., adv. o dưới; kém, thấp kém;
không đáng, không xứng.

benediction n. lễ giảng phúc; câu kinh đọc trước
bữa ăn.

benefactor n. ân-nhân.

beneficial adj. tốt, có ích, có lợi.

beneficiary n. người được hưởng.

benefit n. lợi, lợi-ích; tiền trợ-cấp. v. giúp
ích cho, làm lợi cho; được lợi.

benevolence n. lòng nhân-từ/từ-thiện.

benevolent adj. nhân-từ, từ-thiện, nhân-đức.

benign adj. lành, nhân-từ; [bệnh] nhẹ; [khí-hậu]
ôn-hoà, ấm-áp.

bent n. khuynh-hướng, sở-thích, khiếu. v. quá-khứ
của bend.

benumb v. làm cho tê cóng.

benzene n. benzen.

bequeath v. để lại, truyền lại, di-tặng.

bequest n. di-vật, di-sản.

bereave v. [bereaved/bereft] lấy mất, lấy đi.

bereavement n. sự mất-mát, tang-vong.

bereft quá-khứ của bereave.

beret n. mũ nồi, mũ bê-rê.

berry n. quả mọng. mul-- dâu (ta). straw--
dâu tây.

berth n. giường ngủ [trên xe lửa, tàu thuỷ, máy
bay]; chỗ tàu thuỷ đậu.

beseech v. [besought] cầu-khẩn, van nài.

beset v. [beset] bao vây, vây quanh; choán.

beside prep. bên cạnh; đứng cạnh, so với. --
oneself không tự-chủ được. -- the point lạc đề.

besides adv. vả lại, vả chăng, hơn nữa, ngoài ra.

besiege v. bao vây, vây hãm; quấy lấy, xúm vào.

besought quá-khứ của beseech.

best n. cái tốt/hay/đẹp nhất; cố-gắng lớn nhất;
quần áo đẹp nhất. adj. [xem good] tốt/giỏi/hay
nhất. adv. [xem well] tốt/giỏi/hay/đẹp nhất.
in their Sunday -- thắng bộ đồ diện nhất của họ.
I'll do my -- Tôi sẽ hết sức cố-gắng. the -- tie
in the store cái ca-vát đẹp nhất tiệm. the --
restaurant in the city hiệu ăn ngon nhất trong
thành-phố. the -- tool available dụng-cụ tốt
nhất có thể kiếm được. I like autumn --. Tôi
thích mùa thu nhất. I work -- in the early morn-
ing. Tôi làm việc tốt nhất vào buổi sáng sớm.

bestial adj. dã-man, đầy thú-tính.

bestir v. khuấy động. to -- oneself vùng-vẫy.

bestow v. cho, tặng, ban cho, dành cho.

best seller n. sách/đĩa bán chạy nhất.

bet n. sự đánh cuộc; tiền đánh cuộc. to make a
-- đánh cuộc. v. [bet, betted] đánh cuộc/cược/cá

betake v. [betook; betaken] đi; đam mê.

betel n. cây trầu không. -- leaf lá trầu. a
quid of -- một miếng trầu.

bethink v. [bethought] nhớ ra, nghĩ ra.

betray v. phản, phản-bội; phụ-bạc; để lộ,tiết-lộ.

betrayal n. sự phản-bội.

betroth v. hứa hôn, đính-hôn.

betrothal n. sự/lời hứa hôn, lễ đính-hôn.

betrothed n. chồng/vợ chưa cưới.

better adj. [xem good] hơn, tốt/khá/hay/đẹp hơn;
khoẻ hơn, dễ chịu hơn, đã đỡ. adv. tốt/giỏi/hay
hơn. -- off khá hơn, phong-lưu hơn. no -- than
không hơn gì. B. late than never Muộn còn hơn
là không. You had -- stop smoking. Anh nên cai
thuốc lá đi! So much the --. Thế càng tốt!
v. cải-thiện, cải-tiến. n. người trên/hơn; thế
lợi hơn.

better n. người đánh cuộc/cá.

between prep. giữa, ở giữa, trong khoảng; nửa ...
nửa ..., vừa ... vừa ... -- the two countries
giữa hai nước. -- you and me nói vụng đầy giữa
chúng mình với nhau thôi.

bevel n. cạnh/góc xiên. v. làm cho xiên góc.

beverage n. đồ uống. alcoholic -- rượu.

beware v. cẩn-thận, chú-ý. B. of pickpockets!
Đề-phòng kẻ móc túi!

bewilder v. làm bối-rối/hoang-mang/ngơ-ngác.

bewilderment n. sự bối-rối/hoang-mang.

bewitch v. bỏ bùa; làm say mê, làm say đắm.

beyond prep. ở bên kia; quá, vượt xa, hơn. adv.
ở xa, tít đằng kia. n. kiếp sau/thế-giới bên kia.
The book is -- me. Sách này tôi đọc không hiểu.

bias n. sự thiên về, thiên-kiến, thành-kiến; độ
xiên; đường cheo. v. gây thành-kiến.

bib n. yếm dãi (trẻ con).

Bible n. kinh Thánh, Thánh-kinh.

biblical adj. thuộc kinh Thánh.

bibliography n. thư-mục; thư-mục-học.

biceps n. cơ hai đầu.

bicycle n. xe đạp. to ride (on) a -- đi xe đạp.
v. đi xe đạp.

bid n. sự đặt/trả giá; sự bỏ/dấu thầu; sự mời
chào. to make a -- for cố-gắng để được. v. [bade,
bid; bidden, bid] đặt giá, trả; thầu làm ...;
mời,chào; xướng bài; ra lệnh, bảo. to -- fair to
hứa hẹn, có triển-vọng. -- good-bye chào tạm biệt.

biennial adj. hai năm một lần.

bier n. quan-tài.

big adj. to, lớn; quan-trọng; rộng lượng, lượng
cả, hào-hiệp; huênh-hoang, khoác-lác. to talk --
nói chuyện lớn, đại-ngôn. -- with child có mang.
the B. Four bốn nước lớn, Tứ đại cường.

bigamy n. sự lấy hai vợ/chồng, tội song-hôn.

bigot n. người tin mù quáng, người ngoan-cố.

bigoted adj. tin mù quáng.

bigotry n. sự tin mù quáng.

bike n. xe đạp. v. đi xe đạp.

bilateral adj. tay đôi, hai bên, song-phương.

bile n. mật; tính cáu gắt. -- duct ống mật.

bilingual adj. dùng/bằng hai thứ tiếng, song-ngữ.

bilious adj. có bệnh nhiều mật; bẳn tính, hay gắt.

bill n. mỏ chim.

bill n. phiếu trả tiền, hoá-đơn, đơn hàng; giấy
bạc; đạo dự-luật; tờ quảng-cáo, yết-thị. v. làm
hoá-đơn đòi tiền. to foot a -- thanhtoán hoá-đơn.
-- of fare thực-đơn. -- of health giấy kiểmdịch.
-- of lading hoá-đơn vận-chuyển. -- of exchange
hối-phiếu.

billet n. chỗ trú-quân.

billiards n. trò chơi bi-a.

billion n. [Mỹ, Pháp] tỉ; [Anh, Đức] nghìn tỉ.

billionaire n. nhà tỉ-phú.

billow n. sóng lớn/cồn; biển cả. v. cuồn-cuộn.

bin n. thùng (than, rác).

bind n. sự trói buộc; tình-thế khó-khăn. v.
[bound] buộc, bó, trói; bắt buộc; ràng buộc; đóng
[sách]; băng bó [vết thương]; gây táo bón.

binder n. thợ đóng sách; dây, thừng, chão, đai;
bìa rời [cho tạp-chí].

bindery n. hiệu/xưởng đóng sách.

binding n. sự đóng bìa. adj. ràng buộc,bắt buộc.

bindweed n. rau muống.

binoculars n. ống nhòm.

biochemistry n. sinh-hoá-học, hoá sinh.

biography n. tiểu-sử, lý-lịch.

biological adj. thuộc sinh-vật-học.

biologist n. nhà sinh-vật-học, sinh-vật-học-gia.

biology n. sinh-vật-học.

biophysics n. lý sinh, sinh-vật vật-lý-học.

bipartisan adj. lưỡng-đảng, thuộc hai đảng.

birch n. cây/gỗ bu-lô, cây/gỗ phong.

bird n. chim; gã, thằng cha. -- of passage chim di-trú. -- of peace chim bồ-câu. -- of prey chim ăn thịt. to kill two --s with one stone nhất cử lưỡng tiện.

bird's-eye view n. toàn-cảnh nhìn từ trên cao.

bird's-nest soup n. món yến.

birth n. sự sinh đẻ; sự ra đời, ngày thành-lập; dòng-dõi, huyết-thống. to give -- to sinh/đẻ. -- control sự hạn-chế sinh đẻ.

birthdate n. ngày sinh.

birthday n. sinh-nhật, đản-nhật.

birthplace n. nơi sinh.

birthrate n. tỷ-lệ sinh đẻ.

biscuit n. bánh quy mặn; bánh (bích)quy ngọt.

bisect v. chia đôi, cắt đôi.

bisector n. đường phân đôi; đường phân-giác.

bishop n. (đức) giám-mục/giáo-chủ.

bishopric n. địa-phận/chức-vị giám-mục.

bismuth n. bitmut.

bison n. bò rừng bizon ở Bắc-Mỹ.

bit n. miếng, mẩu; mảnh; một chút, một tí. a -- tired hơi mệt một chút. -- by -- dần dần, từ từ, tí một. do one's -- đóng góp phần mình. not a -- tired không mệt một tí nào.

bit n. hàm thiếc ngựa; mũi, mỏ, đầu; mũi khoan.

bit quá-khứ của bite.

bite v.[bit,bitten] cắn, ngoạm; đốt, chăm; làm cay tê, ăn mòn; cắn câu; ăn sâu, bắt vào. -- off cắn đứt ra. n. miếng cắn, vết cắn; miếng ăn. I haven't had a -- since last night. Từ tối hôm qua đến giờ tôi chưa được miếng nào vào bụng. mosquito -- vết muỗi đốt.

biting adj. làm buốt; chua cay, đay nghiến.

bitten Xem bite.

bitter adj. đắng; cay đắng, chua xót, đau đớn; chua cay, gay-gắt, ác-liệt. --ness n.

bivouac n. trại quân ngoài trời. v. đóng trại.

biweekly n. tạp-chí ra hai tuần một kỳ; bán-nguyệt-san.

black adj. đen; tối, tối-tăm; da đen; đen tối, ảm-đạm, buồn-rầu; xấu-xa, độc-ác, ghê tởm. n. màu/sơn đen; quần áo đen, áo tang; người da đen. v. làm đen, bôi đen. in -- and white viết rõ giấy trắng mực đen. to -- out bôi xoá đi; tắt đèn phòng không; ngất đi.

blackberry n. quả mâm xôi.

blackbird n. chim sáo.

blackboard n. bảng đen.

blacken v. làm đen, bôi đen; bôi nhọ, nói xấu.

blackguard n. tên lưu-manh/vô-lại.

blackhead n. trứng cá ở mặt.

blackmail n., v. (sự) hăm doạ tống tiền.

blackness n. màu đen; sự tối tăm; sự hung-ác.

blackout n. sự mất điện; sự che giấu; sự ngất đi, thoáng hoa mắt hoặc mất trí nhớ.

blacksmith n. thợ rèn.

bladder n. bọng đái, bàng-quang; bong bóng, ruột. gall -- túi mật.

blade n. lưỡi [dao, gươm, kiếm]; ngọn [cỏ], cánh [chong-chóng].

blame n. lời trách-móc/khiển-trách; trách-nhiệm, lỗi. v. trách mắng, khiển-trách; đổ lỗi/tội cho. bear the -- chịu lỗi. lay the -- on đổ lỗi cho.

blameless adj. vô-tội, không có lỗi.

blanch v. làm trắng, làm nhạt màu; tái nhợt đi.

bland adj. dịu-dàng lễ-phép; ôn-hoà; dịu, nhạt.

blandishment n. sự xu nịnh; lời tán-tỉnh.

blank n. khoảng trống; mẫu đơn hay tờ khai in sẵn; sự trống rỗng; đạn không nạp chì. adj. để trống, để trắng; trống rỗng; [đạn] không nạp chì; [thơ] không vần. -- look cái nhìn ngây ra. -- despair thất-vọng hoàn-toàn.

blanket n. chăn, mền; lớp. v. phủ lên, che phủ.

blare n. tiếng(kèn) ầm ĩ. v. kêu to, vặn to.

blaspheme v. báng-bổ; chửi rủa, lăng-mạ.

blasphemous adj. báng-bổ.

blasphemy n. lời báng-bổ.

blast n. luồng gió/hơi, hơi; tiếng kèn; sự nổ. v. làm nổ tung; làm tan vỡ; làm chết, làm chột.

blast furnace n. lò cao.

blatant adj. rành-rành, hiển-nhiên.

blaze n. ngọn lửa; ánh sáng hay màu sắc rực-rỡ; sự bột-phát. a -- of anger cơn giận đùng-đùng. v. cháy rực, rực sáng, sáng chói; bừng-bừng nổi giận. -- up cháy bùng lên; nổi giận đùng-đùng.

blaze   v. vạch vào cây để đánh dấu và chỉ đường.

blaze   v. đồn/truyền đi; truyền-bá.

blazer   n. áo vét thể-thao.

blazon   n. huy-hiệu.

bleach   n. thuốc tẩy trắng. v. chuội, tẩy.

bleachers   n. khán-đài ghế dài.

bleak   adj. lạnh-lẽo, trống-trải, hoang-vắng, ảm-
đạm, thê-lương.

bleat   n. tiếng be-be. v. [dê, cừu] kêu be-be.

bled   quá-khứ của bleed.

bleed   v. [bled] chảy máu, mất máu; lấy máu để
thử; hút máu hút mủ, bòn rút; thương-xót.

blemish   n. thiếu sót, khuyết-điểm, nhược-điểm;
tì vết, vết nhơ. v. làm hỏng; làm nhơ nhuốc.

blench   v. chùn bước, lùi bước (vì sợ).

blend   n. thứ thuốc lá pha trộn, thứ trà pha trộn.
v. [blended, blent] trộn lẫn, pha trộn; hợp với.

bless   v. [blessed/blest] giáng phúc, ban phước
lành, phù-hộ cho; làm cho hạnh-phúc/may-mắn.

blessing   n. phúc lành; kinh đọc ở bàn ăn; điều
may-mắn/hạnh-phúc.

blest   quá-khứ của bless.

blew   quá-khứ của blow.

blight   n. bệnh tàn lụi (của cây-cối); tai-hoạ.
v. làm tàn lụi, làm hư-hại.

blind   adj. đui, mù; mù quáng, không thấy được;
cụt, không có lối ra. v. làm mù quáng. the --
những người mù. Among the --, the one-eyed man
is king. Mù cả, chột mất làm vua.

blind   n. mành-mành, rèm.

blindfold   adj., adv. bị bịt mắt. v. bịt mắt.

blindness   n. bệnh mù; sự mù quáng.

blink   v. nháy mắt, chớp mắt; [ánh sáng] nhấpnháy,
chập-chờn, lung-linh; bật đèn nhấp-nháy; nhắm mắt
làm ngơ.

bliss   n. hạnh-phúc, niềm sung-sướng nhất.

blissful   adj. đầy hạnh-phúc, sung-sướng, cực-lạc.

blister   n. vết rộp, chỗ rộp da. v. (làm)rộp lên.

blizzard   n. trận bão tuyết.

bloc   n. khối

block   n. khối/tảng [đá], súc [gỗ]; cái thớt;
khu nhà, khu phố; sự chặn/cản đối-phương. --
letters chữ in viết hoa. v. làm tắc nghẽn,
chặn, cản; phản-đối [dự-luật]; phong-toả [tiền].

blockade   n. sự phong-toả. v. phong-toả, bao vây.

blockhead   n. chàng ngốc, người ngu-đần.

blockhouse   n. lô-cốt.

blond(e)   n., adj. (cô gái) tóc vàng hoe.

blood   n. máu, huyết; dòng dõi, giống nòi, họ hàng,
huyết-thống. one's own flesh and -- thuộc cùng
một dòng máu. in cold -- (giết người) nhẫn-tâm
không biết ghê tay. B. is thicker than water. Một
giọt máu đào hơn ao nước lã. -- bank ngân-hàng
máu. -- bath sự tắm máu, sự tàn-sát. -- donor ng.
cho máu. -- pressure huyết-áp. -- test sự thử
máu. -- vessel mạch máu.

bloodhound   n. chó săn; mật-thám.

bloodshed   n. cuộc đổ máu, vụ lưu-huyết.

bloodshot   adj. [mắt] đỏ ngàu.

bloodsucker   n. con đỉa; người hút máu hút mủ.

bloodthirsty   adj. khát máu, tàn-hạo.

bloody   adj. dính/vấy/dẫm máu; bị chảy máu.

bloom   n. hoa; thời-kỳ rực-rỡ tươi-đẹp, tuổi xuân.
in (full) -- đang nở rộ. v. ra/nở hoa; đang ở
trong thời-kỳ tươi-đẹp nhất.

bloomers   n. quần buộc túm (phụ-nữ).

blossom   n. hoa [của cây ăn quả]. v. ra/trổ hoa.

blot   n. dấu/vết mực; vết xoá; vết nhơ/nhục. v.
làm bẩn; thấm [mực]; làm nhơ, bôi nhọ.

blotch   n. chỗ sưng tấy; vết mực. v. làm/bôi bẩn.

blouse   n. áo cánh nữ; áo bơ-lu.

blow   n. cú đánh, đòn; tai-hoạ, điều đau-đớn.

blow   v. [blew, blown] [gió] thổi; thổi [kèn, còi,
bễ, lửa, v.v.]; hà hơi vào, hỉ [mũi];(bị) cuốn
đi; [cầu chì] nổ; phung-phí [tiền]. -- away/off
thổi bay đi. -- out thổi tắt. -- up nổ; phá nổ.

blowtorch   n. đèn hàn.

blowup   n. vụ nổ; cơn giận; ảnh phóng đại.

blue   adj. xanh, lam; buồn chán, thất-vọng. n màu
xanh. the -- bầu trời. the --s sự buồn chán.
out of the -- bất ngờ. v. hồ lơ [quần áo].

blue-collar   adj. lao-động chân tay. -- workers
công-nhân, thợ, thợ-thuyền.

blueprint   n. bản sơ-đồ/thiết-kế, phương-án.

bluff   n. lời bịp-bợm. v. bịp; thầu cáy.

bluff   n. dốc đứng.

blunder   n. điều sai lầm ngớ ngẩn. v. phạm sai
làm lớn; làm hỏng việc.

blunt   adj. [dao/kéo] cùn, nhụt; lỗ-mãng, thiếu
ý-tứ; thẳng thừng, toạc móng heo. v. làm cùn.

blur n. sự mờ; vết bẩn/ố/nhơ. v. làm mờ đi, che mờ; làm nhoè/bẩn.

blurt v. nói buột ra, thốt ra.

blush n. sự đỏ mặt, vẻ thẹn-thùng; ánh hồng. v. thẹn đỏ mặt; ửng đỏ/hồng.

bluster n. tiếng ào-ào/ầm-ầm; tiếng quát-tháo ầm-ĩ. v. [gió] thổi ào-ào, [sóng] ầm-ầm; quát tháo ầm-ĩ.

boa n. con trăn.

boar n. lợn/heo đực; lợn/heo rừng.

board n. tấm ván, bảng; giấy bồi, bìa cứng; mạn thuyền, boong tàu; cơm trọ, tiền cơm tháng; ban, uỷ-ban, ty, bộ. the --s sàn khấu, diễn-đài. go on -- lên tàu, lên xe, lên máy bay. room and -- tiền ăn ở, tiền phòng trọ và tiền cơm. v. lát ván, bít bằng ván; ăn cơm trọ/tháng, ở trọ; lên xe, đáp tàu, lên máy bay.

boarder n. người ăn cơm trọ; sinh-viên nội-trú.

boarding pass n. thẻ lên máy bay.

boarding house n. nhà thổi cơm trọ.

boarding school n. trường có ký-túc-xá/nội-trú.

boast n. lời nói khoác; niềm kiêu-hãnh.v.khoác-lác, khoe-khoang; lấy làm tự-hào về.

boat n. thuyền, tàu thuỷ. v. đi chơi thuyền. in the same -- cùng hội cùng thuyền, cùng chung cảnh-ngộ. -- people thuyền-nhân.

boathouse n. nhà thuyền, nhà bè. [thuyền.

boatman n. người chở thuyền; người cho thuê

boatswain n. người đứng đầu thuỷ-thủ.

bob n. sự nhấp-nhô/bập-bềnh; kiểu tóc cắt ngắn; đuôi cộc. v. nhấp-nhô, bập-bềnh, nhảy-nhót.

bobbin n. ống chỉ, suốt chỉ.

bobbysoxer n. con gái choai-choai 13 hay 14.

bode v. báo trước, dự-báo.

bode quá-khứ của bide.

bodily adj. thuộc thể-xác/xác-thịt. adv. đích thân; tất cả, toàn-thể.

body n. thân-thể, thể-xác, mình; xác chết, thi-thể, thi-hài; thân máy, xe, v.v. ; đội, đoàn, ban, hội-đồng, đoàn-thể; khối, số-lượng, nhiều; vật-thể.

bodyguard n. vệ-sĩ, người bảo-vệ.

bog n. vũng/bãi lầy. v. làm sa lầy.

boggy adj. bùn lầy, sình lầy.

boil n. nhọt, đầu đinh.

boil n. sự sôi; điểm sôi. v. sôi; đun/nấu sôi, luộc; sôi-sục, phẫn-nộ. -- down cô lại; rút lại. hard---ed egg trứng luộc. soft---ed egg trứng lòng đào. -- over sôi tràn ra; giận sôi lên.

boiler n. nồi đun/cất/hơi, nồi supze.

boisterous adj. nghịch, phá, dữ, làm ầm-ĩ.

bold adj. cả gan, (táo)bạo, dũng-cảm, liều-lĩnh; rõ nét. -- as brass mặt dày mày dạn.

bold-faced adj. [chữ] đậm, mập.

bolster n. gối dài, gối ống. v. ủng-hộ, nâng đỡ.

bolt n. then, chốt; bù-loong; súc [vải]; bó [mạ]; chớp, tiếng sét. a -- from the blue tiếng sét đánh ngang tai. v. cài then/chốt; ngốn, nuốt; chạy lao đi, [ngựa] lồng lên.

bomb n. bom. drop --s on ném/thả/giội bom xuống. time -- bom nổ chậm. v. ném bom, oanh-tạc.

bombard v. ném bom, oanh-tạc; tấn-công rồn-rập.

bombardment n. vụ oanh-tạc.

bomber n. phi-cơ/máy bay ném bom, oanh-tạc-cơ.

bombshell n. tạc-đạn; "quả bom" (làm xôn-xao).

bombsite n. máy ngắm để thả bom.

bond n. giao kèo, khế-ước, hợp-đồng; dây buộc; mối ràng-buộc, quan-hệ; phiếu nợ, bông, phiếu quốc-trái; xiềng-xích, gông-cùm. in --s bị tù-tội. v. tạm giữ hàng vào kho.

bondage n. sự bó buộc; cảnh nô-lệ/nô-dịch.

bonded adj. giữ trong kho để đợi trả thuế.

bond(s)man n. nô-lệ, nông-nô.

bone n. cái xương; xương; hài-cốt. frozen to the -- rét thấu xương. cut to the -- giảm xuống mức tối-thiểu. v. rút xương, gỡ xương.

bonfire n. lửa mừng.

bonnet n. mũ [trẻ con, phụ-nữ]; nắp đậy máy.

bonus n. tiền thưởng; lợi-tức chia thêm.

bony adj. nhiều xương; to xương; gầy còm.

boo(h) interj. ê ê!. v. la ó.

booby n. người khờ dại, anh ngốc. -- trap bẫy treo, chông treo, bẫy mìn.

book n. sách; tập, quyển, cuốn; sổ sách kế-toán. B. One Tập I. the B. kinh Thánh, Thánh-kinh. v. ghi vào sổ; ghi tên giữ chỗ, mua vé; giam. -- ends n. ke giữ sách.

bookcase n. tủ sách.

booking office n. phòng bán vé.

bookish adj. ham đọc sách; thuộc sách vở.

bookkeeper n. nhân-viên kế-toán.

bookkeeping n. kế-toán.

booklet n. cuốn sách nhỏ.

bookmaker n. người đánh cá ngựa thuê.

bookseller n. người bán sách.

bookshelf n. kệ sách, giá để sách.

bookshop n. hiệu sách, tiệm sách.

bookstore n. hiệu sách, tiệm sách.

bookworm n. mọt sách.

boom n. tiếng đùng-đùng/oang-oang; sự phát-triển
     nhanh. v. nổ đùng-đùng; nói oang-oang.

boon n. mối lợi, lợi-ích; ân-huệ.

boor n. người quê mùa, người thô-lỗ.

boost v. nâng lên; tăng giá.

boot n. giầy ống, ủng. -- camp trại huấn-luyện
     lính mới tuyển.

booth n. quán, rạp, lều; phòng điện-thoại,
     phòng bỏ phiếu, chỗ ngồi riêng ở tiệm ăn.

booty n. của cướp được, chiến-lợi-phẩm.

borax n. borac, hàn the.

border n. bờ, vỉa, lề; biên-giới, biên-thuỳ,
     biên-cảnh, biên-cương. v. viền; giáp với;
     giống như, gần như.

bore n. lỗ khoan; nòng. v. khoan, đào, xoi.

bore n. việc chán, việc buồn; người dớ-dẩn.
     v. làm buồn, làm chán.

bore quá-khứ của bear.

boredom n. sự buồn chán, nỗi buồn tẻ.

boric acid n. axit boric.

born v. [xem bear] sinh, đẻ. adj. đẻ ra đã,
     trời sinh, bẩm sinh.

borne v. [xem bear] sinh, đẻ. She has -- five
     children. Bà ấy sinh năm người con.

borough n. thị-xã, thành-phố, khu, thị-khu.

borrow v. vay, mượn.

bosom n. ngực, ngực áo; lòng, trái tim, thâm-tâm.

boss n. ông/bà chủ, thủ-trưởng; ông trùm;tay cừ.
     v. chỉ-huy, điều-khiển.

botanical adj. thuộc thực-vật-học. -- gardens
     vườn bách-thảo.

botanist n. nhà thực-vật-học.

botany n. thực-vật-học.

both adj., pron., adv. cả hai. In -- hands bằng
     cả hai tay. They -- are poets, B. of them are
     poets, B. are poets. Cả hai đều là thi-sĩ. --

you and I cả ông lẫn tôi. -- tired and thirsty
     vừa mệt vừa khát nước. -- red and expert vừa
     hồng vừa chuyên.

bother n. điều phiền muộn, chuyện bực mình.
     v. làm phiền, quấy rầy.

bottle n. chai , lọ; bầu sữa; rượu. a bottle of
     beer một chai bia. a bottle of ink một bình
     mực. v. đóng chai. -- up nén, kiềm chế [giận].

bottom n. đáy, cuối; mặt ghế; mông đít; cơ-sở,
     ngọn-nguồn, căn-nguyên. at -- về bản-chất.
     adj. thấp nhất. -- shelf tầng kệ thấp nhất.

bottomless adj. không có đáy; không thể dò được.

bough n. cành cây.

bought quá-khứ của buy.

boulder n. tảng đá lớn; tảng lăn.

bounce v. nẩy lên; nhảy vụt ra.

bound n. biên-giới; giới-hạn, hạn-độ, phạm-vi.
     v. vạch biên-giới; hạn-chế.

bound n. động-tác nhảy vọt. by leaps and --s
     nhảy vọt. v. nhảy lên, nảy bật lên.

bound adj. sắp đi tới. -- for Haiphong sắp đi
     Hải-phòng.

bound quá-khứ của bind. -- up with gắn bó với.
     -- to nhất định, chắc chắn sẽ...

boundary n. đường biên-giới; ranh giới.

boundless adj. không bờ bến, vô-hạn, bao la.

bounteous adj. rộng rãi, hào-phóng; phong-phú.

bountiful adj. phong-phú, dồi-dào.

bounty n. tính rộng rãi; tiền thưởng.

bourgeois n. người tư-sản. adj. tư-sản; trưởng
     giả. the -- way of life lối sống tư-sản.

bourgeoisie n. giai-cấp tư-sản. the petty --
     giai-cấp tiểu-tư-sản.

bout n. lần, lượt, đợt; cơn, chầu; cuộc đấu.

bow n. cái cung; vĩ vi-ô-lông; nơ bướm.

bow n. sự cúi đầu chào. v. cúi đầu/mình, khom
     lưng; cúi chào; chịu khuất-phục, đầu hàng.

bow n. mũi tàu.

bowel n. ruột; lòng. -- movement đại-tiện.

bower n. nhà nghỉ mát, lương-đình.

bowl n. cái bát; bát đầy; nồ điếu.

bowl n. quả bóng gỗ. v. lăn bóng gỗ.

bowler n. người chơi bóng gỗ.

bowler (hat) n. mũ quả dưa.

bowling alley n. nhà/dẫy chơi bóng gỗ.

BOX   24   BREAKAGE

box n. [pl. boxes] hộp, tráp, thùng, bao; lô
rạp hát; chòi/điếm canh. v. bỏ vào hộp/thùng.

box n. cái tát, cái bạt tai. v. tát, bạt tai;
đánh quyền Anh.

boxer n. võ-sĩ quyền Anh; quyền-phỉ.

boxing n. quyền Anh, quyền-thuật.

boy n. con trai, thiếu-niên; con trai/giai; học-
trò con trai, nam-học-sinh; bạn thân; người hầu.

boycott n. sự tẩy chay. v. tẩy chay.

boyhood n. thời niên-thiếu, thủa bé, thiếu-thời.

boyish adj. như trẻ con.

boy scout n. hướng-đạo-sinh.

bra n. cái nịt vú, cái yếm.

brace n. vật để nối; trụ chống, cốt sắt [tường],
thanh ngang; một đôi [chim]; cái khoan quay tay;
dấu ngoặc ôm. braces dây đeo quần, dây brơten.
v. chằng, móc, nối cho vững, làm cho chắc thêm;
chống bằng trụ; cố gắng. -- oneself up dốc
hết nghị-lực.

bracelet n. vòng tay, xuyến.

bracket n. kệ đỡ giá, côngxon, rầm chìa; dấu
ngoặc đơn, dấu móc, dấu ngoặc ôm. v. đặt trong
dấu ngoặc.

brag n., v. (sự) khoe-khoang khoác-lác.

braggart n. vua nói khoác.

braid n. dải viền; dây tết; bím, đuôi sam.
v. viền; bện, tết.

braille n. hệ-thống Bray [chữ nổi cho người mù].

brain n. óc, não, não-đầu; đầu óc, trí óc; trí-
tuệ, trí-lực, óc thông-minh. rack one's brains
nặn/vắt óc suy-nghĩ. have sth. on the -- bị
điều gì ám-ảnh.

brainless adj. ngu-si, đần-độn.

brake n. phanh, cái hãm/thắng. v. hãm, thắng.

bramble n. bụi gai.

bran n. cám.

branch n. cành cây; nhánh sông; chi; chi-nhánh,
chi-điểm, chi-cuộc; ngành, phân-bộ. v. đâm
cành/nhánh; phân nhánh, chia ngã, mở rộng ra.

brand n. nhãn-hiệu, loại hàng, hiệu; dấu sắt
nung. v. đóng nhãn-hiệu; gọi là, chụp mũ là;
đóng dấu sắt nung; làm ô-nhục.

brandish v. vung, khua, múa [gươm, kiếm].

brand-new adj. mới toanh, mới nguyên.

brandy n. rượu mạnh brandi.

brass n. đồng thau; đồ vật làm bằng đồng thau;
sự trơ-tráo, sự vô-liêm-sỉ. the -- kèn đồng.
-- band đội kèn, đội quân-nhạc. top -- sĩ-quan
cao-cấp.

brassiere n. cái nịt vú, cái yếm.

brat n. thằng ranh, thằng nhóc.

bravado n. sự hư-trương thanh-thế.

brave adj. gan dạ, can-đảm, dũng-cảm. v. không
sợ, bất chấp, khinh thường, bất quản [gian-nan].

bravery n. tính/lòng can-đảm/dũng-cảm/anh-dũng.

bravo int. Hay lắm! Hoan-hô!

brawl n., v. (sự/vụ) cãi nhau ầm ĩ.

brawn n. (sức mạnh của) bắp thịt.

brawny adj. có bắp thịt, khoẻ-mạnh, nở-nang.

bray n. tiếng lừa kêu. v. [lừa] kêu be-be.

brazen adj. bằng đồng thau; [giọng, tiếng kèn]
lanhlảnh; mặt dạn mày dày, vô-(liêm-)sỉ, trơ-tráo.

brazier n. lò than, hoả lò.

breach n. lỗ thủng/hổng; sự vi-phạm.--of promise
sự thất hứa. -- of discipline sự phạm kỷ-luật.
v. làm thủng, bắn thủng; chọc thủng.

bread n. bánh mì; miếng ăn, kế sinh-nhai; tiền.
loaf of -- ổ bánh mì. piece/slice of -- khoanh
bánh mì. v. lăn/bao vụn bánh (trước khi nướng).

breadth n. bề/chiều ngang/rộng; khổ; sự rộng-rãi.

break n. sự/chỗ vỡ/gãy/đứt; sự nghỉ, sự gián-đoạn;
giờ nghỉ/ra chơi/giải-lao; sự thay đổi; cơ-hội.
v. [broke; broken] đánh/đập/làm vỡ, bẻ; cắt/làm
đứt; bẻ/làm gãy; vi-phạm, bội-, thất-; cắt đứt,
ngừng, cúp, làm gián-đoạn; làm nhụt/suy-sụp; bắt
đầu; đột-biến. Who broke the glass? Ai đánh vỡ
cái cốc thế? Glass --s easily. Thuỷ-tinh dễ vỡ.
My glasses are broken. Cái kính của tôi bị bể.
He broke his leg. Nó bị gãy chân. coffee -- nghỉ
uống cà-phê. without a -- không nghỉ/ngừng. --
a promise không giữ lời hứa. -- a record phá kỷ
lục. The news broke his wife's heart. Tin ấy
làm bà vợ ôngta đau lòng. The storm broke. Trời
bỗng nổi cơn bão. She broke into tears. Cô ấy
khóc oà lên. -- out of jail vượt ngục. -- away
thoát khỏi. -- down (đập) vỡ; bị hỏng, suy-nhược;
khóc oà lên; kể rõ chi-tiết. -- off long ra, cắt
đứt. -- out bùng nổ. -- up đập vụn; giải-tán.
-- through chọc thủng [phòngtuyến]; vượt qua.

breakage n. đồ bị vỡ; tiền đền về hàng bị vỡ.

breakdown n. sự hỏng máy; sự suy yếu; sự tan vỡ, suy sụp; sự kẻ khai chi-tiết, sự kẻ rõ từng mục. nervous -- sự suy-nhược thần-kinh.

breaker n. máy đập/tán; cái ngắt điện; sóng lớn.

breakfast n. bữa điểm-tâm. v. ăn sáng/điểm-tâm.

breakneck adj. [tốc-độ] nguy-hiểm.

breakwater n. đê chắn sóng.

breast n. vú, ngực; lòng, tâm-tình, tâm-trạng. make a clean -- of thú-nhận hết.

breath n. hơi thở; cơn gió nhẹ, làn hương thoảng. out of -- hết hơi, đứt hơi. hold one's -- nín hơi/thở. in the same -- một hơi/mạch.waste one's -- hoài hơi, phí lời.

breathe v. hít, thở; nói lộ ra, nói nhỏ; truyền cho. -- in thở vào. -- out thở ra. -- hard thở gấp. -- a sigh thở dài. -- one's last (breath) trút hơi thở cuối cùng.

breathing n. sự thở, sự hô-hấp; hơi thở/gió.

breathless adj. hết hơi, không kịp thở; nín thở.

breathtaking adj. làm nín thở.

bred quá-khứ của breed.

breeches n. quần (ống túm).

breed n. giống, nòi, dòng-dõi. v. [bred] sinh đẻ, sinh-sản; gây giống, chăn nuôi; nuôi dưỡng, dạy dỗ, giáo-dục; gây ra, phát-sinh ra.

breeder n. người gây giống, nhà chăn nuôi.

breeding n. sự sinh-sản; sự gây giống, sự chăn nuôi; sự giáo-dục, phép lịch-sự.

breeze n. gió nhẹ/mát/hiu-hiu. v. chạy lướt qua.

breezy adj. có gió mát; vui-vẻ, phơi-phới, hồ-hởi.

brethren n. anh em đồng-đạo/đồng-ngũ/đồng-nghiệp.

brevity n. tính ngắn gọn; sự ngắn-ngủi.

brew n. rượu (bia). v. chế, ủ (bia), pha (trà); bày mưu, trù-tính; đang được chuẩn-bị. A storm is --ing. Cơn dông đang kéo đến.

brewer n. người ủ rượu bia.

brewery n. nhà máy bia.

briar Xem brier.

bribe n. của đút, tiền hối-lộ. v. ăn hối-lộ.

bribery n. sự đút lót; vụ hối-lộ.

brick n. (viên) gạch; bánh [chè], thỏi, cục.

brickkiln n. lò gạch.

bricklayer n. thợ nề.

bridal n. đám cưới. adj. thuộc cô dâu/đám cưới. -- night đêm tân-hôn. -- party họ hàng nhà gái.

bride n. cô dâu, tân-nương.

bridegroom n. chú rể, tân-lang.

bridesmaid n. cô phù dâu.

bridge n. cái cầu; sống mũi; cái ngựa đàn. v. xây cầu qua; vắt ngang; lấp [hố ngăn cách gap].

bridge n. bài brit.

bridle n. cương ngựa; sự kiềm-chế. v. thắng cương cho ngựa; kiềm-chế. -- up hất đầu vênh mặt.

brief n. bản tóm-tắt, trích-yếu, đại-cương. adj. ngắn, gọn, vắn tắt. v. chỉ-dẫn, thuyết-trình.

briefcase n. cái cặp.   [in -- nói tóm lại.

briefing n. buổi/bài thuyết-trình hay chỉ-dẫn.

brier, briar n. cây gai, cây tầm-xuân/thạch-nam.

brigade n. lữ-đoàn; đội. fire -- đội cứu hoả.

brigand n. kẻ cướp, cường-đạo, thổ-phỉ.

bright adj. sáng (chói); tươi; rực-rỡ, rạng-rỡ, sáng ngời; sáng dạ, thông-minh. adv. sáng chói.

brighten v. làm sáng-sủa/tươi sáng; bừng/sáng lên.

brilliance n. sự chói-lọi/rực-rỡ; sự lỗi-lạc.

brilliant adj. chói-lọi, rực-rỡ; tài-giỏi, lỗi-lạc.

brim n. miệng chén, bát, v.v. , vành mũ. full to the -- đầy ắp. v. đổ đầy tràn; tràn đầy.

brimful adj. đầy ắp; tràn-trề.

brine n. nước biển, nước mặn.

bring v. [brought] đem/mang/đưa/cầm lại; gây/làm cho. -- about đem lại, gây ra. -- back mang trả lại; gợi lại. -- down đem/đưa xuống; hạ xuống; hạ [máy bay, chim]. -- forth sinh ra, gây ra. -- forward nêu ra. -- in đưa/đem vào; đem/mang lại. -- out đưa ra; làm nổi bật; xuất-bản. -- up đưa/đem lên; nuôi-nấng dạy-dỗ. -- to an end chấm dứt.

brink n. bờ/miệng vực. on the -- of kề/bên miệng.

brisk adj. nhanh-nhảu, nhanh-nhẹn; phát-đạt.

bristle n. lông cứng. v. [lông] dựng đứng lên; xù; đầy dẫy, tua-tua.

British adj. thuộc Anh. the -- Isles quần-đảo Anh. the -- người Anh.

brittle adj. giòn, dễ gẫy/vỡ.

broach v. mở, khui; bắt đầu thảo-luận, đề-cập.

broad adj. rộng, mênh-mông, bao-la; rộng-rãi, phóng khoáng; rõ, rõ-ràng; chung, khái-quát, đại-cương. In -- daylight giữa ban ngày ban mặt, thanh-thiên bạch-nhật. n. [Slang] đàn bà; con đĩ/dượi.

broadcast n. buổi/chương-trình phát-thanh. v. [broadcast, broadcasted] gieo rắc [hạt giống];

truyền đi, quảng-bá, phát-thanh.

broaden v. mở rộng, nới rộng.

broad-minded adj. có đầu óc rộng-rãi/khoáng-đạt.

broadside n. phần mạn tàu trên mặt nước; cuộc
nổ súng; trận chửi mắng một thôi một hồi.

brocade n. gấm, đoạn.

brochure n. sách mỏng, tài-liệu quảng-cáo.

broil v. nướng thịt ; nóng như thiêu đốt.

broke adj. hết tiền, túng quẫn, khánh-kiệt.

broke quá-khứ của break.

broken adj. [xem break] bị vỡ/bể/gẫy, bị tan vỡ;
suy-nhược; vụn, đứt quãng, thất-thường. -- pro-
mise lời hứa không giữ. -- English tiếng Anh
nói sai. -- heart lòng đau-đớn.

broker n. người môi-giới, kinh-kỷ.

bromine n. brom.

bronchi(a) n. hai cuống phổi.

bronchitis n. bệnh viêm cuống phổi.

bronze n. đồng thiếc, thanh-đồng, cổ-đồng; màu
đồng thiếc; đồ đồng thiếc. the -- age thời-kỳ
đồ đồng (thiếc).

brooch n. ghim hoa, trâm.

brood n. lứa, ổ [chim/gà non]; bày/lũ con. v.
ấp [trứng] ; tư-lự, nghiền-ngẫm.

brook n. con suối nhỏ.

broom n. cái chổi.

broth n. nước luộc thịt, nước xuýt.

brother n. anh (trai), em trai.

brotherhood n. tình anh em/huynh-đệ; nghiệp-đoàn.

brother-in-law n. [pl. brothers-in-law] anh/em
rể; anh/em vợ.

brotherly adj. (như) anh em, thủ-túc, ruột thịt.

brought quá-khứ của bring.

brow n. trán; mày, lông mày.brows/eyebrows.

browbeat v. [--; --en] dọa nạt, nạt-nộ.

brown n. màu nâu, quần áo nâu. adj. nâu; [da]
rám nắng. v. nhuộm/sơn nâu; rán vàng, phi.

browse v. đọc lướt qua.

bruise n. vết thâm tím. v. làm thâm tím.

brunch n. bữa sáng và bữa trưa ăn gộp lại.

brunt n. sức mạnh chính, mũi giùi (trận đánh).

brush n. bàn chải; bút lông; sự chải; cuộc chạm
trán/đụng-độ chớp nhoáng. v. chải, cọ; lướt
qua, chạm nhẹ. -- up chải bóng; học ôn lại.

brushwood n. bụi cây.

brusque adj. sống-sượng, lỗ-mãng, đường-đột,vô-lễ.

Brussels sprouts n. cải bruxen.

brutal adj. tàn-nhẫn, cục-súc, đầy thú-tính.

brutality n. tính hung-ác; hành-động dã-man.

brute n. thú-vật, súc-sinh; tên vũ-phu.

B.S., B. Sc. = Bachelor of Science.

bubble n. bong-bóng, bọt, tăm; ảo-tưởng. soap --
bong-bóng xà-phòng. v. nổi bong-bóng/bọt,sủi tăm.

buck n. hươu/dê/thỏ đực; đồng đô-la. pass the --
to X. bắt X. chịu trách-nhiệm.

buck v. [ngựa] nhảy cong người lên.

bucket n. thùng, xô; gàu. kick the -- ngoẻo, củ.

buckle n. khoá/móc thắt lưng. v. cài khoá, thắt.

buckwheat n. lúa kiều-mạch.

bud n. chồi, nụ, lộc. v. nảy mầm, ra nụ/lộc,
manh-nha; [hoa] hé nở. in -- đang ra nụ.

Buddhism n. đạo Phật. Mahayana B. Đại-thừa.

Buddhist n. tín-đồ đạo Phật, Phật-tử.

budge v. chuyển, nhúc-nhích, động-đậy.

budget n. ngân-sách/-quỹ. v. dự-thảo ngân-sách.

buff n. da trâu/bò; màu vàng sẫm, màu da bò.

buffalo n. [pl. -loes] con trâu water buffalo.

buffer n. vật đệm, cái giảm xóc. -- state nước
đệm, quốc-gia hoãn-xung. -- zone vùng trái độn.

buffet n. tủ đựng bát đĩa cốc tách. -- dinner
bữa tiệc lấy thức ăn xong muốn ngồi đâu thì ngồi.

buffet n. cái đấm/vả/tát. v. thoi/đấm/đánh/tát;
đầy-đọa, vùi dập.

buffoon n. anh hề.

bug n. con rệp bedbug; sâu bọ, côn-trùng; [Slang]
máy ghi âm nhỏ để nghe trộm. v. đặt máy ghi âm
nghe trộm; làm khó chịu.

bugle n., v. (thổi) kèn, (thổi) tù-và.

build n. kiểu kiến-trúc; khổ người, tầm vóc.
v. [built] xây, xây cất, xây dựng; dựng/lập nên.
-- on dựa vào, tin-cậy vào. -- up xây-dựng dần-
dần nên.

builder n. người xây-dựng, chủ thầu.

building n. việc xây dựng; toà nhà,cao-ốc,binđinh.

built quá-khứ của build.

bulb n. củ [hành/tỏi]; bóng đèn light bulb; bầu.

bulge n. chỗ phồng. v. phồng/phình ra/lên.

bulk n. số-lượng/khối-lượng/tầm-vóc lớn; phần lớn,
số đông hơn. sell in -- bán buôn.

bulky adj. to lớn, kềnh-càng, đồ-sộ.

bull n. bò đực; con đực. -- elephant voi đực.
  -- whale cá voi đực.

bulldozer n. xe ủi đất.

bullet n. đạn. -- train xe lửa tốc-hành.

bullfight n. trận đấu bò tót.

bullion n. nén, thoi (vàng/bạc).

bullock n. bò thiến.

bully n. kẻ bắt nạt; du-côn, ác-ôn. v. bắt nạt.

bulwark n. tường-luỹ; sự phòng-ngự/bảo-vệ.

bum n. kẻ lang-thang vô công rồi nghề.

bump n. sự va đụng, chỗ sưng u lên. v. đâm vào,
  va mạnh, đụng mạnh; xóc nảy lên.

bumper n. cái hãm xung, cái đỡ va (xe hơi); vụ
  mùa bội-thu -- crop; cốc rượu đầy.

bumpy adj. [đường] xóc, mấp-mô.

bun n. bánh bao nhỏ, bánh sữa nhỏ; búi tóc nhỏ.

bunch n. chùm, bó, buồng, cụm; bọn, lũ, toán.

bundle n. bó, bọc. v. bó/bọc/gói lại -- up.
  -- off tống cổ đi.

bungalow n. nhà gỗ, bôônggalô.

bungle n. việc làm vụng. v. làm cẩu-thả/ẩu.

bunk n. giường ngủ [trên tàu/xe], giường hai tầng.

bunny n. con thỏ.

buoy n. phao (cứu đắm) life --. v. thả phao;
  làm cho tinh-thần phấn-chấn.

buoyancy n. sức nổi; tinh-thần hăng-hái vui-vẻ.

buoyant adj. nổi, nhẹ; sôi-nổi, vui-vẻ.

burden n. gánh nặng. beast of -- súc-vật tải đồ.
  v. chất/đè nặng lên.

burdensome adj. đè nặng, nặng-nề; làm phiền.

bureau n. phòng, cục, nha, vụ, ty; tủ com-mốt.

bureaucracy n. chế-độ/bộ máy quan-liêu.

bureaucrat n. quan-liêu, quan-lại.

bureaucratic adj. (thuộc) quan-liêu.

burglar n. kẻ trộm.

burglary n. nghề ăn trộm; vụ trộm.

burial n. sự chôn-cất/mai-táng.

burlesque n. trò khôi-hài; màn vũ thoát-y.

burly adj. lực-lượng, vạm-vỡ.

Burmese n., adj. người/thuộc Miến-Điện, tiếng M.

burn n. vết bỏng, vết cháy. v. [--ed, --t] đốt,
  đốt cháy, thiêu, đun, thắp; làm bỏng, làm khé;
  cháy; bừng-bừng. *** -- away đốt sạch, thiêu
  trụi. -- down thiêu-huỷ, thiêu trụi; lụi dần.
  -- out đốt hết/sạch; cháy hết. -- up đốt sạch;

cháy trụi; cháy bùng lên; (làm) phát cấu.

burner n. đèn, mỏ đèn; lò bếp, bếp điện.

burnish v. đánh bóng.

burnt quá-khứ của burn.

burrow n. hang [cầy/thỏ].

burst n. tiếng/sự nổ; sự bộc-phát. a -- of ap-
  plause một tràng vỗ tay. a -- of gunfire một
  loạt đạn nổ. v. [burst] (làm) nổ/vỡ tung; xông,
  xộc. --ing with đầy ắp. -- into tears khóc oà
  lên. -- out laughing cười phá lên.

bury v. chôn, chôn cất, mai-táng; chôn vùi.

bus n. xe buýt [get on lên; get off xuống]. --
  stop chỗ xe buýt đậu. v. chở [học-sinh]bằng xe
  buýt đến một trường ở xa.

bush n. bụi cây, bụi rậm. beat around the -- nói
  bushel n. giạ lúa (36 lít).   [quanh.

bushy adj. có nhiều bụi cây; mọc rậm-rạp.

business n. việc buôn-bán/kinh-doanh; việc, công-
  việc, nhiệm-vụ. do -- with buôn-bán, giao-dịch
  với. go into -- ra buôn-bán. go out of -- vỡ
  nợ. B. is -- . Công-việc là công-việc: không
  nói chuyện tình-cảm được.

businesslike adj. thực-tế, giỏi, đang-hoàng.

businessman n. nhà kinh-doanh, thương-gia/-nhân.

bust n. tượng nửa người, tượng bán-thân; ngực.

bustle n. sự hối-hả rộn-ràng; tiếng ồn-ào. v. rối
  rít lăng-xăng, bận-rộn hối-hả; giục-giã.

busy adj. bận, bận rộn; đông-đúc, sầm-uất, náo-
  nhiệt; [dây nói] đang bận. v. -- oneself with
  bận-rộn với. The line is --. Đường dây đang bận.

busybody n. người lăng-xăng/bao-biện/hiếu-sự.

but conj. nhưng (mà), song. He wanted to go, but
  had no money. Anh ấy muốn đi, nhưng không có tiền.
  This fabric is thin but warm. Hàng này mỏng mà
  ấm. not only ... but also ... không những ...
  mà còn ... Confucianism is not a religion, but a
  moral philosophy. Khổng-giáo không phải là một
  tôn-giáo, mà là một triết-lý về đạo-đức. adv.
  chỉ là, chỉ mới. He's -- a child. Nó chỉ là một
  đứa bé con. I got it -- two days ago. Tôi chỉ mới
  nhận được cách đây có hai hôm thôi. prep. trừ,
  ngoài. any day but Tuesday bất cứ ngày nào trừ
  thứ ba. no one -- me không có ai ngoài tôi ra.
  but for ... nếu không có ... (thì ...)

butcher n. người hàng thịt, đồ-tể. v. giết, mổ.

butler n. quản-gia.

butt n. báng súng, mẩu thuốc lá. v. húc đầu vào.

butter n. bơ. v. phết bơ; xào bơ.

buttercup n. hoa kim-phong/mao-lương.

butterfly n. con bươm-bướm. -- nut tai hồng.

buttocks n. mông đít.

button n. cái khuy/cúc; nút bấm. v. cài khuy;
đơm khuy.

buttonhole n. khuyết áo. v. thùa khuyết áo.

buttress n. trụ tường, trụ ốp; chỗ tựa. v.
chống đỡ, ủng-hộ.

buy v. [bought] mua; mua chuộc, đút lót. --
back mua lại. -- in mua trữ; mua buôn. -- up
mua hết, mua nhẵn.

buyer n. người mua hàng.

buzz n. tiếng vo-vo/vù-vù. v. kêu vo-vo/vù-vù.
Give me a -- tonight. Tối nay xin anh kêu tôi.

by prep. gần, cạnh, bên, kề; qua, ngang/xuyên
qua; vào lúc, vào quãng; bằng, do, bởi; theo
từng. -- the window gần bên cửa sổ, bên song.
-- two o'clock vào khoảng hai giờ. driven --
electricity chạy bằng điện. a poem -- Nguyễn
Trãi một bài thơ của Nguyễn Trãi. -- accident
tình cờ, ngẫu nhiên. -- train bằng xe lửa. --
my watch theo đồng-hồ tôi. multiply -- seven
nhân với bảy. rented -- the week cho thuê từng
tuần lễ một. learn -- doing học bằng cách làm.
-- mistake vì lầm. -- oneself một mình. --
the way nhân tiện, nhân đây. adv. ở gần; đi
qua. He walked -- just now. Hắn vừa đi ngang
qua đây. -- and -- chốc nữa. -- and large nói
chung, nhìn chung.

bye n. cái phụ, cái thứ-yếu.

bye-bye int. Chào tạm biệt!

bygone n. chuyện đã qua. adj. đã qua, quá-khứ.

bylaw n. luật-lệ; qui-chế, nội-qui.

bypass n. đường vòng. v. đi vòng (để tránh).

bypath n. đường hẻm.

by-product n. sản-phẩm phụ.

bystander n. người ngoài cuộc, khách bàng-quan.

byway n. đường phụ; đường tắt. highway and --
khắp các nẻo đường.

byword n. trò cười; tục-ngữ, ngạn-ngữ.

C 100 (chữ số La-mã).

cab n. xe tắc-xi, xe ngựa thuê; buồng lái, cabin.

cabbage n. cải bắp.

cabin n. túp lều, nhà gỗ; cabin, buồng ngủ.

cabinet n. tủ. medicine -- tủ thuốc [trong buồng
tắm]. filing -- tủ đựng hồ-sơ. nội-các, chính-
phủ. -- council hội-đồng nội-các/chính-phủ. --
minister bộ-trưởng.

cable n. dây thừng/chão, dây cáp; cáp xuyên đại-
dương; điện-tín cablegram.v.đánh/gửi điện-tín;
buộc/cột bằng dây cáp. -- car xe điện dây cáp.

cablegram n. điện-tín xuyên đại-dương.

cackle n. tiếng gà cục-tác; tiếng quang-quác. v.
[gà mới đẻ] cục-tác; nói cười quang-quác.

cactus n. [pl. --es/cacti] cây xương rồng.

cadence n. nhịp, phách; điệu nhạc/thơ, tiết-tấu.

cadet n. sinh-viên trường sĩ-quan/võ-bị.

cadmium n. catmi.

cadre n. cán-bộ; lực-lượng nòng-cốt.

caesium n. xezi.

café n. quán ăn; tiệm cà-phê.

cafeteria n. quán ăn tự-dụng, hàng ăn tự phục-vụ.

cage n. lồng, chuồng, củi; buồng thang máy. v.
nhốt vào lồng/củi.

caisson n. hòm đạn dược; thùng lặn [của công-nhân
xây cầu].

cajole v. tán-tỉnh, phỉnh-phờ.

cake n. bánh ngọt; miếng, bánh. v. đóng thành
bánh, đóng bết. sell like hot --s bán chạy như
tôm tươi. a -- of soap một bánh xà-phòng.

calabash n. quả bầu.

calamitous adj. tai-hại, bất-hạnh.

calamity n. tai-hoạ, tai-ương, cơn hoạn-nạn.

calcium n. canxi.

calculate v. tính, tính-toán; tính trước, dự-tính,
suy-tính; -- on/upon trông vào, tin vào. calcu-
lating machine máy tính.

calculation n. sự tính-toán; sự cân-nhắc/đắn-đo.

calculator n. máy tính.

calculus n. phép tính [differential vi-phân; in-
tegral tích-phân]; sỏi (trong thận).

calendar n. lịch; lịch công-tác. solar -- tây-lịch, dương-lịch. lunar -- âm-lịch, nông-lịch.

calf n. con bê; da bê. [pl. calves]

calf n. bắp chân. [pl. calves]

caliber, calibre n. khẩu-kính, đường kính, cỡ; hạng, thứ, cỡ, năng-lực

calico n. vải trúc-bâu; vải in hoa.

call n. tiếng gọi/kêu; lời kêu gọi, tiếng gọi; việc gọi dây nói, cú điện-thoại, cuộc điện-đàm; cuộc thăm viếng. v. gọi, kêu; gọi lại, mời; gọi/kêu dây nói; gọi là, tên là; đến thăm, ghé thăm -- on/upon; đến tìm, đến lấy -- for. ***
-- aside gọi ra một bên. -- away gọi/mời đi.
-- back gọi về. -- off gọi ra chỗ khác; hoãn lại. -- up gọi điện-thoại; gọi dậy, đánh thức; gọi lại. -- on X to ... kêu gọi X hãy ... -- the meeting triệu-tập buổi họp. -- the roll điểm danh. No -- for panic. Khg cần hoảng-hốt.

caller n. người gọi; khách đến thăm.

calligraphy n. chữ viết, lối viết, bút-pháp, thư pháp, tự-dạng.

calling n. nghề-nghiệp; sự gọi; sự đến thăm.

cal(l)ipers n. com-pa đo ngoài.

cal(l)isthenics n. thể-dục mềm dẻo.

callous adj. thành chai, có chai; chai đá, vô-tình, lãnh-đạm, nhẫn-tâm.

calm n. sự yên-lặng/êm-ả; sự bình-tĩnh/điềm-tĩnh.
adj. [trời] lặng gió, êm-đềm, [biển] lặng; bình-tĩnh, điềm-tĩnh. v. (làm) dịu/êm; trấn-tĩnh.

calorie, calory n. calo.

calumny n. lời nói vu, lời vu-khống.

calyx n. [pl. --es/calyces] đài hoa.

Cambodian n., adj. thuộc/người/tiếng Cam-bốt/Cam-puchia.

cambric n. vải lanh mịn.

came quá-khứ của come.

camel n. lạc-đà.

camellia n. (cây) hoa trà.

camera n. máy ảnh/hình; máy quay phim.

cameraman n. người chụp ảnh; người quay phim.

camouflage n., v. (sự/vật) ngụy-trang.

camp n. trại, chỗ cắm trại; chỗ đóng quân; phe. v. cắm trại; đóng trại, hạ trại.

campaign n. chiến-dịch; cuộc vận-động. v. tham gia vận-động, vận-động [for cho ...].

camphor n. long-não.

campus n. khu sân bãi/khuôn-viên trường đại-học.

can n. bi-đông, ca, bình; hộp đồ hộp. v. đóng hộp, vô hộp [thịt, cá, quả, v.v.].

can v. [could] có thể, có sức, có khả-năng; biết; có thể, được phép. I -- swim one more kilometer. Tôi có thể bơi một cây số nữa. I cannot swim. Tôi không biết bơi. We could not understand what he said. Chúng tôi không thể hiểu ông ấy nói gì. She can't type. Cô ấy không biết đánh máy. Can/ Could you mail this package for me, please? Anh làm ơn gửi cái gói này hộ tôi nhé. You can leave now. Bây giờ anh có thể đi được rồi. I cannot help laughing. Tôi không thể nào nhịn cười được.

Canadian n., adj. thuộc/người Ca-na-đa.

canal n. kênh, sông đào; mương; ống.

canary n. chim hoàngyến, chim kim-tước.

cancel v. bỏ, huỷ bỏ, bãi bỏ; đóng dấu [tem].

cancellation n. sự huỷ bỏ, sự bãi bỏ; dấu xoá bỏ.

cancer n. bệnh ung-thư, bệnh căng-xe.

candid adj. thực-thà, bộc-trực, tự-nhiên.

candidate n. người ứng-cử, ứng-cử-viên; người dự thi, thí-sinh; người dự-tuyển.

candle n. cây nến, đèn cầy; nến candle power.

candlepower n. nến [độ sáng của đèn].

candlestick n. cây đèn nến.

cando(u)r n. tính thực-thà/bộc-trực.

candy n. kẹo; đường phèn. v. tẩm/ướp đường.

cane n. cây/sợi mây; gậy, ba-toong, can; cây mía sugar --; cái roi. v. đan mây; vụt/quất roi.

canine n. răng nanh. adj. thuộc họ chó.

canker n. bệnh viêm loét miệng; bệnh mục cây.

cannibal n. kẻ ăn thịt người.

cannon n. súng đại-bác; pháo.

cannon fodder n. bia đỡ đạn, bia thịt.

cannot [=can't] Xem can.

canoe n. thuyền độc-mộc, xuồng.

canon n. luật-lệ, quy-tắc, phép tắc; tiêu-chuẩn.

canopy n. màn, trướng, long-đình; vòm; tán dù.

cant n. tiếng lóng, ẩn-ngữ; lời nói giả dối.

can't = cannot.

canteen n. bi-đông; căng-tin, quán nước (bộ-đội).

canter n., v. (chạy) nước kiệu.

cantilever n. rường/đà quăng-can để đỡ bao-lơn.

canto n. đoạn, chương, khổ, hồi (trong bài thơ).

canvas n. vải bạt; buồm/lều vải bạt; bức vẽ.

canvass v. đi chào hàng; vận-động bỏ phiếu.

canyon n. hẽm núi.

cap n. mũ lưỡi trai, mũ vải; mũ [công-nhân, quan tòa, giáo-sư]; nắp chai, tháp bút, đầu đạn. v. đội mũ cho; đậy/bịt nắp. -- and gown mũ ghế đầu và áo thụng (của giáo-sư), sắc-phục đại-học.

capability n. năng-lực, khả-năng.

capable adj. giỏi, tài, có năng-lực; có thể, có khả-năng, có gan, dám [làm chuyện gì].

capacious adj. to, lớn, rộng.

capacity n. sức chứa/dụng, dung-lượng/-tích; tư-cách, cương-vị. filled to -- đầy ắp. packed to -- chặt ních. in my -- as với tư-cách là ...

cape n. áo choàng không có tay.

cape n. mũi đất. the C. of Good Hope mũi Hảo-vọng, Hảo-vọng-giác.

caper n. sự nhảy cỡn; hành-động dại-dột. cut a --, cut --s nhảy cỡn. v. nhảy cỡn.

capillary n. mao-quản. adj. mao-dẫn, mao-trạng.

capital n. thủ-đô, thủ-phủ -- city; chữ hoa; tiền vốn, tư-bản. make -- of lợi-dụng. adj. chủ-yếu, cốt-yếu, thủ-yếu; tử-hình. write in --s viết bằng chữ hoa. -- punishment tội tử-hình. -- construction xây-dựng cơ-bản.

capitalism n. chủ-nghĩa tư-bản.

capitalist n. nhà tư-bản. adj. tư-bản chủ-nghĩa. -- countries những nước tư-bản chủ-nghĩa.

capitalize v. viết/in bằng chữ hoa; lợi-dụng.

capitulate v. đầu hàng (có điều-kiện).

capitulation n. việc đầu hàng (có điều-kiện).

caprice n. tính thất-thường/đồng-bóng.

capricious adj. thất-thường, đồng-bóng.

capsize v. [thuyền] lật úp.

capsule n. bao con nhộng; quả nang; đầu mang khí-cụ khoa-học [của hoả-tiễn vũ-trụ] space --.

captain n. đại-uý; đại-tá hải-quân; thuyền-trưởng; thủ-lĩnh, đội-trưởng, thủ-quân. ship's -- hạm-trưởng, thuyền-trưởng. the -- of a soccer team thủ-quân một đội bóng đá.

caption n. đầu-đề; lời thuyết-minh/chú-thích.

captious adj. hay bắt bẻ, hay xoi mói.

captivate v. làm say đắm, quyến rũ, mê hoặc.

captive n. tù-nhân. adj. bị bắt giữ taken --.

captivity n. tình-trạng bị giam-cầm. in -- bị

giam, bị giữ, bị nhốt.

capture n. sự bắt. v. bắt giữ, bắt; hiểu.

car n. xe ô-tô, xe hơi; xe; toa; buồng thang máy elevator --. sleeping -- toa có giường ngủ. dining -- toa ăn. used -- xe cũ. -- dealer đại-lý xe hơi.

caramel n. đường thắng màu nâu nhạt.

carat n. cara.

caravan n. đoàn lữ-hành, đoàn người đi buôn; nhà lưu-động.

carbine n. súng cacbin.

carbon n. cacbon; giấy than, bản sao bằng giấy than -- copy.

carbuncle n. nhọt, mụn.

carburet(t)or n. bộ chế hoà-khí, cacbuaratơ.

carcass n. xác súc-vật; thân xác, cơ-thể.

card n. thiếp, thẻ, các; bài, quân/cây/lá/bài. identity -- thẻ kiểm-tra. calling --, name -- danh-thiếp. Christmas -- thiệp Giáng-sinh, các Nô-en. Tet -- thiệp chúc Tết. a pack/deck of --s một cỗ bài. play --s chơi/đánh bài.

cardboard n. giấy bồi, các-tông.

cardigan n. áo len/vét có tay.

cardinal n. giáo-chủ áo đỏ, hồng-y giáo-chủ; màu đỏ thắm; chim áo đỏ. adj. chính, chủ-yếu. -- points bốn phương. -- numbers số-từ chỉ số-lượng.

cardiology n. khoa tim.

care n. sự chăm sóc, sự chăm nom; sự chú-ý/cẩn thận; sự lo-âu. take -- coi chừng, lưu-ý. -- of... nhờ ... chuyển giao. take -- of chăm nom, giữ gìn. v. trông nom, chăm sóc, nuôi nấng; để ý đến, quan tâm đến; thích, muốn. I don't -- tôi không/cóc cần.

career n. nghề-nghiệp; sự-nghiệp.

carefree adj. vô tư-lự.

careful adj. cẩn-thận, thận-trọng; kỹ-lưỡng.

careless adj. không cẩn-thận, sơ ý, cẩu-thả.

caress n. sự vuốt-ve. v. vuốt-ve, âu-yếm.

caretaker n. người trông nom (nhà cửa).

cargo n. hàng-hoá.

caricature n. tranh biếm-hoạ. v. vẽ biếm-hoạ.

carload n. xe đầy, toa đầy.

carnage n. sự chém giết, sự tàn-sát.

carnal adj. thuộc xác thịt, thuộc nhục-thể/-dục.

carnation n. hoa cẩm-chướng.

carnival n. khu giải-trí, chợ phiên, các trò giải-trí lưu-động; hội-hè.

carnivorous adj. ăn thịt.

carol n. bài hát mừng (dịp Giáng-sinh).

carp n. cá chép.

carp v. xoi mói, bới lông tìm vết, bắt bẻ. --ing tongue miệng lưỡi khắc-bạc.

carpenter n. thợ mộc.

carpentry n. nghề thợ mộc.

carpet n. tấm thảm; thảm cỏ/hoa/rêu. on the -- được đem ra phê-bình chỉ-trích, bị quở mắng. v. trải thảm.

carriage n. xe ngựa; toa xe lửa; dáng (đi).

carrier n. người đưa, người chuyên-chở, hãng vận tải; cái đeo hàng; người mang mầm bệnh; tàu chuyên-chở, hàng-không mẫu-hạm, tàu sân bay aircraft --. -- pigeon bồ-câu đưa thư.

carrot n. củ cà-rốt.

carry v. ẵm, vác, đội, bưng, khuân, khiêng, mang, chở, gánh, xách, cắp, cõng, cáng, bế, ôm, v.v.; đem/mang theo người; dẫn, đưa, truyền; đặt [ống]; chống đỡ; vọng xa; [báo] đăng, đăng-tải; chiếm được [vị-trí địch]. The young man carried himself well. Anh ta có thái-độ đàng-hoàng. *** -- away đem/cuốn đi. -- forward đưa lên phía trước; mang sang. -- off đưa/bắt đi; đoạt [giải]. -- on tiếp-tục, tiến-hành. -- out thi-hành, thực-thi/-hiện. -- through hoàn-thành.

cart n. xe bò/ngựa; xe đẩy. v. chở bằng xe bò.

carter n. người đánh xe bò.

cartilage n. sụn.

carton n. hộp bìa cứng. a -- of cigarettes một tút thuốc lá.

cartoon n. tranh vui/biếm-hoạ, tranh đả-kích; phim hoạt-hoạ.

cartridge n. đạn, vỏ đạn; đầu máy quay đĩa hát; cuộn phim chụp ảnh.

carve v. chạm, khắc, đúc, tạc [tượng]; cắt, lạng, xẻo [thịt]; tạo (nên).

carver n. thợ chạm/khắc; người/dao lạng thịt.

carving n. tượng khắc; nghệ-thuật khắc/chạm.

cascade n. thác nước.

case n. hộp, ngăn, tủ, hòm, túi, vỏ, bao, v.v. book-- tủ sách. pillow -- áo gối. upper -- chữ hoa. lower -- chữ thường.

case n. trường-hợp, hoàn-cảnh, cảnh-ngộ; ca; vụ kiện, vụ án; cách. It's a different -- Trường-hợp này khác. That was the worst -- of measles. Đó là ca sởi rất nặng. in any -- bất luận ra sao. in -- I (should) forget lỡ tôi có quên,... In -- of fire trong trường-hợp cháy nhà. in the -- of X còn về trường-hợp của X. possessive -- cách sở-hữu.

casement n. khung cánh cửa sổ.

cash n. tiền mặt, hiện-kim. -- on delivery (COD) lĩnh hoá giao ngân, nhận hàng mới trả tiền. pay -- trả liền, trả tiền mặt. v. lĩnh [séc, chi-phiếu]. -- register máy thu tiền.

cashier n. người thu tiền.

cashier v. thải, cách chức.

cashmere n. len casomia.

casing v. vỏ bọc ngoài.

cask n. thùng ton-nô đựng rượu.

casket n. hộp (nữ-trang); quan tài, tiểu.

cassette n. cát-xét để thu băng.

cast n. sự quăng/ném/thả; bảng phân-phối các vai kịch; khuôn đúc, vật/bản đúc; đồ loại ra, xác ve. v. ném, liệng, quăng [lưới], thả [neo]; lột, vứt bỏ, tuột, loại ra; phân-phối ai đóng vai nào; đúc khuôn. *** -- aside vứt đi. -- away vứt, liệng. -- down quăng xuống; nhìn xuống. to be -- down chán nản. -- off loại/vứt bỏ.

castaway n. người sống-sót vụ đắm tàu; kẻ bơ-vơ.

caste n. đẳng-cấp.

caster n. bánh xe ở chân bàn ghế.

casting n. sự đúc khuôn; vật đúc.

cast iron n. gang.

castle n. lâu-đài; thành-trì.

castor oil n. dầu thầu-dầu.

castrate v. thiến, hoạn.

casual adj. [quần áo] thường; tự-nhiên, không trịnh-trọng; tình-cờ, ngẫu-nhiên; vô ý, cẩu-thả; thất-thường, không đều.

casualty n. tai-hoạ; số người chết, số thương-vong.

cat n. mèo; thú-vật thuộc họ mèo, hổ, báo, v.v.

catacombs n. hầm mộ.

catalog(ue) n. mục-lục [sách, hàng-hoá]. college -- chỉ-nam đại-học. mail order -- sách liệt-kê hàng-hoá để đặt mua bằng thư. v. ghi vào mục-lục.

catalyst n. chất/vật xúc-tác.

catapult n. súng cao-su; máy phóng phi-cơ trên hàng-không mẫu-hạm; máy bắn đá thời xưa.

cataract n. bệnh dục nhân mắt; thác nước lớn.

catarrh n. chứng viêm niêm-mạc, bệnh viêm chảy.

catastrophe n. tai-hoạ, tai-ương, tai-biến.

catch n. sự nắm lấy, sự bắt/chộp/vồ; mẻ (cá) bắt được; then/chốt cửa; câu hỏi mẹo, kế bẫy. v. [caught] bắt, chộp, nắm lấy; câu/đánh được; đuổi kịp, theo kịp; mắc, nhiễm, bị; móc, vướng, kẹt; hiểu được; thu hút. -- water hứng nước. -- cold bị cảm. My shirt caught on a nail. Cái đinh móc vào sơ-mi của tôi. That style didn't -- on Kiểu đó không trở thành mốt. -- up with theo kịp. -- fire bắt lửa. caught in the act bắt quả tang.

catching adj. [bệnh] hay lây, truyền-nhiễm.

categorical adj. tuyệt-đối, cực-lực.

category n. phạm-trù; hạng, loại, chủng-loại.

cater v. cung-cấp cho bữa tiệc; phục-vụ cho.

caterpillar n. sâu bướm; xích sắt.

catfish n. cá trê.

cathedral n. nhà thờ.

cathode n. cực âm, âm-cực, catôt.

catholic n. người theo đạo Thiên-chúa, tín-đồ Công-giáo. adj. Công-giáo; rộng-rãi, đại-lượng.

Catholicism n. đạo Thiên-chúa, Thiên-chúa-giáo.

cattle n. trâu bò, gia-súc, thú nuôi.

catty n. cân ta.

caucus n. cuộc họp riêng của một đảng.

caught quá-khứ của catch.

ca(u)ldron n. cái vạc.

cauliflower n. cải hoa, xúp-lơ.

ca(u)lk v. xảm [thuyền], trét, bít.

cause n. nguyên-nhân/-do, căn-nguyên; lý-do, lẽ, cớ; chính-nghĩa, sự-nghiệp. v. gây ra/nên...; làm cho, khiến cho.

causeway n. đường đắp cao.

caustic adj. ăn da; cay độc, châm-biếm, khắc-bạc.

cauterize v. đốt để trừ độc.

caution n. sự cẩn-thận/thận-trọng; lời cảnh-cáo. v. báo trước, cảnh-cáo.

cautious adj. cẩn-thận, thận-trọng.

cavalier adj. kiêu-ngạo, ngạo-mạn.

cavalry n. kỵ-binh. air -- không-kỵ.

cave n. hang, động. v. -- in sụt, sập, lún, lở.

-- man người thượng-cổ ở hang.

cavern n. hang lớn, động.

cavity n. lỗ hổng; ổ, khoang, lỗ (răng sâu).

caw n. tiếng quạ kêu. v. [quạ] kêu quạ-quạ.

cease n. sự dừng/ngừng. without -- không ngớt. v. thôi, dừng, ngừng, ngớt, [mưa] tạnh.

cease-fire n. lệnh/sự ngừng bắn.

ceaseless adj. không ngừng/dứt, ngớt.

cedar n. cây/gỗ tuyết-tùng.

cede v. nhường lại, nhượng.

ceiling n. trần nhà; mức cao nhất; độ cao tối-đa.

celebrate v. ăn mừng, ăn khao, kỷ-niệm; ca-tụng.

celebrated adj. nổi tiếng, lừng danh, trứ-danh.

celebration n. lễ mừng, lễ kỷ-niệm; sự tán-mỹ.

celebrity n. danh tiếng; nhân-vật hữu-danh.

celerity n. sự mau lẹ, sự mau chóng.

celery n. cần tây.

celestial adj. thuộc trời/vũ-trụ; thuộc thiên-đường. -- bodies thiên-thể.

celibacy n. sự/đời sống độc-thân.

celibate n., adj. (người) sống độc-thân.

cell n. xà-lim; pin; tế-bào; chi-bộ, tiểu-tổ; lỗ tổ ong; phòng nhỏ, lều nhỏ.

cellar n. hầm chứa; hầm rượu wine --.

cello, 'cello n. đàn viôlôngxen, xelô.

cellophane n. giấy bóng kính.

cellular adj. thuộc tế-bào.

celluloid n. xenlulôit.

cellulose n. xenlulôza.

cement n. xi-măng; chất gắn, bột hàn răng, keo. v. trát/xây xi-măng; hàn; thắt chặt [tình].

cemetery n. nghĩa-trang, nghĩa-địa, mộ-địa.

censor n. nhân-viên kiểm-duyệt. v. kiểm-duyệt.

censorship n. sự/quyền kiểm-duyệt.

censure n. sự/lời chỉ-trích/khiển-trách. v. phê-bình, chỉ-trích, khiển-trách.

census n. cuộc điều-tra số dân/phố-tra nhân-khẩu.

cent n. đồng xu; phần. five per -- năm phần trăm.

center, centre n. điểm giữa, trung-tâm, tâm, trung khu, trung-ương; nhân-vật trung-tâm; trung-phong (bóng đá); phái giữa. v. tập-trung, xoay quanh.

centigrade adj. bách-phân, chia trăm độ.

centimeter, centimetre n. xentimet, phân.

centipede n. con rết.

central adj. ở giữa, ở trung-tâm, chính, (thuộc)

trung-ương; chính, chủ-yếu, trung-tâm. the C.
Committee (Uỷ-ban) Trung-ương. the -- govern-
ment chính-phủ trung-ương. -- heating sự sưởi
tập-trung (cho cả một ngôi nhà).

centralization n. sự tập-trung.

centralize v. tập-trung.

centrifugal adj. ly-tâm.

centripetal adj. hướng-tâm.

century n. thế-kỷ, trăm năm.

ceramics n. đồ gốm; nghề gốm.

cereal n. ngũ cốc, lúa gạo, mễ-cốc, cốc-loại;
bỏng (lúa/gạo) để ăn buổi sáng với sữa.

cerebellum n. tiểu-não.

cerebrum n. óc, đại-não.

ceremonial adj. thuộc lễ-nghi/nghi-thức.

ceremonious adj. chuộng nghi-thức; long-trọng.

ceremony n. buổi lễ; nghi-thức, nghi-lễ; sự kiểu
cách, sự khách sáo. stand on -- theo nghi-thức,
làm khách, không tự-nhiên, khách sáo. marriage/
wedding -- lễ cưới, hôn-lễ.

certain adj. chắc, chắc-chắn; nào đó; đôi chút.
under -- circumstances trong hoàn-cảnh nào đó.
a -- enthusiasm chút ít hăng-hái.

certainly adv. chắc-chắn, nhất-định; được chứ!

certainty n. điều chắc-chắn; sự tin chắc.

certificate n. giấy chứng-nhận. birth -- giấy
khai sinh. marriage -- giấy giá-thú. graduation
-- chứng-chỉ tốt-nghiệp.

certified adj. được đảm-bảo; có chứng-chỉ.

certify n. chứng-nhận, nhận thực, thị-thực.

cessation n. sự đừng/ngừng/đình.

cession n. sự nhượng lại, sự để lại.

cesspool n. hố phân; nơi ô-uế/bẩn-thỉu.

chafe v. xoa, chà xát; (làm) trầy/phỏng.

chaff n. trấu, vỏ.

chafing dish n. nồi hâm để ở bàn ăn (để ăn món
nhúng).

chagrin n. sự buồn phiền, sự chán nản.

chain n. dây, xích; dãy (núi), loạt; dây chuyền
[làm việc]. in --s bị xiềng-xích. watch -- dây
đồng hồ. bicycle -- xích xe đạp. v. xích,
trói buộc. -- reaction phản-ứng dây chuyền.

chair n. ghế; ghế giáo-sư; ghế chủ-toạ/chủ-tịch;
ghế điện electric --. v. làm chủ-toạ.

chairman n. chủ-tịch; trưởng ban, chủ-nhiệm khoa.

chairperson n. = *chairman.*

chalk n. phấn viết; đá vôi. v. -- up ghi.

challenge n. sự thách-thức; tiếng hô "đứng lại".
v. thách, thách-thức, khiêu-chiến; hô "đứng lại".
accept a -- nhận lời thách-đố.

chamber n. nghị-viện; phòng; ổ đạn; khoang, hốc.
-- music nhạc thính-phòng. C. of Commerce Phòng
Thương-mại.

chamberlain n. viên thị-thần; quản-gia.

chameleon n. tắc-kè hoa.

chamois n. da con linh-dương.

champ v. nhai nghiến; sốt ruột, nôn nóng.

champ n. *champion.*

champagne n. rượu sâm-banh.

champion n. nhà vô-địch/quán-quân; người bênh-vực.
v. bênh-vực, ủng-hộ, bảo-vệ, đấu-tranh cho.

championship n. chức/giải vô-địch/quán-quân.

chance n. sự may-rủi/hên-xui/đỏ-đen; sự tình cờ,
ngẫu-nhiên; số-phận; khả-năng, sự có thể; cơ-hội.
v. may mà, tình cờ mà, ngẫu-nhiên mà -- to ...

chancellor n. viện-trưởng/hiệu-trưởng danh-dự;
thủ-tướng; đại-pháp-quan; bộ-trưởng (tài-chính).

change n. sự thay đổi; bộ quần áo sạch; tiền lẻ,
tiền trả lại. v. đổi [chỗ ngồi, ý-kiến]; thay
[quần áo]/đổi [giày lớn]; thay-đổi, biến-đổi;
thay quần áo; đổi tàu/xe/máy bay.

changeable adj. dễ thay đổi, có thể thay đổi.

channel n. eo biển; lòng sông/suối; kênh, mương;
ống dẫn; nguồn tin, đường dây; kênh, đài TV.

chant n. thánh-ca. v. hát đều đều; ngâm, tụng.

chaos n. sự lộn xộn/hỗn độn/hỗn loạn; hỗn mang.

chaotic adj. lộn-xộn, hỗn-độn, hỗn-loạn.

chap n. gã, anh chàng, thằng cha.

chap n. chỗ nẻ. v. làm nứt nẻ, [da] bị nẻ.

chapel n. (buổi lễ ở) nhà thờ nhỏ.

chaplain n. giáo-sĩ, mục-sư; tuyên-uý.

chapter n. chương, mục; chi-hội.

char v. đốt thành than.

character n. chí-khí, cốt-cách, ý-chí, bản-lĩnh;
tính-nết, đặc-tính, đặc-điểm; nhân-vật; chữ, từ.

characteristic n. đặc-tính/-trung/-điểm/-sắc. adj.
riêng, riêng biệt, đặc-thù.

characterize v. mô-tả/biểu-thị đặc-điểm.

charcoal n. than củi/tàu; bút chì than đồ vẽ.

charge n. tiền phải trả, giá tiền, tiền thù-lao;

trách-nhiệm, bổn-phận, nhiệm-vụ; lời buộc tội;
cuộc tấn-công, trận xung-kích; gánh nặng; sự nạp
điện, điện-tích. v. tính giá, đòi, lấy; giao
nhiệm-vụ; buộc tội; tấn-công, đột-kích; nạp đạn,
nạp thuốc súng, nạp điện. free of -- không trả
tiền, miễn phí. He's in charge of our factory.
Ông ấy phụ-trách nhà máy của chúng tôi. --d with
murder bị buộc tội giết người.

chargé d'affaires n. đại-biện, xử-lý thường-vụ.

chariot n. xe ngựa để đánh trận thời xưa.

charitable adj. có lòng thảo, từ-thiện, nhân-đức.

charity n. lòng/hội từ-thiện; của bố-thí/cứu-tế.

charm n. duyên, nhan-sắc quyến-rũ; bùa mê/phép.
v. làm say mê, quyến-rũ; làm mê-hoặc, dụ.

charming adj. đẹp, duyên-dáng, yêu-kiều, làm say
mê, quyến-rũ.

chart n. bản đồ đi biển, hải-đồ; đồ-thị, biểu-đồ.
v. vẽ hải-đồ; vẽ đồ-thị, lập biểu-đồ.

charter n. hiến-chương; sự thuê bao (tàu/xe).
v. thuê bao. -- flight chuyến máy bay thuê.

charwoman n. phụ-nữ giúp việc dọn-dẹp nhà cửa.

chary adj. cẩn-thận.

chase n. sự đuổi theo, sự săn đuổi. v. (xua)
đuổi; theo đuổi -- after. give -- đuổi theo.

chasm n. kẽ nứt, lỗ nẻ; vực thẳm (ngăn cách).

chaste adj. trinh-bạch, trong-trắng; mộc-mạc.

chastise v. trừng-phạt, trừng-trị.

chastity n. lòng trinh-bạch, chữ trinh, trinh-
tiết; sự giản-dị/mộc-mạc.

chat n. chuyện phiếm/gẫu. v. tán gẫu.

chattel n. động-sản.

chatter n., v. (tiếng) líu-lo/ríu-rít/róc-rách;
(tiếng) nói huyên-thiên; (tiếng) lập-cập/lọc-cọc.

chatterbox n. người ba-hoa, cái máy nói.

chatty adj. thích tán gẫu; có vẻ chuyện phiếm.

chauffeur n. tài-xế, người lái xe. v. lái xe.

chauvinism n. chủ-nghĩa sô-vanh.

chauvinist n., adj. (người) sô-vanh chủ-nghĩa.

cheap adj. rẻ (tiền); rẻ mạt, xấu.

cheapen v. hạ/giảm giá; làm giảm giá-trị.

cheat n. trò/người lừa-đảo/gian-lận. v. lừa,
lừa-đảo, lường-gạt; gian-lận, ăn gian, bịp.

check n. séc, chi-phiếu, ngân-phiếu; sự soát lại,
sự kiểm-soát; sự kìm-hãm/cản-trở; giấy ghi tiền,
bồng, hoá-đơn; thẻ gửi đồ/hành-lý; kiểu ca-rô.

v. soát lại, kiểm-soát/-tra, đánh dấu; kìm lại,
ngăn-chặn, nén, kiểm-chế; ký gửi (hành-lý). cash
a -- lĩnh séc. draw a -- viết séc, ký séc. to
-- up soát lại, kiểm-tra. to -- in ghi tên khi
đến. to -- out trả tiền phòng dọn đi.

checkbook n. quyển séc, tập séc.

checker n. người thu tiền; checkers cờ đam.

checkup n. sự kiểm-tra (sức khoẻ).

cheek n. má; sự táo-tợn/trơ-tráo/hỗn-xược.

cheekbones n. xương gò má, lưỡng-quyền.

cheer n. tiếng hoan-hô; sự cổ-vũ/khuyến-khích.
v. hoan-hô, tung-hô; cổ-vũ, khích-lệ; (làm) vui
lên, (làm) phấn-khởi/hăng-hái lên -- up.

cheerful adj. vui mừng, hớn-hở; vui-vẻ, vui mắt.

cheerless adj. buồn, ủ-rũ, ảm-đạm.

cheese n. phó-mát.

chemical n. chất hoá-học, hoá-chất. adj. hoá-học.

chemist n. nhà hoá-học; [Anh] dược-sĩ.

chemistry n. hoá-học, (môn) hoá. organic -- hoá
(-học) hữu-cơ.

cherish v. yêu-mến, thương-yêu; nuôi, ấp-ủ.

cherry n. (quả) anh-đào. -- blossom hoa anh-đào.

chess n. cờ (tướng). game of -- ván cờ.

chessboard n. bàn cờ.

chessman n. [pl. chessmen] quân cờ.

chest n. ngực; tủ, hòm, rương; tủ com-mốt -- of
drawers. -- X-ray chiếu phổi.

chestnut n. (cây) hạt dẻ; màu nâu hạt dẻ.

chew n. sự nhai. v. nhai; ngẫm-nghĩ, nghiền-ngẫm.

chick n. gà con, chim non; cô gái, em bé.

chicken n. con gà; thịt gà; người nhút-nhát.
-- feed món tiền nhỏ-mọn. -- pox thuỷ-đậu.

chicken-hearted adj. nhút-nhát.

chide v. mắng-mỏ, quở-mắng, rầy-la.

chief n. người đứng đầu, thủ-lĩnh/-trưởng, lãnh-
tụ, trưởng, sếp. adj. chính, chủ-yếu. C. of
Staff Tham-mưu-trưởng. C. Executive Tổngthống,
Thủ-tướng. -- delegate trưởng đoàn đại-biểu.

chieftain n. đầu sỏ, đầu-mục, thủ-lĩnh.

chilblain n. cước vì bị rét.

child n. [pl. children] đứa bé/trẻ; đứa con;
sản-phẩm; người tính như con nít.

childbirth n. sự sinh-đẻ.

childhood n. tuổi/thời thơ-ấu, lúc bé.

childish adj. (như) trẻ con, ngây-ngô.

childlike   adj.   (ngây-thơ/thật-thà) như trẻ con.

children   n.   số nhiều của child.

chili, chilli   n.   quả ớt -- pepper; món ăn cay có
thịt băm, ớt và đậu đỏ [= chile con carne].

chill   n.   sự giá lạnh, sự lạnh-lẽo; sự ớn lạnh; sự
lạnh-nhạt/lạnh-lùng; gáo nước lạnh.   v.   làm lạnh,
để tủ lạnh; làm nhụt [nhuệ-khí, v. v.].

chilly   adj.   lạnh, lạnh-lẽo; lạnh-nhạt, lạnh-lùng.

chime   n.   chuông chùm; tiếng chuông hoà-âm.   v.
đánh/rung [chuông]; [chuông] kêu, rung, điểm; xen
vào, phụ-hoạ vào; ăn khớp, phù-hợp.

chimney   n.   ống khói; lò sưởi; thông phong đèn.

chimpanzee   n.   con vượn, con tinh-tinh.

chin   n.   cằm.   v.   đu cho xà ngang ngang cằm.

china   n.   đồ sứ chinaware.

Chinese   n.   người/tiếng Trung-quốc.   adj.   tàu,
thuộc Trung-Hoa/Trung-quốc, Hoa.

chink   n.   khe, kẽ hở.

chink   n.   tiếng loảng-xoảng.   v.   (làm) loảng-xoảng.

chintz   n.   vải hoa (sặc-sỡ).

chip   n.   chỗ sứt/mẻ; khoanh/lát mỏng; vỏ bào/tiện,
mạt giũa, mảnh vỡ.   potato --s   khoai tây rán.
v.   làm sứt/mẻ; bào, đẽo; đập vỡ/bể; đồng giơtông
để đánh bạc.   to -- in   góp tiền, chung tiền.

chipmunk   n.   con sóc chuột.

chirp   n.   tiếng ríu-rít; tiếng rúc.   v.   [chim] kêu
chiêm-chiếp, hót líu-lo; [sâu, dế, v. v.] rúc.

chirrup   v.   kêu ríu-rít/líu-tíu; rúc.

chisel   n.   cái đục/chàng.   v.   đục, chạm; lừa-đảo.

chivalrous   adj.   nghĩa-/hào-hiệp, có vẻ hiệp-sĩ.

chivalry   n.   tinh-thần hiệp-sĩ/thượng-võ.

chloride   n.   clorua.

chlorine   n.   clo.

chloroform   n.   clorofom, thuốc mê.

chlorophyll   n.   chất diệp-lục, diệp-lục-tố.

chocolate   n.   sôcôla, súc-cù-là; nước sôcôla.

choice   n.   sự lựa-chọn; quyền/khả-năng lựa-chọn;
người/vật được chọn; tinh-hoa.   adj.   hảo-hạng.

choir   n.   đội hợp-xướng/hợp-ca.

choke   n.   sự làm nghẹt/tắc thở; chỗ thắt/bóp lại.
v.   làm nghẹt, làm tắc thở, bóp cổ; làm tắc.   to
-- with anger   tức uất lên.

cholera   n.   bệnh dịch tả, bệnh tả.

choose   v.   chose, chosen   chọn, lựa-chọn, kén-
chọn; thích, muốn.   pick and --   kén cá chọn canh.

as you --   tuỳ anh: thích làm gì thì làm.

choosy   adj.   kén kỹ, khó chiều, kén cá chọn canh.

chop   n.   nhát chặt/bổ; miếng thịt sườn (lợn/cừu).
v.   chặt, bổ, đốn, chẻ; chặt/băm nhỏ.

chopper   n.   dao pha/bầu; hàm răng; máy bay trực-
thăng/lên thẳng; người soát vé.

choppy   adj.   [biển] động, có sóng.

chopstick   n.   đũa.   a pair of --s   một đôi đũa.

chord   n.   dây đàn; dây cung; dây; hợp-âm.   vocal --s
dây thanh-âm, thanh-huyền/-đới.

chore   n.   việc vặt trong nhà.

choreography   n.   nghệ-thuật múa (ba-lê).

chorus   n.   đội/bài hợp-xướng; điệp-khúc; tiếng nói
đồng-thanh.   in --   nhất loạt, đồng-thanh.

chose   quá-khứ của choose.

chosen   quá-khứ của choose.

chow   n.   [slang] thức/đồ ăn.   -- time   giờ ăn.

chowder   n.   súp đặc nấu bằng trai, cá, tôm, cua, v. v.

Christ   n.   Chúa Giê-su, Chúa Cứu-thế.

christen   v.   rửa tội, đặt tên thánh.

Christendom   n.   toàn-thể giáo-dân Cơ-đốc.

Christian   n.   tín-đồ Cơ-đốc/Thiên-chúa-giáo.   adj.
thuộc đạo Cơ-đốc/Thiên-chúa.

Christianity   n.   đạo Cơ-đốc/Thiên-chúa.

Christmas   n.   lễ Nô-en/Giáng-sinh.   C. Day   ngày lễ
Nô-en.   C. Eve   đêm Nô-en.   C. tree   cây Nô-en.   C.card
thiếp/thiệp Giáng-sinh.   C. present   quà Nô-en.

chromium   n.   crom.

chronic   adj.   mạn-tính, kinh-niên; ăn sâu, bám chặt.

chronicle   n.   sử biên-niên, ký-sự; mục thời-sự.

chronological   adj.   theo thứ-tự thời-gian/niên-đại.

chronology   n.   niên-đại-học; bảng niên-đại.

chrysalis   n.   con nhộng.

chrysanthemum   n.   cây/hoa cúc.

chubby   adj.   mũm-mĩm, mập-mạp; [má] phinh-phính.

chuck   n., v.   (sự) vỗ/tát nhẹ; (sự) ném/liệng/quăng.

chuck   n.   ngàm, bàn cặp; thịt vai (bò).

chuckle   n., v.   (tiếng) cười một mình, cười thầm.

chum   n.   bạn thân.

chunk   n.   khúc, khoanh, miếng, cục.

church   n.   nhà thờ, giáo-đường; buổi lễ nhà thờ;
giáo-hội, giáo-phái.   -- service   buổi lễ nhà thờ.

churchyard   n.   nghĩa-địa, nghĩa-trang.

churl   n.   người lỗ-mãng/thô-tục; tiện-dân.

churn   n.   thùng quấy bơ.   v.   đánh [sữa, kem] để

làm bơ; khuấy tung lên.

cicada n. con ve sầu.

cider n. rượu táo.

cigar n. (điếu) xì-gà.

cigarette n. (điếu) thuốc lá.

C. in C. = Commander-in-Chief Tổng-tư-lệnh.

cinch n. đai ngựa; điều chắc ăn, việc dễ ợt.

cinchona n. cây/vỏ canh-ki-na.

cinder n. than cháy dở; than xỉ. --s tro.

cinema n. (rạp) xi-nê/chiếu bóng; điện-ảnh.

cinematography n. thuật quay phim.

cinnabar n. thần-sa; màu son.

cinnamon n. quế, quế-bì -- bark; màu nâu vàng.

cipher n. số không, số zêrô; người/vật vô giá-trị;
   ám-hiệu, mật-mã.

circle n. hình/đường tròn, vòng (tròn); hệ-phái,
   tập-đoàn, giới. vicious -- vòng luẩn-quẩn. traf-
   fic -- bùng binh ở ngã tư. political --s giới
   chính-trị, chính-giới. v. đi vòng quanh; lượn.

circuit n. chu-vi; sự đi vòng quanh; mạch điện.

circuitous adj. loanh-quanh, vòng-vèo.

circular n. thông-tri/-tư, giấy báo. adj. vòng,
   hình tròn.

circularize v. gửi thông-tri; gửi giấy báo.

circulate v. lưu-thông/-hành; (lan) truyền.

circulation n. sự lưu-thông/tuần-hoàn; sự lưu-
   hành [tiền-tệ]; tổng-số báo phát-hành.

circumference n. đường tròn, chu-vi.

circumnavigate v. đi đường biển vòng quanh quả
   đất, hoàn-hàng quanh thế-giới.

circumscribe v. vẽ đường xung quanh; hạn-chế.

circumspect adj. thận-trọng, chu-đáo.

circumspection n. sự thận-trọng.

circumstance n. hoàn-cảnh, tình-hình/-huống,
   trường-hợp. under/in the --s trong hoàn-cảnh
   hiện-tại. under/in no --s không vì một lẽ gì,
   tuyệt-đối không.

circumstantial adj. tường-tế, chi-tiết; do hoàn-
   cảnh, thuộc tình-huống.

circumvent v. dùng mưu-mẹo để thắng.

circus n. (gánh/đoàn) xiếc; rạp xiếc.

cistern n. thùng/bể chứa nước, tháp nước.

citadel n. thành-luỹ, thành-trì.

cite v. trích-dẫn; đòi ra toà; tuyên-dương.

citizen n. công-dân; thị-dân, dân thành-thị.

citizenship n. quyền/tư-cách/bổn-phận công-dân.

citron n. quả thanh-yên; màu vỏ chanh (thanh-yên).

citrus n. cây/quả loại chanh cam quít bưởi.

city n. thành-phố, thành-thị, đô-thị.

civic adj. thuộc thị-dân/công-dân.

civil adj. thuộc thị-dân/công-dân; thuộc thường-
   dân; thuộc dân-sự, hộ; thuộc bên đời; lễ-độ. --
   law dân-luật, luật hộ. -- rights quyền công-dân.
   -- defense phòng-thủ thụ-động. -- service ngành
   công-vụ. -- war nội-chiến. -- servant công-chức.

civilian n. thường-dân. adj. thường-dân, thường.

civility n. sự lễ-độ; phép lịch-sự.

civilization n. nền văn-minh; nền văn-hoá.

civilize v. làm cho văn-minh, khai-hoá, giáo-hoá.

clad mặc quần áo (Xem *clothe*).

claim n. sự/quyền đòi; vật/điều yêu-sách. v. đòi
   hỏi, yêu-sách; nhận/khai/cho là của mình; xác-nhận.

clam n. con trai. v. đào trai. -- up cắm miệng.

clamber v. leo, trèo.

clammy adj. dính nhớp-nháp; lạnh và ướt.

clamo(u)r n. tiếng la hét, tiếng ầm-ĩ. v. la hét,
   làm ầm-ĩ, phản-đối ầm-ĩ.

clamp n. cái kẹp. v. cặp/kẹp lại; kiểm-soát kỹ.

clan n. thị-tộc, họ; phe cánh, bè phái.

clandestine adj. giấu-giếm, bí-mật.

clang n. tiếng kim-loại vang rền. v. (làm) kêu.

clank n., v. (tiếng) kêu loảng-xoảng/lách-cách.

clap n. tiếng vỗ tay; tiếng sét đánh. v. tập, vỗ
   [cánh, tay]; vỗ tay; đánh, tống.

claret n. rượu vang đỏ.

clarify v. làm cho sáng-sủa/sáng-tỏ; lọc, gạn.

clarinet n. clarinet.

clarion n. kèn. adj. vang lanh-lảnh.

clarity n. sự sáng-sủa/rõ-ràng/minh-bạch.

clash n. tiếng va chạm; sự xung-đột. v. va chạm,
   đụng chạm, đụng-độ; xung-đột, mâu-thuẫn.

clasp n. cái móc/gài; cái bắt tay chặt. v. móc,
   cài, gài; siết/nắm/ôm chặt.

class n. giai-cấp; đẳng-cấp, loại, hạng; lớp học,
   giờ/buổi học; khoá; điệu, tính lịch-sự/thanh-nhã.
   -- struggle đấu-tranh giai-cấp. middle -- giai-
   cấp trung-lưu. economy -- hạng nhì (máy bay).
   v. phân-loại, xếp hạng.

classic n. tác-gia cổ-/kinh-điển; trứ-tác cổ-điển,
   tác-phẩm kinh-điển. adj. ưu-tú; kinh-/cổ-điển.

classical adj. cổ-điển, thuộc văn-nghệ Hy-La; mẫu-mực, ưu-tú.

classification n. sự phân-loại.

classify v. phân-loại.

classmate n. bạn cùng lớp/khoá, bạn đồng-song.

classroom n. phòng/buồng/lớp học.

clatter n. tiếng lóc-cóc; tiếng lách-cách; tiếng (nói chuyện) ồn-ào. v. kêu lóc-cóc; lách-cách, loảng-xoảng; làm om-sòm/ồn-ào.

clause n. mệnh-đề; điều-khoản [hiệp-ước,v.v.].

claw n. móng, vuốt; chân có vuốt; càng cua/tôm; vật hình móc. v. quấp, quặp; cào, quào, xé, vồ.

claw hammer n. búa đinh.

clay n. đất sét.

clean adj. sạch, sạch-sẽ; trong sạch, không tội-lỗi; đã sửa hết lỗi. to make a -- cut cắt thẳng. v. lau chùi, cọ/cạo/đánh/rửa/quét sạch, tẩy [quần áo], nhặt [rau], đánh vảy mổ ruột [cá], đánh/chải/cọ [răng], vét [giếng]. to -- up dọn sạch; vớ được món lớn.

clean-cut adj. rõ-ràng, phân-minh; lành-mạnh.

cleaner n. chủ hiệu hấp tẩy quần áo. vacuum -- máy hút bụi.

cleaning n. sự quét-tước/dọn-dẹp.

cleanliness n. tính sạch-sẽ, tính ở sạch.

cleanly adj. sạch-sẽ; ở sạch, ưa sạch-sẽ.

cleanness n. sự sạch-sẽ; sự trong-sạch.

cleanse v. làm cho sạch, tẩy, rửa, cọ, nạo; gột.

clear adj. trong, trong-trẻo, trong sạch, trong sáng; sáng-sủa, dễ hiểu; thông-suốt; thoát khỏi. adv. hẳn, hoàn-toàn; xa ra. to keep -- of X tránh xa X. v. làm trong-sạch/sáng-tỏ; dọn, dọn sạch, dọn-dẹp; vượt/nhảy qua; trả hết, thanh-toán. to -- up [trời] sáng-sủa ra; [mây] tan đi; [mặt] tươi lên. to -- away/off/out tẩu, chuồn, cút. *** -- away dọn/lấy đi; làm tan đi. -- off trả hết, thanh-toán xong. -- out dọn/quét sạch, bán sạch. -- up dọn quang; làm sáng tỏ, làm tiêu-tan.

clearance n. sự dọn quang; khoảng trống; thanh-toán [thuế, sec]; phép nhận việc. security -- sự chấp-thuận cho nhận việc [sau khi điều-tra].

clearance sale n. cuộc bán xon [cho quang tiệm].

clear-cut adj. rõ-ràng, dứt khoát.

clearing n. rừng thưa/trống; sự thanh-toán.

clearinghouse n. ngân-hàng hối-đoái; cơ-sở thu-thập tài-liệu để phổ-biến.

clearly adv. rõ-ràng, minh-bạch; cố-nhiên rồi.

clearness n. sự trong-trẻo/rõ-ràng/thông-suốt.

cleavage n. sự chia/tách ra.

cleave v. [clove, cleft; cleft, cloven] chẻ, bổ.

cleave v. [cleaved/clave, cleaved] dính/bám vào; trung-thành với.

cleaver n. dao bổ củi, dao chặt thịt.

cleft quá-khứ của cleave. adj. bị chẻ/nứt. n. kẽ.

cleft palate n. sứt vòm miệng, sứt hàm ếch.

clemency n. lòng nhân-từ, sự khoan-dung/khoan-thứ; sự ấm-áp ôn-hoà.

clement adj. nhân-từ, khoan-hậu; [trời] ôn-hoà.

clench v. nắm [tay], nghiến [răng], mím [môi].

clergy n. giới thầy tu, giới tăng-lữ.

clergyman n. [pl. clergymen] mục-sư, giáo-/tu-sĩ.

clerical adj. thuộc tăng-lữ; thuộc văn-phòng.

clerk n. thư-ký; lục-sự toà án; người bán hàng.

clever adj. thông-minh, lanh-lợi; khéo-léo, giỏi, tài giỏi, lành nghề; hay, tài-tình, thần-tình.

cliché n. lời nói sáo, thành-ngữ.

click n. tiếng lách-cách; tiếng tắc lưỡi. v. kêu lách-cách; ăn ý nhau; thành-công.

client n. khách hàng; khách-hàng/thân-chủ.

cliff n. vách đá, mỏm đá.

climate n. khí-hậu, thời-tiết; miền khí-hậu, phong thổ; không-khí, hoàn-cảnh, xu-hướng/-thế, phongkhí.

climatic adj. thuộc khí-hậu/thời-tiết.

climax n. điểm cao nhất; lúc cực khoái.

climb n. sự leo trèo; cuộc leo núi. v. leo, trèo, leo trèo, lên cao.

climber n. người leo núi; cây leo; người thích hơn chen social --.

cling v. [clung] bám vào, dính vào, níu lấy; bám lấy, giữ mãi, giữ khư-khư [thói quen, ý-kiến].

clinic n. bệnh-viện (thực-hành); môn giảng ở ngay buồng bệnh-nhân, lâm-sàng-học, lâm-chẩn.

clink n. nhà tù/giam/lao, xà-lim.

clink n., v. (tiếng) kêu leng-keng/xủng-xoảng.

clip n. cái ghim/kẹp giấy. v. ghim/kẹp lại.

clip n. sự cắt xén; bước đi nhanh. v. cắt, xén, hớt [lông, tóc]; cắt [bài báo].

clippers n. tông-đơ hớt tóc, cái bấm móng tay.

clipping n. bài báo cắt ra.

clique n. bọn, tụi, bè lũ, phái-hệ, tập-đoàn.

cloak n. áo choàng/khoác. under the -- of đội
lốt. v. mặc áo choàng; che đậy, đội lốt.
-- and dagger adj. có tính-cách mưu-đồ ám-muội.

clock n. đồng hồ; giờ o'clock. five o'-- năm
giờ. v. bấm giờ; ghi giờ; đi/chạy mất....

clockwise adj., adv. theo chiều kim đồng hồ.

clockwork n., adj. (đều-đặn) như bộ máy đồng hồ.

clod n. cục, tảng đất. stupid -- người ngu.

clog n. chỗ bị tắc; guốc clogs. v. (làm) tắc.

cloister n. nhà tu, tu-viện.

close n. sự kết-thúc, phần cuối/chót. v. đóng,
khép; dồn lại, siết chặt [hàng-ngũ]; kết-thúc,
chấm dứt; đóng cửa. -- down đóng hẳn. -- in tới
gần. -- up đóng kín; bít lại. bring to a --
kết-thúc ... come/draw to a -- cáo-chung.

close adj. gần -- to; [bạn] thân; [bản dịch] sát;
kín bít, bí hơi, ngột-ngạt; chặt-chẽ, kỹ-lưỡng;
tỉ-mỉ. -- with one's money bủn-xỉn. -- vote
cuộc bầu suýt-soát. adv. gần, sát -- to/by.

closely adv. gần, gần-gũi, thân-mật; sát, sít.

closet n. tủ đóng vào trong tường, tủ kho.

close-up n. cảnh gần, cận-cảnh, ảnh chụp gần.

clot n. cục, khối, hòn; cục nghẽn. v. đóng cục.

cloth n. vải, hàng vải; khăn, khăn lau wash--;
khăn trải bàn table--.

clothe v. [clad, clothed] mặc quần áo cho; phủ.

clothes n. quần áo, y-phục; quần áo bỏ giặt.

clothesline n. dây phơi quần áo.

clothespin n. cái cặp để phơi quần áo.

clothier n. người bán quần áo (may sẵn).

clothing n. quần áo, áo quần, y-phục.

cloud n. mây; đám [bụi/khói]; đàn [ruồi/muỗi],
bầy, đoàn; bóng đen, bóng mây buồn. v. che phủ;
làm buồn phiền; làm vẩn đục.

cloudburst n. trận/cơn mưa to bất thần.

cloudless adj. không có mây, quang-đãng.

cloudy adj. có mây, u-ám; vẩn, đục, mờ.

clout n. cái tát, cái đấm; ảnh-hưởng.

clove n. đinh-hương.

clove n. nhánh [tỏi garlic].

clove quá-khứ của cleave.

cloven quá-khứ của cleave.

clover n. cỏ ba lá, xa-trục-thảo.

clown n. anh hề, thằng hề. v. làm trò hề.

clownish adj. như (trò) hề; thô-lỗ.

cloy v. làm cho chán ngấy.

club n. gậy tày, dùi cui; gậy đánh gôn golf --;
câu-lạc-bộ, hội; quân (bài) nhép. v. vụt, đánh.

cluck n. tiếng cục-cục. v. [gà mái] kêu cục-cục.

clue n. manh-mối, đầu-mối. v. mách, nhắc, ga.

clump n. lùm/bụi cây; cục/hòn đất; khúc gỗ.

clumsy adj. vụng, vụng-về, lóng-ngóng, nghều-ngao.

clung quá-khứ của cling.

cluster n. bó, chùm, cụm; đám, đàn, bầy. v. mọc
thành cụm; túm-tụm lại.

clutch n. sự nắm chặt; khớp ly-hợp, côn; clutches
nanh-vuốt. v. giật lấy; nắm chặt, giữ chặt.

clutter n. sự lộn-xộn. v. làm bừa-bộn, bừa-bãi.

c/o = care of nhờ .... chuyển-giao hộ.

coach n. xe ngựa bốn bánh; huấn-luyện-viên (của
đội bóng); toa hành-khách. v. huấn-luyện.

coagulate v. (làm) đông lại.

coal n. than đá; viên/hòn than đá. v. ăn than.
-- field mỏ than (lộ-thiên). -- mine mỏ than. --
bed vỉa than. -- gas khí than đá.

coalition n. sự liên-hiệp. -- government chính phủ
liên-hiệp. a -- against liên-minh chống ...

coarse adj. thô, to sợi, không mịn; lỗ-mãng.

coast n. bờ biển. v. đi men bờ biển; lao dốc.

coastal adj. thuộc miền ven biển, duyên-hải.

coastline n. bờ biển.

coat n. áo choàng ngoài, áo măng-tô; bộ lông thú;
lớp [sơn], nước [vôi]. -- of arms huy-hiệu.
v. phủ, bọc, tẩm, tráng.

coating n. lớp (mỏng) phủ ngoài; hàng may măng-tô.

coax v. nói/dỗ ngọt, tán-tỉnh, nịnh-nọt.

cob n. lõi ngô corn--; con thiên-nga trống swan--.

cobalt n. coban.

cobble n. đá tròn lát đường. v. lát đá; chữa, vá.

cobbler n. thợ chữa giày; bánh nhân táo bỏ lò.

cobblestone n. đá tròn lát đường ngày xưa.

cobra n. rắn mang bành.

cobweb n. mạng nhện.

coca cola n. nước ngọt cô-ca cô-la.

cocaine n. cô-cain.

cock n. gà trống/sống; con trống/đực; vòi nước.
v. lên cò súng; vểnh [tai], hếch [mũi], đội [mũ]
lệch; đánh đống [rơm, cỏ khô].

cock-eyed adj. lác; xiên, lệch; ngớ-ngẩn.

cockel n. sò; vỏ sò.

cockney n. (giọng) người dân khu đông Luân-đôn.

cockpit n. bãi chọi gà; buồng lái trên máy bay.

cockroach n. con gián.

cockscomb n. mào gà; người tự-phụ.

cocksure adj. chắc-chắn, tin chắc; tự-phụ.

cocktail n. rượu cốctay; đồ nhắm. shrimp -- tôm
luộc nhắm rượu. fruit -- trái cây(tươi hay đóng
hộp) thái nhỏ để ăn trước bữa cơm.

cocky adj. làm bộ, tự-phụ, vênh-váo, tự-mãn.

coco n. cây dừa.

cocoa n. nước cacao; bột cacao.

coconut n. quả dừa. -- milk nước dừa. -- oil dầu
dừa. -- shell sọ dừa. -- meat cùi dừa. -- ice
cream kem dừa. -- cream sữa dừa.

coconut palm n. cây dừa.

coconut tree n. cây dừa.

cocoon n. kén (tằm).

cod n. cá tuyết, cá thu, cá moruy. -- liver oil
dầu gan cá moruy.

C.O.D. = cash on delivery nhận hàng mới trả,
lĩnh hoá giao ngân.

coddle v. chiều-chuộng, nâng-niu; tần, hầm.

code n. mật-mã, mã; lễ-giáo, luật-lệ, điều-lệ;
luật, bộ luật, pháp-điển. v. viết/thảo bằng mã.

codify v. soạn thành luật-lệ, điển-chế.

coed, co-ed n. sinh-viên nữ, nữ-sinh-viên.

coeducation n. sự nam nữ học chung một trường.

coefficient n. hệ-số.

coerce v. ép, buộc, ép buộc, cưỡng ép.

coercion n. sự ép buộc, sự cưỡng ép.

coercive adj. ép buộc, cưỡng-bách, cưỡng-chế.

coexistence n. sự chung sống, sự cộng-tồn.

coffee n. cà-phê; bữa ăn nhẹ có cà-phê (và thức
uống khác). -- and doughnuts cà-phê và bánh rán.
-- break giờ nghỉ giải khát. -- cup tách để uống
cà-phê. -- grinder/mill cối xay cà-phê. -- pot
bình cà-phê. -- grounds bã cà-phê.

coffer n. kết bạc; --s kho bạc, ngân-khố.

coffin n. áo quan, quan tài.

cog n. răng, vấu

cognate n., adj. (người) cùng họ; (từ) cùng gốc.

cognition n. nhận-thức; tri-thức.

cognizance n. sự nhận-thức; sự hiểu biết.

cogwheel n. bánh răng cưa.

cohabit v. ăn ở với nhau, sống chung với nhau.

coherence n. tính mạch-lạc; sự gắn dính với nhau.

coherent adj. có mạch-lạc, dễ hiểu.

cohesion n. sự/lực cố-kết; sự dính liền.

coil n. cuộn (thừng, dây); cuộn, ống, bôbin. v.
cuộn, cuốn, quấn; nằm cuộn tròn.

coin n. đồng tiền. v. đúc [tiền], đặt ra [từ mới].
a newly-coined word một từ mới được đặt ra.

coinage n. sự đúc tiền; hệ-thống tiền-tệ; (sự đặt
ra) từ mới.

coincide v. trùng-khớp, trùng-hợp; xảy ra cùng một
lúc, trùng với; hợp nhau, phù-hợp, đồng-ý.

coincidence n. sự trùng-khớp (ngẫu-nhiên).

coitus n. sự giao-cấu/giao-hợp.

coke n. than cốc.

coke n. = coca cola.

cold n. cái lạnh/rét, sự lạnh-lẽo; chứng cảm lạnh.
adj. lạnh, lạnh-lẽo, nguội; lạnh-lùng/-nhạt,
lãnh-đạm, hờ-hững, vô-tình. catch (a) cold bị
cảm lạnh, cảm-mạo. in the -- bị bỏ rơi, không ai
dòm ngó. -- cream kem bôi mặt. -- cuts lát thịt
nguội. -- feet sự nhút-nhát. -- war chiến-tranh
lạnh. -- wave cơn rét bất thần trời trở lạnh.

cold-blooded adj. [loài vật] có máu lạnh; tàn-ác,
tàn-nhẫn, nhẫn-tâm, không biết ghê tay.

cole slaw n. xà-lách cải bắp thái chỉ.

coliseum n. tòa nhà thể-dục thể-thao.

collaborate v. cộng-tác; cộng-tác với địch.

collaboration n. sự cộng-tác (với địch).

collaborationist n. kẻ cộng-tác với địch.

collaborator n. người cộng-tác, cộng-tác-viên.

collapse n. sự đổ nát; sự sụp đổ, sự suy sụp; sự
suy-nhược. v. sập, đổ, gãy tan; suy sụp, sụp đổ;
gập lại, xếp lại, gấp lại.

collapsible adj. [ghế, bàn] gập/xếp lại được.

collar n. cổ áo; vòng cổ [chó, ngựa]. v. tóm cổ.

collarbone n. xương đòn.

collate v. đối-chiếu; góp, xếp lại [từng bộ].

collateral n. đồ ký-quỹ/bảo-lãnh.

colleague n. đồng-nghiệp, đồng-sự, đồng-liêu.

collect v. góp nhặt, thu lượm, thu-thập, sưu-tầm.
adj., adv. [cú điện-thoại] đầu kia trả tiền. to
-- oneself trấn-tĩnh/bình-tĩnh lại.

collected adj. bình-tĩnh, tự-chủ; toàn-tập.

collection n. sự thu; sưu-tập; cuộc quyên góp.

collective adj. chung, tập-thể; tập-hợp.

-- bargaining điều-đình tập-thể (giữa công-nhân và chủ-nhân) về lương-bổng và điều-kiện làm việc. -- farm nông-trường tập-thể.

collectivism n. chủ-nghĩa tập-thể.

collectivization n. sự tập-thể-hoá.

collectivize v. tập-thể-hoá.

collector n. người thu (tiền, thuế, v.v.); người sưu-tầm. stamp -- người chơi/sưu-tầm tem.

college n. trường đại-học/cao-đẳng/chuyên-nghiệp; khoa, phân-khoa, ban; đoàn, đoàn-thể, tập-đoàn.

collegiate adj. thuộc đại-học.

collide v. va, đụng, đậm; va chạm, xung-đột.

collier n. công-nhân mỏ than, thợ/phu mỏ.

colliery n. mỏ than.

collision n. sự đụng/va; sự va chạm/xung-đột. head-on -- vụ hai xe đâm đầu vào nhau.

colloid n. chất keo.

colloquial adj. [lời nói] thông-tục, thông-dụng.

collusion n. sự thông-đồng/cấu-kết.

colon n. dấu hai chấm (:).

colon n. ruột kết, kết-tràng.

colonel n. đại-tá. lieutenant -- trung-tá.

colonial adj. thực-dân, thuộc-địa.

colonialism n. chủ-nghĩa thực-dân.

colonialist n., adj. thực-dân. neo-colonialist (tên) thực-dân mới.

colonist n. tên thực-dân; di-dân.

colonize v. chiếm làm thuộc-địa.

colony n. thuộc-địa; đoàn-thể kiều-dân; bầy, đàn. the Vietnamese -- in Boston Việt-kiều ở Boston.

color, colour n. màu, sắc, màu sắc; sắc/nước da; màu vẻ, màu sắc. colors thuốc vẽ, thuốc màu; cờ, quốc-kỳ, quân-kỳ, đội-kỳ; quân-ngũ. -- film phim màu. *** join the --s nhập ngũ. stick to one's --s giữ nguyên lập-trường. come off with flying --s thành-công/thắng-lợi rực-rỡ. v. tô màu; tô-điểm, tô vẽ; đổi/ngả màu; ửng đỏ.

colorblind adj. mù màu, sắc-manh.

colored adj. có màu sắc; thêu dệt; [dân] da đen.

colorful adj. nhiều/đầy màu sắc.

coloring n. màu; thuốc/phẩm màu; vẻ, sắc-thái.

colorless adj. không màu sắc, xanh-xao; vô-vị.

colt n. ngựa con, ngựa non, ngựa cầu.

column n. cột, trụ; đội-hình hàng dọc; mục báo. spinal -- cột sống. left-hand -- cột bên trái.

literary -- mục văn-học. fifth -- đạo quân thứ 5, bọn nội-công/gián-điệp.

columnist n. nhà bình-luận (chuyên giữ một mục).

colza n. cây cải dầu.

coma n. sự hôn-mê.

comb n. cái lược; bàn chải len; mào gà rooster's --. v. chải, gỡ; lùng, sục, lục tìm.

combat n. trận đánh/đấu. v. chống; chiến-đấu.

combatant n. chiến-sĩ. adj. chiến-đấu, tham-chiến.

combination n. sự kết-hợp/phối-hợp; sự hoà-hợp; hợp-chất; tổ-hợp. a -- secretary and messenger vừa thư-ký vừa tùy-phái. -- lock khoá chữ.

combine n. máy gặt đập, máy liên-hợp; xanh-đi-ca, công-bin, tổ-hợp. v. kết-hợp; hoà-hợp; tổ-hợp.

combustible adj. dễ cháy; dễ khích-động.

combustion n. sự (đốt) cháy.

come v. [came; come] đến, tới, đi đến/tới/lại; xảy ra/đến; thấy ở, xuất-hiện; trở nên, hoá ra. Please -- here right away! Xin ông lại đây ngay! They came to our house last night. Đêm hôm qua họ đến nhà chúng tôi. I'm coming. Tôi lại bây giờ đây. Please -- in! Xin mời cô vào! Spring has --. Xuân đến rồi. -- what may dù có xảy ra chuyện gì.... An idea came into my head. Tôi bỗng có một ý-kiến. One shoelace has -- loose. Một sợi dây giày bị tuột ra. He came to see that he was mistaken. Về sau anh ấy cũng thấy là mình lầm. It --s easy with practice. Làm quen thì dễ. *** -- about xảy ra/đến. -- across tình cờ thấy/ gặp. -- away đi xa/khỏi. -- back quay/trở lại. -- by đi qua. -- down (đi) xuống. -- of do ... mà ra, là kết-quả của. -- off bong/róc/rời ra. -- on đi tới; tới gần. -- out ra, đi ra; lộ ra; [sách, báo] ra, xuất-bản, ra lò. What's -- over him? Hắn làm sao thế? -- around/round [người bệnh] khỏi, hồi-phục; thay đổi hẳn quan-điểm. -- through có được; thành-công. -- to [bệnh-nhân] hồi-tỉnh; [số tiền] lên tới ... -- up được nêu lên; lên tới. -- upon bắt gặp; chợt thấy. How --? Sao thế? Come now, that's enough. Thôi đi, đùa thế đủ rồi.

comeback n. sự quay lại (địa-vị cũ).

comedian n. diễn-viên kịch vui.

comedy n. kịch vui, hài-kịch; tấn hài-kịch.

comeliness n. vẻ đẹp, vẻ duyên-dáng.

comely adj. đẹp, duyên-dáng, mỹ-lệ.

comet n. sao chổi.

comfort n. lời/nguồn an-ủi; sự an-nhàn sung-túc; tiện-nghi, sự ấm-cúng dễ chịu. v. dỗ-dành, an-ủi, an-uỷ, uỷ-lạo, khuyên-giải, làm khuây-khoả.

comfortable adj. [căn phòng] ấm-cúng dễ chịu, đủ tiện-nghi; dễ chịu, thoải-mái, khoan-khoái; đầy-đủ phong-lưu, sung-túc; yên-tâm, vững dạ.

comforter n. chăn nhồi lông vịt.

comic n. diễn-viên khôi-hài; comics trang tranh chuyện vui. adj. hài-hước, khôi-hài. -- strip trang tranh chuyện vui (ở báo chí).

comical adj. buồn cười, tức cười, khôi-hài.

coming n. sự đến/tới. adj. sắp tới; có tương-lai.

comma n. dấu phẩy/phết (,).

command n. lệnh, mệnh-lệnh; quyền chỉ-huy; sự thông-thạo, sự làm chủ; bộ tư-lệnh/chỉ-huy. in -- of điều-khiển, chỉ-huy. under the -- of dưới quyền chỉ-huy/điều-khiển của ... v. ra lệnh, hạ lệnh; chỉ-huy, thống-suất; nén, chế-ngự, kiềm-chế; đáng được ...; bao-quát. X. has a good -- of Russian. X. nói tiếng Nga giỏi. a fortune at his -- một cơ-nghiệp lớn sẵn-sàng cho anh ta sử-dụng. X. --s our respect. X. khiến chúng tôi phải kính trọng. -- performance biểu-diễn do lệnh trên.

commandant n. sĩ-quan chỉ-huy, chỉ-huy-trưởng.

commandeer v. trưng-dụng [tài-sản]; bắt vào lính.

commander n. sĩ-quan chỉ-huy, tư-lệnh; trung-tá hải-quân. --in-chief tổng-tư-lệnh.

commandment n. điều răn, giới-luật. the Ten C--s Mười điều răn, Thập-giới.

commando n. biệt-kích, đặc-công.

commemorate v. kỷ-niệm, tưởng nhớ.

commemoration n. lễ kỷ-niệm. in -- of để kỷ-niệm, để tưởng nhớ.

commence v. bắt đầu, khai-thuỷ.

commencement n. lễ phát bằng, lễ tốt-nghiệp -- exercises; sự bắt đầu, sự khởi đầu.

commend v. khen ngợi, ca ngợi, tán-dương, tuyên-dương; giao-phó, phó-thác, ký-thác, gửi-gắm.

commendable adj. đáng khen, đáng biểu-dương.

commensurate adj. xứng với, tương-xứng/-đương.

comment n. lời bàn, lời bình-luận/phê-bình, lời chú-giải/dẫn-giải. v. bình-luận, phê-bình, chỉ-trích; chú-thích, dẫn-giải, thuyết-minh.

commentary n. bài bình-luận; lời bình-chú, lời

dẫn-giải; bài tường-thuật. running -- bài tường thuật tại chỗ.

commentator n. nhà bình-luận; người tường-thuật.

commerce n. việc buôn-bán, thương-mại/-nghiệp.

commercial n. tiết-mục quảng-cáo. adj. (thuộc) thương-mại/thương-nghiệp/thương-vụ.

commercialize v. thương-mại-hoá.

commiserate v. thương-hại, thương-xót, ái-ngại.

commissar n. uỷ-viên. political -- chính-uỷ.

commission n. tiền hoa-hồng; sự uỷ-nhiệm/-thác; hội-đồng, uỷ-hội, uỷ-ban; bằng sĩ-quan; sự phạm. v. uỷ-nhiệm, uỷ-thác; đặt làm, đặt vẽ. to sell goods on -- bán hàng ăn hoa-hồng. Social Sciences C-- Uỷ-ban Khoa-học Xã-hội. in -- chạy tốt. out of -- trục-trặc, hư, hỏng.

commit v. phạm [tội], làm [lỗi]; gửi, giao, giao-phó, uỷ-nhiệm/-thác; hứa, cam-kết. I -- this to your care. Tôi xin gửi vật này để ông giữ hộ. to -- suicide tự-sát, tự-tử. to -- to memory học thuộc lòng, nhớ nằm lòng. to -- a mental patient gửi người bệnh vào bệnh-viện tinh-thần. to -- money for dành tiền cho ...

commitment n. sự giao-phó/uỷ-thác; lời cam-kết; sự bỏ tù; sự giam nhà thương điên; sự dành ngân-khoản. previous -- hẹn trước.

committee n. uỷ-ban. Central Executive C. Uỷ-ban Chấp-hành Trung-ương. standing -- uỷ-ban thường-trực/thường-vụ. joint -- uỷ-ban hỗn-hợp. to be/ sit/serve on the ... -- có chân trong uỷ-ban ...

commodious adj. rộng-rãi, thênh-thang.

commodity n. hàng-hoá, mặt hàng, thương-phẩm.

common n. đất công, bãi cỏ giữa làng/xóm; sự/của chung. in -- chung. adj. chung, công(-cộng); thường, thông-thường, bình-thường, phổ-biến. -- noun danh-từ chung. -- property tài-sản công-cộng. -- knowledge điều ai cũng biết. -- law luật tập-tục. -- sense lẽ thường. -- people thường-dân. the C. Market Thị-trường Chung.

commoner n. người bình-dân/thường-dân.

commonplace n., adj. (chuyện) tầm-thường, sáo.

commons n. bình-dân, thứ-dân. the House of C. Hạ-nghị-viện Anh.

commonwealth n. khối thịnh-vượng chung; khối cộng-đồng; nước cộng-hoà; liên-bang. the British C. of Nations Liên-hiệp Anh.

commotion n. sự rung-động/chấn-động/rối-loạn.

communal adj. chung, công, công-cộng; thuộc công-xã.-- land đất công, công-điền, công-thổ.

commune n. xã; công-xã. v. nói chuyện thân-mật; gần-gụi, cảm-thông.

communicable adj. [bệnh] hay lây, dễ lây.

communicate v. truyền [tin, bệnh], truyền-đạt, thông-tri; liên-lạc; [phòng] thông nhau.

communication n. sự truyền-đạt/thông-tri;tin-tức, thông-báo; sự liên-lạc; sự giao-thông. --s ngành truyền-thông, truyền tin.

communion n. sự chung nhau, sự chia sẻ; quan-hệ, liên-lạc, cảm-thông; lễ ban thánh-thể.

communiqué n. thông-cáo [joint chung].

communism n. chủ-nghĩa cộng-sản.

communist n., adj. (người/đảng-viên) cộng-sản.

community n. dân-chúng, công-chúng; phường, phái, hội, đoàn-thể, cộng-đồng; sở-hữu chung. the Vietnamese -- in Carbondale cộng-đồng người Việt ở Carbondale. -- center câu-lạc-bộ khu. -- chest quỹ cứu-tế. -- development phát-triển cộng-đồng.

commutation n. sự giảm hình-phạt; sự giao-hoán.

commute v. đổi, giao-hoán; giảm [án, hình-phạt]; đi lại đều-đặn [giữa hai nơi vì công việc].

commuter n. người đi làm bằng tàu xe liên-tỉnh. --s train xe lửa cho người ở ngoại-ô vào thành-phố đi làm.

compact n. giao kèo, khế-ước, hợp-đồng, hiệp-ước.

compact n. hộp phấn bỏ túi; xe ô-tô cỡ nhỏ gọn. adj. rắn chắc; chặt nịch; [văn] cô-đọng, súc-tích; [xe hơi] kiểu nhỏ gọn. v. nén chặt.

companion n. bạn, bầu-bạn, bạn-bè; chiếc/vật cùng đôi; sách hướng-dẫn, chỉ-nam. the Gardener's C. sổ tay người làm vườn. -- to this volume sách dùng kèm với quyển này.

companionship n. tình bạn, tình bầu-bạn.

company n. sự cùng đi/ở; bạn, bạn-bè, giao-du; khách, khách-khứa; hội buôn, công-ty; đoàn, gánh; đại-đội. to go along for -- đi theo cho có bạn. -- for dinner khách ăn cơm tối. to keep bad -- đi lại giao-du với người xấu. NDH Book Co. Công-ty Sách NDH. HTH & Co. Công-ty HTH, Hãng HTH.

comparable adj. có thể so-sánh được [with với].

comparative n. cấp so-sánh. adj. so-sánh, tỉ-hiệu; tương-đối. -- literature văn-học so-sánh.

-- comfort sự sung-túc tương-đối.

compare n. sự so-sánh. beyond/without/past -- khó bì được. v. so, so-sánh, đối-chiếu. to -- notes trao-đổi nhận-xét.

comparison n. sự so-sánh. in -- with so với. by -- khi đem so-sánh.

compartment n. gian, ngăn [nhà, toa xe lửa]; ô.

compass n. la-bàn, địa-bàn; vòng, phạm-vi; compasses compa.

compassion n. lòng thương, lòng trắc-ẩn.

compassionate adj. động lòng thương, thương-hại.

compatible adj. hợp, tương-hợp/-dung, hài-hòa.

compatriot n. đồng-bào, đồng-hương.

compel v. bắt, bắt buộc, buộc phải, cưỡng-bách.

compendium n. bản tóm-tắt/trích-yếu.

compensate v. bù, đền bù, bồi-thường.

compensation n. sự/vật đền bù; tiền lương/công.

compete v. cạnh-tranh, ganh đua, đua tranh.

competence n. khả-năng, năng-lực.

competent adj. thạo, giỏi, có đủ khả-năng; [tòa] có thẩm-quyền.

competition n. sự cạnh-tranh; cuộc thi/đấu.

competitive adj. có tính-cách cạnh-tranh, khó. -- examination cuộc thi tuyển (lấy người giỏi).

competitor n. người cạnh-tranh, đấu-thủ, đối-thủ.

compile v. biên-soạn, sưu-tập.

complacence n. tính tự-mãn.

complacent adj. tự-mãn, đắc-ý.

complain v. kêu, kêu ca, phàn-nàn, than phiền; thưa (kiện), kêu nài, khiếu-nại.

complaint n. lời phàn nàn; đơn kiện; bệnh,bệnh-tật.

complaisant adj. dễ tính; ân-cần, khiêm-cung.

complement n. phần bù, phần bổ-sung; bổ-ngữ. v. bù cho đầy-đủ, bổ-túc, bổ-sung.

complementary adj. bù, bổ-sung, bổ-túc.

complete adj. trọn vẹn, đầy-đủ, hoàn-toàn; xong, hoàn-thành, hoàn-tất. v. hoàn-thành, làm xong; làm cho đầy-đủ/trọn-vẹn. the C. Works of Nguyễn Trãi Nguyễn Trãi Toàn-tập.

completion n. sự hoàn-thành. near -- sắp xong.

complex n. khu nhà, khu nhà máy, khu công-nghiệp; mặc-cảm, phức-cảm [inferiority tự-ti; superiority tự-tôn]. adj. rắc-rối, phức-tạp; [câu] phức-hợp.

complexion n. nước da; hình-thế, cục-diện.

complexity n. sự phức-tạp/rắc-rối.

compliance n. sự làm đúng theo; sự phục-tùng.

compliant adj. hay chiều, cả nể.

complicate v. làm rắc-rối, làm phức-tạp.

complicated adj. rắc-rối, phức-tạp, phiền-toái.

complication n. sự rắc-rối/phức-tạp; biến-chứng.

complicity n. tội đồng-loã/đồng-mưu/a-tòng.

compliment n. lời khen, lời ca-tụng; --s lời hỏi thăm, lời chúc mừng. with the author's --s tác-giả kính tặng. v. khen ngợi, ca ngợi, ca-tụng.

complimentary adj. ca ngợi, tán-tụng; [vé] mời, [sách] biếu.

comply v. chiều theo, đồng-ý làm theo; tuân theo.

component n. thành-phần. adj. hợp-/cấu-thành.

compose v. làm, soạn, sáng-tác; bình-tĩnh lại, trấn-tĩnh lại; gồm có --d of; sắp chữ nhà in.

composed adj. bình-tĩnh, điềm-tĩnh, không cuống.

composer n. nhà soạn nhạc; người soạn, soạn-giả.

composite adj. ghép, tổng-hợp; đa-hợp.

composition n. bài viết, bài luận; tác-phẩm, nhạc khúc; sự cấu-tạo/hợp-thành, thành-phần; cách bố-cục; sự sắp chữ; cách cấu-tạo từ ghép.

compost n. phân trộn với lá khô.

composure n. sự bình-tĩnh/điềm-tĩnh.

compound n. khuôn viên, khu đất rào; hợp-chất; từ ghép, từ phức-hợp. adj. [từ] ghép; [câu] kép, phức-hợp, đa-hợp; [lãi] chồng. v. pha, trộn.

comprador n. (tư-sản) mại-bản.

comprehend v. hiểu, lĩnh-hội, lý-giải; bao gồm.

comprehensible adj. có thể hiểu, dễ lĩnh-hội.

comprehension n. sự hiểu biết; sự bao-quát/-hàm.

comprehensive adj. tổng-hợp, toàn-diện, bao-hàm; sáng ý, mau hiểu.

compress n. gạc. v. ép, nén, đè; cô lại.

compression n. sự ép/nén; sự cô-đọng/giảm bớt.

compressor n. máy nén, máy ép.

comprise v. gồm có, bao gồm.

compromise n. sự thoả-hiệp (sau khi mỗi bên nhượng bộ một chút). v. dàn xếp, thoả-hiệp; làm hại.

comptroller = controller.

compulsion n. sự ép buộc, sự cưỡng-bách.

compulsory adj. bắt buộc, cưỡng-bách.

compunction n. sự ăn-năn hối-hận, sự ân-hận.

computation n. sự tính-toán/ước-tính.

compute v. tính-toán, ước-tính.

computer n. máy tính (điện-tử).

comrade n. đồng-chí, bạn.

comrade-in-arms n. chiến-hữu, bạn chiến-đấu.

comradeship n. tình đồng-chí.

con n., adv. (lý-do) chống lại. to argue pro and -- bàn xem nên hay không nên. the pros and --s lý-lẽ nên-chăng/khả-phủ.

con v. nghiền-cứu, nghiền-ngẫm.

con v. lừa gạt, lừa bịp. -- man tên bịp.

concave adj. lõm, hình lòng chảo.

conceal v. giấu-giếm, che đậy.

concealment n. sự che giấu, sự che đậy.

concede v. nhận, thừa-nhận; nhường cho; chịu thua.

conceit n. tính tự-phụ, tính tự-cao tự-đại.

conceited adj. tự-phụ, kiêu-ngạo, tự-cao tự-đại.

conceivable adj. có thể quan-niệm được.

conceive v. nghĩ, hiểu, quan-niệm được, nhận-thức, tưởng-tượng; thụ-thai, có mang.

concentrate n. hình-thức cô-đặc. v. tập-trung. I can't --; it's too noisy here. Ầm quá, tôi không tập-trung tư-tưởng được.

concentration n. sự tập-trung; sự cô lại. -- camp trại tập-trung.

concentric adj. [vòng tròn] đồng-tâm.

concept n. khái-niệm, ý-niệm.

conception n. quan-niệm, nhận-thức; sự thụ-thai.

concern n. việc, chuyện phải lo; sự lo ngại, sự quan-tâm; cổ-phần, lợi-lộc; hãng buôn, xí-nghiệp. v. liên-quan, dính líu tới; lo-âu, quan-tâm. It's no -- of yours. Đâu có phải việc anh! As far as we're concerned,... Đối với chúng tôi thì.

concerned adj. lo-âu, lo-lắng; có liên-quan.

concerning prep. về việc. the rumor -- that law-yer tin đồn về cái ông luật-sư ấy.

concert n. buổi hoà nhạc; sự phối-hợp.

concerted adj. [hành-động] có phối-hợp.

concession n. sự nhượng, sự nhượng-bộ; tô-giới; sạp/quầy bán báo-chí hoặc đồ giải-khát.

conciliate v. hoà-giải, điều-hoà; thu-phục được.

conciliation n. sự hoà-giải.

concise adj. ngắn gọn, súc-tích, giản-yếu/-minh.

conclude v. kết-luận; ký-kết [hiệp-ước]; bế-mạc, chấm dứt, kết-thúc.

conclusion n. phần kết-luận; việc ký-kết; sự kết-thúc, phần cuối/chót. in -- để kết-luận. to bring ... to (a) -- kết-thúc/chấm dứt ...

conclusive adj. xác-định, dứt-khoát, quyết-định.

concoct v. pha, chế, chế-biến; bịa đặt, hư-cấu.

concomitant adj. đi kèm/đôi, cùng xảy ra.

concord n. sự hoà-thuận; hoà-âm; sự hợp.

concrete n. bê-tông; vật cụ-thể. adj. cụ-thể.
v. rải/đổ/đúc bê-tông.

concubine n. vợ lẽ, nàng hầu, thiếp.

concur v. đồng-ý, nhất-trí, tán-thành; xảy ra
cùng một lúc, trùng nhau; hợp lại, hùa vào.

concurrence n. sự đồng-ý/nhất-trí; sự đi đôi.

concurrent adj. nhất-trí, đồng lòng; cùng xảy ra.

concussion n. sự chấn-động; sự choáng.

condemn v. lên án, chỉ-trích; kết án, kết tội, xử;
cấm không được sử-dụng.

condemnation n. sự chỉ-trích; sự kết tội; sự cấm.

condensation n. sự làm ngưng-tụ/cô-đọng.

condense v. (làm) ngưng-tụ, (làm) cô-đọng; viết/
nói cho gọn lại. --d milk sữa đặc.

condenser n. bình ngưng; cái tụ điện/sáng.

condescend v. hạ mình, hạ-cố; làm điệu kẻ cả.

condescending adj. hạ mình; làm điệu kẻ cả bề
trên.

condescension n. sự hạ mình; thái-độ kẻ cả.

condition n. điều-kiện; tình-trạng; --s hoàncảnh,
tình-cảnh, tình-thế; địa-vị, thân-phận. on --
that với điều-kiện là ... under the present --s
trong hoàn-cảnh hiện-tại. v. tuỳ thuộc vào; làm
cho sung sức, rèn-luyện.

conditional adj. có/thuộc điều-kiện.

conditioned adj. [phản-xạ] có điều-kiện.

condolences n. lời chia buồn, lời phân-ưu.

condominium n. căn nhà phải trả tiền trông nom
và bảo-trì chung; nước công-quản.

condone v. bỏ qua, tha, tha-thứ, khoan-thứ.

conduce v. đưa/dẫn đến; mang lại.

conducive adj. đưa/dẫn đến; có lợi.

conduct n. hạnh-kiểm, tư-cách; sự điều-khiển, sự
quản-lý. v. chỉ-đạo, hướng-dẫn, chỉ-huy, điều-
khiển, quản-lý; to -- oneself ăn ở, cư-xử; dẫn
[điện, nhiệt].

conductor n. nhạc-trưởng; người chỉ-huy, người
điều-khiển/hướng-dẫn; người bán vé (xe điện, xe
buýt); người phục-vụ hành-khách trên xe lửa; dây
dẫn điện, chất dẫn (điện/nhiệt).

cone n. hình nón; vật hình nón; quả cây thông,

nón thông. ice cream -- nón bánh quế đựng kem.

confection n. mứt, kẹo; sự pha chế.

confectionery n. (cửa hàng) mứt kẹo, (tiệm) mứt.

confederacy n. liên-minh, liên-bang; sự câu-kết.

confederate n. nước liên-minh; người đồng-mưu.
adj. liên-minh, liên-hiệp. v. liên-minh lại.

confederation n. liên-minh; liên-bang.

confer v. ban, phong, cấp, tặng; bàn-bạc, hội-ý,
tham-khảo, hỏi ý-kiến. to -- a degree on cấp
văn-bằng cho ... I have to -- with my colleagues.
Tôi phải bàn với đồng-nghiệp đã.

conference n. hội-nghị; sự bàn-bạc/hội-ý.

confess v. thú tội, thú-nhận; xưng tội.

confession n. sự thú-nhận; sự xưng tội.

confessor n. người thú tội; linh-mục nghe xưng tội.

confide v. giải bày tâm-sự; giao-phó; tin-cậy ở.

confidence n. sự tin, sự tin-cậy/tin-tưởng; sự tin
chắc; chuyện riêng, chuyện tâm-sự/bí-mật. in --
bí-mật, biết riêng với nhau. to have -- in tin-
tưởng ở. to speak with -- nói quả-quyết.

confident adj. tin chắc, tin-tưởng; tự-tin.

confidential adj. kín, bí-mật, mật; thân-tín.

confine n. --s giới-hạn, ranh-giới, biên-giới.
v. nhốt, giam hãm, giam-cầm; hạn-chế. He's --d
to his bed. Cụ ấy bị liệt giường.

confinement n. sự giam hãm; sự hạn-chế; sự ở cữ.

confirm v. xác-nhận; phê-chuẩn, chuẩn-y [hiệp-ước,
việc bổ-nhiệm].

confirmation n. sự xác-nhận; sự phê-chuẩn.

confirmed adj. ăn sâu, thành cố-tật, kinh-niên.

confiscate v. tịch-thu, sung-công, trưng-dụng.

confiscation n. sự tịch-thu/sung-công.

conflagration n. đám cháy lớn; tai-hoạ lớn.

conflict n., v. (cuộc) xung-đột, (sự) mâu-thuẫn.

conform v. tuân theo, tuân-thủ; làm cho phù-hợp.

conformity n. sự tuân-thủ; sự phù-hợp/thích-hợp.
in -- with the law theo đúng luật.

confound v. làm bối-rối/ngạc-nhiên; làm xáo-trộn/
đảo lộn, làm hỏng, làm thất-bại/tiêu-tan; lầm-lẫn.

confront v. đối-diện, chạm trán, đương đầu; đối-
chất; đối-chiếu.

Confucian adj., n. nho-gia, nho-sinh, thuộc đạo
Khổng.

Confucianism n. đạo Khổng, Khổng-giáo, Nho-giáo.

Confucianist n. người theo đạo Khổng, nho-gia.

confuse v. làm lộn--xộn/lung-tung; làm rối-rắm;
lẫn-lộn, nhầm-lẫn.

confused adj. lẫn-lộn, lộn-xộn, rối-rắm.

confusion n. sự lộn-xộn/hỗn-độn/hỗn-loạn/rối-loạn;
sự lẫn-lộn/nhầm-lẫn; sự ngượng-ngập/bối-rối.

confute v. bác-bỏ; chứng-minh là sai.

congeal v. làm đông lại; đóng băng, đông lại.

congenial adj. hợp nhau, tương-đắc; thích-hợp.

congenital adj. bẩm-sinh.

congest v. làm tắc [mũi], làm nghẽn [đường].

congestion n. sự tắc nghẽn; sự sung huyết.

conglomerate n. khối kết. v. kết khối, kết-hợp.

congratulate v. mừng, chúc mừng, khen ngợi. I --
you on your recent promotion. Tôi xin mừng anh
mới được thăng chức.

congratulation n. lời chúc mừng, lời khen ngợi.
C--s on your graduation from college! Mừng cháu
mới tốt-nghiệp đại-học nhé!

congregate v. tụ-họp, hội-họp; thu góp, thu-thập.

congregation n. sự hội-họp; giáo-hội, giáo-đoàn.

congress n. hội-nghị, đại-hội; Quốc-hội. the 9th
Congress khoá họp thứ 9 của Quốc-hội (Mỹ). a
member of C. một nghị-sĩ Quốc-hội.

congressional adj. thuộc Quốc-hội.

congressman n. nghị-sĩ/dân-biểu Quốc-hội.

congruent adj. thích-hợp, phù-hợp.

congruity n. sự thích-hợp/phù-hợp.

conical adj. hình nón. -- hat nón [≠ mũ].

conifer n. cây loại tùng bách.

conjecture n., v. (sự) phỏng-đoán/ước-đoán.

conjugal adj. thuộc vợ chồng.

conjugate v. chia [động-từ]; kết-hợp.

conjugation n. sự chia động-từ; sự kết-hợp.

conjunction n. liên-từ; sự liên-kết/kết-hợp.
In -- with cùng với, chung với.

conjure v. gọi hồn; làm ảo-thuật; gợi lên.

connect v. nối (nhau); nối lại, chắp nối; liên-hệ;
làm cho mạch-lạc.

connected adj. mạch-lạc; có quan-hệ [with với].

connection n. sự chắp nối, quãng nối; mối quan-hệ
(bà con, họ hàng); chuyến xe/tàu đi tiếp. I got
stuck at the airport because I missed my --. Tôi
bị kẹt ở sân bay vì nhỡ mất chuyến bay đi tiếp.

connivance n. sự thông-đồng; sự làm ngơ lờ đi.

connive v. thông-đồng, đồng-loã; nhắm mắt làm ngơ,
bao che ngầm.

connoisseur n. tay sành-sỏi.

connotation n. nghĩa (rộng); nghĩa hàm.

connote v. bao-hàm, ngụ (ý là).

conquer v. chinh-phục, đoạt, xâm-chiếm; chiến-
thắng; chế-ngự, khắc-phục [thói xấu, sự sợ hãi].

conqueror n. người đi chinh-phục.

conquest n. sự chinh-phục/xâm-chiếm; đất-đai xâm
chiếm được; người bị chinh-phục.

conscience n. lương-tâm.

conscientious adj. có lương-tâm, tận-tâm, chu-đáo.
-- objector người từ-chối không đi lính vì lý-do
tôn-giáo.

conscious adj. biết/thấy rõ, có ý-thức; tỉnh-táo;
tỉnh/hồi lại. -- of ý-thức được ...

consciously adv. có ý-thức, cố-ý.

consciousness n. sự hiểu biết; ý-thức. regain --
tỉnh/hồi lại [sau cơn mê].

conscript n. người đến tuổi đi lính. v. bắt lính.

conscription n. sự cưỡng-bách tòng-quân.

consecrate v. hiến dâng, cống-hiến; cúng; phong
thánh.

consecutive adj. liền, tiếp liền, liên-tiếp.

consensus n. sự đồng-tâm nhất-trí.

consent n. sự ưng-thuận/đồng-ý. v. chịu, ưng,
ưng-thuận, bằng lòng, đồng-ý, thoả-thuận; tán-
thành. by mutual -- do hai bên bằng lòng.

consequence n. kết-quả, hậu-quả; tầm quan-trọng.
in -- thế/vậy thì, kết-quả là.

consequent adj. -- upon do ở, bởi tại....

consequently adv. do đó, bởi thế, vì thế cho nên.

conservation n. sự giữ-gìn/bảo-tồn/bảo-toàn.

conservatism n. chủ-nghĩa bảo-thủ, tính thủ-cựu.

conservative n. người bảo-thủ/thủ-cựu; đảng-viên
đảng Bảo-thủ. adj. bảo-thủ, thủ-cựu; dè-dặt.

conservatory n. trường âm-nhạc; nhà kính để cây.

conserve n. --s mứt. v. giữ-gìn, duy-trì, bảo-
tồn, bảo-toàn.

consider v. xem/coi như, coi là: xuy xét, cứu-xét,
cân-nhắc, xem xét; để ý đến, quan-tâm đến.

considerable adj. to tát, lớn lao, đáng kể; quan-
trọng, có thế-lực.

considerate adj. ý-tứ, ân-cần, chu-đáo, không ích
kỷ.

consideration n. sự ý-tứ/ân-cần/chu-đáo; sự tôn-

kính; sự suy-nghĩ/suy-xét/nghiên-cứu/cứu-xét. to
take into -- xét/tính đến. under -- đang được xét

considering prep. xét rằng, xét vì, xét ra, xét
cho cùng.

consign v. gửi [tiền, hàng-hoá]; gửi bán, đặt bán.

consignment n. sự gửi (bán); hàng gửi bán,bỏ mối.

consist v. gồm có [-- of]; cốt ở chỗ, cốt tại
[-- in]. The book --s of twelve chapters. Cuốn
sách gồm có 12 chương. A person's strength does
not -- only in his/her physical prowess. Sức
mạnh của một người không phải chỉ ở thể-lực võ-
dũng mà thôi.

consistence n. độ chắc/đặc, nồng-độ; tính vững
chắc.

consistency n. độ chắc/đặc; tính trước sau như
một, tính thuỷ-chung, tính nhất-quán/kiên-định.

consistent adj. trước sau như một, không bất nhất,
nhất-quán, kiên-định; phù-hợp, thích-hợp [với
with]; chắc, đặc.

consolation n. niềm/điều an-ủi.

console v. an-ủi, uỷ-vẫn, giải khuây,khuyên-giải.

console n. máy [radio, truyền-hình, vặn dĩa, vv]
kiểu có chân đứng (như cái tủ con).

consolidate v. làm chắc, củng-cố, tăng-cường;
hợp-nhất, thống-nhất.

consolidation n. sự củng-cố; sự hợp-nhất.

consommé n. nước dùng.

consonant n. phụ-âm, tử-âm. adj. phù-hợp.

consort n. chồng, vợ [của vua chúa]. Prince C.
chồng Nữ-hoàng. v. đi lại, giao-thiệp/-du.

conspicuous adj. rõ ràng, dễ thấy, đập ngay vào
mắt, lồ-lộ. lộ-liễu quá; đáng chú-ý.

conspiracy n. âm-mưu.

conspirator n. kẻ âm-mưu.

conspire v. âm-mưu, mưu-hại; chung sức, hiệp-lực.

constable n. cảnh-sát, công-an, sen-đầm.

constancy n. sự bền lòng; tính kiên-trinh.

constant n. hằng-số. adj. không thay đổi, bất-
biến; bền lòng, kiên-trì, kiên-định, trung-kiên/
-thành, thuỷ-chung; liên-miên, không dứt.

constantly adv. liên-miên, luôn luôn.

constellation n. chòm sao.

consternation n. sự kinh-ngạc/sửng-sốt.

constipation n. chứng táo bón.

constituency n. các cử-tri; đơn-vị bầu-cử.

constituent n. yếu-tố, thành-phần, thành-tố;cử-tri.
adj. cấu-tạo, hợp thành; lập-hiến.

constitute v. cấu-tạo, tạo thành; thiết/thành-lập.

constitution n. hiến-pháp; chương-trình,đường-
chương; thể-tạng/-chất/-cách, tính-tình, tính-khí;
sự thiết-lập.

constitutional n. sự đi tản-bộ. adj. thuộc hiến-
pháp, hợp-hiến; lập-hiến; thuộc thể-tạng/-chất.

constrain v. ép buộc, cưỡng ép; chế-ngự.

constrained adj. miễn-cưỡng, gượng-gạo.

constraint n. sự ép buộc; sự hạn-chế/kiềm-chế.

constrict v. thắt, bóp; làm co khít lại.

constriction n. sự thắt/bóp lại; sự co khít.

construct v. làm, xây dựng, kiến-thiết; đặt [câu],
dựng [vở kịch], vẽ [hình], làm [bài văn].

construction n. sự xây-dựng/kiến-thiết; cơ-sở đã
dựng nên; cách đặt câu, cấu-trúc câu; sự vẽ hình.
under -- đang làm/xây. -- site công-trường xây-
dựng.

constructive adj. [ý-kiến] xây-dựng.

construe v. hiểu, giải-thích; phân-tích [câu].

consul n. lãnh-sự. -- general tổng-lãnh-sự.

consular adj. (thuộc) lãnh-sự.

consulate n. toà lãnh-sự, lãnh-sự-quán. -- general
toà tổng-lãnh-sự, tổng lãnh-sự-quán.

consult v. hỏi ý-kiến [nhà chuyên-môn]; tra (cứu)
[từ-điển], tham-khảo. -- with bàn-bạc/thảo-luận
với, hội-ý với, tham-khảo với.

consultant n. nhà chuyên-môn, chuyên-viên, cố-vấn.

consultation n. sự hỏi ý-kiến; sự hội-chẩn. in --
with X có hội-ý với X.

consume v. dùng, tiêu dùng, tiêu-thụ. --d with
héo-hon vì ....

consumer n. người tiêu dùng, người tiêu-thụ. --
goods hàng tiêu-thụ/tiêu dùng.

consummate adj. tài, giỏi, tột bực, tuyệt vời.
v. làm trọn, hoàn-thành. -- a marriage đã qua
đêm tân-hôn.

consumption n. sự tiêu-thụ/tiêu dùng; sự tiêu-huỷ;
bệnh lao phổi.

contact n. sự đụng chạm, sự tiếp-xúc; sự gặp-gỡ/
giao-dịch/giao-thiệp. v. liên-lạc/tiếp-xúc với.
--lenses mắt kính nhỏ đeo sát vào con người.

contagion n. sự lây [bệnh, thói quen, v.v.].

contagious adj. (hay) lây, truyền-nhiễm.

contain v. đựng, chứa, chứa đựng, gồm có, bao
gồm, bao-hàm; nén lại, dằn lại; ngăn chặn, kìm.

container n. cái đựng, hộp/thùng đựng, bình chứa;
thùng lớn đựng hàng, côngtenơ.

contaminate v. làm bẩn, làm ô-uế; làm nhiễm bệnh;
làm hư-hỏng [vì ảnh-hưởng xấu].

contamination n. sự ô-nhiễm; sự nhiễm bệnh.

contemplate v. ngắm, thưởng-ngoạn [cảnh đẹp]; dự-
tính, dự-định, nghĩ/tính đến ....; trầm-ngâm.

contemplation n. sự ngắm; sự dự-tính;sự trầmngâm.

contemplative adj. trầm-ngâm, lặng ngắm.

contemporary n. người cùng thời/tuổi. adj. cùng
thời, cùng tuổi; đương thời; hiện-đại.

contempt n. sự coi thường, sự khinh-bỉ; sự xúc-
phạm. -- of court tội miệt-thị toà án.

contemptible adj. đáng khinh, đê-tiện.

contemptuous adj. tỏ vẻ khinh-bỉ, khinh người,
khinh-khỉnh.

contend v. tranh giành; đấu-tranh, vật lộn [với
with]; tranh cãi; dám chắc [rằng that ....].

content n. sức chứa/đựng, dung-tích/-lượng, thể-
tích, diện-tích; lượng, phần-lượng; contents nội-
dung. table of --s mục-lục; "trong số này".

content n. sự hài lòng, sự vừa ý. adj. bằng/hài
lòng, vừa ý/lòng, toại-/mãn-nguyện, thoả-mãn.
v. làm bằng/vừa/đẹp/vui lòng. to one's heart's
-- tha hồ, cho kỳ thích. to -- oneself with tự
bằng lòng với ....

contented adj. bằng/vui lòng, vừa lòng/ý, đẹp ý/
lòng, mãn-nguyện, thoả-mãn, mãn-ý.

contention n. sự cãi-cọ/bất-hoà; sự tranh-luận,
vụ tranh-chấp; sự ganh đua; luận-điểm. bone of --
nguyên-nhân tranh-chấp.

contentious adj. lôi-thôi, tranh-chấp.

contentment n. sự bằng/vừa lòng, sự mãn-nguyện.

contest n. cuộc chiến-đấu/tranh-đấu; cuộc thi,
cuộc đấu. v. tranh, tranh-giành, tranh-đoạt;
tranh cãi, tranh-luận; phủ-nhận [quyền của ai];
vặn hỏi, nghi ngờ.

contestant n. đấu-thủ, đối-thủ, người dự thi.

context n. ngữ-cảnh, văn-cảnh, văn-diện; phạm-vi.

contiguous adj. kề (nhau), giáp bên (nhau).

continence n. sự tiết-dục.

continent n. lục-địa, đại-lục, đất liền.

continental adj. thuộc lục-địa/đại-lục.

contingency n. sự bất ngờ, việc bất trắc.

contingent n. đạo quân; nhóm nhỏ. adj. bất ngờ.
-- on/upon còn tuỳ-thuộc vào ....

continual adj. liên-miên, liên-tục, liên-tiếp.

continuance n. sự tiếp-tục; sự lâu dài.

continuation n. sự tiếp-tục; sự/phần mở rộng, sự/
phần kéo/nối dài.

continue v. tiếp-tục, tiếp-diễn, làm tiếp, nói
tiếp, đi tiếp. to be --d "còn nữa". --d from
page 6 "tiếp theo trang 6".

continuity n. sự/tính liên-tục.

continuous adj. liên-tục, liên-tiếp, không ngừng,
không dứt. -- form dạng tiếp-diễn/tiến-hành.

contort v. vặn, xoắn, vặn-vẹo; làm méo-mó. his
face --ed by pain mặt hắn nhăn-nhó vì đau.

contortion n. sự méo-mó/vặn-vẹo; sự xoắn lại.

contour n. đường quanh; đường nét uốn lượn.

contraband n. sự buôn lậu; hàng lậu.

contraception n. phương-pháp tránh thụ-thai.

contraceptive n. thuốc tránh thụ-thai, dụng-cụ
ngừa thai. adj. để tránh thụ-thai.

contract n. giao kèo, hợp-đồng, khế-ước. v. co
lại, rút lại, thu nhỏ lại; rút gọn, viết tắt, nói
tắt; mắc [nợ, bệnh], nhiễm, tiêm-nhiễm; giao-ước,
đính-ước; ký giao kèo, thầu.

contraction n. sự co lại, sự thu nhỏ; cách nói/viết
tắt, từ rút gọn; sự tiêm-nhiễm, sự mắc phải [nợ].

contractor n. nhà thầu, thầu-khoán.

contradict v. trái với, mâu-thuẫn với; cãi lại,
nói ngược lại, phủ-nhận.

contradiction n. sự mâu-thuẫn/trái-ngược.

contradictory adj. trái-ngược, mâu-thuẫn.

contralto n. giọng nữ trầm.

contrariwise adv. ngược/trái lại; ngang ngược.

contrary n. điều ngược lại. on the -- trái lại.
adj. ngược, nghịch, trái. -- to my expectations
trái với những sự mong đợi của tôi.

contrast n. sự tương-phản. v. đối-chiếu; trái
ngược [với with]; tương-phản nhau.

contribute v. đóng góp [tiền, công sức, ý-kiến],
góp phần; viết bài cho tạp-chí.

contribution n. sự góp phần; phần đóng góp; tiền
góp, tiền quyên; bài báo.

contributor n. người đóng góp; người cộng-tác.

contrite adj. ăn-năn, hối-hận, hối lỗi.

contrivance n. sự bày đặt/sắp đặt, sự trù-tính/ trù-liệu; cách, sáng-kiến, mưu-mẹo, thủ-đoạn.

contrive v. bày đặt, sắp đặt, trù-tính, trù-liệu, xoay-xở, lo-liệu; nghĩ ra, sáng-chế ra.

control n. sự kiểm-soát/kiểm-tra; sự kiềm-chế, sự nén xuống; sự điều-khiển, sự lái, sự chỉ-huy; quyền kiểm-soát/chỉ-huy, quyền-lực, quyền-hành. --s bộ điều-chỉnh (của máy bay). v. kiểm-soát, kiểm-tra, thử lại; kiềm-chế, nén lại, kìm lại; làm chủ, điều-khiển, chỉ-huy; điều-chỉnh.

controller n. người kiểm-soát/kiểm-tra; quản-lý.

controversial adj. có thể gây ra tranh-luận; [người] bị kẻ ưa người ghét, được bàn đến nhiều.

controversy n. cuộc tranh-luận, cuộc luận-chiến/ bút-chiến.

convalescence n. thời-kỳ dưỡng-bệnh.

convalescent adj. đang dưỡng bệnh.

convene v. họp, triệu-tập; hội-họp.

convenience n. sự tiện-lợi/thuận-tiện; tiện-nghi; sự tùy-ý/tùy-thích. at your earliest -- lúc nào tiện nhất cho anh.

convenient adj. tiện-lợi, thuận-tiện, thuận-lợi, thích-hợp, tiện-dụng, tiện.

convent n. nhà tu kín, nữ-tu-viện.

convention n. quy-ước, sự thoả-thuận; lệ thường, tục-lệ; hội-nghị, đại-hội; hiệp-định, hiệp-ước.

conventional adj. theo quy-ước; theo tục-lệ, theo tập-quán; thường, thường-lệ. -- weapons vũ-khí thường [không phải nguyên-tử].

converge v. hội-tụ; cùng đổ về, cùng dồn về.

conversant adj. quen, thạo, giỏi.

conversation n. cuộc/bài nói chuyện; cuộc chuyện trò, cuộc đàm-luận.

conversational adj. thuộc kiểu nói chuyện.

converse v. nói chuyện, chuyện trò.

converse n. đảo-đề. adj. đảo, ngược, nghịch.

conversion n. sự đổi, sự chuyển-biến; sự cải-đạo.

convert n. người cải-đạo, người thay đổi tín-ngưỡng/chính-kiến. v. đổi, biến, biến-đổi; làm cho ai đổi tôn-giáo. The garage was --ed into a bedroom. Nhà xe được sửa đổi thành một phòng ngủ nữa. They --ed him to Buddhism. Họ làm ông ta (bỏ đạo Cơ-đốc) theo Phật-giáo.

converter n. lò chuyển; máy đổi điện.

convertible n. ô-tô bỏ mui được. adj. có thể hoán-cải; có thể đổi thành vàng; [xe hơi] có thể bỏ mui xuống. -- couch đi-văng có thể mở ra làm giường ngủ.

convex adj. lồi.

convey v. chở, chuyên chở, mang, vận-chuyển [hàng, điện, v.v.]; chuyển, truyền-đạt; chuyển-nhượng.

conveyance n. sự chuyên chở; xe cộ. four-wheeled --s các xe bốn bánh.

conveyer, conveyor n. người mang, người chuyển; băng tải conveyor belt.

convict n. người tù, tù khổ-sai. v. kết án/tội.

conviction n. sự kết án/tội; sự tin chắc.

convince v. làm cho tin chắc, thuyết-phục.

convincing adj. có sức thuyết-phục.

convocation n. sự triệu-tập; buổi họp (tôn-giáo).

convoke v. triệu-tập, đòi đến, mời đến.

convoy n. đoàn hộ-tống/hộ-vệ; đoàn được hộ-tống.

convulse v. làm co giật; làm rối-loạn/rung-chuyển.

convulsion n. chứng co giật; sự biến-động/rối loạn.

coo n. tiếng gù của bồ-câu. v. [bồ-câu] gù.

cook n. người làm bếp, ông/anh/bà/chị bếp, người phụ-trách nấu ăn. v. nấu, nấu chín, thổi [cơm]; nấu bếp/ăn; [thức ăn] nấu nhừ, chín. -- up bịa ra. My wife does all the cooking. Nhà tôi lo hết việc thổi nấu.

cookbook n. sách dạy nấu ăn.

cooker n. lò, bếp, nồi. rice -- nồi điện nấu cơm.

cookery n. nghề nấu ăn.

cookie, cooky n. bánh dẹt nhỏ, bánh quy (nhà làm).

cookout n. bữa ăn nướng thịt ăn ngay ngoài trời.

cool n. sự bình-tĩnh, sự không nóng-nảy. adj. mát, mát-mẻ; [thức ăn] nguội; bình-tĩnh, điềm-tĩnh, trầm-tĩnh; lạnh nhạt, lãnh-đạm, nhạt-nhẽo, thờ-ơ. v. làm mát; làm nguội; trở nên mát, nguội đi; làm nguội/giảm; nguôi đi. lose one's -- mất bình-tĩnh. C. it! Hãy cứ bình-tĩnh! đừng nóng giận! to -- down nguôi đi, bình-tĩnh lại. to -- off [tình-cảm] nguôi lạnh đi, giảm đi. He's really --. Ông ấy thật giỏi! Anh ta hay thiệt!

cooler n. máy/tủ ướp lạnh; máy nước lạnh; xà-lim.

coolie n. phu, cu-li.

coolness n. sự mát-mẻ; sự trầm-tĩnh; sự lãnh-đạm.

coop n. lồng/bu gà, chuồng gà. v. nhốt/giam lại.

co-op n. hợp-tác-xã; cửa hàng hợp-tác-xã.

cooper n. thợ đóng/chữa thùng.

cooperate v. hợp-tác, cộng-tác, chung sức.

cooperation n. sự hợp-tác. in -- with cộng-tác với. technical -- sự hợp-tác kỹ-thuật.

cooperative n. hợp-tác-xã. adj. có tính-chất hợp-tác/cộng-tác. -- member xã-viên hợp-tác-xã. -- store cửa hàng hợp-tác-xã.

co-opt v. bầu vào, kết-nạp.

coordinate n. toạ-độ. adj. ngang hàng, bằng vai; theo/thuộc toạ-độ. v. phối-hợp, phối-trí, sắp-xếp.

coordination n. sự phối-hợp/phối-trí.

coordinator n. phối-hợp-viên, phối-trí-viên.

cop n. cảnh-sát, mật-thám, đội xếp, cớm. v. bắt; ăn cắp. -- out duổi ra (sau khi đã hứa sẽ làm).

cope v. đối-phó, đương-đầu [với with].

copilot n. phi-công phụ.

copious adj. hậu-hĩnh, dồi-dào, phong-phú, thịnh soạn.

copper n. đồng đỏ; đồng xu đồng.

copra n. cùi dừa khô.

copula n. hệ-từ.

copulate v. giao-cấu, giao-hợp.

copy n. bản chép lại, bản sao, phó-bản; bản (in), cuốn sách, số báo. rough -- bản nháp/thảo. fair -- bản sạch. xerox -- bản phóng-ảnh. carbon -- bản giấy than. v. sao/chép lại, bắt chước, phỏng theo, mô-phỏng; cóp bài.

copybook n. quyển vở.

copycat n. người bắt chước (một cách ngu-xuẩn).

copyright n. bản-quyền, quyền tác-giả.

coral n. san-hô.

cord n. dây thừng nhỏ; dây, dải. vocal --s dây thanh-quản, thanh-huyền/-đới. v. buộc/chằng bằng dây. electric -- dây điện.

cordial adj. thân-mật, thân-ái, chân-thành.

cordiality n. sự thân-thiết, lòng nhiệt-thành.

cordite n. cođit, thuốc nổ không khói.

cordon n. hàng rào cảnh-sát police --; hàng rào vệ-sinh. v. đặt hàng rào cảnh-sát hay vệ-sinh để cấm xuất nhập.

corduroy n. nhung kẻ. --s quần nhung kẻ.

core n. lõi, ruột, hột, nhân; điểm trung-tâm, nòng cốt, hạt-nhân. apple -- lõi quả táo. -- of the problem điểm trung-tâm của vấn-đề. rotten to the -- thối ruỗng ruột. v. bỏ lõi đi.

cork n. li-e, bần; nút bần, phao bần. v. đóng nút bần vào, buộc phao bần vào.

corkscrew n. cái mở nút chai hình ruột gà.

corn n. ngô, bắp Indian -- [= maize]; lúa mì, lúa mạch; (hạt) ngũ-cốc. v. nuôi bằng ngô; muối. --ed beef thịt bò muối. -- on the cob ngô luộc,

corn n. chai (chân). [ngô nướng [không tỉa].

corncob n. lõi ngô.

cornea n. màng sừng, giác-mạc.

corner n. góc tường/nhà/phố; số-sỉnh, nơi kín đáo; nơi, phương. from the four --s of the earth từ bốn phương. v. dồn vào thế bí; lũng-đoạn.

cornerstone n. viên đá đầu tiên, viên đá móng; cơ-sở, nền-tảng, phần quan-trọng.

cornet n. kèn coocnê; bao giấy hình loa (đựng ngô rang popcorn).

cornfield n. ruộng ngô; ruộng lúa.

cornstarch n. bột ngô (mịn).

corny adj. cũ rích, cổ lỗ sĩ; sáo, nhàm.

corollary n. hệ-luận.

coronary adj. [động-mạch] hình vành.

coronation n. lễ gia-miện/đăng-quan, lễ lên ngôi.

coroner n. nhân-viên điều-tra khám-nghiệm tử-thi.

corporal n. cai, hạ-sĩ.

corporal adj. thuộc thân-thể/thể-xác.

corporate adj. thuộc đoàn-thể; hợp thành đoàn-thể.

corporation n. đoàn-thể, liên-đoàn; công-ty.

corps n. quân-đoàn; đoàn. Marine C. Đội Thuỷ-quân Lục-chiến, Đội lính thuỷ đánh bộ. diplomatic -- đoàn ngoại-giao, ngoại-giao-đoàn.

corpse n. xác chết, thi-hài, thi-thể.

corpulent adj. béo tốt, to béo.

corpuscle n. tiểu-thể; hạt. blood -- huyết-cầu.

corral n. ràn/bãi quây trâu bò. v. lùa vào ràn.

correct adj. đúng, chính-xác; đúng đắn, được, hợp, đàng-hoàng. v. sửa, chữa, sửa chữa, sửa đúng; sửa trị, trách mắng, trừng-phạt, huấn-giới.

correction n. việc/chỗ sửa; sự trừng-phạt/-giới.

correlate n. yếu-tố tương-liên. v. có tương-quan với nhau.

correlation n. sự tương-quan; thể tương-liên.

correspond v. trao đổi thư-từ; phù-hợp, xứng, hợp, tương-ứng, tương-đương.

correspondence n. (quan-hệ) thư-từ; sự phù-hợp, sự xứng nhau, sự tương-ứng; (học) hàm-thụ.

correspondent n. phóng-viên, thông-tín-viên (báo chí); người trao đổi thư-từ. adj. xứng với (to, with).

corresponding adj. (hội-viên, viện-sĩ) thông-tấn.

corridor n. hành-lang; đường hành-lang.

corrigendum n. (pl. corrigenda) lỗi in sách.

corroborate v. làm chứng, chứng thực.

corrode v. gặm mòn; mòn dần.

corrosion n. sự gặm mòn.

corrosive n., adj. (chất) gặm mòn.

corrugate v. gấp nếp; làm nhăn. --d iron tôn.

corrupt adj. bị đút-lót/mua-chuộc, tham-nhũng; mục-nát, thối-nát, đồi-bại; bị sửa đổi sai hẳn. v. đút lót, mua chuộc, hối-lộ; (làm)hư-hỏng; (làm)thối-nát, (làm) đồi-bại; sửa đổi làm sai đi.

corruptible adj. dễ mua chuộc, dễ lung-lạc, dễ hối-lộ; dễ hư-hỏng, dễ trụy-lạc.

cosmetic n. phấn sáp, thuốc mỹ-dung/hoá-trang. adj. làm cho đẹp người; (giải-phẫu) thẩm-mỹ; để trang-hoàng bên ngoài thôi.

cosmic adj. thuộc vũ-trụ. -- rays tia vũ-trụ.

cosmography n. vũ-trụ-học.

cosmology n. vũ-trụ-luận.   (vũ-trụ.

cosmonaut n. nhà du-hành vũ-trụ, phi-hành-gia

cosmopolitan n. người theo chủ-nghĩa thế-giới. adj. có quan-điểm thế-giới-chủ-nghĩa, quốc-tế.

cosmos n. vũ-trụ.

cost n. giá (tiền), phí-tổn, chi phí. -- of living giá sinh-hoạt. at any --, at all --s bằng bất cứ giá nào, bằng mọi giá. at the -- of his health có hại cho sức khoẻ của ông ấy. v. trị giá, phải trả; đòi hỏi; làm mất. This machine --s a lot of money. Cái máy này giá nhiều tiền lắm. It --s us $300.00. Chúng tôi phải trả 300 đô-la. Writing a dictionary --s much time and hard work. Soạn tự-điển đòi hỏi nhiều thì-giờ và công-phu. Greediness -- him his life. Vì tham-lam mà anh ta bị mất mạng.

costly adj. đắt tiền, tốn tiền; tai-hại.

costume n. quần áo, y-phục. national -- quần áo dân-tộc, quốc-phục. -- ball khiêu-vũ cải-trang. -- jewelry đồ nữ-trang giả, đồ mỹ-ký.

cosy = cozy.

cot n. ghế bố, giường gập, giường nhỏ.

cottage n. nhà tranh, nhà lá, nhà nhỏ.

cotton n. bông; cây bông; chỉ, sợi; vải bông.

couch n. trường-kỷ, đi-văng. v. nằm dài; diễn-tả. --ed in diplomatic language diễn-tả bằng lời-lẽ ngoại-giao.

cougar n. báo sư-tử.

cough n. tiếng/sự ho, chứng/bệnh ho. v. ho. -- up blood ho ra máu. -- up money nhả tiền ra. -- drop/lozenge viên kẹo/thuốc ho.

could quá-khứ của can. He -- eat yesterday. Hôm qua anh ấy ăn được. You -- go. Anh có thể đi được. What -- it be? Không biết là chuyện gì?

couldn't =could not.

council n. hội-đồng. C. of Ministers Hội-đồng Bộ-trưởng. Security C. Hội-đồng Bảo-an LHQ.

councilman n. hội-viên hội-đồng thành-phố.

councilor, councillor n. hội-viên hội-đồng.

counsel n. lời khuyên; luật-sư. v. khuyên răn, khuyên bảo, chỉ bảo.

counselor n. cố-vấn; cố-vấn/tham-tán sứ-quán -- of embassy; luật-sư.

count n. việc đếm/tính; tổng-số đếm được. final -- lần đếm sau cùng. lose -- không nhớ đã đếm được bao nhiêu. v. đếm, tính; kể cả; coi là. That doesn't --. Cái đó không kể. I -- it an honor. Tôi coi đó là một vinh-dự. not --ing the kids không kể trẻ con. -- on trông mong ở.

count n. bá-tước.

countenance n. vẻ mặt, sắc mặt; vẻ nghiêm-trang, vẻ bình-tĩnh. v. ưng-thuận, tán-thành.

counter n. quầy hàng, ghi-sê; bàn tính, máy tính. adj., adv. đối-lập, trái/ngược/chống lại. v. chống lại, nói ngược lại, phản-ứng, phản-công.

counteract v. kháng-cự lại; làm mất tác-dụng.

counterattack n., v. (cuộc/trận) phản-công.

counterbalance v. làm ngang bằng.   (hồ.

counterclockwise adj., adv. ngược chiều kim đồng

counterespionage n. công-tác phản-gián-điệp.

counterfeit n., adj. (vật) giả-mạo. v. làm giả, giả-mạo. -- money tiền giả, bạc giả.

counterinsurgency n. sự chống du-kích.

countermand n. phản-lệnh. v. huỷ (mệnh-lệnh, đơn đặt hàng).

counterpart n. người giống hệt, người tương-ứng, người giữ chức-vụ tương-đương ở phía kia. -- funds quỹ đối-giá.

counterrevolution n. cuộc phản-cách-mạng.

counterrevolutionary n., adj. (tên) phản-cách-

countersign n. khẩu-lệnh. v. phó-thự. [mạng.

countess n. bá-tước phu-nhân; nữ-bá-tước.

countless adj. không đếm xuể, vô-số, vô-kể.

country n. nước, quốc-gia; quê-hương, xứ-sở, đất
nước, tổ-quốc; vùng, miền; địa-hạt, lĩnh-vực; nhà
quê, nông-thôn, thôn-dã countryside.

countryman n. người nhà quê, người nông-thôn;
người đồng-hương/đồng-xứ.

countryside n. vùng/miền quê, nông-thôn.

countrywoman n. người đàn bà nhà quê, người đàn
bà nông-thôn; người đàn bà đồng-hương/đồng-xứ.

county n. quận, hạt, vùng, miền. -- seat quận-
lỵ, thị-xã, huyện-lỵ.

coup n. việc làm táo-bạo đột-nhiên.

coup d'etat n. cuộc đảo-chính/chính-biến.

couple n. đôi, cặp; cặp nam nữ, cặp vợ chồng, đôi
vợ chồng married --; ngẫu-lực; cặp (nhiệt-điện).
a newly-wed -- một cặp vợ chồng mới cưới. a --
of days hai ba ngày. a -- of ideas vài ý-nghĩ.
v. buộc/ghép thành cặp; nối/ghép lại; cho cưới,
cho lấy nhau; cưới/lấy nhau; [loài vật] giao-cấu.

couplet n. cặp hai câu thơ, câu đối.

coupling n. sự nối; móc nối; chỗ nối.

coupon n. vé, cuống vé; phiếu; phiếu mua giá rẻ.

courage n. sự can-đảm/dũng-cảm, lòng can-đảm,
dũng-khí. take -- lấy hết can-đảm.

courageous adj. can-đảm, dũng-cảm, anh-dũng.

course n. tiến-trình, quá-trình diễn-biến; dòng
[sông]; hướng, chiều hướng, đường đi, lộ-tuyến;
lớp, cua, giảng-khoa, đợt, loạt; con đường, đường
lối; trường đua ngựa, sân gon; món ăn [trong bữa
tiệc]. in the -- of trong quá-trình, trong khi.
refresher -- lớp bồi-dưỡng/tu-nghiệp. an eight-
course dinner bữa tiệc tám món. Of --, dĩ-nhiên,
tất-nhiên, đương-nhiên rồi. a matter of -- một
vấn-đề dĩ-nhiên.

court n. sân (quần vợt); tòa án -- of justice;
cung-điện nhà vua, triều-đình; buổi chầu, triều-
yết; sự tán-tỉnh/ve-vãn/cầu-ái. Supreme C. Tòa
án Tối-cao, Tối-cao Pháp-viện. v. tán-tỉnh, ve
vãn, cầu-ái, cầu-hôn, cua; chuốc lấy [tai-họa
disaster, cái chết death], rước lấy vào thân.

courteous adj. lễ-phép, lịch-sự, nhã-nhặn.

courtesy n. lễ-mạo, sự lịch-sự/nhã-nhặn/lễ-phép.
through the -- of X do X kính-tặng. -- call
cuộc viếng thăm xã-giao.

courthouse n. tòa án.

courtier n. triều-thần, cận-thần; tên nịnh-thần.

courtly adj. lễ-độ, lịch-sự, nhã-nhặn.

court-martial n. tòa án binh, tòa án quân-sự.
v. xử ở tòa án quân-sự, đem ra tòa án binh.

courtship n. sự ve-vãn/tán-tỉnh; thời-gian tìm
hiểu nhau.

courtyard n. sân trong.

cousin n. anh/em họ; anh/em con chú con bác, anh/
em con cô con cậu, anh/em con dì con già; đường
huynh/đệ, đường tỉ/muội, biểu huynh/đệ, biểu tỉ/
muội. first --, -- german anh/chị con bác, em
con chú; anh/chị/em con cô con cậu ruột. second
-- anh/chị con bác họ, em con chú họ; anh/chị/em
con cô con cậu họ.

cove n. vũng, vịnh nhỏ.

covenant n. giao kèo, khế-ước, hợp-đồng; thỏa-
ước, hiệp-ước, minh-ước, hiệp-định.

cover n. vỏ, cái bọc ngoài, bìa sách; vung, nắp;
chỗ núp, chỗ trốn; lốt, mặt nạ. air -- yểm-hộ
bằng máy bay. take -- ẩn núp. under the -- of
giả danh, đội lốt; thừa lúc, nhân lúc ....
v. che, đậy, bao-phủ, bao trùm, bao bọc; mặc quần
áo, đội mũ; che giấu, che đậy; yểm-hộ, khống-chế.
They -- my expenses. Họ đài-thọ phí-tổn cho tôi.
We --ed 40 kilometers the first day. Hôm đầu,
chúng tôi đi được 40 cây số. He --s the kidnap
story. Ký-giả ấy theo dõi và viết về vụ bắt cóc.
Our street is --ed with snow. Phố chúng tôi phủ
đầy tuyết.

coverage n. phạm-vi quan-sát/tường-thuật (của nhà
báo); phạm-vi bảo-hiểm.

covering n. bao, nắp, vỏ bọc, lớp phủ ngoài.

covert adj. ngầm, che đậy, vụng trộm, giấu-giếm.

covet v. thèm muốn, thèm-thuồng.

covetous adj. thèm-thuồng; thèm muốn, tham-lam.

cow n. bò cái, bò sữa; voi cái -- elephant.

cow v. dọa-nạt, ra oai, thị-uy.

coward n., adj. (người) nhút-nhát/hèn-nhát.

cowardice n. tính nhát gan; tính hèn nhát.

cowardly adj. nhút nhát, hèn nhát.

cowboy n. người chăn bò; cao-bồi.

cower v. thu/co mình lại [vì lạnh hoặc sợ].

cowl n. mũ trùm đầu; cái chụp ống khói.

coxswain n. người lái thuyền/tàu.

coy adj. rụt rè, e lệ; làm điệu e thẹn.

coyote n. chó sói đồng cỏ.

cozy n. ấm giỏ tea --. adj. ấm cúng; thoảimái.

crab n. con cua; con cua bể ocean --; con rận hiểm -- louse; cái tời.

crab n. quả táo dại -- apple; người hay gắt gỏng.

crabbed adj. càu-nhàu; khó đọc; khó hiểu.

crack n. vết nứt/rạn/nẻ; tiếng kêu đen-đét/răng-rắc; lời chằm-biếm/mìa-mai. The window was open a --. Cửa sổ hé mở một tí. at the -- of dawn lúc rạng đông. v. quất [roi] đen-đét; làm nứt/rạn, kẹp vỡ [quả hạch nut] ; đập vỡ [quả trứng]; mở trộm [tủ két safe]; kêu đen-đét/răng-rắc, nổ giòn; rạn nứt; [tiếng] vỡ. -- down on đàn-áp. -- up kiệt sức (tinh-thần); cười không nhịn được; [ô tô] đâm, đụng. adj. cừ, xuất-sắc.

cracker n. bánh quy giòn [mặn hoặc ngọt]; pháo firecracker.

crackle n., v. (tiếng) kêu tanh-tách/răng-rắc/lốp-bốp.

crackpot n. người gàn.

cradle n. cái nôi; nguồn gốc, nơi phát-tích. the -- of Vietnamese civilization cái nôi của nền văn-minh Việt-nam. from the -- từ thuở nằm nôi. v. nâng-niu bế [em bé].

craft n. nghề (thủ-công); mưu-mẹo, mánh-khoé/lới; tàu; máy bay aircraft.

craftsman n. thợ thủ-công; tay nghề điêu-luyện.

craftsmanship n. tài khéo léo, sự lành nghề.

crafty adj. xảo-quyệt, nhiều mánh-khoé/mánh-lới, láu cá, xảo-trá.

crag n. vách đá.

cram v. nhồi, nhét, tọng, tống; học gạo/rút.

cramp n. chứng chuột rút. v. làm co gân; câu-thúc, bó-buộc, gò bó.

crane n. con sếu; cần trục. v. cất/bốc bằng cần trục; vươn, nghển [cổ]. a pine tree and -- painting bức hoạ tùng hạc.

crank n. cái tay quay, cái maniven. v. quay [máy] bằng maniven. He's a --. Anh ta lập-dị.

cranky adj. cáu-kỉnh, [trẻ con] gắt ngủ, quấy.

cranny n. vết nứt/nẻ; xó-xỉnh.

craps n. (trò chơi) súc-sắc [to shoot chơi/gieo].

crash n. tiếng nổ, tiếng đổ sầm, tiếng đổ vỡ loảng-xoảng; vụ đâm ô-tô, vụ đổ/rớt máy bay; sự phá-sản. v. phá tan/vụn; lẻn, chuồn (không có vé, không được mời); rơi vỡ loảng-xoảng, đổ ầm xuống; đâm sầm vào/xuống; phá-sản. -- helmet mũ lái mô-tô, mũ lái xe thi, mũ phi-công.

crass adj. dốt đặc, đần-độn; thô-bỉ, bần-tiện.

crate n. thùng thưa, sọt; xe hơi cũ, máy bay cũ. v. đóng thùng/sọt [hoa quả, đồ gốm].

crater n. miệng núi lửa; hố bom.

crave v. thèm muốn, khao khát, ao ước; van nài, cầu xin [sự tha thứ forgiveness].

craving n. sự thèm muốn, lòng khao khát.

crawl n. sự bò/trườn; kiểu bơi trườn/crôn. v. bò, trườn; lê bước/chân, bò lê; luồn cúi, quỵ lụy; sởn gai ốc. --ing with ants nhung-nhúc những kiến. --ing with lice lúc-nhúc những chấy.

crayfish n. tôm (bang Louisiana). [=crawfish]

crayon n. bút chì màu, than/phấn vẽ.

craze n. sự say mê; mốt.

crazy adj. điên rồ, mất trí, khùng; quá say mê. -- about swimming mê bơi.

creak n. tiếng cót-két/cọt-kẹt/kẽo-kẹt.

v. cót-két, cọt-kẹt, kẽo-kẹt.

creaky adj. [cầu thang, bản lề, v.v.] kêu cót-két.

cream n. kem [lấy từ sữa, cà-lem, bôi mặt, cạo râu]; tinh-hoa, tinh-tuý -- of the crop. v. gạn lấy kem; gạn lấy phần tốt nhất -- off the best; cho kem vào; bôi/thoa kem. -- cheese phó-mát bằng sữa còn để kem. -- puff bánh su nhồi kem. -- -colored màu kem.

creamery n. xưởng làm bơ, phó-mát; hiệu sữa.

creamy adj. có nhiều kem; mịn, mượt.

crease n. nếp gấp [ở quần]; nếp nhăn. v. gấp nếp, là cho rõ nếp; làm nhăn, làm nhàu nát.

create v. tạo ra/nên/thành, sáng-tạo; gây ra/nên.

creation n. sự tạo thành, sự sáng-tạo; sáng-tác; tác-phẩm, vật sáng-tạo, kiểu áo mới nghĩ ra.

creative adj. (có óc) sáng-tạo.

creativity n. óc/tính sáng-tạo.

creator n. người sáng-tạo/vẽ kiểu. the Creator đấng Tạo-hoá, Tạo-công, tạo-nhi, hoá-nhi.

creature n. sinh-vật, loài vật; người, kẻ.

credence n. sự tin, lòng tin.

credentials n. giấy uỷ-nhiệm, uỷ-nhiệm-thư, quốc-
thư; giấy chứng-minh tư-cách/năng-lực; bằng-cấp.

credible adj. đáng tin, tin được.

credit n. sự/lòng tin; danh-tiếng, danh-vọng, uy-
tín; nguồn vẻ-vang; công-trạng; sự cho nợ/chịu,
tín-dụng; bên người ta nợ mình, thải-phương.
v. tin; công-nhận công-trạng/công-lao; ghi vào
ở cột người ta nợ mình. a -- to his school một
nguồn vẻ-vang cho trường anh ấy. to give X --
for công-nhận là X có công .... He has ten books
to his --. Ông ấy đã viết được mười quyển sách.
to buy on -- mua chịu. to sell on -- bán chịu.
We --ed 200 dongs to his account. Chúng tôi đã
thêm 200đ vào trương-mục của anh ta, bên cột có.

creditable adj. vẻ vang; đáng khen ngợi.

creditor n. người cho vay, người chủ nợ.

credulity n. tính nhẹ dạ, tính cả/dễ tin.

credulous adj. nhẹ dạ, cả tin, dễ tin người.

creed n. tín-điều, tín-ngưỡng.

creek n. sông con, nhánh sông; lạch, vũng.

creel n. giỏ đựng cá, giỏ câu.

creep n. sự bò/trườn; sự sởn gáy, sự rùng mình.
It gave me the --s. Nó làm tôi sởn tóc gáy lên.
v. bò, trườn; đi rón rén, lẻn; [cây leo vine]
bò, leo; sởn gai ốc; luồn cúi. That noise makes
my flesh/skin --. Tiếng động ấy làm cho tôi sởn
gai ốc.

creeper n. loài vật bò; giống cây leo.

cremate v. thiêu [xác]; hoả-táng.

cremation n. sự hoả-táng.

creole n. người gốc Âu sống ở châu Mỹ; người
Pháp ở bang Louisiana; thổ-ngữ Pháp ở bang Louis-
iana; người lai da đen; tiếng pha trộn.

crept quá-khứ của creep.

crepe n. hàng nhiễu/kép; băng tang; cao-su kép
crepe rubber; giấy kép crepe paper; bánh kép có
rượu mạnh crepe suzette.

crescent n. trăng lưỡi liềm; hình lưỡi liềm.
Malaysian Red C. Society Hội Lưỡi liềm đỏ Mã lai.

cress n. rau cải xoong water --.

crest n. mào [gà]; bờm [ngựa]; chòm lông [ở mũ
sắt]; ngọn, đỉnh, chỏm. v. trèo lên đỉnh;
[sóng] gợn nhấp-nhô.

crestfallen adj. tiu-nghỉu, chưng-hửng, ỉu-xìu.

crevice n. đường nứt, kẽ hở.

crew n. toàn-bộ thuỷ-thủ; toàn-bộ đoàn phi-hành;
đội, nhóm, ban; đám, bọn, tụi, bè lũ. -- cut
kiểu tóc húi cua.

crew quá-khứ của crow.

crib n. giường cũi (trẻ con); máng ăn; lều nhỏ
để chứa ngô; sự ăn cắp văn, sự đạo văn.
v. nhốt vào giường cũi; quay cóp, quay phim.

cricket n. con dế mèn.

cricket n. môn crické.

crime n. tội ác [to commit phạm]; tội lỗi.

criminal n. kẻ phạm tội ác, tội-phạm. adj. có
tội, phạm tội, tội-ác. -- law luật hình, hình-
luật. war -- tội-phạm chiến-tranh, chiến-phạm.

criminology n. khoa tội-phạm-học.

crimson n., adj. (màu) đỏ thẫm/thắm.

cringe v. núp xuống, co rúm lại; khúm núm.

cripple n. người què, người tàn-tật. v. làm
què, làm tàn-phế; làm hỏng; làm tê-liệt [cốgắng].

crisis n. [pl. crises] cuộc khủng-hoảng; cơn bệnh.
cabinet -- khủng-hoảng nội-các. energy-- khủng-
hoảng năng-lượng.

crisp adj. giòn; nhanh-nhẹn hoạt-bát; [khôngkhí]
mát lành. v. làm giòn, rán giòn.

crisscross n. đường/dấu chéo. adj., adv. bắt
chéo nhau. v. đi/chạy/đặt chéo nhau.

criterion n. [pl. criteria] tiêu-chuẩn.

critic n. nhà phê-bình; người chỉ-trích.

critical adj. phê-bình, phê-phán; hay chê-bai;
[tình-trạng] nguy-ngập/-kịch; [độ nhiệt] tới hạn.

criticism n. sự/lời phê-bình/phê-phán/bình-phẩm/
chỉ-trích. self-criticism sự tự-phê-bình.

criticize v. phê-bình, phê-phán, chỉ-trích.

croak n. tiếng kêu của ếch/qụa. v. [ếchnhái]
kêu ộp-ộp; [qụa] kêu quạ-quạ.

crock n. bình sành, lọ sành.

crockery n. bát đĩa bằng sành.

crocodile n. cá sấu. -- tears nước mắt cá sấu.

crony n. bạn chí thân, bạn nối khố.

crook n. cái móc, cái gậy có móc; khúc quanh, kẻ
đi lừa, tên lưu-manh.

crooked adj. cong, không thẳng; khúc-khuỷu quanh-
co; không thẳng-thắn, không thật-thà, quanh-co.

crop n. vụ, mùa; thu-hoạch của một vụ; cây trồng.
rice -- vụ lúa. industrial --s cây công-nghiệp.
v. thu-hoạch; gặt hái; gieo trồng; cắt ngắn.

cross n. cây thánh-giá; đài thập-ác; dấu chữ ✝
[ra dấu bằng tay phải]; dấu/hình chữ thập; thập-
tự; dấu gạch ngang ở chữ cái [như đ, t]; bội tình;
vật lai giống. adj. chéo nhau, vắt ngang qua;
bực mình, cáu, gắt. v. qua [đường, sông, cầu],
vượt qua, đi ngang qua; gạch ngang, gạch chéo,
xoá ; đặt/xếp chéo nhau; vượt qua, đi qua; gặp
nhau, giao nhau, chéo nhau. the Red C. Hội chữ
thập đỏ, Hội Hồng-thập-tự. A mule is a -- be-
tween a horse and an ass. Con của ngựa và lừa
là con la. He's -- with his son. Ông ấy cáu với
con trai. to -- the sea vượt biển. to -- one's
legs vắt chân chữ ngũ. to -- oneself [người đi
đạo] làm dấu (chữ thập). to -- out xoá đi.
at -- purposes hiểu lầm nhau, bất đồng ý-kiến.

crossbow n. cái nỏ, cái ná.

cross-examination n. sự/cuộc thẩm-vấn/vặn-hỏi.

cross-eyed adj. lác mắt.   [đường.

crossing n. sự vượt qua; ngã tư; lối đi bộ qua

crossroads n. ngã tư.

cross section n. hình cắt ngang, tiết-diện.

crossword n. ô chữ. -- puzzle trò chơi ô chữ.

crotch n. chạc cây; đáy chậu; đũng quần.

crouch n., v. (sự)thu mình lấy đà, (sự)né/cúi.

crow n. con quạ; xà-beng, đòn bảy. as the --
flies theo đường chim bay. to eat -- chịu nhục.

crow n. tiếng gà gáy. v. [gà] gáy; khoe, tự-đắc.

crowbar n. xà-beng, đòn bảy, cái nạy nắp thùng.

crowd n. đám đông; đống, vô số; bọn, lũ, tụi.
v. xúm lại, bu lại, tụ-tập, đổ xô đến, chen chúc;
làm chật ních, nhét đầy, nhồi nhét.

crowded adj. đông-đúc; chật ních; tràn đầy.

crown n. mũ miện, mũ vua, ngôi vua; vòng hoa lá
đội đầu; đỉnh, ngọn, chóp; thân răng. Crown
Prince Thái-tử. v. đội mũ miện cho, gia-miện,
tôn lên làm vua; bao quanh ở đỉnh; ban thưởng,
tặng thưởng; bịt [răng]. --ed with success
thành-công rực-rỡ.

crucial adj. cốt-yếu, chủ-yếu, quyết-định.

crucible n. nồi nấu kim-loại.

crucifix n. hình thập-ác.

crucify v. đóng đinh vào giá chữ thập; hành-hạ.

crude adj. thô, sống, nguyên; thô-lỗ, thô-bỉ, lỗ
mãng, thô-bạo; [phương-pháp] thô-thiển. -- oil
dầu thô, dầu chưa lọc.

cruel adj. độc-ác, hung-ác, tàn-ác, tàn-bạo, tàn-
nhẫn, phũ-phàng; hiểm-nghèo, tàn-khốc.

cruelty n. tính độc-ác; sự tàn-bạo/tàn-ác.

cruet n. lọ dầu, lọ giấm (để bàn ăn).

cruise n. cuộc đi chơi tàu biển. v. đi chơi biển.

cruiser n. tàu tuần-tiểu, tuần-dương-hạm.

crumb n. miếng, mẩu, mảnh vụn bánh; tý, chút, mẩu.

crumble v. vỡ vụn, đổ nát; [cơ-sở] sụp đổ.

crumple v. vò nhàu, vò nát [quần áo].

crunch n. tiếng nhai gặm; tiếng răng-rắc. v. gặm,
nhai; (nghiền) kêu răng-rắc, (làm) kêu lạo-xạo.

crusade n. đạo quân chữ thập, thập-tự-quân; cuộc
viễn-chinh chữ thập, thập-tự-chinh; chiến-dịch,
cuộc vận-động. v. vận-động [for cho].

crush n. sự ép/vắt; sự nghiền nát, sự đè bẹp, sự
vò nhàu/nát; đám đông chen lấn; sự phải lòng.
orange -- nước cam. X. has a -- on Y. X. mê Y.
v. ép, vắt, nghiền nát, đè bẹp, vò nhàu/nát; dẹp
tan; nhét/tống/ấn vào; chen chúc xô đẩy.

crust n. cùi/vỏ bánh; vỏ cứng, vảy cứng. v. đóng
vỏ cứng, đóng vảy cứng.

crusty adj. cứng, giòn; cáu-nhàu; cộc-lốc.

crutch n. cái nạng; vật chống/đỡ, cái chống. a
pair of --es đôi nạng (gỗ).

crux n. điểm then chốt, cái nút.

cry n. tiếng kêu, tiếng hò reo; sự/tiếng khóc-lóc.
v. kêu, la, reo hò, rao; khóc, khóc lóc, kêu khóc.

cryptic adj. bí-mật; khó hiểu.

cryptography n. (cách viết) mật-mã.

crystal n. tinh-thể; pha-lê; mặt kính đồng-hồ.

crystalline adj. thuỷ-tinh, pha-lê.

crystallize v. kết-tinh; cụ-thể-hoá.

cub n. hổ con, sư-tử con, gấu con, sói con, v.v.
sói con hướng-đạo -- scout.

cube n. hình lập-phương, hình khối; luỹ-thừa ba.
ice -- viên nước đá. flash -- bóng đèn máy ảnh.
v. lên tam thừa; thái hạt lựu.

cubic adj. có hình khối; [phương-trình] bậc ba.
-- meter mét khối.

cubicle n. gian phòng nhỏ.

cubist n. hoạ-sĩ lập-thể.

cuckold n. anh chồng mọc sừng. v. cắm sừng.

cuckoo n. chim cu-cu.

cucumber n. quả dưa chuột, trái dưa leo.

cud n. thức ăn nhai lại (của bò, trâu).

cuddle v. ôm ấp, nâng-niu; cuộn mình, thu mình.

cudgel n. dùi cui, gậy tày.

cue n. sự ra hiệu; lời nói bóng; câu nhắc.

cue n. gậy chơi bi-a.

cuff n. cổ tay [áo sơ-mi]; gấu lơ-vê [quần].
-- links khuy măng-sét.

cuff n. cái tát, cái bạt tai. v. tát, bạt tai.

cull v. lựa chọn, chọn lọc.

culminate v. lên đến cực-điểm/tột-độ.

culmination n. điểm cao nhất, cực-điểm, tột-độ.

culprit n. kẻ có tội, thủ-phạm, bị-cáo.

cult n. sự sùng-bái/tôn-thờ; giáo-phái; sự thờ
cúng, sự cúng-bái. the -- of the individual sự
sùng-bái cá-nhân. the -- of ancestors sự thờ-
phụng tổ-tiên.

cultivate v. trồng-trọt, cày-cấy; mở-mang, trau
dồi, tu-dưỡng; nuôi dưỡng [tình-cảm người nào].

cultivated adj. có trồng-trọt; có học-thức.

cultivation n. sự trồng-trọt/cày-cấy/canh-tác;
sự dạy-dỗ/giáo-dưỡng/giáo-hoá; sự tu-dưỡng.
under -- đang được trồng-trọt. Intensive --
thâm-canh.

cultivator n. máy xới; người trồng-trọt.

cultural adj. (thuộc) văn-hoá. the C. Revolution
cuộc cách-mạng văn-hoá.

culture n. văn-hoá; việc trồng-trọt; việc nuôi,
nghề nuôi [ong, tằm, cá, v.v.]; sự trau-dồi.

cultured adj. có học-thức/văn-hoá; [trai] nhân-tạo.

culvert n. cống nước.

cumbersome adj. cồng-kềnh, ngổn-ngang, vướng.

cumulative adj. dồn lại, tích-luỹ.

cunning n., adj. (sự) xảo-trá, xảo-quyệt, láu cá.

cup n. chén, tách; cúp, giải; ống giác. coffee
-- tách uống cà-phê. a -- of coffee một tách cà-
phê. the Davis -- giải Đa-vít (quần vợt).

cupboard n. tủ (có ngăn), tủ búp-phê.

cupidity n. tính tham-lam, máu/lòng tham.

cupful n. chén đầy, tách đầy.

curative adj. chữa bệnh, trị bệnh.

curator n. quản-thủ [bảo-tàng].

curb n. lề đường, thành giếng; dây cầm (ngựa);
sự kìm lại, sự kiềm-chế/hạn-chế. v. kiềm-chế.

curds n. sữa đông. bean -- đậu phụ.

curdle v. (làm) đông lại, (làm) đóng cục.

cure n. (phương) thuốc; cách điều-trị. v. chữa.

curfew n. lệnh giới-nghiêm.

curio n. đồ cổ, cổ-ngoạn.

curiosity n. sự tò-mò, tính tò-mò/hiếu-kỳ; vật
hiếm, vật quý, trân-phẩm.

curious adj. tò-mò, hiếu-kỳ, thọc-mạch; ham biết,
muốn tìm biết; lạ-lùng, kỳ-dị, cổ-quái, hi-kỳ.

curl n. món tóc quăn; sự quăn; làn (khói), cuộn.
v. (uốn)quăn, (làm) xoăn; cuộn lại, co lại -- up.

curly adj. [tóc] quăn, xoăn.

currant n. nho Hy-lạp.

currency n. tiền, tiền-tệ; sự lưu-hành/phổ-biến.
foreign -- ngoại-tệ. to gain -- trở nên phổ-biến.

current n. dòng (nước), luồng (gió, không-khí),
dòng điện; chiều, hướng, khuynh-hướng. direct --
dòng điện một chiều. alternative -- dòng điện xoay
chiều. adj. hiện thời, hiện nay; hiện-hành, đang
lưu-hành, thịnh-hành, phổ-biến. -- affairs thời-
sự. the -- issue số báo kỳ này.

curriculum n. chương-trình học.

curriculum vitae n. bản lý-lịch/tiểu-sử.

curry n. (bột) cà-ri. v. nấu cà-ri.

curry v. chải lông ngựa. -- favor with nịnh, bợ-đỡ.

curse n. lời nguyền-rủa/chửi-rủa; tai-hoạ, hoạ-căn.
v. chửi rủa, nguyền rủa; làm đau-đớn, giáng-hoạ.
--d with bị khổ-sở vì [bệnh-tật].

curt adj. cụt ngủn, cộc-lốc.

curtail v. cắt bớt, rút ngắn; tước bớt, tước mất.

curtain n. màn cửa; màn (trên sân khấu) [rise kéo
lên, fall hạ xuống]; bức màn [Iron sắt, Bamboo
tre]. -- call tiếng vỗ tay mời tài-tử ra nữa.

curtsy n., v. (sự) nhún đầu gối cúi chào.

curvature n. sự uốn cong; độ cong.

curve n. đường cong, đường vòng. v. (uốn) cong.

cushion n. cái đệm, cái nệm/gối. v. kê/lót đệm.

cuspidor n. ống nhổ.

custard n. món sữa trứng.

custard apple n. quả na, trái mãng-cầu.

custody n. sự trông nom; sự canh giữ; sự bắt giam.

custom n. tục-lệ, phong-tục, tập-tục; customs thuế
quan, quan-thuế, hải-quan. --s and manners phong-
tục tập-quán. --s duties thuế đoan. custom-built
[xe, bàn ghế] đặt đóng riêng. custom-made thửa
riêng, không phải may/đóng sẵn.

customary adj. thông-thường, theo lệ thường.

customer n. khách hàng, thực-khách, thân-chủ.

cut n. sự cắt, việc thái/chặt/đốn; vết cắt/đứt;
vật cắt, đoạn cắt, miếng (thịt); sự cắt giảm;
kiểu cắt/may (áo quần); sự phớt lờ; đường tắt.
v. [cut, cut] cắt,thái, chặt, xén, xẻo, hớt,
xẻ, chém, đao, khắc; cắt bớt, giảm, hạ; đi tắt.
to cut into four pieces cắt làm tư. I like the
-- of this coat. Tôi thích kiểu áo này. to take
a short -- đi đường tắt. I -- my finger Tôi bị
đứt tay. They -- a tunnel through that hill. Họ
đào một đường hầm xuyên qua quả đồi đó. to --
classes bỏ/trốn học, cúp cua. *** -- down đẵn,
đốn, chặt; cắt bớt, giảm bớt. -- off/out/up cắt
đứt, chặt phăng; chặt/thái nhỏ. -- short cắt gọn,
cắt ngắn, rút ngắn. -- in nói xen; xen vào cặp
đang khiêu-vũ. His -- was 15%. Hắn ăn lãi 15%.
cut-and-dried adj. sửa-soạn sẵn; thường, không có
gì mới-mẻ/tự-phát.
cutback n. sự cắt giảm, sự tiết-giảm.
cute adj. xinh, xinh-xắn, đáng yêu; dí-dỏm.
cutlery n. dao kéo nói chung.
cutlet n. món sườn, món côtlet.
cutoff n. sự cắt/ngắt; đường tránh tắt highway--.
cutter n. người/máy cắt; xuồng.
cutting n. sự cắt; bài báo cắt ra; cành cây để
gây giống. adj. sắc, bén; gay gắt, cay độc.
cuttlefish n. con (cá) mực.
cycle n. chu-kỳ, chu-trình, vòng; xe đạp.
cyclist n. người đi xe đạp.
cyclone n. gió cuộn, khí xoáy.
cylinder n. trụ, hình trụ; xylanh.
cylindrical adj. hình trụ.
cymbal n. cái chũm-choẹ.
cynic n. nhà khuyển-nho; người thích nhạo-báng.
cynical adj. yếm-thế; hay nhạo-báng/giễu-cợt.
cynicism n. thuyết khuyển-nho; tính yếm-thế/cay-
độc; lời chua-chát/chua-cay, lời nhạo-báng.
cypress n. cây bách.
cyst n. u nang.
czar n. vua Nga, Nga-hoàng.
Czech n., adj. (người /tiếng) Tiệp-khắc.

D

D 500 (chữ số La-mã).
dab n. cái đánh/vỗ/xoa nhẹ; sự chạm nhẹ; miếng.
v. đánh/vỗ/xoa/chấm nhẹ.
dabble v. vầy, lội [nước]; học đòi làm ....
dad n. bố, cha, thầy, ba.
daddy n. bố, cha, thầy, ba.
daffodil n. thuỷ-tiên hoa vàng.
dagger n. dao găm.
dahlia n. hoa thược-dược.
daily n. báo hàng ngày. adj., adv. hàng ngày.
Our city has three dailies [=three daily newspap-
ers]. Thành-phố của chúng tôi có ba tờ báo hàng
ngày. twice -- mỗi ngày hai lần.
dainty n. miếng ngon. adj. [món ăn] ngon, chọn
lọc; khảnh ăn, thanh-cảnh; xinh-xắn, thanh-nhã.
dairy n. trại sản-xuất bơ sữa -- farm; cửa hàng
bơ sữa. -- cattle bò sữa. -- products sữa, bơ,vv.
dais n. bệ, bục, đài.
daisy n. hoa cúc.
dally v. ve-vãn, chim-chuột; đủng-đỉnh, dây-dưa.
dam n. đập nước. v. ngăn bằng đập; kiềm-chế.
damage n. sự thiệt-hại; tiền bồi-thường. v. làm
hỏng, làm hại, làm tổn-thương [danh-dự,...].
dame n. phu-nhân, bà, lệnh-bà.
damn n. lời nguyền-rủa. [Vulg.] don't give a --
đốt cần, đếch cần. v. nguyền-rủa, đoạ-đày.
interj. D. it! Đồ trời đánh thánh vật! Đồ khốn-
kiếp! [câu chửi thề, không nên dùng chỗ lịch-sự]
damnation n. sự nguyền-rủa; kiếp đoạ-đày.
damned adj. bị đày-đoạ; đáng ghét, đáng rủa; ghê
tởm, kinh-khủng. adv. quá lắm, quá xá.
damp n., adj. (sự) ẩm-thấp, ẩm-ướt.
dampen v. làm ẩm, làm ướt; làm nản, làm nhụt.
damper n. bộ giảm âm, bộ giảm sốc; gáo nước lạnh.
dance n. điệu nhảy, sự khiêu-vũ; tiệc nhảy, dạvũ,
liên-hoan có khiêu-vũ. square -- phương-bộ-vũ.
v. nhảy múa, khiêu-vũ; nhảy lên. -- band ban
nhạc nhảy. -- hall phòng nhảy, vũ-sảnh. -- floor
sàn nhảy. I can't --. Tôi không biết nhảy.
dancer n. diễn-viên múa, vũ-nữ, vũ-công.
dancing n. sự nhảy múa; sự khiêu-vũ. -- partner
người cùng nhảy với mình.

dandelion n. cỏ bồ-công-anh.

dandruff n. gàu. -- remover thuốc trừ gàu.

dandy n. công-tử bột; cái đẹp/hay/sang nhất.
adj. diện, bảnh; nhất, số dách, tuyệt.

danger n. sự/mối nguy-hiểm; nguy-cơ, mối đe-dọa.

dangerous adj. nguy-hiểm; [bệnh] hiểm-nghèo, nguy
cấp; [người] nham-hiểm, lợi-hại.

dangle v. lủng-lẳng, đu-đưa, lúc-lắc; nhử.

dank adj. ẩm ướt, ướt-át, nhớp-nháp.

dapper adj. bảnh-bao, diện.

dapple v. chấm lốm-đốm. --d deer hươu sao.

dare v. dám; thách. How -- you? Sao mày dám làm
thế? I -- say. Tôi dám chắc. to -- X to do it
thách X làm chuyện ấy.

daredevil n. người liều-lĩnh/táo-bạo.

daring n., adj. (sự) liều-lĩnh/táo-bạo.

dark n. bóng/chỗ tối; lúc tối trời. adj. tối,
tối-tăm; u-ám. before -- trước lúc tối trời.
In the -- about không hay biết gì về .... a --
complexion nước da ngăm đen. -- color màu sẫm.

darken v. (làm) tối lại; (làm) sạm lại; (làm)
thẫm/sẫm lại; (làm) buồn phiền.

darling n. người thân yêu; con cưng; anh/em yêu.
adj. yêu-quý, cưng, đáng yêu.

darn v. mạng [quần áo, bít-tất].

dart n. phi-tiêu, mũi tên, cái lao. --s trò ném
phi-tiêu. v. ném, phóng; lao mình vào/tới.

dash n. cái gạch ngang dài; sự lao/xông tới. v.
va mạnh, đụng mạnh; lao/xông tới; làm tiêu-tan.

dashboard n. bảng đồng-hồ trước mặt người lái.

dashing adj. chớp nhoáng; sôi-nổi, hăng-hái.

dastard n. kẻ hèn-nhát.

data n. dữ-kiện, số-liệu, cứ-liệu, tài-liệu.

date n. quả chà-là.

date n. ngày tháng; kỳ-hạn; sự hẹn gặp; người đi
chơi với mình. a -- with my dentist giờ hẹn
với ông nha-sĩ của tôi. She is my --. Cô ấy là
bạn cùng đi chơi với tôi. -- of birth, birth --
ngày sinh. to -- cho đến nay. v. để ngày
tháng; xác-định thời-đại; hẹn đi chơi với [bạn];
có từ. This book --s from last century. Quyển
sách này có từ thế-kỷ trước.

dated adj. để ngày ....; lỗi thời, xưa rồi.

dative n., adj. (thuộc) tặng-cách.

datum n. số ít của data.

daub v. trát/phết lên; vẽ bôi-bác.

daughter n. con gái, ái-nữ; lệnh-ái your --.

daughter-in-law n. con dâu, nàng dâu.

daunt v. đe dọa, làm nản lòng; khuất-phục.

dauntless adj. gan dạ, bất khuất, kiên-cường.

davenport n. xôfa, đivăng.

dawdle v. la-cà, lãng-phí thời-gian.

dawn n. bình-minh, lúc tảng sáng, lúc rạng đông.
at -- lúc rạng đông. the -- of civilization buổi
đầu của thời-đại văn-minh. v. ló rạng, hé rạng;
hiện/lóe ra trong trí. It --ed on me that Tôi
chợt nghĩ ra rằng ....

day n. ngày; ban ngày daytime; days thời-kỳ, thời-
buổi. twice a -- mỗi ngày hai lần. -- by --
từng ngày một. every -- mỗi ngày, ngày nào cũng,
hàng ngày. every other -- cách hai ngày một lần.
in less than a -- chưa đầy một ngày. these --s
lúc/dạo này. those --s khi/thời đó. the -- after
hôm sau. the -- after tomorrow ngày kia. the --
before yesterday hôm kia. the -- before hôm trước.
-- and night suốt ngày đêm. all -- long suốt ngày.

daybreak n. lúc rạng đông.

daydream n., v. mơ-mộng, mơ-màng (hão-huyền).

daylight n. ánh sáng ban ngày. In broad -- giữa
ban ngày ban mặt, lúc thanh-thiên bạch-nhật.
-- saving time giờ mùa hè.

daytime n. ban ngày.

daze n., v. (sự) choáng-váng/bàng-hoàng.

dazzle n. sự chói mắt. v. làm chói/hoa/lóa mắt.

dead adj. chết; tắt ngấm; tê cứng; [tiếng] đục.
-- body xác chết, tử-thi. -- leaves lá khô. --
language tử-ngữ. -- silence sự im phăng-phắc. --
end đường cụt; tình-trạng bế-tắc. the -- người
chết. in the -- of night lúc đêm hôm khuya-khoắt.
the -- of winter giữa mùa đông. adv. -- drunk
say bí-tỉ. --tired mệt rã rời, mệt đứt hơi, mệt
lả. to stop -- đứng sững lại.

deaden v. làm giảm/nhẹ/nhỏ đi.

deadline n. hạn cuối cùng, hạn chót.

deadlock n. chỗ/sự bế-tắc.

deadly adj. chết người, chí tử. -- enemy kẻ thù
không đội trời chung, kẻ thù bất cộng đái thiên,
kẻ tử-thù.

deaf adj. điếc. -- and dumb, -- mute điếc và câm.

deafen v. làm điếc/chói/inh tai.

deafness n. tật điếc, tật nghễnh-ngãng.

deal n. số-lượng; sự giao-dịch; sự thông-đồng; cách đối-xử. a great -- of nhiều .... to make/ close a -- thoả-thuận mua bán hoặc điều-đình. v. chia [bài]; phân-phát, ban, giáng [đòn]; giao thiệp, giao-dịch buôn bán; buôn bán [thứ hàng gì] deal in; đối-phó, giải-quyết deal with.

dealer n. người chia bài; người buôn bán. a used car -- người bán xe hơi cũ.

dealt quá-khứ của deal.

dean n. chủ-nhiệm khoa, khoa-trưởng; niên-trưởng.

dear adj. thân, thân-yêu, yêu-quí, thân-mến. interj. trời ơi! than ôi! Dear Sir Thưa Ông. Dear Sirs Thưa Quí-ông.

dearth n. sự thiếu, sự khan hiếm, sự đói kém.

death n. sự/cái chết. to put to -- giết chết.

deathbed n. giường người chết.

deathless adj. bất-tử, bất-diệt, đời đời.

debacle n. sự tan rã, sự sụp đổ.

debase v. làm mất phẩm-giá; làm giảm chất-lượng.

debate n. cuộc tranh-luận. v. tranh-/thảo-luận.

debater n. người tham-dự cuộc tranh-luận.

debauch v. làm truỵ-lạc/sa-đoạ/đồi-bại.

debauchery n. sự chơi-bời truỵ-lạc.

debenture n. giấy nợ, trái-khoán.

debilitate v. làm yếu sức, làm suy-nhược.

debit n. bên nợ (người ta), tá-phương; món nợ, khoản nợ. v. ghi vào sổ nợ.

debonair adj. vui-vẻ, vui tính, khoái-hoạt.

debrief v. vặn hỏi, tra hỏi.

debris n. mảnh vụn, vôi gạch nát vỡ.

debt n. món nợ. in -- mang công mắc nợ. out of -- trả hết nợ. national -- quốc-trái, công-trái.

debtor n. con nợ, người mắc nợ.

debug v. trừ sâu, trừ mối; loại-trừ những lầm lẫn của máy tính; vứt bỏ máy vi-âm nghe trộm.

debunk v. vạch trần, lật tẩy.

debutante n. cô gái mới ra mắt xã-hội.

decade n. thời-kỳ mười năm; tuần [mười ngày].

decadence n. sự sa-sút, sự suy-đồi.

decadent adj. sa-sút, suy-đồi, đồi-truỵ.

decamp v. nhổ trại; chuồn, tẩu-thoát.

decant v. chắt, gạn.

decanter n. bình thon cổ.

decay n. sự sâu (răng); sự thối rữa. v. (làm)

sâu, (làm) mục nát; sa-sút, suy-sụp, suy-tàn. to prevent tooth -- phòng-ngừa bệnh sâu răng. a --ed tooth cái răng sâu.

deceased n., adj. (người) đã chết/mất.

deceit n. sự lừa dối; mưu-mẹo, mánh-lới, mánh-khoé.

deceitful adj. dối-trá, lừa-lọc.

deceive v. lừa dối, đánh lừa.

decelerate v. đi/chạy chậm lại, giảm tốc-độ.

December n. tháng mười hai, tháng chạp dương-lịch.

decency n. sự đứng-đắn/trang-trọng; tính e-thẹn.

decent adj. đứng-đắn, trang-trọng, chỉnh-tề; tử-tế; tươm-tất, kha-khá.

decentralize v. phân-quyền, tản-quyền.

deception n. sự/trò lừa dối.

deceptive adj. dối-trá; dễ làm cho người ta lầm.

decide v. quyết-định; lựa chọn; giải-quyết, phân-xử.

decided adj. dứt khoát, kiên-quyết; rõ-rệt.

deciduous adj. [cây] sớm rụng lá.

decimal adj. thập-phân.

decipher v. đọc/giải [mật-mã]; đọc ra, giải-đoán.

decision n. quyết-định; tính cả-quyết; sự giải- quyết; lời phán-quyết [của toà].

decisive adj. quyết-định; dứt-khoát, kiên-quyết.

deck n. boong tàu; tầng trên; cỗ bài -- of cards.

deck v. tô-điểm, trang-hoàng.

declamation n. sự bình thơ, sự ngâm thơ.

declaration n. lời khai, tờ khai; bản tuyên-bố; tuyên-ngôn. the D. of Human Rights bản Tuyên-ngôn Nhân-quyền. a -- of war sự tuyên-chiến.

declare v. tuyên-bố; bày tỏ, biểu-thị; khai [hàng].

decline n. sự sụt; sự suy-tàn/suy-sụp. v. cúi, nghiêng đi, xế; suy-sụp, suy-tàn; từ-chối, từ-khước.

declivity n. chiều dốc.

decode v. giải mã.

decompose v. phân-tích, phân-ly; làm thối rữa.

decomposition n. sự phân-tích/phân-ly; sự thối rữa.

decorate v. trang-hoàng, trang-trí; gắn huy-chương.

decoration n. sự trang-hoàng; huy-chương. interior -- sự trang-hoàng bài-trí trong nhà.

decorative adj. để làm cảnh, để trang-hoàng.

decorator n. người trang-trí, nhà trang-trí.

decorous adj. đứng mực, mực-thước, đứng-đắn.

decorum n. nghi-lễ, nghi-thức.

decoy n. cò mồi, bẫy, mồi. v. bẫy, nhử mồi.

decrease n. sự giảm. v. giảm đi/bớt, giảm-thiểu.

decree n. sắc-lệnh, sắc-luật; chiếu-chỉ.

decrepit adj. hom-hem, già yếu.

decry v. làm giảm giá-trị, chê bai, giềm pha.

dedicate v. khánh-thành, khai-mạc; đề-tặng [sách vở, bài]; hiến dâng, cống-hiến.

deduce v. suy-diễn, suy-luận, suy/luận ra.

deduct v. trừ đi, khấu đi.

deed n. việc làm, hành-động, hành-vi; chiến-công; chứng-từ, chứng-thư, bằng-khoán, khế-ước.

deem v. cho rằng, thấy rằng, nghĩ rằng.

deep adj. [sông, giếng, vết thương] sâu; [màu] sậm, thẫm; [đề-tài] sâu sắc, thâm-ảo, khó hiểu; [người] sâu xa, thâm-trầm, thâm-hiểm; [giọng nói] trầm; [tình-cảm] sâu sắc, thâm-hậu; ngập sâu, mải mê, miệt-mài. adv. sâu. to dig -- đào sâu.

deepen v. đào sâu thêm; làm đậm/trầm thêm.

deer n. hươu, nai.

de-escalate v. tụt thang.

deface v. làm xấu đi; xoá đi.

defame v. nói xấu, phỉ-báng.

default n., v. (sự) không trả nợ được; (sự) vắng mặt, (sự) khuyết-tịch [ở toà án]; (sự) bỏ cuộc.

defeat n. sự thất-bại; sự thua trận, sự bại trận. v. đánh bại, chiến-thắng; làm thất-bại.

defeatist n., adj. (người) chủ bại.

defecate v. ỉa, đại-tiện.

defect n. thiếu-sót, nhược-điểm, khuyết-điểm. v. đào-ngũ, bỏ đảng; bỏ đạo, bội-giáo.

defection n. sự đào-ngũ; sự bỏ đảng/đạo.

defective adj. có điểm xấu; kém; khuyết thiếu.

defector n. kẻ đào-ngũ; người bỏ đảng/đạo.

defend v. che chở, chống giữ, bảo-vệ, phòng-vệ; [luật-sư] cãi cho, bào chữa.

defendant n. bị-cáo, người bị kiện, bên bị.

defender n. người bảo-vệ; người biện-hộ.

defense, defence n. sự phòng-thủ/bảo-vệ; công-sự phòng-ngự, thành-luỹ; sự bào-chữa/biện-hộ. civil -- phòng-thủ thụ-động. national -- quốc-phòng.

defensible adj. có thể phòng-vệ/bênh-vực được.

defensive n. thế thủ, adj. có tính-chất phòng-ngự/phòng-thủ; có tính chống đỡ.

defer v. hoãn; hoãn quân-dịch.

defer v. chiều theo, làm theo.

deference n. sự chiều theo; sự tôn-trọng/-kính.

deferential adj. cung-kính, tôn-kính, kính-trọng.

deferment n. sự hoãn (quân-dịch).

defiance n. sự coi thường, sự bất chấp.

defiant adj. bướng bỉnh, miệt-thị, bất cần.

deficiency n. sự thiếu hụt; sự kém cỏi.

deficient adj. thiếu hụt; kém cỏi, bất tài.

deficit n. số tiền thiếu hụt [trong ngân-sách].

defile v. làm mất tính-chất thiêng-liêng [của nơi tôn-kính]; cưỡng-dâm, hãm-hiếp; làm nhơ-bẩn/ô-uế.

define v. định-nghĩa; qui-định, minh-xác, định rõ.

definite adj. xác-định, rõ ràng; [mạo-từ] hạn-định.

definition n. định-nghĩa, giải-thuyết.

definitive adj. dứt khoát, cuối cùng.

deflate v. tháo hơi (bong-bóng, ruột bánh xe); giải lạm-phát; giảm [tự-ái].

deflect v. làm lệch, làm chệch hướng.

defoliant n. chất làm rụng lá, thuốc khai-quang.

deform v. làm méo-mó, làm xấu đi.

deformity n. dị-hình, dị-dạng; sự tàn-phế.

defraud v. ăn gian, lừa gạt.

defray v. trả, thanh-toán.

defrost v. làm tan giá, tắt/tháo [tủ lạnh].

deft adj. khéo tay, khéo léo.

defunct adj. chết, mất, quá-cố; đã đóng cửa.

defy v. bất chấp, coi thường; thách-thức, thách đố. This problem defies solution. Vấn-đề này nan-giải.

degenerate adj., v. thoái-hoá, suy-đồi.

degeneration n. sự thoái-hoá/suy-đồi/truỵ-lạc.

degradation n. sự giảm sút; sự thoái-hoá/-biến.

degrade v. (làm) suy-biến/thoái-hoá; giáng-chức, giáng-cấp, lột lon, cho hạ-tầng công-tác; làm giảm giá-trị, làm mất thanh-thế.

degree n. độ, bậc; trình-độ, mức-độ; hằng-cấp, học-vị. 180 --s 180 độ. 85 --s in the shade 85 độ trong bóng râm. by --s dần dần, từ từ. to a certain -- tới mức-độ nào đó. Ph. D. -- bằng Tiến-sĩ. honorary -- bằng danh-dự, học-vị danh-dự. superlative -- cấp cao nhất.

dehydrate v. loại nước ra, hết nước.

deify v. phong thần, tôn làm thần, thần-thánh-hoá.

deign v. thèm, hạ-cố, đoái đến.

deity n. thần. tutelary -- thành-hoàng (làng).

dejected adj. buồn nản, chán nản, thất-vọng.

delay n. sự chậm-trễ/trì-hoãn. v. hoãn lại; làm chậm-trễ, làm trở-ngại.

delegate n. đại-biểu, đại-diện. v. uỷ-quyền, uỷ-thác, giao-phó. chief -- trưởng phái-đoàn.

delegation n. đoàn đại-biểu, phái-đoàn.

delete v. xoá/gạch đi, bỏ đi.

deletion n. sự xoá/gạch/bỏ đi.

deliberate adj. cố-ý; có suy-nghĩ, cân-nhắc. v. bàn-bạc, thảo-luận (kỹ-lưỡng).

deliberation n. cuộc thảo-luận; tính khoan-thai; sự thận-trọng/dẫn-đo.

delicacy n. đồ ăn ngon, món ăn quý; sự tinh-vi, sự khéo léo; sự tế-nhị; sự mỏng-mảnh.

delicate adj. ngon, thanh-cảnh; tinh-vi, khéo-léo; tế-nhị; mỏng-mảnh, dễ vỡ; thanh-tú.

delicatessen n. cửa hàng bán món ăn nấu sẵn.

delicious adj. ngon, ngon lành, thơm ngon.

delight n. sự vui thích; điều thích-thú. v. làm vui thích, làm vui sướng; thích, ham, khoái.

delightful adj. thích-thú, thú-vị; dễ thương.

delineate v. vẽ, vạch; phác-hoạ, miêu/mô-tả.

delinquency n. sự phạm tội. juvenile -- sự phạm pháp của thiếu-niên.

delinquent n. kẻ phạm pháp. adj. phạm/có tội; chểnh-mảng, lơ-là; không trả đúng kỳ-hạn.

delirious adj. hôn-mê, mê sảng.

delirium n. cơn mê sảng; sự điên cuồng.

deliver v. phát [thư]; giao [hàng];đọc [diễn văn]; đỡ đẻ [thai-nhi]; cứu, giải-thoát khỏi -- from.

deliverance n. sự cứu nguy, sự giải-thoát.

delivery n. sự phát (thư), sự giao (hàng); cách nói; sự sinh đẻ, sự xổ. special -- thư phát riêng. cash on -- lĩnh hoá giao ngân, nhận hàng mới trả tiền. -- room phòng đẻ.

delta n. châu-thổ.

delude v. đánh lừa, lừa dối, mê-hoặc.

deluge n. trận lụt lớn, đại-hồng-thuỷ; sự tới tấp. v. --d with letters thư gửi đến tới-tấp.

delusion n. sự lừa dối; ảo/vọng-tưởng, ảo-giác.

deluxe adj. sang, xa-xỉ.

delve v. đào sâu; bới ra, moi-móc.

demagogue n. kẻ mị-dân.

demagoguery, demagogy n. chính-sách mị-dân.

demand n. sự đòi hỏi, sự yêu-cầu, cầu. in great -- được nhiều người yêu-cầu/chuộng. supply and -- cung và cầu. unreasonable --s những sự yêu-sách vô-lý. v. đòi, đòi hỏi, cần phải.

demarcation n. sự phân ranh-giới; giới-tuyến.

demeanor n. cử-chỉ, thái-độ, cách ăn ở.

demented adj. điên, loạn-trí, điên-cuồng.

demilitarize v. phi-quân-sự-hoá. --d zone (DMZ) vùng phi-quân-sự.

demobilize v. giải-ngũ, cho phục-viên.

democracy n. nền/chế-độ dân-chủ; nước dân-chủ.

democrat n. người dân-chủ; đảng-viên đảng Dân-chủ.

democratic adj. dân-chủ (chủ-nghĩa).

demolish v. phá-huỷ; đánh đổ [thuyết, huyền thoại].

demolition n. sự phá-huỷ. -- team đội đặc-công.

demon n. quỷ, ma-quỷ, yêu-ma, yêu-quái.

demonstrate v. chứng-minh; bày tỏ; biểu-tình.

demonstration n. sự chứng-minh; sự biểu-hiện; cuộc biểu-tình (tuần-hành), cuộc biểu-dương lực-lượng.

demonstrative adj. chỉ-định.

demonstrator n. người dự cuộc biểu-tình.

demoralize v. làm mất tinh-thần; làm đồi-bại.

demote v. giáng-cấp, giáng-chức.

demure adj. từ-tốn, nghiêm-trang, nghiêm-chỉnh.

den n. hang [gấu, sư-tử]; sào-huyệt; phòng nhỏ.

denial n. sự phủ-nhận; sự từ-chối.

denomination n. loại, đơn-vị, hạng [tiền, giấy bạc, tem]; giáo-phái, tông-phái; tên gọi.

denominator n. mẫu-số.

denote v. có nghĩa là; biểu-hiện, chứng-tỏ.

denounce v. tố-cáo/-giác, cáo-phát, vạch mặt; tuyên-bố bãi-bỏ [hiệp-ước].

dense adj. dày đặc; rậm-rạp; đông-đúc, trù-mật; đần, đần-độn.

density n. sự dày đặc; sự trù-mật, mật-độ, tỷ-trọng; tính ngu-đần.

dent n. vết mẻ/sứt. v. làm mẻ.

dental n. âm răng, xỉ-âm. adj. (thuộc) răng.

dentist n. nha-sĩ, bác-sĩ răng.

dentistry n. khoa răng, nha-khoa.

denture n. hàm răng giả.

denude v. lột trần, lột vỏ, làm rụng lá; tước.

denunciation n. sự tố-cáo; sự tuyên-bố bãi-bỏ.

deny v. chối [lỗi]; phủ-nhận; từ-chối không cho.

deodorant n. chất khử mùi, thuốc hôi nách.

depart v. ra đi, rời khỏi, khởi-hành; từ-trần, chết; đi trệch, lạc đề.

departed adj. đã chết. the -- người quá-cố.

department n. ban, khoa; ty, sở, nha, vụ, cục;
gian hàng; bộ [trong chính-phủ]. the -- of Lin-
guistics Khoa Ngôn-ngữ-học, Ban Ngữ-học. men's
clothing -- gian hàng bán quần áo đàn ông [trong
-- store cửa hàng tổng-hợp, tiệm bách-hoá lớn].
D. of State, State D. Bộ Ngoại-giao Mỹ. -- chair-
man, chairperson trưởng ban, chủ-nhiệm khoa.

departure n. sự ra đi, sự khởi-hành; lúc đi; sự
đổi hướng. -- time giờ (tàu/xe) đi.

depend v. tuỳ theo, phụ-thuộc [on/upon vào]; dựa,
ỷ, tin, trông mong, trông cậy [on/upon vào]. Our
plan --s on the weather. Chương-trình của chúng
ta còn tuỳ ở chỗ trời tốt hay xấu. It --s. Cái
đó còn tuỳ. The lady --s too much on her child-
ren. Bà ấy dựa vào con cái nhiều quá.

dependable adj. có thể tin được, đáng tin cậy.

dependence n. sự tuỳ-thuộc/phụ-thuộc; sự dựa vào.

dependent n. người sống dựa, vợ con; người nhà.
adj. dựa/ỷ vào; phụ-thuộc.

depict v. vẽ, tả, miêu-tả.

deplete v. tháo/rút/dùng hết.

deplorable adj. đáng trách, tồi, xấu, tệ.

deplore v. thương, xót-xa; lấy làm tiếc, phàn-nàn.

depopulate v. (làm) sụt số dân.

deport v. trục-xuất; đày, phát-vãng.

deportation n. sự trục-xuất; sự phát-vãng.

deportment n. cách đi đứng, cử-chỉ, phong-độ.

depose v. phế-truất [vua]; cung-khai.

deposit n. chất lắng; tiền đặt cọc, tiền ký-quỹ;
tiền/vật gửi. v. đặt, để; gửi, đặt [tiền].

deposition n. sự phế-truất; lời cung-khai.

depository n. kho chứa, nơi cất giữ.

depot n. ga xe lửa train --, ga xe buýt bus --;
kho hàng; kho quân-nhu.

depraved adj. sa-đoạ, truỵ-lạc, đồi-truỵ, hư.

depravity n. sự truỵ-lạc; hành-động sa-đoạ.

deprecate v. chê bai; phản-đối, không tán-thành.

depreciate v. (làm) sụt giá.

depreciation n. sự sụt giá, sự giảm giá.

depredations n. sự cướp bóc.

depress n. ấn/kéo/hạ xuống; làm ngã lòng/phiền-
muộn; làm yếu đi.

depressed adj. suy yếu; chán-nản thất-vọng.

depression n. sự chán-nản, sự ngã lòng, sự sầu-
não; tình-trạng đình-trệ; chỗ lõm, chỗ lún.

deprive v. lấy đi, cướp đi, tước-đoạt.

depth n. chiều/bề/độ sâu, độ dày; sự sâu-xa; chỗ
sâu kín nhất, đáy.

deputation n. đoàn đại-biểu, phái-đoàn.

depute v. uỷ-nhiệm, uỷ-quyền.

deputy n. người được uỷ-quyền; dân-biểu, đạibiểu,
nghị-sĩ; phó-. -- mayor phó thị-trưởng.

derail v. [xe lửa] trật bánh.

deranged adj. bị loạn trí.

derelict adj. chểnh-mảng, lơ-là; [tàu] vô chủ.
-- in one's duty không làm tròn nhiệm-vụ.

deride v. cười, chế-giễu, chế-nhạo, nhạo-báng.

derision n. sự nhạo-báng/chế-giễu.

derisive adj. chế-giễu, chế-nhạo, nhạo-báng.

derivation n. sự rút ra; sự bắt nguồn; từ-nguyên.

derivative n. chất dẫn-xuất; từ phái-sinh.

derive v. lấy/thu được [from từ ...]; bắt nguồn,
chuyển-hoá [from từ ...]. The noun goodness is
--d from the adjective good. Danh-từ goodness
chuyển-hoá từ tính-từ good.

dermatology n. khoa (các bệnh ngoài) da.

derogatory adj. có ý khinh/chê.

derrick n. cần trục, cần cẩu; giàn giếng dầu.

descend v. xuống; tụt/rơi/lặn xuống; tấn-công;
tự hạ mình.

descendant n. con cháu, người nối dõi, miêu-duệ.

descent n. sự xuống; nguồn gốc, gốc gác, dòng-
dõi. an American of Vietnamese -- một người Mỹ
gốc Việt.

describe v. tả, diễn-tả, mô-tả, miêu-tả.

description n. sự mô-tả/miêu-tả; hạng, loại.

descriptive adj. miêu-tả; [hình-học] hoạ-pháp.

desecrate v. báng-bổ; mạo-phạm.

desegregation n. việc xoá-bỏ sự phân-biệt chủng-tộc.

desert n. sa-mạc, hoang-mạc; nơi hoang vắng.

desert v. bỏ đi, bỏ trốn, đào-ngũ; ruồng bỏ.

deserted adj. hoang vắng; bị bỏ mặc, bị bỏ rơi.

deserter n. lính đào-ngũ; kẻ bỏ trốn.

desertion n. sự đào-ngũ; sự ruồng bỏ [vợ].

deserve v. đáng, xứng-đáng (được ....).

deserving adj. đáng khen, đáng thưởng.

design n. kiểu, mẫu, loại, dạng; đồ-án, đề-cương,
bản phác-thảo; cách trình-bày/trang-trí; ý-định,
ý-đồ, mưu-đồ. v. vẽ kiểu, thiết-kế, làm đồ-án.

designate v. chỉ-định, định rõ; gọi tên.

adj. được chỉ-định/bổ-nhiệm rồi nhưng chưa tựu-chức. minister -- bộ-trưởng mới được chỉ-định.

designation n. sự chỉ-định/chỉ rõ/gọi tên.

designer n. người vẽ kiểu, người thiết-kế.

desirable adj. đáng thèm-muốn/ao-ước/khát-khao.

desire n. sự thèm muốn; dục-vọng sexual --. v. thèm muốn, mong muốn, ao ước, mơ ước, khát-khao. I strongly -- to visit Kyoto. Tôi thèm qua thăm Kyoto lắm.

desirous adj. thèm muốn, thèm khát, ao ước.

desist v. thôi, ngừng, nghỉ, chừa.

desk n. bàn học, bàn viết, bàn làm việc, bàn giấy.

desolate adj. hoang-vắng, hoang-vu, tiêu-điều; sầu-não, thê-lương.

desolation n. cảnh tiêu-điều, cảnh tan-hoang.

despair n., v. (sự) tuyệt-vọng/thất-vọng.

desperado n. hung-đồ, bạo-đồ, tên vô-lại.

desperate adj. tuyệt-vọng; liều-lĩnh, liều mạng.

desperation n. sự tuyệt-vọng; sự liều-lĩnh.

despicable adj. đáng khinh, hèn-hạ, đê-tiện.

despise v. khinh, khinh-bỉ, khinh-miệt.

despite prep. mặc dầu, không kể, bất chấp. -- initial failure dù/tuy lúc đầu bị thất-bại.

despoil v. cướp đoạt, chiếm đoạt; bóc lột.

despondency n. sự nản lòng; sự thất-vọng.

despondent adj. nản lòng, ngã lòng, thoái chí; thất-vọng, chán nản.

despot n. bạo-chúa, bạo-quân.

despotic adj. chuyên-chế, chuyên-quyền, bạongược.

despotism n. chế-độ chuyên-chế, bạo-chính.

dessert n. món/đồ tráng miệng, đồ ngọt.

destination n. đích, nơi đi tới; nơi gửi tới.

destine v. định, dự-định; dành cho, để riêng cho. --d to succeed chắc chắn sẽ thành-công. a ship --d for Haiphong một chuyến tàu đi Hải-phòng.

destiny n. số, vận, vận-mệnh, định-mạng, số-phận.

destitute adj. nghèo túng, cơ-cực; không có ....

destitution n. cảnh nghèo-túng/thiếu-thốn.

destroy v. phá, tàn-phá, phá-huỷ, phá-hoại, huỷ-diệt, tiêu-diệt.

destroyer n. tàu khu-trục, khu-trục-hạm.

destruction n. sự phá-huỷ/phá-hoại/tiêu-diệt.

destructive adj. có tính-cách phá-hoại/huỷ-diệt; tiêu-cực, thiếu xây-dựng.

desultory adj. rời-rạc, thiếu mạch-lạc, lungtung.

detach v. gỡ ra, tháo ra, tách ra; biệt-phái.

detachable adj. có thể tháo/gỡ/tách ra.

detached adj. xây riêng; [thái-độ] vô-tư.

detachment n. sự vô-tư/khách-quan; phân-đội.

detail n. chi-tiết, tiểu-tiết; phân-đội, chi-đội. in -- tỉ-mỉ, tường-tận, vào chi-tiết.

detain v. giữ, lưu; giam giữ, bắt giữ, cầm tù.

detect v. dò ra, tìm ra, khám-phá/phát-hiện ra.

detection n. sự dò ra; sự nhận thấy.

detective n. thám-tử, trinh-thám.

detector n. máy dò. mine -- máy dò mìn.

détente n. tình-hình hoà-dịu bớt căng-thẳng.

detention n. sự giam cầm.

deter v. ngăn cản, ngăn chặn, cản trở.

detergent n. xà-phòng bột, thuốc tẩy.

deteriorate v. trở nên xấu hơn, thành đổi-tệ hơn.

deterioration n. sự trở nên đổi-tệ hơn trước.

determinate adj. đã xác-định, đã định rõ.

determination n. tính quả-quyết, quyết-tâm.

determine v. quyết-định, định-đoạt; làm cho quyết định, khiến cho quyết-tâm; đoán-định.

determined adj. kiên-quyết; đã được định rõ.

deterrent n., adj. (cái/điều) ngăn cản, ngăn chặn.

detest v. ghét, ghét cay ghét đắng, ghê tởm.

detestable adj. đáng ghét, đáng ghê tởm.

dethrone v. truất ngôi, phế-truất, hạ bệ.

detonate v. làm nổ.

detour n. đường vòng tạm thời. v. đi vòng.

detract v. gièm pha, chê bai.

detriment n. sự thiệt-hại. to the -- of có hại cho. to your -- có hại cho anh.

detrimental adj. có hại, làm thiệt [to cho].

deuce n. hai, mặt/quân/cây nhị.

devaluation n. sự phá giá, sự mất giá.

devastate v. tàn phá, phá-huỷ.

devastation n. sự tàn-phá/phá-huỷ.

develop v. mở mang, phát-triển; rửa [phim ảnh]; khai-thác [tài-nguyên]; tự-nhiên có [bệnh tật]; trình bày, triển-khai [đề-tài]. to -- industry khuếch-trương công-nghiệp/kỹ-nghệ. Let's wait and see what will --. Chúng ta hãy đợi xem sẽ xảy ra chuyện gì.

development n. sự phát-triển/phát-đạt; sự rửa ảnh, sự hiện ảnh; sự khai-triển; sự diễn-biến.

deviant adj. lệch-lạc, trệch hướng.

deviate v. đi trệch/lệch, đi sai đường.

deviation n. sự trệch, sự lệch-lạc; độ lệch.

device n. máy móc, dụng-cụ, thiết-bị; phương-sách,
phương-kế, mưu-chước; thủ-đoạn, lối [tu-từ].

devil n. ma quỷ; chuyện quái gở; người tai ác.
Go to the --! Cút đi!

devilish adj. quỷ-quái, gian-tà, ma-tà, hiểm-độc.

devious adj. quanh co, vòng vèo; loanh-quanh,
không ngay thẳng, thiếu thành-thật.

devise v. nghĩ ra, đặt [kế-hoạch], bày [mưu].

devoid adj. không có [devoid of]....

devote v. dành hết cho; hiến dâng. to -- oneself
to hiến thân mình cho ....

devoted adj. hết lòng, tận-tâm, tận-tụy, sốt sắng.

devotee n. người sùng đạo; người ham-mộ/say-mê.

devotion n. sự hết lòng, sự tận-tụy; sự hiến dâng.

devour v. ăn ngấu-nghiến; đọc ngấu-nghiến; [đám
cháy] thiêu-hủy.

devout adj. sùng đạo, mộ đạo; chân-thành.

dew n. móc, sương. morning -- sương mai.

dewdrop n. giọt/hạt sương, sương-châu.

dewy adj. đẫm sương, ướt sương.

dexterity n. sự khéo tay, tài khéo léo.

dexterous adj. khéo tay, khéo léo, giỏi.

diabetes n. bệnh đái đường, bệnh đường-niệu.

diabolical adj. hiểm-ác/hiểm-độc (như ma quỷ).

diachronic adj. lịch-đại.

diadem n. mũ miện, mũ vua, vương-miện.

diagnose v. chẩn-đoán.

diagnosis n. phép/sự chẩn-đoán.

diagonal n., adj. (đường) chéo.

diagram n. biểu-đồ.

dial n. mặt [đồng hồ, công-tơ, máy thu-thanh];
đĩa số [máy điện-thoại]. sun -- nhật-quỹ.
quay số, bấm số [dây nói].

dialect n. tiếng địa-phương, phương-ngôn/-ngữ,
thổ-ngữ.

dialectal adj. thuộc phương-ngữ.

dialectic n., adj. (thuộc) biện-chứng.

dialogue n. cuộc đối-thoại; bài đàm-thoại.

diameter n. đường kính.

diamond n. kim-cương, hột xoàn; hình thoi; sân
bóng chày baseball --; cây bài rô.

diaper n. tã lót. disposable -- tã dùng xong
vứt đi.

diaphragm n. cơ hoành; vòng ngăn thụ-thai.

diarrh(o)ea n. bệnh ỉa chảy, chứng thảo dạ.

diary n. nhật-ký.

dice n. những con súc-sắc [xem die]. v. chơi súc
sắc; thái hạt lựu.

dichotomy n. sự phân đôi, sự lưỡng-phân.

dicker v. mặc-cả, trả giá, cò-kè.

dictaphone n. máy ghi tiếng [cho thư-ký nghe sau].

dictate n. mệnh-lệnh. v. đọc cho viết, đọc ám-
tả, đọc chính-tả; ra lệnh. the --s of conscience
tiếng gọi của lương-tâm.

dictation n. bài chính-tả; chữ tốc-ký ghi vănthư
[để lúc sau đánh máy].

dictator n. kẻ/tên độc-tài.

dictatorial adj. độc-tài.

dictatorship n. chế-độ độc-tài; nền chuyên-chính.

diction n. cách phát-âm; cách chọn từ.

dictionary n. từ-điển, tự-điển.

did quá-khứ của do.

didactic adj. để giáo-huấn, để dạy học.

didn't = did not.

die n. [pl. dice] con súc-sắc.

die v. chết; thèm/muốn chết đi được, khao-khát.
-- of illness chết bệnh. -- in action/battle tử
trận, chết trận. He's dying to fly. Nó khaokhát
được lái máy bay. *** -- away chết dần chết mòn;
tàn-tạ, mất dần, tắt dần. -- down chết dần chết
mòn, tàn lụi, bặt đi, nguôi đi. -- out mai-một;
[lửa] tắt ngấm. My father died in 1960. Cha tôi
mất năm 1960. Cụ ấy từ-trần hồi 1960.

die n. khuôn rập; bàn ren.

die-hard n., adj. (phần-tử) ngoan-cố.

diesel n. động-cơ điezen.

diet n. đồ ăn thường ngày; chế-độ ăn uống/kiêng.
v. ăn ít đi, ăn kiêng. go on a -- bắt đầu ăn
kiêng. liquid -- thức ăn lỏng.

diet n. nghị-viện, quốc-hội [Nhật-bản].

dietetics n. khoa ăn uống, khoa dinh-dưỡng.

differ v. không đồng-ý/tán-thành; khác [from với].

difference n. sự khác nhau, sự khác biệt, sự chênh
lệch, điểm dị-biệt/dị-đồng; sự bất-đồng; mối bất-
hòa, điểm tranh-chấp.

different adj. khác from với; khác nhau; tạp,
nhiều. on -- occasions nhiều lần/phen.

differential adj. chênh lệch, phân-biệt; vi-phân.

differentiate v. phân-biệt, biện-biệt.

difficult adj. khó, khó-khăn, gay-go; khó tính.

difficulty n. sự/nỗi khó-khăn; cảnh túng-bấn.

diffidence n. sự thiếu tự-tin; sự rụt-rè.

diffident adj. thiếu tự-tin, nhát, rụt-rè.

diffuse adj. khuếch-tán; rườm-rà. v. truyền, dồn, truyền-bá; lan tràn.

diffusion n. sự khuếch-tán; sự truyền-bá/phổ-biến.

dig n. sự đào bới; cái hích/thúc; sự khai-quật. v. đào, bới, cuốc, xới; hích, thúc. -- out đào ra, moi ra, tìm ra. -- up đào lên, bới lên.

digest n. sách tóm tắt, toát-yếu, pháp-điển. v. tiêu-hoá [đồ ăn]; hiểu, tiêu, lĩnh-hội.

digestible adj. tiêu-hoá được.

digestion n. sự tiêu-hoá; khả-năng tiêu-hoá.

digger n. dụng-cụ để đào; người đào/cuốc/xới.

digit n. con số; ngón tay, ngón chân.

dignified adj. đàng-hoàng, trang-nghiêm.

dignify v. làm cho xứng-đáng.

dignitary n. chức-sắc; nhân-vật quan-trọng.

dignity n. phẩm-giá, phẩm-cách; vẻ trang-nghiêm, vẻ đàng-hoàng; chức-vị/chức-tước cao.

digress v. ra ngoài đề, lạc đề.

digression n. sự ra ngoài đề, sự lạc đề.

dike n. con đê; bờ ruộng đắp cao.

dilapidated adj. đổ nát, hư nát, xiêu-vẹo, ọp-ẹp.

dilapidation n. sự đổ nát, tình-trạng thất-tu.

dilate v. (làm) nở/giãn ra, (làm) trương lên.

dilatory adj. trễ nải; chậm, trì-hoãn.

dilemma n. tình-trạng khó xử (tiến thoái lưỡng nan, tiến lui đều khó).

diligence n. sự siêng-năng/chuyên-cần.

diligent adj. siêng năng, chuyên-cần, cần-cù.

dill n. rau thì-là.

dilly-dally v. lưỡng-lự, do-dự, trù-trừ; la-cà, đủng-đa đủng-đỉnh.

dilute v. pha loãng, pha thêm nước cho đỡ đặc.

dilution v. sự pha loãng; sự làm nhạt; sự giảm.

dim adj. mờ, lờ-mờ; không rõ-ràng/rõ-rệt. take a -- view of tỏ vẻ bi-quan về .... v. (làm) mờ.

dime n. một hào, một cắc. -- store hiệu tạp-hoá bán đồ rẻ (trước kia chỉ năm xu một hào).

dimension n. chiều, kích-thước, cỡ, khổ.

diminish v. bớt, giảm, hạ, giảm bớt/thiếu.

diminution n. sự/lượng giảm bớt.

diminutive adj. bé tí, nhỏ xíu; giảm nhẹ nghĩa.

dimple n. lúm đồng tiền. --d cheeks má lúm đồng tiền.

din n. tiếng ầm-ĩ, tiếng inhtai nhức óc.

dine v. ăn cơm (tối); thết cơm [ai]. -- out ăn cơm khách, ăn hiệu, ăn ngoài.

diner n. người dự bữa ăn, thực-khách; toa ăn trên xe lửa; tiệm ăn xây giống như toa ăn trên xe lửa.

dingy adj. xỉn, xám xịt; dơ-dáy, cáu bẩn, dơ bẩn.

dining car n. toa ăn trên xe lửa.

dining hall n. phòng ăn, nhà ăn [ở trường, viện].

dining room n. phòng ăn [ở nhà tư, nhà trọ].

dinner n. bữa cơm tối (hàng ngày); bữa tiệc (vào dịp tết lễ) ăn lúc 2 hay 3 giờ chiều.

dinosaur n. khủng-long.

dint n. by -- of vì ... mãi mà, do ... mãi mà.

diocese n. giáo-phận, giáo-khu.

dioxide n. đioxyt.

dip n. sự nhúng; sự tắm biển; chỗ trũng/lún. magnetic -- độ từ-khuynh. v. nhúng, ngâm, nhận chìm, dìm xuống; thọc [tay] vào, vục [thìa, gáo] vào, múc; hạ [cờ] xuống rồi kéo lên ngay. This -- is good. Đồ chấm này [nước chấm, chất nhão như mắm, v.v. để nhúng bánh hoặc lát khoai tây] ngon lắm. take a -- tắm một cái [biển, hồ bơi].

diphtheria n. bệnh bạch-hầu.

diphthong n. nguyên-âm đôi, nhị-trùng-âm.

diploma n. bằng, văn-bằng, bằng-cấp, chứng-chỉ.

diplomacy n. (ngành) ngoại-giao; tài ngoại-giao.

diplomat n. nhà ngoại-giao; người khéo giao thiệp.

diplomatic adj. ngoại-giao. -- corps ngoại giao đoàn, đoàn ngoại-giao. -- relations quan-hệ ngoại giao. He's very --. Ông ta nói khéo lắm.

dipper n. cái gáo, cái môi; Dipper chòm sao gấu. the (Great) D. chòm sao Đại-hùng.

dire adj. kinh-khủng, tàn-khốc, thảm-khốc.

direct adj. thẳng, ngay, trực-tiếp; thẳng-thắn, rõ ràng, rành mạch; [bổ-ngữ object] trực-tiếp; [dòng điện current] một chiều. v. cai quản, chỉ huy, điều-khiển, giám-đốc; chỉ đường, chỉ dẫn, hướng-dẫn, chi-phối, chỉ-đạo; bảo, ra lệnh, chỉ-thị; gửi cho, nói với, nhắm/hướng về -- to.

direction n. phương-hướng, chiều, phía, ngã, mặt; sự chỉ-huy/điều-khiển; ban giám-đốc/giám-hiệu; --s lời chỉ-dẫn/hướng-dẫn (cách dùng, cách đi).

directive n. chỉ-thị.

director n. giám-đốc; người điều-khiển; đạo-diễn.

directory n. sách chỉ-dẫn; niên-giám (điện thoại).

dirge n. bài hát đám ma, bài hát buồn.

dirigible n. khí-cầu điều-khiển được.

dirt n. đất, ghét, bùn nhão; vật rác-rưởi, vật
vô-giá-trị; lời nói tục-tĩu. -- cheap rẻ như bùn.

dirty adj. bẩn-thỉu, dơ-bẩn, dơ-dáy; cáu ghét;
tục-tĩu; đê-tiện, hèn-hạ; [của money] phi-nghĩa.
v. làm bẩn/dơ; làm ố [danh].

disability n. sự ốm yếu tàn-tật; sự bất-tài.

disable v. làm tàn-tật/què-quặt; làm cho mất khả-
năng làm việc. --d cars những chiếc xe hỏng.
--d veteran thương-binh.

disadvantage n. thế bất-lợi; sự thiệt-hại.

disaffected adj. bất-bình, bất-mãn, chống-đối.

disagree v. không đồng-ý, bất đồng; không hợp;
không giống, không khớp (nhau).

disagreeable adj. khó chịu; gắt gỏng, cau-có.

disagreement n. sự bất-đồng/bất-hòa/khg ăn khớp.

disappear v. biến đi/mất.

disappearance n. sự biến đi/mất.

disappoint v. làm thất-vọng; làm hỏng/thất-bại.

disappointment n. sự thất-vọng/chán-ngán; điều
làm thất-vọng/chán-ngán.

disapproval n. sự không tán-thành, sự phản-đối.

disapprove v. không tán-thành, phản-đối, chê.

disarm v. tước vũ-khí/khí-giới; làm hết giận;
tài-giảm binh-bị, giải-trừ quân-bị.

disarmament n. sự tài-giảm binh-bị; sự giải giới.

disarray n. sự lộn-xộn, sự xáo-trộn.

disaster n. tai-họa, tai-ách, thảm-họa, tai-ương.
natural -- thiên-tai.

disastrous adj. tai-hại, thảm-khốc. -- defeat
sự thảm-bại.

disavow v. chối, không nhận; từ-bỏ.

disband v. giải-tán [đám đông]; chạy tán-loạn.

disbar v. khai-trừ khỏi luật-sư-đoàn.

disbelief n. sự không tin.

disburse v. xuất tiền, trả tiền, chi tiền.

disbursement n. sự trả tiền; số tiền xuất ra.

disc n. Xem disk.

discard v. bỏ, vứt bỏ, loại.

discern v. thấy rõ, nhận-thức rõ-ràng.

discharge n. sự nổ/phóng/bắn; sự giải-ngũ; sự dỡ.

v. nổ, phóng, bắn; đuổi, thải-hồi; thả, buông
tha, giải-ngũ; dỡ hàng; làm xong, hoàn-thành
[nhiệm-vụ responsibility].

disciple n. học trò, môn-đồ/-đệ/-sinh; tông-đồ.

discipline n. kỷ-luật; môn học, bộ-môn. v. khép
vào kỷ-luật; trừng-phạt, trừng-trị.

disclose v. vạch ra, tiết-lộ, thấu-lộ, để lộ ra.

discolor v. (làm) bạc/phai màu.

discomfort n. sự khó chịu; sự băn-khoăn/bứt-rứt.

disconcerted adj. bối-rối, lúng-túng, luống-cuống.

disconnect v. tháo rời ra, phân cách ra; ngắt.

disconsolate adj. buồn-rầu, phiền-muộn.

discontent n. sự không hài lòng, bất-mãn.

discontented adj. không hài lòng, bất-mãn.

discontinue v. bỏ, thôi, ngừng, đình-chỉ.

discord n. mối bất-hòa, sự xích-mích.

discordant adj. trái ngược nhau, không nhất-trí.

discount n. sự giảm/bớt; tiền bớt/trừ/chiết khấu.
I got a 15 percent --. Tôi được bớt 15%.

discourage v. làm nản/ngã lòng; can ngăn.

discotheque n. tiệm nhảy dùng nhạc đĩa.

discourse n. cuộc nói chuyện; bài thuyết-trình.

discourteous adj. vô-phép, thiếu lễ-độ, vô-lễ.

discover v. tìm ra, khám phá ra, phát-hiện ra.

discoverer n. người tìm ra, người phát-hiện ra.

discovery n. việc/điều tìm ra; phát-minh.

discredit n. sự mang tai mang tiếng; sự nghi-ngờ.
v. làm mang tai mang tiếng; làm mất tín-nhiệm.

discreet adj. kín đáo, dè-dặt, thận-trọng.

discrepancy n. sự không nhất-trí, sự trái ngược.

discrete adj. riêng rẽ, riêng biệt, tách ra.

discretion n. sự tự-do làm theo ý mình; sự suy-
xét/khôn-ngoan/thận-trọng.

discriminate v. phân-biệt, tách-bạch; đối-xử phân
biệt, kỳ-thị.

discrimination n. sự phân-biệt/tách-bạch; sự ức
phán-đoán; sự đối-xử phân-biệt, sự kỳ-thị.

discus n. đĩa. -- throw môn ném đĩa.

discuss v. bàn, bàn cãi, thảo-luận, tranh-luận.

discussion n. sự/cuộc thảo-luận. the matter under
-- vấn-đề đang được bàn đến.

disdain n. sự khinh; thái-độ khinh người; thái-độ
làm cao. v. khinh, khinh-thị; không thèm.

disease n. bệnh, bệnh-tật; tệ-nạn, tệ-đoan.

diseased adj. bệnh-tật, đau ốm; bệnh-hoạn, hư.

disembark v. (cho) lên bờ/bộ.

disenchanted adj. vỡ mộng.

disengage v. tháo ra, thả ra, buông ra; thoát.

disfigure v. làm xấu-xí mặt mày, làm méo-mó.

disgorge v. nôn ra; nhả ra; đổ ra.

disgrace n. sự nhục-nhã/hổ-thẹn; sự thất-sủng.

disgraceful adj. ô-nhục, nhục-nhã, hổ-thẹn.

disguise n. sự cải-trang/trá hình; sự che đậy.
  v. cải-trang, trá hình; che đậy, che giấu.

disgust n. sự ghê-tởm/chán-ghét. v. làm ghê tởm.

dish n. đĩa; món ăn. do/wash the --es rửa bát,
  rửa chén bát. tasty -- món ngon. -- towel khăn
  lau bát.

dishearten v. làm ngã lòng, làm mất can-đảm.

dishevel(l)ed adj. đầu bù tóc rối.

dishonest adj. không lương-thiện, bất-lương.

dishonesty n. tính không lương-thiện/thành-thật.

dishonor n. sự mất danh-dự. v. làm nhục/hổ-thẹn.

dishwasher n. máy rửa bát; người rửa bát.

disillusion n. sự vỡ mộng. v. làm vỡ mộng.

disinfect v. tẩy uế.

disinfectant n. thuốc/chất tẩy uế.

disinherit v. tước quyền thừa-kế/hưởng gia-tài.

disintegrate v. (làm) tan rã; phân-huỷ.

disintegration n. sự tan rã; sự phân-huỷ.

disinterested adj. không vụ-lợi, vô-tư; hờ-hững.

disjointed adj. bị tháo rời; rời-rạc.

disk n. đĩa (ném); đĩa hát; vật hình đĩa. --
  jockey người giới-thiệu nhạc [ở đài phát-thanh].

dislike n. sự ghét. v. không ưa/thích, ghét.

dislocate v. làm trật khớp; đổi chỗ, dời chỗ.

dislodge v. đuổi ra khỏi; đánh bật ra.

disloyal adj. không trung-thành, phản-bội.

disloyalty n. sự không trung-thành, sự phản-bội.

dismal adj. buồn thảm, u sầu, ảm-đạm, tối-tăm.

dismantle v. tháo dỡ; phá-huỷ.

dismay n., v. sự/làm mất tinh-thần/can-đảm.

dismember v. chặt chân tay, phanh thây; chia cắt.

dismiss v. giải-tán, cho đi; đuổi, sa-thải, thải-
  hồi; gạt bỏ, xua đuổi [ý nghĩ].

dismissal n. sự giải-tán; sự đuổi, sự sa-thải.

dismount v. xuống ngựa/xe; tháo dỡ.

disobedience n. sự không tuân lệnh.

disobedient adj. không vâng lời, không tuân lệnh.

disobey v. không vâng lời, không tuân lệnh....

disorder n. sự mất trật-tự, sự bừa-bãi; sự hỗn-/
  rối-loạn.

disorderly adj. bừa-bãi, lộn-xộn; hỗn-loạn, rối-
  loạn. -- conduct hành-vi gây náo-loạn.

disorganized adj. lung-tung, vô-tổ-chức, loạn.

disown v. không công-nhận/thừa-nhận; từ (bỏ).

disparage v. chê (bai), giềm pha, coi thường.

disparate adj. khác nhau, tạp-nham.

disparity n. sự chênh-lệch/cách-biệt.

dispassionate adj. không xúc-động, bình-thản.

dispatch n. bản thông-báo, bản tin; sự gửi/sai;
  sự làm gấp, sự giải-quyết nhanh. v. gửi/sai đi;
  giải-quyết nhanh gọn.

dispel v. xua đuổi, xua tan.

dispensary n. trạm/phòng phát thuốc.

dispensation n. sự phân-phát.

dispense v. phát, phân-phát/-phối; miễn trừ.

disperse v. giải-tán, phân-tán; xua tan.

displace v. đổi chỗ, dời chỗ.

displaced person n. người ra khỏi quê-hương.

displacement n. sự đổi chỗ; trọng-lượng nước rẽ.

display n. sự phô bày; đồ triển-lãm. v. bày ra,
  trưng bày; bày tỏ, biểu-lộ.

displease v. làm phật-ý/phật-lòng/tức-giận.

displeasure n. sự tức-giận; điều bất-mãn.

disposable adj. dùng xong vứt đi, dùng một lần.

disposal n. sự sử-dụng; sự bán. at your -- để
  ông tuỳ-nghi sử-dụng. -- of property sự chuyển-
  nhượng tài-sản. garbage -- máy nghiền rác [ở chỗ
  rửa bát].

dispose v. dùng, tuỳ ý sử-dụng. -- of X khử X,
  thủ-tiêu X. favorably --d toward X có thiện-cảm
  đối với X.

disposition n. tính-tình, tâm-tính, tính-khí; sự
  sắp-đặt/sắp-xếp/bố-trí; khuynh-hướng, thiên-hướng.

dispossess v. tước/lấy mất (quyền sở-hữu).

disproportion n. sự thiếu cân-xứng.

disprove v. bác-bỏ, chứng-minh là sai.

dispute n. cuộc bàn-cãi/tranh-luận; sự tranh-chấp.
  v. bàn cãi, tranh-luận; tranh nhau, tranh-chấp.

disqualify v. loại ra không cho thi/dự.

disregard n., v. (sự) không để ý, (sự) coi thường.

disrepair n. tình-trạng hư-hỏng/ọp-ẹp.

disrepute n. tiếng xấu, sự mang tai mang tiếng.

disrespect n. sự không kính-trọng, sự vô-lễ.

disrespectful adj. vô-lễ, thiếu tôn-kính.

disrupt v. đập/phá vỡ; gây rối, phá đám.

dissatisfaction n. sự bất-mãn.

dissatisfied adj. không vừa lòng, bất-mãn.

dissect v. mổ-xẻ, giải-phẫu; mổ-xẻ, phân-tích.

disseminate v. phổ-biến, quảng-bá, truyền-bá.

dissension n. sự chia rẽ, mối bất-đồng.

dissent n. sự bất-đồng. v. bất-đồng ý-kiến/quan
   điểm; không quy-phục.

dissertation n. luận-văn, luận-án tiến-sĩ.

dissident n. người bất đồng chính-kiến.

dissipate v. xua tan, làm tiêu-tan; phung phí;
   uổng phí, chơi bời phóng-đãng.

dissipation n. sự xua tan/phung-phí/chơi bời.

dissociate v. tách ra khỏi.

dissolute adj. chơi bời phóng-đãng.

dissolution n. sự giải-tán/giải-thể; sự huỷ-bỏ.

dissolve v. hoà tan, làm tan ra; giải-tán/-thể;
   huỷ-bỏ.

dissonance n. sự trái tai; sự bất-hoà.

dissuade v. khuyên-can, khuyên-ngăn, can-ngăn.

distance n. khoảng cách, tầm xa; quãng đường. in
   the -- ở đằng xa. from the -- từ đằng xa.

distant adj. xa, xa cách; [họ] xa; lạnh-nhạt.

distaste n. sự không ưa, sự ghê-tởm/chán-ghét.

distasteful adj. đáng ghét, ghê tởm.

distend v. làm sưng to; làm căng phồng.

distill v. cất, chưng, lọc.

distillation n. sự chưng cất; sản-phẩm cất được.

distillery n. nhà máy rượu. [rệt, dứt khoát.

distinct adj. riêng biệt, khác biệt; rõ ràng, rõ

distinction n. sự/điều phân-biệt; sự lỗi lạc/ưu-tú.

distinctive adj. đặc-biệt, đặc-thù.

distinguish v. phân-biệt, biện-biệt; nhận ra. to
   -- oneself tự làm nổi bật (cho người ta chú ý).

distinguished adj. xuất sắc, lỗi-lạc, ưu-tú, có
   vẻ sang-trọng, trông lịch-sự, trông đạo-mạo.

distort v. bóp méo, xuyên-tạc.

distortion n. sự bóp méo.

distract v. làm lãng đi; làm rối trí.

distraught adj. quẫn trí, mất trí, điên cuồng.

distress n. nỗi đau buồn; cảnh khốn cùng; cơn
   hiểm nghèo. v. làm đau khổ, làm lo-lắng.

distribute v. phân-phát, phân-phối, phân-bố; rắc,
   rải; sắp xếp, phân-loại; phát-hành.

distribution n. sự/cách phân-phát/-phối/-bố.

distributor n. người phân-phối/phát-hành.

district n. huyện, quận, khu, khu-vực, địa-hạt;
   vùng, miền; khu-vực bầu-cử.

distrust n. sự không tin cậy, sự ngờ vực.
   v. nghi ngờ, ngờ vực, không tin (cậy).

distrustful adj. không tin cậy, hay ngờ vực.

disturb v. làm náo-động, làm rối, quấy phá, làm
   xáo-trộn, phá rối; làm lo-âu/lo-ngại.

disturbance n. sự làm náo-động, sự quấy phá.

disunity n. tình-trạng chia rẽ, tình-trạng bất hoà.

disuse n. sự không dùng đến.

ditch n. hố, hào, rãnh, mương. v. bỏ rơi; [máy
   bay] phải hạ cánh xuống biển.

ditto n. cái như trên, cái giống như thế. -- marks
   dấu " [nghĩa là như trên]. v. in ra nhiều bản.

divan n. đi-văng, trường-kỷ.

dive n. sự nhảy lao đầu, sự lặn, sự bổ nhào.
   v. nhảy lao đầu xuống [nước], lặn; [máy bay] bổ
   nhào xuống; [tàu ngầm] lặn, ngụp.

diver n. người nhảy nhào; thợ lặn (mò ngọc trai).

diverge v. rẽ ra; khác nhau, bất-đồng; trệch đi.

diverse adj. linh-tinh, gồm nhiều loại khác nhau.

diversify v. làm cho đa-dạng, thành nhiều vẻ.

diversion n. sự trệch đi; sự/trò giải-trí.

diversity n. tính đa-dạng, tính nhiều vẻ.

divert v. hướng sang phía khác; giải-trí, làm vui.

divest v. tước bỏ, tước-đoạt.

divide n. đường chia. v. chia, chia ra, chia
   cắt, phân ra; chia rẽ, ly-gián.

dividend n. số bị chia; tiền lãi cổ-phần.

divination n. sự/thuật bói toán.

divine adj. thần-thánh, thiêng-liêng; tuyệt-diệu.

diving board n. ván nhào lộn ở bể bơi.

divinity n. thần-thánh; khoa thần-học.

division n. sự chia, sự phân chia; phép/tính chia;
   sự chia rẽ, sự ly-gián; phân-khu, khu-vực; bộ,
   ban; sư-đoàn. -- of labor sự phân-công.

divisive adj. gây chia rẽ, gây bất-hoà.

divisor n. số chia.

divorce n., v. (sự) ly-dị/ly-hôn; (sự) tách rời.

divorcée n. người ly-dị chồng, bà bỏ chồng.

divulge v. để lộ ra, tiết-lộ.

Dixie(land) n. miền nam nước Mỹ.

dizzy adj. (làm) chóng mặt, (làm) choáng váng.

do v. [did; done] làm, thực-hiện; làm xong, hoàn thành, hoàn-tất; sửa sang, sắp đặt, dọn-dẹp, bày biện; nấu chín, nướng, rán, chiên, quay, v.v.; đi được [quãng đường], đi thăm; được, ổn; làm, hành động, hoạt-động; làm ăn, tiến-bộ. -- one's best làm hết sức mình. Have you done your homework? Con làm bài học bài chưa? -- (up) one's hair làm đầu. -- one's bed làm giường. well done [thịt] nướng kỹ, không tái; nấu nhừ. We only did the Museum of History this morning. Sáng nay chúng tôi chỉ mới đi thăm được Bảo-tàng Lịch-sử. -- 55 m.p.h. chạy 55 dặm một giờ. -- the dishes rửa bát/chén. Will this --? Thế này có ổn không? That will --. Như thế được rồi. We did well not to ask. Chúng mình không hỏi xin như thế là phải. You are --ing very well. Thế là anh đang học tập/ làm ăn khá đấy chứ! How do you --? Hân-hạnh được gặp ông/bà/cô. aux. Do you speak Vietnamese? Ông có nói tiếng Việt không? I -- not speak Japanese. Tôi không biết nói tiếng Nhật. Did he go? Anh ấy có đi không? No, he did not go. Không, anh ấy không đi. I like ice cream. Do you? Tôi thích ăn kem, anh có thích không? We saw the exhibit. Did you? Chúng tôi được thấy cuộc triển-lãm đó rồi. Chị thấy chưa? I do believe what you told me. Anh nói gì, em tin lắm. Hardly did we finish dinner when .... Chúng tôi vừa buông đũa buông bát thì .... Do come in! Xin mời ông (bà) cứ vào ạ. (Sao lại đứng thế!) He likes classical music, (and) so -- I. Anh ấy thích nhạc cổ-điển và tôi cũng vậy. *** -- away with bỏ đi, dứt đi, gạt bỏ. -- without bỏ được, nhịn được, không có cũng không sao. She reads Chinese characters as well as he --es. Chị ấy đọc chữ Hán cũng thông như anh ấy.

docile adj. dễ bảo, dễ dạy, dễ sai khiến.

docility n. tính dễ bảo/dạy.

dock n. bến tàu; xưởng đóng/chữa tàu; ghế bị-cáo. v. vào bến, cập bến.

doctor n. tiến-sĩ; bác-sĩ y-khoa, đốc-tờ, đốc-tơ, thầy thuốc, y-sĩ medical -- (Doctor of Medicine). v. chữa trị; giả-mạo, cạo tẩy [văn-kiện].

doctorate n. bằng/học-vị tiến-sĩ.

doctrinaire adj. giáo-điều.

doctrine n. học-thuyết, chủ-nghĩa.

document n. tài-liệu, văn-kiện. v. chứng-minh.

documentary n. phim tài-liệu.

dodge n., v. (sự) tránh-né/lẩn-tránh.

doe n. hươu/nai cái.

does Xem do.

doff v. cởi [quần/áo], bỏ [mũ].

dog n. chó; chó săn; đồ chó má; thằng cha. Year of the Dog năm Tuất. *** to lead a --'s life sống một cuộc đời khổ như chó. to die a --'s death chết khổ chết sở (như một con chó). to go to the --s thất cơ lỡ vận; sa-đọa. Let sleeping --s lie. Thôi đi, đừng chọc cứt ra mà ngửi. v. bám sát.

dogged adj. gan lì, lì lợm; bền bỉ, kiên-trì.

doggerel n. thơ tồi, vè.

dogma n. giáo-điều, giáo-lý.

dogmatic adj. giáo-điều, võ-đoán.

dogmatism n. chủ-nghĩa giáo-điều; thái-độ võ-đoán.

dogwood n. cây thù-du núi [hoa trắng hoặc hồng].

doily n. khăn lót cốc/bát.

do-it-yourself adj. làm lấy.

doldrums n. tình-trạng ể-ẩm/đình-đốn.

dole n. của bố-thí. v. phát nhỏ giọt -- out. go on the -- lĩnh trợ-cấp mất việc.

doleful adj. buồn khổ, buồn thảm; ai-oán.

doll n. con búp-bê. v. diện, lên cây -- up.

dollar n. đồng đô-la, Mỹ-kim; đòn, đô.

dolly n. xe đẩy [vật nặng, máy quay phim].

dolphin n. cá heo, cá lợn.

dolt n. người đần-độn.

domain n. dinh-cơ; phạm-vi, lĩnh-vực.

dome n. vòm, mái vòm.

domestic n. người làm/nhà, đày tớ. adj. trong nhà, trong nước. -- trade nội-thương.

domesticate v. thuần-hoá [súc-vật].

domicile n. chỗ ở, trú-sở.

dominance n. ưu-thế.

dominant adj. trội, át, có ưu-thế, có ảnh-hưởng, chi-phối; thống-trị.

dominate v. chi-phối, có ảnh-hưởng lớn; thống-trị.

domination n. sự chi-phối/thống-trị.

domineering adj. hách, hống-hách.

dominion n. quyền thống-trị; nước tự-trị.

domino n. cờ đôminô.

don n. giáo-sư; hiệu-trưởng, khoa-trưởng.

don v. mặc [quần áo]; đội [mũ].

donate v. cho, biếu, tặng; tặng-dữ, quyên-tặng.

donation n. sự cho/tặng/biếu; quà tặng, đồ biếu, tiền quyên.

done quá-khứ của do. The work is --. Công-việc đã hoàn-thành. The meat is --. Thịt chín rồi.

donkey n. con lừa; Donkey đảng Dân-chủ của Mỹ.

donor n. người tặng/quyên. blood -- người cho máu. [thế nhé:

don't = do not. Don't (you) do it: Chớ có làm

doodle v. viết/vẽ nguệch-ngoạc.

doom n. số-phận, số-mệnh (không may); sự sụp đổ, sự diệt-vong; sự phán-quyết cuối cùng. v. kết án/tội; đoạ-đày. --ed to failure ắt phải thất-bại.

doomsday n. ngày tận-thế.

door n. cửa (ra vào). front -- cửa trước, back -- cửa sau. side -- cửa bên. a -- to success con đường dẫn tới thành-công. next -- nhà bên cạnh. out of --s ở ngoài trời.

doorknob n. quả đấm cửa.

doorstep n. ngưỡng cửa.

doorway n. ô cửa; chỗ cửa. -- to con đường tới...

dope n. chất ma-tuý; tin riêng; người đần-độn. v. cho dùng ma-tuý, đánh thuốc mê.

dorm n. phòng/nhà ngủ tập-thể, ký-túc-xá.

dormant adj. nằm ngủ; âm-ỉ, tiềm-tàng, ngấmngầm.

dormer n. cửa sổ ở mái nhà.

dormitory n. phòng/nhà ngủ tập-thể, ký-túc-xá.

dorsal adj. thuộc lưng, ở lưng.

dosage n. liều-lượng.

dose n. liều-lượng, liều thuốc.

dot n. chấm nhỏ, điểm; dấu chấm [trên chữ i]. v. đánh dấu chấm; rải-rác lấm-chấm.

dotage n. tình-trạng lẩm-cẩm [của người già].

dote v. lẫn, lẩm-cẩm [lúc già].

double adj. gấp đôi; đôi, hai, kép. -- pay tiền lương gấp đôi. -- bed giường đôi, giường hai người. -- talk lời nói không rõ ràng. n. số gấp đôi; người giống hệt; người đóng thay vai khác. v. tăng gấp đôi; gập người lại.

double-cross v. phản, đi hai mặt/mang.

double decker n. xe buýt hai tầng.

double entendre n. câu hai nghĩa, cách chơi chữ.

double-spaced adj. [bản đánh máy] cách hai dòng.

doublet n. tử sinh đôi.

doubt n. sự nghi-ngờ/ngờ-vực; sự do-dự/nghi-ngại.

v. không tin, nghi ngờ, ngờ vực; nghi-ngại, do-dự, lưỡng-lự. in -- còn nghi-ngờ/nghi-ngại. no -- chắc-chắn.

doubtful adj. hồ-nghi, nghi ngờ; đáng nghi/ngờ.

doubtless adv. chắc-chắn, không còn nghi ngờ gì.

dough n. bột nhào; [Slang] tiền, xìn.

doughnut n. bánh rán hình đinh khuy.

douse v. giội nước lên; tắt [đèn].

dove n. chim bồ-câu; người chủ-trương hoà-bình.

dovetail n. mộng đuôi én. v. lắp mộng đuôi én; (làm cho) ăn khớp với nhau.

dowager n. quả-phụ thừa-kế (của vua).

dowdy adj. [quần áo] tồi tàn, không đúng mốt.

down n. cảnh sa-sút. the ups and --s sự lên xuống, những thăng-trầm. adv. xuống; lăn/buông xuống; hạ, giảm; ở miền xuôi, ở vùng dưới. I tell --. Tôi bị ngã xuống. The sun is --. Mặt trời đã lặn. He was -- with influenza. Ông ấy bị cúm. Please calm --. Xin anh hãy bình-tĩnh lại. Jot it --. Xin biên xuống đi. get -- to work bắt tay vào làm việc. adj. hạ giá; buồn bã. Prices are --. Giá cả đã xuống. The plane is --. Máy bay hạ cánh rồi. Down with colonialism: Đả đảo chế-độ/chủ-nghĩa thực-dân: -- payment tiền mặt trả trước [còn bao nhiêu trả góp]. prep. xuống, xuôi; ở phía dưới/thấp, ở đầu kia. -- the stream xuôi dòng suối. -- the street ở dưới đầu phố kia. v. hạ/đặt xuống; đánh ngã, cho đo ván; bắn rơi, hạ [máy bay]; uống, nuốt.

down n. lông tơ [của chim, của quả đào, ở má].

downcast adj. nhìn xuống; chán-nản, thất-vọng.

downfall n. sự suy-sụp/sụp-đổ.

downgrade v. giáng cấp; hạ tầm quan-trọng.

downhearted adj. buồn nản, chán nản, nản chí.

downhill adv. xuống dốc.

downpour n. trận mưa như trút nước.

downright adv. thẳng thừng; rành rành, hết sức.

downstairs adj. ở dưới nhà, ở tầng dưới. adv. xuống gác, xuống tầng dưới.

down-to-earth adj. thực-tế, không viển-vông.

downtown n. khu buôn-bán/thị-tứ dưới phố.

downward adj., adv. xuống, xuôi; hướng xuống dưới.

dowry n. của hồi-môn.

doze v. ngủ gà ngủ gật, ngủ lơ-mơ.

dozen n. tá, lố, chục [12 đơn-vị]. a -- shirts

một tá sơ-mi. half a -- nửa tá. --s of things
to do nhiều việc phải làm lắm.

drab adj. xám-xịt, buồn tẻ.

draft n. đồ-án, sơ-đồ, bản dự-thảo, bản nháp; gió
lùa; chế-độ quân-dịch; hối-phiếu. -- dodger kẻ
trốn quân-dịch. -- horse ngựa kéo. v. phác thảo,
dự-thảo; bắt quân-dịch.

draftee n. lính quân-dịch.

draftsman n. người vẽ đồ-án, hoạ-viên.

drag n. lưới kéo/vét dragnet; điều trở-ngại.
v. kéo lê; kéo dài quá drag on; vét/mò đáy.

dragon n. con rồng. Year of the D. năm Thìn.

dragonfly n. con chuồn-chuồn.

drain n. ống dẫn nước, cống, rãnh, máng, mương;
sự tiêu-hao. v. rút/tháo (nước); làm ráo nước;
bòn rút [của cải]. brain -- sự mất nhân-tài.

drainage n. sự tháo nước; hệ-thống cống rãnh.

drake n. vịt đực.

drama n. kịch, tuồng; tấn thảm-kịch/bi-kịch;
kịch-nghệ, nghệ-thuật sân khấu.

dramatic adj. như kịch; gây xúc-động mạnh.

dramatist n. nhà soạn kịch.

dramatize v. kịch-hoá, làm to chuyện.

drank quá-khứ của *drink*.

drape n. màn/rèm cửa, trướng. v. che màn/rèm.

drapery n. màn cửa.

drastic adj. mạnh-mẽ, quyết-liệt.

draw n. sự mở số, sự rút thăm; trận đấu hoà; động
tác rút súng lục. v. kéo; kéo/lấy/rút ra; lôi
kéo, lôi cuốn, thu hút; hít vào; rút [kinh nghiệm];
mở số, rút thăm -- lots; lĩnh [lương], tìm thấy;
vẽ, vạch, thảo; hoà, huề. to -- to a close sắp
kết-thúc.

drawback n. mặt hạn-chế, điều trở-ngại.

drawbridge n. cầu cất.

drawer n. ngăn kéo; người lĩnh [chi-phiếu]. a
chest of --s tủ com-mốt. a pair of --s quần đùi.

drawing n. bản/bức vẽ; thuật vẽ, môn vẽ (sơ-đồ).

drawl n. giọng nói lè-nhè kéo dài.

drawn [quá-khứ của *draw*] adj. ngơ-ngác, thẫn-thờ.

dread n. sự kinh-sợ. v. sợ, khiếp sợ.

dreadful adj. đáng sợ, dễ sợ, khiếp, kinh-khủng;
tồi, xấu, dở ẹt, chán ngấy.

dream n. giấc mơ/mộng; sự mơ-mộng, điều mơ-ước.
v. nằm mơ/mê, nằm chiêm-bao; mơ-màng, mơ-mộng;

mơ tưởng, tưởng-tượng, nghĩ.

dreary adj. ảm-đạm thê-lương, buồn thảm.

dredge n. lưới vét; tàu vét bùn. v. vét, nạo vét.

dregs n. cặn, bã [trà, cà-phê].

drench v. làm ướt sũng.

dress n. quần áo, y-phục; áo dài phụ-nữ. formal
-- lễ-phục. evening -- áo dạ-tiệc. informal --
quần áo thường. v. mặc, ăn mặc; ăn mặc diện --
up; băng bó [vết thương]; bày-biện, trang-hoàng;
nấu, thêm đồ gia-vị. --ed in black mặc đồ đen.
well-dressed ăn mặc chỉnh-tề/chải-chuốt/lịch-sự.
to -- down mắng, khiển-trách.

dresser n. tủ com-mốt có gương.

dressing n. sự băng-bó, đồ băng-bó; nước xốt,
dầu giấm để trộn nộm/xà lách; đồ nhồi (gà vịt) để
quay hoặc hầm.

dressmaker n. thợ may quần áo đàn bà.

drew quá-khứ của *draw*.

dribble v. chảy nhỏ giọt; nhỏ dãi, chảy nước miếng;
[cầu-thủ bóng rổ] đập bóng xuống sàn liên-tiếp.

drift n. đống cát/tuyết; ý-nghĩa, nội-dung.
v. trôi giạt; chất đống lên; buông trôi.

drifter n. người lang-thang, người hay đổi việc.

driftwood n. củi rều.

drill n. mũi/máy khoan; sự tập-luyện. v. khoan;
luyện-tập. phonetic -- bài tập về ngữ-âm.

drink n. đồ uống, thức uống, ẩm-liệu; rượu mạnh.
soft -- nước ngọt. a -- of water một hớp nước lã.
to have a -- uống một cốc/ly (rượu). v. [drank;
drunk] uống; uống cạn, nốc; uống rượu, nghiện
rượu; tận-hưởng, chịu-đựng. I'll -- to your
health. Tôi xin nâng cốc để chúc ông nhiều sức
khoẻ. He drank himself to death. Lão ta uống
rượu nhiều quá chết luôn.

drip n. sự nhỏ giọt. v. chảy nhỏ giọt.

drip coffee n. cà-phê phin [nhỏ giọt].

drip-dry adj. [quần áo] phơi khô bằng cách treo
lên chứ không sấy bằng máy.

drive n. cuộc đi xe, cuốc xe; đường cho xe chạy,
đường phố [thường ngoằn-ngoèo]; nghị-lực; cuộc
vận-động, cuộc lạc-quyên. v. lái, vặn lái [xe],
cầm cương [ngựa], cho [máy] chạy; dồn, lùa, xua,
đuổi; làm/khiến cho. He --s a big car. Ông ấy
lái một chiếc ô-tô lớn. I'll -- you to the train
station. Tôi sẽ lái xe đưa anh ra ga xe lửa. You

have had too much alcohol, I won't let you --.
Anh uống nhiều rượu quá rồi, em sẽ không để anh
lái xe đâu. He --s me crazy. Ông ấy làm tôi
phát điên lên được. You can't -- nails into this
wall. Tường này không đóng đinh được. We drove
the invaders out of the country. Chúng tôi đánh
đuổi quân xâm-lăng ra khỏi đất nước. What are you
driving at? Anh định nói gì thế?

drive-in n. hàng ăn, bãi chiếu bóng hoặc ngân-
hàng phục-vụ khách ngồi nguyên trong ô-tô.

drivel n. mũi dãi; lời nói vớ-vẩn.

driveway n. lối xe đi từ ngoài đường vào sát nhà.

drizzle n., v. mưa phùn, mưa bụi, mưa bay.

droll adj. buồn cười, tức cười, khôi-hài.

drone n. ong đực; tiếng o-o. v. kêu vo-ve/o-o.

drool n. nước dãi, mũi dãi. v. nhỏ dãi.

droop v. rũ xuống, rũ xuống, gục xuống; ủ rũ.

drop n. giọt; hớp nhỏ, cốc nhỏ, chút xíu rượu;
sự hạ/giảm/sụt. a -- in the bucket muối bỏ bể,
cough -- kẹo ho. letter -- hộp thư. v. chảy
nhỏ giọt; (để/làm) rơi; gục xuống, ném xuống, thả
xuống; bỏ, ngừng, thôi; nói ra. Prices --. Giá
hàng hạ xuống. Coconuts --. Dừa rụng. Drop me a
line. Viết cho tôi vài hàng nhé! Can you -- me
at the library? Xin anh cho tôi đi nhờ xe đến
thư-viện nhé! Drop it! Thôi đi! to -- in tạt
vào, ghé vào. to -- out bỏ cuộc, rút ra.

dropout n. người bỏ học phá ngang.

dropper n. ống nhỏ giọt.

dross n. cứt sắt; rác rưởi, cặn bã.

drought n. hạn-hán.

drove quá-khứ của *drive*.

drove n. đàn, bầy, đám đông.

drown v. chết đuối; làm chết đuối; làm át/lấp.

drowsy adj. (làm) buồn ngủ.

drudge n. người lao-dịch, thân trâu ngựa.
v. làm việc cực-nhọc.

drudgery n. công việc vất-vả, lao-dịch, khổ-dịch.

drug n. thuốc, dược-phẩm; thuốc mê, ma-tuý. --
addict người nghiện ma-tuý. miracle -- thần-dược.
v. cho uống thuốc ngủ/mê/độc, cho uống/hít/tiêm
ma-tuý.

druggist n. người bán thuốc, dược-sĩ.

drugstore n. hiệu thuốc, dược-phòng, cửa hàng
dược-phẩm [bán như hiệu tạp-hoá, có cả quán ăn].

drum n. cái trống; thùng hình ống [đựng xăng, dầu].
oil -- thùng đựng dầu. ear -- màng nhĩ. v. đập,
gõ, đánh.

drummer n. người đánh trống, tay trống.

drumstick n. dùi trống; cẳng gà, cẳng vịt.

drunk [quá-khứ của *drink*] adj., n.(người)say rượu.
dead -- say bí tỉ.

drunkard n. người say/nghiện rượu.

drunken adj. say rượu.

dry adj. khô, cạn, ráo; [rượu] nguyên-chất; khô cổ,
khát; khô-khan, vô-vị. v. phơi/sấy/lau khô, hong.

dry-clean v. tẩy khô, tẩy hoá-học, hấp [quần áo].

dry goods n. hàng vải len dạ.

dual adj. hai, đôi, kép, lưỡng; gấp đôi, tay đôi.

dub v. gán cho cái tên, gọi là; lồng tiếng/nhạc.

dubious adj. đáng ngờ, không đáng tin-cậy, ngờ-vực.

duchess n. vợ công-tước, nữ công-tước.

duck n. vịt, vịt cái; thịt vịt. roast -- vịt quay.
Peking -- món vịt Bắc-kinh. I like water off a --'s
back như nước đổ đầu vịt, như nước đổ lá khoai.

duck v. lặn, ngụp; cúi nhanh [để né tránh].

duckling n. vịt con.

duckweed n. bèo tấm.

duct n. ống dẫn.

dude n. công-tử bột.

due n. cái đáng được hưởng; món nợ, tiền phải trả;
lệ-phí, hội-phí, đảng-phí, niên-liễm annual dues,
nguyệt-liễm monthly dues. adj. đến hạn phải trả/
nộp; thích-đáng, đích-đáng; phải đến [ngày giờ nào]
This bill was -- last May. Hoá-đơn này đáng lẽ
phải trả từ tháng năm. in -- form theo đúng thể-
thức. after -- consideration sau khi xem xét kỹ.
-- any minute một vài phút nữa là đến. This is --
to an emergency. Chuyện này là vì một trường-hợp
bất thần. adv. đúng. -- east đi đúng hướng đông.

duel n. cuộc đấu kiếm, vụ đọ súng.

duet n. bản nhạc cho bộ đôi.

dug quá-khứ của *dig*.

dugout n. thuyền độc-mộc; hầm trú ẩn.

duke n. công-tước.

dull adj. [dao/kéo] cùn; tối dạ, chậm hiểu, ngu;
buồn tẻ, chán ngắt; mờ, đục, xỉn, âm-u, ảm-đạm.
v. làm cùn; làm đỡ nhức, làm bớt nhói.

duly adv. -- elected được bầu bán hẳn-hoi. --
arrived đến đúng lúc.

dumb adj. câm; không kêu; ngu-ngốc, ngu-xuẩn.

dumbbell n. quả tạ; người ngu, người ngốc.

dumbfound v. làm điếng người.

dummy n. người giả, hình-nhân; người nộm/rơm; vật giả.

dump n. chỗ đổ rác; kho đạn. v. đổ đi; vứt bỏ, gác bỏ; bán hạ giá [hàng ế].

dumpling n. bánh bao; viên bột thả vào nước dùng [loại mằn-thắn, xuy-cảo]; người béo lùn.

dun v. thúc nợ, đòi nợ; đòi năng-nặc.

dunce n. học trò ngu, người tối dạ.

dune n. cồn/đụn cát.

dung n. phân thú-vật. cow -- cứt bò.

dungarees n. quần lao-động [bằng vải thô màu lam]

dungeon n. ngục tối, hầm tù.

duo n. bộ đôi.

dupe n. người nhẹ dạ, người dễ bị bịp. v. lừa.

duplicate n. bản sao, vật giống hệt. in -- làm hai bản. adj. -- key chìa khoá giống hệt. v. sao lại; in ra nhiều bản; trùng lặp.

duplication n. sự trùng nhau.

duplicity n. trò hai mặt; sự phản-bội.

durable adj. bền, lâu bền; vĩnh-cửu.

duration n. thời-gian [của một việc].

duress n. sự cưỡng-ép. under -- vì bị cưỡng-ép.

durian n. sầu riêng.

during prep. trong khi, trong lúc. -- my summer vacation trong kỳ nghỉ hè của tôi.

dusk n. lúc nhá-nhem tối; bóng tối.

dust n. bụi, cát bụi; rác; phấn hoa; đất đen. v. quét/phủi/lau/chùi bụi; rắc [bụi, phấn]. -- cover/jacket bìa bọc sách.

dusty adj. đầy bụi, bụi-bậm.

Dutch n., adj. (người/dân/tiếng) Hà-lan. go D-- rủ nhau ăn uống hoặc xem hát mà người nào trả phần người ấy. D. treat phần ai nấy trả.

dutiable adj. phải đóng thuế.

dutiful adj. làm đúng bổn-phận; có hiếu, kính-hiếu.

duty n. bổn-phận, trách-nhiệm, nhiệm-vụ; phần việc, công việc, phận-sự, chức-vụ; phiên trực; thuế đoan, thuế hải-quan. off -- hết phiên làm việc. on -- đang làm việc, đang trực. import duties thuế nhập-khẩu.

duty-free adj., adv. được miễn thuế.

dwarf n. người lùn; chú lùn. v. làm còi cọc; làm có vẻ nhỏ lại.

dwell v. ở, ngụ ở, cư-ngụ; nhấn mạnh vào -- upon.

dweller n. người ở, người cư-trú, cư-dân. city -- dân thành-phố.

dwelling n. nhà ở, chỗ cư-ngụ.

dwindle v. nhỏ lại, co lại, teo đi; hao mòn.

dye n. thuốc nhuộm. v. nhuộm. -- red nhuộm đỏ.

dyed-in-the-wool adj. ngoan-cố.

dyer n. thợ nhuộm.

dying n. sự chết. adj. sắp chết, lúc lâm-chung. -- days những ngày tàn.

dyke See dike.

dynamic adj. thuộc động-lực; năng-động, sôi nổi.

dynamics n. động-lực-học.

dynamism n. thuyết động-lực.

dynamite n. đinamít, cốt mìn. v. phá huỷ.

dynamo n. đinamô, máy phát điện.

dynasty n. triều vua, triều-đại.

dysentery n. bệnh lỵ.

dyspepsia n. chứng khó tiêu.

ℰ

each adj. mỗi. -- person mỗi người. -- week mỗi tuần. -- book mỗi quyển (sách). -- cat mỗi con (mèo). adv. We pay $8 --. Chúng tôi trả 8 đôla một người. These cost $2 --. Những cái này giá mỗi cái 2 đôla. pron. E. took a package. Mỗi người lấy một gói. E. cost a dime. Mỗi cái giá 1 hào/cắc. -- of us mỗi người chúng ta. to help -- other giúp đỡ lẫn nhau.

eager adj. thiết-tha, ham muốn, háo-hức, hăm-hở.

eagle n. chim đại-bàng.

ear n. tai; bắp (ngô). an -- for music tai sành nhạc. an -- of corn một bắp ngô, một trái bắp. gain the king's -- được nhà vua nghe. v. [lúa] trổ bông.

earache n. chứng đau tai.

eardrum n. màng tai/nhĩ.

earl n. bá-tước.

early adj. sớm, đầu mùa. -- hour lúc sớm. -- rice lúa sớm. adv. sớm, lúc ban đầu. I get up --. Tôi dậy sớm. -- in the morning vào lúc sáng sớm.

at your earliest convenience ngay lúc nào tiện
nhất cho ông.

earmark v. dành riêng [khoản tiền].

earn v. kiếm được; giành được. -- a living kiếm
ăn/sống. -- one's keep làm đáng đồng tiền bát
gạo. -- a good reputation được tiếng tốt.

earnest n. thái-độ đứng-đắn/nghiêm-chỉnh; tiền
đặt cọc. adj. đứng-đắn, nghiêm-chỉnh; sốt-sắng.

earnings n. tiền kiếm được, tiền lương, tiền lãi.

earphone n. ống nghe.

earring n. hoa tai, bông tai.

earshot n. tầm nghe.

earth n. đất, đất liền, mặt đất, quả/trái đất.
on -- trên đời.

earthenware n. đồ sành, đồ bằng đất nung.

earthly adj. thuộc quả đất, trần-tục.

earthquake n. trận/vụ/nạn động đất, địa-chấn.

earthworm n. giun đất.

earthy adj. bằng đất; trần-tục, phàm-tục.

earwax n. ráy tai.

ease n. sự thoải-mái/thanh-thoát; sự dễ-dàng; sự
thanh-nhàn/nhàn-hạ. feel at -- được thoải-mái.
with -- dễ-dàng. v. làm nhẹ/bớt; làm yên-tâm.

easel n. giá bảng đen; giá vẽ.

east n. hướng/phía/phương đông; miền đông. the
Far E. Viễn-đông. the Middle E. Trung-đông. the
Near E. Cận-đông.

Easter n. lễ Phục-sinh.

easterly adj. [gió] đông.

eastern adj. (thuộc) hướng đông, đông-phương.

eastward adj., adv. về phía đông.

eastwards adv. về phía đông.

easy adj. dễ, dễ-dàng; thoải-mái, thanh-nhàn,
thanh-thản, không lo-lắng. adv. nhẹ-nhàng, từ-
từ; thanh-thản, thoải-mái. Go -- on the boy.
Anh hãy nhẹ-nhàng đối với nó nhé! Go -- on the
ice cream. Ăn kem vừa vừa thôi nhé! Take it --
Cứ từ-từ! Nhẹ thôi! Đừng cuống! Đừng làm việc
quá sức nhé!

easygoing adj. điềm-tĩnh, nhẹ-nhàng, ung-dung.

eat v. [ate; eaten] ăn, xơi, dùng, thời; ăn mòn,
ăn thủng, làm hỏng.

eatable adj. ăn được, ăn ngon.

eaten quá-khứ của eat.

eater n. người ăn. a big -- người ăn khoẻ.

eaves n. mái chìa.

eavesdrop v. nghe trộm, nghe lén.

ebb n. triều xuống; thời-kỳ tàn-tạ. v. [triều]
xuống; suy-sụp, tàn-tạ. at low -- đang sút kém.

ebony n. gỗ mun.

eccentric adj. lập-dị, kỳ-cục; lệch tâm.

eccentricity n. tính lập-dị.

ecclesiastic n., adj. (thuộc) thầy tu.

echelon n. cấp-bậc.   [lại, lặp lại.

echo n. tiếng vang, tiếng dội. v. vang lại; nhắc

eclipse n. nhật-thực solar --, nguyệt-thực lunar
--. v. làm lu mờ, át hẳn đi.

ecology n. sinh-thái-học.

economic adj. kinh-tế.

economical adj. tiết-kiệm, không tốn.

economics n. kinh-tế-học.

economist n. nhà kinh-tế-học.

economize v. tiết-kiệm.

economy n. nền kinh-tế; sự tiết-kiệm.

ecstasy n. trạng-thái mê-li/ngây-ngất.

ecstatic adj. sướng mê, ngây-ngất, xuất-thần.

eczema n. eczéma, chàm, bệnh chốc lở.

eddy n. xoáy nước; gió lốc; khói cuộn.

edge n. lưỡi, cạnh sắc [dao]; cạnh, bờ, gờ, rìa,
lề, mép. v. viền, làm bờ/gờ; xen, len, dịch dần.

edible adj. có thể ăn được.

edict n. chỉ-dụ, sắc-lệnh.

edifice n. toà nhà, công-trình xây-dựng, lâu-đài.

edify v. mở-mang trí-tuệ cho, khai-trí, khai-hoá.

edit v. biên-tập, chú-giải, hiệu-đính, chỉnh-lý,
cắt xén, thêm bớt, sửa lại.

edition n. lần in, lần xuất-bản; loại sách, bản.
second -- tái-bản. pocket -- loại bỏ túi.

editor n. người biên-tập, biên-tập-viên; chủ bút.

editorial n. bài xã-luận/xã-thuyết.

educate v. giáo-dục, dạy dỗ; rèn luyện.

education n. sự/nền giáo-dục; vốn học, căn-bản.
higher/tertiary -- nền giáo-dục đại-học. physical
-- thể-dục. moral --đức-dục.

educational adj. thuộc giáo-dục.

educator n. nhà giáo, nhà giáo-dục, nhà sư-phạm.

eel n. con lươn.

eerie, eery adj. kỳ-lạ, kỳ-quái, kỳ-dị, kỳ-quặc.

effect n. kết-quả; hiệu-lực, hiệu-quả; tác-động,
tác-dụng, ảnh-hưởng. take --, come into -- bắt

đầu có hiệu-lực. in -- thực thể. to this -- vì
mục-đích đó. cause and -- nguyên-nhân và kết-quả,
nhân và quả.   v. đem lại, thực-hiện.

effective adj. có hiệu-lực/hiệu-quả, hữu-hiệu; có
tác-động/ảnh-hưởng, gây ấn-tượng.

effectual adj. có hiệu-lực/hiệu-quả/giá-trị.

effeminate adj. yếu ớt, ẻo lả, nhu-nhược.

effervescent adj. sủi (bong bóng); sôi-sục, sôinổi.

efficacious adj. [thuốc] có hiệu-quả.

efficiency n. hiệu-quả/-lực; năng-/hiệu-suất; khả-
năng, năng-lực.

efficient adj. có hiệu-quả/hiệu-lực; có năng-suất/
hiệu-suất/công-suất cao; có khả-năng/năng-lực.

effigy n. hình (nổi); hình nộm.

effort n. cố-gắng, nỗ-lực.

effrontery n. tính mặt dày, tính vô-sỉ.

effusive adj. [tình-cảm] dạt-dào.

egg n. trứng [to lay đẻ], trứng gà/vịt [hard-boil-
ed luộc; soft-boiled luộc lòng đào, la-cóoc; fried
rán, lập-là; scrambled bác].

egg v. thúc-giục -- on.

eggbeater n. máy đánh trứng.

eggnog n. rượu nóng đánh trứng.

eggplant n. quả cà.

egg roll n. nem, chả giò kiểu Trung-quốc.

eggshell n. vỏ trứng.

ego n. cái tôi, cá-nhân, tự-ngã.

egocentric adj. cho mình là trung-tâm.

egotism n. tính ích-kỷ.

egotist n. người ích-kỷ.

egret n. cò bạch.

eh int. ê!, này!, ồ!, nhỉ!

eight n. tám; số tám. -- years old lên tám. an
8-year-old boy một cậu bé tám tuổi.

eighteen mười tám.

eighteenth thứ 18; một phần mười tám; ngày 18.

eighth thứ 8; một phần tám; ngày mồng 8.

eightieth thứ 80; một phần tám mươi.

eighty n., adj. tám mươi; số tám mươi. in the
eighties/80's trong những năm 80.

either adj. -- one cái nào cũng được. on -- side
ở mỗi bên, cả hai bên. pron. You can take -- of
these pens. Hai cái bút này, anh lấy cái nào cũng
được. E. will do. Cái/người nào cũng được. conj.
-- red or black will do đỏ hay đen cũng được cả.

You may come -- this week or next week. Anh có
thể đến tuần này hoặc tuần sau. adv. If you are
not going, I'm not going --. Nếu anh không đi thì
tôi cũng chẳng đi. My wife doesn't like durian,
I don't either. Vợ tôi không thích sầu riêng, tôi
cũng không thích.

eject v. tống ra, phụt ra.

eke v. kiếm ăn thêm, thêm vào, bù vào -- out.

elaborate adj. tỉ-mỉ, kỹ-lưỡng, công-phu. v. nói
thêm, cho thêm chi-tiết; thảo tỉ-mỉ, trau chuốt.

elapse v. [thời-gian] trôi qua.

elastic n. dây chun, dây cao-su. adj. co giãn,
đàn-hồi, mềm dẻo.

elated adj. phấn-khởi, hân-hoan, vui-vẻ.

elbow n. khuỷu tay; khuỷu tay áo; góc. v. hích,
thúc khuỷu tay. at X's elbows ở cạnh nách X.

elder n. người nhiều tuổi, huynh-trưởng, bậc trưởng
thượng. adj. nhiều tuổi hơn, lớn hơn. -- sister
chị. -- brother anh.

elderly adj. tuổi-tác, già nua; đứng tuổi. an --
couple một cặp hai ông bà đứng/có tuổi.

eldest adj. nhiều tuổi nhất; cả, trưởng.

elect v. bầu; chọn. They --ed him president. Họ
bầu ông làm chủ-tịch. He --ed to stay home to
study. Nó quyết-định ở nhà học. President-elect
vị Tổng-thống tân-cử.

election n. cuộc bầu-cử/tuyển-cử; sự lựa chọn.
general --s cuộc tổng-tuyển-cử.

elective n. môn học không bắt-buộc, môn nhiệm-ý.
adj. bằng tuyển-cử, dân-cử.

elector n. người bỏ phiếu, người đi bầu, cử-tri.

electorate n. các cử-tri, tuyển-cử-/cử-tri-đoàn.

electric adj. điện. -- chair ghế điện.

electrician n. thợ điện.

electricity n. điện, điện-lực, điện-khí.

electrify v. điện-khí-hoá, mắc điện; kích-thích,
làm giật nảy.

electrocute v. [điện] giật chết.

electrode n. cực, cực điện, điện-cực.

electrolysis n. điện-phân, điện-giải.

electrolyte n. chất điện-phân/điện-giải.

electromagnet n. nam-châm điện.

electromotive adj. điện-động.

electron n. electron, điện-tử.

electronic adj. (thuộc) điện-tử.

electronics n. điện-tử-học.

elegance n. vẻ lịch-sự, tính thanh-lịch/tao-nhã.

elegant adj. lịch-sự, thanh-lịch, tao-nhã, văn-nhã.

elegy n. khúc bi-thương, bi-khúc, bi-ca.

element n. nguyên-tố, yếu-tố; the elements hiện-tượng khí-tượng, mưa gió bão táp; cơ-sở, nguyên-lý cơ-bản, đại-cương. the five --s ngũ hành.

elementary adj. cơ-bản, sơ-yếu, sơ-đẳng, sơ-cấp. -- English tiếng Anh sơ-cấp. -- school trường sơ-học/tiểu-học, trường phổ-thông cấp một.

elephant n. con voi; Elephant đảng Cộng-hoà Mỹ.

elevate v. nâng cao, đề cao. --d train xe lửa đi trên cao.

elevation n. sự nâng cao; độ cao.

elevator n. thang máy; kho lúa grain --.

eleven n., adj. (số) mười một.

eleventh n., adj. thứ 11, một phần mười một, ngày mười một. at the -- hour đến giờ chót.

elf n. yêu-tinh; đứa bé tinh-nghịch.

elicit v. gợi/moi/khêu ra.

eligible adj. đủ tư-cách. an -- bachelor chàng (thanh-niên)độc-thân có thể chọn làm chồng.

eliminate v. loại bỏ, trừ ra, xoá bỏ; khử.

elimination n. sự loại bỏ; sự khử; sự bài-tiết.

elite n. phái thượng-lưu; phần tinh-hoa/tốt nhất.

elk n. nai sừng tấm.

elliptical adj. tỉnh-lược.

elm n. cây du.

elocution n. cách nói (trước công-chúng).

elongate v. làm/kéo dài ra.

elope v. trốn đi (theo trai).

eloquence n. tài hùng-biện.

eloquent adj. hùng-biện, hùng-hồn.

else adj. someone -- người nào khác. Anyone --? Ai nữa? What -- did she say? Cô ta còn nói gì nữa? Anything --, sir? Ông dùng gì nữa không? conj. Hurry up, (or) -- you'll miss the plane. Lẹ lên, không lỡ máy bay bây giờ.

elsewhere adv. ở một nơi khác, chỗ khác.

elucidate v. làm sáng tỏ, giải-thích.

elude v. trốn tránh; vượt quá.

elusive adj. hay lẩn tránh; [câu trả lời] thoái thác; [ý-nghĩa] khó nắm.

emaciated adj. gầy hốc hác.

emanate v. bắt nguồn, phát ra.

emancipate v. giải-phóng, giải-thoát.

emasculate v. thiến, hoạn; cắt xén (tác-phẩm).

embalm v. ướp [xác chết].

embankment n. đê, đường đắp cao.

embargo n., v. (lệnh) cấm-vận.

embark v. (cho) lên tàu; bắt tay vào -- upon.

embarrass v. làm ngượng, làm lúng-túng/bối-rối.

embarrassment n. sự lúng-túng; điều làm ngượng.

embassy n. toà đại-sứ, đại-sứ-quán. counselor of -- tham-tán, cố-vấn ngoại-giao. secretary of -- bí-thư, tham-vụ ngoại-giao.

embed v. gắn/đóng/cắm vào; [câu] lồng vào.

embellish v. làm đẹp, tô-điểm; thêm thắt.

embers n. than hồng; đám tro tàn.

embezzle v. biển-thủ, thụt két.

embitter v. làm cay đắng; làm sâu sắc [mối thù].

emblem n. biểu-tượng, tượng-trưng; huy-hiệu.

embodiment n. sự biểu-hiện, hiện-thân.

embody v. biểu-hiện.

embolism n. sự tắc mạch.

emboss v. chạm nổi, rập nổi.

embrace n. sự ôm. v. ôm, ôm chặt, ghì chặt; đi theo [đường lối, nghề nghiệp].

embroider v. thêu; thêu dệt [câu chuyện].

embroidery n. đồ thêu; việc/nghề thêu.

embryo n. phôi. in -- còn phôi-thai/trứng-nước.

emerald n. ngọc lục-bảo; màu lục tươi.

emerge v. nổi lên; hiện ra, nảy ra, lòi ra.

emergence n. sự nổi lên; sự hiện ra; sự nổi bật.

emergency n. tình-trạng khẩn-cấp; trường-hợp cấp-cứu. in case of -- trong trường-hợp khẩn-cấp. -- door/exit cửa an-toàn.

emery n. bột mài. -- paper giấy ráp/nhám.

emigrant n. người di-cư.

emigrate v. di-cư, đổi chỗ ở.

eminence n. sự nổi tiếng; mô đất.

eminent adj. nổi tiếng, xuất-sắc, kiệt-xuất, lỗi-[lạc, tuyệt vời].

emissary n. phái-viên (mật).

emit v. phát/bốc/toả ra.

emolument n. tiền thù-lao, tiền trả nước.

emotion n. sự cảm-động/xúc-động/xúc-cảm.

emotional adj. dễ cảm-động/xúc-động.

emperor n. hoàng-đế.

emphasis n. sự nhấn mạnh.

emphasize v. nhấn mạnh

emphatic adj. nhấn mạnh, nhấn giọng; dứt khoát.

empire n. đế-quốc, đế-chế.

empirical adj. theo lối kinh-nghiệm.

employ n. sự dùng người. in his -- làm cho ông ta.
  v. dùng, thuê [người giúp việc]; sử-dụng.

employee n. người làm (công), thợ, công-nhân,
  nhân-viên. government/public -- công-chức.

employer n. chủ, chủ-nhân.

employment n. sự dùng/thuê người; việc làm. out
  of -- thất-nghiệp.

empower v. cho/trao quyền; khiến cho có thể.

empress n. hoàng-hậu, nữ-hoàng.

empty n. vỏ không, chai không, thùng không. adj.
  trống, rỗng, trống/rỗng không; rỗng tuếch; bụng
  rỗng, đói; [lời nói] hão, suông. -- of gasoline
  hết ét-xăng. -- promise lời hứa suông, hứa hão.
  v. đổ/dốc/làm/uống cạn, trút sạch; [sông] đổ ra.

empty-handed adj. tay không, tay trắng.

emulation n. sự thi đua, sự ganh đua.

emulsion n. thể sữa, nhũ-tương.

enable v. làm/khiến cho có thể, cho phép.

enact v. ban-hành [luật]; đóng/diễn [vai].

enamel n. men [đồ sứ, răng]. v. tráng men.

encampment n. trại lính, doanh-trại.

encephalitis n. bệnh viêm não/óc.

enchant v. làm say mê; mê-hoặc bằng yêu-thuật.

enchanting adj. làm say mê, làm mê-mẩn.

encircle v. bao quanh, bao vây; đi vòng quanh.

enclose v. gửi kèm, đính kèm; rào quanh. I -- a
  check Tôi xin kèm đây một chi-phiếu. Enclosed
  herewith is, Enclosed herewith please find ....
  Đính kèm thư này là ....

enclosure n. hàng/đất rào; văn-kiện gửi kèm.

encompass v. bao gồm, chứa đựng.

encore n. bài hát lại, điệu múa lại [theo lời yêu
  cầu của khán-giả]. int. Nữa! Hoan-hô! Nữa!

encounter n. sự gặp-gỡ; cuộc chạm trán, cuộc đụng
  độ. v. gặp thình-lình, bắt gặp; gặp [khó khăn].

encourage v. khuyến-khích, cổ-vũ, động-viên.

encouragement n. sự khuyến-khích/cổ-vũ/động-viên.

encroach v. xâm-phạm, lấn [on vào].

encumber v. làm vướng-víu, làm trở-ngại.

encyclical n. thông-tri của đức Giáo-hoàng.

encyclop(a)edia n. bộ sách bách-khoa.

end n. đầu, đầu mối [dây]; đuôi, đoạn cuối, phần

chốt; mẩu thừa; giới-hạn; sự kết-thúc/kết-liễu,
sự chết; mục-đích, cứu-cánh. at year's -- vào lúc
cuối năm. from -- to -- từ đầu này đến đầu kia.
bring to an -- chấm dứt .... The war has come to
an --. Chiến-tranh đã hết. to make (both) --s
meet giật gấu vá vai, sống nổi. in the -- về sau.
v. chấm dứt, kết-thúc, tận cùng.

endanger v. làm nguy-hiểm, làm nguy-hại.

endear v. làm cho được quý chuộng.

endeavor n., v. cố-gắng, nỗ-lực.

ending n. sự kết-thúc; kết-cục, phần cuối; tư-vĩ.

endless adj. không bao giờ hết, vô-tận, liên-miên.

endorse v. ký, bối-thự [séc, chi-phiếu];tán-thành.

endow v. quyên-trợ tiền [vào trường, tổ-chức văn-
hoá]; [trời] phú cho.

endowment n. vốn quyên-trợ [cho trường đại-học,
tổ-chức văn-hoá]; quỹ quyên-tặng; thiên-tài, thiên
phú. National E. for the Humanities Cơ-quan Quốc-
gia Quyên-tặng Chương-trình Nhân-văn.

endurance n. sự chịu đựng. beyond/past -- không
thể nhẫn-nại được nữa.

endure v. chịu đựng, cam chịu; kéo dài, tồn-tại.

enduring adj. lâu dài, bền vững, vĩnh-cửu.

enemy n. kẻ thù, địch, địch-thủ, quân địch. the
-- (quân) địch. adj. của địch, thù-địch.

energetic adj. mạnh-mẽ, mãnh-liệt; đầy sinh-lực.

energy n. sinh-lực, nghị-lực; energies sức lực;
năng-lượng [atomic nguyên-tử, electric điện, solar
mặt trời]. the -- crisis cuộc khủng-hoảng về năng-
lượng. kinetic -- động-năng.

enforce v. thi-hành, thực-thi [luật]; bắt theo.

enforcement n. việc thi-hành; sự bắt phải theo.

engage v. hẹn, hứa hẹn, cam-kết; đính-hôn, hứa-hôn;
thuê [người làm]; mắc bận; đánh nhau, giao-chiến;
bận làm, tiến-hành -- in.

engaged adj. đã đính-hôn/hứa hôn; mắc bận.

engagement n. sự hứa hôn, sự đính-hôn; sự hẹn/bận;
sự thuê người làm; cuộc giao-chiến. -- ring nhẫn
đính-hôn, nhẫn phi-ăng-xê. to have a previous --
có hẹn trước rồi.

engender v. sinh ra, gây ra.

engine n. máy, động-cơ; đầu máy xe lửa.

engineer n. công-trình-sư, kỹ-sư [civil xây-dựng,
electrical điện, mining mỏ]; công-binh; người bố-
trí. train -- người lái đầu máy xe lửa.

engineering n. nghề kỹ-sư/công-trình-sư; kỹ-
thuật. civil -- kỹ-thuật xây-dựng. military --
kỹ-thuật công-binh. mechanical -- kỹ-thuật cơkhí.

English n. tiếng Anh; người/nhân-dân Anh the E.
the King's/Queen's E. tiếng Anh tiêu-chuẩn.
adj. (thuộc/của) Anh.

engrave v. khắc, chạm, trổ; in sâu, khắc sâu.

engraving n. sự/thuật khắc/chạm; bản in khắc.

engross v. làm mê-mải, thu-hút; chiếm [thì-giờ].
--ed in mê-mải với ....

engulf v. nhận chìm/sâu, cuốn đi.

enhance v. làm tăng, làm nổi bật, nâng cao, đềcao.

enigma n. điều bí-ẩn, chuyện khó hiểu.

enigmatic adj. bí-ẩn, khó hiểu, khó giải-đoán.

enjoin v. bắt phải, ra lệnh, chỉ-thị, khiến.

enjoy v. thích-thú, khoái; có được, hưởng(-thụ),
to -- oneself khoái-trá, vui thích. [thưởng-thức.

enjoyable adj. thú-vị, thích-thú.

enjoyment n. sự thích-thú, sự khoái-trá; điều
làm vui thích; sự được hưởng, sự thưởng-thức.

enlarge v. mở rộng, tăng lên, khuếch-trương;
phóng đại/lớn, rửa lớn [ảnh]. -- on tán rộng về.

enlargement n. sự mở rộng, sự khuếch-trương; tấm
ảnh phóng to; phần mở rộng thêm.

enlighten v. làm sáng tỏ, mở mắt cho; làm cho đỡ
ngu-muội/mê-tín.   [đắc-đạo.

enlightenment n. sự hết ngu-muội/mê-tín; sự

enlist v. tòng quân, đăng lính, đi làm nghĩa-vụ
quân-sự; tuyển [quân]; tranh-thủ, giành được.
--ed man binh nhì.

enlistment n. sự vào lính, sự nhập-ngũ/tòng-quân;
sự tuyển-quân; sự tranh-thủ được.

enliven v. làm sống động, làm hoạt-động/sôi-nổi,
làm phấn-chấn/hưng-thịnh, làm cho có khởi-sắc.

enmity n. sự thù-hằn/thù-địch.

ennoble v. làm thành quý-tộc, phong-tước cho;
làm cho cao-quý/cao-thượng.

enormity n. tội ác; hành-động tàn-bạo.

enormous adj. to tướng, to lớn, khổng-lồ, cự-đại.

enough n. lượng đủ dùng. He has -- to live on.
Anh ấy có đủ tiền sống. adj. đủ (dùng). not --
rice không đủ cơm. more than -- quá đủ. --
money đủ tiền. adv. đủ, khá. warm -- đủ ấm.
well -- khá hay, khá tốt, khá giỏi.

enrage v. làm giận điên, làm điên tiết.

enrapture v. làm mê-thích/mê-mẩn.

enrich v. làm giàu thêm, làm phong-phú/màu-mỡ.

enroll v. ghi tên [đi học, đi lính]; kết-nạp.

enrollment n. sự ghi danh; số học-sinh/sinh-viên,
sĩ-số.

enroute adv. đang trên đường đi.

ensemble n. đoàn kịch, đoàn văn-công/hợp-xướng,
ban nhạc; toàn-bộ, chỉnh-thể.

enshrine v. để vào đền miếu để tôn-thờ.

ensign n. cờ (hiệu), quân-kỳ, đoàn-kỳ, quốc-kỳ;
thiếu-uý [hải-quân Mỹ].

enslave v. bắt làm nô-lệ, nô-lệ-hoá, nô-dịch-hoá.

ensue v. xảy ra; sinh ra [from/on từ].

ensure v. bảo-đảm.

entail v. đòi hỏi; đưa đến, dẫn khởi, gây ra.

entangle v. làm vướng-víu, cuốn vào.

enter v. vào, đâm vào; ghi [tên, khoản chi thu].
-- into ký-kết, tham-dự [hiệp-ước].

enterprise n. hãng, cơ-sở kinh-doanh, xí-nghiệp;
tính dám làm.

enterprising adj. dám làm, bạo [về kinh-doanh].

entertain v. tiếp-đãi, chiêu-đãi, thết-đãi; giải-
trí, tiêu-khiển, giải buồn; nuôi dưỡng, ấp-ủ,
hoài-bão [hy-vọng, mộng, v.v.].

entertaining adj. giải-trí, thú-vị.

entertainment n. sự thết-đãi; thú tiêu-khiển;
phần văn-nghệ.

enthrall v. hấp-dẫn, làm mê-hoặc/mê-mệt.

enthrone n. đưa lên ngôi, tôn lên (làm vua).

enthusiasm n. sự hăng-hái, nhiệt-tình, nhiệt-tâm.

enthusiastic adj. hăng-hái, nhiệt-tình, sốt-sắng.

entice v. dụ, dụ-dỗ, cám-dỗ, lôi-kéo, nhử.

enticement n. sự dụ-dỗ/rủ-rê; sức lôi cuốn; mồi.

entire adj. toàn-bộ/-thể; toàn vẹn, hoàn-toàn.
the -- country toàn-quốc. the -- people toàn-dân.

entirely adv. hoàn-toàn.

entirety n. tình-trạng toàn vẹn.

entitle v. cho tên [sách, bài]; cho quyền. --d
to freedom được hưởng quyền tự-do. The poem is
--d .... Bài thơ ấy nhan đề ....

entity n. thực-thể.

entomology n. khoa sâu bọ, côn-trùng-học.

entourage n. đoàn tùy-tùng, những người tháp-tùng.

entrails n. ruột, lòng.

entrance n. lối vào; quyền gia-nhập. -- exam

thi vào, thi nhập-học. No --! Cấm vào!

entrance v. làm xuất-thần; làm mê-mẩn, mê-hoặc.

entreat v. van xin/nài, khẩn-nài, khẩn-khoản.

entreaty n. sự/lời khẩn-cầu.

entrée n. món ăn chính.

entrench v. đào hào, cố-thủ.

entrust v. giao, gửi, giao-phó. -- a task to X,
-- X with a task giao-phó một việc cho X.

entry n. sự đi vào; lối/cổng vào; sự ghi vào sổ;
khoản/mục được ghi; mục từ [trong từ-điển].

entwine v. quấn, bện, tết.

enumerate v. kể, liệt-kê, tính rõ, đếm.

enunciate v. phát-âm; nói ra, phát-biểu.

envelop v. bọc, bao, bao phủ.

envelope n. phong bì, bì thư. self-addressed --
phong bì đề tên mình để người ta trả lời.

enviable adj. đáng thèm muốn, đáng ghen tị.

envious adj. thèm muốn, ghen tị, đố kỵ.

environment n. hoàn-cảnh, môi-trường.

environmentalist n. nhà môi-sinh-học.

environs n. vùng xung quanh, vùng phụ-cận.

envisage v. dự-tính, nhìn trước, nghĩ rằng sẽ có.

envoy n. phái-viên, đại-diện; đặc-sứ, công-sứ.

envy n. sự thèm-muốn/ghen tị/đố-kỵ; điều làm
người ta ghen tị. v. thèm muốn, ghen tị.

enzyme n. enzim.

ephemeral adj. không bền, chóng tàn, sớm nở tối
tàn, đoản-mệnh.

epic n., adj. (có tính-chất) sử-thi/anh-hùng-ca.

epidemic n., adj. (bệnh) dịch.

epigram n. thơ trào-phúng; cách nói dí-dỏm.

epilepsy n. chứng động-kinh.

epilogue n. phần kết; lời bạt.

episcopal adj. thuộc giám-mục; [nhà thờ] tân-giáo.

episode n. đoạn, hồi, tình-tiết.

epitaph n. văn bia, văn mộ-chí.

epithet n. tính-ngữ.

epitome n. toát-yếu, trích-yếu; hình-ảnh thu nhỏ.

epoch n. thời-đại, kỷ-nguyên, thời-kỳ, giai-đoạn
trọng-yếu.

epoch-making adj. đánh dấu một kỷ-nguyên mới; có
ý-nghĩa lịch-sử.

equal n. người ngang hàng/sức, vật bằng nhau.
adj. ngang, bằng; đủ sức, đủ khả-năng (đáp-ứng).
v. bằng, ngang, sánh/bì kịp.

equality n. sự bình-đẳng; sự bằng nhau.

equalize v. làm bằng nhau, san bằng nhau.

equally adv. bằng nhau, giống nhau; [chia] đều.

equanimity n. tính bình-tĩnh/trầm-tĩnh.

equate v. đặt ngang hàng, đánh đồng.

equation n. phương-trình.

equator n. xích-đạo.

equestrian adj. thuộc thuật cưỡi ngựa.

equidistant adj. cách đều.

equilateral adj. [tam-giác] đều cạnh.

equilibrium n. sự thăng bằng, sự cân bằng.

equinox n. phân-điểm, điểm phân.

equip v. trang-bị, thiết-bị.

equipment n. sự trang-bị; đồ trang-bị, thiết-bị,
dụng-cụ, đồ dùng, máy móc.

equitable adj. công-bằng, vô-tư.

equity n. tính công-bằng; giá-trị tài-sản, chứng-
khoán hay cổ-phần sau khi trừ thuế.

equivalent n., adj. (vật/từ) tương-đương.

equivocal adj. không rõ-rệt, mập-mờ, nước đôi.

era n. thời-đại, kỷ-nguyên. the Christian -- Công
nguyên.

eradicate v. trừ tiệt, nhổ rễ, xoá bỏ, diệt trừ.

erase v. xoá, xoá bỏ, gạch bỏ, tẩy đi.

eraser n. cái tẩy, cái lau bảng.

erect adj. đứng thẳng. v. xây dựng, lắp ráp.

erode v. xói mòn; ăn mòn.

erosion n. sự xói mòn, sự ăn mòn, sự xâm-thực.

erotic adj. thuộc tình-dục; gợi tình, khiêu-dâm.

err v. sai lầm, lầm lỗi.

errand n. việc vặt. to run --s chạy việc vặt.

errant adj. lang-thang, giang-hồ, du-hiệp.

errata sheet n. bản đính-chính lỗi in.

erratic adj. thất-thường, lung-tung.

erroneous adj. sai lầm.

error n. sự sai lầm, lỗi [to make/commit mắc].
typographical -- lỗi nhà in, lỗi ấn-công, lỗi
người đánh máy.

erudite adj. học rộng, uyên-bác, uyên-thâm.

erudition n. sự/tính uyên-bác, học-thức uyên-bác.

erupt v. [núi lửa] phun; [vụ cãi-cọ, chiến-tranh]
nổ ra, bùng nổ, bạo-phát; [da] phát ban, mọc mụn.

eruption n. sự phun; sự bùng nổ; sự phát ban/mọc.

escalate v. leo thang [chiến-tranh].

escalator n. cầu thang tự-động.

escape n. sự trốn thoát, lối thoát; sự thoát hơi.
v. trốn thoát, thoát; thoát ra, hả mất. fire --
thang an-toàn khi nhà cháy.

escapee n. người trốn thoát.

escort n. đội/đoàn hộ-tống; người bảo-vệ/hướng-
dẫn; bạn trai cùng đi. v. hộ-tống, đi theo.

esophagus n. thực-quản.

especially adv. nhất là, đặc-biệt là.

Esperanto n. thế-giới-ngữ, tiếng etperantô.

espionage n. hoạt-động gián-điệp.

espouse v. theo, tán-thành.

esquire n. ông, ngài. [=Esq.]

essay n. bài tiểu-luận, tùy-bút, tiểu-phẩm.

essayist n. nhà văn tiểu-luận/đoản-luận.

essence n. tinh-chất; bản-chất, thực-chất.

essential n. yếu-tố cần-thiết. adj. thuộc bản-
chất; cần-thiết, thiết-/chủ-/cốt-/tất-yếu.

establish v. lập, thành-/thiết-/kiến-lập; chứng-
minh, xác-định; đặt [vào một địa-vị].

establishment n. sự thành-lập; sự xác-định; sự
đặt; cơ-sở kinh-doanh, cơ-cấu chính-phủ.

estate n. ruộng đất, cơ-ngơi, địa-sản, bất-động-
sản real --; tài-sản, di-sản.

esteem n. lòng quý-mến. to hold X. in high --
kính-mến/quý trọng X. v. kính mến, quý-trọng.

esthetic adj. thuộc mỹ-học, thẩm-mỹ.

esthetics n. mỹ-học.

estimate n. số-lượng ước tính; bản khai giá.
v. ước-lượng; đánh giá.

estimation n. sự ước-lượng/-tính; sự quý-mến.

estrange v. ly-gián, làm xa rời.

estuary n. cửa sông.

et cetera adv. vân vân.

etch v. khắc axit.

etching n. bản khắc axit.

eternal adj. vĩnh-viễn/-cửu, bất-diệt, đời đời;
không ngừng, liên-miên.

eternity n. tính bất-diệt; thời-gian vô-tận.

ether n. ête; bầu trời trong sáng, thái-không.

ethereal adj. nhẹ như thinh không; thiên-tiên.

ethical adj. thuộc đạo-đức, thuộc luân-lý; đúng
luân-thường đạo-lý, đúng luân-lý chức-nghiệp.

ethics n. đạo-đức, nguyên-tắc xử-thế; đạo-đức-học.

ethnic adj. thuộc dân-tộc/chủng-tộc/nhân-chủng.

ethnography n. dân-tộc-học.

ethnology n. nhân-chủng-học, dân-tộc-học.

etiquette n. phép xã-giao social --; nghi-lễ.

etymology n. từ-nguyên, ngữ-nguyên; từ-nguyên-học.

eucalyptus n. cây khuynh-diệp.

eugenics n. thuyết ưu-sinh, ưu-sinh-học.

eulogy n. bài ca-tụng/tán-dương, tán-từ, tụng-từ.

eunuch n. quan hoạn, hoạn-quan.

euphemism n. uyển-từ, uyển-ngữ, lời nói trại.

evacuate v. rút quân; sơ-tán, tản-cư; bài-tiết.

evacuation n. sự triệt-thoái; việc sơ-tán/tản-cư;
sự bài-tiết.

evade v. tránh, né, lẩn tránh, lẩn trốn, lảng.

evaluate v. đánh giá, định giá, lượng-định.

evanescent adj. chóng phai mờ; dễ mất.

evangelical adj. thuộc Phúc-âm.

evangelism n. sự truyền-bá Phúc-âm.

evangelist n. người truyền-bá Phúc-âm.

evaporate v. (làm) bay hơi; tan biến, biến mất.

evaporation n. sự bay hơi.

evasion n. sự lảng tránh, sự lẩn tránh.

evasive adj. lảng tránh, thoái thác.

eve n. đêm trước, ngày hôm trước. on the -- of
thời-gian trước khi có ....

even adj. bằng, phẳng; đều, đều đặn; ngang nhau;
[số] chẵn. get -- with X. trả thù X. break --
hòa vốn. v. san bằng, làm phẳng; làm cho bằng.

even adv. ngay cả đến; lại còn. He -- hates his
father. Nó ghét cả bố nó nữa. Cả ba nó nó cũng
ghét. This one is -- cheaper. Cái này lại còn
rẻ hơn. -- if, -- though dù là ... đi chăng nữa.
-- so dù có thể đi nữa.

evening n. buổi tối, tối, đêm. in the -- buổi
tối. on that -- tối hôm ấy. this -- tối nay. to-
morrow -- tối mai. -- paper báo buổi chiều. --
school lớp học buổi tối. -- dress áo dạ-hội.
-- star sao hôm.

event n. sự việc, sự-kiện (quan-trọng); trường-
hợp. current --s thời-sự, thời-cuộc. in the --
of trong trường-hợp .... in any --, at all --s
bất-luận trong trường-hợp nào. field/track --s
thi điền-kinh.

eventful adj. có nhiều sự-kiện đáng kể.

eventual adj. có thể xảy ra, vạn nhất; tối-hậu.

eventually adv. cuối cùng, tối-hậu, rồi ra.

ever adv. bao giờ, từ trước đến nay, từng, hằng;

mãi mãi, luôn luôn; nhỉ. more than -- hơn bao
giờ hết. the best story -- written truyện hay
nhất từ trước đến nay. Did you -- swim in that
river? Anh đã bao giờ bơi ở con sông đó chưa?
Have you -- been in Carbondale? Các ông đã bao
giờ đến Carbondale chưa? the most entertaining
movie I have -- seen cuốn phim giải-trí nhất mà
tôi đã từng được xem. for -- and -- mãi mãi.
Thank you -- so much. Xin cảm ơn ông bà lắm.
What -- do they want? Bọn họ muốn cái gì thế nhỉ?
who-- bất cứ ai. wher-- bất cứ chỗ nào, bất kỳ ở
đâu. when-- bất cứ lúc nào, bất cứ bao giờ.
Yours --, Thân mến [lời chào cuối thư].

evergreen n. cây thường xanh, cây đông-thanh.

everlasting adj. mãi mãi, vĩnh-viễn, vĩnh-cửu.

evermore adv. mãi mãi, đời đời.

every adj. mọi, tất cả mọi. -- now and then, --
so often thỉnh-thoảng. -- other day cách một
ngày một lần, hai ngày một lần. -- three weeks
ba tuần lễ một lần.

everybody pron. (tất cả) mọi người, ai nấy.

everyday adj. hằng ngày, dùng hằng ngày, nhật-
dụng; thường xảy ra.

everyone pron. (tất cả) mọi người, ai nấy.

everything pron. tất cả (mọi thứ/vật).

everywhere adv. khắp mọi nơi, ở mọi nơi.

evict v. đuổi [người thuê nhà/đất], trục-xuất.

eviction n. sự đuổi, sự trục-xuất.

evidence n. chứng-cớ, bằng-chứng.

evident adj. rõ-ràng, hiển-nhiên.

evil n. điều ác/xấu. adj. xấu, ác; có hại.

evoke v. gợi lên.

evolution n. sự tiến-triển/diễn-tiến/tiến-hoá.

evolve v. tiến-diễn, tiến-triển; tiến-hoá.

ewe n. cừu cái.

ewer n. bình đựng nước.

exact adj. đúng, chính-xác.

exact v. tống tiền, bắt đóng, bóp nặn [thuế].

exacting adj. đòi hỏi nhiều (công sức).

exactitude n. tính chính-xác.

exactly adv. đúng; đúng như vậy, đúng như thế.

exaggerate v. thổi phồng, phóng-đại, cường-điệu.

exalt v. đề-cao, tăng bốc; tán-dương, tán-tụng.

examine v. xem xét, cứu xét, khám xét; nghiên-
cứu, khảo-sát; hỏi thi, sát-hạch; thẩm-vấn.

exam(ination) n. sự khám xét, sự khảo-sát; kỳ thi
[to take thi; to pass đỗ; to fail/flunk trượt,rớt].
physical/medical -- sự khám bệnh, sự khám sức khoẻ.

examiner n. giám-khảo.

example n. ví-dụ, thí-dụ; gương, mẫu, gương mẫu.

exasperate v. làm bực-tức thêm, chọc tức.

excavate v. đào; khai-quật.

excavation n. sự đào; hố đào; cuộc khai-quật.

exceed v. vượt (quá), hơn.

exceedingly adv. quá, phi-thường, vô cùng.

excel v. hơn, trội hơn; trội về, xuất-sắc[về in]

excellence n. sự xuất-sắc, tính ưu-tú; điểm trội.

excellent adj. rất tốt, ưu, rất hay, ưu-tú, trội.

except prep. trừ, ngoại-trừ, không kể.

exception n. biệt-lệ, ngoại-lệ. with the -- of
trừ .... to take -- to phản-đối.

exceptional adj. khác thường, đặc-biệt, hiếm có.

excerpt n. đoạn/phần trích. v. trích, trích-dẫn.

excess n. sự quá mức; số hơn/thừa/dôi/dư; sự ăn
uống/chơi bời quá độ. in -- of hơn, quá ....
-- baggage hành-lý thặng-dư.

excessive adj. quá mức, quá thể, quá đáng/độ.

exchange n. sự trao đổi; hối-đoái; tổng-đài điện-
thoại. foreign -- ngoại-tệ. rate of -- hối-suất.
v. đổi, đổi chác, trao đổi; đổi được. A dollar
can -- for more than 4 francs. Một đô-la có thể
đổi ra được hơn 4 frăng/quan Pháp.

Exchequer n. Bộ Tài-chính Anh. Chancellor of the
-- Bộ-trưởng Tài-chính Anh.

excise n. thuế tiêu-thụ -- tax.

excite v. kích-thích/-động, làm hưng-phấn.

excitedly adv. cuống-quít, xôn-xao.

excitement n. sự kích-thích/náo-động/sôi-nổi.

exclaim v. kêu/la lên, than.

exclamation n. sự kêu la, lời than. -- mark dấu
than, dấu cảm-thán.

exclude v. không cho vào, bỏ ra ngoài; không cho
hưởng; đuổi/loại ra, loại-trừ.

exclusion n. sự ngăn chặn, sự loại-trừ.

exclusive adj. riêng biệt, dành riêng cho số ít.

excommunicate v. rút phép thông-công; trục-xuất.

excrement n. cứt, phân.

excrete v. thải ra, bài-tiết.

excretion n. sự/chất bài-tiết.

excursion n. cuộc du-ngoạn/tham-quan.

excuse n. lời xin lỗi; lý-do bào chữa; sự tha lỗi. v. tha lỗi, thứ lỗi, miễn thứ, lượng-thứ, bỏ qua đi cho; bào-chữa; miễn/tha cho [from không phải ...]. to -- oneself cáo lỗi.

execute v. chấp-hành, thi-hành, thừa-hành; hành-hình, xử tử; biểu-diễn [bản nhạc], thực-hiện.

execution n. sự thi-hành; sự hành-hình/-quyết.

executive n. quyền/ngành hành-pháp; chủ hãng, uỷ-viên quản-trị [một công-ty]. adj. hành-pháp, hành-chính. Chief E. Tổng-thống.

executor n. người thi-hành di-chúc.

exemplary adj. gương mẫu, mẫu mực; để làm gương.

exemplify v. làm thí-dụ cho.

exempt v. miễn [thuế, lệ-phí, v.v.] cho.

exemption n. sự miễn.

exercise n. bài tập; sự sử-dụng [quyền]; thể-dục; exercises lễ. military --s cuộc thao-diễn quân sự. graduation/commencement --s lễ tốt-nghiệp. v. tập-luyện, rèn-luyện; tập thể-dục; sử-dụng.

exert v. dùng, sử-dụng. -- oneself cố-gắng.

exertion n. sự sử-/vận-dụng; nỗ-lực.

exhale v. thở ra; trút; thốt ra.

exhaust n. sự thoát/rút khí. v. hút, rút; dùng hết, dốc hết, làm cạn, làm kiệt-quệ; làm mệt lử. -- pipe ống xả/thoát [khói, hơi].

exhaustion n. sự làm kiệt; tình-trạng kiệt sức.

exhaustive adj. hết mọi khía cạnh, thấu-đáo, kỹ.

exhibit n. vật triển-lãm; tang-vật. v. phô bày, trưng bày; bày tỏ, biểu-lộ.

exhibition n. cuộc triển-lãm.

exhilarate v. làm vui-vẻ/sung-sướng/hồ-hởi.

exhort v. hô-hào, cổ-vũ, thúc-đẩy, cổ-xuý.

exigency n. nhu-cầu cấp-bách; tình-trạng khẩn-cấp.

exile n. sự đày ải; sự ly-hương, cảnh tha-hương. v. đày ải, lưu đày. government in -- chính-phủ lưu-vong.

exist v. sống, tồn-tại; vẫn còn, hiện vẫn có. Corruption still --s, There still --s corruption. Nạn tham-nhũng vẫn còn. They -- on manioc and sweet potatoes. Họ sống bằng sắn và khoai lang.

existence n. cuộc sống; sự hiện có. in -- còn có.

existent adj. còn có, hiện có. no longer -- hiện không còn có nữa.

existentialism n. thuyết hiện-sinh/sinh-tồn.

exit n. lối/cửa ra; sự đi ra; sự đi vào [sân

khẩu. emergency -- cửa ra an-toàn, lối thoát. No --. Đây không phải cửa ra. v. [diễn-viên] đi vào.

exodus n. sự ra đi, cuộc di-cư.

exorbitant adj. [giá] quá cao, quá đắt, cắt cổ.

exorcise v. xua đuổi tà ma.

exotic adj. lạ, ngoại-lai, từ nước ngoài đem vào.

expand v. trải ra, mở rộng; nở ra, phồng ra; phát-triển, phát-huy.

expanse n. khoảng/giải rộng.

expansion n. sự mở rộng; sự phát-triển/bành trướng.

expansionism n. chủ-nghĩa bành-trướng.

expansive adj. rộng rãi, cởi mở, chan hoà.

expatriate n., v. (người) bỏ xứ sở mà đi.

expect v. chờ đợi, ngóng/mong/trông chờ; chắc là, cho rằng. -- to succeed chắc rằng mình sẽ thành-công. -- a friend chờ một người bạn sắp đến. She's --ing. Bà ấy có mang.

expectancy n. tuổi thọ dự-tính life --.

expectant adj. -- mother phụ-nữ có mang.

expectation n. sự trông mong/mong đợi; sự dự-tính.

expediency n. sự có lợi; sự được việc.

expedient n. cách, kế, thủ-đoạn. adj. được việc.

expedite v. xúc-tiến, giải-quyết/thanh-toán mau.

expedition n. cuộc viễn-chinh/thám-hiểm; cuộc đi, cuộc hành-trình; tính chóng vánh.

expeditious adj. chóng vánh, mau lẹ.

expel v. đuổi, trục-xuất; làm bật ra, tống ra.

expend v. tiêu, tiêu dùng; dùng hết/cạn.

expenditure n. món tiêu, tiền chi-tiêu, phí-tổn, kinh-phí, chi-phí.

expense n. sự tiêu; phí-tổn. traveling --s lộ-phí. He got rich at the workers' expense. Hắn ta làm giàu bằng mồ hôi nước mắt của công-nhân.

expensive adj. đắt tiền, mắc.

experience n. kinh-nghiệm. v. trải qua,nếm mùi. personal -- kinh-nghiệm bản-thân. to -- defeat nếm mùi thất-bại.

experienced adj. có (nhiều) kinh-nghiệm.

experiment n., v. (cuộc/sự) thử, thí-nghiệm.

experimental adj. thực-nghiệm; để thí-nghiệm.

expert n. nhà chuyên-môn, chuyên-viên/-gia, viên giám-định. adj. chuyên-môn, thạo, lão-luyện, tinh-thông. both red and -- vừa hồng vừa chuyên.

expertise n. tài chuyên-môn; sự tinh-thông.

expiate v. chuộc/đền tội.

expiration n. sự thở ra; sự mãn hạn, sự hết hạn.

expire v. thở (hắt) ra; mãn hạn, hết hiệu-lực.

explain v. cắt/giải/giảng nghĩa; giải-thích.

explanation n. sự giảng giải; lời giải-thích.

explanatory adj. để giải-thích/thuyết-minh.

explicit adj. rõ ràng, dứt khoát; [hàm] hiện.

explode v. (làm) nổ, làm tiêu-tan; nổ bùng.

exploit n. thành-tích, kỳ-công, huân-công.

exploit v. bóc lột, lợi-dụng; khai-thác/-khẩn.

exploitation n. việc/sự lợi-dụng; sự khai-thác.
  the -- of man by man chế-độ người bóc lột người.

exploration n. sự thám-hiểm/thông-dò/khảo-sát.

explore v. thăm dò, thám-hiểm; thông-dò; khảo-
  sát tỉ-mỉ, thám-cứu.

explorer n. nhà thám-hiểm.

explosion n. sự nổ; tiếng nổ; sự tăng-gia ồ-ạt.

explosive n. chất nổ. adj. gây nổ, dễ nổ, nổ.

exponent n. số mũ.

export n. hàng xuất-khẩu. v. xuất-khẩu/cảng.

exportation n. việc xuất-khẩu/xuất-cảng.

expose v. phơi bày; vạch trần; trưng bày; phơi
  sáng, chụp [ảnh]; đặt vào [chỗ nguy-hiểm].

exposition n. cuộc triển-lãm; sự trình bày.

expostulate v. khuyên răn, khuyến-giới.

exposure n. sự phơi bày; sự vạch trần; sự phơi
  sáng; sự đưa ra nơi nguy-hiểm; hình, ảnh.

expound v. dẫn-giải, trình bày chi-tiết.

express n. xe lửa tốc-hành. v. bày tỏ, diễn-
  đạt, biểu-lộ, phát-biểu, biểu-đạt, biểu-thị.
  adj. rõ-ràng, minh-bạch; nhanh, hoả-tốc, tốc-
  hành. adv. hoả-tốc, tốc-hành.

expression n. sự biểu-lộ/diễn-đạt; nét/vẻ mặt;
  từ-ngữ, thành-ngữ; biểu-thức.

expressive adj. có ý-nghĩa, diễn-cảm.

expressly adv. rõ-ràng, tuyệt-đối; cố ý, cốt để.

expressway n. xa-lộ cho chạy nhanh.

expulsion n. sự đuổi, sự trục-xuất/khai-trừ.

expunge v. xoá bỏ.

exquisite adj. thanh, thanh-tú; sắc, tinh, nhạy,
  thính, tế-nhị; hay tuyệt, ngon tuyệt.

extant adj. hiện còn.

extemporaneous adj. ứng khẩu.

extend v. mở rộng, kéo dài; đưa ra, giơ ra; gửi
  [lời chào mừng greetings], dành cho [sự giúp đỡ].

extension n. sự gia-hạn; phần kéo dài, phần mở
  rộng; lớp đại-học nhân-dân/hàm-thụ.

extensive adj. rộng-rãi, bao-quát. -- cultivation
  quảng-canh.

extent n. khoảng rộng; phạm-vi, chừng-mực.

extenuate v. giảm nhẹ, giảm-khinh.

extenuation n. sự giảm-khinh.

exterior n. bề/bên/mặt ngoài. adj. ở/từ ngoài.

exterminate v. diệt-trừ, tiêu-/huỷ-diệt.

extermination n. sự tiêu-diệt/huỷ-diệt.

external adj. bên ngoài; dùng bên ngoài; từ ngoài
  vào; với bên ngoài.

extinct adj. tắt; đã mai-một; tuyệt-chủng.

extinction n. sự tắt; sự tiêu-diệt/tuyệt-chủng.

extinguish v. dập tắt; làm tiêu-tan [hy-vọng].

extinguisher n. máy dập lửa.

extol v. ca-tụng, tán-dương.

extort v. tống tiền, bóp nặn; moi.

extortion n. sự/vụ tống tiền.

extra n. cái phụ, phần thêm; vai phụ. adj. thêm,
  phụ, ngoại; đặc-biệt. adv. thêm ngoài.

extract n. đoạn trích; phần chiết, tinh, nước cốt.
  v. lấy ra, nặn ra, hút ra; nhổ [răng]; moi; trích;
  khai [căn].

extraction n. sự trích/chép ra; sự lấy/nặn/hút ra;
  việc nhổ [răng]; việc moi; nguồn gốc, dòng giống.

extracurricular adj. [hoạt-động] ngoại-khoá.

extradite v. dẫn-độ, trao trả [người phạm tội].

extradition n. sự/quyền dẫn-độ.

extraneous adj. ngoại-lai; ra ngoài đề.

extraordinary adj. lạ thường, khác thường, dị-
  thường; đặc-biệt, đặc-mệnh. envoy -- công-sứ
  đặc-mệnh, đặc-sứ.

extraterritorial adj. có đặc-quyền ngoại-giao.

extravagance n. tính phung-phí; hành-vi ngông.

extravagant adj. phung-phí, lãng-phí; quá quắt,
  quá đáng; ngông-cuồng vô-lý.

extreme n. thái-cực, mức-độ/tình-cảnh cùng-cực;
  hành-động/biện-pháp cực-đoan. adj. ở tột/ngoài
  cùng; cùng cực, cực độ, tột bực, vô cùng; cực đoan,
  quá-khích.

extremely adv. vô cùng, tột cùng/bực, hết sức.

extremist n. tên quá-khích; người cực-đoan.

extremity n. đầu, mũi; bước đường cùng; extremi-
  ties chân tay; biện-pháp phi-thường/cực-đoan.

extricate v. gỡ ra, tách ra, thoát ra.

exuberant adj. [cây cỏ] um-tùm, sum-sẻ; [tình cảm] chứa chan, dào-dạt; dồi-dào, phong-phú; hồ-hởi.

exult v. hớn-hở, hả-hê, hoan-hỉ, hân-hoan, hồ-hởi.

eye n. mắt, con mắt; lỗ [kim, xâu dây giày]; thị-giác, thị-lực. v. nhìn, quan-sát. in the --s of the world theo con mắt của thế-giới. have an -- for có con mắt tinh dời về... keep an -- on dễ mắt trông nom... lay --s on nhìn... make --s at nhìn dắm đuối. see -- to -- đồng-ý.

eyeball n. cầu mắt, nhãn-cầu.

eyebrow n. lông mày. -- pencil bút kẻ lông mày.

eyeglasses n. cặp kính đeo mắt.

eyelash n. lông mi. false --es lông mi giả.

eyelet n. lỗ xâu dây.

eyelid n. mi mắt. [sáng sớm.

eyeopener n. chuyện lạ, tin bất ngờ; hớp rượu

eyeshade n. cái che mắt cho đỡ chói.

eye shadow n. quầng mắt vẽ cho đẹp.

eyesight n. sức nhìn, thị-lực.

eyesore n. vật chướng mắt, điều gai mắt.

eyetooth n. răng nanh (hàm trên). [nịnh hót.

eyewash n. thuốc rửa mắt; lời nói vớ-vẩn; lời

eyewitness n. người được mục-kích, nhân-chứng.

𝔉

fable n. truyện ngụ-ngôn, truyện thần-kỳ.

fabric n. vải, hàng; cơ-cấu, kết-cấu.

fabricate v. bịa đặt; làm giả, ngụy-tạo.

fabulous adj. bịa đặt, hoang-đường; quá xá, khó tưởng-tượng được, khó tin.

facade n. mặt tiền, mặt chính; bề ngoài.

face n. mặt; vẻ mặt; bộ mặt; bề mặt; thể-diện, sĩ-diện. -- to -- mặt đối mặt. to make --s nhăn mặt. v. hướng/quay về; đối-diện, đương-đầu, đối-phó.

facet n. mặt, khía cạnh.

facetious adj. bông-lơn, hay khôi-hài.

facilitate v. làm cho dễ-dàng/thuận-tiện.

facility n. sự dễ-dàng; tiện-nghi, phương-tiện. library facilities tiện-nghi về thư-viện.

facsimile n. bản sao, bản chép.

fact n. sự thật, thực-tế; sự-việc, sự-kiện. in -- thực ra. as a matter of -- thực-tế là...

faction n. bè phái, bè cánh, phe.

factitious adj. giả-tạo, không tự-nhiên.

factor n. nhân-tố, yếu-tố; thừa-số.

factory n. xưởng, nhà máy, xí-nghiệp.

faculty n. khả-năng, tính-năng, năng-lực; tài; khoa, phân-khoa; ban giáo-sư/giảng-huấn, toàn-bộ cán-bộ giảng dạy.

fad n. mốt nhất thời, thời-trang.

fade v. héo/úa đi; nhạt/phai đi; mờ dần.

fag n. công-việc nặng. v. làm quần-quật.

fag(got) n. người đồng-dâm nam.

fail v. thất-bại; trượt, rớt, hỏng thi; không làm tròn, không giữ trọn; thiếu; đánh trượt/hỏng.

failure n. sự thất-bại; sự thi trượt, sự hỏng thi.

faint adj. uể-oải, yếu-ớt; mờ nhạt. v. ngất đi, xỉu đi. the --est idea ý-kiến lơ-mơ nhất.

faint-hearted adj. nhút-nhát, nhu-nhược.

fair n. hội chợ, chợ phiên.

fair adj. công-bằng; ngay thẳng; đẹp; tóc vàng. the -- sex phái đẹp, phụ-nữ.

fairy n. nàng/cô tiên; người đồng-dâm nam. -- tale truyện tiên, truyện thần-kỳ.

fairyland n. cõi tiên, tiên-giới, nơi tiên-cảnh.

faith n. sự tin-tưởng; niềm tin, lòng tin. good -- thiện-ý. bad -- ý gian, ý xấu.

faithful adj. trung-thành, trung-thực, trung nghĩa. the -- những người ngoan-đạo/trung-thành.

faithless adj. xảo-trá, lật-lọng, bất-trung.

fake n., adj. (đồ) giả. v. làm giả, giả-mạo; vờ.

fakir n. thầy tu khổ-hạnh.

falcon n. chim ưng, chim cắt.

fall n. sự rơi/ngã/rụng; sự hạ/sụt; sự suy-sụp, sự sụp đổ; mùa thu -- season; falls thác nước. v. [fell; fallen] rơi (xuống/vào); rủ/xõa (xuống), rụng; xuống thấp, hạ thấp; xịu xuống; [gió] dịu đi, dỡ, bớt; đổ nát, sụp đổ; xuống dốc, sa sút; bị rơi vào, làm vào. The city fell to the enemy. Thành-phố ấy đã bị lọt vào tay địch. Her hair --s to her shoulders. Tóc thể đã chấm ngang vai. The leaves began to --. Lá cây (khi đó) đã bắt đầu rụng. *** -- asleep ngủ thiếp đi. -- in love with phải lòng, yêu... -- behind tụt lại đằng sau; bị chậm; còn thiếu nợ. -- for mê tít; bị lừa/xỏ. -- short thiếu, không đủ; không tới đích. -- in sụt; xếp hàng. -- out cãi nhau; giải-tán.

fallacious adj. dối trá, gian dối, trá-nguy.

fallacy n. ý-kiến/tư-tưởng sai lầm.

fallen quá-khứ của *fall*.

fallible adj. có thể sai lầm.

fallout n. bụi phóng-xạ.

fallow adj. [đất] bỏ hoá, không trồng-trọt.

false adj. giả, không thật; giả-dối, dối-trá;
sai, lầm.

falsehood n. lời/sự nói dối; điều sai lầm.

falsies n. vú giả.

falsify v. làm giả, giả-mạo; bóp méo, xuyên-tạc.

falter v. đi loạng-choạng, vấp ngã; trù-trừ; ấp-
úng, ngập-ngừng.

fame n. tiếng tăm, danh tiếng, tên tuổi. house
of ill -- nhà thổ, nhà chứa, ổ điếm.

famed adj. có tiếng, nổi tiếng, lừng danh.

familiar adj. quen thuộc; thông-thạo; thông thường;
suồng-sã, lả-lơi, nhờn.

familiarity n. sự quen thuộc; sự hiểu-biết, sự am
tường; sự thân-mật; sự suồng-sã.

familiarize v. làm cho quen [with với].

family n. gia-đình, gia-quyến; chủng-tộc; họ.
a large -- một gia-đình đông con. your -- bảo-
quyến, quý-quyến. language -- ngữ-tộc. -- name
họ. -- planning sự kế-hoạch-hoá sinh đẻ. -- tree
cây gia-hệ/gia-tộc. extended -- đại-gia-đình.
nuclear -- tiểu-gia-đình. in a -- way có mang.

famine n. nạn đói kém.

famished adj. đói như cào; chết đói.

famous adj. có tiếng, nổi tiếng, nổi danh, trứ-
danh, hữu-danh; cừ, chiến, oai, lừng danh.

fan n. cái quạt. v. quạt, thổi bùng. electric
-- quạt máy/điện. ceiling -- quạt trần.

fan n. người hâm-mộ/say-mê. soccer -- người mê
bóng đá. -- mail thư khen của người hâm-mộ.

fanatic adj. cuồng-tín. n. người cuồng-tín.

fanaticism n. sự cuồng-tín.

fanciful adj. tưởng-tượng; kỳ-cục; đồng bóng.

fancy n. trí/sự tưởng-tượng; ý thích, thị-hiếu;
tính đồng bóng. adj. tưởng-tượng; có trang-trí.
v. tưởng-tượng, cho rằng, nghĩ rằng.

fanfare n. sự phô-trương ầm-ĩ (bằng kèn trống).

fang n. răng nanh [chó]; răng nọc [rắn].

fantastic adj. kỳ-quái, quái-dị; to lớn kinh-
khủng, hay kinh-khủng.

fantasy n. khả-năng/hình-ảnh tưởng-tượng; điệu
lạ; ý-nghĩ/trang-phục kỳ-lạ; ảo-tưởng-khúc.

far adj. xa, xa xôi, xa xăm. adv. xa; nhiều.
-- better tốt hơn nhiều. as -- as Danang vào/ra
mãi tận Đà-nẵng. as -- as I know theo chỗ tôi
được biết. -- and wide khắp mọi nơi. How --? Bao
xa? As -- as the investigation is concerned,...
Còn như về cuộc điều-tra thì... so/thus -- cho
đến bây giờ/phút này. [Xem --ther, --thest]

faraway adj. xa-xăm, xa xưa; mơ-màng, lơ-đãng.

farce n. kịch vui nhộn; trò khôi-hài, trò hề.

fare n. tiền xe/đò/phà/tàu, tiền vé; khách đi xe;
đồ/thức ăn. half -- vé nửa tiền, nửa vé. v. ăn
uống, bồi-dưỡng; làm ăn.

farewell interj., n. (lời chào) tạm biệt. -- din-
ner bữa tiệc tiễn-hành.

far-fetched adj. gượng, không tự-nhiên.

farm n. trại, trang-trại; nông-trường [collective
tập-thể, state quốc-doanh]. v. cày cấy, trồng
trọt, làm ruộng. -- machinery nông-cơ.

farmer n. nhà nông, người nông-dân, bác nông-phu.

farmhand n. công-nhân nông-trường; tá-điền.

farmhouse n. nhà trại.

farming n. công-việc đồng-áng/nhà nông.

farmyard n. sân trại.

far-off adj. xa-xôi, xa tít; xa-xưa.

far-reaching adj. có ảnh-hưởng sâu rộng.

farsighted adj. viễn-thị; nhìn xa, thấy xa.

farther adj., adv. xa hơn. [= *further*]

farthest adj., adv. xa nhất.

farthing n. đồng chinh; đồng xu nhỏ.

fascicle n. tập sách.

fascinate v. làm mê hồn, thôi-miên, làm mê-mẩn.

fascinating adj. quyến-rũ, làm say mê.

fascination n. sự mê-mẩn.

fascism n. chủ-nghĩa phát-xít.

fascist n., adj. (phần-tử, tên) phát-xít.

fashion n. mốt, thời-trang; kiểu, cách, hình-dáng.
out of -- không hợp thời-trang nữa. after a --
tạm được. the latest -- mốt mới nhất. v. tạo
nên, làm thành, chế-tác.

fashionable adj. đúng mốt, hợp thời-trang; diện.

fast adj., adv. nhanh, mau; chặt, chắc-chắn, bền
vững. -- train xe lửa tốc-hành. -- color màu bền.
10 minutes -- nhanh 10 phút. -- asleep ngủ say.

fast n. sự ăn chay, mùa chay. v. nhịn đói.

fasten v. buộc/cột/trói/đóng chặt. Fasten your seat belt! Xin quý-vị hành-khách buộc thắt lưng an-toàn!

fast-food store n. cửa hàng đồ ăn nấu và bán cho khách ăn vội.

fastidious adj. tỉ-mỉ, khó tính, khó chiều.

fat n. mỡ, chất béo. adj. béo, mập, phị; mỡ.

fatal adj. chết người, chí tử, tai-hại.

fatalism n. thuyết định-mệnh.

fatality n. cái/sự chết bất-hạnh; sự rủi-ro.

fate n. số-phận, số-mệnh, định-mệnh, thiên-mệnh.

fateful adj. quyết-định; gây chết chóc; tiền-định.

father n. bố, cha, thầy, thân-phụ; cha đẻ, ông tổ; cha, cố, linh-mục ... v. đẻ ra, sinh ra. the -- of the country quốc-phụ. (the) Father Chúa, Thượng-đế. Like -- like son. Cha nào con nấy; Rau nào sâu ấy.

father-in-law n. bố vợ, bố chồng, nhạc-phụ.

fatherland n. tổ-quốc, đất nước.

fatherless adj. mồ-côi cha, không có cha/bố.

fatherly adj. (nhân-từ) như cha/bố.

fathom n. sải [1,82m chiều sâu]. v. đo, dò.

fatigue n. sự mệt nhọc. --s quần áo lao-động.

fatten v. nuôi béo, vỗ béo.

fatty adj. béo, có nhiều mỡ.

faucet n. vòi nước.

fault n. thiếu sót, khuyết-điểm; lầm-lỗi, sai lầm; tội, lỗi; phay, đường đứt đoạn, đường nứt. at -- có lỗi, đáng trách. to find -- with chê trách.

faulty adj. thiếu sót, hỏng, sai, không tốt.

fauna n. hệ động-vật, các động-vật, chim muông, cầm-thú; động-vật-chí.

favor n. ân-huệ, đặc-ân [to do làm, ban]; ý tốt, thiện-ý, sự quý-mến/sủng-ái; sự tán-thành/ủng-hộ. v. biệt-đãi, ưu-đãi; giúp đỡ, ủng-hộ, tán-thành; làm thuận-lợi cho.

favorable adj. thuận, thuận-lợi, có lợi.

favorite n., adj. (người) được mến chuộng, (vật/người) được ưa thích.

favoritism n. sự thiên-vị.   [đẻ.

fawn n. hươu/nai con. adj. nâu vàng. v. [nai]

fawn v. [chó] vẫy đuôi mừng; nịnh hót, bợ đỡ.

fear n. sự sợ hãi, sự lo sợ, sự kinh sợ. for -- that sợ/ngại rằng.... v. sợ, lo, ngại.

fearful adj. sợ, sợ hãi, sợ-sệt; ghê sợ, đáng sợ; kinh-khủng, ghê-gớm, quá tệ.

fearless adj. gan dạ, bạo dạn, can-đảm, dũng-cảm.

fearsome adj. dễ sợ, đáng sợ, dữ tợn; hay sợ-sệt.

feasible adj. làm được, có thể thực-hiện được.

feast n. bữa tiệc, yến-tiệc; ngày lễ, ngày hội-hè. v. dự tiệc, tiệc-tùng, ăn cỗ; thết tiệc, thết-đãi. to -- one's eyes on say-mê ngắm....

feat n. kỳ-công; chiến-công, võ-công -- of arms; ngón, tài, trò (điêu-luyện).

feather n. lông chim, lông vũ; bộ lông, bộ cánh. v. cắm lông vào. Birds of a -- flock together. Ngưu tầm ngưu, mã tầm mã.

feature n. nét mặt; nét đặc-thù; bài/tranh đặc-biệt. main -- phim chính; tiết-mục chính. v. đăng [bài], chiếu [phim]; có [tài-tử X] đóng vai chính.

February n. tháng hai.

feces n. cứt, phân.

fecund adj. đẻ nhiều, mắn; [đất] màu mỡ, tốt, phì nhiêu.

fed quá-khứ của feed.

federal adj. thuộc liên-bang. Federal Bureau of Investigation Cục Điều-tra Liên-bang (FBI).

federation n. liên-đoàn; liên-bang.

fee n. tiền thù-lao, tiền thưởng; niên-liễm; học-phí tuition --s; nguyệt-liễm/-phí; lệ-phí.

feeble adj. yếu, yếu đuối, hư-nhược, suy-nhược.

feed n. thức ăn cho súc-vật, cỏ, rơm, cám, bèo; bữa ăn/chén; chất-liệu đưa vào máy. v. cho ăn, cho bú; nuôi-nấng, bồi-dưỡng; ăn (cơm); ăn cỏ; đưa [chất-liệu] vào máy. fed up with chán ngấy.

feedback n. ý-kiến trình bày trở lại; sự hồi-tiếp.

feeder n. bộ-phận cung-cấp chất-liệu; tide, dây đưa điện ra.

feel n. sự sờ mó; xúc-giác, cảm-giác khi sờ mó. v. sờ, mó; thấy, cảm thấy, có cảm-giác/cảm-tưởng; sờ-soạng, dò tìm. I -- that it's not true. Tôi có cảm-giác điều đó không thật. to -- X out thăm dò ý-kiến/thái-độ của X.

feeler n. râu mèo; râu sờ, xúc-tu, sừng; tua; lời thăm dò, lời ướm hỏi.

feeling n. sự sờ/rờ mó; cảm-giác, cảm-tưởng; cảm-xúc, xúc-động, cảm-động; --s lòng tự-ái.

feet xem foot.

feign   v. giả vờ, giả đò; bịa đặt; giả-mạo.

felicitous adj. [ngôn-từ] đắt, tài-tình, khéo.

felicity n. hạnh-phúc; lời nói khéo, cách dùng
chữ đắt/khéo-léo; giai-cú, lời đẹp.

feline n., adj. (thú) thuộc giống mèo.

fell v. chặt, đẵn, phạt [cây], hạ [thú săn].

fell quá-khứ của fall.

fellow n. bạn, đồng-chí; người, bạn, gã, anh
chàng, thằng cha; nghiên-cứu-sinh; hội-viên [học-
hội], viện-sĩ. Poor --! Tội-nghiệp anh chàng!

fellow citizen n. đồng-bào.

fellow countryman n. đồng-bào, đồng-hương.

fellowman n. đồng-loại [=fellow creature].

fellow passenger n. bạn đi đường, đồng-hành.

fellowship n. tình bạn-bè/anh-em; hội, phường;
học-bổng, học-kim [sinh-viên cao-học].

fellow student n. bạn học, bạn đồng-song.

fellow traveler n. người có cảm-tình cộng-sản.

fellow worker n. bạn cùng sở/nghề, đồng-nghiệp.

felon n. người phạm tội ác, tội-phạm nặng.

felony n. tội ác, trọng-tội.

felt n. nỉ, dạ, phớt. -- hat mũ phớt.

felt quá-khứ của feel.   [nữ.

female n. con cái/mái. adj. cái, mái, đàn bà,

feminine adj. đàn bà, như đàn bà, yểu-điệu;
[danh-từ] giống cái.

feminism n. phong-trào nam-nữ bình-quyền.

fen n. miền đầm lầy.   [cấp.

fence n. hàng rào. v. rào lại; buôn bán đồ ăn

fence n. thuật đánh kiếm, kiếm-thuật. v. đánh
kiếm/gươm, đấu kiếm/gươm.

fencing n. thuật đấu kiếm.

fend v. đánh lui, đẩy lui -- off; tránh, né; lo-
liệu, xoay-xở.

fender n. cái chắn bùn; cái cản sóc.

fennel n. hồi, hồi-hương.

ferment n. men, con men; sự khích-động/náo-động.
v. (làm) lên/dậy men; (làm) sôi-sục/náo-động.

fermentation n. sự lên men; sự sôi-sục.

fern n. cây dương-xỉ.

ferocious adj. dữ-tợn, hung-ác; tàn-bạo, dã-man.

ferocity n. tính dữ-tợn; sự tàn-nhẫn.

ferret v. tìm kiếm, truy-tầm, khám phá -- out.

Ferris wheel n. vòng đu quay [ở giải-trí-trường].

ferry n. phà --boat; bến phà. v. (chở) qua sông.

ferryboat n. (tàu) phà.

fertile adj. [đất] màu mỡ, tốt; có thể sinh-sản.

fertility n. sự phì-nhiêu; khả-năng sinh-sản.

fertilize v. bón; thụ-tinh, làm thụ-thai.

fertilizer n. phân bón, đồ bón.

fervent adj. nóng bỏng; nồng-nhiệt, nồng-nàn, tha
thiết.

fervor n. nhiệt-tình, sự thiết-tha/sôi nổi.

fester v. (làm) mưng mủ; day dứt.

festival n. ngày hội, liên-hoan. film -- đại-hội
điện-ảnh. Lunar New Year -- tết Nguyên-đán.

festive adj. thuộc ngày hội, vui (như hội).

festivity n. hội; festivities hội-hè, lễ-lạt.

festoon n. tràng hoa. v. trang-trí bằng hoa lá.

fetch v. tìm, kiếm, đi lấy; bán được...

fete n. ngày lễ/hội. v. khoản-đãi; ăn mừng.

fetish v. vật thờ, ngẫu-tượng; điều tôn-sùng.

fetter n. cái cùm; --s gông cùm, xiềng-xích.

fetus n. thai, bào-thai.

feud n. mối thù. v. mang mối hận-thù.

feudal adj. phong-kiến.

feudalism n. chế-độ phong-kiến.

fever n. cơn sốt, bệnh sốt; sự bồn-chồn.

feverish adj. bị sốt; sôi-nổi, cuồng-nhiệt.

few n. một số ít. Few came. Ít người đến lắm.
the chosen -- vài người/cái chọn lọc. quite a
-- khá nhiều.... adj. ít, không nhiều. My dad
had -- friends. Bố tôi có ít bạn. a -- một vài,
một ít. in a -- weeks trong vài tuần nữa.

fiancé n. chồng chưa cưới, vị-hôn-phu, phiăngxê.

fiancée n. vợ chưa cưới, vị-hôn-thê, phiăngxê.

fiasco n. sự thất-bại, sự thảm-bại.

fib n. chuyện bịa. v. nói dối, nói bịa.

fiber, fibre n. sợi, thớ, xơ, phíp; tính-tình.

fiberglass n. sợi thuỷ-tinh.

fibrous adj. có sợi/xơ/thớ.

fickle adj. hay thay đổi; không kiên-định/thuỷ-chung.

fiction n. tiểu-thuyết; chuyện hư-cấu/tưởng-tượng.

fictitious adj. giả, hư-cấu, tưởng-tượng.

fiddle n. đàn viôlông. fit as a -- sung sức. to
play second -- đóng vai phụ. v. kéo viôlông
[điệu tune]; lãng-phí [thì-giờ] -- away; cò-cử,
gảy, kéo vĩ-cầm; nghịch loay-hoay.

fiddler n. người chơi viôlông, tay vĩ-cầm.

fidelity n. lòng trung-thành; độ trung-thực.

fidget n., v. (sự) bồn-chồn, sốt ruột.

field n. cánh đồng, ruộng, đồng; sân, bãi; bãi
chiến-trường; khu, khu-vực (khai-thác); phạm-vi,
lĩnh-vực; trường. ricefield ruộng/đồng lúa. corn
field ruộng ngô. soccer -- sân bóng đá. battle--
chiến-trường, chiến-địa. coal -- khu mỏ than.
magnetic -- từ-trường.

field glass n. ống nhòm.

field hospital n. bệnh-viện dã-chiến.

field marshal n. thống-chế, đại-tướng năm sao.

field officer n. sĩ-quan cấp tá.

field work n. công-tác điền-dã/thực-địa.

fiend n. ma-quỷ; người nghiện; người giỏi.

fierce adj. dữ-tợn, hung-dữ, hung-tợn; dữ-dội,
mãnh-liệt, ác-liệt.

fiery adj. bốc cháy, nảy lửa, ngụt lửa; nóng như
lửa, nồng-nhiệt, hung-hăng, sôi-nổi.

fife n. sáo, tiêu, địch.

fifteen n., adj. (số) mười lăm.

fifteenth n. người/vật thứ 15; ngày 15; một phần
15. adj. thứ 15.

fifth n. người/vật thứ 5; ngày mồng 5; một phần
5; một phần năm galông. adj. thứ 5.

fiftieth n. người/vật thứ 50; một phần 50.
adj. thứ 50.

fifty n., adj. (số) năm mươi. He's in the late
fifties. Ông ấy gần 60 tuổi. in the early fif-
ties (50's) trong những năm 50--từ 1950 đến 1953.

fig n. quả sung/vả; một ít, một tí, một chút xíu.

fight n. trận đánh, cuộc chiến-đấu; vụ cãi nhau,
vụ đánh lộn, sự lục-đục, trận ẩu-đả. v. đánh,
chống, chiến-đấu, đấu-tranh (chống against). to
-- for independence đấu-tranh giành độc-lập. to
-- against colonialism đấu-tranh chống chủ-nghĩa
thực-dân. to -- corruption chống tham-nhũng.

fighter n. chiến-sĩ; võ-sĩ; máy bay chiến-đấu.

fighting n. đánh nhau, chiến-đấu. adj.

fighting cock n. gà chọi.

figurative adj. [nghĩa] bóng.

figure n. con số; hình, hình-ảnh, hình vẽ; hình
người, hình dáng; nhân-vật; sơ-đồ; hình-thái tu-
từ. good at --s giỏi tính. the -- of an ox hình
một con bò. to have a good -- dáng người thon.
political -- nhân-vật chính-trị. See Figure 5.
Xin xem hình vẽ số 5. v. hình-dung, miêu-tả;

tưởng-tượng; tính-toán; làm tính; có tên tuổi.
-- out hiểu ra; tìm ra [giải-đáp]. -- on going
tính sẽ đi.

figurehead n. bù-nhìn, bung-xung.

filament n. sợi nhỏ, dây, tơ; dây tóc bóng đèn.

filch v. xoáy, ăn cắp.

file n., v. (cái) giũa.

file n. hồ-sơ; hộp/ngăn đựng thẻ tài-liệu card --;
hàng, dãy [người, vật]. Please bring me the scho-
larship --. Cho tôi xin cái hồ-sơ về học-bổng. on
-- đã nhập hồ-sơ. in single -- đi/xếp hàng một.
v. xếp vào hồ-sơ; nộp/đưa [đơn khiếu-nại complaint,
mẫu khai thuế income tax return]; đi nối đuôi nhau.

filial adj. thuộc đạo làm con. -- piety đạo hiếu.

filibuster n., v. (người) nói lải-nhải để làm cản
trở công việc ở Quốc-hội.

filings n. mạt giũa.

fill n. sự đầy; sự no-nê/no-say. He ate his --.
Nó ăn thật no-nê. v. làm/đổ/rót/đắp đầy; nhồi;
lấp kín; hàn [răng]; điền, bổ-khuyết [chức-vụ];
hội đủ, đáp-ứng [điều-kiện, nhu-cầu]; bán hàng,
bốc thuốc [theo đơn đặt hàng hay toa thuốc]. --
in điền vào, ghi vào. -- out [mẫu đơn form]. --
up đổ đầy [bình xăng].

filling n. nhân bánh [táo, v.v.]; sự/chất hàn răng;
adj. [món ăn] chống no, đầy. -- station trạm xăng.

film n. lớp mỏng, màn mỏng; phim, phim ảnh, phim
xinê. color -- phim màu. black and white -- phim
đen trắng. one roll of -- một cuộn phim [để chụp].
one reel of -- một cuộn phim [để chiếu]. v. quay
thành phim.

filter n. cái/máy/bộ lọc. cigarette -- đầu lọc
của điếu thuốc lá. v. lọc; thấm qua/vào.

filth n. rác-rưởi, rác bẩn; lời nói tục-tĩu.

filthy adj. bẩn thỉu, dơ dáy; tục-tĩu, thô-tục.

fin n. vây cá. shark's fin soup with crabmeat
canh vây cá nấu với cua bể.

final n. chung-kết; kỳ thi cuối khoá. adj. cuối
cùng, tối-hậu; dứt khoát, quyết-định.

finale n. chương cuối, màn chót, phần kết.

finalist n. người vào chung-kết.

finance n. tài-chính; tài-chính-học; --s tiền của;
tài-chính, tài-nguyên. v. cấp tiền cho, bỏ vốn
cho, tài-trợ cho.

financial adj. thuộc tài-chính.

financier n. nhà tài-chính, tài-phiệt.

find n. sự/vật tìm được. v. [found] thấy, tìm
thấy/ra/được; thấy, nhận thấy, xét thấy. I --
it necessary to... Tôi thấy cần phải.... The
court found him guilty. Tòa xác-định là hắn có
tội. -- out tìm ra, khám phá ra.

finding n. sự phán-quyết/-định; vật phát-hiện;
kết-quả một cuộc điều-tra/nghiên-cứu.

fine n. tiền phạt. v. bắt phạt, phạt vạ.

fine adj. đẹp, xinh, bảnh, khấu; [trời] đẹp; tốt,
hay, giỏi; nhỏ, mịn, thanh, mỏng-mảnh; tinh-vi,
tế-nhị. The patient is -- today. Hôm nay bệnh-
nhân khỏe. That's fine! Tốt lắm! Đủ rồi!
-- arts mỹ-thuật. adv. tốt. The crops are do-
ing --. Mùa màng tốt lắm.

finesse n. sự khéo ở, sự tế-nhị.

finger n. ngón tay. little -- ngón tay út. have
a -- in the pie dính-dáng đến. put one's -- on
vạch đúng [chỗ lầm, chỗ sót]. v. sờ mó; bấm.

fingernail n. móng tay. -- polish thuốc đánh
móng tay. -- file cái giũa móng tay.

fingerprint n. dấu ngón tay, dấu điểm chỉ.
v. lăn tay, lấy dấu ngón tay.

fingertip n. đầu ngón tay. have ... at one's
--s có sẵn để dùng ngay; biết rõ như lòng bàn tay.

finish n. đoạn/phần cuối; véc-ni, lớp sơn dầu,
nước bóng. from start to -- từ đầu đến cuối.
fight to the -- chiến-đấu đến cùng. glossy --
nước quang dầu. v. làm xong, hoàn-thành/-tất,
kết-thúc; dùng/ăn/uống hết sạch; xong, hết; đánh
véc-ni, đánh bóng. I --ed typing the letter. Tôi
đánh máy xong cái thư rồi. -- off ăn cho hết,
trút sạch [đồ ăn]; giết cho chết hẳn, kết-liễu.

finite adj. có hạn định; [động-từ] có ngôi.

fir n. cây linh-sam, cây tùng -- tree.

fire n. lửa; đám cháy, vụ hoả-hoạn; sự bắn, hoả
lực --power; lò sưởi; ngọn lửa, nhiệt-tình. to
catch -- bắt lửa, cháy. set -- to đốt... under
-- bị bắn, bị pháo-kích; bị chỉ-trích. pour oil
on -- lửa cháy tưới dầu thêm. out of the frying
pan into the -- tránh vỏ dưa gặp vỏ dừa. v. đốt
cháy; bắn, làm nổ; nung, sấy; đuổi, (sa) thải;
(bốc) cháy; nổ súng, bắn; [súng] nổ. -- company
đội chữa cháy, đội cứu hoả. -- engine xe chữa
lửa. -- escape thang phòng cháy.

firearms n. súng, súng ngắn.

firebomb n. bom lửa, bom cháy.

firebrand n. củi đang cháy; kẻ súi-giục bạo-động.

firecracker n. cái pháo.

firedamp n. khí mỏ.

firefly n. con đom-đóm.

fireman n. lính cứu hoả, đội-viên chữa cháy.

fireplace n. lò sưởi.

fireproof adj. chịu lửa, không cháy.

fireside n. chỗ bên lò sưởi.

firewood n. củi.

fireworks n. pháo bông; cuộc đốt cây bông.

firing squad n. tiểu-đội sử bắn.

firm n. hãng, công-ty.

firm adj. chắc, rắn chắc; vững chắc, bền vững;
vững-vàng, mạnh-mẽ, kiên-định, kiên/cương-quyết.
adv. vững, vững-vàng.

firmament n. bầu trời.

first n. người/vật đầu tiên, người/vật thứ nhất;
ngày mồng một; ban/lúc đầu. the -- of January
mồng một tháng giêng. from the -- ngay từ buổi
đầu. adj. thứ nhất, đầu (tiên). adv. trước
tiên/hết, đầu tiên, lần đầu. -- quality hạng tốt
nhất, thượng hảo hạng. at -- hand trực-tiếp. --
aid sự cấp-cứu. -- person ngôi thứ nhất. go --
đi trước, đi đầu. First,.. trước hết,... -- of
all trước hết mọi việc. Let's have some coffee --
Chúng ta hãy uống cà-phê đã.

first-born n., adj. (con) đầu lòng, (con) cả.

first-class adj. hạng nhất, số dách. adv. [đi xe,
tàu, máy bay] hạng nhất. I don't have money to
travel --. Tôi làm gì có tiền mà đi hạng nhất.

first cousin n. anh/chị con bác, em con chú/cậu/
cô/dì.

firsthand adj., adv. (nghe/biết) trực-tiếp.

first-rate adj. hạng nhất, số dách; nhất, tuyệt.

fiscal adj. thuộc tài-chính.

fish n. cá; món cá. freshwater -- cá nước ngọt.
v. câu/đánh/bắt; tìm, mò, moi, câu; kéo, vớt
(từ dưới nước lên).

fisherman n. người câu/đánh cá, thuyền chài, ngư-
phủ, ngư-ông.

fishery n. nghề cá, ngư-nghiệp; chỗ nuôi cá.

fishhook n. lưỡi câu, móc câu.

fishing boat n. thuyền/tàu đánh cá.

fishing rod n. cần câu.

fishy adj. tanh, có mùi cá; đáng nghi, ám-muội.

fission n. sự phân đôi (tế-bào); sự phân hạt-nhân.

fissure n. chỗ/vết/khe nứt; chỗ gãy.

fist n. nắm tay, quả đấm.

fit n. cơn [đau, ho, cười, giận].

fit n. cái gì vừa-vặn. adj. vừa hợp, thích-hợp,
xứng, dùng được; đúng, phải; mạnh khoẻ, sung sức.
-- for office xứng kỳ chức, xứng-đáng với chức vụ.
-- to eat ăn được. v. vừa, hợp; làm cho hợp/vừa;
ăn khớp với; lắp.

fitful adj. từng cơn; thất thường, bất nhất.

fitness n. sự thích-hợp; tình-trạng sung-sức.

fitter n. thợ thử quần áo; thợ lắp ráp máy.

fitting n. sự thử quần áo; sự lắp ráp.

five n. số 5, con số 5. adj. năm. He's --
years old. Nó lên năm (tuổi).

fix n. tình-thế khó khăn, tình-trạng khó xử; sự
chích ma-tuý. -- of heroin mũi bạch-phiến.
v. sửa chữa; định, ấn-định, quy-định; gắn, lắp,
đóng; dồn; nhìn chằm-chằm; làm, nấu [bữa ăn];
thu xếp bằng cách hối-lộ.

fixed adj. cố-định, [giá] nhất-định; [cuộc đấu]
đã sắp đặt trước.

fixture n. đồ đạc cố-định [đi theo ngôi nhà];
người ở lì mãi một chỗ/việc.

fizz n., v. (tiếng) xèo-xèo, (tiếng) xì-xì.

fizzle n. tiếng xì; sự thất-bại. v. xì, xì-xì;
thất-bại.

flabby adj. mềm nhẽo; mềm yếu, uỷ-mị.

flag n. cờ [kéo lên raise, hoist; hạ xuống lower;
chào salute, treo fly, display]. v. treo cờ;
ra hiệu bằng cờ (cho dừng lại) -- down.

flag v. nhiệt-tình giảm sút.

flagpole n. cột cờ.

flagrant adj. [tội] rành rành, hiển-nhiên.

flagship n. kỳ-hạm, tàu đô-đốc.

flagstone n. phiến đá lát đường.

flail n. cái đập lúa. v. đập [lúa]; quật, vụt.

flair n. tài đánh hơi, tài nhận biết.

flak n. súng bắn máy bay, hoả-lực phòng không.

flake n. bông [tuyết]; vảy, mảnh dẹt.

flamboyant adj. sặc-sỡ, loè-loẹt; khoa-trương.

flame n. ngọn lửa; cơn; người tình. v. cháy,
bốc cháy, cháy bùng; bùng/bừng lên.

flaming adj. cháy rực; nồng cháy, bừng-bừng.

flamingo n. chim hồng-hạc.

flank n. sườn, hông; sườn núi; sườn, cánh (quân).
v. tấn-công bên sườn; nằm/đóng bên sườn.

flannel n. vải flanen. --s áo flanen, đồ flanen.

flannelette n. vải giả flanen.

flap n. nắp, mép, vạt, vành; sự vỗ/đập. v. vỗ,
vỗ nhẹ; vỗ phần-phật; đập đen-đét.

flare n. ánh sáng loè; pháo sáng, hoả-châu; chỗ
xoè/loe [ở quần, váy]. v. sáng loè lên, cháy
bùng lên; ra hiệu bằng hoả-châu; loe ra, xoè ra.
-- up loè lửa; nổi nóng, nổi cáu; bùng nổ.

flash n. ánh sáng loè lên, tia loè; tin ngắn/vắn,
điện ngắn. a -- of lightning tia chớp. a -- of
hope tia hy-vọng. v. làm loè sáng; truyền đi
nhanh, phát [tin] nhanh; thò ra khoe [của]; loè
sáng, vụt sáng; chợt hiện ra, loè lên; chạy vụt.

flashback n. cảnh hồi-tưởng; đoạn/cảnh dẫn.

flashgun n. đèn nháy, đèn flát.

flashlight n. đèn pin; đèn nháy, đèn flát.

flashy adj. loè-loẹt, sặc-sỡ, hào-nhoáng.

flask n. chai bẹt, lọ bẹt; hũ rượu; bình thót cổ.

flat n. căn phòng/buồng; mặt phẳng; miền đất
phẳng; lòng (bàn tay); sự bẹp lốp. adj. bằng,
phẳng, bẹt, tẹt, dẹt; sóng-sượt, sóng-soài; nồng;
[lốp] bẹp, xì hơi; thẳng thừng. a flat (tire)
lốp xe bẹp. -- taste vị nhạt. A -- [nhạc] la
giáng. -- denial sự từ-chối dứt khoát.

flatcar n. toa trần.

flatfoot n. [Slang] cảnh sát.

flatten v. (làm) phẳng/bẹt ra; dát mỏng.

flatter v. nịnh, xu-nịnh, tâng bốc; làm cho hãnh
diện; làm tôn vẻ đẹp cho. -- oneself tự-hào.

flatterer n. người xu-nịnh/bợ-đỡ; kẻ nịnh-thần.

flattery n. sự nịnh-hót; lời tâng-bốc, bốc thơm.

flattop n. tàu sân bay, hàng-không mẫu hạm.

flatware n. đĩa nông và dao dĩa dẹt.

flaunt v. khoe-khoang, phô-trương, chưng-diện.

flavor n. vị (ngon), mùi thơm, mùi vị; hương-vị.
v. cho gia-vị; làm tăng thêm mùi vị; làm thêm
hương-vị, thêm-thắt. banana -- vị chuối.

flaw n. vết nứt/rạn; vết [đá quý]; chỗ hỏng; tì
vết, vết nhơ; thiếu sót, sai lầm.

flawless adj. không có vết/chỗ sai; hoàn-mỹ.

flax n. cây lanh; sợi lanh; vải lanh.

flay v. lột da; đánh đập; phê-bình, chỉ-trích.

flea n. con bọ chét. -- market chợ trời.

fleck n. vết lốm-đốm; đốm, vết, vệt; hạt [bụi]. làm lốm-đốm, điểm.

fled quá-khứ của flee.

fledgling n. chim mới ra ràng; tay non-nớt.

flee v. chạy trốn, bỏ/lẩn trốn; trôi qua (nhanh).

fleece n. bộ/mớ lông cừu; cụm xốp nhẹ, bông. v. xén, cắt [lông cừu]; lừa đảo [khách hàng].

fleecy adj. [mây, tuyết] xốp nhẹ (như bông).

fleet n. đội tàu, hạm-đội; đội máy bay, phi-đội.

fleet adj. nhanh, mau, mau chóng. v. bay nhanh.

fleeting adj. lướt nhanh, thoáng qua.

flesh n. thịt (sống); thịt, cùi [quả]; xác thịt. in the -- bằng xương bằng thịt. one's own -- and blood người máu mủ ruột thịt.

fleshy adj. béo; [trái cây] nhiều thịt/cùi/cơm.

flew quá-khứ của fly.

flexibility n. tính dễ uốn (nắn); tính linh-động.

flexible adj. dẻo, dễ uốn; linh-động, linh-hoạt, co rãn.

flick n. cái gõ, cái giật, cái bật, cái búng; phim chiếu bóng. v. vụt, gõ nhẹ, búng, phủi.

flicker n. ánh lửa bập-bùng. v. bập-bùng, lập-loè; rung-rinh; mỏng-manh.

flier n. phi-công; xe tốc-hành; tờ quảng-cáo.

flight n. sự bỏ chạy, sự rút chạy, sự bỏ trốn.

flight n. sự bay; chuyến bay; đàn [chim bay]; sự trôi mau [thời-gian]; cầu thang -- of stairs. -- formation đội-hình bay.

flighty adj. hay thay đổi, đồng bóng.

flimsy adj. mỏng-manh; [lý-do] không vững.

flinch v. chùn bước, nao-núng; rụt lại [vì đau].

fling n. sự quăng/ném/vứt/thảy; sự liệng/lao; sự ăn chơi lu-bù; sự thử làm. v. quăng, ném, vứt, thảy; liệng, lao, gieo [quân súc-sắc]; chạy vụt, lao nhanh.

flint n. đá lửa.

flip n. cái búng, sự tung đồng tiền; sự lật trang sách. v. búng, tung [đồng tiền coin] xem ngửa hay sấp; lật [trang sách].

flippant adj. hỗn láo, xấc láo; chớt nhả.

flirt n. người (thích được) ve-vãn tán-tỉnh. v. tán-tỉnh, ve-vãn; đùa cợt [with với].

flit v. bay nhẹ nhàng; (bay) vụt qua.

float n. cái phao; phao cứu đắm; xe hoa, xe rước. v. nổi, trôi lềnh-bềnh; lơ-lửng; thả cho trôi; truyền, tung ra [tin đồn rumor].

flock n. đàn, bầy; đám đông. v. tụ-họp, tụ-tập, quây-quần, lũ-lượt kéo đến/đi, đổ xô đến/đi.

flog v. quất, quật, đánh bằng roi, vụt.

flood n. lũ, lụt, thuỷ-tai; sự tuôn ra cuồn-cuộn; nước triều lên. -- of tears nước mắt ròng-ròng. -- of letters thư đến un-ủn. the Flood nạn Hồng-thuỷ. v. làm ngập lụt, làm ngập nước; tràngập. -- control công-tác phòng chống lụt/trị-thuỷ.

floodgate n. cống đập thuỷ-lợi.

floodlight n. đèn chiếu, đèn pha rọi sáng.

floor n. sàn nhà/gác/cầu; tầng (nhà); đáy (biển). to give X the -- cho X phát-biểu ý-kiến. ground -- tầng dưới cùng. first -- tầng 1; tầng 2. top -- gác thượng, lầu cao chót hết. v. lát sàn; đánh ngã, cho đo ván. -- show trò vui. [sàn.

flooring n. vật-liệu/gạch/ván để làm sàn; sự lát.

flop n. tiếng rơi tõm; sự thất-bại. v. kêu tõm; rơi/ngồi/nằm phịch; ném/quẳng phịch; thất-bại.

flophouse n. quán trọ rẻ tiền.

flora n. hệ thực-vật, các thực-vật, cây cỏ; thực-vật-chí.

floral adj. thuộc cây cỏ; thuộc hoa, có hoa in.

florid adj. văn-hoa, hoa-mỹ, cầu-kỳ; hoa-hoè, loè loẹt, sặc-sỡ; hồng-hào, tươi như hoa.

florist n. người bán hoa, cô hàng hoa.

floss n. tơ sồi/thô/đuôi. dental -- chỉ xỉa răng.

flotilla n. đội tàu nhỏ, tiểu-hạm-đội.

flounce n., v. (sự) vùng-vằng, hối-hả, sấn tới.

flounder v. lúng-túng, nhầm-lẫn; loạng-choạng.

flour n. bột, bột mì. v. xay thành bột; rắc bột.

flourish n. nét bút hoa-thảo, lời văn hoa-mỹ; sự vung [gươm, v.v.]; đoạn nhạc tuỳ-ứng. v. vung, múa [gươm, tay]; viết [chữ đẹp]; thịnh-vượng, hưng-thịnh, phồn-vinh, phồn-thịnh, phát-đạt.

flout v. xem/coi thường, miệt-thị, chế-nhạo.

flow n. sự chảy; luồng chảy, lưu-lượng; luồng [nước, điện]; nước triều lên; dòng, luồng. v. chảy, trào ra, tuôn ra; bắt nguồn; tràn đến, đến tới-tấp; [tóc] rủ xuống.

flower n. hoa, bông hoa, đoá hoa; tinh-hoa/-tuý; tuổi thanh-xuân, hoa-niên. v. nở/ra/khai hoa; nở rộ.

flowering n., adj. (sự) ra/nở hoa.

flowerpot n. chậu hoa.

flowery adj. đầy hoa; văn-hoa, hoa-mỹ.

flown quá-khứ của fly.

flu n. [=influenza] bệnh cúm.

fluctuate v. lên xuống, thay đổi không chừng.

fluctuation n. sự thay đổi, sự lên xuống.

flue n. ống khói; ống thông hơi.

fluency n. sự (nói/viết) trôi chảy, sự lưu-loát.

fluent adj. (nói/viết) trôi chảy, lưu-loát.

fluff n. nạm/nủi bông, lông vải, lông tơ.

fluffy adj. mịn, mượt; có lông tơ.   [thay đổi.

fluid n. chất lỏng, lưu-thể. adj. lỏng; hay

flung quá-khứ của fling.

flunk v. thi trượt/rớt, hỏng thi; đánh hỏng.

fluorescent adj. [đèn, ánh sáng] huỳnh-quang.

fluorine n. flo.

fluoroscope n. kính huỳnh-quang.

flurry n. cơn gió mạnh; cơn mưa, trận bão tuyết
nhỏ; sự bối-rối xôn-xao.

flush n. sự chảy mạnh/xiết; sự đỏ bừng, sự ửng
hồng; niềm hân-hoan. v. giội/xối nước; làm đỏ
bừng, làm hừng sáng; làm phấn-khởi/hân-hoan; toé
ra, phun ra; đỏ bừng, ửng hồng; hừng sáng.

fluster n. sự bối-rối; sự nhộn-nhịp.

flute n. ống sáo, địch, tiêu.

flutter n. sự vỗ cánh; sự xao-xuyến. v. vỗ/vẫy
cánh; rập-rờn, rung-rinh; (làm) xao-xuyến.

fly n. con ruồi; ruồi giả dùng làm mồi câu.

fly v. bay; đáp/lái máy bay; tung bay, bay phấp-
phới; chạy như bay; làm tung bay, kéo [cờ]; thả
[diều]. -- at xông vào (tấn-công). -- into a rage
nổi xung. Time flies. Thời-gian trôi mau quá.
as the crow flies theo đường chim bay.

flyer Xem flier.

flying adj. bay; [cuộc đi thăm] chớp nhoáng.

flying fortress n. pháo-đài bay.

flying saucer n. đĩa bay.

flyleaf n. tờ để trắng ở đầu sách.

foal n. ngựa con, lừa con.

foam n. bọt nước, rượu; nước dãi. v. sủi bọt.

foam rubber n. cao-su bọt, cao-su mút.

foamy adj. sủi/đầy/phủ bọt; như bọt.

focal adj. tiêu; trung-tâm.

focus n. tiêu-điểm; trung-tâm. v. điều-chỉnh

tiêu-điểm [máy ảnh]; tập-trung [sự chú-ý]. in
-- rõ nét. out of -- không rõ nét.

fodder n. cỏ/rơm khô cho súc-vật ăn.

foe n. kẻ thù, kẻ địch, địch-thủ. friend and --
bạn và thù.

fog n. sương mù. v. phủ sương mù; che mờ.

foggy adj. đầy sương mù; lờ-mờ, không rõ-rệt.

foible n. chỗ yếu, nhược-điểm, sở-đoản.

foil n. lá (kim-loại). gold -- vàng lá.

foil v. làm thất-bại [kế-hoạch, âm-mưu].

foist v. nhét thêm; ghép, gán.

fold n. nếp gấp. v. gấp, gập, xắn, vén; khoanh
[tay]; ôm, ấm vào lòng; gặp lại, gấp lại. -- up
gặp lại, gói lại; thôi, dẹp, giải-tán.

fold n. chuồng cừu; đàn cừu; đoàn-thể, gia-đình.

-fold gấp ... lần. twofold gấp hai lần.

folder n. bìa đựng hồ-sơ; hồ-sơ.

foliage n. bộ lá, tán lá.

folio n. khổ hai; trang số; số tờ in; fôliô.

folk n. folks người; người thân-thuộc. old --s
những người già. my --s cha mẹ tôi, gia-đình tôi.
-- dance điệu múa dân-gian. -- literature văn-học
dân-gian. -- music dân-nhạc. -- song dân-ca.

folklore n. truyền-thống dân-gian; dân-tục-học.

follow v. theo, đi theo, theo sau, tiếp theo; làm
theo, theo lời; theo đuổi [chính-sách]; nghe kịp.
because they followed the socialist road tại vì
họ đi theo con đường xã-hội-chủ-nghĩa. I --ed his
advice. Tôi đã theo lời khuyên của anh ấy. Follow
your father's example. Hãy noi gương cha anh. as
--s như sau, như hạ. to -- up theo dõi.

follower n. người theo, tín-đồ, môn-đồ, môn-đệ.

following n. số người theo ủng-hộ; những người/
thứ sau đây. adj. tiếp theo, theo sau, sau đây.

folly n. sự điên rồ; hành-động/lời nói dại-dột.

foment v. xúi bẩy, xúi giục.

fond adj. fond of mến, ưa, thích, khoái; yêu-dấu,
trìu mến, từ-ái.

fondle v. vuốt-ve, mơn-trớn.

food n. đồ/thức/món ăn, thực-phẩm. -- and clothing
ăn(và)mặc. -- value giá-trị dinh-dưỡng. -- poison-
ing sự trúng độc thức ăn, sự ngộ độc.

foodstuff n. thực-phẩm, lương-thực, đồ ăn.

fool n. người ngu, thằng khờ; anh hề. to make a
-- of oneself hành-động/xử-sự một cách xuân-động.

v. đánh lừa, lừa phỉnh, lừa gạt; làm chuyện ngớ-ngẩn, vớ-vẩn.

foolhardy adj. liều-lĩnh, hữu dũng vô mưu.

foolish adj. dại-dột, khờ-dại, ngu-xuẩn.

foolproof adj. rõ ràng hết sức, ai cũng hiểu.

foot n. [feet] chân, bàn chân; chân [tường, đồi, núi], phía dưới, cuối [trang giấy]; phút, bộ. go on -- đi bộ. on one's feet đứng dậy; đã lại sức; độc-lập về kinh-tế. [1 foot =12 inches = 0m3048] v. trả, thanh-toán.

footage n. chiều dài của khúc phim; cảnh phim.

football n. quả bóng đá, banh (tròn, bầu dục); môn bóng đá, môn bóng bầu dục, túc-cầu.

footfall n. tiếng chân đi, bước chân.

footgear n. giày dép nói chung.

foothill n. đồi thấp dưới chân núi.

foothold n. chỗ đứng; vị-trí chắc-chắn.

footing n. chỗ đứng, chỗ để chân; địa-vị. on an equal -- with ngang hàng với.

footlights n. đèn chiếu trước sân khấu.

footnote n. cước-chú. v. chú-thích ở cuối trang.

footpath n. đường nhỏ, lối đi; vỉa hè.

footprint n. dấu/vết chân.

footstep n. bước/tiếng chân đi; dấu/vết chân.

footstool n. ghế để gác chân.

footwear n. giày dép nói chung.

for prep. cho; thay/thế cho, đại-diện cho; để, vì, với mục-đích là; về phe/phía, ủng-hộ; đến, đi đến; vì, bởi vì; đối với, về phần; trong khoảng; mặc dầu; so với, đối với. What can I do -- you? Ông/Bà cần gì ạ? This is not good -- your cough. Anh ho mà dùng cái này không tốt. to stand -- thay cho .... to look -- tìm, kiếm .... He reached -- his pen. Anh ta với tay lấy cái bút. We fought -- independence. Chúng tôi đã chiến-đấu để giành độc-lập. We are -- peace. Chúng tôi ủng-hộ hòa-bình. the train -- Haiphong chuyến xe lửa đi Hải-phòng. This is too difficult -- him. Bài này khó quá đối với nó. -- two hours trong hai tiếng đồng hồ. I am --, but he is against the proposal. Tôi tán-thành, nhưng anh ấy phản-đối đề-nghị đó. Don't translate word -- word. đừng dịch từng chữ một. as -- her còn cô ấy thì .... My son is very tall -- his age. Con trai tôi mới ngần ấy tuổi mà cao quá. conj. vì.

forage n. cỏ, rơm, rạ, thức ăn cho súc-vật. v. lục-lọi, tìm-tòi (thức ăn).

foray n. sự cướp phá, sự đốt phá.

forbade quá-khứ của *forbid*.

forbear v. nhịn, đừng; kiên-nhẫn chịu-đựng.

forbearance n. sự nhịn, sự tự-chế; tính nhẫn-nại.

forbid v. [forbade; forbidden] cấm, ngăn cấm.

forbidden quá-khứ của *forbid*.

forbidding adj. đáng ghét, hăm dọa.

force n. sức, lực, sức mạnh; vũ-lực, quyền-lực, sự bắt-buộc; forces quân-lực, lực-lượng; hiệu-lực; ảnh-hưởng, tác-dụng, sức thuyết-phục. armed --s lực-lượng vũ-trang. air -- không-quân, không-lực. by -- bằng vũ-lực. v. bắt-buộc, ép-buộc, cưỡng-ép, cưỡng-bách. to -- open đẩy/phá tung [cửa].

forceful adj. mạnh-mẽ, cứng-rắn.

forcible adj. [sự xông vào entry] bằng vũ-lực; mạnh-mẽ, sinh-động, đầy sức thuyết-phục.

ford n. chỗ cạn [ở suối, sông]. v. lội qua.

fore n. phần/phía trước; mũi tàu. adj. trước, ở phía trước, đằng trước; ở mũi tàu.

forearm n. cánh tay, cẳng tay.

foreboding n. điềm, triệu, sự báo trước.

forecast n. dự-báo. v. đoán trước, dự-đoán/-báo.

forefathers n. ông cha, tổ-tiên.

forefinger n. ngón tay trỏ.

forefront n. mặt trước/tiền; hàng đầu, tiền-tuyến.

foregoing n., adj. (điều) đã nói ở trên.

foregone adj. đã định trước, tất-nhiên, tất-yếu.

foreground n. cận-cảnh, tiền-cảnh, cảnh gần; địa-vị nổi-bật (được mọi người chú-ý).

forehead n. trán.

foreign adj. thuộc nước ngoài, ngoại-quốc, ngoại, ngoại-lai; xa-lạ, ngoài, không thuộc về; lạ. -- languages tiếng nước ngoài, ngoại-ngữ. -- trade ngoại-thương. -- policy chính-sách đối-ngoại. -- Minister Ngoại-trưởng. Ministry of -- Affairs Bộ Ngoại-giao. Foreign Office Bộ Ngoại-giao Anh.

foreigner n. người nước ngoài, người ngoại-quốc.

foreleg n. chân trước [thú-vật]. [hội-thẩm.

foreman n. cai, đốc-công, quản-đốc; chủ-tịch ban

foremost adj. trước nhất, đầu tiên; đứng đầu, cao nhất, trên hết, lỗi-lạc nhất, kiệt-xuất. adv. trước hết/nhất/tiên.

forenoon n. buổi sáng (trước giờ ngọ).

forerunner n. người đi trước; điềm báo trước.

foresee v. thấy trước, đoán trước, dự-kiến.

foreshadow v. báo hiệu, báo trước, đem điềm.

foresight n. sự nhìn xa thấy trước, sự lo xa.

forest n. rừng. a -- of flags một rừng cờ.

forestall v. chặn trước, đón đầu, hớt trước.

forestation n. việc trồng cây gây rừng.

forester n. nhân-viên kiểm-lâm, cán-bộ lâmnghiệp.

forestry n. lâm-học; lâm-nghiệp, nghề rừng.

foretaste n., v. (sự) nếm trước, dự-thưởng.

foretell v. nói trước, đoán trước.

forethought n. sự suy-tính trước; sự lo xa.

forever adv. mãi mãi, vĩnh-viễn.

forewarn v. báo trước, cảnh-cáo trước.

foreword n. lời nói đầu, tiền-ngôn, lời tựa.

forfeit n. vật bị mất/thiệt; tiền phạt. v. để
mất, mất quyền; bị tước, bị thiệt, bị tịch-thu.

forfeiture n. sự mất; sự tước, sự rút/tịch-thu.

forgave quá-khứ của forgive.

forge n. lò/xưởng rèn; lò/xưởng luyện-kim.
v. rèn; giả-mạo [chữ ký, v.v.], ngụy-tạo.

forge v. nỗ-lực tiến lên (phía trước ahead).

forger n. thợ rèn; người giả-mạo/bịa-đặt.

forgery n. sự/tội giả-mạo; đồ giả-mạo.

forget v. [forgot, forgotten] quên, không nhớ
đến; bỏ qua.

forgetful adj. hay quên, kém trí nhớ; cẩu-thả.

forget-me-not n. cỏ lưu-ly, vật-vong-thảo.

forgive v. [forgave, forgiven] tha, tha-thứ,
thứ lỗi, khoan-thứ, lượng-thứ.

forgiveness n. sự tha-thứ; tính khoan-dung.

forgo v. thôi, bỏ, kiêng, chừa, cai.

forgot quá-khứ của forget.

forgotten quá-khứ của forget.

fork n. dĩa, nĩa [ở bàn ăn]; nạng, chĩa [gảy
rơm];chạc cây; chỗ ngã ba. v. phân nhánh.
tuning -- âm-thoa. --ed tongue lưỡi lắt-léo.

forlorn adj. đau khổ, tuyệt-vọng; trơ-trọi, cô-
độc; hoang vắng, hoang-vu, đìu-hiu, hiu-quạnh.

form n. hình, hình-thể/-dáng/-dạng; bóng người;
thể, dạng, hình-thức/-thái; lễ-nghi, nghi-thức,
lề thói, thủ-tục; mẫu đơn; tình-trạng sức khoẻ;
lớp học. to take -- thành hình. in book -- thành
sách. application -- mẫu đơn (xin việc, xin học).
v. làm thành, tạo/hình thành; rèn luyện,đào-tạo;

tổ-chức, thiết-lập, thành-lập.

formal adj. về/thuộc hình-thức; theo nghi-thức,
theo thủ-tục, chính-thức, trang-trọng.

formality n. hình-thức, nghi-thức/-lễ; thủ-tục.

format n. khổ [sách, giấy]; cách thu-xếp tiết-mục.

formation n. sự hình/tạo thành; đội-hình; cấu-tạo.

former n. cái/người/vấn-đề trước [≠ latter].
adj. trước, cũ, xưa, nguyên-. in -- times trước
đây, hồi trước, thuở xưa. the -- director nguyên
giám-đốc/chủ-nhiệm.

formerly adv. trước đây, thuở xưa.

formidable adj. dữ-dội, dễ sợ, ghê gớm, kinh-khủng.

formless adj. không có hình-dáng rõ rệt; vô-định-hình.

formula n. công-thức; thể-thức, cách-thức.

formulate v. làm thành công-thức; trình bày.

forsake v. [forsook, torsaken] bỏ, từ-bỏ; bỏ rơi.

fort n. đồn, pháo-đài; vị-trí phòng-thủ; trại.

forth adv. về/ra phía trước; lộ ra. to move back
and -- đi đi lại lại, chạy tới chạy lui. to bring
--, set -- đưa ra, đề ra. and so -- vân vân.

forthcoming adj. sắp đến/tới, nay mai; sắp xuất-bản.

forthright adj. thẳng-thắn, trực-tính.

forthwith adv. tức-khắc, tức-thì, ngay lập-tức.

fortieth n. người/vật thứ 40; một phần 40.
adj. thứ 40. [phòng-ngự, thành-luỹ.

fortification n. sự làm mạnh, sự củng-cố; công-sự

fortify v. làm mạnh thêm, làm cho vững chắc, củng-
cố; xây công-sự cho [vị-trí].

fortitude n. sự dũng-cảm chịu-đựng, nghị-lực.

fortnight n. hai tuần lễ, nửa tháng, mười lăm ngày.

fortnightly n. bán-nguyệt-san, tạp-chí ra hai
tuần một lần. adj., adv. (ra) hai tuần một lần.

fortress n. pháo-đài. flying -- pháo-đài bay.

fortunate adj. may-mắn, tốt số, có phúc.

fortunately adv. may sao, may thay.

fortune n. của-cải, cơ-đồ, sự giàu có; vận (=mệnh),
vận may.

fortune cookie n. bánh ngọt có mẩu giấy đoán số.

fortune hunter n. anh chàng đào mỏ.

fortune teller n. thày bói.

forty n., adj. (số) bốn mươi. She's in the early
forties. Bà ấy hơn 40 tuổi. in the late forties
(40's) những năm cuối thập-niên 40[1947-1949].

forum n. hội-thảo; diễn-đàn; quảng-trường, chợ.

forward n. tiền-đạo (bóng đá). adj. ở trước,

phía trước, tiến lên phía trước; tiến-bộ, tiên-
tiến; chín sớm, đến sớm, khôn sớm; sốt-sắng; xác
láo. adv. về phía trước, lên đằng trước. F--!
Tiến lên! Xung-phong! v. đầy mạnh, xúc-tiến;
gửi [hàng]; chuyển [thư-từ].

fossil n., adj. (vật) hoá đá, hoá-thạch.

foster v. nuôi [trẻ con, hy-vọng]; ấp-ủ; khuyến-
khích, cổ-vũ; bồi-dưỡng. -- child con nuôi.
-- parents cha mẹ nuôi.

fought quá-khứ của fight.

foul adj. [mùi] hôi-hám, hôi-thối; bẩn-thỉu; xấu,
tồi, đáng ghét; thô-tục, tục-tĩu; gian-lận, trái
luật-lệ. adv. gian-lận, xỏ lá, xấu. v. làm
bẩn, làm ô-nhiễm, làm nhơ-nhuốc. to -- up làm
rối tung, làm hỏng bét.

found quá-khứ của find.

found v. lập, thành-lập, sáng-lập, kiến-lập, tạo
dựng, xây-dựng, thiết-lập, đặt nền móng; căn-cứ.

foundation n. việc thành-lập/sáng-lập/thiết-lập;
nền móng, nền tảng, cơ-sở; căn-cứ; cơ-kim, sáng-
hội, cơ-quan tư [tài-trợ cho trường học, v.v.].

founder n. người thành-lập, sáng-lập-viên.

founder v. sụt lở, sập; bị chìm/đắm; bị quỵ.

foundling n. trẻ con bị bỏ rơi/vô-thừa-nhận.

foundry n. lò đúc, xưởng đúc.

fountain n. máy nước; vòi nước, vòi phun; nguồn.
-- pen bút máy. drinking -- máy nước uống.

four n. số bốn; bộ bốn; mặt bốn, con bốn. adj.
bốn. go on all --s bò (bằng tay và đầu gối).

fourfold adj., adv. gấp bốn lần.

four-in-hand n. ca-vát thường [≠no bowtie].

four-letter word n. từ tục-tĩu (có bốn chữ cái).

fourscore adj. tám mươi.

fourteen n., adj. (số) mười bốn.

fourteenth n. một phần 14; người/vật thứ 14;
ngày 14. adj. thứ 14.

fourth n. một phần tư; người/vật thứ 4; ngày
mồng 4 (tháng 7) [quốc-khánh của Mỹ]. adj. thứ
tư, thứ 4. Fourth of July ngày mồng 4 tháng 7
[=Ngày Độc-lập của Mỹ].

fowl n. gà vịt, chim, gia-cầm.

fox n. cáo, chồn; cáo già, tay xảo-quyệt.

foxglove n. cây dương-địa-hoàng.

foxhole n. hố cá-nhân.

fraction n. phân-số; phần nhỏ.

fracture n. sự gãy; chỗ gãy. v. làm gãy, bị gãy.

fragile adj. dễ vỡ/gãy; mỏng-mảnh, mong-manh; yếu
ớt, mảnh-dẻ, ẻo-lả. Fragile! Coi chừng! Đồ dễ bể!

fragment n. mảnh (vỡ); đoạn, khúc, mẩu.

fragmentary adj. rời-rạc, chắp-vá, không hoànchỉnh.

fragrance n. mùi thơm phức, hương thơm ngát.

fragrant adj. thơm phức, thơm ngát.

frail adj. mỏng-mảnh; yếu đuối, ẻo-lả; mong-manh.

frailty n. tính mỏng-mảnh; tình-trạng ẻo-lả.

frame n. khung [ảnh, cửa, xe]; sườn [tàu, nhà];
thân-hình, tầm-vóc; cơ-cấu, cấu-trúc; trạng-thái.
-- of mind tâm-trạng. v. đóng/lồng/lên khung;
dựng lên, bố-trí; ngụy-tạo chứng-cớ để buộc tội
oan cho người ta, mưu-hại.

framework n. sườn [nhà, tàu]; khung [máy]; cốt
truyện; khuôn-khổ, cơ-cấu tổ-chức.

franc n. đồng frăng/quan (Pháp, Bỉ, Thụy-sĩ).

franchise n. quyền bầu-cử/công-dân; đặc-quyền,
quyền làm đại-lý.

frank adj. thẳng-thắn, ngay thật, bộc-trực.

frank(furter) n. xúc-xích Đức dùng cho món hot dog.

frantic adj. cuống-cuồng, điên-cuồng, cuồng-loạn.

fraternal adj. thuộc về anh em. -- order hội kín.

frat(ernity) n. hữu-xã của sinh-viên đại-học Mỹ;
hội huynh-đệ, hội liên-nghị.

fraternize v. làm thân, kết thân, thân-thiện.

fraud n. sự gian-lận, trò gian-trá, tội lừa-gạt.

fraudulent adj. gian-lận, lừa-lọc.

fraught adj. đầy [nguy-hiểm with danger].

fray n. cuộc ẩu-đả, vụ đánh nhau, vụ đánh lộn.

fray v. [mép vải] cọ sờn ra, cọ xơ ra.

freak n. tính đồng bóng.

freakish adj. kỳ-quặc, kỳ-cục, dị-thường, kỳ-dị.

freckle n. tàn nhang. v. [da] có tàn nhang.

free adj. tự-do; rảnh-rang, được tự-do, không bị
ràng-buộc; khỏi phải, thoát khỏi -- from/of; khỏi
trả tiền, không mất tiền, miễn-phí. set -- tha,
thả, trả tự-do, phóng-thích. adv. tự-do, không
phải trả tiền, thong-thả. v. thả, phóng-thích,
trả tự-do, giải-thoát/-phóng. This seat is --.
Ghế này chưa có ai ngồi. Admittance --. Vào cửa
tự-do, Ra vô thong-thả. -- of charge miễn-phí.

freedom n. quyền tự-do; (nền) tự-do; sự miễn. --
of speech quyền tự-do ngôn-luận. -- from want
tình-trạng không bị thiếu-thốn vật-chất.

free-handed adj. rộng-rãi, hào-phóng.

free lance n. ký-giả, nghệ-sĩ, văn-sĩ tự-do không có khế-ước riêng.

Freemason n. hội-viên Hội Tam-điểm.

freeze n. tiết đông giá; sự đông lạnh; việc kiểm soát giá-cả hay đồng lương. v. [froze, frozen] đông băng; đông lại, lạnh cứng, rét cóng; làm đông băng; làm đông lại; ướp lạnh. The lake is frozen. Nước hồ đóng băng. I'm freezing. Tôi đang rét cóng đây. to -- to death chết rét.

freezer n. máy ướp lạnh deep --; máy làm kem.

freight n. tiền cước chuyên-chở; hàng-hoá chuyên-chở. -- train/car (toa) xe lửa chở hàng.

freighter n. tàu chuyên-chở; máy bay chuyên-chở. sea -- tàu chở hàng.

French n. tiếng Pháp; người Pháp the French. adj. thuộc Pháp. to take -- leave đánh bài tầu.

Frenchman n. người Pháp.

frenzied adj. điên-cuồng, cuồng-loạn.

frenzy n. sự điên-cuồng/bấn-loạn.

frequency n. tính thường hay xảy ra; tần-số.

frequency modulation n. [FM] sự điều-biến tần.

frequent adj. hay có, có luôn, hay xảy ra. v. hay lui tới, hay lai vãng. --ly adv. năng, thường hay, luôn. [nhà.

fresco n. tranh nề, tranh tường, bức hoạ ở trần.

fresh adj. [rau, hoa, thịt cá, trứng sữa] tươi; [không-khí] tươi mát, mát-mẻ, trong sạch; [tin] mới, sốt dẻo; tươi-tấn, mơn-mởn, khoẻ-khoắn, sảng khoái; [nước] ngọt [chứ không mặn]; non-nớt, ít kinh-nghiệm; [giấy, quần áo] mới thay; [sơn] ướt.

freshen v. làm tươi mát. -- up tắm rửa, rửa-ráy.

freshly adv. vừa mới .... [trang-điểm.

freshman n. sinh-viên năm thứ nhất đại-học.

fret n., v. (sự) bực-dọc, cáu-kỉnh.

fretful adj. bực-dọc, cáu-kỉnh, khó chịu.

friar n. thầy tu hành-khất.

friction n. sự cọ-xát/ma-xát; sự chà-xát; sự va chạm/xích-mích/xung-đột/huých-tương.

Friday n. thứ sáu.

friend n. bạn, bằng-hữu. close -- bạn thân. -- and foe bạn và thù. Society of Friends Hội đạo Quây-cơ. make --s with kết bạn với.

friendless adj. không có bạn.

friendliness n. tính thân-thiện.

friendly adj. thân-mật, thân-thiết, thân-thiện. -- country/nation nước bạn.

friendship n. tình bạn, tình hữu-nghị.

frieze n. trụ ngạch.

frigate n. tàu khu-trục nhỏ.

fright n. sự hoảng-sợ; người xấu-xí; quái-vật.

frighten v. làm sợ. -- off/away làm cho sợ phải bỏ đi. --ed out of one's wits sợ hết vía.

frightful adj. ghê sợ, dễ sợ, kinh-khủng.

frigid adj. lạnh-lẽo, băng-giá; lạnh-nhạt, nhạt nhẽo, vô-tình; [đàn bà] không nứng được, lãnh-đạm nữ-dục.

frill n. diềm; --s những cái tô-điểm thêm.

fringe n. tua [khăn, thảm]; mép, ven, rìa. -- benefit phụ-cấp ngoài, quyền-lợi nhân-viên.

frisbee n. đĩa nhựa để ném bắt chơi.

frisk v. nhảy cỡn, nô đùa; lần khám vũ-khí lần túi.

frisky adj. hay nô-đùa nghịch-ngợm.

fritter n. bánh bẹ-nhè nhân thịt hoặc trái cây.

fritter v. phung-phí, lãng-phí -- away.

frivolous adj. không đáng kể, nhỏ mọn, tầm-phào, ba-láp; nhẹ dạ, nông-nổi, lông-bông, hão-huyền.

fro adv. to and -- đi đi lại lại, chạy đi chạy lại.

frock n. áo choàng; váy yếm [trẻ con]; áo thầy tu.

frog n. con ếch; đờm làm khàn cổ -- in the throat; để đặt trong chậu cắm hoa.

frogman n. người nhái.

frolic n. cuộc vui nhộn, sự nô đùa. v. nô/vui đùa.

frolicsome adj. thích nô đùa, thích vui nhộn.

from prep. từ, tự; của ... cho/tặng/gửi; cách, khỏi, đừng, không ... được; vì, do; so/khác với. from beginning to end từ đầu đến cuối, tự đầu chí cuối. -- Hanoi to Hue từ Hà-nội vào Huế. -- now on từ nay/rày trở đi. a telegram -- my father một bức điện-tín của ba tôi. He's -- England. Ông ấy là người Anh. They live far -- my house. Họ ở xa nhà tôi. The snow kept us -- going to school. Trời tuyết thành ra chúng tôi không đi học được. She's suffering -- influenza. Cô ấy bị cúm. You must distinguish right -- wrong. Con phải biết phân biệt phải trái. to recover -- illness khỏi ốm. This alcohol is made -- glutinous rice. Thứ rượu (để) này làm bằng gạo nếp. Take 15 -- 70. Anh hãy lấy 70 rồi trừ đi 15. -- above (lệnh) từ trên.

front n. đằng/mặt/phía trước; mặt trận. in -- of the library trước cửa thư-viện. -- yard vườn đằng trước. -- page trang đầu. v. quay mặt về.

frontal adj. đằng trước mặt, chính-diện.

frontier n. biên-giới/-cương/-thủy, quốc-cảnh.

frontispiece n. tranh ở đầu quyển sách.

frost n. sương giá; sự đóng giá; sự thất-bại.
v. phủ sương giá; rắc đường lên; làm lấm-tấm.

frostbite n. sự/chỗ phát cước, sự tê cóng.

frosty adj. băng giá, giá rét; lạnh nhạt.

froth n. bọt; chuyện vô-ích, chuyện phiếm.

frothy adj. sủi bọt; rỗng tuếch, vô-tích-sự.

frown n., v. (sự) cau mày, (sự) nhăn mặt, (vẻ)
không tán-thành.

froze quá-khứ của freeze.

frozen quá-khứ của freeze. -- orange juice nước
cam đông lạnh. -- assets tài-sản không lấy ra
được vì bị phong-toả.

frugal adj. đạm-bạc, thanh-đạm; căn-cơ,tiết-kiệm.

frugality n. tính thanh-đạm; tính tiết-kiệm.

fruit n. quả, trái cây; thành-/kết-quả. This
tree bears much -- this year. Cây này năm nay
sai quả lắm. v. ra quả. to bear -- (mang lại)
kết-quả. -- salad nộm hoa quả.

fruitful adj. sai quả; phì-nhiêu, màu-mỡ; có kết-
quả, có lợi, thành-công.

fruition n. sự thực-hiện [nguyện-vọng].

fruitless adj. không có trái; không có kết-quả,
vô-hiệu, vô-ích.

frustrate v. làm hỏng, làm thất-bại; làm vỡ mộng,
làm thất-vọng.

frustration n. tâm-trạng thất-vọng/bất-đắc-chí.

fry n. cá mới nở. small -- tụi tiểu-yêu/lau-nhau.

fry v. rán, chiên. deep- -- rán nhiều mỡ. stir-
frying pan n. cái chảo rán. [-- xào.

fudge n. kẹo mềm.

fuel n. chất đốt, nhiên-liệu. v. cung-cấp chất
đốt; lấy nhiên-liệu, lấy xăng. to add -- to the
flames/fire lửa cháy tưới dầu thêm.

fugitive n. kẻ trốn-tránh, người lánh nạn. adj.
nhất thời; không bền, chóng tàn.

fulcrum n. điểm tựa của đòn bẩy.

fulfill v. làm tròn/trọn, thực-hiện, hoàn-thành;
hội đủ [điều-kiện].

fulfillment n. sự thực-hiện/hoàn-thành/đáp-ứng.

full n. toàn-bộ. adj. đầy, đầy-đủ, nhiều, chan
chứa, đầy dẫy, tràn-trề, tràn-ngập; đông, chật,

hết chỗ ngồi; no, no-nê; tròn, đầy-đặn, nở-nang;
hết sức, hoàn-toàn, trọn-vẹn. -- moon trăng rằm.
the -- text toàn văn. adv. rất; đầy-đủ, hoàn-
toàn đúng, trúng. -- stop dấu chấm.

full-blown adj. nở to; đang phát-triển mạnh.

full-fledged adj. đủ lông đủ cánh; chính-thức.

full-grown adj. lớn, trưởng-thành.

full-time adj. cả ngày, cả hai buổi, toàn thời-gian.

fully adv. hoàn-toàn, đầy-đủ, thập-phần.

fulsome adj. quá đáng; ngấy tởm.

fumble v. dò-dẫm, sờ-soạng; lóng-ngóng, vụng-về.

fume n. khói, hơi khói. v. phun khói; cáu-kỉnh.

fumigate v. phun/hun/xông khói để tẩy-uế.

fun n. sự/trò vui đùa; sự vui thích. just for --
chỉ cốt đùa thế thôi. make -- of chế-giễu ...

function n. chức-năng, chức-vụ; nhiệm-vụ, trách-
nhiệm; công-năng; hàm, hàm-số; nghi-thức, nghi-lễ.
v. [máy] chạy, hoạt-động, vận-hành; thực-hiện
chức-năng.

fund n. quỹ, ngân-khoản, cơ-kim, tư-kim; tài nguyên.
no more --s for that program không còn ngân khoản
cho chương-trình ấy nữa. v. cung-cấp ngân-khoản,
tài-trợ cho.

fundamental adj. cơ-bản, cơ-sở, căn-bản, chủ-yếu.
the --s of linguistics những nguyên-tắc cơ-bản
của ngữ-học.

funeral n. đám ma, đám tang, lễ tang, tang-lễ.
adj. thuộc đám tang. -- oration bài điếu-văn.

funereal adj. buồn-thảm như đám tang.

fungus n. nấm; nốt sùi.

funnel n. cái phễu; ống khói [tàu thuỷ, xe lửa].

funnies n. tranh hí-hoạ, tranh khôi-hài.

funny adj. buồn cười, khôi-hài, ngộ-nghĩnh; là-lạ,
khang-khác.

fur n. bộ lông thú; áo lông, da lông; cấn, cặn,
cáu. -- coat áo lông.

furbish v. đánh bóng; làm mới lại, phục-hồi.

furious adj. giận-dữ, điên tiết; mãnh-liệt.

furl v. cuộn, cụp, xếp [cờ, buồm, ô] lại. [201m]

furlong n. fulông [= 1 phần 8 dặm Anh, tức độ

furlough n. phép nghỉ. on -- đang nghỉ phép.

furnace n. lò; lò sưởi.

furnish v. trang-bị đồ-đạc; cung-cấp. --ed [nhà,
phòng] có sẵn đồ-đạc.

furnishings n. bàn ghế đồ-đạc và đồ dùng khác.

furniture n. đồ-đạc [bàn ghế, giường tủ]. There
   isn't much --. Đồ-đạc trong nhà không có gì mấy.
   a piece of -- một món bàn ghế, một cái bàn, tủ,
   v. v.

furrier n. người bán da lông thú.

furrow n. luống cày; nếp nhăn.

furry adj. có lót da lông thú; giống da lông thú.

further adj., adv. xa hơn nữa; thêm nữa, hơn nữa.
   I need -- help. Tôi cần được giúp đỡ hơn nữa.
   You have to inquire --. Anh cần điều-tra thêm.
   v. đẩy mạnh, xúc-tiến.

furthermore adv. hơn nữa, vả lại, ngoài ra.

furthest adj., adv. xa hơn hết, xa nhất.

furtive adj. [cái nhìn look, glance] trộm, lén lút.

fury n. sự giận-dữ, cơn thịnh-nộ; tính kịch-liệt/
   ác-liệt.

fuse n. cầu chì; ngòi, kíp, mồi nổ. v. lắp ngòi.

fuse v. (làm/nấu) chảy; hỗn-hợp lại; hợp vào nhau,

fuselage n. thân máy bay. [liên-hiệp.

fusion n. sự nấu chảy; sự hỗn-hợp; sự liên-hiệp.

fuss n. sự rối-rít/nhắng-nhít. make a -- about
   làm ầm lên về [chuyện nhỏ mọn]. v. nhặng-xị.

fussy adj. hay rối-rít/nhắng-nhít/quan-trọng-hoá.

futile adj. vô-ích, vô-hiệu, vô-dụng.

futility n. sự vô-ích; chuyện vô-ích.

future n. tương-lai, hậu-vận, tiền-đồ. adj. về
   sau, tương-lai, vị-lai. -- tense thời tương-lai.
   -- life kiếp sau.

futurity n. tương-lai.

fuze = fuse.

fuzzy adj. sùi, xơ; [tóc] xoắn, xù; mờ nhạt.

G

gab n. lời nói lém; tài bẻm mép. v. bẻm mép.

gabardine n. vải gabadin.

gabble n., v. (lời) nói lắp-bắp quá nhanh.

gable n. đầu hồi nhà. --d adj. có đầu hồi.

gad v. đi lang-thang.

gadget n. đồ dùng, máy-móc trong nhà/bếp.

gag n. đồ bịt/khoá miệng; cái banh miệng; câu/trò
   khôi-hài. v. nhét giẻ vào miệng, bịt mồm, khoá
   miệng; oẹ, nôn khan; nghẹn; pha trò, nói giỡn.

gaiety n. sự vui-vẻ; gaieties trò vui.

gaily adv. vui-vẻ, hoan-hỉ; tươi vui, rực-rỡ.

gain n. sự tăng thêm; lời, lợi, lợi-lộc, lợi-ích;
   gains tiền lãi, lợi-nhuận, tiền thu vào. v. kiếm/
   thu/lấy/giành được; lên [cân], tăng [tốc-độ].

gainsay v. chối-cãi, không nhận; nói ngược lại.

gait n. dáng đi.

gal n. cô gái, cô ả.

gala n. hội, hội-hè, buổi lễ.

galaxy n. Ngân-hà, Thiên-hà; nhóm [danh-nhân].

gale n. cơn gió mạnh.

gall n. mật; túi mật; nỗi cay-đắng; sự trơ-tráo;
   sự hằn-học/thù-oán. -- bladder túi mật.

gall n. chỗ sầy/trượt da. v. xúc-phạm tự-ái.

gall n. mụn sùi ở cây, vú lá.

gallant n. anh chàng nịnh đầm. adj. anh-dũng,
   hào-hiệp; tráng-lệ, lộng-lẫy; bảnh-bao; nịnh đầm.

gallantry n. sự can-đảm, lòng dũng-cảm; cử-chỉ/
   lời nói lịch-sự [với phụ-nữ].

gallery n. phòng tranh, phòng triển-lãm mỹ-thuật;
   nhà cầu, hành-lang; ban-công, chuồng gà; đường
   hầm mỏ.

galley n. thuyền ga-lê [do nô-lệ chèo]; bếp [ở
   dưới tàu thuỷ]; galleys việc khổ-sai; bản vỗ,
   bản rập, bản in thử -- proofs.

gallon n. galông [= 3,78 lít hoặc 4 quarts ở Mỹ,
   hay = 4,54 lít ở Anh].

gallop n. nước phi. v. phi nước đại.

gallows n. giá treo cổ, giảo-đài; tội xử giảo.

Gallup poll n. cuộc thăm dò công-luận.

galore adv. rất nhiều, vô số, dồi-dào.

galoshes n. giày cao-su đi ra ngoài giày thường.

galvanism n. lưu-điện-học; điện-liệu, phép chữa
   bằng dòng điện.

galvanize v. mạ điện; kích-động, khích-động.

gamble n. cuộc đánh bạc, cuộc may rủi, việc liều.
   v. đánh bạc; đầu-cơ, làm liều.

gambler n. người đánh bạc, tay đổ-bác, con bạc.

gambling den n. sòng bạc.

gambol n. sự nhảy-nhót/nô-giỡn. v. nô-giỡn.

game n. trò chơi; games cuộc thi điền-kinh; ván
   bài, ván cờ, bàn, cuộc thi-đấu; thú săn. Asian
   --s Á-vận-hội. Olympic --s Thế-vận-hội.

gamekeeper n. người canh rừng phòng kẻ săn trộm.

gamut n. gam, âm-giai; cả loạt, toàn-bộ.

gander n. con ngỗng đực.

gang n. đám, đoàn, tốp, lũ, toán, kíp; bọn, lũ. the whole -- cả bọn/lũ. v. kéo bè kéo đảng.

ganglion n. hạch.

gangplank n. ván cầu để lên xuống tàu.

gangrene n. chứng hoại-thư, bệnh thối hoại.

gangster n. kẻ cướp, găngxte, găngxtơ.

gangway n. lối đi ở giữa hàng ghế; cầu tàu.

gaol n. [= jail] nhà tù. v. bỏ tù.

gaoler n. [= jailer] cai ngục/tù.

gap n. lỗ hổng, kẽ hở; chỗ trống, chỗ gián-đoạn/ thiếu-sót [to fill/stop lấp].

gape n. cái ngáp; sự há hốc miệng. v. ngáp; há to miệng ra; há hốc miệng ra mà nhìn.

garage n. ga-ra, nhà xe; xưởng chữa ô-tô/xe hơi.

garb n. quần áo, trang-phục. v. ăn mặc.

garbage n. rác (nhà bếp); đồ rơm-rác/rác-rưởi. -- can thùng rác. -- collector người nhặt rác. -- disposal máy nghiền rác [ở chỗ rửa bát].

garble v. bóp méo, xuyên-tạc (vô-tình hay cố-ý).

garden n. vườn; --s công-viên. botanical --s vườn bách-thảo. zoological --s vườn bách-thú, sở thú.

gardener n. người làm vườn.

gardenia n. cây dành-dành, cây sơn-chi.

gardening n. nghề làm vườn; sự/thú trồng vườn.

gargle n. thuốc súc miệng. v. súc miệng/họng.

garish adj. lòe-loẹt, sặc-sỡ.

garland n. tràng/vòng hoa. v. quàng vòng hoa.

garlic n. tỏi.

garment n. cái áo/quần, một món y-phục.

garner n. vựa/kho lúa. v. thu/trữ vào kho.

garnet n. ngọc thạch-lựu.

garnish n. hoa lá. v. bày hoa lá lên món ăn.

garret n. gác xép.

garrison n. đơn-vị đồn-trú. v. đóng quân.

garrulous adj. lắm lời/mồm, nói nhiều, ba-hoa.

garter n. nịt bít-tất.

gas n. khí, khí-thể; khí đốt/thắp, hơi đốt; dầu xăng, ét-xăng, xăng gasoline; hơi độc/ngạt. v. thả hơi độc; cung-cấp khí đốt. -- chamber buồng hơi ngạt (để xử tử). -- station trạm xăng.

gaseous adj. thuộc/giống thể khí.

gash n.,v. (rạch) vết dài và sâu.

gasoline n. dầu xăng, ét-xăng, xăng.

gasp n., v. (sự) thở hổn-hển.

gastric adj. thuộc dạ dày, (thuộc con) vị.

gastronomy n. sự ăn sành, nghệ-thuật ăn ngon.

gate n. cổng, cửa lớn; cửa đập/cống; hàng rào chắn [để xe lửa qua, để thu thuế]; cửa ô; cửa lên máy bay. -- crasher n. người vào xem chạc.

gateway n. cổng vào, lối vào; thông-lộ, môn-lộ.

gather v. tập-hợp, tụ-tập; hái, lượm, thu-thập; lấy (lại) sức, hơi ; hiểu, nắm được, suy ra.

gathering n. sự tụ-tập; cuộc hội-họp.

gaudy adj. lòe-loẹt, sặc-sỡ, hoa hòe hoa sói.

gauge n. máy đo; khoảng cách đường rầy; tiêu-chuẩn đánh giá. rain -- máy đo lượng nước mưa, vũ-lượng-kế. gasoline -- máy đo xăng. v. đo; đo/định cỡ; đánh giá.

gaunt adj. gầy ốm, hốc-hác; buồn-thảm, thê-lương.

gauntlet n. bao tay sắt, găng sắt [của hiệp-sĩ Trung-cổ]. throw/fling down the -- thách đấu, khiêu-chiến. pick/take up the -- nhận đấu, ứng-chiến.

gauze n. sa, lượt; gạc [để buộc vết thương].

gave quá-khứ của give.

gavel n. búa của chủ-tịch buổi họp.

gay adj. vui-vẻ, vui-tươi, hớn-hở; lộng-lẫy, rực-rỡ, sặc-sỡ; phóng-đãng, trụy-lạc; tình-dục đồng-giới.

gaze n., v. (cái) nhìn chằm-chằm.

gazelle n. linh-dương nhỏ.

gazette n. công-báo.

gazetteer n. từ-điển địa-lý.

gear n. bánh răng cưa; số [tốc-độ ô-tô]; đồ dùng, đồ đạc, dụng-cụ, thiết-bị. in -- gài số. out of -- không gài số. v. sang số; lắp bánh răng cưa; liên-kết, hướng [cơ-sở, ngành nghề] cho to.... high -- tốc-độ cao. low -- tốc-độ thấp.

gearbox n. hộp số.

gearshift n. sự sang số xe hơi.

gee! interj. thế à! hay quá nhỉ! thế thì tuyệt!

geese số nhiều của goose.

Geiger counter n. máy Gai-gơ đo độ phóng-xạ.

geisha n. vũ-nữ Nhật, ả-đào Nhật.

gelatin(e) n. chất keo, gelatin.

geld v. thiến [súc-vật].

gem n. ngọc, đá quý; viên ngọc, vật quý nhất.

gendarme n. hiến-binh, sen-đầm.

gender n. giống (ngữ-pháp). masculine -- giống dực. feminine -- giống cái.

genealogy n. hàng/khoa phả-hệ, gia-phả-học.

general n. cái chung, cái tổng-quát; viên tướng.
adj. chung, chung chung; tổng-; thông-thường.
-- knowledge kiến-thức phổ-thông. secretary --
tổng-thư-ký, tổng-bí-thư. consul -- tổng-lãnh-sự.
-- elections tổng-tuyển-cử. General Staff Tổng-
tham-mưu. -- assembly đại-hội-đồng. -- outline
đại-cương. in -- thường thường; tổng chi.

generality n. nguyên-tắc chung chung; tính tổng-
quát/đại-cương; tính phổ-biến.

generalize v. tổng-quát/khái-quát-hoá; phổ-biến.
Don't --. Đừng nên vơ đũa cả nắm.

generally adv. thường thường, theo lệ thường; đại
thể, nói chung -- speaking.

generate v. sinh, đẻ ra, dẫn khởi; phát ra [điện,
ánh sáng, nhiệt].

generation n. đời, thế-hệ; sự phát-sinh ra.

generative adj. có khả-năng sinh ra, tạo-sinh.

generator n. máy phát-điện.

generosity n. tính rộng-rãi/hào-phóng.

generous adj. rộng-rãi, hào-phóng; thịnh-soạn,
phong-phú, màu-mỡ.

genesis n. nguồn gốc, căn-nguyên, khởi-nguyên;
cuốn Sáng-thế trong Kinh Thánh.

genetics n. di-truyền-học.

genitals n. cơ-quan sinh-dục.

genitive n., adj. (cách) sở-hữu.

genius n. thiên-tài, thiên-tư; bậc kỳ-tài; tinh-
thần, đặc-tính; thần [pl. genii].

genocide n. tội diệt-chủng; cuộc tàn-sát tập-thể.

genteel adj. lịch-sự, nhã-nhặn; quý-phái.

gentile n., adj. (người) không phải là Do-thái.

gentle adj. dịu-dàng, hiền-lành, hoà-nhã; [gió]
nhẹ; [dốc slope] thoai-thoải; thuộc dòng-dõi
trâm-anh thế-phiệt.

gentleman n. người hào-hoa phong-nhã/lịch-sự;
người quý-phái/quý-tộc/thượng-lưu; đàn ông.
Ladies and Gentlemen: Thưa quý-bà và quý-ông:
GENTLEMEN Nhà vệ-sinh đàn ông. --'s agreement
lời hứa danh-dự (của người quân-tử).

gentlewoman n. người đàn bà lịch-sự; mệnh-phụ.

gently adv. nhẹ-nhàng, dịu-dàng; chậm chậm, từ từ.

gentry n. tầng-lớp quý-tộc/thân-sĩ.   [chính.

genuine adj. thật, xác-thực; thành-thật, chân-

genus n. [pl. genera] phái, giống, loại.

geodesy n. khoa đo đạc.

geographer n. nhà địa-lý.

geographic(al) adj. thuộc địa-lý.

geography n. khoa địa-lý, địa-lý-học. history
and -- sử-địa.

geologic(al) adj. thuộc địa-chất.

geologist n. nhà địa-chất.

geology n. khoa địa-chất, địa-chất-học.

geomancy n. thuật bói đất, thuật phong-thuỷ.

geometric(al) adj. thuộc hình-học. geometric pro-
gression cấp-số nhân.

geometry n. hình-học.

geophysics n. khoa địa-vật-lý.

geopolitics n. khoa địa-chính-trị.

geranium n. hoa phong-lữ, hoa quì Thiên-trúc.

geriatrics n. khoa bệnh tuổi già, lão-bệnh-học.

germ n. mầm, mộng, phôi, thai; mầm bệnh, vi-trùng;
mầm mống. -- warfare chiến-tranh vi-trùng.

germane adj. liên-hệ, có dính-dáng.

German n., adj. (người/tiếng) Đức.

germinate v. nảy mầm; nảy ra, sinh ra, manh-nha.

germination n. sự mọc mộng, sự nảy mầm.

gerund n. động-danh-từ.

gesticulate v. khoa tay múa chân.

gesticulation n. sự khoa tay múa chân.

gesture n. cử-chỉ, điệu-bộ, bộ-tịch, động-tác. a
-- of friendship một biểu-hiện của tình bạn-hữu.
v. làm điệu-bộ, ra hiệu bằng tay.

get v. [got; got, gotten] được, có/lấy/kiếm được;
hiểu/nắm/lĩnh-hội được; bị, mắc phải; đưa, mang,
đem, chuyển; làm cho, khiến cho; đến, tới, đạt;
trở nên, thành ra; have got có; phải. I got a nice
book from the library. Tôi mượn được của thư-viện
một quyển sách rất hay. She got your telegram last
week. Cô ấy nhận được bức điện của anh tuần trước.
I didn't -- it. Tôi chẳng hiểu gì cả. He got the
measles. Nó bị lên sởi. Please -- me some milk.
Anh làm ơn mua/lấy cho tôi chút sữa. We got the
job finished on time. Chúng tôi làm xong việc ấy
đúng hẹn. We got home rather late. Khuya chúng tôi
mới về đến nhà. The weather's --ting cold. Trời
đã đang trở lạnh. I've got the latest issue of
Ngôn-ngữ. Tôi đã mua được số mới nhất của tạp-chí
Ngôn-ngữ. I've got something to do. Tôi có việc
phải làm. We've got to solve this problem before

his return. Chúng ta cần phải giải-quyết vấn-đề này trước khi ông ta về. *** -- about đi lại, đi đây đi đó. -- abroad truyền đi. -- across qua, vượt qua. -- ahead tiến-bộ, tiến. -- along làm ăn, xoay-xở; tiến-bộ; hợp nhau, hòa-thuận với nhau. -- away đi khỏi, đi xa, đi mất. -- back lùi lại, trở lại; lấy lại, thu về. -- by đi qua, đi lọt. -- down xuống, lấy xuống, đưa xuống. -- in vào; mang về, thu về; đến/tới nơi. -- into vào, đi vào; làm vào. -- off xuống xe; thoát; bỏ, cởi bỏ, vứt bỏ. -- on trèo lên; mặc/đội/đi vào; làm ăn, xoay xở; tiến-bộ; hòa-thuận, ăn ý/cánh. -- out đi ra ngoài; lấy/kéo/rút ra; xuống [xe, tàu]; lộ ra; thoát khỏi. -- over làm xong; vượt qua. -- through đi qua, lọt qua; làm xong, hoàn-tất. -- up đứng dậy; ngồi dậy. -- together with hội-họp với; đồng-ý với.

get-together n. cuộc họp mặt.

geyser n. mạch nước phun, suối nước nóng.

ghastly adj. tái mét, nhợt-nhạt; rùng-rợn.

ghetto n. khu người da đen; khu người nghèo.

ghost n. con ma; nét thoáng; người viết thuê -- writer. not the -- of a chance không một chút hy-vọng nào. -- town thành-phố ma, tỉnh chết.

ghoul n. ma cà-rồng.

G.I. n. lính Mỹ. -- bride vợ lính Mỹ.

giant n. người khổng-lồ; người phi-thường. adj. khổng-lồ.

gibberish n. lời nói lắp-bắp (sai ngữ-pháp).

gibbon n. con vượn.

giblets n. tim gan diều mề [gà vịt].

giddy adj. chóng mặt, choáng váng; nhẹ dạ.

gift n. quà tặng/biếu; thiên-tài, thiên-phú, tài.

gifted adj. có tài, có năng-khiếu, thiên-tài.

gig n. xe độc-mã hai bánh; xuồng nhỏ.

gigantic adj. khổng-lồ, kếch-xù, cự-đại.

giggle n., v. (tiếng) cười khúc-khích.

gild v. mạ vàng; tô-điểm cho hào-nhoáng, hư-sức.

gill n. gin [= 0,141 lít ở Anh, 0,118 lít ở Mỹ].

gills n. mang [cá].

gilt n. sự mạ vàng. adj. mạ vàng, thiếp vàng.

gimmick n. mánh lới.

gin n. rượu gin.

gin n. máy tỉa hột bông; trục nâng.

ginger n. (cây/củ) gừng; sự hăng-hái, dũng-khí.

ginger ale n. nước ngọt có vị gừng.

gingerbread n. bánh gừng.

gingerly adj., adv. rón-rén, thận-trọng, cẩn-thận.

gingham n. vải bông kẻ.

ginkgo n. bạch-quả [=gingko].

ginseng n. sâm, nhân-sâm.

giraffe n. hươu cao cổ.

gird v. buộc, quấn quanh (mình); bao bọc, vây.

girder n. xà, rầm cầu, rầm cái.

girdle n. thắt lưng, đai; vòng đai. v. vây, bao.

girl n. con gái, thiếu-nữ; cô bán hàng, cô giúp việc; người yêu, người tình, bạn gái. -- friend bạn gái, người yêu. -- scout nữ-hướng-đạo.

girlhood n. thời con gái.

girlish adj. như con gái, còn con gái.

girth n. đường vòng quanh, chu-vi.

gist n. ý chính, đại-ý, yếu-điểm.

give v. [gave; given] cho, biếu, tặng; cho, đem lại, sinh ra; đưa/đem/trao/chuyển cho; gây cho; hiến dâng, cống-hiến; mở, thết, tổ-chức [tiệc]. *** -- away cho đi, phát ra; để lộ. -- back trả lại, hoàn lại. -- forth tỏa ra, bốc. -- in chịu thua, nhượng-bộ. -- off tỏa ra, bốc/xông lên. -- out chia, phân-phối; tỏa ra, bốc lên. -- up bỏ, từ bỏ; nhường. The branch gave but did not break. Cái cành cây uốn cong, nhưng không gãy. -- and take n. sự có đi có lại; sự thỏa-hiệp nhượng-bộ nhau.

given [quá-khứ của give] adj. đã cho, đã qui-định; nếu, giả thiết; quen thói. Given x, it follows that .... Nếu đã biết x thì ta có thể suy ra rằng .... -- to bragging quen thói khoe khoang. -- name tên thánh.

gizzard n. mề.

glacial adj. băng giá, lạnh buốt; lạnh-lùng, lãnh đạm; thuộc thời-kỳ sông băng, thời băng-hà.

glacier n. sông băng, băng-hà.

glad adj. vui mừng, vui-vẻ, vui lòng, bằng lòng, sung sướng, hân-hoan, hồ-hởi; [tin tidings] vui.

gladden v. làm vui mừng, làm sung sướng.

glade n. khoảng trống/thưa trong rừng.

gladiolus n. hoa lay-ơn.

glamorous adj. đẹp say đắm, đẹp quyến rũ.

glamo(u)r n. vẻ đẹp quyến-rũ/huyền-ảo.

glance n., v. (cái) nhìn thoáng, liếc qua.

gland n. tuyến. sweat --s tuyến mồ-hôi.

glandular adj. thuộc/có tuyến.

glare n. ánh sáng chói; cái nhìn trừng-trừng.
v. chói loà; nhìn trừng-trừng/giận-dữ.

glaring adj. chói mắt; rõ-ràng, rành-rành.

glass n. kính, thuỷ-tinh; đồ thuỷ-tinh; cái cốc/
ly; gương soi; --es kính đeo mắt. a -- of milk
một cốc/ly sữa. a pair of sunglasses kính dâm,
kính đen. raise one's -- to nâng cốc chúc mừng...

glasshouse n. nhà máy thuỷ-tinh; nhà kính để cây.

glassware n. đồ thuỷ-tinh; hàng thuỷ-tinh.

glassy adj. giống thuỷ-tinh; mắt [đờ-dẫn].

glaucoma n. bệnh glôcôm, bệnh tăng nhãn-áp.

glaze n. nước láng/bóng; men đồ sứ; lớp nước đá.
v. làm láng, đánh bóng, tráng men; làm mờ [mắt];
tráng lớp nước đường [lên bánh rán]; lắp kính.

gleam n. tia sáng yếu-ớt, ánh sáng lập-loè; tia.
v. phát ra tia sáng yếu-ớt.

glean v. mót, nhặt mót [lúa]; lượm lặt [tin].

glee n. niềm vui sướng, niềm hân-hoan/hoan-lạc;
bài hát ba bốn bè. -- club ca-đoàn, đoàn hợp-ca.

gleeful adj. vui sướng, hân-hoan.

glen n. thung-lũng hẹp.

glib adj. liến-thoắng, mồm miệng nhanh-nhảu.

glide n. sự lướt/trượt đi; sự lượn; âm lướt.
v. lướt qua, lướt/trượt nhẹ; bay liệng: trôi đi.

glider n. máy bay lượn [không có động-cơ].

glimmer n. ánh sáng lờ-mờ, tia sáng le-lói, ngọn
lửa chập-chờn. -- of hope tia hy-vọng (yếu-ớt).
v. le-lói, chập-chờn.

glimpse n. cái nhìn lướt/thoáng qua. to catch a
-- of thoáng thấy ...

glint n. tia sáng; tia phản-chiếu.

glisten v. long-lanh, lấp-lánh, sáng ngời.

glitter n. ánh lấp-lánh; vẻ lộng-lẫy/rực-rỡ. v.
lấp-lánh, rực-rỡ, chói-lọi.

gloat v. -- over/upon/on nhìn một cách thèm
thuồng/hả-hê.

globe n. địa-cầu, trái/quả đất, thế-giới; quả
cầu; cầu mắt; bình cá vàng. -- trotter người
đi du-lịch khắp thế-giới.

gloom n. bóng tối; sự tối-tăm; cảnh ảm-đạm thê-
lương; sự buồn-rầu/chán-nản.

gloomy adj. tối-tăm, u-ám, ảm-đạm; buồn-rầu.

glorify v. ca-ngợi, tuyên-dương; tán-mỹ.

glorious adj. vẻ-vang, vinh-dự, vinh-quang; huy-
hoàng, lộng-lẫy, rực-rỡ.

glory n. danh tiếng, vinh-dự, sự vẻ-vang, niềm
vinh-quang; vẻ rực-rỡ/huy-hoàng. v. tự-hào.

gloss n. nước bóng/láng; vẻ hào-nhoáng bề ngoài.
v. làm bóng/láng; -- over che đậy giả dối.

gloss n. lời chú-giải/chú-thích. v. định-nghĩa,
chú-giải, chú-thích, dịch từ tương-đương.

glossy adj. [giấy ảnh] bóng, láng; hào-nhoáng.

glossary n. bảng chú-giải; từ-điển thuật-ngữ.

glottis n. thanh-môn.

glove n. bao tay, găng, tất tay. pair of --s một
đôi găng. boxing --s găng quyền Anh. fit like a
-- vừa như in. hand in -- ăn ý/cánh [with với].

glow n. ánh sáng rực; sức nóng rực; nét ửng đỏ;
sự sôi-nổi, nhiệt-tình. v. rực sáng; nóng rực;
bừng-bừng, bừng cháy, rực lên.

glower v. quắc/trừng mắt nhìn.

glowworm n. con đom-đóm.

glucose n. glucoza.

glue n. hồ, keo. v. dán hồ, gắn lại; dán mắt.

glum adj. nhăn-nhó, cau-có; buồn-bã, rầu-rĩ.

glut n. sự tràn ngập hàng-hoá. v. cho ăn no-nê;
cung-cấp thừa-thãi, làm ứ đọng [thị-trường].

glutinous adj. dính. -- rice gạo/cơm nếp, xôi.

glutton n. người tham ăn; người ham việc.

gluttonous adj. tham ăn, háu ăn, phàm ăn.

glycerin n. glyxerin.

G-man n. nhân-viên Cuộc Điều-tra Liên-bang FBI.

gnarled adj. [cây] lắm mấu; [tay] xương-xẩu.

gnash v. nghiến [răng teeth].

gnat n. muỗi nhỏ, muỗi mắt.

gnaw v. gặm, ăn mòn; giày vò, day dứt.

go v. [goes; went; gone] đi, đi đến/tới; trở nên,
trở thành, hoá/biến thành; trôi qua, mất đi, tiêu
tan; [máy móc] chạy; diễn/xảy ra, tiến-hành, diễn
biến; hợp với, vừa với. -- to school đi học. --
to work đi làm. -- for a walk đi dạo. -- on a trip
đi du-lịch. -- on foot đi bộ. -- on bicycle đi xe
đạp. -- by air/plane đi máy bay. -- shopping đi
sắm đồ, đi mua bán. -- to bed đi vào giường, đi
ngủ. -- to sleep (đi) ngủ. -- crazy phát điên.
The pain is gone. Hết đau rồi. How are things
--ing? Thế nào? Công việc ra sao? There --es the
bell! Chuông kêu rồi. The story --es that....

Truyện kể rằng ..., Người ta nói rằng .... to be
going to ... sắp sửa ... It's --ing to rain.
Trời sắp mưa rồi. We're --ing to visit the Art
Museum tomorrow. Mai chúng ta sẽ đi thăm Viện
Bảo-tàng Mỹ-thuật. *** -- about đi chỗ này chỗ
kia, đi đây đi đó. --abroad đi ngoại-quốc. --
across ... băng/vượt qua .... -- after chạy
theo, tranh-thủ. -- against phản-đối, đi ngược.
-- all out xuất toàn-lực. -- ahead thẳng tiến;
cứ tiến lên. -- back on lỗi ước, thất ước. -- by
trôi qua; theo, căn-cứ vào.... -- down xuống, đi
xuống, chìm, lặn, dịu bớt; [giá] hạ xuống; được
truyền đi, được ghi xuống. -- in for chơi, tham-
gia; mê, ham. -- into đi vào ...; khảo-sát, điều
tra. -- off ra đi, đi mất; diễn ra; [súng] nổ.
-- on đi tiếp, làm tiếp, tiếp-tục; xảy ra. -- out
ra, đi ra; [đèn, lửa] tắt. -- over đi qua, vượt;
xem kỹ, ôn lại, soát lại; bỏ sang [phía khác].
-- round đi vòng quanh. There aren't enough pens
to -- round. Không có đủ bút cho mọi người. --
through đi qua, xuyên qua; chịu đựng; xem kỹ. --
up đi lên; tăng; được xây lên. -- without nhịn,
chịu thiếu. It --es without saying that ....
Khỏi cần nói, ai cũng biết rằng ....

goad n. gậy nhọn. v. thúc; thúc-giục;trêu tức.

goal n. đích, mục-đích; (cửa) gôn, thành, bàn
thắng [bóng đá soccer].

goalkeeper n. gôn, thủ-thành, thủ-môn [bóng đá].

goat n. dê. he-goat dê đực. she-goat dê cái.

gobble v. nuốt ực, nuốt vội, ăn ngấu-nghiến; [gà
tây/lôi turkey] kêu ca-lót.

gobbler n. gà sống/trống tây, gà lôi.

go-between n. trung-gian, môi-giới, người mối.

goblet n. cốc/ly nhỏ có chân.

goblin n. yêu-tinh, yêu-quái.

god n. thần; God Chúa, Trời, Thượng-đế, Chúa Trời,
Thiên-chúa. Thank God! Lạy Chúa! Nhờ Chúa! God
willing nếu Trời phù-hộ. God bless you! Xin Trời
phù-hộ cho anh! Xin Thượng-đế ban phúc lành cho
bạn! God knows! Có mà Trời biết!

godchild n. con đỡ đầu.

goddess n. nữ-thần.

godfather n. cha đỡ đầu.

godless adj. vô-thần.

godlike adj. như thần, như thánh.

godly adj. sùng đạo, ngoan đạo.

godmother n. mẹ đỡ đầu.

godparents n. cha mẹ đỡ đầu.

godsend n. của Trời cho, chuyện may bất ngờ.

goggles n. kính râm, kính bảo-hộ [của thợ].
v. goggle trợn tròn mắt, giương mắt nhìn.

going n. sự ra đi; việc đi lại. adj. đang đi,
đang tiến-hành, mở-mang, phát-đạt; hiện-hành.

goiter n. bướu giáp, bướu cổ.

gold n. vàng, hoàng-kim; tiền vàng; số tiền lớn,
sự giàu có; màu vàng. -- coin đồng tiền vàng. a
heart of -- tấm lòng vàng. a tael of -- một lạng
vàng. -- dust vàng cát. -- leaf vàng lá. -- digger
tay đào mỏ. -- foil vàng lá dày.

golden adj. bằng vàng; màu vàng; như vàng; quý
như vàng. the -- age thời-đại hoàng-kim. the G--
City thành-phố Xan Franxitco, Cựu-Kim-Sơn. the --
mean đạo trung-dung. the G-- State tiểu-bang Cali-
phoócnia. -- wedding kỷ-niệm cưới 50 năm.

goldfinch n. chim sẻ cánh vàng.

goldfish n. cá vàng.

goldsmith n. thợ vàng.

golf n. môn đánh gon. v. chơi gon.

gone [quá-khứ của go] đã qua, đã mất; bỏ đi; chết.

gong n. cái cồng, cái chiêng.

gonorrhea n. bệnh lậu.

good adj. [better; best] tốt, hay, ngoan, hiền,
có ích; giỏi, tài; vui vẻ, tốt lành. -- to eat
ăn ngon, ngon. to have a -- time hưởng thời-gian
vui thích. -- for nothing vô-tích-sự. ** hold --
có hiệu-lực, còn tốt. make -- thành-công; giữ lời
hứa. as -- as hầu như ... -- and tired mệt lắm.
a -- deal of money khá nhiều tiền. G--! Tuyệt!
n. điều/chuyện tốt, điều lành, điều thiện, điều
lợi. for -- mãi mãi, vĩnh-viễn. for the common --
tốt cho phúc-lợi của mọi người.

good-by(e) n. lời chào tạm-biệt. interj. Chào
anh nhé! Khi khác sẽ lại gặp ông! Xin chào cô!

good-humored adj. vui tính, vui vẻ.

good-looking adj. đẹp; đẹp trai.

goodly adj. đẹp, có duyên; to lớn, đáng kể.

good-natured adj. tốt bụng, hiền-hậu, thuần-hậu.

goodness n. lòng/tính tốt; tính thiện; tinh-hoa.
Thank --! Đội ơn Trời Phật! Nhờ ơn Chúa!

goods n. hàng, hàng-hoá, hoá-phẩm, hoá-vật.

goodwill n. thiện-chỉ, thiện-ý, lòng tốt. ambassador of goodwill đại-sứ thiện-chỉ.

goody n. kẹo; đồ ăn ngon.

goody(-goody) n., adj. (người) lên mặt đạo-đức.

goose n. ngỗng; ngỗng cái; thịt ngỗng. -- flesh

gooseberry n. cây/quả lý gai. [da sởn gai ốc.

gore v. [trâu bò] húc bằng sừng.

gorge n. đèo, hẻm núi mountain --.

gorge v. ngốn, tọng, nhồi nhét.

gorgeous adj. đẹp lộng-lẫy, tuyệt đẹp; rực-rỡ.

gorilla n. khỉ đột, đười-ươi, đại-tinh-tinh.

gory adj. giầy đầy máu, vấy/đẫm máu.

gosh interj. lạ chưa! kỳ chưa! úi chà!

gosling n. ngỗng con/non.

gospel n. sách Phúc-âm; cẩm-nang; tín-điều.

gossamer n. the, sa, vải mỏng; tơ nhện.

gossip n. chuyện ngồi lê đôi mách; người hay nói chuyện tầm-phào. v. ngồi lê đôi mách, khảo chuyện người khác, thày-lay mách-lẻo.

got quá-khứ của get.

gotten quá-khứ của get.

gouge n. cái đục máng/khum. v. đục máng; khoét ra, moi/móc ra; lừa đảo, lừa.

goulash n. món ragu Hung-ga-ri.

gourd n. quả bầu, quả bí. bottle -- bầu nậm.

gourmet n. người sành ăn.

gout n. bệnh gút, bệnh thống-phong.

govern v. cai-trị, thống-trị; quản-trị, quản-lý, cai quản; kiềm-chế, đè nén; chi-phối.

governess n. cô giáo, gia-sư.

government n. chính-phủ, nội-các; chính-quyền; chính-thể; sự chi-phối.

governmental adj. thuộc chính-phủ/chính-quyền.

governor n. thống-đốc, thủ-hiến.

governor-general n. toàn-quyền.

gown n. áo dài (phụ-nữ); áo choàng/thụng của quan toà hay giáo-sư đại-học. cap and -- mũ ghế đầu và áo thụng [sắc-phục đại-học].

grab n. sự chộp/vồ lấy. v. chụp lấy, vồ lấy; tước, đoạt, chiếm đoạt.

grace n. duyên, vẻ duyên-dáng/yêu-kiều; ơn huệ, sự gia ơn, sự chiếu-cố/trọng-đãi; sự cho hoãn, sự khoan-dung; ơn Trời, ơn Chúa; lời cầu-nguyện trước bữa ăn; Ngài. v. làm vinh-dự.

graceful adj. duyên-dáng, yêu-kiều, uyển-chuyển.

gracious adj. lịch-sự, nhã-nhặn, có lòng tốt, tử-tế; từ-bi, nhân-từ, khoan-dung, độ-lượng.

gradation n. sự thay đổi từ-từ; cấp, bậc, mức độ.

grade n. cấp, bậc, mức, độ, hạng, loại, tầng-lớp; lớp học; grát; điểm, điểm số; dốc, độ dốc. v. phân loại, phân hạng; chấm bài, cho điểm. -- school trường tiểu-học, trường phổ-thông cấp I.

gradual adj. dần-dần, từ-từ, từng bước một.

graduate n. người tốt-nghiệp đại-học, người học xong một khoá/bậc học. v. (được) cấp bằng tốt-nghiệp. -- student sinh-viên cao-học. high school -- người tốt-nghiệp phổ-thông trung-học.

graduation n. sự tốt-nghiệp; lễ phát bằng tốt-nghiệp -- ceremony/exercises.

graffiti n. chữ viết nhảm trên tường (nhà xí).

graft n. sự ghép; cành ghép; mô ghép. v. ghép [cành, mô].

graft n. sự ăn hối-lộ, sự ăn bớt ăn xén.

grain n. thóc lúa, mễ-cốc, cốc-loại, lương-thực; hạt, hột; một chút, mảy may; thớ [gỗ]. -- elevator máy hút lúa vào kho.

gram n. gam.

grammar n. ngữ-pháp, văn-pháp, văn-phạm. transformational -- ngữ-pháp cải-biến. traditional -- ngữ-pháp truyền-thống. TG [transformational-generative] grammar ngữ-pháp biến-tạo. -- school trường tiểu-học, trường phổ-thông.

grammarian n. nhà ngữ-pháp.

grammatical adj. thuộc ngữ-pháp; đúng ngữ-pháp.

gramophone n. máy hát, kèn hát.

granary n. vựa lúa/thóc, kho lúa/thóc.

grand adj. hay, tuyệt, đẹp; chính, lớn, tổng-quát; rất lớn, vĩ-đại; cao-quý; trọng-yếu, chủ-yếu. -- jury ban hội-thẩm lớn [từ 12 đến 23 bồi-thẩm]. -- piano đàn pianô cánh. -- total tổng-số tổng-quát.

grandchild n. cháu [gọi bằng ông/bà].

grandchildren n. cháu (nội/ngoại) [số nhiều].

granddaughter n. cháu gái [gọi bằng ông/bà].

grandeur n. vẻ hùng-vĩ; sự vĩ-đại; quyền-thế/-uy.

grandfather n. ông (nội/ngoại), tổ-phụ.

grandiose adj. lớn-lao, vĩ-đại; long-trọng.

grandma n. bà, nội, ngoại.

grandmother n. bà (nội/ngoại), tổ-mẫu.

grandpa n. ông.

grandparents n. ông bà.

grandson n. cháu trai (gọi bằng ông/bà).

grange n. hiệp-hội nhà nông; ấp, trại.

granite n. đá granit, đá hoa-cương.

granny n. bà (nội/ngoại).

grant n. tiền trợ-cấp; sự ban/cấp cho. v. cho,
ban, cấp; cho là, công-nhận. take for --ed cho
là dĩ-nhiên. --ed/--ing that ... cho rằng ...

grant-in-aid n. tiền trợ-cấp [cho học-sinh].

granulate v. nghiền thành hột nhỏ; kết hột.

granule n. hột nhỏ.

grape n. quả/trái nho. a bunch of --s một chùm
nho. seedless --s nho không hột.

grapefruit n. bưởi chùm. -- juice nước bưởi.

grapevine n. hệ-thống thông-tin; tin đồn.

graph n. đồ-thị.

graphic adj. thuộc đồ-thị; sinh-động; tạo-hình.

graphite n. grafit, than chỉ.

grapple n. sự túm/níu lấy. v. túm lấy; vật lộn.

grasp n. sự nắm/túm lấy; sự nắm vững, sự hiểu rõ;
quyền-lực. v. nắm chắc, túm chặt, ôm chặt; nắm
vững, hiểu được; nắm lấy, chộp lấy [cơ-hội].

grass n. cỏ; bãi cỏ; cần-sa.

grasshopper n. châu-chấu, cào-cào.

grassroots n. cội-rễ, căn-nguyên; cơ-sở.

grassy adj. cỏ mọc đầy.

grate n. vỉ lò; lò sưởi.

grate v. mài, xát, cạo, nạo; kêu ken-két.

grateful adj. biết ơn, tri-ân.

gratification n. sự hài/vừa lòng.

gratify v. làm vừa/hài lòng, làm thoả-mãn.

grating n. lưới sắt.

gratis adj., adv. không lấy tiền; không mất tiền,
miễn phí.

gratitude n. lòng biết ơn, sự tri-ân.

gratuitous adj. không lấy/mất tiền; vô cớ.

gratuity n. tiền chè lá; tiền típ, puốcboa.

grave n. mả, mồ, mộ, phần mộ, mộ-phần.

grave adj. trang-nghiêm, nghiêm-nghị; nghiêm-
trọng, trầm-trọng; [trách-nhiệm] nặng-nề.

gravel n. sỏi; bệnh sỏi thận. v. rải sỏi.

gravestone n. bia, mộ-chí, mộ-bi, mộ-thạch.

graveyard n. bãi tha-ma, mộ-địa, nghĩa-địa.

gravitation n. sức hút, sức hấp-dẫn [vật-lý].

gravity n. sự hút, sự hấp-dẫn; trọng-lực/-lượng;
vẻ trang-nghiêm/nghiêm-nghị; tính nghiêm-trọng.

gravy n. nước thịt; nước xốt.

gray adj. & n. grey.

graze v. (cho) ăn cỏ.

graze v. lướt qua; làm sầy/xước da.

grease n. mỡ; dầu mỡ, dầu nhờn. v. bôi/tra mỡ.

greasy adj. giây/dính mỡ; béo ngậy.

great adj. lớn, to lớn, vĩ-đại; rất, hết sức; cừ,
giỏi, thạo; cao-cả, cao-thượng, cao-quý. -- at
thạo/giỏi .... a -- while ago đã lâu rồi.

great--grandchild n. chất.

great-granddaughter n. chất gái.

great-grandfather n. cụ ông.

great-grandmother n. cụ bà.

great-grandson n. chất trai.

greatly adv. rất, lắm, rất mực, rất là.

greatness n. sự lớn lao, tính vĩ-đại; sự cao-quý.

greed n. lòng tham, tính tham-lam; thói háu ăn.

greedy adj. tham-lam, hám; tham ăn, háu ăn.

Greek n. người/tiếng Hy-lạp. adj. Hy-lạp, Hy.

green n. màu xanh lá cây, màu lục; cây/cỏ xanh.
adj. xanh lá cây, màu lục; xanh, tươi; tươi xanh,
thanh-xuân, tráng-kiện; non-nớt, thiếu kinh-nghiệm.

greenback n. giấy bạc, đôla xanh.

greenhouse n. nhà kính trồng cây.

greenish adj. hơi lục, xanh xanh.

greet v. chào, chào hỏi, chào mừng, đón chào.

greeting n. lời chào (hỏi/mừng). New Year's --s
lời chúc mừng năm mới. Season's --s lời chúc
mừng mùa Giáng-sinh/dịp cuối năm.

grenade n. lựu-đạn hand --.

grenadier n. lính ném lựu-đạn; vệ-binh.

grew quá-khứ của grow.

grey n. màu xám; quần áo màu xám. adj. xám; [tóc]
hoa râm, bạc, sầu; [trời] u-ám. [= gray]

greyhound n. chó săn thỏ; nhãn hiệu xe buýt/đò.

greyish adj. hơi xám, xam-xám.

grid n. đường kẻ ô; vỉ nướng chả.

griddle n. vỉ nướng bánh.

gridiron n. vỉ nướng chả; sân đá bóng, sân banh.

grief n. sự buồn rầu, nỗi đau buồn.

grievance n. mối bất-bình/bất-mãn; lời kêu ca, lời
phàn-nàn/trách-móc.

grieve v. (làm) đau buồn, (gây) đau lòng.

grievous adj. đau-đớn, đau khổ; nặng, trầm-trọng.

grill n. vỉ nướng chả; món thịt nướng, chả; quán

thịt nướng. v. nướng; thiêu đốt; tra hỏi.

grim adj. dữ-tợn, hung-dữ; dữ-dội, ghê-gớm; ác-liệt, quyết-liệt, không lay chuyển được.

grimace n. sự nhăn/cau mặt, vẻ nhăn-nhó.

grime n. bụi than, bụi bẩn, ghét.

grimy adj. đầy bụi bẩn, cáu ghét.

grin n. cái cười toe-toét. v. cười toe-toét, cười nhe răng, toét miệng cười.

grind v. [ground] xay, nghiền, tán; mài, giũa; nghiến [răng]. n. công việc cực-nhọc đều-đều.

grinder n. máy xay/nghiền, cối xay cà-phê; thợ mài dao. meat -- máy xay thịt.

grindstone n. đá cối xay, đá mài.

grip n. sự nắm chặt; sự nắm vững [vấn-đề]; cán, chuôi; va-li nhỏ. come to --s đánh giáp lá cà; đương đầu, đối-phó. v. nắm/ôm chặt, kẹp chặt; nắm vững; [phanh] ăn.

gripe n. lời kêu ca/phàn-nàn. v. kêu ca, phàn-nàn; đau quặn ruột.

grisly adj. dễ sợ, ghê sợ, ghê tởm, rùng-rợn.

grist n. lúa đem xay; số lớn, lô, đàn, bầy, lũ.

gristle n. xương sụn (lẫn trong thịt).

grit n. hạt sạn/cát (trong máy); tính bạo-dạn/gan-góc/can-đảm. v. kêu ken-két; nghiến [răng].

grits n. ngô lứt [giã chưa kỹ].

gritty adj. có sạn; cứng cỏi, bạo-dạn, gan-góc.

grizzled adj. [tóc] hoa râm.

grizzly adj. [tóc] hoa râm; [gấu bear] xám.

groan n. tiếng rên-rỉ v. than-van, rên siết; lầm-bầm.

grocer n. người bán tạp-hoá/măng-miến.

grocery n. cửa hàng tạp-hoá/thực-phẩm phụ, chợ [bán chè, đường, cà-phê, rau quả, đồ hộp]; groceries đồ ăn, thức ăn [mua ở chợ].

groggy adj. say lảo-đảo; chệnh-choạng.

groom n. người giữ ngựa, mã-phu; chú rể, tân lang bridegroom. v. săn-sóc, chải lông [ngựa]; ăn mặc chỉnh-tề; chuẩn-bị ...[cho một chức-vụ]. bride and -- cô dâu chú rể.

groove n. đường rãnh, khía; đường mòn, thói cũ. v. khía, rạch, xoi rãnh.

grope v. sờ-soạng , dò dẫm, mò-mẫm.

gross n. mười hai tá; số tổng-quát/tổng-cộng. adj. thô-bỉ, thô-tục, thô-lỗ; trắng-trợn, thô-bạo; to béo, phì-nộn; tổng-cộng. -- income tổng

số thu-nhập. v. thu-nhập tất cả là ....

grotesque adj. kỳ-cục, lố-bịch, kỳ-quái.

grotto n. hang, động.

grouchy adj. cáu-kỉnh, gắt-gỏng, quàu-quạu.

ground quá-khứ của grind.

ground n. mặt đất, đất, sàn; bãi đất, khu đất; grounds đất-đai vườn-tược; nền, đáy; vị-trí; --s bã, cặn; --s lý-do, căn-cứ. v. dựa, căn-cứ (vào); không cho [máy bay] cất cánh; (làm cho) mắc cạn. a -- for divorce một lý-do để xin ly-dị].

ground floor n. tầng dưới cùng, tầng thứ nhất.

groundless adj. không căn-cứ, vô-căn-cứ.

groundwork n. nền; nền tảng, cơ-sở.

group n. nhóm, đám, tốp, đoàn, tổ. v. họp lại, hợp lại, tập-hợp lại; phân-loại.

grouse n. gà gô trắng.

grouse n., v. (lời) càu-nhàu, cằn-nhằn.

grove n. khu rừng nhỏ. Bamboo G-- Trúc-lâm.

grovel v. nằm bò xuống đất; khom lưng uốn gối.

grow v. [grew; grown] trồng [cây]; để [râu]; mọc lên, mọc; lớn lên, lớn; tăng lên, tăng-gia, bành-trướng, phát-triển; trở nên .... -- old(er) già đi. -- better khá hơn lên. -- worse tồi đi. -- up lớn lên, trưởng-thành.

grower n. người trồng.

growl n. tiếng gầm-gừ; tiếng làu-bàu. v. gầm-gừ, gầm; làu-bàu, lầm-bầm, càu-nhàu.

grown quá-khứ của grow. [trưởng-thành.

grownup n. người lớn. grown-up adj. đã lớn, đã

growth n. sự lớn mạnh, sự phát-triển/tăng-trưởng; sự trồng-trọt, mùa-màng; cây/râu đã mọc; khối u.

grub n. con giòi, ấu-trùng; đồ ăn, món nhậu.

grub v. bới, xới [khoai]; nhổ [cỏ].

grudge n. mối thù hằn, mối hận-thù. bear/have a -- against X. = bear/owe X. a -- oán-giận X.

grudgingly adv. một cách miễn cưỡng, bất đắc dĩ.

gruel n. cháo hoa rice --.

gruff adj. cục-cằn, thô-lỗ, thô-bạo.

grumble n. tiếng càu-nhàu/lầm-bầm. v. càu-nhàu, cằn-nhằn; làm-bầm, lầm-bầm; [sấm] rền.

grunt n., v. (tiếng) ủn-ỉn; (tiếng) càu-nhàu.

guarantee n. sự cam-đoan/bảo-đảm; vật bảo-đảm/bảo lãnh, vật cầm/thế. v. cam-đoan, bảo-đảm, đứng bảo-lãnh.

guarantor n. người bảo-đảm/bảo-lãnh.

guaranty n. giấy bảo-đảm; vật bảo-đảm.

guard n. việc canh-phòng/canh-gác; sự đề-phòng; người gác, lính gác; vệ-binh; cái chắn. v. canh phòng, canh giữ, gác, bảo-vệ; đề-phòng; che,chắn.

guardian n. người bảo-vệ; người giám-hộ [tài sản]. -- angel thần hộ-mệnh.

guava n. quả ổi.

gubernatorial adj. thuộc thống-đốc/thủ-hiến.

guerrilla n. du-kích. --warfare chiến-tranh du-kích.

guess n. sự phỏng-đoán. v. đoán, phỏng-đoán, ước chừng [right đúng/trúng, wrong sai]. I -- it's not going to snow. Tôi nghĩ trời sẽ không có tuyết đâu. to -- a riddle đoán ra một câu đố.

guesswork n. chuyện phỏng-đoán, sự ước chừng, sự phỏng chừng (chứ không chắc-chắn).

guest n. khách, tân-khách; khách trọ, lữ-khách. distinguished -- thượng-khách, quý-khách. Distinguished Guests! Thưa quý-vị quan-khách! -- house nhà khách. -- room phòng dành cho bạn.

guidance n. sự dìu-dắt/chỉ-dẫn/hướng-dẫn/chỉ-đạo.

guide n. người chỉ đường, người hướng-dẫn; lời chỉ-dẫn, sách chỉ-dẫn/chỉ-nam/nhập-môn. v. chỉ đường, dẫn đường, dẫn lộ; dắt, dẫn, hướng-dẫn; chỉ-đạo, lãnh-đạo. --d missile tên lửa điều-khiển, hoả-tiễn điều-khiển.

guidebook n. sách chỉ-dẫn.

guideline n. nguyên-tắc chỉ-đạo.

guild n. phường hội.

guile n. sự lừa-đảo/lừa-gạt, mưu mẹo.

guillotine n. máy chém, đoạn-đầu-đài; máy xén.

guilt n. sự có tội, sự phạm tội; tội, tội lỗi.

guiltless adj. không có tội, vô-tội.

guilty adj. có tội, phạm tội, tội lỗi. -- of theft phạm tội ăn cắp.

guinea n. đồng (tiền vàng) ghinê của Anh.

guise n. lốt, vỏ, bề ngoài, mặt nạ, chiêu-bài. under the -- of religion đội lốt tôn-giáo.

guitar n. đàn ghi-ta, đàn sáu dây, lục-huyền-cầm.

gulf n. vũng, vịnh; vực thẳm, hố sâu.

gull n. chim âu, hải-âu, mòng (biển).

gull n. người ngờ-nghệch cả tin. v. lừa bịp.

gullet n. cổ họng, thực-quản/-đạo.

gullible adj. khờ dại, cả tin, dễ bị lừa.

gully n. rãnh, máng, mương.

gulp n. ngụm, hơi. v. nuốt chửng, nốc.

gum n. lợi, nướu.

gum n. keo, hồ, nhựa dán; gôm, cao-su; chất gôm. chewing -- kẹo cao-su.

gun n. súng, đại-bác, pháo; phát súng (đại-bác). machine -- súng máy. a 21-gun salute 21 phát súng đại-bác chào mừng. v. bắn; bắn phá, nã pháo; lùng, truy-nã. -- down bắn chết, hạ.

gunboat n. tàu chiến, pháo-hạm.

gunfire n. tiếng súng; hoả-lực.

gunman n. kẻ cướp có súng, găngxtơ.

gunner n. pháo-thủ.

gunpowder n. thuốc súng.

gunshot n. phát súng; tầm súng.

gurgle n.,v. (tiếng) ừng-ực, róc-rách, ọc-ọc.

gush n. sự phun/vọt ra. v. phun ra, vọt ra; bộc lộ/thổ-lộ tràn-trề.

gust n. cơn gió mạnh; cơn mưa rào.

gusty adj. gió bão, dông tố.

gut n. ruột; --s ruột/lòng thú-vật; --s sự can-đảm, đảm-lượng, dũng-khí. v. moi ruột [cá, v.v.]. The fire --ted that hotel. Lửa thiêu sạch bên trong cái khách-sạn đó.

gutter n. ống máng, máng xối; rãnh nước; khu bùn lầy nước đọng. language of the -- lời ăn tiếng nói của bọn du-côn tục-tĩu.

guttural n., adj. (âm) thuộc yết-hầu.

guy n. anh chàng, gã, thằng cha.

guy n. dây, xích, dây cáp. [xăng.

guzzle v. uống ừng-ực. gas --r ô-tô hao nhiều

gym n. phòng tập thể-dục; môn thể-dục.

gymnasium n. phòng tập thể-dục; trường trung-học.

gymnastics n. thể-dục.

gynecologist n. bác-sĩ phụ-khoa.

gynecology n. phụ-khoa, khoa bệnh đàn bà.

gyp v. lừa bịp, lừa-đảo.

gypsum n. thạch-cao.

gypsy n. dân gipxi.

gyrate v. xoay tròn, hồi-chuyển.

gyroscope n. con quay hồi-chuyển.

H

ha interj. A! Ha ha!

haberdasher n. người bán sơ-mi, quần đùi, bít-tất, người bán đồ mặc trong của đàn ông.

haberdashery n. (cửa hàng) sơ-mi, ca-vát, v.v.

habit n. thói quen, tập-quán; y-phục riêng (để cưỡi ngựa riding --, hoặc của một dòng tu-sĩ).

habitable adj. [nhà, chỗ] có thể ở được.

habitat n. môi-trường sống.

habitation n. chỗ ở, nhà ở, nơi trú-ngụ/cư-trú.

habitual adj. thường, quen, thường-lệ/-thường. -- drunkard người thường-xuyên say rượu.

habituate v. làm cho quen, tập cho quen.

hack n. búa, rìu, cuốc chim [của thợ mỏ]. v. chặt, đốn, đẽo; ho khan.

hack n. ngựa cho thuê; ngựa xấu; người làm việc nặng nhọc; người viết thuê literary --. v. đánh xe ngựa thuê; lái xe tắc-xi; viết thuê.

hackneyed adj. [lời nói] nhàm, sáo.

hacksaw n. cưa để cưa sắt.

had quá-khứ của have.

haddock n. cá tuyết, cá vược.

Hades n. âm-phủ, âm-ty; Diêm-vương.

haft n. cán, chuôi [dao, rìu].

hag n. mụ phù-thuỷ; mụ già xấu-xí nanh-nọc.

haggard adj. hốc-hác, phờ-phạc, tiều-tuỵ, gầy-gò.

haggle v. mặc-cả, trả giá, cò-kè.

hail n. mưa đá; loạt, trận, tràng [đạn, câu hỏi]. v. mưa đá; trút/giáng xuống [như mưa].

hail n. lời gọi/réo. v. kêu, gọi, réo, hò; hoan-hô, hoan-nghênh. He --s from Hanoi. Anh ta từ Hà-nội tới.

hair n. tóc; lông [người, thú, cây] body --; bộ lông thú. pubic -- âm-mao. to lose by a -- chỉ một li nữa là thua, thua suýt-soát. to comb one's -- chải đầu/tóc. to part one's -- rẽ đường ngôi. to wash one's -- gội đầu. See feather.

haircut n. sự cắt tóc. to get a -- đi cắt tóc. to give a -- cắt tóc cho ai.

hairdo n. kiểu tóc.

hairdresser n. thợ uốn tóc/làm đầu cho đàn bà.

hairpin n. cái kim cặp tóc.

hair-raising adj. làm dựng/sởn tóc gáy.

hairy adj. có tóc/lông; rậm tóc, rậm lông.

hale adj. khoẻ mạnh, tráng-kiện -- and hearty.

half n. một nửa, phần chia đôi; nửa giờ, 30 phút. -- an hour nửa giờ. two and a -- hours hai tiếng rưỡi. -- past four 4 giờ rưỡi. my better -- chồng tôi, vợ tôi. to cut into halves cắt/bổ làm đôi. adj. nửa. a -- hour nửa giờ. -- brother anh/em trai cùng cha khác mẹ [hoặc cùng mẹ khác cha]. -- sister chị/em dị-bào, chị/em cùng cha khác mẹ [hoặc cùng mẹ khác cha]. adv. nửa chừng, nửa vời. -- cooked nửa sống nửa chín. -- empty vơi còn có một nửa. -- dead gần chết.

half-and-half adj., adv. nửa nọ nửa kia.

half-breed n. người lai; giống lai.

half-caste n., adj. (người) lai bố Âu mẹ Ấn.

half-hearted adj. không thật bụng, không nhiệt-tình/tha-thiết, miễn cưỡng; thiếu hăng-hái.

half-mast n. vị-trí cờ treo rũ. at -- treo rũ.

halfpenny n. đồng nửa xu, đồng trinh [halfpennies]; nửa xu, trinh [halfpence].

half-time n. nửa công, nửa lương, nửa ngày; lúc nghỉ giữa trận đấu hoặc sau hiệp nhất. [hiệp.

halfway adj., adv. nửa/giữa đường; nửa vời; thoả-

half-witted adj. ngu-dại, khờ-dại, ngốc-nghếch.

halitosis n. chứng thối mồm.

hall n. phòng lớn, đại-sảnh; toà nhà lớn; phòng đợi, hành-lang; nhà ở, ký-túc-xá university --. music -- phòng hòa nhạc. city -- toà thị-chính, thị-sảnh. dining -- phòng ăn công-cộng. the Great Hall of the People Đại-hội-trường Nhân-dân.

hallmark n. dấu đảm-bảo phẩm-chất/tiêu-chuẩn.

hallow v. tôn-kính, thần-thánh-hoá.

hallucination n. ảo-giác.

hallway n. phòng trước, hành-lang.

halo n. quầng [mặt trăng/trời]; vầng hào-quang.

halt n., v. (sự) tạm nghỉ/dừng, (sự) đình-chỉ.

halt v. ngập-ngừng, lưỡng-lự, do-dự.

halter dây buộc, dây thòng-lọng; yếm phụ-nữ.

halve v. chia đôi/hai, chia đều; bớt một nửa.

ham n. giăm-bông; tài-tử, người không chuyên-môn. radio --, -- radio operator người sử-dụng máy vô-tuyến-điện nghiệp-dư.

hamburger n. thịt băm viên kẹp bánh mì.

hamlet n. xóm, thôn.

hammer n. búa; cò súng. -- and sickle búa liềm.

v. nện, đóng, đập [bằng búa]. -- out đập bẹt, đập mỏng; nghĩ ra, tìm ra được.

hammock n. cái võng.

hamper n. giỏ mây, bồ mây.

hamper v. làm vướng, cản-trở, ngăn-trở.

hand n. (bàn) tay; kim [đồng hồ]; nải [chuối]; sắp [bài]; thuỷ-thủ, công-nhân; người làm, tay [thợ, nghề, v.v.]; sự khéo tay; nét chữ viết. at -- gần ngay bên cạnh, với được; sắp đến. at first -- trực-tiếp. -- and/in glove with thânmật/ câu-kết với .... -- in -- tay nắm tay, song song với .... Hands off ...! Không được mó vào! Cấm can-thiệp! Hands up! Giơ tay lên! shake --s bắt tay. He writes a nice --. Anh ấy viết chữ tốt. lend a -- giúp đỡ. short of --s thiếu nhân-công. have one's --s full bận-bịu. on the one -- .... on the other -- .... một mặt .... một mặt .... v. đưa, trao tay, truyền cho, chuyển-giao -- over. -- in nộp [bài, đơn]. -- out đưa/phát ra. -- down truyền xuống; nhường [quần áo mặc thừa].

handbag n. ví xách tay.

handbill n. truyền-đơn.

handbook n. sổ tay hướng-dẫn, sách chỉ-nam.

handcuff n. khoá/còng tay handcuffs. v. khoá tay.

handful n. nắm, nhúm, ít. a -- of một nhúm/ít...

handicap n. điều bất-lợi. v. gây bất-lợi, cản-trở. physical -- tật [về thân-thể]. the handi-capped những người tật nguyền.

handicraft n. nghề thủ-công, đồ thủ-công.

handiwork n. việc làm bằng tay; đồ thủ-công.

handkerchief n. khăn tay, khăn mùi-soa.

handle n. tay cầm, cán, chuôi, quai, móc. fly off the -- mất bình-tĩnh. v. cầm, sờ, rờ, mó; điều-khiển; đối xử với; buôn bán [mặt hàng].

handmade adj. làm bằng tay, sản-xuất bằng tay, khâu tay, dệt tay.

handout n. của bố-thí; tài-liệu phát ra.

handsome adj. đẹp trai; [số tiền] lớn, đáng kể.

hand-to-hand adj. [trận đánh battle] giáp lá cà.

handwriting n. nét chữ, dáng chữ, nét bút.

handy adj. có sẵn, tiện tay; [người] khéo tay.

hang v. [hung, hung; hanged, hanged] treo, mắc; treo cổ; được/bị treo; bị treo cổ. I hung the picture on the wall. Tôi treo tấm ảnh trên tường. They hanged the murderer. Họ treo cổ tên sátnhân.

*** hang about đi vơ-vẩn/quanh-quẩn; sắp đến. -- on bám chặt lấy; giữ máy [dây nói]. -- up treo lên; gác tê-lê-phôn, cúp điện-thoại.

hangar n. nhà để máy bay.

hanger n. giá áo/mũ; mắc áo coat --.

hangings n. màn, rèm, trướng.

hangman n. người treo cổ (tội-nhân).

hangnail n. xước măng rô.

hangout n. chỗ lui tới la-cà. [cái còn sót lại.

hangover n. dư-vị khó chịu, cảm-giác buồn nản;

hank n. núi, con [sợi, len].

hanker v. thèm muốn, khao khát, ao ước -- after.

haphazard adj., adv. tình cờ, may rủi, ngẫu-nhiên.

hapless adj. không may, rủi-ro.

happen v. xảy ra/đến; tình cờ, ngẫu-nhiên -- to... If anything should -- to Dad and Mom,... Nếu cha mẹ có mệnh-hệ nào thì....

happening n. chuyện/sự-việc xảy ra, sự-cố, biến-cố.

happiness n. sự sung-sướng, hạnh-phúc.

happy adj. sung-sướng, hạnh-phúc; may-mắn; vui lòng, vui sướng -- to ....

happy-go-lucky adj. vô-tư-lự.

harangue v. kêu gọi, hô-hào; diễn-thuyết.

harass v. quấy rối; làm phiền-nhiễu, gây lo-lắng.

harbinger n. người/vật báo hiệu.

harbor n. bến tàu, cảng; nơi ẩn náu. Pearl H-- Trân-châu-cảng. v. chứa-chấp; nuôi dưỡng.

hard adj. cứng, rắn; khó-khăn, gay-go, gian-khổ; hóc búa; cứng rắn, vô-tình, không thương-xót, hà-khắc, nghiêm-khắc, khắc-nghiệt; nặng, nặng-nề. adv. hết sức (cố gắng), nỗ-lực, chăm-chỉ, cần-cù; mạnh, nhiều, to; khó-khăn, chặt-vật; nghiêm-khắc. -- hit bị đòn mạnh; làm vào thế khó-khăn. -- pres-sed bị thúc-bách, làm vào cảnh khó-khăn. -- up túng bấn, hết tiền.

hard-boiled adj. [trứng] luộc chín [≠soft-boiled lòng đào, la-cóoc]; [người] cứng rắn, sắt đá.

harden v. làm cho cứng/rắn; tôi [thép]; dày-dạn.

hard-headed adj. cứng đầu cứng cổ, bướng-bỉnh.

hard-hearted adj. nhẫn-tâm, không có tình-cảm.

hardiness n. sức dày-dạn, sức chịu-đựng, sức mạnh.

hardly adv. chỉ vừa mới; hầu như không. He had -- left when .... Ông ta vừa mới đi khỏi thì .... H-- a week passes but .... Hầu như không có tuần nào mà lại không .... -- ever hầu như không bao giờ.

hardship n. sự gian-khổ/khó nhọc/thử-thách gay-go.

hardware n. đồ sắt thép, đồ ngũ kim; vũ-khí.

hardwood n. gỗ cứng.

hardy adj. khoẻ mạnh, dày dạn, cứng-cáp; gan dạ.

hare n. thỏ rừng.

harelip n. tật sứt môi.

harem n. khuê-phòng; hậu-cung.

harlot n. con đĩ, gái điếm.

harm n. điều tai-hại/tổn-hại, chuyện thiệt-hại
[to do làm]. They meant no -- to you. Họ không
có ý định làm hại anh đâu. v. làm hại.

harmful adj. có hại, gây tai-hại.   [hiền.

harmless adj. không có hại, vô-hại, không độc;

harmonica n. kèn acmônica, khẩu-cầm.

harmonious adj. hoà-thuận/-hợp; cân-đối, hài-hoà;
êm tai, du-dương.

harmonize v. hài-hoà/hoà-hợp với nhau; hoà-âm.

harmony n. sự hoà-thuận/hoà-hợp; sự cân-đối/hài-
hoà; hoà-âm.

harness n. yên-cương; trang-bị. v. thắng yên-
cương; dùng, khai-thác [sức nước] để lấy điện.

harp n. đàn hạc, thụ-cầm.

harpoon n. lao móc. v. đâm bằng lao móc.

harrow n. cái bừa. v. bừa; làm đau lòng.

harry v. làm phiền, làm khổ chịu, quấy rầy.

harsh adj. gay-gắt, khe-khắt, khắc-nghiệt, tàn-
nhẫn; chói mắt, chói tai, khó nghe; ráp, xù-xì.

harvest n. mùa gặt, vụ thu-hoạch; thu-hoạch, kết-
quả gặt hái được. v. gặt hái, thu-hoạch.

harvester n. người gặt; máy gặt.

has Xem have.

hash n. món thịt băm. v. băm; làm hỏng.

hashish n. chất ma-tuý hasit [từ lá gai dầu].

hassock n. gối quỳ, ghế đẩu nhỏ để gác chân.

haste n. sự vội-vàng/vội-vã/hấp-tấp.

hasten v. đến gấp, đi gấp, làm vội; giục gấp.

hasty adj. vội-vàng, mau; hấp-tấp, nóng-nảy.

hat n. mũ (có vành); nón conical --.

hatch n. sự nở/ấp trứng; ổ trứng, ổ chim non.
v. (làm) nở [trứng, gà con]; mưu-toan.

hatch n. cửa sập, cửa hầm; cửa sau (ô tô).

hatchery n. chỗ ấp trứng (gà), trại gà.

hatchet n. cái rìu nhỏ.

hate n. sự thù ghét, lòng căm thù, mối căm hờn.
v. căm thù/hờn/ghét; ghét, không thích/muốn....

hateful adj. đầy căm thù; đáng căm thù.

hatred n. lòng căm thù; sự căm hờn.

haughty adj. kiêu-ngạo/-căng; kiêu-kỳ, ngạo-mạn.

haul n. sự kéo mạnh; đoạn đường kéo; sự chuyênchở;
mẻ lưới; mẻ vớ được. v. kéo mạnh, lôi [vật nặng];
chuyên-chở. a -- of fish một mẻ cá đánh được.

haunch n. hông, háng, mông; đùi thịt (nai).

haunt n. chỗ lui tới, chỗ lại vãng; chỗ thú kiếm
mồi; sào-huyệt. v. hay lui tới, năng lại vãng;
[ý nghĩ] ám ảnh, quấy rối. --ed house nhà có ma.

have v. [had] có; nhận được; ăn, uống, hút, xơi;
được, được hưởng, bị; (bắt buộc) phải ...; bảo,
bắt, nhờ, sai, khiến, thuê [làm việc gì]. They --
many children. Họ nhiều con. I -- had this car
since 1978. Tôi có cái xe ô-tô này từ 1978. You --
nothing to fear. Anh không sợ, anh đừng sợ gì cả.
Please let us -- the money next week. Xin ông tuần
sau gửi/giao tiền cho chúng tôi nhé. We already
had dinner. Chúng tôi ăn cơm (tối) rồi ạ. Can you
come and -- breakfast with us at the hotel? Mời
ông lại khách-sạn xơi điểm-tâm với chúng tôi nhé.
We had a wonderful summer in Vietnam. Chúng tôi
đã được hưởng một mùa hè tuyệt vời ở Việt-nam. I
-- a terrible headache. Tôi bị rức đầu ghê quá.
Please -- this desk sent to our home. Xin có cho
gửi cái bàn viết này đến nhà tôi. I -- to go now.
Tôi phải đi ngay bây giờ. aux. v. He has left.
Ông ấy vừa mới đi [khỏi sở/nhà]. We had gone to
Haiphong. Lúc ấy, chúng tôi đã đi Hải-phòng rồi.
They -- done it again. Tụi nó lại làm (chuyện ấy)
nữa rồi. I shall/will -- finished by then. Lúc ấy
thì tôi sẽ làm xong rồi. You should -- listened to
me. Đáng lẽ anh đã phải nghe lời tôi. *** You had
better stop now. Anh nên thôi ngay bây giờ. -- on
(vẫn) mặc, (vẫn) đội. I had rather die. Thà tôi
chết còn hơn. I -- had it. Tôi mệt quá sức rồi.
n. the haves and the have-nots những người giàu
và những người nghèo.

haven n. nơi trú ẩn, nơi ẩn náu; bến tàu, cảng.

haversack n. túi dết.

havoc n. sự tàn phá dữ-dội [dùng với play].

hawk n. chim ưng, diều-hâu; kẻ hiếu-chiến, diều-
hâu [≠ người hiếu-hoà/chủ-hoà dove].

hawker n. người bán hàng rong.

hawthorn n. cây táo gai.

hay n. cỏ khô. hit the -- đi ngủ. v. phơi khô
[cỏ]; cho ăn cỏ khô. -- fever bệnh hắt hơi vì dị
ứng phấn hoa.

hayloft n. vựa cỏ khô.

haystack n. đống cỏ khô.

haywire n. go -- lung-tung, lộn-xộn.

hazard n. sự may rủi; mối nguy-hiểm. v. liều.

hazardous adj. liều, mạo-hiểm; nguy-hiểm.

haze n. mù, hơi, sương mù, khói mù; sự lờ-mờ.

hazel n. cây phỉ, cây trăn. --nut hạt dẻ.

hazy adj. mù sương, mù mịt; lờ-mờ, mơ-hồ.

H-bomb n. bom hydrô, bom khinh-khí.

he pron. anh/ông ấy, nó, hắn, thằng ấy.

head n. đầu; (đầu) người; con; đầu óc, trí óc,
năng-khiếu; người đứng đầu, thủ-trưởng, trưởng,
chủ, chủ-nhiệm, chủ-tịch; đầu mũi, chóp, chỏm,
ngọn, đỉnh; phần đầu, đoạn đầu. v. đứng đầu, đi
đầu, dẫn đầu, chỉ-huy, lãnh-đạo.

headache n. chứng nhức đầu; vấn-đề khó khăn.

headcheese n. giò thủ.

headdress n. khăn trùm đầu; kiểu tóc.

headfirst See headlong.

headgear n. khăn trùm đầu; mũ.

heading n. đề-mục, tiêu-đề, đầu-đề.

headlight n. đèn pha [ô-tô, xe lửa, v.v.].

headline n. hàng/dòng đầu trang báo; đề-mục, tiêu
đề, đầu-đề. headlines tin tóm-tắt.

headlong adv. đâm đầu xuống/vào; hấp-tấp, liều lĩnh.

headmaster n. ông hiệu-trưởng.

headmistress n. bà hiệu-trưởng.

head-on adj., adv. đâm đầu vào (nhau). a -- col-
lision một vụ ô-tô đâm đầu vào nhau.

headphone n. ống nghe.

headquarters n. tổng-hành-dinh; trụ-sở.

headstone n. bia, mộ-chí.

headstrong adj. bướng-bỉnh, cứng đầu cứng cổ.

headway n. sự tiến-bộ/tiến-triển.

heal v. chữa khỏi, làm lành; hàn gắn; lành lại.

health n. sức khoẻ, sự khoẻ mạnh/lành-mạnh. Min-
istry of (Public) Health Bộ Y-tế. Here's to your
--! Tôi xin nâng cốc chúc mừng ông.

healthful adj. có lợi cho sức khoẻ; lành-mạnh.

healthy adj. khoẻ mạnh; lành-mạnh; lành, tốt cho
sức khoẻ.

heap n. đống; --s of rất nhiều. v. chất đống.

hear v. [heard] nghe; nghe nói, nghe tin, được
tin. I listened, but couldn't -- anything. Tôi cố
lắng tai nghe, nhưng không nghe thấy gì cả. -- of
nghe nói đến .... -- from nhận được tin của ....

heard quá-khứ của hear.

hearer n. người nghe, thính-giả.

hearing n. thính-giác; tầm nghe; sự lấy cung; sự
trần-thuật/thính-thẩm. hard of -- nặng tai, hơi
nghễnh-ngãng. -- aid ống nghe [của người điếc].

hearsay n. tin đồn, lời đồn-đại.

hearse n. xe tang.

heart n. quả/trái tim, lòng; trái tim, tình (yêu),
cảm-tình; lòng can-đảm, sự hăng-hái, nhiệt-tâm;
trung-tâm, khoảng giữa, lõi, ruột. from the bot-
tom of my -- tự đáy lòng tôi. He has no --. Ông
ấy thật nhẫn-tâm. lose -- mất can-đảm. by -- học
thuộc lòng. with all my -- hết lòng, hết sức thiết
tha, tận-tình. -- attack cơn liệt/đau tim.

heartache n. nỗi đau khổ, chuyện đau buồn.

heartbeat n. nhịp tim đập.

heartbroken adj. rất đau buồn, vô cùng đau khổ.

heartburn n. chứng ợ nóng, chứng ợ chua.

hearten v. khích-lệ, cổ-vũ, động-viên, làm cho
phấn-khởi, khuyến-khích.

heartfelt adj. thành-tâm, thành-khẩn, chân-thành.

hearth n. lòng/nền lò sưởi; gia-đình, tổ ấm.

heartless adj. ác, nhẫn-tâm; vô-tình.

heart-rending adj. xé ruột, đoạn-trường, đau/não
lòng, thương-tâm.

hearty adj. vui-vẻ, thân-mật, nồng-nhiệt; thật
lòng/bụng/tâm, thành-thật, chân-thành; khoẻ-mạnh,
tráng-kiện; [bữa ăn] hậu-hĩ, thịnh-soạn.

heat n. hơi/sức nóng; nhiệt, nhiệt-lượng/-độ; sự
nóng-nảy/giận-dữ; sự hăng-hái/nồng-nhiệt/sôi-nổi.
sự động dực. v. đốt/đun nóng; hâm nóng -- up.

heated adj. được đun/nung nóng; sôi-nổi.

heater n. bếp lò; lò sưởi; lò đun nước water --.

heath n. (bãi) cây thạch-nam/thạch-thảo.

heathen n., adj. (người) ngoại-đạo/dị-giáo.

heather n. cây thạch-nam.

heave v. nhấc/nâng lên; thốt ra [tiếng thở dài
a sigh]; kéo lên; nhấp-nhô; thở hổn-hển; chạy.

heaven n. thiên-đường; Ngọc-hoàng, Trời, Thượng-
đế. May Heaven help you! Xin Trời phù-hộ cho anh.
Oh, for --'s sake! Good --s! Trời ơi!

heavenly adj. ở trên trời; tuyệt-trần, tuyệt-diệu. --bodies các thiên-thể.

heavily adv. một cách nặng-nề; [chở, phạt] nặng; mạnh; đông, trù-mật.

heavy adj. nặng, nặng-nề; to lớn, dữ-dội, kịch-liệt; nhiều, rậm-rạp, xôm. -- sleep giấc ngủ say. -- drinker người nghiện rượu nặng. -- artillery trọng-pháo. -- rain mưa to/lớn. -- food đồ ăn khó tiêu. -- crop vụ mùa bội-thu. -- fighting đánh lớn, chiến-sự kịch-liệt. a -- heart lòng nặng trĩu đau buồn.

heavyweight n. võ-sĩ hạng nặng; người nặng ký, nhân-vật quan-trọng.

Hebrew n., adj. (người/tiếng) Do-thái, Hê-brơ.

heckler n. người chất-vấn, người hỏi vặn.

hectare n. hecta.

hectic adj. cuồng-nhiệt, sôi-nổi, hưng-phấn; bận rộn, cuống cuồng, hoạt-động rối-rít.

hectogram n. hectogam.

hedge n. hàng rào, bờ giậu. v. bao vây; tránh.

hedgehog n. con nhím.

hedgerow n. hàng rào cây.

heed n. sự lưu-ý. to pay/give -- to chú-ý đến ... v. để ý, chú-ý, lưu-tâm đến.

heedless adj. không lưu-ý, chẳng lưu-tâm.

heel n. gót chân/móng; gót giày/bít tất. to take to one's --s bỏ chạy. head over --s/--s over head lộn tùng phèo.

heel n. sự nghiêng. v. [tàu thủy] nghiêng đi.

hegemonism n. chủ-nghĩa bá-quyền.

hegemony n. bá-quyền, quyền bá-chủ.

heifer n. bê cái.

height n. bề/chiều cao; độ cao; điểm cao, chỗ cao; đỉnh cao nhất, tột đỉnh.

heighten v. nâng cao; tăng thêm, tăng-cường; làm nổi/tôn lên. -- vigilance đề-cao cảnh-giác.

heinous adj. [tội ác] rất tàn-ác, ghê tởm.

heir n. con thừa-tự, người thừa-kế; người kế-thừa/tục, người thừa-hưởng. male -- con trai nối dõi.

heiress n. người thừa-kế nữ.   [hậu.

heirless adj. không có người thừa-tự/thừa-kế, vô-

heirloom n. đồ gia-bảo, của/vật gia-truyền.

held quá-khứ của *hold*.   [trực-thăng-vận.

heliborne adj. chuyển-vận bằng máy bay lên thẳng,

helicopter n. máy bay lên thẳng/trực-thăng.

heliograph n. máy quang-báo, tín-hiệu hồi-quang.

heliport n. sân bay cho(máy bay)trực-thăng.

helium n. heli.

hell n. địa-ngục, âm-phủ/-ti; cảnh khổ. a -- of a noise tiếng ầm-ĩ không thể chịu nổi. like -- chết thôi. -- on earth địa-ngục trần-gian. to give X. -- đày-đọa, làm điêu-đứng; xỉ-vả thậm-tệ. Go to --! Quỷ tha ma bắt mày!

hello n. câu chào. interj. Chào anh! A-lô! [ở đây nói]. Say -- to X. for me. Cho tôi hỏi thăm X. nhé.

helm n. bánh lái; sự điều-khiển. at the -- đứng mũi chịu sào, cầm lái, ở cương-vị chỉ-huy.

helmet n. mũ cát; mũ trắng sun --; mũ sắt [của lính, người đi mô-tô crash --].

helmsman n. người lái tàu thủy, lái-công.

help n. sự giúp-đỡ/cứu-giúp/giúp ích; người làm, người giúp việc trong nhà; phương cứu chữa. v. giúp đỡ, cứu giúp; nhịn/đừng/tránh được; đưa mời. You must -- one another. Các cháu phải giúp đỡ lẫn nhau. I couldn't -- laughing. Tôi không nhịn cười được. He couldn't -- it. Nó không có cách nào làm khác được, đó là chuyện bất đắc dĩ. Help yourself to some more fried rice. Mời cô lấy thêm cơm rang. cry for -- kêu cứu. --! --! Cứu tôi với!

helper n. người giúp đỡ, người phụ-tá.

helpful adj. hay giúp đỡ; có ích, giúp ích.

helping n. phần thức ăn [second lần thứ hai].

helpless adj. bất-lực; không ai giúp đỡ, không nơi nương tựa, bơ-vơ.   [lung-tung.

helter-skelter adv. hỗn-loạn, tán-loạn, lộn-xộn,

hem n. đường viền. v. viền. -- in bao vây.

he-man n. tay xứng-đáng là trang nam-tử.

hemisphere n. bán-cầu. Western -- Tây-bán-cầu.

hemlock n. cây/chất độc-cần.

hemorrhage n. sự chảy máu, bệnh xuất-/băng-huyết.

hemorrhoids n. bệnh trĩ.

hemp n. cây/sợi gai dầu.

hemstitch n. mũi khâu giua. v. giua.

hen n. gà mái, gà mẹ; con mái.

hence adv. kể từ giờ/đây, từ nay trở đi; vì thế.

henceforth adv. từ nay trở đi, từ rày về sau.

henchman n. tay sai, tay chân, thủ-túc, bộ-hạ.

henpecked adj. sợ vợ, bị vợ xỏ mũi, cụ-nội.

hepatitis n. bệnh viêm gan.

her pron. bà ấy, cô ấy, chị ấy, nó [tản-cách của she]. adj. của bà/cô/chị ấy. We like --. Chúng tôi thích cô ấy. We like -- beauty. Chúng tôi ưa vẻ đẹp của cô ấy.

herald n. người đưa tin, điềm, triệu.v.báo trước.

herb n. cỏ, cây thảo. medicinal --s dược-thảo.

herbage n. cỏ [nói chung].

herbal n. sách nghiên-cứu về cỏ. adj. thuộc cỏ.

herd n. bầy, đàn; bọn, bè lũ; -herd người chăn...
v. lùa, dồn; chăn giữ; đàn-đúm với nhau.

herdsman n. người chăn, mục-đồng, mục-tử.

here adv. đây, ở đây. from -- to there từ đây đến đó. -- and there chỗ này chỗ kia. -- below ở cõi đời này. Here is/are .... Đây là .... Here lies .... Nơi đây yên nghỉ ....

hereafter adv. sau đây/này, trong tương-lai.

hereby adv. bằng cách này; do đó, nhờ đó, như thế. I -- certify that ... Nay chứng-nhận rằng ....

hereditary adj. cha truyền con nối, di-truyền.

heredity n. sự/tính di-truyền.

herein adv. ở đây, trong tài-liệu này, ngay đây.

heresy n. dị-giáo.

heretic n. người theo dị-giáo.

heretical adj. thuộc dị-giáo/dị-đoan.

heretofore adv. cho đến nay, trước đây.

herewith adv. kèm theo đây. Enclosed -- is/are.... Kèm theo đây là ....

heritage n. di-sản, tài-sản kế-thừa, gia-tài.

hermit n. người ẩn-dật, ẩn-sĩ, người ở ẩn.

hermitage n. nơi ẩn-dật; viện tu khổ-hạnh.

hernia n. thoát-vị.

hero n. (người/bậc/đấng) anh-hùng; nhân-vật chính, vai chính [nam][trong truyện].

heroic adj. anh-hùng.

heroin n. heroin, bạch-phiến, thuốc phiện trắng.

heroine n. (bậc/đấng) nữ-anh-hùng, anh-thư; nhân-vật chính, vai chính [nữ] [trong truyện]. [hùng.

heroism n. thái-độ/cử-chỉ anh-hùng; chủ nghĩa anh-

heron n. con diệc.

herring n. cá trích.

hers pron. cái của bà/cô/chị ấy, cái của nó. This is not your book, it's --. Cuốn sách này không phải của anh, nó là sách của cô ấy. a good friend of -- một người bạn tốt của cô ấy.

herself pron. tự mình, tự bà/cô/chị ta, tự nó; chính bà/cô/chị ấy. She is proud of --. Cô ấy tự-hào về mình. My mother -- told me that. Chính mẹ tôi bảo tôi thế. She went by --. Bà ấy đi một [mình.

hertz n. héc.

hesitancy n. sự do-dự/ngập-ngừng/lưỡng-lự.

hesitant adj. không nhất-quyết, do-dự, ngập-ngừng.

hesitate v. do-dự, ngập-ngừng, ngần-ngại, trù-trừ.

hesitation n. sự do-dự/ngập-ngừng; sự ấp-úng.

heterodox adj. không chính-thống.

heterogeneous adj. không đồng-nhất, dị-thể/-loại, phức-tạp, hỗn-tạp.

hew v. [hewed; hewn] chặt, đốn; bổ, đẽo.

hewn quá-khứ của hew.

hexagon n. hình sáu cạnh/góc, hình lục-lăng.

hey interj. ồ hay! ơ hay chưa!; này!

heyday n. thời cực-thịnh/toàn-thịnh/hoàng-kim.

H-hour n. giờ khởi-sự, giờ nổ súng, giờ G.

hi interj. chào anh/chị/cô, v.v.

hiatus n. chỗ đứt quãng, chỗ gián-đoạn.

hibernate v. ngủ đông, đông-miên; nằm lì.

hibiscus n. cây/hoa dâm bụt.

hiccup, hiccough n. cái nấc. v. nấc, nấc cụt.

hick n. dân nhà quê, dân tỉnh nhỏ.

hickory n. hồ-đào Mỹ.

hid quá-khứ của hide.

hidden quá-khứ của hide.

hide n. da sống [của động-vật, chưa thuộc]; da người, mạng người.

hide v. [hid; hidden] giấu, che giấu, che đậy, che lấp, giữ kín; trốn, trốn-tránh, ẩn, nấp, náu, lánh mặt.

hideaway n. chỗ trốn, nơi ẩn-náu; chỗ vắng-vẻ.

hideous adj. xấu-xa, ghê tởm, gớm guốc.

hideout n. nơi ẩn-náu/trốn-tránh.

hierarchy n. hệ-thống cấp-bậc/quản-giai, tôn-ti.

hieroglyphics n. chữ viết tượng-hình.

hi-fi Xem high fidelity.

high n. mức cao, độ cao. adj. cao; cao-cấp, tối-cao; cao-thượng/-cả/-quý; mạnh, mãnh-liệt, dữ-dội; sang-trọng; vui-vẻ, hăng-hái. high official công-chức cấp cao. high court tòa án tối-cao. -- fever sốt nhiều/nặng. a -- opinion of đánh giá cao .... adv. cao; mạnh-mẽ, dữ-dội, mãnh-liệt; sang-trọng, xa-hoa. *** -- school trường trung-học. institution of --er education trường đại-học/cao-đẳng.

-- seas biển khơi, biển cả. -- treason tội phản-quốc/-nghịch. It's -- time you did it. Đã đến lúc anh phải làm như thế, chứ không thì muộn.

highborn adj. thuộc dòng-dõi quý-phái.

highbrow n., adj. trí-thức sách vở.

high fidelity n., adj. độ trung-thực cao [lúc thu].

high-handed adj. độc-đoán, chuyên-chế; hống-hách.

highland n. cao-nguyên.

highlander n. dân vùng cao-nguyên/thượng.

highlight n. nét/điểm nổi bật nhất. v. nêu bật.

highly adv. rất, hết sức; tốt. -- useful rất có ích. speak -- of X. nói tốt về X., ca-ngợi X.

highness n. mức cao; sự cao-quý/cao-thượng;hoàng-tử, công-chúa. His Royal/Imperial Highness hoàng-tử. Her Royal/Imperial Highness công-chúa.

high-pitched adj. [giọng] cao, the-thé.

high-ranking adj. ở cấp cao, cao-cấp.

high-rise adj. [nhà-đinh] cao ngất.

high-sounding adj. kêu, rỗng, khoe-khoang.

high-strung adj. dễ xúc-động/kích-động thần-kinh.

highway n. đường cái, đường lớn, quốc-lộ, xa-lộ.

highwayman n. kẻ cướp đường, cường-đạo, mã-tặc.

hijack v. chặn cướp hàng-hoá; cưỡng-đoạt [máybay]

hijacker n. tên không-tặc, tên cướp máy bay.

hike n., v. (cuộc) đi bộ đường dài.

hike n., v. (sự) tăng [giá, tiền nhà].

hilarious adj. vui-vẻ, vui-nhộn, buồn cười quá.

hill n. đồi, núi nhỏ; gò, đống, cồn, mô đất, ổ [kiến, mối]. up -- and down dale lên dốc xuống đèo.   [nước Mỹ.

hillbilly n. người dân quê miền núi đông-nam-bộ

hillock n. đồi nhỏ; gò, đống, cồn, mô đất.

hillside n. sườn đồi.

hilltop n. đỉnh/ngọn đồi.

hilly adj. có nhiều đồi núi trập-trùng.

hilt n. cán, chuôi [dao, kiếm, gươm].

him pron. ông ấy, anh ấy, nó [tân-cách của he]. We like --. Chúng tôi thích anh ấy.

himself pron. tự mình, tự ông/anh ta, tự nó;chính ông/anh ấy. He is proud of --. Anh ấy tự-hào về mình. My uncle -- told me that. Chính chú tôi bảo tôi thế. He went by --. Ông ấy đi một mình.

hind adj. (ở đằng) sau. -- legs chân sau.

hinder v. gây trở ngại, cản-trở, ngăn-trở.

hindmost adj. sau cùng, cuối cùng.

hindrance n. sự cản-trở, vật chướng-ngại, trở-lực.

hindsight n. sự nhận-thức muộn, việc xảy ra rồi mới thấy "lẽ ra", "giá mà".

Hindu n., adj. (thuộc) Hin-đu, Ấn.

hinge n. bản lề. v. -- on xoay quanh ....

hint n. lời gợi ý, lời nói bóng gió, lời ám-chỉ. a slight -- of garlic hơi một chút mùi tỏi. v. gợi ý, nói bóng gió, nói ám-chỉ [at đến].

hinterland n. vùng nội-địa; vùng đồng quê.

hip n. hông. carry on the -- ẵm nách.

hippie n. thanh-niên lập-dị trong lối sống và lối ăn mặc, v.v., bất chấp quy-ước xã-hội; híp-pi.

hippopotamus n. lợn nước, hà-mã.

hire n. sự thuê/mướn; tiền thuê; tiền công. for -- cho thuê. v. thuê, cho thuê; mướn, thuê. -- and fire [quyền] mướn hoặc đuổi người làm.

hireling n. tên tay sai.

his adj. của ông/anh ấy, của nó. We like -- frank-ness. Chúng tôi thích tính thật-thà của anh ta. pron. cái của ông/anh ấy, cái của nó. This book is --. Cuốn sách này (là sách) của nó. a close friend of -- một người bạn thân của ông ta.

hiss n. tiếng huýt/xụyt, tiếng xì. v. huýt gió; xụyt, kêu xì; huýt sáo chê [diễn-viên].

historian n. nhà viết sử, sử-gia.

historic adj. có tính-chất/ý-nghĩa lịch-sử.

historical adj. (thuộc) lịch-sử.

history n. sử, sử-học; lịch-sử. -- and geography sử-địa. ancient -- cổ-sử.

hit n. đòn trúng, cú đánh; việc thành-công. v. đánh, đấm/ném/bắn trúng; va/đụng/vấp phải; xúc-phạm. to get a -- vụt trúng banh [bóng chày]. The play was a --. Vở kịch ấy thành-công lắm. -- with the fist đấm, thoi. -- with the flat of the hand tát, vả. -- with a switch vụt bằng roi. His head -- the windshield. Đầu nó đập vào kính chắn gió. -- the right answer trả lời trúng. -- the road lên đường. -- the bottle đam mê rượu chè.

hit-and-run adj. [người lái xe] đâm xong bỏ chạy.

hitch n. cái giật mạnh; sự vướng mắc. without a -- trôi chảy. v. giật/kéo mạnh; buộc vào; đi nhờ/boóng [a ride cuốc xe].

hitchhike v. vẫy xe xin đi nhờ (trên xa-lộ).

hitchhiker n. người đi nhờ xe.

hitherto adv. cho đến nay.

hit-or-miss adj. hú hoạ, được chăng hay chớ.

hive n. tổ/đò ong bee--; đám đông, chỗ đông.

hives n. chứng phát ban.

ho interj. kìa! kia kìa!

hoard n. kho tích-trữ. v. tích-trữ, dự-trữ.

hoarfrost n. sương muối.

hoarse adj. [giọng] khản, khàn-khàn.

hoary adj. [tóc] bạc, hoa râm.

hoax n. trò đánh lừa; trò chơi xỏ.

hobble n., v. (dáng) đi khập-khiễng/cà-nhắc.

hobby n. thú riêng, sở-thích, thị-hiếu, thú tiêu-
khiển riêng.

hobnail n. đinh cá đóng vào giày.

hobnob v. đan đúm [with với].

hobo n. kẻ sống lang-thang, người vô gia-cư.

hockey n. môn bóng gậy cong, khúc-côn-cầu.

hocus-pocus n. trò bịp-bợm, trò bài tây.

hod n. sọt đựng vữa/gạch; thùng đựng than.

hodge-podge n. hầu-lốn, sự pha trộn.

hoe n. cái cuốc. v. cuốc, xới, giẫy [cỏ].

hog n. lợn (thiến); người tham ăn hay thô-tục.

hogwash n. đồ cho lợn ăn; chuyện láo.

hoist n. cần trục, tời. v. kéo lên; nhắc lên.

hold n. hầm tàu thuỷ (để chứa hàng).

hold n. sự nắm giữ; ảnh-hưởng; sự giam-cầm.
v. [held] cầm, nắm, giữ, giữ vững, chứa, đựng;
giam giữ; coi là, cho rằng; tổ-chức [cuộc họp].
Hold your breath. Anh hãy nín thở. We -- those
people responsible for his death. Chúng tôi cho
là vì họ mà anh ta bị chết. They held a secret
meeting. Họ họp kín. Will this --? Cái này có
vững không? ** -- good có giá-trị. -- back giữ
lại, kìm lại, cầm [nước mắt tears]; giấu. -- on
nắm/giữ chặt, không buông ra; giữ máy (dây nói).
-- out đưa/giơ ra; chịu đựng, kiên-trì. -- to...
giữ [lời hứa], giữ vững [nguyên-tắc]. Hold it!
Đợi một tí! Khoan đã! Thong-thả! -- up đưa/giơ
lên; chặn đường để ăn cướp.

holder n. người giữ (chức-vụ, kỷ-lục); bót [thuốc
lá], quản [bút].

holding n. ruộng đất, tài-sản, cổ-phần.

holdup v. vụ cướp; tình-trạng kẹt xe.

hole n. lỗ, lỗ thủng; hang, ổ; căn nhà tồi-tàn.

holiday n. ngày lễ, ngày nghỉ, kỳ nghỉ.

holiness n. tính-chất thiêng-liêng/thần-thánh.
His Holiness Đức Giáo-hoàng, Đức Thánh Cha.

hollow n. chỗ rỗng, chỗ trũng, lòng chảo.
rỗng (không); hõm, lõm, trũng; [lời nói, lời hứa]
rỗng tuếch, suông, hão. v. khoét, đục rỗng.

holly n. cây ô-rô.

holmium n. honmi.

holocaust n. sự thiêu-huỷ vật tế-thần ; sự huỷ-
diệt/tiêu-diệt, cuộc tàn-sát.

holster n. bao súng.

holy adj. thần-thánh, thiêng-liêng; thánh-thiện,
trong sạch; sùng đạo. the Holy Land Thánh-địa.

homage n. lòng kính-trọng, sự tôn-kính [to do/pay].

home n. nhà ở, chỗ ở; nhà, gia-đình, quê hương,
nước nhà; viện [dưỡng-lão, mồ-côi, v.v.]; sinh-
quán, quê. go -- đi [từ đây/đó] về nhà. come --
trở về nhà. at -- có nhà; tự-nhiên như ở nhà mình;
thông-thạo [vấn-đề]. back home ở nhà mình; bên
nhà, bên nước chúng tôi. -- use để dùng trong nhà,
gia-dụng. -- game trận đấu ở sân nhà. Go --. Cút.
-- economics môn kinh-tế gia-đình, gia-chánh.

homecoming n. sự trở về gia-đình; sự hồi-hương;
dịp trở về trường cũ.

homeland n. quê-hương, xứ-sở, tổ-quốc, nước nhà.

homeless adj. không (cửa không) nhà, vô-gia-cư.

homelike adj. [không-khí] như trong gia-đình.

homely adj. xấu, kệch, vô-duyên; giản-dị, không
kiểu cách; như trong gia-đình.

homemade adj. nhà làm/may lấy, chế-tạo lấy; sản-
xuất trong nước, nội.

homesick adj. nhớ nhà.   [chất-phác.

homespun adj. [sợi, vải] xe/dệt ở nhà; giản-dị,

homestead n. nhà-cửa vườn-tược; ấp, trại di-cư,
ruộng đất được cấp để cày-cấy.

homeward adj. trở về nhà, trở về nước. adv. trên
đường về nhà/nước homewards.

homework n. bài làm, bài vở làm ở nhà.

homicide n. kẻ/tội giết người, tên/tội sát-nhân.

homily n. bài thuyết-pháp, bài giảng đạo.

hominy n. ngô bung.

homogeneous adj. đồng-nhất, đồng đều, thuần-nhất.

homogenize v. đánh đều chất mỡ trong sữa.

homonym n. từ đồng-âm.

homosexual n., adj. (người) tình-dục đồng-giới.

honest adj. thật-thà, chân-thật, lương-thiện.

honesty n. tính thật-thà/chân-thật/lương-thiện.

honey n. mật ong, mật; sự ngọt-ngào/dịu-dàng;
mình, em yêu, anh yêu, con yêu-quý.

honeycomb n. tầng ong, tổ ong.

honeydew melon n. loại dưa gang rất ngọt.

honeymoon n. tuần trăng mật.

honeysuckle n. cây kim-ngân.

honorarium n. tiền thù-lao [trả chuyên-viên].

honorary adj. [học-vị] degree, chức-vị] danh-dự.

honor n. danh-dự, vinh-dự, danh-giá, thanh-danh;
niềm vinh-dự, người làm vẻ-vang; sự tôn-kính; địa
vị cao sang; chức-tước cao; nghi-lễ trọng-thể.
v. kính-trọng, tôn-kính, tôn-vinh; ban vinh-dự,
tuyên-dương; thực-hiện [lời cam-kết].

honorable adj. đáng kính-trọng/tôn-kính; danh-dự;
ngay thẳng. The Honorable X. Ngài X.

hood n. mũ trùm đầu; ca-pô xe hơi; huy-hiệu học-
vị [quàng cổ, khoác sau lưng áo thụng đại-học].

hoodlum n. du-côn, côn-đồ, lưu manh.

hoodwink v. đánh lừa, lừa-dối, bịp, lường-gạt.

hoof n. móng guốc [của bò, ngựa]. v. cuốc bộ.

hook n. cái móc, cái mắc; lưỡi câu fish--; cú đấm
móc. v. móc, mắc, treo. by -- or by crook bằng
mọi cách. off the -- thoát nạn, thoát chuyện lôi
thôi. -- up mắc điện; móc nối; cùng phát-thanh

hookworm n. giun móc.   [trên một hệ-thống.

hooky n. to play -- trốn học.

hooligan n. du-côn, côn-đồ, lưu-manh.

hoop n. vòng [để trẻ con đánh to trundle]; vành,
đai [thùng]. v. đóng/đánh đai.

hoot n. tiếng cú kêu; tiếngcòi [ô-tô]; tiếng kêu
huýt [phản-đối]. v. [cú] kêu; rúc lên; la hét,
huýt còi phản-đối. He doesn't care a --. Nó cóc
cần, Nó đếch cần.

hop n. cây hublông [để làm rượu bia].

hop n. bước nhảy lò-cò; chặng bay; cuộc khiêu-vũ.
v. nhảy lò-cò; nhảy-nhót; bay đi một chuyến;
nhảy lên [buýt, tắc-xi].

hope n. niềm hy-vọng; nguồn hy-vọng. beyond --
không còn hy-vọng gì nữa. We pin/place our -- on
Chúng tôi đặt hy-vọng vào .... v. hy-vọng, mong.

hopeful adj. đầy/chứa-chan hy-vọng; đầy hứa-hẹn,
có triển-vọng. a presidential -- người có triển
vọng trở thành Tổng-thống.

hopeless adj. không hy-vọng, thất-/tuyệt-vọng;

không thể sửa-chữa được, chứng nào tật nấy.

hopper n. người nhảy; sâu nhảy; cái phễu.

hopscotch n. trò chơi ô lò-cò.

horde n. bầy người; bầy, lũ, đám đông.

horizon n. chân trời; tầm nhìn, tầm hiểu-biết.

horizontal adj. ở chân trời; ngang, nằm ngang.
-- bar xà ngang.

hormone n. hoocmon, kích-thích-tố.

horn n. sừng [trâu, bò, hươu], gạc [hươu, nai];
chất sừng; đồ sừng; râu, ăng-ten [sâu bọ]; mào
lông; tù-và; còi, kèn [ô-tô]; sừng, mõm. to draw
in one's horns co vòi lại, chùn bước.

horned adj. có sừng.

hornet n. ong bắp cày, ong vò-vẽ.

horny adj. giống sừng; bằng sừng; cứng, chai đá.

horoscope n. lá số tử-vi [to cast lấy/đoán].

horrible adj. ghê-gớm, kinh-khủng, khủng-khiếp;
kinh tởm; khó chịu, chán, đáng ghét, tệ.

horrid adj. kinh-khủng, khủng-khiếp; khó chịu.

horrify v. làm cho rùng mình, làm khiếp sợ.

horror n. sự/điều ghê-gớm/ghê-tởm/kinh-khủng,cảnh
hãi-hùng khủng-khiếp; sự ghê-sợ/gớm-guốc.

hors d'oeuvre n. món ăn chơi, món khai-vị.

horse n. ngựa; kỵ-binh; giá [có chân].

horseback n. lưng ngựa. on -- cưỡi ngựa.

horsehair n. vải lông (bờm/đuôi) ngựa.

horseman n. người cưỡi ngựa (giỏi), kỵ-thủ.

horsepower n. mã-lực, ngựa.   [ngựa.

horseshoe n. móng ngựa. -- table bàn hình móng

horticultural adj. thuộc nghề làm vườn.

horticulture n. nghề làm vườn.

hose n. bít-tất dài; ống, vòi.

hosiery n. hàng dệt kim.

hospitable adj. mến khách, hiếu-khách.

hospital n. bệnh-viện, nhà thương.

hospitality n. tính hiếu-khách; sự tiếp-đãi.

hospitalize v. đưa vào nhà thương, nằm bệnh-viện.

host n. chủ nhà, chủ bữa tiệc; chủ trọ, chủ óten,
chủ khách-sạn, chủ quán. v. đứng làm chủ [bữa
tiệc, cuộc họp].

host n. số đông, loạt [người, vật, vấn-đề, v.v.].

hostage n. con tin. to hold X. as -- giữ X. làm
con tin.

hostel n. khu nhà tập-thể; nhà trọ, quán trọ.

hostess n. bà chủ nhà, bà chủ tiệc; bà chủ trọ,

bà chủ ô-ten, bà chủ khách-sạn, bà chủ quán; cô phục-vụ trên máy bay, chiêu-đãi-viên máy bay.

hostile adj. thù-địch, cừu-thị, không thân-thiện, chống đối, phản-đối, nghịch.

hostility n. thái-độ/hành-vi thù-địch; sự chống đối; hostilities chiến-sự, chiến-tranh. to open hostilities khai-chiến.

hot adj. nóng, bức; cay; [tính temper] nóng nảy; kịch-liệt, sôi-nổi, gay-gắt; [tin] sốt dẻo; giật gân; dê, dâm-đãng. peppery -- cay.

hotbed n. ổ, lò.

hot dog n. xúc-xích nóng kẹp vào bánh mì.

hotel n. khách-sạn, lữ-quán, nhà trọ, ô-ten.

hothouse n. nhà kính để trồng cây/hoa.

hot line n. đường dây nói đặc-biệt.

hot plate n. bếp/dĩa hâm đồ ăn.

hot potato n. vấn-đề/việc khó mà ai cũng tránh.

hot rod n. ô-tô cũ chữa lại để chạy nhanh.

hound n. chó săn. v. săn bằng chó, truy-tầm.

hour n. giờ, tiếng đồng hồ; giờ phút, lúc; giờ làm việc, giờ quy-định. half an --, a half-hour nửa giờ, nửa tiếng đồng hồ. in the -- of danger trong giờ phút hiểm-nghèo. office --s giờ làm việc, giờ tiếp khách. at the eleventh -- mãi vào phút chót. -- glass đồng hồ cát. -- hand kim chỉ giờ. in an -- or two trong một hai giờ, độ một hai tiếng nữa. by the -- (lương) trả theo giờ.

hourly adj. từng giờ, theo giờ; mỗi giờ một lần.

house n. nhà, nhà ở, nhà cửa, chỗ ở; nhà, chuồng; quán, tiệm; viện [trong quốc-hội]; rạp/nhà hát; người xem, khán-giả; hãng buôn; nhà ký-túc; dòng họ, nhà, triều-đại. the -- of God nhà thờ. House of Representatives Hạ-nghị-viện Mỹ. House of Commons Hạ-nghị-viện Anh. House of Lords, Upper H-- Thượng-viện Anh. to keep -- trông nom việc tề-gia nội-trợ. -- of ill fame, -- of prostitution nhà thổ, ổ điếm. on the -- do chủ-quán thết. v. chứa, cho ở, cho trọ; cung-cấp chỗ ở. *** -- arrest giam lỏng, quản-thúc.

household n. gia-đình, hộ; tất cả người nhà. -- appliances đồ dùng, máy-móc trong nhà. -- word lời nói cửa miệng, vật hầu hết mọi người đều rõ.

housekeeper n. người nội-trợ; quản-gia.

housekeeping n. công-việc nội-trợ.

housemaid n. chị giúp việc; cô hầu phòng.

housewarming n. tiệc ăn mừng nhà mới, ăn tân-gia.

housewife n. bà nội-trợ.   [dẹp, giặt-giũ].

housework n. công-việc trong nhà [nấu nướng, dọn

housing n. nhà cửa. the -- problem vấn-đề nhà ở. -- shortage khan-hiếm nhà ở. -- development khu nhà ở tập-thể mới xây và rẻ tiền.

hovel n. túp lều, căn nhà tồi-tàn lụp-xụp.

hover v. bay lượn, bay liệng; [mây] trôi lờ-lững; [nụ cười] thoáng; lảng-vảng, lởn-vởn, quanh-quẩn; do-dự, phân-vân. --ing between life and death ở trong tình-trạng nửa sống nửa chết.

how adv. (như) thế nào, (ra/làm) sao, cách nào; bao nhiêu; biết bao, sao mà ... thế. I don't know -- to ask. Tôi không biết phải hỏi thế nào. How come (.....)? Tại sao lại thế? -- old bao nhiêu tuổi? -- far bao xa? -- long dài bao nhiêu? bao lâu? -- much/many bao nhiêu? H-- often do you wash your hair? Bao lâu con mới gội đầu một lần? H-- nice! Hay quá nhỉ! Tuyệt! H-- are you today? Hôm nay ông mạnh không? H-- do you do? Hân-hạnh được gặp/biết Ông/Bà/Cô, v.v.

however adv. dù thế nào, bất luận ra sao. -- true that may be,... Dầu điều đó có thật đi chăng nữa thì .... conj. tuy-nhiên, tuy vậy, song le. We would like, --, to remind you that .....[= However we would like to remind you that .....] Tuy-nhiên, chúng tôi xin nhắc Ông rằng .....

howl n. tiếng hú/gào/rú/rít/gầm. v. hú; rú; rít; gầm; gào thét, la hét; gào khóc.

hub n. moay-ơ, trục bánh xe; trung-tâm, rốn.

hubbub n. sự ồn-ào huyên-náo, tiếng ồn-ào.

huddle n. sự họp nhau để bàn mưu tính kế; mớ lộn-xộn. v. túm-tụm với nhau; hội-ý; bàn kế-hoạch.

hue n. màu sắc.

hue and cry n. tiếng kêu la phản-đối/rượt bắt.

hug n. sự ôm chặt. v. ôm chặt, ghì chặt; ôm-ấp, bám chặt, không bỏ.

huge adj. to lớn, khổng-lồ, đồ-sộ, to tướng.

hulk n. tàuthuỷ cũ; người to lớn nặng-nề.

hull n. vỏ đậu, vỏ trái cây. v. lột/bóc vỏ, giã [gạo], xay [lúa].

hullabaloo n. tiếng la ó, chuyện rùm beng.

hum n. tiếng o-o/vo-ve; tiếng rồ, tiếng kêu rền; tiếng hát nho-nhỏ ngân-nga. v. kêu o-o, kêu vo-ve, kêu rền; ầm-ừ, ấm-ứ; ngân-nga, hát nhỏ.

the whole household --ming in expectation cả nhà
hối-hả rộn-ràng chờ-đợi.

human n. con người. adj. thuộc con/loài người,
có tính-chất người, có nhân-tính. -- being con
người (ta). -- nature bản-chất con người.

humane adj. nhân-đạo, nhân-đức, nhân-từ, từ-bi;
nhân-văn. Humane Society hội bảo-vệ súc-vật.

humanism n. chủ-nghĩa nhân-đạo/nhân-văn/nhân-bản.

humanist n. người theo chủ-nghĩa nhân-văn; nhà
nghiên-cứu nhân-văn/văn-hoá Hy-La.   [đạo.

humanitarian n., adj. (người) theo chủ-nghĩa nhân
-- aid viện-trợ có tính-cách nhân-đạo.

humanity n. loài người, nhân-loại; lòng nhân-đạo;
the humanities khoa-học nhân-văn.

humankind n. loài người, nhân-loại.

humble adj. nhún-nhường, khiêm-tốn; khúm-núm; hèn
mọn, thấp kém; tầm-thường, xoàng-xỉnh, nhỏ bé.
our -- home tệ-xá. to eat -- pie phải nhận lỗi.
v. hạ thấp. to -- oneself tự hạ mình.

humbug n. trò bịp-bợm, mánh-khoé phỉnh-gạt.

humdrum adj. nhàm, buồn tẻ, chán, vô-vị.

humid adj. ẩm, ẩm ướt.

humidity n. sự ẩm ướt; độ ẩm.

humiliate v. làm nhục, sỉ nhục, lăng-nhục, nhục-
mạ, làm bẽ mặt.

humiliation n. sự làm nhục; điều nhục-nhã/xấu-hổ.

humility n. sự nhún-nhường/khiêm-tốn/khiêm-nhường.

humorist n. nhà khôi-hài/hoạt-kê; nhà văn/diễn-
viên hài-hước.   [hỉnh.

humorous adj. buồn cười, khôi-hài, hài-hước; hóm

hump n. bướu [lạc-đà, người gù]; gò, mô. over the
-- qua cơn/bước khó-khăn.

humpback n. lưng gù, lưng có bướu; người gù lưng.

humus n. đất mùn, mùn.

hunch n. cái bướu; linh-cảm.

hunchback n. lưng gù; người gù lưng.

hundred n. trăm; hàng trăm. adj. trăm. eight
-- and twenty dollars 820 đôla. one -- per cent
100 phần trăm, hoàn-toàn. --s of books hàng trăm
cuốn sách.

hundredfold adj., adv. gấp trăm lần.

hundredth n. một phần trăm; người/vật thứ 100.
adj. thứ một trăm.

hundredweight n. tạ [bằng 45,3kg ở Mỹ, 50,8kg ở
Anh].

hung quá-khứ của hang.

hunger n. sự đói, nạn đói; sự ham-muốn/khát-khao/
ước-mong tha-thiết. v. khát-khao, ao-ước -- for.
-- strike cuộc tuyệt-thực.

hungry adj. đói (bụng); thèm khát, khao-khát, ham
muốn. a -- look vẻ đói ăn. power -- tham quyền.

hunk n. miếng/khúc/khoanh to.

hunt n. cuộc đi săn; sự tìm-kiếm/lùng bắt. v. săn
bắn; lùng, tìm kiếm. to -- down lùng sục/bắt.

hunter n. người đi săn. book-- người lùng sách.

hunting n. việc đi săn; việc tìm kiếm. job -- sự
tìm việc. house -- sự kiếm nhà.

huntress n. người đàn bà đi săn.

huntsman n. người đi săn.

hurdle n. rào [phải vượt khi chạy]; vật chướngngại.
v. vượt qua, khắc-phục [khó khăn].

hurl v. ném mạnh, phóng, lao; lật đổ, lật nhào.

hurrah interj. hoan-hô!

hurricane n. bão; cơn bão tố. -- lamp đèn bão.

hurried adj. vội-vàng, hấp-tấp, làm/ăn vội.

hurry n. sự vội-vàng/hấp-tấp/hối-hả/gấp rút; sự
sốt/nóng ruột. I am in a --. Tôi đang vội đây. I
am in a -- for an answer. Tôi sốt ruột mong được
trả lời. v. giục làm nhanh, bắt làm gấp, thúc-
giục; làm gấp, làm mau; đi gấp, hành-động vội-vàng
hấp-tấp. Hurry up! Mau lên! Lẹ lên!

hurt n. chỗ đau. v. làm đau, làm bị thương; làm
hại/hư, gây thiệt-hại; chạm, xúc-phạm, làm phật ý;
đau. Does it --? Có đau không? His pride was --.
Anh ấy bị chạm tự-ái. He -- himself falling down
the steps. Ông ấy ngã chỗ thềm bị thương.

hurtle n., v. (sự) va mạnh; (tiếng) đổ sầm.

husband n. người chồng. -- and wife hai vợ chồng.

husband v. dành-dụm, tiết-kiệm, dè xẻn.

husbandry n. nghề nông; sự quản-lý khéo. animal
-- nghề chăn nuôi, nghề mục-súc.

hush n. sự im lặng. v. dỗ [trẻ]cho nín; ỉm đi,
bưng-bít -- up. -- money tiền đấm mõm để ỉm đi.

hush-hush adj. kín, bí-mật, bật-mí.

husk n. trấu; vỏ; vỏ khô; áo [ngô]. v. bóc vỏ, xay.

husky adj. to, khoẻ, vạm-vỡ; [giọng] khan, khàn.

hustle n. sự xô đẩy; sự chạy đua bon chen. v. xô
đẩy, chen lấn; ép buộc; hối-hả, bon chen, xoay xở,
tất-bật, tất-tả ngược-xuôi.

hut n. túp lều, chòi.

hutch n. lều, chòi, quán; chuồng thỏ.

hyacinth n. cây/hoa lan dạ-hương.

hybrid n., adj. (cây/vật/người) lai.

hydrant n. vòi nước máy. fire -- vòi cứu hoả.

hydraulic adj. thuộc nước; chạy bằng sức nước.

hydraulics n. thuỷ-lực-học.

hydrocarbon n. hydrocacbon.

hydroelectric adj. thuỷ-điện.

hydrogen n. hydro, khinh-khí. -- bomb bom hydro,
bom H, bom khinh-khí.

hydrography n. thuỷ-văn-học.

hydroplane n. thuỷ-phi-cơ.

hyena n. con linh-cẩu; người tàn-bạo.

hygiene n. phép vệ-sinh.

hygienic adj. hợp vệ-sinh.

hymen n. màng trinh.

hymn n. bài thánh-ca.

hyperbola n. hypecbon. [trương.

hyperbole n. phép/lời ngoa-dụ/cường-điệu/khoa-

hyphen n. dấu nối, gạch nối.

hypnosis n. sự thôi-miên.

hypnotic adj. thuộc thôi-miên.

hypnotize v. thôi-miên. [bệnh.

hypochondriac n., adj. (người) mắc chứng nghi

hypocrisy n. thái-độ đạo-đức giả.

hypocrite n. người đạo-đức giả.

hypocritical adj. đạo-đức giả, giả nhân giả nghĩa

hypodermic n., adj. (mũi tiêm) dưới da.

hypotenuse n. cạnh huyền [của tam-giác vuông].

hypothesis n. giả-thuyết.

hypothetical adj. có tính-chất giả-thuyết.

hysteria n. chứng ictêri; sự cuồng loạn, sự quá
kích-động. war -- tinh-thần cuồng-chiến.

hysterical adj. cuồng-loạn, quá kích-động.

hysterics n. cơn ictêri; cơn cuồng-loạn.

I

I pron. tôi; bố, mẹ, con, anh, chị, em, ông, bà,
cháu, bác, chú, thím, cô, cậu, mợ, dì; ta, tao,
tớ.

Ibidem adv. trong cùng cuốn/chương/đoạn này.

Ice n. nước đá, băng; kem; thái-độ lạnh-lùng.
to break the -- phá bỏ không khí dè-dặt lúc đầu.

v. ướp nước đá; phủ một lượt đường cô. -- age
thời-kỳ băng-hà. -- bag túi nước đá để chườm. --
cream kem, cà-rem. -- cube cục nước đá. -- hockey
môn bóng gậy cong trên băng.

Iceberg n. núi băng, băng-sơn.

Icebox n. tủ lạnh, tủ đá.

Iced adj. ướp lạnh, có nước đá. --tea nước trà đá.

Icicle n. đũa băng, tuyết-trụ.

Icing n. kem hay đường cô [phủ trên mặt bánh ngọt].

Icy adj. có/phủ băng; băng giá, lạnh lẽo; lãnh đạm.

I'd = I had, I should, I would.

Idea n. ý-nghĩ, ý-tưởng, ý-kiến, quan-niệm;ý-niệm,
khái-niệm; điều tưởng-tượng,sự hình-dung; ý-định,
ý-đồ.

Ideal n., adj. lý-tưởng.

Idealism n. chủ-nghĩa duy-tâm/lý-tưởng.

Idealist n. người duy-tâm; người mơ-mộng.

Identical adj. giống hệt (nhau); đồng-nhất.

Identification n. sự nhận-biết/nhận-diện/nhận dạng;
sự phát-hiện/khám-phá ra; sự gắn-bó chặt-chẽ.

Identify v. nhận biết; nhận diện, nhận dạng. to --
oneself with gắn bó chặt-chẽ với ....

Identity n. sự giống hệt; cá-tính, đặc-tính. --
card thẻ căn-cước, thẻ tuỳ-thân.

Ideological adj. thuộc tư-tưởng, thuộc hệ ý-thức.

Ideology n. (hệ) tư-tưởng, hệ ý-thức, ý-thức-hệ.

Idiom n. thành-ngữ, quán-ngữ, đặc-ngữ.

Idiomatic adj. có tính-chất thành-ngữ/đặc-ngữ.
He speaks -- English. Ông ta nói tiếng Anh rất
Anh/Mỹ.

Idiot n. thằng ngốc.

Idiotic adj. ngu-ngốc, ngu-xuẩn, khờ dại.

Idle adj. ngồi rồi, ngồi không, ở không; ăn không
ngồi rồi; biếng nhác; [máy] không chạy; không đâu,
vu-vơ, vẩn-vơ. v. ngồi không để lãng-phí.

Idleness n. sự ăn không ngồi rồi; tình-trạng thất
nghiệp; sự vô hiệu-quả, sự vô-ích; sự không đâu.

Idol n. tượng thần, thần-tượng, ngẫu-tượng.

Idolize v. thần-tượng-hoá. [quê.

Idyll n. thơ điền-viên; cảnh đồng quê; nhạc đồng

Idyllic adj. đồng quê, thôn-dã, điền-viên.

If conj. nếu (như), giá, giả sử; có .... không,
có .... chăng, không biết .... có không; dù là,
cho là .... đi chăng nữa. -- you want to nếu anh
muốn. -- I were him nếu tôi là ông ấy, nếu tôi ở

vào địa-vị ông ta. I wonder -- he has left. Tôi
tự hỏi không biết hắn đã đi chưa. Oh, -- you
could be here by my side. Ồ, giá mà anh có thể
ở bên cạnh em. as -- he were a friend khác nào
gã ta là một người bạn. even -- it isn't true
dù điều ấy không đúng đi chăng nữa.

ignite v. nhóm lửa, đốt cháy; kích-động/-thích.

ignition n. sự bốc cháy; sự đánh lửa, sự mồi lửa.
-- key chìa khoá công-tắc.

ignoble adj. đê-tiện, ti-tiện; nhục-nhã.

ignominious adj. xấu-xa, đê-tiện; ô-nhục.

ignominy n. tư-cách/hành-động đê-tiện; sự nhục.

ignorance n. sự ngu-dốt; sự không biết/hay.

ignorant adj. ngu dốt, dốt nát; không hay biết.

ignore v. làm như không biết, lờ đi, phớt đi.

ill n. điều xấu, điều hại, việc ác. adj. ốm,
đau yếu; kém, xấu, tồi; ác; rủi, không may.
adv. khó chịu; khó mà. seriously -- ốm/đau nặng.
to be taken -- bị/phát ốm. -- health sức khoẻ
kém. -- fame tiếng xấu. -- at ease không thoải-
mái, không yên-tâm. I could -- afford a car.
Tôi khó mà có tiền tậu ô-tô.

ill-acquired adj. [của] phi-nghĩa.

ill-advised adj. nhẹ dạ, khờ dại, quá tin người.

ill-bred adj. mất dạy, vô-giáo-dục.   [luật.

illegal adj. bất-hợp-pháp, không hợp-pháp, trái

illegible adj. [chữ viết/ký] không đọc được.

illegitimate adj. bất hợp-pháp, không chính-đáng;
[con] đẻ hoang, tư-sinh.

ill-fated adj. bất-hạnh, xấu-số.

illicit adj. lậu, bị cấm; trái luật/phép.

illiteracy n. sự thất-học, nạn mù chữ.

illiterate adj. dốt nát, thất-học, mù chữ.

ill-mannered adj. thiếu lịch-sự, thô-lỗ/-tục.

illness n. sự ốm, sự đau yếu; bệnh.

ill-treat v. hành-hạ, ngược-đãi, bạc-đãi.

illuminate v. chiếu/rọi sáng; chiếu đèn, treo
đèn; làm sáng tỏ; làm rạng-rỡ.

illumination n. sự chiếu/rọi sáng; sự treo đèn;
sự làm sáng tỏ; sự làm vẻ vang.

illusion n. ảo-tưởng; ảo-giác/-ảnh. optical --
ảo-thị.

illustrate v. minh-hoạ, làm rõ ý; thêm hình-ảnh.

illustration n. sự minh-hoạ; tranh minh-hoạ.

illustrative adj. [ví-dụ] để minh-hoạ.

illustrator n. người vẽ tranh minh-hoạ.

illustrious adj. có tiếng, nổi tiếng; lừng-lẫy.

image n. hình, ảnh, hình-ảnh; hình-tượng; người
giống hệt, vật giống hệt; điển-hình, hiện-thân.

imagery n. hình-ảnh, hình-tượng nói chung.

imaginable adj. có thể tưởng-tượng được.

imaginary adj. không có thật, tưởng-tượng, ảo.

imagination n. sức/óc/trí tưởng-tượng; khả-năng hư
cấu; khả-năng sáng-tạo.

imaginative adj. giàu tưởng-tượng; sáng-tạo.

imagine v. tưởng-tượng, hình-dung; tưởng, nghĩ....

imbecile n., adj. (người) khờ dại, (người) đần.

imbibe v. hút, hấp-thụ; hít, uống, nốc.

imbue v. thấm-nhuần, nhiễm đầy.

imitate v. bắt chước, mô-phỏng; theo gương.   [giả.

imitation n. sự bắt chước; đồ giả. -- leather da

imitator n. người hay bắt chước; kẻ làm đồ giả.

immaculate adj. không vết, trong trắng, tinh-khiết.

immaterial adj. vô-hình, phi vật-chất; vụn-vặt.

immature adj. non-nớt, chưa chín-chắn/chín-muồi.

immeasurable adj. mênh-mông, vô-hạn, không đo được.

immediate adj. trực-tiếp; lập-tức; sát cạnh/bên.

immemorial adj. [thời] thượng-cổ, xa xưa.

immense adj. rộng lớn, bao la, mênh-mông.

immensely adv. rất, hết sức, vô cùng.....

immensity n. sự rộng-lớn, sự bao-la/mênh-mông.

immerse v. nhúng, nhận chìm, ngâm; đắm chìm vào.

immersion n. sự nhúng/ngâm; sự đắm chìm.

immigrant n. dân nhập-cư, dân di-cư nhập-cảnh.

immigration n. sự nhập-cư. -- service sở di-trú.

imminence n. tình-trạng sắp xảy ra.

imminent adj. sắp xảy ra (đến nơi).

immoral adj. trái luân-lý/đạo-đức, đồi bại, xấu-xa.

immortal n. cô/ông tiên; nhà văn/thơ bất-tử. adj.
bất-tử, bất-diệt, bất-hủ.

immortality n. tính bất-tử/bất-hủ; danh tiếng đời
đời, danh thơm muôn thuở.

immovable adj. không di-chuyển được, bất-động.

immune adj. được miễn khỏi; miễn-dịch.

immunity n. sự miễn (dịch). diplomatic -- quyền
miễn-tố ngoại-giao.

imp n. tiểu-yêu, tiểu-quỷ; thằng ranh con.

impact n. sức va chạm; tác-động, ảnh-hưởng.

impair v. làm suy yếu; làm hư hại.

impart v. truyền-đạt, phổ-biến, truyền-thụ.

impartial adj. vô-tư, không thiên-vị.

impasse n. ngõ cụt; bước đường cùng, thế bế-tắc.

impassioned adj. say mê, say-sưa; sôi-nổi.

impassive adj. trầm-tĩnh, điềm-tĩnh.

impatience n. tính nôn-nóng; sự thiếu kiên-nhẫn.

impatient adj. nôn-nóng, nóng vội, sốt ruột, bồn-chồn, thiếu kiên-nhẫn/nhẫn-nại.

impeach v. bắt lỗi, buộc tội, tố-cáo.

impeachment n. sự buộc tội [công-chức cấp cao].

impeccable adj. không chê được, hoàn-hảo/-toàn.

impede v. cản-trở, ngăn-cản, ngăn chặn.

impediment n. sự cản-trở, điều ngăn-trở.

impel v. bắt buộc, ép buộc, cưỡng-bách.

impend v. sắp xảy đến; -- over lơ-lửng trên đầu.

impending adj. sắp xảy đến; đang đe-dọa.

impenetrable adj. không thể xuyên/hiểu được.

imperative n. lối mệnh-lệnh; nhu-cầu. adj. cấp-bách, khẩn-thiết; có tính-chất bắt-buộc.

imperceptible adj. tinh-tế, không thể nhận thấy.

imperfect n. thời quá-khứ chưa hoàn-thành. adj. không hoàn-toàn, chưa hoàn-hảo; còn dở-dang.

imperfection n. sự không hoàn-toàn; thiếu sót.

imperial adj. thuộc hoàng-đế; thuộc đế-quốc.

imperialism n. chủ-nghĩa đế-quốc.

imperialist n. (tên) đế-quốc chủ-nghĩa. adj.

imperil v. làm nguy-hiểm.

imperious adj. khẩn-cấp, cấp-bách, cấp-thiết; hống-hách, độc-đoán, chuyên-đoán.

impersonal adj. khách-quan, nói trống, không nói riêng đến ai, bâng-quơ.   [của ....

impersonate v. mạo-nhận là ...; nhại; là hiện thân

impertinence n. sự xấc-láo/láo-xược.

impertinent adj. xấc-láo, láo-xược; xen/chõ vào.

impervious adj. trơ-trơ, không chịu nghe ....

impetuous adj. mãnh-liệt, dữ-dội, hăng say quá.

impetus n. sức đẩy tới, đà.

impinge v. chạm tới, vi-phạm đến -- on/upon.

impious adj. bất-hiếu, bất-kính; nghịch-đạo.

implacable adj. không thể làm nguôi-dịu.

implant v. in sâu, khắc, ghi; cấy [dưới da].

implement n. đồ dùng, dụng-cụ, công-cụ. v. thi-hành, thực-hiện.

implementation n. sự thi-hành/thực-hiện/thực-thi.

implicate v. lôi vào, kéo vào, làm dính-líu vào.

implication n. ẩn-ý, điều ngụ-ý.

implicit adj. ngầm, ngấm-ngầm, ẩn-tàng; ẩn.

implore v. van xin, cầu-khẩn, khẩn nài.

imply v. ý nói, ngụ ý. That statement implies that X. was lying. Câu đó có ý muốn nói rằng X. khai láo.

impolite adj. vô-lễ.

import n. sự nhập-cảng/-khẩu; hàng nhập-khẩu; ý-nghĩa, nội-dung; tầm quan-trọng. v. nhập-khẩu.

importance n. tính-cách/tầm quan-trọng.

important adj. quan-trọng, hệ-trọng, trọng-yếu.

importation n. sự/hàng nhập-khẩu.

importer n. nhà/hàng nhập-khẩu/nhập-cảng.

importunate adj. quấy rầy, nhũng-nhiễu.

impose v. đánh [thuế]; bắt chịu; lợi-dụng -- on.

imposing adj. oai-vệ, bệ-vệ; hùng-vĩ.

imposition n. thuế; sự bắt chịu; đòi hỏi.

impossibility n. việc không thể làm/có được.

impossible adj. không thể làm được; không thể có được; quá-quắt, quá-quản, quá đáng.

impostor n. kẻ mạo-danh; tên lừa đảo.

imposture n. sự mạo-danh; sự lừa-gạt.

impotence n. bệnh liệt-dương; sự bất-lực.

impotent adj. liệt-dương; bất-lực, yếu đuối.

impound v. nhốt; cất [xe trái luật]; sung-công.

impoverish v. làm cho nghèo túng, bần-cùng-hoá.

impracticable adj. không thực-hiện/dùng được.

impregnable adj. vững-vàng; không chiếm được.

impregnate v. thấm đầy; làm thụ thai, cho thụ-tinh.

impress v. gây ấn-tượng, làm cảm-kích; ghi sâu.

impression n. ấn-tượng; cảm-tưởng, cảm-giác; dấu.

impressive adj. gợi cảm, gây xúc-động; hùng-vĩ.

imprint n. dấu in, vết in, nét hằn; ảnh-hưởng sâu sắc. v. đóng dấu, in dấu; ghi khắc, ghi nhớ.

imprison v. bỏ tù, tống giam, giam cầm; giam hãm.

imprisonment n. sự giam-cầm; sự giam-hãm.

improbable adj. không chắc có thực.

impromptu adj. [bài] ứng-khẩu, không sửa-soạn.

improper adj. không thích-đáng/thích-hợp; không đúng, sai; không chỉnh, không phải lẽ.

improve v. (làm) tốt hơn, cải-thiện/-tiến/-tạo; mở mang, trau dồi.

improvement n. sự cải-thiện/cải-tiến; sự sửa-sang.

improvise v. ứng-khẩu, cương; ứng-biến mà làm.

imprudence n. sự/hành-động khinh-suất.

imprudent adj. khinh-suất, thiếu thận-trọng, dại.

impudent adj. hỗn láo; trơ-tráo, trơ-trẽn, mặt dày.

impulse n. cơn bốc đồng; sức đẩy tới.

impulsive adj. bốc đồng, theo cảm-xúc nhất thời.

impunity n. sự không bị trừng phạt.

impure adj. không trong sạch, dơ bẩn, ô-uế.

impurity n. sự dơ bẩn; chất bẩn.

imputation n. sự đổ tội, sự quy lỗi.

impute v. đổ tội cho, quy lỗi cho.

in n. chi-tiết, chỗ lồi ra lõm vào the ins and outs. prep. trong, ở, tại; về, vào lúc, trong lúc; ở vào, trong khi/lúc; vào, vào trong; theo; thành; bằng; vì; để; về. -- England ở bên Anh. -- the sky trên trời, trong bầu trời. -- the sun ngoài nắng, dưới ánh mặt trời. -- 1924 vào năm 1924. -- an hour trong một tiếng đồng hồ; một giờ nữa. -- any case trong bất cứ trường-hợp nào. -- debt mắc nợ. -- tears đang khóc. Look -- the mirror. Hãy soi gương xem. -- my opinion theo ý tôi, theo thiển-ý. packed -- tens gói từng chục một. to divide -- two chia đôi. drafted -- Latin thảo bằng tiếng La-tinh. the gentleman -- (a) gray (suit) cái ông mặc bộ đồ xám. to cry -- pain kêu đau. -- return for your kindness để đền đáp lòng tốt của ông. the latest thing -- linguistics cái mới nhất về ngôn-ngữ-học. -- all tổng-cộng. -- fact thật ra. adv. vào; ở nhà, có nhà; đến rồi; đang mốt. He just walked --. Ông ấy vừa mới bước vào đây. -- and out đi đi lại lại, đến một tí rồi lại đi.

inability n. sự bất-tài, sự bất-lực.

inaccessible adj. không tới gần được, không vào được; không kiếm ra được.

inaccurate adj. không đúng, sai, trật.

inactive adj. không/thiếu hoạt-động, ì.

inadequate adj. không thoả-đáng; không đầy đủ, thiếu, kém, không đủ sức.

inadvertent adj. vô-ý, sơ ý, vô-tình.

inalienable adj. không thể xâm-phạm/chuyển nhượng.

inanimate adj. vô-tri-giác, vô-sinh.

inappropriate adj. không thích-đáng/thích-hợp.

inarticulate adj. không rõ ràng; ú-ớ.

inasmuch adv. -- as bởi vì. Inasmuch as that program has failed Nay chương-trình đó đã thất-bại thì ....

inaudible adj. không nghe thấy được.

inaugural n. lễ nhậm-chức. adj. khai-mạc, khai-trương; khánh-thành.

inaugurate v. tấn-phong [tổng-thống]; mở đầu.

inauguration n. lễ nhậm-chức, lễ tấn-phong; lễ khai-mạc, cuộc khánh-thành. I-- Day ngày lễ Nhậm-chức của Tổng-thống Mỹ. [kia.

in-between adj., adv. ở khoảng giữa, nửa nọ nửa

inborn adj. bẩm-sinh.

incalculable adj. không tính được; không kể xiết.

incandescent adj. nóng sáng; sáng rực.

incapable adj. không đủ khả-năng, bất-lực, bất-tài. -- of improvement không thể nào tiến hơn.

incapacitate v. làm mất khả-năng/tư-cách.

incapacity n. sự bất-lực; sự thiếu tư-cách.

incarnation n. sự hiện-thân, sự đầu thai.

incendiary adj. [bom] cháy; gây bạo-động, nảy lửa.

incense n. hương, nhang, trầm. -- stick nén hương. -- burner lư hương, đỉnh.

incentive n. sự khuyến-khích/khích-lệ; động-cơ.

inception n. sự bắt đầu, sự khởi đầu.

incessant adj. liên-miên, không thôi/dứt/ngừng.

incest n. tội loạn-luân.

inch n. insơ [= 2,54 cm]; một chút xíu; một tấc. Give him an -- and he'll take an ell. Được đằng chân nó lấn đằng đầu. [1 ell = 45 inches]. every -- an artist trong hệt như một nghệ-sĩ. within an -- of his life suýt nữa thì toi mạng.

incident n. việc xảy ra; chuyện rắc-rối; đoạn, tình-tiết, vụ.

incidental adj. bất ngờ, tình cờ; [món tiêu] phụ.

incidentally adv. à nhân tiện, à nhân đây.

incipient adj. chớm, mới bắt đầu.

incision n. vết rạch, đường rạch; vết khắc.

incisor n. răng cửa.

incite v. xúi giục, kích-động.

inclement adj. [trời] xấu, khắc-nghiệt.

inclination n. sở-thích; khuynh-hướng; độ dốc.

incline n. chỗ dốc; mặt nghiêng. v. có chiều hướng. --d to có ý (thiên) muốn ....

include v. gồm có, bao gồm; kể luôn cả. up to and including the last invoice tính đến và kể cả cái hoá-đơn chót.

inclusion n. sự kể gồm; sự tính gộp.

inclusive adj. kể cả; tính tất cả, tính toàn-bộ.

incognito adj., adv. cải-trang; giấu tên.

incoherent adj. thiếu mạch lạc, rời-rạc.

income n. thu-nhập, lợi-tức, doanh-thu. low -- housing nhà ở cho người kiếm ít tiền. -- tax thuế lợi-tức. -- tax return tờ khai thuế lợi-tức.

incoming adj. [thư-từ mail] mới đến; vào; mới dọn vào; mới nhậm chức.

incomparable adj. không thể so-sánh được, vô-song.

incompatible adj. không hợp, xung-khắc, kỵ nhau.

incompetent adj. kém, bất-tài, thiếu khả-năng, không đủ sức, không đủ tư-cách.

incomplete adj. thiếu, không đủ, chưa đầy-đủ; dở-dang, chưa xong, chưa hoàn-thành, chưa hoàn-tất.

incomprehensible adj. không thể hiểu được.

inconceivable adj. không thể tưởng-tượng được.

incongruous adj. không hợp, không thích-hợp.

inconsiderate adj. không nghĩ đến người khác.

inconsistent adj. bất nhất, thiếu nhất-quán; trái với, mâu-thuẫn với ['with'].

inconspicuous adj. kín đáo, không lộ-liễu.

inconvenience n. sự bất-tiện. v. làm phiền.

inconvenient adj. bất-tiện; thiếu tiện-nghi.

incorporate v. sáp-nhập, hợp-nhất, kết-hợp.

incorrect adj. sai, không đúng; không chỉnh; khg đứng-đắn.

increase n. sự tăng thêm; số-lượng tăng thêm. v. tăng lên, tăng thêm, tăng-gia, gia-tăng.

increasingly adv. càng ngày càng .... The tests are -- difficult. Bài thi càng ngày càng khó dần.

incredible adj. khó tin, không thể tin được.

incredulous adj. không tin, ngờ-vực, hoài-nghi.

increment n. tiền lãi/lời; lượng/số gia; độ lớn.

incriminate v. buộc tội, đổ tội/trách-nhiệm cho.

incubator n. lồng nuôi trẻ con đẻ non; lò ấp.

incumbent adj. hiện giữ chức-vụ, hiện-nhiệm.

incur v. mắc, bị, chịu, gánh [nợ, thiệt, phạt].

incurable adj. không chữa được, nan-y.

incursion n. sự xâm-nhập; sự/cuộc tấn-công.

indebted adj. mắc nợ; mang/đội/chịu/hàm ơn.

indecent adj. tục-tĩu, nhảm; không đứng đắn.

indecision n. sự do-dự, sự thiếu quả-quyết.

indeed adv. thực vậy, quả thực, quả nhiên. Thank you -- for your help. Tôi thực rất cảm ơn anh đã giúp tôi.

indefatigable adj. không biết mệt.

indefinite n. từ phiếm-chỉ. adj. không rõ-ràng,

không dứt-khoát; [mạo-từ article] bất-định.

indelible adj. không tẩy/rửa được, còn vết mãi.

indemnify v. bồi-thường, đền.

indemnity n. tiền bồi-thường, bồi-khoản.

indent v. viết/in [chữ] thụt vào.

independence n. sự độc-lập; nền độc-lập. Independence Palace Dinh Độc-lập. Independence Day Ngày Độc-lập [quốc-khánh của Mỹ, 4 tháng 7].

independent adj. độc-lập; không lệ-thuộc/tuỳ-thuộc; [lợi-tức] đủ sung-túc.

indescribable adj. không sao tả xiết.

indeterminate adj. mơ-hồ, lờ-mờ; vô-định, vô-hạn.

index n. bảng sách-dẫn, mục-lục cuối sách; bảng liệt-kê; chỉ-số; ngón tay trỏ -- finger. v. làm mục-lục, lập bảng sách-dẫn.

indicate v. chỉ, trỏ; tỏ ra, cho thấy, biểu-thị.

indication n. sự chỉ cho thấy; sự biểu-lộ.

indicative n. lối trình-bày -- mood.

indicator n. kim chỉ, dụng-cụ chỉ [độ cao, v.v.].

indices số nhiều của index.

indict v. buộc tội, truy-tố.

indictment n. sự truy-tố; bản cáo-trạng.

indifference n. sự lãnh-đạm/thờ-ơ; sự trung-lập.

indifferent adj. dửng-dưng, lãnh-đạm, thờ-ơ, hững hờ, không quan-tâm; không thiên-vị, trung-lập.

indigenous adj. bản-xứ, bản-địa.

indigent adj. nghèo khổ, bần cùng, nghèo khó.

indigestible adj. khó tiêu; khó lĩnh-hội.

indigestion n. chứng khó tiêu, chứng đầy.

indignant adj. tức giận, căm-phẫn, phẫn-uất/-nộ.

indignation n. sự căm-phẫn, lòng phẫn-nộ.

indignity n. sự sỉ nhục, sự xấu-hổ.

indigo n. cây/củ chàm; màu chàm -- blue.

indirect adj. gián-tiếp, không trực-tiếp; quanh-co.

indiscreet adj. không thận-trọng, thiếu ý-tứ, vô-ý, hớ-hênh, không kín đáo.

indiscretion n. tính không kín đáo, sự hớ-hênh.

indiscriminate adj. bừa-bãi, không phân-biệt.

indispensable adj. rất cần-thiết, không bỏ được, không thể thiếu được, tối-cần.

indisposed adj. khó ở, se mình; không sẵn lòng....

indisposition n. sự khó ở; sự không sẵn lòng ....

indistinct adj. không rõ-ràng, lờ-mờ, mơ-hồ.

individual n. cá-nhân, người; cá-thể. adj. cá-nhân, riêng (lẻ); đặc-biệt, độc-đáo.

individualism n. chủ-nghĩa cá-nhân.

individuality n. tính-chất cá-nhân; cá-tính.

indivisible adj. không thể phân chia ra được.

indoctrinate v. truyền-giáo; truyền-bá/-thụ, nhồi sọ.

indolence n. sự lười biếng.

indolent adj. lười biếng, biếng nhác, làm biếng.

indomitable adj. bất-khuất, không chế-ngự được.

indoor adj. trong nhà.

indoors adv. ở trong nhà.

induce v. xui, xui khiến; gây, làm cho, khiến.

inducement n. sự xui khiến; điều xui khiến.

induct v. tuyển vào quân-đội.

induction n. việc luyện lính; phương-pháp quy-nạp; sự cảm-ứng [điện].

inductive adj. quy-nạp; cảm-ứng.

indulge v. -- oneself in ham mê ....; nuôi, ấp-ủ.

indulgence n. sự chiều theo; sự ham mê thích thú.

indulgent adj. hay nuông chiều, dễ tính, khoan-

industrial adj. thuộc công-nghiệp/kỹ-nghệ. [dung.

industrial arts n. kỹ-thuật công-nghiệp. [nghệ.

industrialist n. nhà tư-bản công-nghiệp, nhà kỹ-

industrialization n. sự công-nghiệp-hoá.

industrialize v. công-nghiệp-hoá, kỹ-nghệ-hoá.

industrious adj. siêng năng, cần-mẫn, cần-cù.

industry n. công-nghiệp, kỹ-nghệ [heavy nặng, light nhẹ]; tính cần-cù siêng năng.

inebriate adj. say rượu.

inedible adj. không ăn được.

ineffactive adj. không có hiệu-quả, vô-tích-sự.

ineffectual adj. vô-ích, không ăn thua gì.

inefficiency n. sự thiếu khả-năng/hiệu-quả.

inefficient adj. thiếu khả-năng, bất-tài; vô-hiệu.

ineligible adj. không đủ tư-cách/tiêu-chuẩn.

inequality n. sự không đều nhau, bất-bình-đẳng.

inequity n. sự không công-bằng.

inert adj. bất-động, trơ, ì.

inertia n. tính ì, quán-tính; tính lười/chậm.

inestimable adj. vô-giá, rất quý.

inevitable adj. không thể tránh được; quen thuộc.

inexact adj. không đúng, không chính-xác.

inexhaustible adj. vô-tận, không bao giờ hết.

inexorable adj. không lay-chuyển, vô-tình, không

inexpensive adj. rẻ, hạ, không đắt. [động-tâm.

inexperienced adj. thiếu kinh-nghiệm.

inexplicable adj. không thể giải-thích được.

infallible adj. không thể sai/hỏng được.

infamous adj. xấu-xa, nhục-nhã, ô-nhục, bỉ-ổi.

infamy n. điều ô-nhục.

infancy n. tuổi thơ-ấu, ấu-thời, lúc còn ẵm ngửa; lúc còn trứng nước.

infant n. đứa bé (còn ẵm ngửa), hài-nhi.

infantile adj. trẻ con. -- paralysis bệnh bại liệt trẻ em, bệnh tê-bại trẻ em.

infantry n. bộ-binh. light -- khinh-binh.

infantryman n. lính bộ-binh.

infatuate v. làm say mê, làm mê đắm.

infatuation n. sự say mê, sự say đắm.

infect v. làm nhiễm trùng/độc; làm lây.

infection n. sự nhiễm độc; sự lây, sự truyền-nhiễm.

infectious adj. lây, nhiễm trùng; dễ lây.

infer v. suy ra, luận ra, suy-luận, kết-luận.

inference n. sự suy-luận; kết-luận.

inferior adj. dưới; thấp, kém, tồi, xấu.

inferiority n. vị-trí thấp; sự kém/xấu. -- complex phức-cảm/mặc-cảm tự-ti.

infernal adj. thuộc địa-ngục/âm-phủ; ghê-gớm.

infest v. tràn vào phá-hoại, tàn-phá.

infidel n., adj. (người) không theo đạo (Hồi/Dothái).

infidelity n. sự không trung-thành, sự thiếu thuỷ-chung, sự thất-tiết, sự bội-tín, tội ngoại-tình.

infiltrate v. ngấm vào; xâm-nhập, trà-trộn vào.

infinite adj. vô-tận, không bờ bến, vô-biên/-hạn.

infinitesimal adj. nhỏ vô cùng; vi-phân.

infinitive n., adj. (lối) vô-định.

infinity n. vô-cực, vô-tận.

infirm adj. yếu-đuối, suy-nhược; nhu-nhược.

infirmary n. bệnh-xá, nhà thương, bệnh/y-viện.

infirmity n. tính-chất yếu-đuối/nhu-nhược.

infix n. trung-tố. v. gắn vào; in sâu.

inflame v. châm lửa; kích-thích; làm sưng lấy.

inflammable adj. dễ cháy, nhạy lửa; dễ khích-động.

inflammation n. viêm, chứng sưng.

inflammatory adj. có tính-cách khích-động.

inflate v. bơm/thổi phồng; tăng [giá].

inflation n. sự thổi phồng; nạn lạm-phát.

inflect v. bẻ cong; biến-cách [ngôn-ngữ].

inflection n. góc cong; biến-tố.

inflexible adj. cứng; cứng rắn; không nhân-nhượng; bất di bất dịch; thiếu mềm-dẻo/uyển-chuyển.

inflict v. nện [đòn]; giáng [trận, đòn]; gây; bắt phải chịu [hình-phạt].

inflow n. sự chảy vào trong; dòng vào.

influence n. ảnh-hưởng; thế-lực, uy-thế. v. có ảnh-hưởng đến, có tác-dụng đối với ....

influential adj. có ảnh-hưởng/tác-dụng/thế-lực.

influenza n. bệnh cúm.

influx n. sự chảy/tràn vào; dòng [người] đổ vào.

inform v. báo tin, cho biết/hay, thông-báo; cho tin-tức, cung-cấp tài-liệu.

informal adj. không chính-thức; tự-nhiên, thân-mật, không kiểu-cách/khách-sáo/nghi-thức. an -- dinner một bữa tiệc thân-mật. -- wear quần áo mặc thường, không phải lễ-phục.

informality n. tính không chính-thức; sự thânmật.

informant n. người thông-tin. language -- người nói tiếng bản-ngữ và cho dữ-kiện về một ngôn-ngữ.

information n. sự thông-tin; tin-tức, tài-liệu; dữ-kiện, kiến-thức. Ministry of Culture and Information Bộ Văn-hoá Thông-tin. -- desk bàn giấy của người chỉ-dẫn.

informed adj. có nhiều tin-tức, thạo tin well --.

informer n. chỉ-điểm, mật-thám.

infrared n., adj. (tia) hồng-ngoại.

infrequent adj. hiếm, ít xảy ra.

infringe v. phạm, xâm-/vi-phạm, bội, lấn.

infuriate v. làm tức điên lên, làm phẫn-nộ.

infuse v. rót, trút, đổ; pha [trà]; truyền.

infusion n. nước pha, nước sắc; sự truyền/tiêm.

ingenious adj. khéo léo; tài-tình, mưu-trí.

ingenuity n. tài khéo léo; tài, trí khôn.

ingenuous adj. ngây-thơ, ngay thật.

inglorious adj. nhục-nhã, chẳng vinh-quang gì.

ingot n. thỏi, nén, khối [vàng,bạc, v.v.].

ingrate n. đồ vô ơn bạc nghĩa.

ingratiate v. -- oneself with khéo léo để được lòng tin yêu của ....

ingratitude n. sự vô ơn bạc nghĩa, sự vong-ân.

ingredient n. món, vị; nguyên-tố thành-phần [của hợp-chất]; vật-liệu để nấu ăn.

inhabit v. ở, sống ở, cư-trú, cư-ngụ.

inhabitant n. người ở, dân cư, cư-dân.

inhale v. hít vào; nuốt [khói thuốc lá].

inherent adj. vốn có, cố-hữu, tự-nhiên.

inherit v. hưởng [gia-tài], thừa-hưởng/-kế.

inheritance n. gia-tài, di-sản, tài-sản kế-thừa.

inhibit v. ngăn chặn, ngăn cấm, cấm-đoán; ức-chế.

inhibition n. sự ngăn chặn/kiềm-chế; sự ức-chế.

inhospitable adj. không hiếu-khách; không ở được.

inhuman adj. vô-nhân-đạo, tàn-ác, dã-man.

inhumanity n. hành-động vô-nhân-đạo; tính dã-man.

inimical adj. thù-địch, thù-nghịch, không thânthiện.

inimitable adj. không thể bắt-chước/mô-phỏng được.

initial n. chữ đầu trong một từ; tên họ viết tắt. adj. đầu, ban đầu; [âm, chữ] ở đầu. v. ký tắt.

initiate v. bắt đầu, đề-khởi/-xướng;làm lễ kết-nạp.

initiation n. sự khởi-xướng; lễ kết-nạp.

initiative n. bước đầu;(óc)sáng-kiến; thế chủ-động.

inject v. tiêm, chích, bơm, thụt; xen vào.

injection n. sự tiêm; thuốc tiêm; mũi/phát tiêm.

injunction n. lệnh toà án.

injure v. làm bị thương, làm hại, làm tổn-thương.

injurious adj. có hại, làm hại; lăng-mạ.

injury n. vết thương; mối hại; sự tổn-hại/bất-lợi.

injustice n. sự bất-công; chuyện không công-bằng.

ink n. mực. v. bôi mực; đánh dấu bằng mực.

inkling n. sự nghi-hoặc; ý-niệm lờ-mờ, cảm-giác.

inky adj. có vết mực, vấy mực; đen như mực.

inlaid quá-khứ của inlay.

inland n. vùng nội-địa. adj. ở sâu trong nước.

in-law n. bố chồng/vợ, nhạc-phụ; mẹ chồng/vợ, nhạc-mẫu; ông nhạc, bà nhạc. in-laws bố mẹ chồng/vợ.

inlay v. khảm, cẩn, dát.

inlet n. vũng, vịnh nhỏ; lạch giữa đảo.

inmate n. người bệnh [nhà thương điên]; người ở tù.

inmost adj. ở tận đáy lòng, sâu kín, thầm kín.

inn n. quán trọ, lữ-quán, khách-sạn.

innate adj. bẩm-sinh, thiên-phú, thiên-bẩm.

inner adj. ở trong. -- life cuộc sống nội-tâm. -- circle nhóm thân-cận tin nhau. -- tube săm, ruột.

innermost adj. ở tận đáy lòng, thầm kín nhất.

inning n. lượt chơi của cầu-thủ bóng chày.

innkeeper n. chủ quán, chủ quán trọ, chủ khách-sạn.

innocence n. tính ngây-thơ/thật-thà; sự vô-tội.

innocent adj. vô-tội, không có tội; ngây-thơ.

innovation n. sự đổi mới, sự canh-tân, sáng-kiến.

innuendo n. lời nói cạnh, lời nói bóng gió, ám-chỉ.

innumerable adj. không đếm được, rất nhiều, vô-số.

inoculate v. chủng, tiêm chủng, trích ngừa.

inoculation n. sự tiêm chủng, sự trích ngừa.

inorganic adj. vô-cơ.

inpatient n. người bệnh nội-trú [≠ outpatient].

input n. lối vào, đầu vào; khối vào, lực truyền vào, dòng điện truyền vào; tài-liệu bằng ký-hiệu. v. cung-cấp tài-liệu [cho máy tính điện-tử]. student -- ý-kiến của sinh-viên.

inquest n. cuộc điều-tra [về một nghi-án].

inquire v. hỏi tin-tức; hỏi thăm -- after ....; điều-tra, thẩm-tra -- into.

inquiry n. sự hỏi thăm; câu hỏi; cuộc điều-tra.

inquisition n. cuộc điều-tra; the Inquisition toà án dị-giáo.

inquisitive adj. tò mò, hay hỏi, tọc mạch; tìm tòi.

inroad n. cuộc xâm-nhập; sự xâm-lấn.

insane adj. điên, mất trí khôn, điên cuồng.

insanity n. bệnh điên; tính-cách điên-rồ.

insatiable adj. không đã thèm, không thoả-mãn được, tham-lam vô-độ.

inscribe v. viết, khắc, ghi; đề tặng; ghi/khắc sâu; vẽ nội-tiếp.

inscription n. câu viết/khắc; lời đề tặng.

inscrutable adj. khó hiểu, bí-hiểm, không dò được.

insect n. sâu bọ, côn-trùng.

insecticide n., adj. (thuốc) trừ sâu/sát-trùng.

insecure adj. bấp-bênh, không vững chắc; thiếu an-toàn/an-ninh, nguy-hiểm.

insemination n. sự thụ-tinh [artificial nhân-tạo].

insensible adj. bất tỉnh nhân-sự, ngất, mê.

insensitive adj. không cảm-giác; không nhạy (cảm).

inseparable adj. không thể chia-lìa/tách rời được.

insert n. tờ thêm, đoạn thêm. v. thêm vào, gài vào; đăng vào (báo); cho/đặt/đút vào; xen vào.

insertion n. sự thêm/gài vào; sự đút vào; sự đăng.

in-service adj. tại-chức. -- training program chương-trình đào-tạo tại-chức, ch.-tr. tu-nghiệp.

inset n. ảnh [hoặc bản đồ] nhỏ bên trong ảnh lớn.

inside n. bên/mặt/phía trong; lòng, ruột. prep., adv. ở trong, từ trong. the -- of their house bên trong căn nhà của họ. -- the museum ở trong bảo-tàng. move -- tiến vào phía trong. -- information tin-tức riêng trong nội-bộ. -- job vụ trộm do người trong nhà thủ mưu.

insider n. người ở trong; người trong cuộc.

insidious adj. gian-trá, xảo-quyệt, quỷ-quyệt.

insight n. sự hiểu biết sâu-sắc, kiến-giải.

insignia n. huy-hiệu, huy-chương; dấu-hiệu.

insignificant adj. tầm-thường, không quan-trọng, không nghĩa-lý gì.

insincere adj. không thành-thực, giả-dối.

insinuate v. nói ý, nói bóng gió, nói xa gần; ám-chỉ; khéo luồn-lọt vào.

insinuation n. lời bóng gió, lời ám-chỉ.

insipid adj. vô-vị, nhạt nhẽo, nhạt phèo, lạt-lẽo.

insist v. cố nài, năn-nỉ, vật-nài, cứ nhất-định, khăng-khăng đòi; khẳng-định.

insistent adj. nài-nỉ, khăng-khăng, cứ nhất-định.

insolence n. tính/thái-độ xấc láo.

insolent adj. xấc-láo, vô-lễ, láo xược. [được.

insoluble adj. không tan được; không giải-quyết

insomnia n. chứng mất ngủ.

insomuch adv. -- that đến mức mà..., đến nỗi rằng.

inspect v. xem-xét, kiểm-tra, thanh-tra; khám-xét.

inspection n. sự kiểm-tra/thanh-tra/khám-xét.

inspector n. (viên) thanh-tra.

inspiration n. sự thở/hít vào; sự cảm-hứng, hứng, thi-hứng; người truyền cảm-hứng.

inspire v. truyền cảm-hứng cho; gây ra, xui khiến.

instability n. tính không ổn-định/vững-chắc.

install v. lắp, đặt, thiết-bị, trang-bị; đặt vào.

installation n. sự lắp/đặt; máy-móc; cơ-sở, đồn.

installment n. số tiền trả góp mỗi lần; phần đăng báo dần. a story in four --s một truyện đăng làm bốn kỳ. -- plan lối mua chịu trả dần từng tháng.

instance n. ví-dụ, thí-dụ; trường-hợp cá-biệt. for -- ví-dụ, chẳng hạn. in this -- trong trường-hợp cá-biệt này.

instant n. lúc, chốc lát. adj. ngay lập tức, ngay tức khắc; pha/nấu ngay, ăn/uống ngay được. -- coffee cà-phê pha nước sôi uống ngay. the 9th -- mồng 9 tháng này. -- replay phim truyền-hình (về thể-thao) chiếu lại ngay tức khắc.

instantaneous adj. tức thời, ngay lập tức.

instead adv. để thay vào, đáng lẽ là, đáng lý ra, thay vì. She watched television -- of studying. Đáng lẽ phải học, đằng này nó lại ngồi xem ti-vi.

instep n. mu bàn chân.

instigate v. xui, xúi-giục, xúi-bẩy; thủ-mưu.

instill v. truyền [ý-nghĩ, tình-cảm].

instinct n. bản-năng, bản-tính, thiên-tính; năng-khiếu, khiếu, thiên-hướng, thiên-bẩm.

instinctive adj. thuộc/theo/do bản-năng.

institute n. viện, học-viện, hội, viện nghiên-cứu.
v. mở, lập nên, thành-/thiết-lập; tiến-hành.

institution n. cơ-chế, thể-chế, định-chế; cơ-sở;
tổ-chức, hội, trường, viện. -- of higher learning
viện/trường đại-học/cao-đẳng.

instruct v. chỉ-dẫn, chỉ-thị; dạy, đào-tạo.

instruction n. sự dạy; kiến-thức. instructions
lời dặn, lời chỉ-dẫn, chỉ-thị. medium of -- học-
thừa, chuyển-ngữ.

instructor n. người dạy, thầy giáo; trợ-giáo, phụ
giảng, giảng-viên.

instrument n. đồ dùng, dụng-cụ; nhạc-khí/-cụ, đàn,
sáo, kèn, v.v.; văn-kiện; công-cụ, phương-tiện.

instrumental adj. dùng làm phương-tiện/lợi-khí để;
[nhạc] trình-diễn cho nhạc-khí.

insubordinate adj. không vâng lời, không phục-tùng.

insufferable adj. không thể chịu-đựng được.

insufficient adj. không đủ, thiếu, kém, sút.

insular adj. thuộc/ở đảo; hẹp-hòi, thiển-cận.

insulate v. để riêng; làm cách-điện, cách-ly.

insulation n. sự cô-lập; sự cách-điện/cách-ly.

insulator n. cái cách-điện, chất cách-ly.

insulin n. insulin.

insult n. lời/điều chửi-bới/lăng-mạ/sỉ-nhục. v.
sỉ-nhục, làm nhục, lăng-mạ, chửi bới, xúc-phạm.

insuperable adj. không thể vượt/khắc-phục được.

insurance n. sự bảo-hiểm/bảo-kê. -- company hãng
bảo-hiểm. -- premium tiền đóng bảo-hiểm. life --
bảo-hiểm nhân-thọ. fire -- bảo-hiểm hoả-hoạn.

insure v. bảo-hiểm; đảm-bảo, cam-đoan; đề-phòng.

insurgency n. cuộc nổi dậy, cuộc nổi loạn.

insurgent n. người nổi loạn, người khởi-nghĩa.

insurrection n. cuộc nổi dậy/loạn, cuộc khởi-nghĩa.

intact adj. còn nguyên(vẹn), trọn vẹn, không bị
sứt mẻ, nguyên si; không bị thay-đổi/ảnh-hưởng.

intake n. điểm lấy nước; hầm thông hơi; đầu vào;
lượng lấy vào; công-suất tiêu-thụ.

intangible adj. không thể rờ đến; mơ-hồ.

integer n. số nguyên.

integral n. tích-phân. adj. thuộc toàn-bộ; toàn
bộ, nguyên; tích-phân.

integrate v. hợp lại thành một hệ thống-nhất; mở
rộng [trường học, v.v.] cho mọi chủng-tộc.

integration n. sự hợp nhất [các trường da đen da

trắng]. school -- sự mở rộng trường học cho mọi
chủng-tộc.

integrity n. tính trong sạch, tính liêm-khiết/liêm-
chính moral --; sự vẹn toàn. territorial -- sự
toàn vẹn lãnh-thổ?

intellect n. trí khôn, trí-năng, trí-tuệ.

intellectual n. người trí-thức, nhà trí-thức.
adj. thuộc trí óc, thuộc lý-trí/trí-năng, tinh-
thần, tri-thức.

intelligence n. trí óc, trí thông-minh; tin-tức,
tình-báo. -- quotient [I.Q.] hệ-số thông-minh.
Central -- Agency Cục Tình-báo Trung-ương. -- test
sự thử trí thông-minh, trắc-nghiệm thông-minh.

intelligent adj. thông-minh, sáng dạ/trí, linh-lợi.

intelligentsia n. giới trí-thức.

intelligible adj. dễ hiểu, rõ-ràng, minh-bạch.

intend v. định, tính, toan, có ý-định; ý muốn nói.
She --s to sue him. Cô ấy định kiện hắn ta.

intended adj. có dụng-ý/chủ-tâm, chờ-đợi.

intense adj. mạnh, gắt, chói; dữ-dội, mãnh-/kịch-
liệt; nồng-nhiệt, nhiệt-liệt.

intensify v. làm mạnh/dữ thêm; tăng-cường.

intensity n. độ/sức mạnh, cường-độ.

intensive adj. mạnh; [lớp học course] tập-trung,
ráo-riết. -- farming thâm-canh.

intent n. ý muốn, ý-định, mục-đích. adj. chăm-
chú, miệt-mài, kiên-quyết.

intention n. ý, ý-định, ý-chí, chủ-ý/-tâm, mục-đích.

intentional adj. cố-ý, chủ-tâm.

inter v. chôn, chôn cất, mai-táng.

interaction n. ảnh-hưởng qua lại, tác-động qua lại.

intercede v. can-thiệp, nói giùm, xin giùm.

intercept v. chặn, chặn, chặn đứng; chặn đánh.

intercession n. sự can-thiệp.

interchange n. sự trao đổi; ngã tư xa-lộ. v. trao-
đổi/thay-thế lẫn nhau.

intercollegiate adj. giữa các đại-học.

intercom n. hệ-thống thông-tin nội-bộ.

intercontinental adj. xuyên lục-địa/đại-châu. --
ballistic missile [ICBM] hoả-tiễn/tên lửa xuyên
đại-châu.

intercourse n. sự giao-thiệp/-dịch/-lưu; việc mậu-
dịch; việc giao-cấu sexual --.

interdependent adj. phụ-thuộc lẫn nhau.

interdict v. cấm, ngăn cấm, cấm-chỉ; ngăn chặn.

interdisciplinary adj. gồm nhiều ngành học-thuật.

interest n. sự chú-ý; điều thích-thú; quyền-lợi; lợi-ích; tiền lãi/lời, lợi-tức. v. làm chú-ý, làm quan-tâm; dính-dáng/liên-quan tến. a matter of great -- một vấn-đề quan-trọng. in the -- of vì lợi-ích của .... -- rate lãi-suất.

interested adj. thích-thú; chú-ý; cầu lợi.

interesting adj. hay, thú-vị, làm chú-ý.

interfere v. can-thiệp, xen/dính vào; gây trở ngại; giao-thoa; nhiều.

interference n. sự can-thiệp; sự gây trở-ngại, sự quấy rầy; sự giao-thoa; sự nhiều (vô-tuyến).

interim n. thời-gian chờ tới. adj. tạm quyền, tạm thời, làm-thời.

interior n. phía/bên trong; nội-địa. Ministry of the Interior Bộ Nội-vụ. adj. ở bên trong; ở nội-địa. -- decoration nghệ-thuật trang-trí trong nhà. -- decorator nhà trang-trí nhà của.

interjection n. thán-từ.   [xen kẽ, /an.

interlace v. kết/bện chéo vào nhau; ràng buộc,

interlibrary adj. giữa các thư-viện. -- loan system hệ-thống mượn sách liên-thư-viện.

interlock v. cài vào nhau, khớp với nhau.

interlope v. xâm-phạm vào chuyện người khác.

interlude n. quãng giữa; lúc tạm nghỉ; màn chen.

intermarry v. lấy nhau; lấy người cùng nhóm/họ.

intermediary n. người/vật trung-gian. adj. giữa. through the -- of qua sự môi-giới của ....

intermediate adj. ở khoảng giữa; cấp trung.

interminable adj. không bao giờ hết/kết-thúc, vô-tận; dài-dòng, tràng giang đại hải.

intermingle v. trộn lẫn; trà-trộn.

intermission n. thời-gian ngừng; lúc tạm nghỉ.

intermittent adj. lúc có lúc không; [sốt fever] từng cơn, từng hồi, cách-nhật.

intern n. sinh-viên y-khoa nội-trú, bác-sĩ nội-trú; giáo-sinh, người thực-tập/tập-sự. v. làm nội-trú.

internal adj. ở trong, nội-bộ; trong nước; nội-tâm; nội-tại; [thuốc] dùng trong. -- combustion engine động-cơ đốt trong, máy nổ. -- medicine khoa nội, nội-khoa. -- revenue service sở thuế.

International n. Quốc-tế Cộng-sản. adj. quốc-tế.

Internationalism n. chủ-nghĩa quốc-tế.

Internationalize v. quốc-tế-hoá.

internecine adj. [chiến-tranh] giết hại lẫn nhau, huynh-đệ/cốt-nhục tương-tàn.

internee n. người bị giam giữ; tù-binh.

internist n. bác-sĩ nội-khoa.

internment n. sự giam giữ.

internship n. cương-vị sinh-viên/bác-sĩ nội-trú; cương-vị giáo-sinh.

interplanetary adj. giữa các hành-tinh.

interplay n., v. ảnh-hưởng lẫn nhau.

interpolate v. tự-ý thêm từ/chữ vào; nội-suy.

interpose v. đặt vào giữa, xen.

interpret v. giải-thích; hiểu; diễn-xuất; dịch, phiên-dịch, làm thông-ngôn, thông-dịch.

interpretation n. sự giải-thích; cách hiểu; sự thể-hiện/diễn-xuất; sự thông-dịch/phiên-dịch. simultaneous -- việc dịch liền ngay. consecutive -- việc dịch từng câu từng đoạn của diễn-giả.

interpreter n. người giải-thích; người diễn-xuất; viên thông-ngôn, người thông-dịch, thông-dịch-viên.

interrogate v. tra hỏi, chất-vấn, thẩm-vấn.

interrogation n. sự/cầu tra hỏi; cuộc thẩm-vấn.

interrogative n. từ nghi-vấn. adj. hỏi, nghi-vấn.

interrupt v. ngắt, làm đứt quãng, làm gián-đoạn; ngắt lời; ngắt điện.

interruption n. sự gián-đoạn; sự ngắt lời. without -- không nghỉ, liên-tiếp, liên-miên.

intersect v. cắt ngang/chéo; giao nhau.

intersection n. sự cắt ngang; chỗ giao nhau, giao-điểm; ngã ba, ngã tư.

intersperse v. rắc, rải.

interstate adj. giữa các nước, giữa các tiểu-bang. -- highway xa-lộ liên-tiểu-bang.

interstellar adj. giữa các sao.

interstice n. khe hở, kẽ hở.

intertwine v. quấn/kết/bện vào nhau.

interval n. khoảng (cách); cự-ly; quãng. at regular --s cách khoảng đều nhau. at --s thỉnh-thoảng.

intervene v. can, xen vào, can-thiệp; xảy ra.

intervention n. sự can-thiệp.

interview n. cuộc phỏng-vấn, bài phỏng-vấn; sự gặp mặt riêng để hỏi về người xin việc. v. phỏng-vấn; nói chuyện riêng với [người xin việc job applicant].

interweave v. dệt lẫn; xen lẫn, trộn lẫn.

intestate n., adj. (người) chết không để di-chúc.

intestinal adj. về ruột; thuộc ruột.

intestine n. ruột [small non; large già].

intimacy n. sự thân-mật; sự thông-dâm.

intimate adj. thân-mật/-thiết/-tình; thông-dâm.

intimate v. cho biết, gợi ý.

intimation n. sự cho biết; điều gợi cho biết.

intimidate v. dọa-nạt/-dẫm, de-dọa, hăm-dọa.

intimidation n. sự hăm-dọa/de-dọa/dọa-dẫm.

into prep. vào (trong); thành, ra, hoá ra; với.
    to throw -- the water vứt xuống nước. Translate
    the following passage -- Vietnamese. Dịch đoạn
    sau đây ra tiếng Việt. Please divide these books
    -- categories. Anh làm ơn chia loại những cuốn
    sách này. Three -- twenty-four is eight. 24 chia
    cho 3 được 8.

intolerable adj. không chịu nổi, quá quất.

intolerant adj. không dung-thứ/khoan-dung.

intonation n. ngữ-điệu; âm-điệu.

intone v. ngâm, hát; đọc, tụng [kinh].

intoxicant n. chất làm say, đồ uống có rượu.

intoxicate v. làm say; làm nhiễm độc.

intoxicated adj. say; say sưa.

intoxication n. sự say; sự say sưa; sự trúng độc.

intransigent adj. không khoan-nhượng.

intransitive adj. [động-từ verb] nội-động.

intrauterine device n. vòng ngừa thai [đặt trong
    tử-cung] viết tắt I.U.D.

intravenous adj. tiêm vào trong tĩnh-mạch.

intrepid adj. gan, gan dạ, bạo dạn, dũng-cảm.

intricate adj. rắc-rối, phức-tạp khó hiểu.

intrigue n. âm-mưu, mưu-mô/-đồ, vận-động ngầm;
    cốt truyện, tình-tiết.   [nhiên.

intriguing adj. hấp-dẫn, gợi tò mò; làm ngạc-

intrinsic adj. bên trong, thực-chất, về bản-chất.

introduce v. giới-thiệu; đưa vào, dẫn nhập; đưa
    ra, đệ-trình [cho nghị-viện xét]; mở đầu.

introduction n. sự giới-thiệu/tiến-dẫn; sự đưa
    vào; sự đệ-trình; lời giới-thiệu, lời tựa, lời
    mở đầu; đoạn đầu [trong sách]; khúc mở đầu.

introductory adj. [lời remarks] mở đầu, giới-thiệu.

introspection n. sự tự xét, sự nội-quan/tự-tỉnh.

intrude v. vào bừa, xông bừa; xâm-phạm -- into.

intruder n. người lạ vào bừa; kẻ xâm-phạm.

intrusion n. sự xâm-phạm/xâm-nhập, sự vào bừa.

intuition n. trực-giác, trực-quan.

intuitive adj. thuộc trực-giác.

inundate v. tràn ngập; làm ngập lụt.

inundation n. sự tràn ngập; sự/nạn lụt.

invade v. xâm chiếm, xâm lấn, xâm-lăng/-lược; toả
    khắp, lan tràn.

invader n. kẻ xâm-lăng, tên xâm-lược.

invalid n., adj. (người) tàn-tật/tàn-phế; hết hiệu
    lực, vô-giá-trị.

invalidate v. làm thành vô-hiệu, làm mất hiệu-lực.

invaluable adj. vô-giá, quý-giá, quý-báu.

invariable adj. bất-biến, cố-định, không thay đổi.

invariant adj. bất-biến, không thay đổi.

invasion n. cuộc xâm-lược, sự xâm-lăng.

invent v. sáng-chế, phát-minh; bày đặt, hư-cấu.

invention n. sự/vật phát-minh; chuyện bịa đặt.

inventive adj. có tài phát-minh; có óc sáng-tạo.

inventor n. người sáng-chế, nhà phát-minh.

inventory n. (bản kê) hàng-hoá tồn-kho; bản tóm-
    tắt. v. kiểm kê, làm bản kê.

inverse adj. ngược, nghịch, nghịch-đảo.

inversion n. sự lộn/đảo ngược; phép đảo trật-tự
    của từ; phép nghịch-đảo; sự nghịch-chuyển.

invert v. lộn/đảo/xoay ngược, nghịch-đảo/-chuyển.

invertebrate n., adj. (loài) không xương sống.

invest v. đầu-tư, bỏ/xuất vốn; bổ-nhiệm, uỷ-thác.

investigate v. xem-xét, nghiên-cứu, điều-tra.

investigation n. sự dò-xét/tìm-tòi, sự điều-tra
    nghiên-cứu. Federal Bureau of I-- Cục Điều-tra
    Liên-bang [FBI].

investment n. sự đầu-tư; vốn đầu-tư.

investor n. người đầu-tư.

inveterate adj. ăn sâu, lâu năm, kinh-niên, thành
    cố-tật, thâm-căn cố-đế.

invidious adj. gây ác-cảm; bất-công.

invigorate v. làm mạnh thêm, làm hăng-hái thêm.

invincible adj. vô-địch, vạn-thắng, không ai đánh
    bại được, trăm trận đánh trăm trận được.

inviolable adj. bất-khả-xâm-phạm.

invisible adj. không thể trông thấy, vô-hình, tàng
    hình. -- ink mực hoá-học.

invitation n. sự/lời mời, giấy/thiếp mời. by --
    only phải có giấy mời mới được dự.

invite v. mời; lôi cuốn, hấp-dẫn; gây ra. I have
    not been --d. Tôi chưa được mời. I was not --d.
    Tôi không được mời. She --d our opinion of her
    book. Bà ấy mời chúng tôi cho ý-kiến về cuốn sách

của bà ấy. You are kindly --d to attend
a dinner in honor of. Trân-trọng kính
mời Ông/Bà/Cô đến dự bữa tiệc khoản-đãi...
That would only -- ridicule. Việc đó sẽ
chỉ khiến cho người ta chê cười.

inviting adj. mời-mọc; lôi cuốn, hấp dẫn.

invocation n. sự cầu-khẩn/cầu-đảo; thần-chú.

invoice n. danh-đơn hàng, hoá-đơn.

invoke v. cầu-khẩn, gọi hồn; viện, dẫn chứng.

involuntary adj. không cố-ý, vô-tình.

involve v. làm mắc-míu; làm dính-líu; đòi hỏi.
the person --d đương-sự. --d in black market
dính vào vụ chợ đen, liên-lụy đến vụ phe-phẩy.
--d in deep thinking để hết tâm-trí suy-nghĩ.

involvement n. sự mắc-míu/dính-dáng; sự rắc-rối.

inward adj. bên trong, hướng vào trong; nội-tâm.

inwardly adv. ở phía trong; trong thâm-tâm.

iodine n. iot.

ion n. ion.

ionize v. ion-hoá.

ionosphere n. tầng điện-ly.

iota n. chút xíu, mảy may, một tí.

IOU n. [I owe you] văn-tự, giấy nợ.

iridescent adj. óng-ánh nhiều màu, ngũ sắc.

iris n. mống mắt, tròng đen; hoa bươm tím, irit.

irksome adj. chán ngắt/ngấy; làm khó chịu.

iron n. sắt; chất sắt; đồ sắt; bàn là/ủi; irons
xiềng, cùm, còng. The Iron Curtain Bức Màn Sắt.
-- age thời-kỳ đồ sắt. -- hand bàn tay sắt. --
lung phổi nhân-tạo. v. bọc/bịt sắt; là, ủi;
còng, cùm, xiềng-xích.

ironclad adj. bọc sắt; cứng rắn, chặt-chẽ.

ironical adj. mỉa-mai, châm-biếm, trớ-trêu.

ironworks n. xưởng đúc gang, xưởng làm đồ sắt.

irony n. sự mỉa-mai/châm-biếm; điều trớ-trêu,

irradiate v. chiếu, rọi; soi sáng.   [các-cớ.

irrational adj. vô-/phi-lý; [hàm function] vô-tỷ.

irreconcilable adj. không thể xử hòa/hoà-giải.

irrefutable adj. [lý lẽ] không thể bác được.

irregular adj. không đều; [hàng-hoá] không đúng
quy-cách; [quân-đội] không phải chính-quy; [động
từ] không theo quy-tắc.

irrelevant adj. không thích-hợp, không ăn nhằm.

irreparable adj. không thể đền-bù được.

irresistible adj. không cưỡng lại được, hấp-dẫn.

irresolute adj. không quả-quyết, do-dự.

irrespective adj. bất kể, bất chấp, bất luận.

irresponsible adj. vô-trách-nhiệm, thiếu tinhthần
trách-nhiệm, khinh-suất, ẩu, lếu-láo.

irreverent adj. bất-kính, vô-lễ, thiếu lễ-độ.

irrigate v. tưới [ruộng], dẫn thuỷ nhập điền, đem
nước vào ruộng.

irrigation n. sự tưới ruộng đất, công-tác dẫn-
thuỷ nhập-điền.

irritable adj. dễ cáu, hay tức, cáu-kỉnh.

irritate v. làm phát cáu, chọc tức; kích-thích.

irritation n. sự chọc tức; sự làm tấy/sưng.

Islam n. đạo Hồi, Hồi-giáo.

island n. hòn đảo, cù-lao; khoảng tách riêng.

isle n. đảo nhỏ.

islet n. đảo nhỏ.

ism n. hệ tư-tưởng, hệ ý-thức, chủ-nghĩa.

isobar n. đường đẳng-áp.

isolate v. cô-lập, cách-ly; cách điện; tách ra.

isolation n. sự cô-lập; sự cách-ly; sự cách/tách.

isolationism n. chủ-nghĩa biệt-lập.

isomer n. chất đồng-phân.

isosceles adj. [tam-giác] cân.

isotherm n. đường đẳng-nhiệt.

isotope n. chất đồng-vị.

issue n. sự phát; sự phun; số báo; vấn-đề; dòng
dõi; lối ra/thoát. v. đưa ra, phát-hành, in ra;
chảy/bốc/toát ra; thuộc dòng-dõi. the latest --
of NGÔN-NGỮ số mới nhất của tạp-chí NGÔN-NGỮ. at
-- đang được tranh-luận.

isthmus n. eo đất.

it pron. cái đó, điều đó, con vật ấy; thời-tiết,
trời. It's snowing. Trời đang tuyết. It's not
easy to cook rice. Thổi cơm không phải dễ. We
would appreciate -- very much if you could ....
Chúng tôi sẽ rất biết ơn nếu ông có thể.....

itch n. bệnh ngứa, sự ngứa. v. ngứa; rất muốn.

item n. khoản, món; đoạn, mẩu, tiết-mục.

itemize v. ghi từng món/khoản.

itinerary n. hành-trình, lộ-trình.

its adj. của nó [vật, động-vật]; của cái đó.
The dog was wagging -- tail. Con chó vẫy đuôi.

itself pron. bản-thân cái/điều/con đó. in -- tự

ivory n. ngà; màu ngà; đồ ngà.   [nó.

ivy n. dây thường-xuân [leo tường đại-học].

J

Jab n. nhát đâm mạnh, cái thọc mạnh; trận đánh thọc sâu. v. đâm mạnh, thọc mạnh; đánh thọc.

Jack n. lá cờ. Union Jack quốc-kỳ Anh.

Jack n. người con trai, gã, chàng; bồi, quân J; cái kích, đòn bẩy. v. kích [xe ô-tô] -- up. There's no -- in my car trunk. Thùng xe tôi không có con đội. Jack Frost chàng Sương Muối. -- rabbit thỏ rừng.

Jackal n. chó rừng.

Jackass n. con lừa đực; thằng ngốc.

Jacket n. áo vét-tông, áo vét; bìa bọc sách dust --; vỏ khoai. dinner -- áo xì-mốckinh. life -- áo cứu đắm.

Jack-in-the-box n. hộp hình nộm bật lên.

Jackknife n. dao xếp.

Jack-of-all-trades n. người như con dao pha (cái gì cũng làm được).

Jack-o'-lantern n. đèn bằng quả bí khắc mặt người.

Jackpot n. số tiền lớn đánh bạc (bằng máy) được. to hit the -- vớ được món bở, thành-công lớn.

Jade n. ngọc bích; màu ngọc bích. -- tree cây ngọc bích.

Jaded adj. mệt lử, mệt nhoài, mệt rã-rời.

Jagged adj. lởm-chởm.

Jaguar n. báo/beo đốm. [tống/hạ ngục.

Jail n. nhà tù, ngục-thất, khám-đường. v. bỏ tù,

Jailer n. cai ngục/tù, người canh tù, giám-ngục.

Jalopy n. ô-tô cũ chạy cọc-cạch.

Jam n. mứt. strawberry -- mứt dâu tây.

Jam n. sự kẹp; sự ấn/tọng/nhét; vụ xe kẹt, vụ xe cộ tắc-nghẽn traffic --; sự kẹt máy; tình-hình khó xử, thế kẹt. v. kẹp; ấn, nhét, tọng vào; làm kẹt xe, làm nghẽn đường; làm kẹt máy; phá, làm nhiễu [sóng điện].

Jamboree n. đại-hội hướng-đạo.

Jangle n., v. (tiếng) kêu chói tai, kêu om-sòm.

Janitor n. người coi sóc lau chùi toà nhà lớn.

January n. tháng giêng dương-lịch.

Jar n. hũ, vại, lọ, bình.

Jar n. tiếng động chói tai; sự rung chuyển mạnh; sự choáng óc; sự va chạm. v. kêu chói tai; rung động mạnh; làm choáng óc; [quyền-lợi] xung-đột.

Jargon n. tiếng lóng nghề-nghiệp; thuật-ngữ, biệt-ngữ.

Jasmine n. hoa nhài/lài. [ngữ.

Jasper n. jatpe, ngọc thạch-anh, bích-ngọc.

Jaundice n. bệnh hoàng-đản, bệnh vàng da.

Jaundiced adj. ghen tức, hằn-học.

Jaunt n., v. (cuộc) đi chơi/dạo.

Jaunty adj. vui-vẻ, khoái chí.

Javelin n. cái lao. -- throw ném lao.

Jaw n. hàm; mồm miệng; má kìm, hàm êtô. upper -- hàm trên. lower -- hàm dưới.

Jawbone n. xương hàm.

Jay n. chim giẻ cùi, chim cà-cưỡng.

Jaywalker n. người bộ-hành qua đường ẩu.

Jazz n. nhạc ja; điệu nhảy ja. v. -- up làm vui nhộn thêm. -- band ban nhạc ja.

Jealous adj. ghen, ghen-tuông/-tị/-ghét, đố-kỵ, tật-đố; hay ghen. They are -- of their freedom. Họ thiết-tha bảo-vệ tự-do của họ.

Jealousy n. lòng ghen; tính ghen, máu ghen.

Jeans n. quần bằng vải dày màu xanh thợ blue --. a pair of -- một cái quần gin.

Jeep n. xe jíp.

Jeer n., v. (lời) chế-nhạo, (lời) chế-giễu.

Jelly n. nước quả nấu đông như thạch, mứt.

Jellyfish n. con sứa, thuỷ-mẫu.

Jeopardize n. làm hại, làm nguy.

Jeopardy n. sự nguy-hiểm, tình-trạng hiểm-nghèo.

Jerk n., v. (sự) giật mạnh thình-lình, (sự) xóc. What a --! Cái thằng mới ngu-xuẩn làm sao!

Jerky n. thịt khô. beef -- thịt bò khô.

Jerry-built adj. xây bằng vật-liệu rẻ tiền.

Jerry can n. thùng đựng (năm galông) xăng.

Jersey n. áo len nịt sát mình.

Jest n., v. (lời) nói đùa, (lời) bông đùa.

Jester n. người hay pha trò; anh hề.

Jesuit n. linh-mục dòng Tên.

Jet n. chất huyền; màu đen hạt huyền.

Jet n. tia [nước, hơi, máu]; vòi [nước]; vòi phun, giclơ; máy bay phản-lực -- plane. v. đáp máy bay phản-lực. --engine động-cơ phản-lực/phún-xạ. -- lag sự chênh-lệch giờ sau khi đáp máy bay phảnlực. -- fighter phi-cơ chiến-đấu phản-lực. -- plane máy bay phản-lực. -- propulsion sự đẩy đi bằng phản-lực. -- set dân giàu có hay du-lịch máy bay.

jettison v. vứt bớt đồ ra khỏi máy bay cho nhẹ.

jetty n. lề, đập chắn sóng.

Jew n. người Do-thái.

jewel n. đồ nữ-trang/châu-báu; chân kính đồng hồ; vật quý/báu, người quý. -- box hộp nữ-trang.

jeweler n. thợ kim-hoàn, người làm/bán nữ-trang.

jewelry n. đồ châu-báu/nữ-trang/kim-hoàn. costume jewelry đồ nữ-trang giả, đồ mỹ-ký.

Jewish adj. Do-thái.

jib n. lá buồm tam-giác.

jibe v. đi đôi, phù-hợp [với with].

jiffy n. chốc, lát. in a -- chỉ trong nháy mắt.

jig n. điệu khiêu-vũ jic. v. nhảy tung-tăng.

jigsaw n. cưa xọi. -- puzzle trò chơi lắp-hình.

jilt v. bỏ rơi, tình-phụ [người yêu].

jingle n. tiếng kêu leng-keng/loảng-xoảng; câu thơ nhiều âm/vần điệp. v. kêu leng-keng.

jitters n. sự hoảng-hốt bồn-chồn, sự lo-sợ.

job n. việc, công việc, việc làm; công ăn việc làm, chức-vụ, chức-nghiệp. out of -- thất-nghiệp. on the -- đang làm hăng, đang hoạt-động bận rộn. odd --s việc vặt.

jobber n. người làm khoán; người bán buôn.

jobless adj. không có công ăn việc làm.

jockey n. do kỵ, người cưỡi ngựa đua. v. lừa bịp, dùng mẹo xoay-xở.

jocular adj. vui-vẻ, vui-đùa, hay khôi-hài.

jocund adj. vui-vẻ, vui tính.

jog n. cái đẩy/thúc/hích; bước chạy chậm. v. đẩy, thúc, hích; xóc, lắc; chạy chầm-chậm, chạy nước kiệu.That --ged my memory. Điều đó nhắc cho tôi nhớ lại.

jogging n. môn (thể-thao) chạy chậm/đi rảo bước.

join v. nối, chắp, ghép, buộc vào với nhau; nối liền; hợp sức/lực; vào, gia-nhập [tổ-chức]; đến với/gặp. to -- the army, to -- up đăng lính, nhập ngũ. We'll -- you at the restaurant. Chúng tôi sẽ đón tiệm ăn nhận họn với các anh. [nhiều hội.

joiner n. thợ mộc, thợ làm đồ gỗ; người có chân

joint n. chỗ nối, chỗ tiếp-hợp; khớp xương; mộng, mối hàn, khớp nối, bản lề; quán ăn hay hộp đêm bất-hảo. out of -- sai khớp, không ăn khớp, trật. adj. [cố-gắng efforts, thông-cáo communiqué] chung; [phiên họp] chung, hỗn-hợp, lưỡng-viện. Joint Chiefs of Statt Liên-bộ Tổng-tham-mưu-trưởng.

joke n. câu nói đùa, lời nói rỡn; chuyện buồn cười; trò cười. a practical -- trò chơi khăm. a dirty -- câu chuyện tục. v. nói đùa; đùa bỡn, giễu cợt.

joker n. người hay đùa; quân/lá bài J.

jolly adj. vui-vẻ, vui-nhộn; thú-vị, dễ chịu.

jolt n. sự lắc/xóc nảy lên; cú điếng người. v. [xe] chạy xóc nảy lên.

jonquil n. cây trường-thọ, hoa trường-thọ (vàng).

jostle n., v. (sự) xô-đẩy, (sự) chen lấn.

jot n. chút, tí, tẹo. v. ghi nhanh, ghi vội.

journal n. tập-san, tạp-chí; nhật-ký; nhật-báo.

journalism n. nghề làm báo; ngành/môn báo-chí.

journalist n. nhà báo, ký-giả.

journey n. cuộc hành-trình/du-hành; chặng đường. v. đi chơi,du-hành, đi một chuyến.

jovial adj. vui-vẻ, vui tính, tươi-tỉnh.

jowl n. xương hàm, hàm; má, cằm xị, yếm bò.

joy n. sự vui mừng, sự hân-hoan; niềm vui.

joyful adj. vui mừng, vui sướng, hân-hoan, hồ-hởi.

joyless adj. buồn, không vui, chẳng hồ-hởi gì.

joyous adj. vui mừng, vui sướng.

jubilant adj. vui mừng, vui thích, mừng rỡ hớn hở.

jubilee n. lễ kỷ-niệm (50 năm); lễ đại-xá.

Judaism n. đạo Do-thái.

judge n. quan toà, thẩm-phán; trọng-tài. v. xét xử, phân-xử; xét-đoán, phán-đoán, xét, phán-quyết.

judgment n. việc xét-xử; án, quyết-định, sự phán-quyết; ý-kiến; óc suy-xét, óc phán-đoán.

judicial adj. thuộc về toà án; luật-pháp; tư-pháp.

judiciary n. ngành tư-pháp; các quan toà.

judicious adj. đúng, đúng-đắn, sáng suốt, chí lý; khôn-ngoan, thận-trọng.

judo n. nhu-đạo.

jug n. bình [có quai và vòi]; nhà tù.

juggle v. tung hứng, múa rối; cạo tẩy, sửa [sổ sách, v.v.] để ăn gian.

juggler n. nghệ-sĩ xiếc tung hứng.

juice n. nước ép [quả, rau, thịt]; dịch; điện. orange -- nước cam (vắt). gastric -- dịch vị.

juicy adj. [quả] nhiều nước; lý-thú, gây cấn.

jujube n. quả táo ta.

jukebox n. máy hát bỏ tiền.

July n. tháng bảy dương-lịch.

jumble n. đống lộn-xộn, mớ bòng-bong; cảnh hỗn-loạn. v. làm lẫn-lộn lung-tung.

jumbo n., adj. (người/vật) rất lớn, quá khổ.

jump n. sự/bước nhảy; sự tăng đột-ngột; sự ăn quân cờ checkers. on the -- bận-rộn hối-hả. v. nhảy; giật nảy người; tăng đột-ngột, tăng vọt, nhảy vọt; vội đi đến -- to [kết-luận conclusion]; bỏ (cách quãng); ăn, chặt [quân cờ]. to -- bail được tại ngoại mà trốn không trình-diện. to -- ship nhảy tàu. to -- the gun chạy trước; bắt đầu trước. -- off bắt đầu tấn-công. -- on mắng nhiếc, xài. -- on the bandwagon phút chót thấy người ta thắng mới nhảy ùa theo. -- seat ghế con trong xe. -- suit quân-phục áo liền quần của lính nhảy dù.

jumper n. áo ngoài mặc chui đầu và không có tay.

jumpy adj. hay giật mình, hay hốt-hoảng sợ-hãi.

junction n. sự nối; chỗ nối; ga (xe lửa) đầu mối.

juncture n. tình-hình sự việc, thời-cơ. at this -- vào lúc này.

June n. tháng sáu dương-lịch.

jungle n. rừng rậm, rừng nhiệt-đới; khu đất hoang đầy bụi rậm; mớ hỗn-độn/hỗn-tạp; khu khổ sống (vì bạo-động hay cạnh-tranh gắt). -- gym khung xà thép cho trẻ con leo chơi. -- fever sốt rét rừng.

junior n., adj. (người) trẻ tuổi hơn, cấp dưới; sinh-viên năm thứ 3 đại-học, học-sinh hai năm nữa mới xong bậc trung-học. -- college đại-học cộng-đồng (hai năm). -- high school trường trung-học sơ-cấp, sơ-trung (gồm lớp 7, lớp 8 và có khi cả lớp 9).

juniper n. cây cối-tùng.

junk n. thuyền/ghe mành.

junk n. đồ đồng nát; đồ cũ, đồ vô-dụng, đồ bỏ đi; ma-túy, thuốc phiện trắng, bạch-phiến. v. vứt bỏ.

junket n. sữa đông; bữa tiệc; cuộc đi chơi (nhà nước đài-thọ). almond -- hạnh-nhân tàu-hủ. v. đi ngao-du chính-phủ trả tiền.

junkyard n. bãi để đồ đồng nát hoặc ô-tô vứt đi.

junta n. nhóm quân-nhân cầm quyền sau đảo-chính.

jurisdiction n. hạt, quyền tài-phán, thẩm-quyền.

jurisprudence n. khoa luật-pháp, pháp-/luật-học.

jurist n. nhà luật-học, luật-gia.

juror n. viên bồi-thẩm/hội-thẩm.

jury n. ban bồi-thẩm/hội-thẩm; ban giám-khảo.

just adj. công-bằng; xứng-đáng; đích-đáng; đúng, đúng-đắn, đúng lý, phải lẽ, có căn-cứ; chính đáng. adv. đúng, chính; vừa đúng, vừa vặn; vừa mới;

chỉ; thật đúng là, hoàn-toàn ... -- now vừa mới đây. -- as he said đúng như lời ông ta nói. She -- left. Cô ấy vừa đi khỏi. -- in time for dinner vừa đúng bữa cơm. I have -- sent you a telegram. Tôi vừa mới đánh điện-tín cho anh. Just a moment, please! Khoan đã! Xin đợi cho một lát! The concert was -- marvelous! Buổi hòa nhạc thật là tuyệt!

justice n. sự công-bằng; công-lý, tư-pháp; quan tòa, thẩm-phán (tòa án tối-cao). bring to -- đem ra tòa, truy-tố. do -- to đãi-ngộ công-bằng; biết thưởng-thức. Chief Justice Chủ-tịch Tối-cao Pháp-viện. court of -- tòa án.

justifiable adj. có thể bào-chữa/biện-bạch được.

justification n. sự chứng-minh/biện-minh.

justify v. cãi, bào-chữa, biện-hộ, chứng-minh là đúng. The end justifies the means. Cứu-cánh biện-minh cho phương-tiện.

jut v. thò/lòi/nhô ra -- out.

jute n. cây đay; sợi đay.

juvenile adj. thuộc thanh-/thiếu-niên. -- delin-quent thiếu-niên phạm-pháp.

juxtapose v. để cạnh/kề/sát nhau.

juxtaposition n. sự đặt/để cạnh nhau.

𝒦

kale n. cải xoăn.

kaleidoscope n. kính vạn-hoa.

kangaroo n. đại-thử châu Úc, con canguru.

kangaroo court n. tòa án trò hề.

kaoliang n. cao-lương.

kapok n. bông gạo.

karma n. nghiệp [đạo Phật].

keel n. sống thuyền, sống tàu thủy. on an even -- không nghiêng ngả, vững chắc. v. -- over lật.

keen adj. sắc, bén, nhọn; buốt thấu xương; chói; [nỗi sầu] chua xót, thấm-thía; sắc-sảo; ham mê. -- intelligence óc thông-minh sắc-sảo. -- eyes mắt tinh. -- ears tai thính. -- competition cuộc cạnh-tranh ráo-riết. -- on ham-mê, ham-thích ....

keep n. sự nuôi-nấng; cái để nuôi nấng, sinh-kế. for --s mãi mãi, vĩnh-viễn. v. [kept] giữ, canh phòng, bảo-vệ; cất giữ, giữ-gìn, giấu; nuôi, nuôi-nấng, bao; chăm sóc, trông nom, quản-lý; giữ lấy, giữ lại; tuân theo; giam giữ; có giữ để bán.

Meat does not -- in hot weather. Trời nóng thịt không để lâu được. Please -- quiet. Xin giữ im lặng. It kept raining for a week. Trời mưa liền một tuần. They kept him in custody. Họ câu-lưu hắn. You must -- your promise. Con phải giữ lời hứa. She --s pigs. Bà ấy nuôi heo. The snow --s them from going out. Trời tuyết nên chúng không đi ra ngoài được. K-- your hands off! Đừng mó vào! Đừng can-thiệp! -- back giữ lại; giấu. -- up tiếp-tục; giữ cẩn-thận. -- on writing tiếptục viết. He kept to his room. Anh ấy cứ ở nguyên trong phòng, không ra ngoài. -- up with theo kịp. K-- off the grass! Xin đừng giẫm lên cỏ. Please -- me posted. Nhớ thông-tin đều-đặn cho tôi nhé!

keeper n. người giữ/gác; quản-thủ, quản-lý; chủ. inn-- chủ quán. shop-- chủ cửa hàng.

keeping n. sự giữ-gìn; sự coi giữ. in -- with phù-hợp/thích-ứng/ăn khớp với ....

keepsake n. vật kỷ-niệm/lưu-niệm.

keg n. thùng [chứa từ 20 đến 40 lít].

ken n. tầm tri-thức, phạm-vi hiểu biết.

kennel n. cũi chó; nhà nuôi/dạy chó.

kept quá-khứ của keep.

kerchief n. khăn trùm đầu/quàng cổ; khăn mùi soa.

kernel n. hột/hạt [ngô, lúa, thóc]; nhân. -- sentence câu hạt-nhân, câu lõi, câu nòng cốt.

kerosene n. dầu lửa, dầu tây, dầu hôi.

ketchup n. nước xốt cà-chua.

kettle n. ấm đun nước. a pretty -- of fish tình trạng khó xử.

kettledrum n. trống định-âm lớn (tang đồng).

key n. hòn đảo nhỏ; đá ngầm [nam Florida].

key n. chìa khóa; khóa (vặn); khóa, điệu [nhạc]; phím đàn, nút máy chữ; chìa khóa, manh-mối, bí-quyết, giải-pháp; lời giải-đáp [bài tập]; lời chú-thích [về ký-hiệu, chữ viết tắt]; giọng nói, lối diễn-tả. the -- of C major khóa đô trưởng. minor -- điệu thứ. -- position vị-trí then chốt. telegraph -- khóa điện-báo. Morse -- manip Mooc. -- punch máy dục lỗ tín-hiệu vào thẻ. v. lên dây. -- up làm căng thẳng; động-viên.

keyboard n. bàn phím pianô; bảng chữ, bàn máy. Vietnamese -- bàn máy chữ Việt.

keyhole n. lỗ khóa.

keynote n. âm chủ-đạo, chủ-âm; ý chủ-đạo. --

address/speech bài diễn-văn chính.

keystone n. đá đỉnh vòm tường; yếu-tố cơ-bản.

khaki n. vải/quần áo màu ca-ki; màu cứt ngựa.

Khmer n., adj. (người/tiếng) Căm-pu-chia, Cămbốt, Khơ-me.

kick n. cái đá, cái đạp; sự giật; cái khoái/thú. v. đá; [súng] giật. -- off bắt đầu. -- out tống cổ. to -- the habit cai [thuốc, rượu]. -- up gây nên [chuyện ầm]. to -- X upstairs thăng-thưởng X và cho ngồi chơi xơi nước. -- in đóng góp [tiền].

kickback n. tiền được chia do việc bất-lương; số tiền đút lót ông chủ để có việc.

kickoff n. quả ban đá mở đầu; sự bắt đầu.

kid n. dê non; da dê non; đứa bé, con. to treat/ handle with -- gloves đối xử nhẹ-nhàng. a family with nine --s một gia-đình chín đứa con. my -- brother em trai tôi. Say, --. Này anh/cậu!

kid v. nói đùa, nói bỡn, nói rỡn, nói chơi. I was only --ding. Tôi nói đùa đấy mà.

kidnap v. bắt cóc (để lấy tiền chuộc).

kidnap(p)er n. tên bắt cóc. The police caught the --s, rescued the girl, and no ransom had to be paid. Cảnh-sát bắt được mấy tên bắt cóc và cứu được cô ấy rồi, chẳng mất tí tiền chuộc nào.

kidney n. thận; cật, bầu dục. -- bean đậu tây, đậu ngự. -- stone sỏi thận. a -- -shaped swimming pool bể bơi hình bầu dục. -- machine thận nhântạo.

kill n. sự giết; thú giết được. v. giết, giết chết, làm chết, hạ-sát, ám-sát; ngả, giết, giết thịt, làm thịt; tắt [máy]; làm tiêu-tan [hy-vọng]; giết [thì giờ]; bác [đạo luật]; ngừng đăng [bài]. -- off giết sạch, tiêu-diệt. dressed to -- diện thật ngất. to -- two birds with one stone một công đôi ba việc.

killer n. kẻ giết người, tên sát nhân; thuốc giết. weed-- thuốc trừ cỏ dại.

killing n. món lãi bở. adj. thật buồn cười.

kiln n. lò; lò gạch brick--, lò vôi lime--.

kilocycle n. kilôxic.

kilogram n. kilôgam.

kilohertz n. kilôhéc.

kilometer n. kilômet.

kilowatt n. kilôoat. --hour kilôoat giờ.

kilt n. váy của người Ê-cốt/Tô-cách-lan.

kilter n. out of -- mất thứ-tự, hư, hỏng.

kimono n. áo kimônô.

kin n. dòng-dõi, dòng họ, gia-dình, huyết-thống; bà con, họ-hàng.

kind n. loài, giống, loại, chủng-loại; thứ, hạng, loại; bản-tính; tính-chất; hiện-vật. books of all --s sách đủ mọi loại. Vietnamese food of a -- cái tạm gọi là món ăn Việt-nam. nothing of the -- nhất quyết không phải chuyện đó đâu.

kind adj. tử-tế, có lòng tốt, nhân-từ, ân-cần. Will you be -- enough to take me there Anh hãy làm ơn đưa tôi đến đấy nhé! It was very -- of you to send the package for me. Cô tử-tế quá, gửi hộ tôi cái gói đó, xin cảm ơn Cô. -- -hearted tốt bụng, có lòng tốt, có từ-tâm.

kindergarten n. lớp mẫu-giáo; vườn trẻ.

kindle v. đốt, nhen, nhóm; gợi, khơi, gây; làm sáng ngời lên.

kindling n. củi đóm, mồi nhen.

kindly adj. tử-tế, tốt bụng, có hảo-tâm; dễ chịu. v. vui vẻ, tử-tế, thân-thiện; thích-thú. Thank you -- for your help. Xin đa-tạ sự giúp đỡ của ông bà.

kindness n. lòng tốt, sự tử-tế, sự ân-cần, hảo-ý.

kindred n. họ hàng bà con, thân-thích; quan-hệ họ hàng. adj. họ hàng; cùng nguồn gốc, tương-tự.

kinematics n. động-hình-học.

kinetic adj. thuộc động-học, thuộc vận-động-học.

kinetics n. động-học, vận-động-học.

kinfolk(s) n. họ hàng.

king n. vua, quốc-vương; vua; chúa tể; quân chúa, quân tướng [cờ] ; lá bài K; loại to/lớn. steel -- vua thép. the King's English tiếng Anh chuẩn.

kingdom n. vương-quốc; giới. the animal -- giới động-vật. the United Kingdom nước Anh.

kingfisher n. chim bói cá.

kingship n. địa-vị nhà vua, ngôi vua, vương-quyền.

king-size, king-sized adj. cỡ lớn, cỡ dài.

kinky adj. [tóc] xoắn, quăn.

kinsfolk(s) n. họ hàng.

kinship n. quan-hệ bà con/thân-tộc. -- term từ chỉ người trong gia-đình.

kinsman n. người bà con [nam].

kinswoman n. người bà con [nữ].   [công-cộng.

kiosk n. quán, sạp [bán báo]; buồng điện-thoại

kiss n. cái hôn. v. hôn; chạm nhẹ.

kit n. bộ đồ nghề; đồ lề. a plumber's -- bộ đồ thợ chữa ống nước. admissions -- tất cả giấy tờ mẫu đơn xin học. a first-aid -- tủ thuốc cấp-cứu.

kitchen n. nhà bếp, phòng bếp. -- cabinet tủ bếp. -- garden vườn rau. -- police [KP] nhóm phụ bếp (nhà binh) lo việc rửa dọn.

kitchenette n. bếp nhỏ.

kitchenware n. nồi niêu xoong chảo, đồ nhà bếp.

kite n. cái diều [to fly thả]; con diều hâu.

kith n. bạn-bè, người quen. -- and kin bè-bạn họ-hàng.

kitten n. mèo con.

kleptomania n. thói ăn cắp vặt, táy-máy, tắt-mắt.

knack n. sự khéo tay, tài riêng, sở-trường; mẹo.

knapsack n. túi dết, ba-lô.

knave n. tên đều-giả/lừa-đảo; quân J, bồi.

knead v. nhào trộn [bột]; luyện [đất sét]; xoa bóp, đấm bóp, tẩm quất.

knee n. đầu gối (quần); khuỷu, khớp xoay. on hands and --s bò. on his/her --s quỳ gối, van xin.

kneecap n. xương bánh chè; miếng đệm đầu gối.

knee-deep adj. sâu/ngập đến tận đầu gối.

knee-high adj. cao/ngập đến tận đầu gối.

kneel v. [knelt] quỳ, quỳ xuống -- down.

knell n. hồi chuông báo tử; điểm tận-số.

knelt quá-khứ của *kneel.*

knew quá-khứ của *know.*

knickerbockers n. quần đùi chẽn gối.

knickknack n. đồ lặt-vặt, đồ tạp-tàng.

knife n. con dao. v. đâm/chém bằng dao; hại ngầm.

knight n. hiệp-sĩ; kỵ-sĩ; tước-sĩ, người được Anh phong hầu. v. phong tước hầu.

knight-errant n. hiệp-sĩ giang-hồ, hiệp-khách.

knighthood n. tầng-lớp/tinh-thần hiệp-sĩ; tước hầu.

knit v. [knitted/knit] đan bằng len/sợi; nối, hàn, gắn, kết chặt; cau, nhíu [lông mày one's brows]. a closely -- argument lý-luận chặt-chẽ, luận-cứ nghiêm-mật. --ting needle kim/que đan.

knitting n. việc đan lát; đồ đan, hàng len đan.

knitwear n. đồ đan, áo quần đan; hàng dệt kim.

knob n. quả đấm cửa door--; chỗ phồng; gò, đồi.

knock n. cú đánh; tiếng gõ; lời chỉ-trích gắt gao. v. gõ, đập, đánh, va, đụng; chỉ-trích kịch-liệt. -- down hạ, bắn rơi; dỡ/tháo ra; hạ [giá]. -- off nghỉ tay; làm mau; bớt đi; ăn cướp; giết chết.

-- out hạ đo ván; làm hỏng. -- together khép/ráp
vội. -- up làm hỏng; làm cho có mang.

knocker n. người đánh/dập; người gõ cửa, cái gõ
cửa; người chỉ-trích phê-bình.

knockout n. cú nốc-ao, cú đo ván; đàn bà đẹp chim
sa cá lặn. -- drops thuốc mê (chỉ cần vài giọt).

knoll n. gò, đồi nhỏ.

knot n. nút, nơ; đầu mấu, mắt gỗ; mối ràng buộc;
đầu mối, điểm nút [câu chuyện]; tốp, nhóm, cụm;
hải-lý. v. thắt nút/nơ; kết chặt; làm rối beng.

knotty adj. có nhiều nút; [gỗ] có nhiều mắt; rắc
rối, khúc-mắc, nan-giải.

know v. [knew; known] biết, hiểu biết, quen biết;
nhận biết, phân-biệt, biện-biệt. to be in the --
biết rõ. She doesn't -- how to swim. Cô ấy không
biết bơi. to -- by name/reputation biết tên/tiếng.
I -- of a superb Vietnamese restaurant near the
university. Tôi biết gần đại-học có một tiệm ăn
Việt-nam ngon tuyệt. to -- the ropes quen việc.

know-how n. kiến-thức/kỹ-năng chuyên-môn.

knowingly adv. cố-ý, có dụng-ý, chủ-tâm.

knowledge n. sự biết, sự hiểu/nhận biết; tri-
thức, kiến-thức. to my -- theo chỗ tôi biết.
not to my -- [= not that I know of] theo tôi rõ
thì không có thế.

known quá-khứ của know. I have -- them for years.
Tôi quen biết ông bà ấy đã nhiều năm rồi. very
well -- rất có tiếng.

knuckle n. khớp đốt ngón tay; đốt khuỷu chân giò.
(brass) knuckles quả đấm sắt. v. cốc, cụng.
-- down/under khuất-phục, đầu hàng. to -- down to
one's job chăm chỉ bắt tay vào việc.

kohlrabi n. su hào. -- leaves lá su hào. -- stem
củ su hào.

kolkhoz n. nông-trường tập-thể.

kook n. chàng gàn, anh chàng lập-dị.

Koran n. kinh Co-ran của đạo Hồi.

kosher adj. [đồ ăn] nấu theo luật Do-thái.

kowtow n., v. quỳ lạy, cúi lạy, khấu-đầu.

K ration, K-ration n. khẩu-phần chiến-đấu (Mỹ).

Kremlin n. điện Crem-lanh, điện Cẩm-linh.

kulak n. phú-nông (Nga).

kumquat n. quả quất; mứt quất.

kymograph n. máy ghi sóng.

L

lab Xem laboratory.

label n. nhãn, nhãn-hiệu; chiêu-bài. v. dán/ghi
nhãn; gán cho là, chụp mũ là.

labial n., adj. (âm) môi.

labialize v. môi hoá [một âm].

labiodental n., adj. (âm) môi-răng.

labor n. lao-động; công việc nặng nhọc; đau đẻ.
v. gắng sức/công, nỗ-lực, dốc sức; bị giày vò.
manual -- lao-động chân tay. productive -- lao-
động sản-xuất. -- movement phong-trào công-nhân.
-- hero anh-hùng lao-động. Labor Day Ngày Lễ Lao-
Động Mỹ [thứ hai trong tuần lễ đầu tháng 9]. --
union công-đoàn, nghiệp-đoàn. -- pains cơn đau đẻ.

laboratory n. phòng thí-nghiệm. language -- phòng
nghe băng để học ngoại-ngữ, phòng thính-thị. --
school trường kiểu mẫu [cho giáo-sinh thực-tập].

laborious adj. chăm-chỉ, siêng-năng, cần-cù.

laborer n. người lao-động, lao-công.

labyrinth n. cung mê, mê-cung; đường rối.

lace n. dây, dải; đăng-ten, ren. v. buộc, thắt;
viền đăng-ten. a pair of shoe--s đôi dây giày.

laceration n. vết rách, vết thương.

lack n. sự thiếu. v. thiếu, không có. for -- of
vì thiếu ... no -- of thiếu gì ....!

lackey n. đầy tớ, tay sai.

lacking adj. thiếu -- in.

laconic adj. vắn-tắt, gọn-gàng, súc-tích.

lacquer n. sơn, sơn mài. v. quét sơn. -- paint-
ing tranh sơn mài.

lacrosse n. trò đánh phết.

lactose n. lactoza, đường sữa.

lacuna n. chỗ thiếu, chỗ sót, khuyết-điểm.

lad n. anh chàng, chàng trai, người thanh-niên.

ladder n. thang. -- company đội chữa cháy.

laden adj. chất nặng/đầy, nặng trĩu. camels --
with bundles of rice mấy con lạc-đà chất đầy những
bao gạo. -- with sorrow nặng trĩu đau buồn.

ladies' room n. phòng vệ-sinh nữ.

lading n. sự chất hàng. bill of -- tải-hoá-đơn.

ladle n. cái môi, cái vá. v. múc bằng môi.

lady n. đàn bà, bà, phụ-nữ; bà chủ; phu-nhân; vợ.
Ladies and Gentlemen Thưa quý-bà, thưa quý-ông.

ladyfinger n. bánh quy sâm-banh.

lady-killer n. anh chàng đào-hoa.

ladylike adj. có dáng quý-phái/mệnh-phụ.

lag n. sự chậm/trễ. v. tụt lại sau, chậm trễ.

lagoon n. vũng nước mặn, hồ mặn (ở giữa đảo).

laid quá-khứ của lay.

lain quá-khứ của lie.

lair n. hang, ổ [thú dữ]; sào-huyệt.

lake n. hồ.

lama n. vị lạt-ma. Dalai Lama·vị đà-lai Lạt-ma. Panchen Lama vị Phan-thiền Lạt-ma.

lamb n. cừu non/con; thịt cừu non. like a -- hiền. -- chop sườn thịt cừu. leg of -- đùi thịt cừu.

lambkin n. cừu/trừu non.

lame adj. què, khập-khiễng; không vững/chỉnh. -- duck viên-chức sắp hết nhiệm-kỳ.

lamé n. hàng kim-tuyến.

lament n. lời than van; ngâm-khúc. v. than van, than khóc, rên-rỉ, ta-thán; thương tiếc.

lamentable adj. đáng thương, ai-oán; thảm-hại.

lamentation n. sự/lời than vãn.

laminated adj. dát mỏng, cán mỏng.

lamp n. đèn. an oil -- một ngọn đèn dầu. -- oil dầu tây. table -- đèn để bàn. v. nhìn.

lampblack n. muội đèn.

lamplight n. ánh đèn.

lampshade n. chao đèn, chụp đèn.

lance n. giáo, thương. v. đâm; mổ, trích.

land n. đất liền, lục-địa; đất, đất-đai (để trồng trọt); vùng, xứ, địa-phương, lãnh-thổ; ruộng đất, điền-sản. v. đổ bộ; đưa đến, đẩy vào; được, bắt được; giáng [đòn]; [máy bay] hạ cánh; cập bến. -- breeze gió từ đất liền thổi ra biển. The thief --ed in jail. Tên ăn cắp bị vào tù. Our car --ed in a ditch. Ô-tô chúng tôi tụt xuống rãnh. Lucky guy! He --ed a nice job. Anh chàng may quá được cái việc thật tốt.

landed adj. có đất đai. -- property điền-sản.

land-grant adj. [đại-học] được chính-phủ cấp đất.

landing n. sự hạ cánh, sự ghé bờ, vụ đổ bộ; bến, chỗ đỗ; đầu cầu thang.

landing gear n. bộ-phận hạ cánh.

landlady n. bà chủ nhà; bà chủ trọ.

landlord n. ông chủ nhà ; ông chủ trọ; chủ đất, địa-chủ. absentee -- địa-chủ vắng mặt.

landmark n. mốc bờ; ranh-giới, địa-giới; cây, nhà, v.v. đặc-biệt của nơi nào; sự-kiện đáng để ý.

landowner n. địa-chủ.

landscape n. phong-cảnh. -- architecture nghệ thuật thiết-kế công-viên và xa-lộ. -- gardening nghệ-thuật thiết-kế vườn tược.

landslide n. sự lở đất; sự thắng phiếu lớn.

lane n. đường làng, đường nhỏ; (đường) hẻm, ngõ hẻm; hàng, đường (vạch rõ cho xe hơi trên xa-lộ). This lane for left-turn only. Hàng này dành riêng cho xe rẽ tay trái.

language n. tiếng, ngôn-ngữ; lời (ăn tiếng) nói. native -- tiếng bản-ngữ. foreign -- tiếng nước ngoài, tiếng ngoại-quốc, ngoại-ngữ. spoken -- khẩu-ngữ. written -- ngôn-ngữ viết. the Vietnamese -- tiếng Việt, Việt-ngữ. the -- of diplomacy ngôn-ngữ ngoại-giao. the -- of chemistry thuật-ngữ của hoá-học. Watch your --. Nên cẩn-thận cách ăn nói.

languid adj. lừ-đừ, uể-oải, yếu-đuối; chậm-chạp.

languishing adj. mòn-mỏi đợi chờ.

lanky adj. gầy-gò, cao lêu-đêu.

lantern n. đèn lồng. Mid-Autumn -- đèn Trung-thu.

lanthanum n. lantan.

lap n. vạt áo; lòng; vòng chạy, vòng đua; đĩa mài. a baby boy on his mother's -- đứa hài-nhi ngồi trong lòng mẹ. v. phủ/chụp lên; bọc; mài.

lap n., v. (cái) liếm, (cái) tợp.

lapel n. ve áo.

lapse n. sự sai lầm; sự sa ngã; khoảng, quãng; sự mất quyền-lợi. v. sa ngã [into vào]; mất hiệu-lực. a -- of memory sự nhớ lầm.

larceny n. tội ăn cắp [petty -- từ 25 đến 50 đôla; grand -- trên số đó].

lard n. mỡ lợn/heo.

larder n. chạn, tủ đựng thức ăn.

large adj. lớn, to, rộng; rộng rãi; rộng lượng. a -- bathroom phòng tắm rộng. a -- sum một món tiền lớn. n. at -- tự-do. the people at -- nhân-dân nói chung. ambassador-at-large đặc-sứ. adv. by and -- nói chung, đại-để, đại-khái. -- intestine ruột già.

largely adv. phần lớn. -- due to phần lớn là do.

largesse n. sự hào-phóng; món quà tặng lớn.

lark n. chim chiền-chiện.

larva n. ấu-trùng, giòi.

laryngeal n., adj. (âm) thanh-quản.

laryngitis n. viêm thanh-quản.

larynx n. thanh-quản.

lascivious adj. dâm-đãng, dâm-dật, đa-dâm.

laser n. laze.

lash n. (dây đầu) roi; sự quất; lông mi eye--.
v. quất, đánh; tập vào; kích-động; xỉ vả.

lass n. cô gái, thiếu-nữ, nàng.

lasso n. dây thòng-lọng.

last n. cốt giày, khuôn giày.

last n. người sau cùng; (phút cuối) cùng. at --,
at long -- sau cùng, rốt cuộc, mãi về sau. fight
to the -- chiến-đấu đến hơi thở cuối cùng. adj.
cuối cùng, (sau) chót, sau rốt; trước, vừa qua.
the -- page trang cuối. last night đêm qua. --
week tuần trước. -- year năm ngoái. That's the --
thing I would do. Chắc tôi không bao giờ làm thế
đâu. adv. lần cuối cùng. when I -- saw him,
khi tôi gặp anh ấy lần cuối cùng,...

last v. kéo dài; bền, để được lâu. This bag of
rice would not -- one week. Bị gạo này chỉ chưa
đầy một tuần là hết veo. This pair of shoes will
-- for ever. Đôi giày này bền có hỉ, không bao
giờ hỏng. The storm --ed four days. Trận bão lâu
bốn ngày. How long will the money --? Số tiền
này liệu đủ chi dùng trong bao lâu? *** -- name
họ [như Jones trong Robert Jones, Nguyễn trong
Nguyễn Mỹ-Hường]. -- resort phương-sách cuối cùng.
-- word lời dứt-khoát; mốt mới nhất. to breathe/
gasp one's last thở hơi cuối cùng, đi, tắt thở.
last-ditch efforts nỗ-lực cuối cùng.

lasting adj. bền vững, lâu dài, trường /vĩnh-cửu.

lastly adv. sau cùng, cuối cùng, sau hết.

latch n. chốt/then cửa. v. khoá chốt, gài then.

late adj. muộn, chậm, trễ; vào khoảng cuối; cố-.
He was -- for school. Nó đến trường muộn. in the
-- 13th century cuối thế-kỷ 13. the -- President
cố Tổng-thống. of -- gần đây. adv. muộn, chậm,
trễ. later on về sau. sooner or later không sớm
thì muộn, chẳng chóng thì chầy. Better -- than
never. Muộn còn hơn chẳng bao giờ, còn hơn không.

lately adv. mới đây, gần đây, lúc sau này.

latent adj. ngầm, âm-ỉ, ẩn, tiềm-tàng.

lateral n., adj. (âm) bên.

latest adj. muộn nhất; mới nhất, gần đây nhất.

lathe n. máy tiện.

lather n. bọt xà-phòng. v. xoa xà-phòng; có bọt.

Latin n., adj. người/tiếng La-tinh; thuộc văn-hoá
La-tinh. -- America châu Mỹ La-tinh. pig -- tiếng
nói lái [ví-dụ: lầu-cạ loa-hà để nói cậu Hoà].

latitude n. độ vĩ, vĩ-độ; đường vĩ, vĩ-tuyến; bề
rộng; quyền (hành-động) rộng-rãi.

latrine n. nhà xí, chuồng xí, cầu tiêu [đằng sau].

latter adj. gần đây, mới đây; cái/người sau. the
-- part of the week phần sau tuần lễ. X and Y are
both my classmates. However I like the former bet-
ter than the --. Cả X lẫn Y đều là bạn cùng lớp
với tôi, nhưng tôi thích anh trước hơn anh sau.

lattice n. rèm/rào/lưới mắt cáo.

laud v. khen ngợi, ca-tụng, tán-dương.

laudable adj. đáng khen.

laugh n. tiếng/trận cười. to burst into a -- bật
cười. to force a -- cười gượng. v. cười, cười
vui, cười cợt. -- at chê cười; coi thường. -- off
cười xoà. He --s best who --s last. Cười người chớ
khá cười lâu / Cười người hôm trước hôm sau người
cười.

laughable adj. tức cười, nực cười.   hạ].

laughingstock n. trò cười [of the town cho thiên-

laughter n. sự cười; tiếng cười.

launch n. sự hạ thuỷ. v. hạ thuỷ [tàu]; ném,
quăng, liệng, phóng [tên lửa, hoả-tiễn]; mở [trận
tấn-công]; phát-động [phong-trào].

launch n. xuồng lớn; xuồng du-lịch.

lauching pad n. bệ phóng (tên lửa, hoả-tiễn).

launder v. giặt là, giặt ủi.

laundromat n. máy giặt bỏ tiền; hiệu giặt máy.

laundry n. hiệu/tiệm giặt; quần áo giặt.

laundryman n. thợ giặt.

laureate n., adj. (người) được giải thưởng.

laurel n. cây nguyệt-quế; vòng nguyệt-quế. --s
vinh-dự.

lava n. dung-nham, phún-thạch.

lavatory n. phòng rửa mặt; nhà xí/tiểu, chỗ.

lavender n. cây/hoa oải-hương; màu xanh pha đỏ.

lavish adj. phí, lãng-phí, hoang-toàng. v. tiêu
hoang, lãng-phí; cho nhiều.

law n. phép, phép tắc, luật; điều-lệ, định-luật,
quy-luật; pháp-luật, luật-pháp; luật-học/-khoa,
nghề luật-sư; toà án, việc kiện-tụng. -- and order

trật-tự và an-ninh. the -- of supply and demand luật cung-cầu. to break the -- phạm luật. international -- luật quốc-tế. -- student sinh-viên luật. Doctor of Laws Tiến-sĩ Luật-khoa. court of -- tòa án. -- -abiding tôn-trọng luật-pháp.

lawful adj. hợp-pháp.

lawless adj. không có pháp-luật; láo-lếu, lộnxộn, vô-trật-tự, hỗn-loạn.

lawmaker n. nhà lập-pháp.   [xén cỏ.

lawn n. bãi cỏ, thảm cỏ, sân cỏ. -- -mower máy

lawsuit n. vụ kiện, vụ án, vụ tố-tụng.

lawyer n. luật-sư, luật-gia.

lax adj. lỏng, không căng, chùng; lỏng-lẻo,không nghiêm; sao lãng.

laxative n., adj. (thuốc) nhuận-tràng.

laxity n. tình-trạng không chặt-chẽ; sự thiếu nghiêm-khắc; sự bê-trễ/lơ-là.

lay adj. thế-tục; không chuyên-môn.

lay v. [laid] để, đặt, xếp, để nằm; sắp đặt, bố-trí; bày [bàn ăn]; trình bày, phơi bày; [gà] đẻ; đổ, quy [lỗi]; trải, phủ lên; giao-hợp với. ***
-- aside/away/by gạt sang một bên; bỏ đi; để dành. -- off đuổi, thải, giãn [công-nhân]. -- out sắp đặt, bố-trí;trình bày; tiêu. -- up trữ; cho nằm liệt giường. X laid bare the true nature of capitalist society. X phơi bày thực-chất của xã-hội tư-bản. to -- waste a country tàn phá một nước.

lay quá-khứ của *lie*. After jogging I -- down for a rest. Sau khi chạy, tôi nằm xuống nghỉ một tí.

layer n. người đặt/gài; lớp, tầng, nền. brick--- thợ nề. a -- of concrete một nền bê-tông. a three- -- cake chiếc bánh ngọt ba lớp.

layman n. người thế-tục; cư-sĩ; người không phải chuyên-môn.

layoff n. sự tạm giãn thợ; thời-kỳ ngồi không.

layout n. sơ-đồ bố-trí/trình-bày, maket.

layover n. chỗ/thời-gian ngừng [máy bay, v.v.].

lazy adj. lười biếng, làm biếng, biếng nhác.

lazy Susan n. khay tròn quay được [đựng kẹo mứt].

lead n. chì; than chì; dây dọi; đạn chì. v. đổ chì, bọc chì, lợp chì; cho chì vào. -- pencil bút chì. -- poisoning sự nhiễm độc chì. un--ed gasoline xăng không pha chì.

lead v. [led] dẫn, dắt, dẫn đường, dẫn-đạo, chỉ dẫn; chỉ-đạo, lãnh-đạo, chỉ-huy, điều-khiển; đưa

tới, dẫn đến. to -- the way dẫn đường, mở đường. to -- a miserable life sống một cuộc đời cực khổ điêu-đứng. That led me to quit working for them. Việc ấy khiến tôi thôi không làm việc cho họ nữa. -- off bắt đầu. -- up to chuẩn-bị cho; nói rào đón trước để đi tới .... He was led astray. Anh ta bị đưa vào con đường lầm-lạc.

leaden adj. bằng chì; xám/nặng như chì.

leader n. người chỉ-huy/lãnh-đạo, lãnh-tụ.

leadership n. sự lãnh-đạo; tài lãnh-đạo. collective -- lãnh-đạo tập-thể.

leading adj. chính, quan-trọng, chủ-yếu, chủ-đạo.

leaf n. [leaves] lá cây; lá; tờ; tấm dôi [lắp vào cho bàn thêm dài]. v. ra lá, trổ lá. to -- through a book dở đọc qua một quyển sách.

leaflet n. lá chét, lá non; tờ cáo-bạch/truyền-đơn.

leafy adj. rậm lá.

league n. dặm, lý [=3 miles, tức 4.8 km].

league n. đồng-minh, liên-minh; hội, liên-đoàn. League of Nations Hội Quốc-liên. in -- with liên-kết với, câu-kết với. Ivy L-- nhóm tám trường đại-học miền đông-bắc nước Mỹ (Brown, Columbia, Cornell, Darmouth, Harvard, Pennsylvania, Princeton và Yale) được coi là có uy-tín, đứng-đắn, bảo-thủ.

leak n. lỗ thủng/rò, khe hở, chỗ dột; sự tiết-lộ. v. rỉ/rò ra; thoát ra, lọt ra; (để) lộ, tiết-lộ.

leakage n. sự rỉ/thoát; sự để lọt, sự tiết-lộ.

leaky adj. có lỗ rò/thủng, có khe hở; bị dột.

lean n. thịt/chỗ nạc. adj. [thịt] nạc; gầy còm; đói kém, mất mùa; [than] gầy.

lean v. nghiêng, xiên; cúi, ngả người; dựa, tựa, chống [against vào]; dựa/ỷ [on vào]; thiên [toward về]. -- backwards ngả người ra đằng sau. to -- out of the window nghiêng mình bên cửa sổ.

lean-to n., adj. (nhà chái) dựa vào tường.

leap n. sự nhảy (vọt). by --s and bounds (tiến-bộ) nhanh. the great -- forward bước nhảy vọt lớn. v. nhảy qua, vượt qua; nhảy vọt; nhảy lên; nắm ngay [at lấy].

leapfrog n. trò nhảy cừu.

leap year n. năm nhuận.

learn v. học, học-tập, nghiên-cứu; được biết, nghe nói. He --ed how to drive a tractor. Anh học lái máy kéo. to -- by heart học thuộc lòng. We --ed that he had failed the exam. Chúng tôi được biết là cậu ta trượt rồi.

learnèd adj. hay chữ, thông-thái, uyên-bác. -- journal tập-san bác-học. -- society học-hội. -- profession nghề tự-do. -- word từ bác-học không thông-dụng.

learner n. người học, học trò; người mới học. --'s permit bằng cầm lái cấp tạm.

learning n. sự học; học-vấn, kiến-thức. higher -- giáo-dục cao-đẳng/đại-học.

lease n. giao kèo cho thuê. v. cho thuê; thuê.

leasehold n., adj. (nhà/đất) thuê có giao kèo.

leash n. dây/xích chó. v. buộc/dắt bằng dây.

least adj., adv. ít nhất, tối-thiểu. the -- common denominator mẫu-số chung bé nhất. n. cái nhỏ nhất, tối-thiểu. at -- ít nhất, tối-thiểu. at the very -- ít nhất thì. not in the -- không một ít/chút nào.

leather n. da (thuộc rồi). genuine -- da thật.

leatherneck n. lính thuỷ đánh bộ, thuỷ-quân lục-chiến. Xem *marine*.

leathery adj. [thịt] dai nhách.

leave n. sự cho phép (nghỉ); sự cáo-biệt/-từ. on -- đang nghỉ phép. to take -- cáo-biệt, cáo-từ. -- of absence thời-gian nghỉ phép. -- without pay nghỉ không lương. sick -- nghỉ ốm. annual -- nghỉ hàng năm. sabbatical -- năm nghỉ phép để học thêm [của giáo-sư đại-học].

leave v. [left] để lại, bỏ lại/quên; bỏ đi, rời khỏi; lúc chết để lại, di-tặng; bỏ mặc. I left the safe open. Tôi quên mất, để tủ két mở. There is very little rice left. Còn rất ít gạo/cơm. My letter was left unanswered. Họ chẳng buồn trả lời thư của tôi. He left home at 6. Ông ấy ở nhà ra đi lúc 6 giờ. She left her husband. Mụ ấy đã bỏ chồng rồi. -- about để bừa. -- X alone mặc-kệ X. -- behind để lại; bỏ quên. Leave it up to me. Cứ để tôi quyết-định, Cứ để tôi lo cho. -- out bỏ quên, để sót; xoá đi.

leaven n. men (làm bánh).

lectern n. bục giảng kinh, bục diễn-giảng.

lecture n. bài nói chuyện, bài thuyết-trình/diễn-thuyết, diễn-văn; lời quở trách. to attend a -- dự buổi nói chuyện. v. giảng, giảng bài; diễn-thuyết, thuyết-trình [on về]; rầy la, quở trách.

lecturer n. người diễn-thuyết, diễn-giả; giảng-

viên đại-học.

led quá-khứ của *lead*.

ledge n. gờ, rìa, mép.

ledger n. sổ cái.

lee n. chỗ che; mạn khuất gió.

leech n. con đỉa.

leek n. tỏi tây.

leer n. cái liếc mắt. v. liếc nhìn.

leery adj. ngờ vực.

lees n. cặn rượu; cặn bã.

leeward n., adj., adv. (phía) dưới gió.

leeway n. sự trôi giạt; tiền hoặc thời-gian phòng hờ; phạm-vi tự-do hoạt-động.

left n. phía/bên trái/tả; phái tả, tả-phái. adj., adv. bên tay trái, về phía tả, tả. on/to the -- bên trái. to make a -- (turn) rẽ bên trái. to turn (to the) -- ngoẹo trái. -- hand drive lái bên trái.

left quá-khứ của *leave*.

left-handed adj. thuận tay trái, cầm tay trái.

leftist n., adj. (phần-tử) phái tả, thiên-tả.

leftover adj. còn thừa. leftovers n. đồ ăn thừa.

leg n. chân, cẳng; chân [bàn]; ống [quần, giày]; chặng [đường]. to pull X's -- trêu, giễu X.

legacy n. gia-tài, di-sản.

legal adj. hợp-pháp, theo pháp-luật; do luật định. -- tender tiền-tệ chính-thức.

legality n. tính-cách hợp-pháp.

legalize v. hợp-pháp-hoá, hợp-thức-hoá.

legation n. toà công-sứ, toà đại-sứ.

legend n. truyền-thuyết; truyện cổ-tích, truyện hoang-đường; lời chú-giải.

legendary adj. thuộc/theo truyền-thuyết.

leggings n. xà-cạp.

leggy adj. có cẳng dài, trường-túc; phô đùi.

legible adj. [chữ viết/in/ký] dễ đọc, rõ ràng.

legion n. đạo quân (La-mã); nhiều, vô số. a -- of difficulties biết bao nhiêu là khó khăn. Foreign Legion đội lính Lê-dương của Pháp. Legion of Honor Bắc-đẩu bội-tinh.

legislate v. làm/ra luật, lập-pháp.

legislation n. pháp-luật, pháp-chế.

legislative n., adj. (ngành) lập-pháp.

legislator n. nhà lập-pháp. [hội.

legislature n. nghị-viện, cơ-quan lập-pháp, quốc-

legitimacy n. tính hợp-pháp; tính chính-đáng.

legitimate adj. hợp-pháp, chính-đáng, chính-thống.
-- theater/stage môn kịch nói, thoại-kịch.

legitimize v. hợp-pháp-hoá, chính-thống-hoá.

legume n. quả đậu; rau đậu.

leisure n. lúc rỗi-rãi/thư-nhàn. at -- lúc nhàn-
rỗi; nhàn-nhã, ung-dung. -- class giai-cấp nhàn-
nhã. -- hours thì-giờ rỗi.

leisurely adj., adv. rỗi-rãi, rảnh-rang, nhàn-nhã;
thong-thả, ung-dung, thung-dung.

lemon n. quả chanh (màu vàng); vật vô-dụng, đồ xấu.
-- drop viên kẹo chanh. -- grass cây/lá sả. --
tree cây chanh. -- yellow màu vàng nhạt.

lemonade n. nước chanh.

lend v. [lent] cho vay, cho mượn; cho thêm [vẻ].
to -- a hand to, to -- assistance to giúp đỡ ....
Please -- me ten bucks. Cậu làm ơn cho tôi vay 10
tì. --ing library thư-viện cho mượn sách về nhà.

lender n. người cho vay/mượn.

length n. bề/chiều dài; độ dài; mẩu [dây] ; khúc.
at -- đầy-đủ chi-tiết; trong thời-gian dài. to go
to any length to làm bất cứ cái gì có thể để ....

lengthen v. làm dài ra; kéo dài.

lengthwise adv. theo chiều dài/dọc.

lengthy adj. dài-dòng, lòng-thòng, dòng-dài.

leniency n. sự dễ dãi, tính khoan-dung.

lenient adj. dễ-dãi, khoan-dung, hiền-hậu/-lành.

lens n. thấu-kính; ống kính máy ảnh; kính lúp.

lent quá-khứ của lend.

Lent n. tuần chay, mùa chay.

lentil n. đậu lăng.

leopard n. con báo, con gấm, con beo.

leper n. người hủi/cùi. -- house trại hủi/cùi.

leprosy n. bệnh hủi/cùi/phong.

lesbian, Lesbian n., adj. (người) đồng-dâm nữ.

less n. số ít hơn. adj., adv. nhỏ hơn, bé hơn;
ít hơn, kém, không bằng. in -- than a week chưa
đầy một tuần. -- pay ít lương hơn. of -- import-
ance không quan-trọng bằng. -- expensive than rẻ
hơn ..., không đắt bằng .... -- than 10 dollars
không tới 10 đôla. -- and -- càng ngày càng ít.
the total price -- 10 percent discount giá tổng-
cộng trừ đi 10 phần trăm.

lessee n. người thuê theo khế-ước; người thầu.
[trạm xăng, quán ăn].

lesseeship n. tư-cách/điều-kiện thuê/thầu.

lessen v. làm nhỏ/kém đi, giảm bớt; nhỏ đi, bớt.

lesser adj. ít hơn; nhỏ/bé hơn. -- known ít được
ai biết đến, không có tiếng lắm.

lesson n. bài học; lời dạy bảo. v. dạy; mắng.

lessor n. chủ cho thuê theo khế-ước.

lest conj. e rằng, sợ rằng; để khỏi. I was afraid
-- he should arrive too late to save us. Tôi sợ
ông ta sẽ đến quá muộn thì làm sao cứu được chúng
mình. Be careful -- you fall into the water. Coi
chừng kẻo ngã xuống nước, Cẩn-thận không có té
xuống hồ bây giờ.

let v. [let] để cho, cho phép; cho thuê. I will
-- you use my new bike. Anh sẽ cho phép em đi cái
xe đạp mới của anh. Let us [= let's] start right
now. Chúng ta hãy bắt đầu ngay bây giờ. Let S be
a sentence. Giả thiết ta có câu S. -- alone để
nguyên, bỏ mặc, không đụng đến. -- down hạ xuống;
thảo [tóc] ra; xuống gấu; làm thất-vọng, bỏ rơi.
-- loose buông/thả ra. -- off làm bay mất; tha
thứ. -- out thốt ra, kêu lên; nới rộng [quần áo];
để cho lọt; tiết-lộ. -- go of buông ra. -- up bớt
đi, dịu đi, giảm cường-độ. Let me see. Để tôi xem
nào. HOUSE TO LET. NHÀ CHO THUÊ.

letdown n. sự giảm-sút; sự thất-vọng.

lethal adj. [thuốc, vũ-khí] giết người.   [thờ.

lethargy n. trạng-thái hôn-mê; tính thờ-ơ/thẫn-

letter n. chữ cái; thư, thư-tín, thư-từ; huy-hiệu
[của trường, thêu trên áo sinh-viên có chân đoàn
thể-thao]. letters văn-chương, văn-học. v. viết
chữ, kẻ chữ, in chữ, khắc chữ. -- box hộp thư.
-- carrier người đưa/phát thư. -- drop khe cửa
để bỏ thư. -- of credit thư tín-dụng. -- opener
dao dọc giấy. registered -- thư bảo-đảm.

lettered adj. hay chữ, có học, thông-thái.

letterhead n. giấy viết thư có in tên.

lettuce n. rau diếp.

letup n. sự bớt/dịu đi. without -- không ngớt.

leucocyte n. bạch-cầu.

leukemia n. bệnh bạch-cầu.

levee n. con đê, đê con trạch.

level n. mặt(bằng), mực, mức; cấp, trình-độ; ống
thuỷ. sea -- mặt biển. on the phonetic -- trên
bình-diện ngữ-âm-học. adj. phẳng, bằng; ngang.
v. san bằng, san phẳng; chĩa, nhắm [súng, lời].
ministerial -- cấp-bậc bộ-trưởng.

lever n. đòn bẩy.

leverage n. lực/tác-dụng của đòn bẩy; ảnh-hưởng.

levity n. tính nhẹ dạ.

levy n. tiền thuế; sự tuyển-quân. v. thu, đánh
  [thuế]; tuyển [quân].

lewd adj. dâm-dục/-đãng, đa-dâm, hiếu-sắc.

lexical adj. thuộc từ-vựng/từ-vựng-học. -- mean-
  ing nghĩa từ-vựng.   [học.

lexicographer n. người soạn từ-điển, nhà từ-điển-

lexicography n. việc soạn từ-điển; từ-điển-học.

lexicologist n. nhà từ-vựng-học.

lexicology n. từ-vựng-học.

lexicon n. từ-vựng; ngữ-vựng (chuyên-môn).

liability n. trách-nhiệm/nghĩa-vụ pháp-lý; lia-
  bilities tiền nợ người ta, khoản phải trả, tá-
  phương. -- insuranco bảo-hiểm phòng đủ mọi tainợn.

liable adj. -- for có bổn-phận phải trả .... --
  to occur có khả-năng xảy ra.

liaison n. liên-lạc. -- officer sĩ-quan liên-lạc.

liar n. người nói dối; kẻ (hay) nói láo/điêu/dóc.

libel n. tội phỉ-báng; bài báo phỉ-báng.

liberal adj. tự-do; rộng-rãi, hào-phóng; nhiều,
  rộng-rãi, thịnh-soạn. Liberal đảng-viên Tự-do.
  -- arts khoa-học nhân-văn/xã-hội.

liberalism n. chủ-nghĩa tự-do.

liberality n. tính rộng-rãi; tư-tưởng rộng-rãi.

liberate v. tha, thả, phóng-thích, giải-phóng.

liberation n. sự giải-phóng. the national -- mo-
  vement phong-trào giải-phóng dân-tộc. -- army
  quân-đội giải-phóng. women's -- sự giải-phóng

liberator n. người giải-phóng/-thoát.   [phụ-nữ.

liberty n. tự-do, quyền tự-do. at -- tự-do, rảnh
  rang. at -- to được tự-do [làm gì]. to take the
  -- to xin tự-tiện, xin mạn phép [làm gì].

librarian n. quản-thủ/cán-bộ thư-viện, thủ-thư.

library n. thư-viện. public -- thư-viện côngcộng.
  reference -- thư-viện tra-cứu/tham-khảo. private
  -- tủ sách riêng. -- card thẻ thư-viện. -- scien-
  ce khoa-học thư-viện, thư-viện-học.

lice số nhiều của louse. head -- chấy, chí.

license n. giấy phép, giấy đăng-ký; chứng-chỉ,
  bằng lái xe driver's --; môn-bài, ba-tăng; sự tự
  do phóng-túng. v. cấp giấy phép, cấp môn-bài.
  -- number số xe ô-tô. -- plate bằng số xe hơi.

lichee Xem litchi.

lichen n. địa-y.

lick n. cái liếm; cú đấm, đòn; bãi liếm salt --.
  v. liếm; đánh, oánh; được, thắng. to -- X's boots
  liếm gót giày cho X., bợ-đỡ X.

licorice n. cam-thảo.

lid n. nắp, vung; mi mắt eye--; cái mũ.

lie n. lời nói dối/láo/điêu. to tell --s nói dóc.
  to give the -- to chứng-minh ... là sai. a white
  -- lời nói dối vô-tội. v. [lied; lying] nói dối.
  -- detector máy chứng-tỏ khai man.

lie v. [lay; lain] nằm, nằm nghỉ; ở, nằm ở.
  -- down nằm xuống, nằm nghỉ. Here lies X. Nơi đây
  an-nghỉ ông X. I was lying in bed resting. Tôi
  đang nằm nghỉ trên giường. to take ... lying down
  chấp-nhận/chịu nhịn ....

lien n. quyền giữ đồ thế nợ. The bank has a -- on
  my car until I pay the debt. Ngân-hàng còn cầm
  giữ ô-tô của tôi cho đến khi tôi trả xong nợ.

lieu n. in -- of thay cho, thay vì.

lieutenant n. trung-uý; đại-uý hải-quân.

lieutenant colonel n. trung-tá.

lieutenant commander n. thiếu-tá hải-quân.

lieutenant general n. trung-tướng.

lieutenant governor n. phó thống-đốc.

lieutenant junior grade [Lt.jg.] trung-uý hải-quân.

life n. [lives] đời sống, sự/cuộc sống, cuộc đời;
  mạng sống, sinh-/tính-mệnh; sinh-khí, sinh-lực;
  thân-thế, tiểu-sử; nhân-sinh. for dear -- cốt để
  thoát chết. for -- suốt đời, chung thân. to come
  to -- hồi-tỉnh, hồi-sinh. to bring to -- làm cho
  hồi-tỉnh. long -- tuổi thọ, sự sống lâu. a matter
  of -- and death vấn-đề sống còn. in the prime of
  -- giữa tuổi thanh-xuân. He took his own -- Anh
  ta tự-sát. *** -- annuity tiền trợ-cấp suốt đời.
  -- belt đai cứu đắm. -- buoy phao cứu đắm. -- ex-
  pectancy tuổi thọ trung-bình. -- imprisonment tù
  chung thân. -- insurance bảo-hiểm nhân-thọ. --
  line dây an-toàn, dây cứu đắm; đường số-mệnh.
  -- sentence án tù chung thân.

lifeblood n. máu, huyết, huyết-mạch; sức sống.

lifeboat n. tàu/xuồng cứu đắm.

lifeguard n. người cứu đắm.

lifeless adj. chết, không còn sinh-khí; nhạtnhẽo.

lifelike adj. rất giống, giống như thật.

lifelong adj. suốt đời, cả đời.

lifetime n. đời, cả cuộc đời. in his -- lúc còn sống, hồi sinh-tiền.

lift n. sự nhấc lên; máy nhắc; thang máy; cuốc xe đi nhờ; sự nâng đỡ. air -- cầu hàng-không, cầu không-vận. v. nâng/nhấc/cất/đỡ lên; ăn trộm, ăn cắp [văn]; bãi bỏ [lệnh cấm]. -- up giơ [tay] lên; ngốc [đầu] dậy; cất [tiếng]. The fog hasn't --ed. Sương mù chưa tan.

light n. ánh sáng; đèn, đuốc, nến; lửa; sự hiểu biết. traffic --s đèn xanh đèn đỏ, đèn giaothông. Do you have a --? Anh có diêm/quẹt không? adj. sáng, sáng sủa; [màu] nhạt, lạt. v. [lighted/ lit] nhóm, thắp, châm, đốt; (làm) sáng ngời lên. -- bulb bóng đèn điện. It is -- (out). Trời sáng rồi. to bring to -- đưa ra ánh sáng. to come to -- lộ ra. to shed/throw -- on làm sáng tỏ. -- yellow vàng nhạt. time to -- up giờ lên đèn.

light adj. nhẹ; nhẹ-nhàng, thanh-thoát, thư-thái; nhẹ dạ, khinh-suất, bộp-chộp; lăng-nhăng, lăng lơ.

lighten v. chiếu/soi/rọi sáng; sáng lên.

lighten v. (làm) nhẹ đi/bớt, giảm-khinh; làm dịu.

lighter n. cái bật lửa, cái quẹt máy.

light-headed adj. nông-nổi, bộp-chộp.

light-hearted adj. dễ tính, vui-vẻ; vô-tư-lự.

lighthouse n. đèn biển, đèn pha, hải-đăng.

lighting n. sự thắp sáng; cách bố-trí ánh sáng. -- fixtures đèn.

lightning n. (tia) chớp. -- war chiến-tranh chớp nhoáng. -- rod cột thu-lôi. [không nặng kí.

lightweight n., adj. (võ-sĩ) hạng nhẹ, (người)

likable adj. dễ thương, đáng yêu.

like n. người/vật giống, người/vật thuộc loại như. adj. giống, giống như, cùng loại, tương-tự; đúng, đặc-biệt; có vẻ như; sẵn sàng. What is she --? Cô ta là người như thế nào? It looks -- rain. Trời như muốn mưa. I don't feel -- studying now. Tôi cảm thấy không thích ngồi học bây giờ. Like father -- son. Cha nào con nấy, Rau nào sâu ấy. prep. như. -- that như thế/vậy. -- mad như điên. It tastes good -- a cigarette should. [dùng thay cho liên-từ as]Nó hút ngon theo tiêu-chuẩn thuốc lá ngon. Do -- I do. Cứ làm như tôi đây.

like n. cái thích, sở-thích, thị-hiếu. my --s and dislikes những điều tôi thích và những điều tôi ghét. v. thích, ưa, chuộng, yêu, khoái; muốn,

thích, ước mong. Do you -- to fish? Do you -- fishing? Anh có thích câu cá không? Do you -- fish? Anh có thích (ăn) cá không? I -- it in the country. Sống ở miền quê tôi thích lắm. I would -- (to have) some black coffee, please. Xin cho tôi một tách cà-phê đen. as you -- tùy ý anh. if you -- nếu có muốn.

likelihood n. sự có thể đúng/thật. in all -- rất có thể, có nhiều hy-vọng/khả-năng.

likely adj. thích-hợp; có thể; chắc đúng. X. is not -- to come today. Không chắc X. đến hôm nay. adv. chắc. Very -- I will be working at home. Rất có thể tôi sẽ làm việc ở nhà.

liken v. so-sánh; xem giống như là, đánh đồng.

likeness n. sự giống; chân-dung, ảnh.

likewise adv. cũng thế/vậy, giống như vậy.

liking n. sự thích.

lilac n. tử-đinh-hương, đinh-hương tím; màu hoa cà.

lily n. hoa huệ tây, hoa loa kèn. -- white trắng như hoa huệ tây. water -- hoa sen, hoa súng.

limb n. chân, tay, chi; cành cây to. out on a -- chơ-vơ, không bấu víu vào đâu.

limbo n. in -- bị bỏ quên; bị tù.

lime n. quả chanh (vỏ xanh) [≠ lemon].

lime n. vôi.

limekiln n. lò vôi.

limelight n. đèn sân khấu. in the -- được chú-ý.

limerick n. bài thơ hài-hước năm câu.

limestone n. đá vôi.

limit n. giới-hạn, hạn-độ; địa-giới, biên-giới. v. giới-hạn, hạn-chế.

limitation n. sự hạn-chế; mặt hạn-chế, thiếu sót.

limited adj. có hạn, hữu-hạn, hạn-chế, hạn-định.

limitless adj. vô-hạn-định, không bờ bến, vô-hạn.

limousine n. xe hòm; xe thuê riêng, xe buýt.

limp n. tật đi khập-khiễng. v. đi khập-khiễng; chạy ì-ạch, bay rề-rề. --ing along đi cà-nhắc, lê.

limp adj. mềm rũ; yếu ớt, ẻo lả.

limpid adj. trong trẻo, trong suốt; sáng sủa.

linden n. cây đoạn, cây bồ-đề.

line n. đường, đường kẻ; tuyến; hàng, dòng, câu; dây, dây thép; hàng, dãy; ranh giới; dòng dõi; ngành chuyên-môn; mặt hàng; vết nhăn. v. vạch, kẻ dòng; làm nhăn; dàn hàng, sắp thành hàng; sắp hàng để đợi, nối đuôi. *** straight -- đường thẳng. curved -- đường cong. broken -- đường gãy khúc.

dotted -- đường chấm chấm. Just a few --s to thank you again for your help. Tôi viết vội vài hàng để một lần nữa cảm ơn anh đã giúp đỡ tôi. Hold the --! Xin giữ máy! Drop me a --. Nhớ biên thư cho tôi nhé. to stand/wait in -- sắp hàng.

line v. lót [quần, áo, thùng, hộp]; nhét đầy.

lineage n. dòng, nòi giống, dòng giống, dòng dõi.

linear adj. thuộc đường kẻ; nét dài; tuyến, thẳng.

linen n. vải lanh; đồ vải lanh [sơ-mi, khăn bàn, khăn giường].

liner n. tàu chở khách, máy bay chở khách.

lineup, line-up n. đội-hình, đội-ngũ; sự sắp xếp [nhân-viên]; sự xếp hàng những người bị tình-nghi (để người chứng nhận-diện).

linger v. kéo dài, nấn-ná, chần-chừ, lần-lữa; lаса.

lingerie n. quần áo lót đàn bà.

linguist n. nhà ngữ-học, nhà ngôn-ngữ-học.

linguistic adj. thuộc (ngôn-)ngữ-học.

linguistics n. ngữ-học, ngôn-ngữ-học.

liniment n. thuốc xoa/thoa.

lining n. lớp vải lót, cái lót.

link n. mắt xích, khâu xích; mắt lưới/dệt/đan; sự móc nối, mối liên-lạc. v. nối, liên-kết, gắn. cuff -- khuy cửa tay, khuy măngsết.

links n. sân gôn, bãi đánh gôn golf --.

linoleum n. vải sơn [lót sàn nhà], tấm bản để lót.

linseed n. hạt lanh. -- oil dầu lanh.

lint n. xơ vải.

lintel n. lanhtô, rầm đỡ.

lion n. sư-tử. --'s share phần lớn nhất.

lioness n. sư-tử cái.

lip n. môi; miệng, mép, thành; sự hỗn-láo. to pay -- service to nói đãi bôi với ....

lipstick n. son bôi môi, thỏi sáp môi.

liqueur n. rượu mùi [uống sau bữa ăn].

liquid n. chất lỏng/nước. adj. lỏng; trong sáng; dịu-dàng. -- assets vốn luân-chuyển, có thể đổi ngay thành tiền mặt.

liquidate v. thanh-toán; bán tống; thủ-tiêu.

liquor n. rượu. -- store hàng rượu.

lisp n., v. (sự) nói nhịu, nói đớt, nói ngọng.

lissome adj. mềm-mại, uyển-chuyển, thướt-tha.

list n. bản kê-khai, sổ, danh-sách/-đơn/-lục, biểu. v. ghi, liệt-kê, kê-khai, kể ra.

list n., v. (sự) [thuyền, tàu] nghiêng một bên.

listen v. nghe, lắng nghe; nghe theo. -- in nghe đài; nghe trộm/lén điện-thoại. -- to me. Nghe đây.

listener n. người nghe, thính-giả.

listening post n. địa-điểm nghe-ngóng.

listless adj. thờ-ơ, lơ-đãng.

lit quá-khứ của *light*.

litany n. kinh cầu-nguyện.

litchi n. quả/trái vải. canned --s vải hộp. -- nut [vải khô. [= leechee, lichi]

liter n. lít.

literacy n. sự biết đọc biết viết, sự biết chữ. -- campaign phong-trào chống nạn mù chữ.

literal adj. [dịch translation] từng chữ; [nghĩa] đen.   [là, đúng là.

literally adv. theo từng chữ, theo nghĩa đen; quả

literary adj. (thuộc) văn-học, văn-chương. -- history lịch-sử văn-học, văn-học-sử.

literate adj. biết đọc biết viết; hay chữ, có học.

literature n. (nền) văn-học, văn-chương; tài-liệu.

lithe adj. mềm-mại; yểu-điệu, uyển-chuyển.

lithography n. thuật in đá, thuật in thạch-bản.

litigation n. sự tranh-chấp, vụ kiện-tụng.

litmus paper n. giấy quỳ.

litter n. rác rưởi bừa bãi; ổ rơm; kiệu, cáng; lứa [mèo con, lợn con, v.v.]. v. vứt bừa, làm bừa. *NO LITTERING!* Xin đừng liệng rác.

litterbug n. người hay vứt rác ngoài phố.

little n. ít, một ít; thời-gian ngắn. adj. nhỏ, bé; ngắn-ngủi; ít ỏi; nhỏ-nhen, nhỏ-mọn, hẹp-hòi, tầm-thường. X. knows a -- of everything. X. cái gì cũng biết một chút. -- by -- dần dần. a -- while một lúc. -- money ít tiền. very -- time rất ít thì giờ. adv. một chút. -- known ít ai biết đến. Little League hội bóng chày cho trẻ con dưới 12.

liturgy n. nghi-thức tế-lễ, tế-điển.

live adj. (còn) sống, (có) thực; truyền-thanh tại chỗ, trực-tiếp; [vấn-đề] nóng hổi. -- coal than còn đang cháy. -- wire dây có điện chạy qua; tay năng-động hăng-hái. v. sống; ở, cư-trú, trú-ngụ. That writer is still living. Nhà văn ấy còn sống. I --d on Silver Street. Trước tôi ở Phố Hàng Bạc. They live at 1605 Taylor Drive. Họ ở số nhà 1605 Đường Taylor. We -- a quiet life. Chúng tôi sống một cuộc đời bình-thản. to -- from hand to mouth sống lần hồi.

livelihood n. cách sinh-nhai. means of -- sinh-kế.

livelong adj. the -- day suốt ngày, trọn ngày.

lively adj. hăng-hái hoạt-bát; sống, sinh-động; linh-hoạt; vui vẻ, hớn-hở; [cuộc bàn cãi] sôi nổi.

liver n. lá gan; gan [món ăn].

liverwurst n. xúc-xích gan.

livery n. đồng-phục/chế-phục của người hầu.

livestock n. thú nuôi, trâu bò, lợn gà, v.v., súc vật.

livid adj. tái mét, xanh mét; tím bầm.

living n. cuộc sống, sinh-hoạt; cách sinh-nhai, sinh-kế. the -- and the dead kẻ mất người còn. cost of -- giá sinh-hoạt. standard of --, -- standard mức sống, tiêu-chuẩn sinh-hoạt. adj. (còn) sống; sinh-động, sống động; [tranh, hình-ảnh] giống như hệt. -- languages sinh-ngữ. -- conditions điều-kiện sinh sống.

living room n. phòng khách, buồng khách, xa-lông.

lizard n. con thằn-lằn. house -- con mối.

lo and behold! interj. trông kìa!

load n. gánh nặng, vật chở; trách-nhiệm (nặng-nề); thuốc nạp, đạn nạp. --s of money hàng đống tiền, cơ man nào là tiền. v. chất, chở; nạp đạn; lắp phim. to get a -- of nghe, để ý, nhận thấy.

loaded adj. chở nặng; say bí-tỉ; giàu lắm; [câu hỏi] đầy ngụ-ý; [súc-sắc] gian.

loaf n. [loaves] ổ bánh mì.

loaf v. đi vơ-vẩn, đi tha-thẩn, ở không, lười.

loafer n. người chơi rong, người chơi không.

loam n. đất tốt, đất phì-nhiêu.

loan n. sự (cho) vay/mượn; tiền cho vay, vật cho mượn; từ mượn -- word. v. cho vay, cho mượn. savings & -- association hội tiết-kiệm và cho vay tiền. -- society hội chơi họ. -- shark người cho vay lãi nặng.

loath adj. ghét, không thích, miễn cưỡng.

loathe v. ghét, gớm, ghê tởm, kinh tởm, tởm.

loathsome adj. đáng ghét, ghê tởm.

lobby n. hành-lang; nhóm hoạt-động ở hành-lang quốc-hội. v. vận-động để ảnh-hưởng đến nghị-sĩ.

lobe n. thùy [lá, phổi, não]; dái [tai].

lobster n. tôm hùm.

local n. tàu vét, xe(lửa)chạy chậm lấy khách; dân địa-phương; trụ-sở chi-hội, chi-đoàn, hội-quán. adj. địa-phương; [đau] một chỗ thôi; [tàu xe] đỗ nhiều ga; bộ-phận, cục-bộ.

localism n. tiếng địa-phương, chủ-nghĩa địa-phương.

locality n. nơi, chỗ, vùng, miền, địa-phương.

localize v. hạn-chế vào một địa-phương, không cho lan rộng.

locate v. chỉ rõ vị-trí, xác-định đúng chỗ; ở, định-cư; đặt vị-trí.

location n. vị-trí; nơi, chỗ, chốn; on -- [phim] quay tại chỗ, quay ở hiện-trường.

lock n. khoá; khoá nòng súng; cửa cống; miếng võ khoá tay. to keep under -- and key khoá/nhốt kỹ. This -- can easily be picked. Ổ khoá này, (kẻ gian) mở bằng móc dễ như chơi. --, stock and barrel cả chì lẫn chài. v. khoá lại; nhốt, giam -- up.

lock n. mớ tóc, lọn tóc; mớ len/bông.

locker n. tủ có khoá. -- room phòng thay quần áo [cho lực-sĩ]; phòng để tủ đông lạnh.

locket n. mề-day, quả tim đeo cổ.

lockjaw n. chứng kẹt khít hàm.

lockout n. sự đóng cửa nhà máy (không cho thợ vào).

locksmith n. thợ khoá.

locomotion n. sự vận-động/di-động.

locomotive n. đầu máy xe lửa.

locust n. châu-chấu. seventeen-year -- ve sầu.

locution n. thành-ngữ, đặc-ngữ.

lode n. mạch mỏ.

lodge n. nhà nghỉ [ở rừng]; nhà người gác cổng; hang thú; chi-nhánh hội kín [như Hội Tam-điểm Free Masons]. v. ở, trọ, tạm-trú; cho ở, cho trọ; trao, nộp [đơn phản-kháng protest].

lodger n. người ở trọ; người thuê nhà.

lodging n. chỗ trọ. --s phòng trọ.

loft n. gác thấp để đồ; tầng trần (trên kho hàng).

lofty adj. cao ngất; cao-thượng/-quý; kiêu-căng.

log n. khúc gỗ; nhật-ký, sổ lộ-trình [tàu thuỷ, máy bay, xe hơi] logbook. to sleep like a -- ngủ say như chết. v. chặt (thành từng) khúc; ghi sổ nhật-ký; đi được [bao nhiêu cây số].

logarithm n. loga.

logging n. việc đốn gỗ.

logic n. lôgic, luận-lý-học.

logical adj. hợp với lôgic, hợp-lý.

logistics n. ngành hậu-cần; việc ăn ở cho người đến dự hội.

loin n. miếng thịt lưng; loins chỗ thắt lưng. -- cloth khố.

loiter v. đi la-cà, đi chơi rong, đi cà-rong.

NO LOITERING. Cấm người lạ lảng-vảng nơi đây.

loll n. ngồi uể-oải, tựa uể-oải.

lollipop n. cái kẹo, que kẹo.

lone adj. cô-độc, cô-đơn, lẻ-loi, bơ-vơ; hiuquạnh.

lonely adj. lẻ-loi, cô-đơn/-độc; vắngvẻ, hiuquạnh.

lonesome adj. lẻ-loi, trơ-trọi, cô-đơn.

long n. thời-gian lâu. before -- chẳng bao lâu.
adj. dài, xa, lâu; dài-dòng, chán; chậm, lâu.
I won't be --. Tôi sẽ không đi lâu, quay về ngay.
adv. lâu, đã/từ lâu. -- ago đã từ lâu rồi. --
before she met him từ lâu trước khi hai cô cậu
gặp nhau. all day -- suốt ngày. How -- may I stay?
Con có thể ở bao lâu ạ? You may stay as -- as
you like. Con có thể ở đó bao lâu tùy thích.

long v. ao-ước, ước-mong, khao-khát, mong-mỏi.

longan n. quả nhãn. The best --s come from Hưng-
yên. Nhãn Hưng-yên ngon nhất.

longevity n. sự sống lâu, thọ, trường-thọ.

longhand n. chữ viết thường [≠ tắt, tốc-ký].

longing n. lòng ham-muốn/khao-khát/ước-ao.

longitude n. độ kinh, kinh-độ; kinh-tuyến.

longitudinal adj. theo chiều dọc.   [record].

long-play n. đĩa hát chơi lâu [=long-playing

long-range adj. có tầm xa; nhìn xa.

longshoreman n. công-nhân khuân vác bốc dỡ ở bến.

look n. cái nhìn; vẻ. good --s vẻ đẹp, sắc đẹp.
v. nhìn, xem, coi, ngó; để ý, lưu ý; hướng về;
có vẻ, hình như; tìm kiếm. -- after trông nom.
-- down on/upon khinh, coi thường. -- for kiếm,
tìm. -- into xom-xét, nghiên-cứu. -- on đứng bên
cạnh nhìn; coi như là. -- out coi chừng, cẩn-thận.
-- over xem xét. -- up tra, tìm; đến tìm tham.
-- up to tôn-kính ....

looker-on n. khách bàng-quan, người ngoài cuộc.

looking glass n. gương soi.   [ngắm cảnh.

lookout n. sự canh phòng; người/đội gác; chỗ đứng

loom n. khung cửi, máy dệt.

loom v. hiện ra lờ-mờ; hiện ra.

loony adj. điên, khùng, tàng-tàng.

loop n. vòng, thòng-lọng; móc, khuyết áo; đường
vòng. v. thắt vòng; gài móc; làm thành vòng.

loophole n. lỗ châu-mai, khe tường; khe hở/hổng.

loose adj. lỏng, không chặt, long; chùng, không
căng; [giấy] rời; [răng] lung-lay; [đất] tơi;

[tiền] lẻ; [lý-luận] mơ-hồ; phóng-túng, hư. to set
--, let/turn -- thả lỏng, cho tự-do. v. cởi/tháo
ra, buông ra, thả ra; bắn, phóng [tên, đạn].

loosen v. nới lỏng; xới [đất] cho xốp lên.

loot n. của cướp được, của hôi, của thổ-phỉ được;
chiến-lợi-phẩm; tiền, xìn. v. cướp được; hôi,
thổ-phỉ được.

lopsided adj. nghiêng sang một bên, không cân/đều.

lord n. chúa, chúa tể, chủ-tể; vua; Lord Chúa Trời,
Thiên-chúa; ngài. House of Lords Thượng-nghị-viện
của Anh. Lord Mayor Thị-trưởng thủ-đô London.

lore n. tất cả kiến-thức. eagle -- tất cả sự hiểu
biết về chim đại-bàng.

lorry n. toa chở hàng không có thành; xe chở hàng.

lose v. [lost] mất, không còn; lạc [đường way];
thua; thua lỗ, thất-bại; làm cho mất. I lost my
wallet. Tôi bị mất ví. Both sides lost heavily. Cả
hai bên đều bị tổn-thất nặng-nề. That one act lost
him his job. Chỉ một hành-động đó làm nó mất việc.
Try not to -- patience. Hãy cố đừng mất bình-tĩnh.

loss n. sự mất; sự thua; sự thiệt-hại/tổn-thất/tổn-
hại; sự uổng phí. a great -- to us một sự mất-mát
lớn đối với chúng ta. at a -- lúng-túng, bối-rối.
losses số thương-vong; tiền lỗ.

lost quá-khứ của lose. -- cause việc chắc-chắn sẽ
thất-bại. LOST AND FOUND DEPARTMENT chỗ hỏi về đồ
đạc mình bị mất.

lot n. mớ, lô [hàng]; lô, thửa, mảnh [đất]; số,
số-phận, số-mệnh; sự rút thăm. parking -- bãi đỗ
xe. to draw --s rút thăm. Lots of mosquitoes!
Những muỗi là muỗi! a -- better khá hơn nhiều.
a -- saltier mặn hơn nhiều.

lotion n. nước thơm; thuốc bôi.

lottery n. cuộc xổ-số.

lotus n. hoa sen. -- seed hột/hạt sen. -- root ngó
sen. Lotus Sutra Kinh Liên-hoa. -- position tư-thế
xếp bằng ngồi thiền.

loud adj. [tiếng] to, lớn, ồn, ầm; kịch-liệt; loè
loẹt, sặc-sỡ. adv. [nói, đọc] to, lớn.

loudspeaker n. loa phóng-thanh.

lounge n. phòng ngồi chơi, buồng khách, buồng đợi;
ghế tựa, đi-văng. v. đứng, ngồi, nằm một cách uể
oải lười biếng; đi dạo, đi thơ-thẩn.

louse n. [lice] rận; chấy, chí head --.

lousy adj. có rận/chấy; bẩn, ghê tởm; tồi, tệ.

lovable adj. đáng yêu, dễ thương.

love n. tình yêu, ái-tình, mối tình; lòng yêu,
tình thương; người yêu, người tình, tình-nhân.
first -- mối tình đầu. to fall in -- with phải
lòng, bắt đầu yêu .... to be in -- with yêu ....
v. yêu, thương, yêu mến; thích, ưa thích, khoái.
-- affair chuyện yêu đương. -- letter thư tình.
-- potion bùa yêu.

lovely adj. đẹp, xinh, đáng yêu, dễ thương, yêu-
kiều; hay, thú-vị, tuyệt.

lover n. người yêu, người tình, nhân-tình, nhân-
ngãi; người ham-thích/hâm-mộ ....

lovesick adj. ốm tương-tư. [mến.

loving adj. thương-yêu, âu-yếm, mến thương, trìu

low n. mức thấp, con số thấp; số thấp/chậm nhất
[khi lái ô-tô]. adj. thấp, bé, lùn; cạn; hạ,
kém, chậm; nhỏ, khẽ; hèn, tầm-thường, đê-hèn;
buồn. I am waiting for --er prices. Tôi đợi giá
hạ nữa. a -- whisper tiếng nói thầm khe-khẽ. --
birth dòng-dõi tầm-thường. in -- spirits buồn rầu,
chán-nản. the Low Countries Hà-lan. adv. The
man bowed very --. Ông ta cúi rạp xuống để chào.
to lie -- nằm yên đợi thời. --er lip môi dưới.

low n., v. (tiếng) [trâu bò] rống.

lower v. hạ, kéo xuống; giảm, hạ [giá]; làm giảm
đi. to -- oneself tự hạ mình.

lowland n. vùng đất thấp, hạ-bạn.

lowly adj. hèn-mọn, tầm-thường; đê-tiện, ti-tiện.

loyal adj. trung-thành, trung-nghĩa, trung-kiên.
tâm-phúc. -- minister trung-thần.

loyalty n. lòng trung-thành/trung-nghĩa.

lozenge n. hình thoi, hình quả trám; viên kẹo.

lubricant n. dầu mỡ, chất bôi trơn.

lubricate v. cho/tra/vô dầu mỡ, bôi trơn.

lucid adj. sáng-sủa, minh-bạch, rõ ràng, dễ hiểu;
sáng-suốt, minh-mẫn, tỉnh-táo; sáng trong.

luck n. sự/vận may rủi, sự hên xui; vận may/đỏ.

luckily adv. may thay, may quá.

luckless adj. không may, xui, đen đủi, rủi-ro.

lucky adj. đỏ, may mắn, gặp may. Lucky dog! Thằng
cha đỏ quá!

lucrative adj. sinh lợi, có lợi, có lời.

ludicrous adj. buồn cười, tức cười, lố-lăng/-bịch.

lug v. lôi, kéo lê.

luggage n. hành-lý, hành-trang, va-li.

lukewarm adj. ấm, âm-ấm; hờ-hững, nhạt-nhẽo, lãnh-
đạm, thờ-ơ, thiếu sốt-sắng.

lull n. lúc tạm lắng dịu. v. ru ngủ; tạm lắng.

lull n. bài hát ru con. [nhà máy cưa.

lumber n. gỗ xẻ, gỗ cắt nhà; đồ tạp-tàng. -- mill

lumberjack n. thợ đốn gỗ, thợ rừng, tiều-phu.

lumberman n. thợ đốn gỗ; người buôn gỗ.

luminous adj. sáng, sáng chói, chói lọi, sáng ngời.

lump n. cục, miếng, thỏi; chỗ sưng/u. a -- sum số
tiền trả một lúc. v. xếp đống; gộp lại.

lunacy n. sự điên, tình-trạng mất trí.

lunar adj. theo âm-lịch. Lunar New Year Tết âm-
lịch, Tết Nguyên-đán. -- month tháng ta.

lunatic n., adj. (người) điên. -- asylum nhà
thương điên, bệnh-viện thần-kinh.

lunch n., v. (bữa) ăn trưa.

luncheon n. tiệc trưa; bữa ăn trưa.

lung n. phổi. I had to recite the characters at
the top of my --s. Tôi phải đọc chữ Hán thật to.

lunge n., v. (sự) nhào tới, lao tới, xông vào.

lurch n., v. (sự) đi lảo-đảo loạng-choạng.

lurch n. leave X in the -- bỏ mặc X trong cơn rối.

lure n. mồi, bẫy; sức cám dỗ. v. nhử, quyến-rũ.

lurid adj. tái mét; khủng-khiếp.

lurk n. on the -- rình mò. v. ẩn núp, trốn.

luscious adj. ngon ngọt, ngon lành; đẹp, du-dương.

lush adj. đầy nhựa, tươi-tốt, sum-sê.

lust n. tính ham nhục-dục, tính đa-dâm; dục-vọng,
lòng tham muốn.

lustful adj. dâm-dục/-dật/-đãng, đa-dâm.

luster n. nước bóng; sự vẻ vang.

lusty adj. khoẻ mạnh, mạnh mẽ, cường-tráng.

lute n. đàn luýt, đàn tì-bà.

luxuriant adj. [cây cối] um-tùm, sum-sê.

luxurious adj. sang trọng; xa-hoa, xa-xỉ.

luxury n. sự xa-xỉ/xa-hoa. -- item đồ xa-xỉ.

lye n. thuốc giặt/tẩy quần áo.

lymph n. bạch-huyết.

lymphatic adj. -- system hệ bạch-huyết.

lynch v. linsơ, hành-hình không cần xử ở toà án.

lynx n. mèo rừng, sơn-miêu, linh-miêu.

lyre n. đàn lia bảy dây.

lyric(al) adj. trữ-tình. lyrics lời bài hát.

lyricism n. thể trữ-tình; thơ trữ-tình.

lyricist n. nhà thơ trữ-tình.

M

M.A. [Master of Arts] Phó Tiến-sĩ Văn-khoa, Cử-
nhân Giáo-khoa. [= A.M.]

ma'am n. phu-nhân; thưa bà.

macadam n. đá giăm để đắp đường.

macaroni n. mì ống.

macaroon n. bánh dừa, bánh hạnh-nhân.

mace n. cái chùy; gậy quyền.

machete n. dao lớn của dân Nam-Mỹ.

machination n. mưu-kế, mưu-đồ, gian-kế.

machine n. máy, máy móc, cơ-giới; bộ máy chỉ-đạo.
sowing -- máy khâu/may. washing -- máy giặt. --
gun súng máy, súng liên-thanh. -- tool máy côngcụ.

machinery n. máy móc; cơ-khí; bộ máy, cơ-quan.

machinist n. thợ máy, người dùng/kiểm-tra máy.

mackerel n. cá thu.

macrocosm n. thế-giới vĩ-mô.

mad adj. điên, cuồng, mất trí; bực-tức; tức-giận,
nổi giận, giận dữ; say mê. like -- như điên.

madam n. bà, cô; phu-nhân; mụ tú bà, mụ chủ nhà
chứa, mụ trùm nhà thổ.

madden v. (làm) phát điên lên, (làm) tức giận.

made quá-khứ của make. -- to measure/order may đo.

madhouse n. nhà thương điên.

madman n. người điên, thằng khùng.

madness n. sự điên rồ, chứng điên; sự giận dữ.

maelstrom n. vũng nước xoáy.

maestro n. nhạc-trưởng đại-tài; nhà soạn nhạc tài.

magazine n. tạp-chí; ổ đạn.

maggot n. con giòi.   [cuốn.

magic n. ma-/ảo-/yêu-/pháp-thuật; ma-lực, sức lôi

magician n. nhà ảo-thuật; thuật-sĩ, pháp-sư.

magistrate n. quan tòa, thẩm-phán.

magnanimous adj. cao-thượng, đại-lượng, hào-hiệp.

magnate n. trùm tư-bản.

magnesium n. magiê, ma-nhê-si.   [thu hút.

magnet n. nam-châm; từ-thạch; người/vật có sức

magnetic adj. từ, có từ-tính. -- force lực từ.
-- pole cực từ. -- tape băng ghi âm.

magnetism n. từ-tính, tính từ; sức quyến rũ.

magnetize v. từ-hoá; lôi cuốn, dụ-hoặc.

magneto n. ma-nhê-tô.

magnificent adj. nguy-nga tráng-lệ, lộng-lẫy.

magnify v. làm to ra, phóng đại; thổi phồng. --ing
glass kính lúp.

magnitude n. độ lớn, lượng; tầm quan-trọng.

magnolia n. cây mộc-lan.

magpie n. chim ác-là.

mah-jong n. mạt-chược.

mahogany n. cây dái ngựa; gỗ dái ngựa, gỗ đào-hoa-
tâm; màu nâu thẫm.

maid n. con gái, thiếu-nữ; đầy tớ gái, cô hầu gái.
old -- gái già, bà cô. -- of honor cô phù dâu.

maiden n. gái đồng trinh. adj. thời con gái. --
name tên con gái, nhũ-danh. a ship's -- voyage
chuyến vượt biển đầu tiên của một chiếc tàu.

maidenhead n. màng trinh.

maidservant n. đầy tớ gái.

mail n. thư-từ, bưu-phẩm; bưu-điện, bưu-chính.
v. gửi, bỏ [thư, gói]. -- order catalog sách
liệt-kê hàng-hoá bán qua bưu-điện. -- order house
cửa hàng bán qua bưu-điện. --ing address địa-chỉ.

mail n. áo giáp.

mailbox n. hòm thư.

mailman n. người phát thư, bưu-tá, phắc-tơ.

maim v. làm tàn-tật, đánh què.

main n. phần cốt-yếu; ống dẫn nước chính, dây điện
chính. in the -- đại-để, đại-khái, nói chung.
adj. chính, lớn nhất, chủ-yếu, quan-trọng nhất.

mainland n. đất liền, lục-địa, đại-lục.

mainly adv. phần lớn, nhất là.

mainstay n. trụ-cột, rường-cột.

maintain v. giữ, giữ vững, duy-trì; nuôi, cưu-
mang; bảo-quản, bảo-trì.

maintenance n. sự duy-trì; sự cưu-mang; sự bảo-
trì, tu-bổ; sửa-sang [xe cộ, máy móc, đường xá].

maize n. ngô, bắp. [= (Indian) corn].

majestic adj. oai-vệ, oai-nghiêm, uy-nghi.

majesty n. vẻ oai-nghiêm/uy-nghi. Your Majesty
Muôn tâu Bệ-hạ/Thánh-thượng.

major n. thiếu-tá (lục-quân); con trai thành niên;
chuyên-đề, môn học chính. adj. lớn hơn, quan-
trọng, trọng-đại; thuộc chuyên-đề; [gam] trưởng.
v. chuyên [in history ve mon su]. a -- problem
một vấn-đề quan-trọng. He decided to -- in English
with a minor in Vietnamese. Anh ta quyết-định chọn
chuyên-đề về tiếng Anh, môn phụ là tiếng Việt.

major general n. trung-tướng.

majority n. phần lớn, đa-số, phần đông. great --, overwhelming -- tuyệt-đại đa-số.

make n. cách cấu-tạo, kiểu, hiệu (xe); dáng, tầm vóc. Which -- is their car? Ô-tô họ hiệu gì? v. [made] làm, chế-tạo, may [áo]; làm thành, gây nên; khiến, bắt; trở nên; dọn, sửa-soạn; thu được, kiếm; cộng thành; tới nơi; đi; lập, phong, tôn, bổ-nhiệm; nghĩ, hiểu. made in Vietnam chế-tạo ở Việt-nam. Please -- some coffee. Em làm ơn pha ít cà-phê đi. He's making a lot of money. Anh ấy làm khối tiền. They decided to -- him president of the company. Họ quyết-định cử ông ấy làm chủ-tịch hãng. Can you -- it to the shore? Em bơi nổi vào bờ không? Five and six -- eleven. 5 cộng với 6 là 11. He will -- a good lawyer. Anh ấy sẽ trở nên một luật-sư giỏi. What do you -- of his suggestion? Anh nghĩ sao về đề-nghị của ông ta? *** to -- away with bỏ đi; giết, thủ-tiêu; ăn cắp. to -- believe giả vờ/tảng, làm bộ ... -- out viết ra; chứng-minh; hiểu; nhận ra/biết; làm được, lo được. -- over sửa lại. -- up làm thành; bịa ra; bù vào; làm lành; đánh phấn, hoá-trang.

make-believe n. sự giả vờ. adj. giả.

maker n. người làm ra, người chế-tạo/sáng-tạo ra.

makeshift n., adj. (cái) để dùng tạm thời.

make-up n. son phấn; cấu-tạo, bản-chất.

maladjusted adj. không thích-ứng/-nghi được.

malady n. bệnh-tật; bệnh-hoạn, tệ-nạn, tệ-đoan.

malaria n. bệnh sốt rét.

male n. con trai, đàn ông; con đực/trống. adj. giống đực, trai, nam, trống. -- chauvinist đàn ông chống chuyện nam nữ bình quyền.

malediction n. lời nguyền-rủa.

malefactor n. kẻ làm điều ác; kẻ gian/bất-lương.

malevolent adj. xấu bụng, ác, hiểm, có ác-tâm/-ý.

malice n. ác-tâm, ác-ý.

malicious adj. hiểm-độc, có ác-tâm/ác-ý.

malign v. nói xấu, vu-khống, phỉ-báng.

malignant adj. ác-tính, độc, nguy.

mall n. lối đi có bóng cây (ở trung-tâm buôn-bán).

mallard n. vịt trời.

mallet n. cái vồ.

malnutrition n. sự thiếu ăn, thiếu dinh-dưỡng.

malpractice n. sự sơ-xuất, cho thuốc sai.

malt n. mạch-nha.

maltose n. mantoza.

maltreat v. hành-hạ, ngược-đãi.

mamma, mama n. mẹ, má.

mammal n. động-vật có vú.

mammoth n. voi ma-mút/lớn. adj. lớn, khổng-lồ.

man n. [men] người, con người ta; đàn ông, nam-nhi; chồng; người, lính, người hầu. Hurry up, --. Nhanh lên chứ, cậu cả! to a -- trăm người như một. v. cung-cấp người/nhân-viên; lo, phụ-trách.

manacles n. khoá tay, xiềng, còng tay.

manage v. trông nom, quản-lý/-trị; dạy, trị, chế-ngự; xoay-xở. She --s well. Bà ấy đảm lắm.

management n. sự/tài quản-lý; ban quản-lý/-trị.

manager n. quản-lý, quản-đốc, giám-đốc.

managerial adj. thuộc ngành/ban quản-lý.

mandarin n. quan, quan-lại; tiếng phổ-thông, tiếng quan-hoả/quan-thoại của người Trung-quốc.

mandate n. sự uỷ-nhiệm/-thác; chế-độ uỷ-trị.

mandolin n. đàn măng-đô-lin, măng-cầm.

mane n. bờm [ngựa, sư-tử].

maneuver n. cuộc thao-diễn; thủ-đoạn, mưu-mẹo.

manful adj. gan, bạo, can-đảm, dũng-mãnh.

manganese n. mangan.

mange n. bệnh lở ghẻ.

manger n. máng ăn, máng cỏ.

mangle v. xé, cắt; làm thương-tật; làm hỏng cả.

mango n. quả xoài; cây xoài.

mangosteen n. quả măng-cụt; cây măng-cụt.

mangrove n. cây đước.

manhandle v. xô-đẩy, nắm, túm.

manhood n. nhân-tính, nhân-cách; tuổi trưởng-thành.

mania n. chứng điên/cuồng; tính gàn/nghiện/ham.

maniac n., adj. (người) điên, khùng.

manicure n., v. (sự) cắt sửa móng tay.

manifest n. bản kê-khai hành-khách hay hàng-hoá. adj. rõ-ràng, hiển-nhiên. v. bày tỏ, biểu-lộ.

manifesto n. bản tuyên-ngôn.

manifold adj. nhiều phần; nhiều vẻ, đa-dạng.

manioc n. sắn. [lôi kéo.

manipulate v. vận-dụng bằng tay, thao-tác; lái;

mankind n. loài người, nhân-loại; nam-giới.

manly adj. hợp với đàn ông; có đức-tính/tính-chất đàn ông; mạnh-mẽ, hùng-dũng, can-đảm.

manner n. cách, lối, kiểu, thói; thái-độ, cử-chỉ;

manners cách xử-sự/cư-xử; phong-tục tập-quán. He
has no --s. Tên đó thật là thô-lỗ, bất-nhã.

mannerism n. thói kiểu-cách/cầu-kỳ, không tự-nhiên.

man-of-war n. tàu chiến, chiến-thuyền/-hạm.

manometer n. áp-kế.

manor n. thái-ấp, trang-viên, lãnh-địa.

manpower n. sức người, nhân-lực, người giúp việc.

mansion n. nhà lớn, lâu-đài, dinh-thự.

manslaughter n. tội ngộ-sát.

mantel(piece) n. kệ/bệ trên lò sưởi, mặt lò sưởi.

mantle n. áo khoác/choàng; cái măng-sông đèn;vật
để che phủ. v. khoác áo ngoài; che phủ.

manual n. sách học, sổ tay. adj. chân tay. --
labor lao-động chân tay.

manufacture n. sự chế-tạo/sản-xuất. v. chế-tạo,
sản-xuất; bịa-đặt, ngụy-tạo.

manufacturer n. nhà chế-tạo; chủ xí-nghiệp.

manure n. phân bón. green -- phân xanh. v. bón.

manuscript n. bản viết tay, thủ-bản; bản thảo.

many n. nhiều (cái/người). adj. nhiều, lắm. Many
came, Many people came. Nhiều người đến lắm. --
times, -- a time nhiều lần.

map n. bản đồ. v. vẽ bản đồ; vạch ra, sắp xếp.

maple n. cây phong, cây thích.

mar v. làm hư/hỏng/hại.

marauder n. kẻ cướp.

marble n. đá hoa, cẩm-thạch; marbles hòn bi. to
shoot --s bắn/chơi bi.

March n. tháng ba dương-lịch.

march n. hành-khúc; bước đi (hành-quân); cuộc
diễn/diễu-hành. v. đi, bước đều, diễu-hành;
đưa đi, bắt đi. the -- of events sự tiến-triển
của thời-cuộc.

mare n. ngựa cái.

margarine n. mác-gia-rin, bơ thực-vật. [hơ.

margin n. lề; bờ, mép, bìa, rìa; số dư để phòng

marigold n. cúc vàng, cúc vạn-thọ.

marijuana n. cần-sa.

marinate v. ngâm, giầm.

marine n. đội tàu buôn merchant --; lính thủy
đánh bộ, thủy-quân lục-chiến. the Marine Corps
đội Thủy-quân Lục-chiến. adj. thuộc về biển;
thuộc ngành hàng-hải; thuộc hải-quân.

mariner n. lính thủy, thủy-thủ.

marital adj. thuộc hôn-nhân; thuộc người chồng.

-- status hôn-cảnh, có vợ/chồng không.

maritime adj. thuộc biển; thuộc ngành hàng-hải;
ở gần biển, ở miền duyên-hải.

mark n. dấu, vết; đốm, vết lang; dấu-hiệu, ký-hiệu,
nhãn-hiệu; nét viết/in; điểm, điểm-số; (mục-)đích,
mục-tiêu; mức, tiêu-chuẩn, trình-độ; dấu ấn, ảnh-
hưởng. v. đánh dấu, ghi; cho điểm, đánh giá;
biểu-lộ/-thị; để ý, chú-ý đến. to -- time giậm
chân tại chỗ; không tiến được.

marked adj. rõ-ràng, rõ-rệt. --ly adv. He has
improved --ly. Anh ấy đã khá nhiều [sau trận ốm].

market n. chợ, thị-trường. v. mua bán ở chợ; bán
ở chợ, đem ra chợ bán, tung ra thị-trường. stock
-- thị-trường chứng-khoán. Common Market Thị trường
Chung. -- value giá thị-trường.   [trường.

marketing n. môn học về thị-trường; việc kiểm thị

marketplace n. nơi họp chợ.

marksman n. người bắn giỏi, tay thiện-xạ.

marmalade n. mứt cam [để phết vào bánh mì nướng].

maroon n., adj. (màu) nâu sẫm, màu hạt dẻ.

maroon v. bỏ mặc ở trên hoang-đảo.

marquee n. mái hiên rạp hát hay rạp chiếu bóng.

marquis n. hầu-tước.

marriage n. sự cưới vợ, sự lấy chồng; sự kết-hôn,
việc hôn-nhân, lễ cưới, hôn-lễ. certificate of --
giấy giá-thú.

married adj. có vợ, có chồng, đã lập gia-đình.
un-- còn độc-thân. -- life đời sống vợ chồng.

marrow n. tủy; phần chính, phần cốt-tủy; bí ngô
vegetable --.

marry v. cưới [vợ], lấy [chồng]; lấy vợ cho, gả
chồng cho; lấy vợ/chồng, kết-hôn, thành gia-thất.

Mars n. sao Hoả, Hoả-tinh; thần chiến-tranh.

marsh n. đầm lầy, bãi sình lầy.

marshal n. thống-chế, nguyên-soái; nhân-vật hoặc
giáo-sư phụ-trách nghi-lễ; cảnh-sát-trưởng.

marshmallow n. kẹo trắng mềm [làm bằng mật ngô,
tinh bột và gelatin].

mart n. chợ, thị-trường, trung-tâm thương-mại.

martial adj. thuộc chiến-tranh; võ-dũng/-biền,
hùng-dũng, thượng-võ. -- arts nghề võ, võ-nghệ.
-- law quân-luật.

martyr n. kẻ tử-đạo, kẻ chết vì nghĩa lớn, liệt-sĩ.

martyrdom n. sự tử-đạo; nỗi đau-đớn/thống-khổ.

marvel n. chuyện kỳ-diệu/tuyệt-diệu, kỳ-công.

v. lấy làm lạ, ngạc-nhiên, kinh-ngạc, trầm-trồ.

marvelous adj. kỳ-lạ/-diệu, tuyệt-/huyền-diệu.

Marxism n. chủ-nghĩa Mác. M.-Leninism chủ-nghĩa
Mác-Lênin, chủ-nghĩa Mác-Lê.

Marxist n., adj. (người) Mác-xít.

mascara n. thuốc bôi lông mi cho dài.

mascot n. vật lấy khước, vật/bùa hộ-mạng.

masculine n., adj. (thuộc) giống đực; có vẻ đàn
ông, (có) nam-/hùng-tính.

mash n. lúa trộn cám cho súc-vật ăn; chất trộn
với nước; mớ hỗn-độn. v. nghiền, tán, bóp nát.
--ed potatoes khoai tây tán.

mask n. mặt nạ. v. đeo mặt nạ (cho); che giấu.

masochism n. sự thống-dâm.   [M--.

mason n. thợ nề; M-- hội-viên Hội Tam-điểm Free

masonry n. công-trình gạch xây; nghề thợ nề.

masquerade n. dạ-hội giả-trang; trò giả-dối, trò
lừa bịp. v. giả-trang, giả-dạng.

mass n. khối, đống, cục; số đông; khối lớn, đa-số,
số lớn/nhiều; khối-lượng; masses quần-chúng. In a
-- cả đống/bọn/lũ. v. hợp lại, tập-hợp/-trung.

mass n. lễ mi-sa.

massacre n. sự giết chóc, cuộc tàn-sát. v. giết
chóc, tàn-sát [những người yếu-thế].

massage n., v. (sự) xoa bóp, tẩm-quất.

masseur n. tẩm-quất, đàn ông làm nghề xoa bóp.

masseuse n. tẩm-quất đàn bà.

massive adj. to lớn, đồ-sộ; ồ-ạt.   [rải.

mass media n. các phương-tiện truyền-thông rộng-

mass production n. sự sản-xuất hàng loạt.

mast n. cột buồm.

master n. chủ, chủ-nhân; chủ gia-đình; thuyền-
trưởng; thầy, thầy giáo; cậu ...; người giỏi/thạo,
nghệ-sĩ bậc thầy; bức tranh của bậc danh-hoạ.
v. làm chủ, cai-quản, chỉ-huy, điều-khiển; nén,
kiềm-/khống-chế, khắc-phục; nắm vững, thạo về ...

masterful adj. hống-hách, hách-dịch; bậc thầy.

masterly adj. bậc thầy, giỏi, khéo, thạo.

mastermind v. bày vẽ, làm quân-sư/cố-vấn cho....

masterpiece n. tác-phẩm lớn, kiệt-tác.

mastery n. sự nắm vững, sự thành-thạo; thắng-thế,
ưu-thế; quyền làm chủ.

masticate v. nhai.

masturbate v. thủ-dâm.

masturbation n. sự thủ-dâm.

mat n. chiếu sleeping --; thảm chùi chân door --;
tấm lót bát đĩa [ở bàn ăn]. v. làm bết vào.

mat n. các-tông để bồi tranh ảnh, khung các-tông
để lồng kính vào ảnh.

match n. que diêm.

match n. cuộc thi đấu, trận đấu; đối-/địch-thủ;
người/cái xứng đôi; việc hôn-nhân. v. bằng, có
sức/tài ngang; xứng, hợp; làm cho phù-hợp; đối
chọi, đối/sánh được; sắp thành cặp/đôi/bộ.

matchless adj. vô-địch, vô-song.

matchmaker n. bà mối/mai, người làm mối, ông mai.

mate n. vợ, chồng; con đực, con cái; phó thuyền-
trưởng; người phụ; bạn. v. lấy nhau, kết đôi,
kết bạn; phủ, rập, lẹo, đạp. school-- bạn học một
trường. class-- bạn học cùng lớp. room-- bạn chung
phòng trọ.

material n. vật-liệu, chất-liệu, tài-liệu; vải;
đồ dùng. raw -s nguyên-liệu. building --s vật liệu
xây-dựng. adj. vật-chất; thuộc xác-thịt, thuộc
thân-thể; cần-thiết, quan-trọng, trọng-yếu. dress
-- hàng may áo dài.

materialism n. chủ-nghĩa duy-vật. dialectical --
duy-vật biện-chứng. historical -- duy-vật lịch-sử.

materialist n. người duy-vật, người thích vật-chất.

materialistic adj. duy-vật, quá thiên về vật-chất.

materialize v. thành sự thật, thực-hiện được.

matériel n. vật-liệu, dụng-cụ, quân-cụ, chiến-cụ.

maternal adj. thuộc về mẹ, của mẹ; bên ngoại. --
love tình mẹ, tình mẫu-tử. -- uncle cậu. -- grand-
mother bà ngoại.

maternity n. tính-chất/tư-cách người mẹ. -- cloth-
es quần áo đàn bà có mang. -- hospital nhà hộ/bảo-
sinh. -- leave nghỉ hộ-sản, phép nghỉ đẻ.

math n. Xem *mathematics*.

mathematical adj. toán, toán-học; chính-xác.

mathematician n. nhà toán-học, toán-học-gia.

mathematics n. toán-học, môn toán [pure thuần-tuý,
applied ứng-dụng].

matinée n. buổi diễn ban chiều, xuất chiều.

matriarch n. nữ-tộc-trưởng, nữ-gia-trưởng, bà chúa.

matriarchal adj. thuộc quyền mẹ, thuộc mẫu-hệ.

matriarchy n. chế-độ quyền mẹ, chế-độ mẫu-hệ.

matriculate v. tuyển làm sinh-viên; ghi tên học.

matrimony n. hôn-nhân, đời sống vợ chồng.

matrix n. ma-trận. -- sentence mệnh-đề mẹ/chính.

matron n. đàn bà lớn tuổi (có chồng); bà quản-lý, quản-gia [nhà thương]; nữ-cảnh-sát [nhà tù].

matter n. chất, vật-chất, thể; đề, chủ-đề; vật, -phẩm; chuyện, việc, điều, vụ; cớ, lý-do [for để ..]; khoảng độ [ten minutes 10 phút]; chuyện quan trọng; mủ. solid -- chất đặc. printed -- ấn-phẩm [tiền gửi rẻ hơn thư thường]. What's the -- with X? X làm sao thế? Nothing the --. Không có gì quan-trọng cả. No -- what happens,... Bất luận chuyện gì xảy ra,.... v. quan-trọng. It does not --. Không sao. It is a -- of course. Đó là chuyện tất-nhiên. as a -- of fact thật ra, thực-tế.

mattock n. cái cuốc chim.

mattress n. nệm, đệm. spring -- đệm lò-xo.

mature adj. chín, chín chắn, thành-thục; kỹ-càng, cẩn-thận, dẫn-đo; đến kỳ-hạn phải trả, đáo hạn. v. chín, trở nên chín chắn; đến kỳ-hạn phải trả.

maturity n. sự già-dặn, sự thành-thục; tính chín chắn; kỳ-hạn phải trả; kỳ-hạn rút tiền gửi băng.

maul v. đánh, cấu xé, phá-phách; hành-hạ.

mausoleum n. lăng, lăng-tẩm.

mauve adj. màu hoa cà.   [khuôn phép.

maverick n. con bê chưa đánh dấu; người không theo

maw n. dạ-dày; bụng; diều; miệng.

maxim n. cách-ngôn, châm-ngôn.

maximum n., adj. (số) tối-đa, tối-cao, cực-độ.

may aux. v. có thể, có lẽ; được phép, có thể; cầu chúc, cầu mong; có thể. You -- enter now. Bây giờ con vào được rồi. M-- you be very happy. Tôi cầu chúc cho anh chị được nhiều hạnh phúc. I will so that you -- know about our plans. Tôi viết đây để cho anh có thể biết rõ chương-trình của chúng tôi. She -- have forgotten. Có thể cô ấy quên.

May n. tháng năm dương-lịch. M-- Day Ngày Quốc-tế Lao-động (mồng 1 tháng 5) [≠ labor Day]

maybe adv. có lẽ, có thể.

mayonnaise n. nước xốt may-on-ne.

mayor n. thị-trưởng, đốc-lý.

maze n. đường rối, mê-lộ, cung mê, mê-đồ.

M.D. [=Doctor of Medicine] Bác-sĩ Y-khoa.   [lỗi.

me pron. tôi, tao, tớ. The dog bit --. Chó cắn As to/for --,... Còn (về phần) tôi thì ....

meadow n. cánh đồng cỏ.

meager adj. gầy, còm; [tiền] ít; [bữa ăn] sơ-sài.

meal n. bữa ăn, bữa cơm. evening -- bữa tối.

meal n. bột [lúa, ngô, v.v.]. corn -- bột ngô.

mealtime n. giờ ăn.

mean v. [meant] có nghĩa là; muốn/định nói; có ý. What does this word --? Từ/chữ này nghĩa là gì? I -- now, not tomorrow. Bố muốn nói ngay bây giờ, chứ không chờ đến mai. He didn't -- to hurt you. Ông ấy không định tâm làm anh đau/giận.

mean adj. thấp kém, tầm-thường; tồi, tồi-tàn, tiểu tụy; hèn, bần-tiện; nhỏ-nhen, tiểu-nhân, ác.

mean n. khoảng giữa; số trung-bình; means cách, kế, phương-tiện; của, của-cải, phương-tiện tài-chính. the Golden M-- trung-dung. by all --s bằng bất cứ giá/cách nào; chắc-chắn rồi, tất-nhiên rồi. by --s of bằng cách .... by no --s chắc không, hẳn không. a man of --s người có của.   [khuyu.

meander v. uốn khúc, quanh co, ngoằn-ngoèo, khúc-

meaning n. nghĩa, ý-nghĩa.

meaningful adj. có/đầy ý-nghĩa.

meaningless adj. vô-nghĩa.

meant quá-khứ của mean.

meantime n., adv. (in the) -- trong khi ấy.

meanwhile n., adv. (in the) -- trong khi ấy.

measles n. bệnh sởi. to have the -- lên sởi.

measure n. sự đo (lường); đơn-vị đo (lường); giới-hạn, chừng-mực; biện-pháp; nhịp (điệu). beyond -- quá độ, quá chừng quá đỗi. v. đo, đo lường; đo được; so/đọ [with với].

measured adj. cân-nhắc, dẫn-đo, thận-trọng; đều.

measurement n. sự/phép đo; kích-thước, khuôn-khổ.

meat n. thịt; thịt, cơm [trái cây]; đồ ăn. -- balls thịt viên, viên thịt. lean -- thịt nạc.

mechanic n. thợ máy.

mechanical adj. thuộc cơ-khí; máy-móc quá.

mechanics n. cơ-học.

mechanism n. máy-móc, cơ-cấu, cơ-quan, cơ-chế.

mechanize v. cơ-khí-hoá; cơ-giới-hoá.

medal n. mề-day, huy-chương.

medallion n. huy-chương; quả tim đeo cổ.

meddle v. xen/dính/xía vào.

meddlesome adj. thích xen vào chuyện người khác.

media n. [Xem medium] các phương-tiện truyền-thông.

median adj. ở giữa.

mediate v. làm trung-gian, hoà-giải.

mediator n. người trung-gian, hoà-giải-viên.

medic n. anh cứu-thương; bác-sĩ; sinh-viên y-khoa.

medical adj. y, y-học, y-khoa. -- school trường y, trường thuốc.

medication n. sự cho thuốc; thuốc men.

medicinal adj. dùng làm thuốc. -- herbs dượcthảo.

medicine n. thuốc [to take uống]; y-học, y-khoa. -- chest tủ thuốc gia-đình.

medieval adj. thuộc thời Trung-cổ.

mediocre adj. thường, xoàng, vừa, tồi, tầmthường.

meditate v. suy-nghĩ, ngẫm-nghĩ, trầm-ngâm.

meditation n. sự trầm-ngâm, sự trầm-tư mặc-tưởng, sự phản-tỉnh.

mediterranean adj. thuộc Địa-trung-hải.

medium n. vật môi-giới; trung-dung; bà đồng; môi-trường; phương-tiện. [media] adj. trung-bình, trung, vừa. -- wave (làn) sóng trung(-bình).

medley n. mớ hỗn-tạp; bản nhạc hỗn-hợp.

meek adj. ngoan, hiền-lành, dễ bảo, nhu-mì.

meet n. cuộc gặp-gỡ để tranh tài. v. [met] gặp (mặt), gặp gỡ; đón, rước; được làm quen với; đáp-ứng [nhu-cầu], trả, thanh-toán; gặp nhau, hội-họp. Pleased to -- you. Hân-hạnh được gặp Ông. That society --s every year right after Christmas. Hội ấy năm nào cũng họp ngay sau kỳ lễ Giáng-sinh.

meeting n. cuộc gặp-gỡ/hội-ngộ; phiên họp, khoá họp, hội-nghị. -- ground chỗ gặp-gỡ. -- house nơi giáo-phái Quakers tụ-họp để thờ-phượng.

megaphone n. cái loa.

melancholy n., adj. (sự/nỗi) ưu-sầu, sầu-muộn.

melee n. cuộc loạn-đả.

mellow adj. ngọt dịu/lịm; dịu-dàng, êm-dịu; rượu ngọt giọng. v. trở nên giàgiặn/chínchắn hơn.

melodious adj. êm tai, du-dương, thánh-thót.

melodrama n. kịch tình-tiết (quá thống-thiết).

melody n. điệu hát/ca; âm-điệu/nhạc-khúc du-dương.

melon n. dưa (tây). water -- dưa hấu. winter -- bí, đông-qua. bitter -- mướp đắng, hủ-qua.

melt v. tan/chảy ra; làm tan ra; động/mủi lòng; làm động/mủi lòng. --ing pot nồi đúc, nơi hỗnhợp.

member n. hội-/thành-/đảng-/đoàn-viên; chân, tay, bộ-phận. I am a -- of the club. Tôi có chân trong câu-lạc-bộ đó. -- state nước hội-viên/thành-viên.

membership n. chân hội, tư-cách/số hội-viên.

membrane n. màng.

memento n. vật kỷ-niệm.

memo Xem *memorandum*.

memoir n. tiểu-luận; memoirs hồi-ký, tập kỷ-yếu.

memorable adj. đáng ghi nhớ.

memorandum n. thư ngắn (cho khỏi quên); giác-thư.

memorial n. sớ, kiến-nghị; đài kỷ-niệm. adj. để kỷ-niệm. the Lincoln M-- Đền kỷ-niệm Linh-con. -- service lễ truy-điệu. M-- Day Ngày Chiến-sĩ Trận-vong [30 tháng 5], ngày Lễ Thanh-minh.

memorize v. nhớ, thuộc, (học) thuộc lòng.

memory n. trí nhớ, ký-ức; kỷ-niệm, sự tưởng nhớ.

men số nhiều của *man*. MEN'S ROOM Phòng Vệ-sinh Nam.

menace n. mối đe-doạ.

mend n. chỗ vá, chỗ sửa chữa. v. vá, chữa, mạng, sửa chữa, sửa sang, tu-bổ; sửa đổi [one's ways tính nết]; bình-phục, hồi-phục.

mendicant n. người ăn mày, kẻ hành-khất.

menfolk n. (cánh) đàn ông.

menial adj. [công việc] của đầy tớ.

meningitis n. bệnh sưng màng óc, viêm màng não.

menopause n. sự mãn/tắt kinh.

menses n. kinh-nguyệt.

menstruate v. thấy tháng, thấy kinh, bẩn mình.

menstruation n. kinh-nguyệt.

mental adj. thuộc trí-tuệ; thuộc tâm-thần, tinh-thần. -- hospital nhà thương điên, dưỡng-trí-viện.

mentality n. trạng-thái tâm-lý, tâm-lý.

menthol n. mentola, tinh bạc-hà.

mention n. sự nói đến, sự đề-cập. v. kể ra/đến, nói đến. Don't -- it. Không dám, Có chi đâu.

mentor n. ông thầy, người cố-vấn.

menu n. thực-đơn.

mercantile adj. buôn bán; vụ-lợi, duy-tiền, bái-kim, trọng-thương.

mercenary n. lính đánh thuê. adj. hám/vụ lợi.

merchandise n. hàng-hoá, hoá-phẩm, hoá-vật.

merchant n. nhà buôn, lái buôn. adj. buôn.

merciful adj. có lòng thương, từ-bi; khoan-hồng.

merciless adj. vô-tình, nhẫn-tâm, tàn-nhẫn.

mercury n. thuỷ-ngân; Mercury Sao Thuỷ, Thuỷ-tinh.

mercy n. lòng thương, từ-bi, lòng trắc-ẩn. at the -- of trong tay, dưới quyền của .... -- killing sự giết người bị bệnh nan-y [cho đỡ đau-đớn].

mere adj. chỉ là.

merely adv. chỉ là, đơn-thuần.

merge v. lẫn vào, hợp vào; hợp-nhất, kết-hợp.

merger n. sự hợp-nhất, sự kết-hợp.

meridian n. kinh-tuyến, đường kinh.

merit n. giá-trị, tài-cán; công, công-lao/-trạng.
v. đáng (được), xứng-đáng.

meritorious adj. xứng-đáng, đáng khen/thưởng.

mermaid n. mỹ-nhân-ngư; kiện-tướng bơi lội [nữ].

merriment n. sự vui chơi; sự vui-vẻ/hoan-hỉ.

merry adj. vui, vui-vẻ, hớn-hở.

merry-go-round n. vòng quay ngựa gỗ [trẻ con].

merrymaking n. sự nô-đùa, trò vui; hội-hè.

mesh n. mắt lưới; in -- [bánh xe] ăn khớp nhau.
v. [bánh xe răng cưa] ăn khớp nhau.

mess n. tình-trạng hỗn-độn/bừa-bãi bẩn-thỉu; bữa
ăn chung, tốp người ăn chung. v. làm lộn-xộn/
lung-tung, làm bẩn/hỏng mess up. -- hall phòng
ăn tập-thể.

message n. thư, thư-tín, lời nhắn, điện, điện-văn,
thông-điệp/-báo; lời truyền.

messenger n. người đưa/truyền tin; sứ-giả.

Messrs. n. quý-ông. M-- X and Y gửi Quý-ông X,Y.

messy adj. lung-tung, hỗn-độn, bừa-bãi bẩn-thỉu.

met quá-khứ của meet. We -- him in St. Louis last
night. Chúng tôi lên đón anh ấy ở St. Louis tối
hôm qua.

metabolism n. sự trao đổi chất; (tân trần) đại-tạ.

metal n. loài kim, kim-loại/-khí.

metallic adj. bằng/thuộc/như kim-loại.

metalloid n. á-kim.

metallurgy n. nghề/thuật/môn luyện-kim.

metamorphosis n. sự biến-hình/-hoá, hoá-thân.

metaphor n. phép ẩn-dụ.

metaphysics n. siêu-hình-học, hình-nhi-thượng-học

mete v. cho, chia, phân-phát [sự thưởng phạt].

meteor n. sao sa/băng, lưu-tinh.

meteoric adj. vụt sáng trong chốc lát.

meteorite n. đá trời, thiên-thạch, vẫn-thạch.

meteorology n. khí-tượng-học.

meter n. mét; vận-luật. square -- mét vuông. the
six-eight -- thể thơ lục-bát.

meter n. cái đo, đồng hồ đo.   [nắp.

method n. cách-thức, phương-pháp; thứ-tự, ngăn-

methodical adj. có phương-pháp/hệ-thống/qui-mô.

Methodist n. người theo phái Giám-lý.

methodology n. phương-pháp-học/-luận.

meticulous adj. kỹ, quá kỹ-càng, tỉ-mỉ.

metric adj. [hệ-thống system] mét.

metrics n. môn vận-luật, thi-luật.

metronome n. máy đánh nhịp.

metropolis n. thủ-đô/-phủ, thành-phố lớn; trung-tâm.

metropolitan adj. thuộc thủ-đô; thuộc mẫu-quốc.

mettle n. khí-khái/-phách; nhuệ-khí, nhiệt-tình.

mew n. tiếng mèo kêu. v. [mèo, mãn] kêu meo-meo.

mews n. phố/ngõ trước kia có chuồng ngựa bên cạnh.

mezzanine n. gác lửng, tầng gác lửng.

mica n. mi-ca.

mice số nhiều của mouse.

microbe n. vật vi-sinh, vi-trùng, vi-khuẩn.

microbiology n. vi-trùng-học.

microcosm n. thế-giới vi-mô.

microfilm n. microfim, vi-phim.

microphone n. micrô, máy vi-âm.

microscope n. kính hiển-vi.

microscopic adj. rất nhỏ, li-ti.

microwave n. sóng cực ngắn, vi-ba.

mid adj. giữa. mid January giữa tháng giêng tây.

midday n. trưa, buổi trưa, chính ngọ.

middle n. (khoảng) giữa; chỗ thắt lưng. adj. giữa,
trung. the M--Ages thời Trung-cổ. -- class giai-
cấp trung-lưu. the M- East Trung-đông. M-- West
miền Trung-tây nước Mỹ.

middleman n. người trung-gian, người môi-giới.

midget n. người rất nhỏ; con vật nhỏ; vật nhỏ.

midland n. vùng trung-du.

midnight n. nửa đêm, 12 giờ đêm.

midriff n. cơ hoành.

midshipman n. sinh-viên trường Hải-quân (Annapolis)

midst n. giữa. in the -- of giữa lúc; giữa bọn.

midsummer n. giữa mùa hè; hạ-chí.

midterm n. giữa khoá (học); bài thi giữa khoá.

midway adv. nửa đường, giữa đường, nửa chừng.

midwife n. bà/cô đỡ, bà mụ, sản-bà.

midwinter n. giữa mùa đông; đông-chí.

mien n. dáng, vẻ, dáng điệu, phong-cách.

might quá-khứ của may. in case you -- lose it phòng
khi anh để mất chăng. She -- have forgotten. Có
thể có ta quên chăng.

might n. sức mạnh, lực, vũ-lực, cường-quyền.

mighty adj. mạnh, hùng-cường; to lớn; phi-thường.

migraine n. chứng nhức một bên đầu.

migrant n., adj. (người) di-trú.

migrate v. [chim, người] di-trú; ra ngoại-quốc.

migration n. sự/cuộc di-trú, di-cư.

migratory adj. di-trú, di-động.

mike Xem *microphone.*

milch adj. -- cow bò sữa.

mild adj. êm-dịu, ôn-hoà; dịu-dàng, hoà-nhã; nhẹ, dịu, không cay, không nặng.

mildly adv. hơi .... một chút.

mildew n. bệnh mốc; nấm mốc. v. làm cho mốc.

mile n. dặm, lý [= 1.609 mét].

mileage n. khoảng đường tính bằng dặm.

milestone n. cột cây số, cột kilômet, cọc, mốc.

militant n., adj. (người) chiến-đấu.

militarism n. chủ-nghĩa quân-phiệt.

military adj., n. quân-sự, thuộc quân-đội, nhà binh. the -- quân-đội, bộ-đội. -- base căn-cứ quân sự. -- intelligence tình-báo quân-đội. -- police quân-cảnh.

militia n. dân-quân.

militiaman n. anh dân-quân.

milk n. sữa [người, bò, dê, v.v.]; nước, sữa [dừa] v. vắt sữa; bóc lột, bòn rút.

milkmaid n. cô/chị vắt sữa ở trại.

milkman n. người giao sữa; người bán sữa.

milky adj. (trắng đục) như sữa. M-- Way Ngân-hà.

mill n. cối xay; (nhà) máy xay; máy nghiền/cán; xưởng. cotton -- nhà máy dệt. coffee -- cối xay cà-phê. v. xay, nghiền, cán, tán, giã.

millennium n. nghìn năm, thiên-niên-kỷ.

miller n. chủ cối xay.

millet n. hạt kê; cây kê.

milligram n. miligam.

millimeter n. milimet.

milliner n. người làm/bán mũ đàn bà.

million n. một triệu.

millionaire n. nhà triệu-phú.

mime n. kịch/tuồng câm; anh hề. v. bắt chước.

mimeograph n., v. (in bằng) máy rô-nê-ô.

mimic v. bắt chước, nhại.

mimicry n. sự bắt chước, tài bắt chước.

mimosa n. cây xấu hổ, cây trinh-nữ.

mince n. thịt vụn. v. băm vụn, thái nhỏ/vụn.

mind n. tâm, tâm-trí, tinh-thần; đầu óc, trí óc, trí-tuệ; ý-kiến, ý-nghĩ, ý-định; sự chú-ý/-tâm; trí nhớ, ký-ức. have in -- ghi, nhớ; định, tính. I made up my -- to Tôi đã quyết-định .... Later

he changed his --. Về sau anh ấy đổi ý-kiến. v. để ý, lưu-/chú-ý; trông nom, chăm sóc; phiền lòng, bận tâm, quan-tâm. Do you -- answering the phone Anh làm ơn trả lời dây nói hộ tôi. Never --. Không hề gì, đừng bận tâm, Kệ nó. Never -- her crying. Mặc nó, cho nó khóc.

minded adj. có đầu óc.... broad- -- đầu óc rộng-rãi. narrow- -- đầu óc chật hẹp.

mindful adj. nhớ tới, lo lắng tới, lưu-tâm.

mine pron. (những) cái của tôi. This book is --. Quyển sách này là của tôi. Your shoes are brown; -- are black. Giày anh màu nâu, giày tôi màu đen.

mine n. mỏ; nguồn, kho; mìn, địa-/thuỷ-lôi. strip -- mỏ lộ-thiên. v. đào, khai [mỏ]; đặt mìn, đặt địa-lôi/thuỷ-lôi; giật mìn.

miner n. công-nhân mỏ, thợ/phu mỏ.

mineral n. khoáng-chất/-sản. adj. khoáng, vô-cơ.

mineralogy n. khoáng-vật-học.

mingle v. trộn lẫn, lẫn vào.

miniature n. tiểu-hoạ, hình nhỏ. in -- thu nhỏ lại.

minimize v. giảm đến mức tối-thiểu.

minimum n. số-lượng tối-thiểu, mức tối-thiểu. -- wages lương tối-thiểu.

miniskirt n. váy ngắn.

minister n. bộ-trưởng, tổng-trưởng; công-sứ, sứ-thần; mục-sư. Defense M-- Bộ-trưởng Quốc-phòng. -- plenipotentiary công-sứ toàn-quyền. Prime M-- Thủ-tướng. M- of State Quốc-vụ-khanh. -- without portfolio bộ-trưởng không (giữ) bộ (nào). the -- of our church ông mục-sư của Hội thánh chúng tôi. v. chăm sóc (chu đáo) [to cho].

ministry n. bộ; chức-vụ/nhiệm-kỳ bộ-trưởng; đoàn mục-sư. Foreign M--, M-- of Foreign Affairs Bộ Ngoại-giao.

mink n. chồn vizon [lông mượt làm áo đắt tiền].

minnow n. cá tuế.

minor n. người vị-thành-niên; điệu thứ. adj. nhỏ hơn, thứ-yếu, không quan-trọng;[quãng nhạc] thứ.

minority n. số ít, thiểu-số (phiếu). national --, -- people dân-tộc ít người, dân-tộc thiểu-số.

minstrel n. người hát rong, nghệ-sĩ hát sẩm.

mint n. cây bạc-hà. -- leaves lá bạc-hà.

mint n. nhà/sở đúc tiền. in -- condition còn mới toanh. v. đúc [tiền]; đặt ra [từ/chữ mới].

minus n. số âm. adj., prep. trừ. B -- B dưới.

minute n. phút; một lúc/lát; minutes biên-bản.

minute adj. rất nhỏ, vụn-vặt, tinh-tế; tỉ-mỉ, kỹ lưỡng, cặn-kẽ.

miracle n. phép màu, phép thần-diệu; kỳ-công. -- drug thuốc tiên, tiên-dược, thần-dược.

miraculous adj. kỳ-/thần-/huyền-diệu, phi-thường.

mirage n. ảo-cảnh/tượng; ảo-vọng.

mire n. vũng bùn, bãi lầy.

mirror n. gương soi. -- image hình phản-chiếu. v. phản-chiếu, phản-ánh.

mirth n. sự vui vẻ, sự cười đùa.

misanthrope n. kẻ ghét người/đời, kẻ chán đời.

misapprehension n. sự hiểu sai/lầm.

misappropriate v. lạm tiêu, biển-thủ, thụt két.

misbehave v. ăn-ở cư-xử không đúng-đắn, bậy-bạ.

miscalculate v. tính sai, tính lầm.

miscarriage n. sự sẩy thai.

miscarry v. sẩy thai; sai lầm; thất-hại.

miscellaneous adj. linh-tinh; hỗn-/pha-tạp.

miscellany n. tạp-lục/-biên; hợp-tuyển.

mischief n. trò tinh-nghịch; sự ranh-mãnh, sự hóm hỉnh; điều ác, sự nguy-hại.

mischievous adj. tinh-nghịch/-quái; có hại.

misconception n. sự quan-niệm/nhận-thức sai.

misconduct n. hạnh-kiểm xấu, phẩm-hạnh bất-chính.

misconstrue v. hiểu sai; giải-thích sai.

misdeed n. hành-động xấu.

miser n. người hà-tiện/bủn-xỉn/keo-kiệt.

miserable adj. khốn-khổ, khổ sở, điêu-đứng, cùng khổ, cùng-cực, cực-khổ; nghèo-nàn, tồi-tàn.

misery n. cảnh nghèo-khổ; sự đau-đớn khổ-sở.

misfit n., v. (người) không xứng; (áo) khg vừa.

misfortune n. điều không may; sự rủi-ro/bất-hạnh.

misgiving n. mối nghi-ngờ/nghi-ngại.

mishap n. tai nạn, việc rủi-ro.

misjudge v. xét-đoán sai.

mislay v. để lẫn đâu mất, để thất-lạc.

mislead v. làm cho lạc đường; đánh lạc hướng.

mismanagement n. sự quản-lý tồi.

misnomer n. sự nhầm tên; tên dùng sai.

misplace v. để không đúng chỗ/lúc.

misprint n. lỗi in, chữ in lầm.

mispronounce v. đọc sai, phát-âm sai.

misquote v. trích-dẫn sai.

misrepresent v. trình-bày sai, xuyên-tạc.

misrule n. bạo-chính. v. cai-trị tồi.

miss n. cô; cô gái, thiếu-nữ; hoa-khôi, hoa-hậu.

miss n. sự trượt, cú đánh trật; sự thất-bại.
v. không trúng, trượt, trệch, trật, hỏng; lỡ/nhỡ [xe, tàu, máy bay]; bỏ lỡ [dịp, cơ-hội opportunity]; bỏ sót/quên; nhớ(nhung); không gặp được; không hiểu được. I -- my brothers and sisters Tôi nhớ các anh các chị tôi. He --ed being drowned. Nó suýt bị chết đuối.

misshapen adj. méo-mó, xấu-xí, dị-hình.

missile n. vật phóng ra; tên lửa, hoả-tiễn. guided -- tên lửa điều-khiển. air-to-air -- hoả-tiễn không đối không.

missing adj. thiếu, khuyết, vắng. --link vật hay phần thiếu. -- in action [lính] bị mất tích.

mission n. sứ-mệnh, nhiệm-vụ; công-cán, công-tác; phái-đoàn, sứ-đoàn; toà đại-sứ, nhiệm-sở [ngoại-giao]; hội truyền-giáo. chief of -- trưởng nhiệm sở. to go on a -- được phái đi công-tác.

missionary n. nhà truyền-giáo, giáo-sĩ.

misspell v. viết sai chính-tả.

mist n. sương mù.

mistake n. lỗi, lỗi lầm, sai lầm. by -- vì lầm, do sự sơ-xuất. v. [mistook, mistaken] lầm lẫn.

mistaken adj. lầm, sai lầm.

mister n. ông ....; xin lỗi ông,..; thưa ông.

mistletoe n. cây tầm gửi.

mistreat v. ngược-đãi.

mistress n. bà chủ (nhà); cô/bà giáo; tình-nhân, nhân-tình, mèo.

mistrust n. sự nghi-ngờ/ngờ-vực.

misty adj. phủ/đầy sương mù.

misunderstand v. hiểu lầm.

misunderstanding n. sự hiểu lầm.

misuse n., v. (sự) dùng sai, (sự) lạm-dụng.

mite n. con bét, con ve, con bọ.

mite n. phần nhỏ; vật nhỏ bé.

mitigate v. giảm nhẹ, giảm-khinh, làm dịu bớt.

mitt n. găng tay ngón cái riêng; găng tay để bắt bóng trong trò bóng chày.

mitten n. găng tay ngón cái riêng.

mix v. trộn, pha trộn; hoà với nhau; giao-thiệp.

mixed adj. lẫn-lộn, ô-hợp; hỗn-hợp, cả nam lẫn nữ. -- up bối-rối, lúng-túng; liên-can [in đến]

mixture n. sự/thứ pha trộn; thuốc pha, hỗn-dược.

moan n., v. (tiếng) kêu van, than-van, rền-rĩ.

moat n. hào [quanh thành].

mob n. đám đông (hỗn-tạp); quần-chúng; bọn du-côn
     vô-lại. v. kéo ồ đến, bao vây; tấn-công.

mobile n. tác-phẩm điêu-khắc treo dây và chuyển-
     động được. adj. chuyển-/lưu-/di-động. -- home
     nhà moóc, nhà di-động. -- library thư viện lưu động.

mobility n. tính di-động/lưu-động.

mobilization n. sự động-viên. general -- tổng-
     động-viên. -- orders lệnh động-viên.

mobilize v. huy-động, điều-động, động-viên.

mock adj. giả. v. chế-nhạo, chế-giễu, nhạo-báng.

mockery n. lời/điều chế-nhạo; trò đùa, trò hề.

modal n., adj. (từ) chỉ lối, (từ) tình-thái.

mode n. cách, cách-/phương-thức, lối; kiểu, mốt,
     thời-trang; lối, thức.

model n. kiểu, mẫu, kiểu-mẫu, mô-hình; mẫu-vật;
     người gương mẫu; đàn bà mặc kiểu áo mẫu; người
     mẫu để vẽ hay chụp ảnh. v. nặn/vẽ kiểu, làm mẫu;
     rập theo, bắt chước; làm nghề mặc quần áo mẫu.

moderate adj. phải chăng, vừa phải; điều-độ, tiết
     độ; ôn-hoà, không dữ-dội/quá-khích. v. làm bớt
     đi, tiết-chế; điều-hợp/hoà-giải [cuộc bàn cãi].

moderation n. sự điều-độ/tiết-chế.

moderator n. người điều-hợp/hoà-giải.

modern adj. hiện-đại, mới, tân-thời; cận-đại.

modernize v. đổi mới, hiện-đại-hoá, canh-tân.

modest adj. nhún-nhường, nhũn-nhặn, khiêm-nhượng/
     -tốn; [đàn bà] thuỳ-mị, nhu-mì, e-lệ, nết-na; có
     mức-độ, vừa phải, phải chăng, không thái quá.

modesty n. tính nhũn-nhặn/thuỳ-mị/e-lệ/nết-na.

modicum n. chút, ít, số-lượng nhỏ.

modification n. sự sửa-đổi/canh-cải; biến-thể;
     sự bổ-nghĩa.

modifier n. từ bổ-nghĩa.

modify v. sửa-đổi, canh-cải; làm giảm; bổ-nghĩa.

modulation n. sự điều-biến [frequency tần].

moist adj. ẩm, ẩm ướt.

moisten v. làm ẩm/ướt, dấp nước, liếm [môi].

moisture n. hơi ẩm, hơi nước.

molar n., adj. (răng) hàm.

molasses n. mật mía.

mold n. khuôn, mẫu; hình-dáng, tính-tình. v. đúc
     khuôn, đúc, nặn. cast in the same -- cùng một
     giuộc, giống nhau như đúc.

mold n. mốc, meo.

molder n. thợ đúc.

molder v. vỡ tan, bị nát vụn.

molding n. đường gờ, đường chỉ.

mole n. nốt ruồi.

mole n. chuột chũi.

molecular adj. thuộc phân-tử.

molecule n. phân-tử.

molehill n. đất chuột chũi đùn thành đống nhỏ. to
     make a mountain out of a -- chuyện bé xé ra to.

molest v. quấy nhiễu, phá-phách; gạ-gẫm chuyện dâm
     dục.

mollify v. làm nhẹ/nguôi, làm dịu đi, xoa dịu.

mollusk n. động-vật thân mềm, loài nhuyễn-thể.

molt v. rụng lông, thay lông.

molten adj. [Xem melt] [kim-loại] nấu chảy.

mom n. mẹ, má. my -- and dad ba má tôi.

moment n. lúc, chốc, lát; tầm quan-trọng; mômen.
     the very -- ngay lúc/khi .... at the -- lúc này,
     bây giờ. at that -- lúc ấy/đó.

momentary adj. chốc lát, nhất-thời, tạm-thời, chỉ
     trong khoảnh-khắc.

momentous adj. quan-trọng, trọng-yếu, khẩn-yếu.

momentum n. đà; xung-lượng, động-lượng.

monarch n. vua, quốc-vương.

monarchy n. nước/chế-độ quân-chủ [absolute chuyên
     chế, constitutional lập-hiến].

monastery n. tu-viện, tự-viện, tịnh-xá.

Monday n. thứ hai. on --s vào những ngày thứ hai.

monetary adj. thuộc tiền-tệ; thuộc tiền-tài. the
     International -- Fund Quỹ Tiền-tệ Quốc-tế.

money n. tiền, tiền-tệ; tiền bạc; tiền của, của-
     cải, tài-sản; những món tiền, tiền nong. paper --
     tiền giấy. counterfeit -- tiền/bạc giả. -- order
     phiếu gửi tiền, ngân-phiếu.

moneylender n. người cho vay lãi.

monger n. lái, lái buôn, người bán .... fish--
     ông/bà hàng cá.

mongrel n., adj. (chó/người/vật/cây) lai.

monitor n. người nghe, hiệu-thính-viên; người theo
     dõi [công việc, thí-nghiệm]; cố-vấn, người răn bảo.
     v. nghe [chương-trình phát-thanh], theo dõi.

monk n. thày chùa, thày tu, thày tăng, nhà sư
     Buddhist --; tu-sĩ. Superior M-- Thượng-toạ.

monkey n. con khỉ. v. làm trò khỉ/nóm. --

wrench mở-lẹt, chìa vặn tùy cử mình muốn; vật
cản-trở.

monogamy n. chế-độ một vợ một chồng, độc-thê/phu.

monogram n. chữ viết lồng nhau.

monograph n. chuyên-khảo, chuyên-luận.

monolithic adj. độc-thạch, như đá nguyên khối.

monologue n. kịch một vai, độc-thoại, độc-bạch.

monopolize v. chiếm/giữ độc-quyền, độc-chiếm.

monopoly n. độc-quyền.

monorail n. xe lửa/điện một ray.

monosyllabic adj. một âm-tiết, đơn-âm.

monotonous adj. đều đều; đơn-điệu; buồn tẻ.

monoxide n. mônôxyt.

monsoon n. gió mùa; mùa mưa.   [ác; quái-thai.

monster n. quái-vật; người khổng-lồ; người tàn-

monstrosity n. vật/sự quái-dị.

monstrous adj. kỳ-quái, quái-dị; to lớn lạ thường,
khổng-lồ; ghê tởm, tàn-ác; vô-lý, hoàn-toàn láo.

month n. tháng. every other --, every two --s
cứ cách một tháng một lần. last -- tháng trước,
tháng rồi. next -- tháng sau, tháng tới.

monthly n. nguyệt-san, tạp-chí ra hằng tháng.
adj., adv. ra mỗi tháng một lần; hằng tháng.
bi-- hai tháng một lần. semi-- mỗi tháng hai lần.

monument n. bia/đài kỷ-niệm, tượng-đài; vật kỷ-
niệm; công-trình lớn.

monumental adj. to lớn, vĩ-đại, đồ-sộ; kỳ-lạ.

moo n., v. (tiếng) rống.

mood n. tâm-trạng; tính-khí/-tình, khí-sắc.

mood n. lối, thức [imperative mệnh-lệnh]; điệu.

moody adj. buồn-rầu, ủ-rũ; [tính] hay thay đổi.

moon n. mặt trăng; nguyệt-cầu; ông giăng; ánh
trăng --light; tháng. crescent -- trăng lưỡi liềm.
full -- trăng rằm. once in a blue -- năm thì mười
hoạ, thỉnh-thoảng, lâu-lâu.

moonbeam n. tia sáng trăng.

moonlight n. ánh trăng. in the -- dưới ánh trăng.
v. làm thêm (việc ban đêm) vì lương chính không
đủ tiêu.

moonlit adj. [đêm night] sáng trăng, có trăng.

moonshine n. ánh trăng; rượu lậu.

moor n. đồng/bãi hoang, truông.

moor v. buộc, cột [thuyền, tàu]; hỏ neo.

moose n. hươu lớn, nai sừng tấm.

moot adj. [điểm point] có thể bàn/thảo-luận.

mop n. tải lau sàn có cán. v. lau, chùi, bao
[sàn nhà]. -- up dọn sạch; càn quét, tảo-thanh.

mope v. rầu-rĩ, ủ-rũ.

moral n. bài học, lời răn dạy, luân-lý; morals
đạo-đức, đức-/phẩm-hạnh, nhân-cách. v. thuộc
đạo-đức/luân-lý/đạo-lý; có/hợp đạo-đức; tinh-thần.

morale n. tinh-thần, nhuệ-khí.

morality n. đạo-đức; đức-/phẩm-hạnh; bài học.

moralize v. răn dạy, giảng đạo-đức.

morass n. đầm/vũng lầy.

moratorium n. lệnh hoãn nợ; sự tạm ngừng.

morbid adj. ốm-yếu, bệnh-hoạn, không lành mạnh.

more adj. nhiều hơn, đông hơn; hơn nữa, thêm nữa.
There are -- books now. Bây giờ có nhiều sách hơn
trước. one -- beer một cốc bia nữa. two -- bowls
of rice thêm hai bát cơm nữa. adv. hơn, nhiều
hơn. Please give me some --. Xin cho tôi thêm ít
nữa. The -- the better. Càng nhiều càng tốt. The
-- the merrier. Càng đông càng vui. The -- I read
the -- I am tired. Càng đọc sách tôi càng mệt.
once -- một lần nữa. There's not any -- meat. =
There is no -- meat. Không còn thịt nữa, Hết thịt
rồi. Any -- shrimps? Còn tôm nữa không?

moreover adv. hơn nữa, và lại/chăng, ngoài ra.

morgue n. nhà xác.

moribund adj. sắp chết, gần tàn; sắp ngoẻo.

morning n. buổi sáng; buổi bình-minh. -- star sao
mai. -- sickness ốm nghén.

moron n. người trẻ nít; người khờ-khạo.

morpheme n. hình(-thái)-vị, ngữ-vị, từ-tố.

morphine n. mocfin.

morphology n. hình-thái-học; ngữ-thái-học.

morsel n. miếng, mẩu.

mortal n. con người. adj. phải chết, không bất
tử; làm cho chết; lớn, trọng-đại. All men are --.
Người ta ai cũng phải chết. -- enemy tử thù. --
sin trọng-tội.

mortality n. tính phải chết; số người chết, tỷ-
lệ người chết. -- rate tử-suất.

mortar n. vữa, hồ.

mortar n. cối giã; súng cối, súng moóc-chia.

mortarboard n. khay đựng vữa; mũ ghế đầu.

mortgage n. sự đề-áp, sự cầm-cố; văn-tự vay tiền
để mua nhà [bao giờ trả góp hết nợ thì nhà mới về
tay mình]. v. đem cầm-cố [nhà đất].

mortician n. người thầu xe đòn đám ma.

mortify v. hành xác; làm nhục, làm mất thể-diện.

mortise n. lỗ mộng. Cf. tenon.

mortuary n. nhà xác. adj. thuộc việc tang.

mosaic n. đồ khảm/cẩn (đá, thuỷ-tinh, v.v.), bức
    hoạ ghép; hợp-tuyển, hợp-thái.

Moslem n., adj. (người) theo Hồi-giáo.

mosque n. nhà thờ Hồi-giáo, đền Hồi-giáo.

mosquito n. con muỗi. full of --es đầy những muỗi

mosquito net n. màn, mùng.

moss n. rêu.

mossy adj. có rêu, phủ đầy rêu.

most n. phần nhiều/lớn, đa-số. at (the very) --
    nhiều nhất, tối-đa. make the -- of tận-dụng. He
    did -- of the work. Anh ấy làm phần lớn công việc
    đó. adj. nhiều nhất; hầu hết. The winner gets
    the -- money. Người thắng được nhiều tiền nhất.
    M-- children like candy. Đa-số trẻ em đều thích
    kẹo. adv. hơn cả/hết, nhất; lắm, vô cùng. the
    -- interesting story truyện hay nhất. a -- inter-
    esting story một truyện hay lắm. -- likely to
    succeed chắc-chắn lắm sẽ thành-công.

mostly adv. hầu hết, phần lớn; chủ-yếu là ....

mote n. hạt (bụi).

motel n. quán trọ bên đường cho khách có xe hơi.

moth n. con nhậy; sâu bướm. -- ball (viên) băng-
    phiến. -- -eaten bị nhậy cắn.

mother n. mẹ, mẹ đẻ, má; mẹ, nguồn gốc. step --
    mẹ/dì ghẻ. M-- Superior Mẹ Bề Trên. v. sinh ra.
    -- country tổ-quốc; nước mẹ, mẫu-quốc. -- tongue

motherhood n. chức-năng/đạo làm mẹ. [tiếng mẹ đẻ.

mother-in-law n. mẹ vợ/chồng, nhạc-mẫu, bà nhạc.

motherland n. tổ-quốc, quê-hương.

motherless adj. mồ-côi mẹ.   [mẹ.

motherly adj. có đức tốt hay tình-cảm của người

mother-of-pearl n. xà-cừ.

mothproof adj. chống nhậy.

motif n. kiểu trang-trí; chủ-đề, nhạc-tố.

motion n. sự chuyển-/vận-động; cử-động/chỉ, dáng;
    đề-nghị, kiến-nghị. v. ra hiệu. --picture phim.

motionless adj. đứng im, không chuyển-động.

motivate v. thúc-đẩy. highly --d hăng say, được

motive n. cớ, lý-do, động-cơ.   [thúc-đẩy.

motley n., adj. (mớ) hỗn-tạp, sặc-sỡ.

motor n. máy, mô-tơ, động-cơ. -- court quán trọ

bên đường (gồm nhiều nhà) cho khách có xe hơi.

motorbike n. xe mô-tô, xe máy dầu, xe bình-bịch.

motorboat n. xuồng máy.

motorcade n. đoàn xe.

motocar n. xe ô-tô, xe hơi.

motorcycle n. xe mô-tô, xe máy dầu.

motorist n. người lái xe ô-tô.

mottled adj. vằn, lốm-đốm, lấm-chấm.

motto n. khẩu-hiệu, châm-ngôn.

mound n. mô, ụ, gò, đống; đồi nhỏ.

mount n. núi.

mount n. bìa để bồi tranh; gọng, khung, giá; ngựa
    cưỡi. v. lên, trèo, leo; đóng khung, gắn, lắp;
    dựng [vở]; tăng lên.

mountain n. núi. -- people dân miền núi/thượng,
    dân-tộc miền núi, đồng-bào Thượng. -- range dãy
    núi, rặng núi. a -- of rubbish một đống rác lớn.

mountaineer n. người leo núi; người miền núi.

mountainous adj. có núi, lắm núi, sơn-cước.

mourn v. khóc, thương tiếc; than khóc, để tang.

mourner n. người đi đưa ma; tang-chủ.

mournful adj. buồn rầu, sầu-thảm, tang-tóc, ảm-
    đạm, thê-lương.

mourning n. tang, cái tang; sự đau buồn; sự để
    tang, đồ tang, tang-phục. in -- có tang, để tang,
    đang có/để tro.

mouse n. [mice] chuột nhắt house --.

mousetrap n. bẫy chuột.

moustache, mustache n. ria, râu mép, râu Huê-kỳ.

mouth n. mồm, miệng, mõm; miệng ăn; cửa [sông,
    hang, lỗ]. v. ăn, đớp; nói trịnh-trọng, thốt ra.

mouthful n. một miếng; một ngụm; một chút/ít.

mouthpiece n. miệng (kèn); người/báo phát-ngôn.

movable, moveable adj. có thể di-chuyển.

move n. sự di-chuyển; nước cờ; bước, biện-pháp.
    v. cử-động, nhấc [tay], mấp-máy [môi]; kích động;
    làm cảm-động/xúc-động; chuyển, di-chuyển [quân];
    đề-nghị; động-dậy, cựa-quậy; xê-dịch; hành-động.

movement n. cử-động, động-tác; sự di-chuyển; hoạt-
    động; phong-trào, cuộc vận-động; phần [bản nhạc].
    bowel -- sự đi ngoài/tiểu, đại-tiện.

movie n. phim xi-nê; --s phim ảnh, ngành điện-ảnh.
    -- star ngôi sao chiếu bóng, minh-tinh màn bạc.
    -- camera máy quay phim. -- house rạp xi-nê.

moving adj. đang chạy; làm cảm-động/xúc-động.

mow n. đống, đụn [cỏ khô].

mow v. cắt, gặt [cỏ, lúa].

Mr. = mister ông. Mr. and Mrs. X ông bà X.

Mrs. = mistress bà.

Ms. cô, bà. [tránh không phân-biệt Miss/Mrs]

much pron. nhiều. too much nhiều quá. that --
chừng/ngần ấy. adj. nhiều. -- time nhiều thì-
giờ. adv. nhiều. however -- bất-luận bao nhiêu.
how -- bao nhiêu? -- less ít hơn nhiều. too --
nhiều quá. very -- rất nhiều. -- better khá hơn
nhiều.

muck n. phân chuồng; rác-rưởi, đồ bẩn-thỉu.

mucous adj. nhầy. -- membrane màng nhầy.

mucus n. nước nhầy; mũi.

mud n. bùn, lầy. to sling -- at bôi nhọ ....

muddle n. tình-trạng lộn-xộn/rối-reng. v. làm
lộn-xộn/lung-tung; lúng-túng.

muddy adj. lấm/vấy bùn; bùn lầy, lầy-lội.

mudguard n. cái chắn bùn.

muff n. bao tay đàn bà.

muffin n. bánh xốp, bánh mấp-phin.

muffle v. làm cho bớt kêu, bóp nghẹt; bọc, ủ.

muffler n. cái giảm âm, bô; khăn choàng cổ.

mug n. chén vại, cốc vại, bốc. beer -- bốc bia.
v. chẹt cổ hoặc khoá tay đằng sau (để ăn cướp).
-- shot ảnh do công-an chụp.

mulatto n. người da trắng lai đen.

mulberry n. dâu ta, dâu tằm.

mule n. con la; người bướng, người ương bướng.

mull v. nghĩ đi nghĩ lại, nghiền-ngẫm.

multiform adj. nhiều dạng, đa-dạng.

multilateral adj. nhiều phía, đa-phương.

multilingual adj. nói nhiều thứ tiếng.

multimillionaire n. nhà triệu-phú.

multiple n. bội-số. adj. nhiều, nhiều mối.

multiplicand n. số bị nhân.   [cửu-chương.

multiplication n. sự/tính nhân. -- table bảng

multiplier n. số nhân.

multiply v. nhân lên; tăng, sinh sôi nảy nở.

multitude n. đám đông; vô số.

multitudinous adj. đông vô kể, vô số.

mum adj. lặng thinh.

mumble v. nói lầm-bầm, lầm-bẩm.

mummy n. mẹ, má.

mummy n. xác ướp (Ai-cập).

mumps n. bệnh quai bị. to have the -- lên quai bị.

munch v. nhai tóp-tép.

mundane adj. trần-tục, thế-tục.

municipal adj. thuộc thành-phố/thị-xã.

municipality n. thành-phố/đô-thị tự-trị.

munificence n. tính hào-phóng.

munificent adj. rộng-rãi, hào-phóng.

munitions đạn dược. munition dump kho đạn.

mural n. bức tranh tường, bích-hoạ.

murder n. vụ/tội giết người, vụ ám-sát, vụ sát-
nhân. v. giết, ám-sát, hãm-hại; nói sai.

murderer n. kẻ giết người, tên sát-nhân, hung-thủ.

murderous adj. giết người, tàn-sát, sát-hại.

murky adj. tối-tăm, âm-u.

murmur n., v. (tiếng) rì-rầm, rì-rào, róc-rách;
(tiếng) thì-thầm.

muscle n. bắp thịt, cơ; sức mạnh, sức-lực.

muscular adj. vạm-vỡ, có bắp thịt nở-nang.

muse v. nghĩ ngợi, suy-nghĩ -- over/upon.

museum n. viện/nhà bảo-tàng, bảo-tàng-viện.

mush n. cháo ngô; chất đặc sệt.

mushroom n. nấm. -- cloud nấm nguyên-tử. v. mọc
nhanh như nấm.

music n. nhạc, âm-nhạc; tiếng nhạc, khúc nhạc.

musical n. nhạc-kịch. adj. âm-nhạc; du-dương.

music hall n. rạp hát lớn (ca vũ nhạc).

musician n. nhạc-sĩ; nhạc-công; nhà soạn nhạc.

musicology n. âm-nhạc-học, nhạc-học.

musk n. xạ-hương. -- deer hươu xạ.

musketeer n. lính ngự-lâm.

muslin n. vải mỏng muxơlin.

mussel n. con trai.

must n. sự cần-thiết, chuyện bắt-buộc. aux. v.
phải, cần phải, nên; chắc hẳn là. You -- obey
your parents. Anh phải vâng lời cha mẹ. He -- have
forgotten. Chắc ông ta quen. You -- not disobey
your parents. Anh không được làm trái lời cha mẹ.

mustache n. râu mép, ria, râu Hoa-kỳ.

mustang n. ngựa thảo-nguyên.

mustard n. mù-tạc. -- greens rau cải xanh.

muster n., v. (sự) tập-hợp, tập-trung, thu hết.

musty adj. mốc-meo, ẩm; cũ-kỹ, lỗi-thời.

mutation n. sự biến-đổi; đột-biến.

mute n. người câm. adj. câm, ngầm, lặng thinh.

mutilate v. cắt, xẻo; cắt bớt, cắt xén.

mutineer n. người nổi loạn/dậy chống đối.

mutinous adj. nổi loạn, nổi dậy, chống đối.

mutiny n., v. (cuộc) nổi loạn, nổi dậy, binh-biến.

mutter n., v. (tiếng) lầm-bầm, cầu-nhầu, cần-nhằn.

mutton n. thịt cừu/trừu.

mutual adj. lẫn nhau, qua lại, hỗ-tương; chung.

muzzle n. mõm [chó]; miệng, họng [súng]; rọ bịt mõm [chó, ngựa]. v. bịt/khoá mõm; bịt miệng.

my adj. của tôi. -- father and mother cha mẹ tôi.

my! interj. úi chà! chao ôi!

myriad n. số lớn, vô-số.

myrtle n. cây sim.

myself pron. tự tôi; chính tôi. I cook for --. Tôi nấu ăn lấy. I -- handed the check to him. Chính tôi đưa tấm séc tận tay cho anh ấy.

mysterious adj. bí-mật/-ẩn, huyền/thần-bí.

mystery n. điều bí-mật/bí-ẩn/huyền-bí/thần-bí. -- novel tiểu-thuyết trinh-thám.

mystic n., adj. (người) thần-bí, huyền-bí.

mysticism n. đạo/thuyết/chủ-nghĩa thần-bí.

mystify v. làm ra vẻ bí-mật; đánh lừa.

myth n. thần-thoại; chuyện hoang-đường.

mythical adj. thuộc thần-thoại/huyền-thoại; hoang đường, tưởng-tượng, hư-cấu.

mythology n. thần-thoại; khoa thần-thoại.

𝒩

nab v. tóm, tồm, bắt được.

nadir n. thiên-để; điểm thấp nhất.

nag v. mè-nheo, nói mãi làm khó chịu.

nail n. móng, móng tay finger--, móng chân toe--; cái đinh [to drive đóng]. v. đóng đinh; bắt. *** -- clippers cái cắt móng tay. -- file cái giũa mong tay. -- polish thuốc đánh móng tay.

naive adj. ngây-thơ, chất-phác; ngờ-nghệch.

naked adj. trần, trần-truồng, loã-lồ, khoả-thân, loã-thể; trụi, rỗng không; [sự thật truth] hiển-nhiên. stark -- trần như nhộng. half -- cởi trần.

name n. tên, danh, danh-xưng/-hiệu; tiếng (tăm), danh tiếng. v. đặt tên, gọi tên; định rõ; chỉ-định, bổ-nhiệm; gọi đích danh. What's your --, please? Xin ông/bà/cô cho biết quý-danh. family --, last -- họ. first -- tên. Christian -- tên thánh. maiden -- tên con gái, nhũ-danh.

nameless adj. vô-danh; không tên tuổi; gớm guốc.

namely adv. tức/ấy/nghĩa là.

namesake n. người trùng tên.

nanny n. u già, vú, bõ.

nap n. giấc ngủ ngắn/trưa. v. ngủ chợp/trưa.

napalm n. napan.

nape n. gáy, ót.

napkin n. khăn ăn; băng/khố kinh-nguyệt sanitary --. paper -- khăn ăn bằng giấy.

narcissism n. tính thích tự ngắm vuốt.

narcissus n. hoa thuỷ-tiên.

narcotic n., adj. (thuốc) gây mê, gây ngủ; chất ma-tuý. -- squad biệt-đội cảnh-sát chống ma-tuý.

narrate v. kể lại, thuật lại, tường-thuật.

narration n. sự/bài tường-thuật.

narrative n. bài tường-thuật, chuyện kể. adj. có tính-chất tường-thuật.   [minh.

narrator n. người kể chuyện, tường-thuật/thuyết-

narrow n. narrows hẻm núi; khúc sông hẹp; cửa bể hẹp. adj. hẹp, chật hẹp; hẹp-hòi, nhỏ-nhen. v. thu hẹp lại, rút lại. -- -minded hẹp-hòi.

nasal n. âm mũi. adj. thuộc mũi.

nascent adj. mới sinh, mới mọc, mới chớm.

nasty adj. bẩn-thỉu, dơ-dáy, kinh-tởm; [thời tiết] khó chịu; [tính] xấu, cáu-kỉnh; ác, hiểm.

natal adj. thuộc nơi/ngày sinh.

nation n. dân-tộc; nước, quốc-gia.

national n. kiều-dân, công-dân. adj. dân-tộc; quốc-gia. -- anthem quốc-ca, quốc-thiều. -- flag quốc-kỳ. N-- Assembly Quốc-hội. the -- liberation movement phong-trào giải-phóng dân-tộc.

nationalism n. chủ-nghĩa dân-tộc/quốc-gia.

nationalist n. người theo chủ-nghĩa dân-tộc/quốc-gia. adj. dân-tộc chủ-nghĩa, quốc-gia (chủ-nghĩa). the Chinese N-- Party Quốc-dân-đảng Trung-quốc.

nationality n. quốc-tịch; dân-tộc, quốc-gia.

nationalization n. sự quốc-hữu-hoá.

nationalize v. quốc-hữu-hoá.

nationwide adj. [tuyển-cử elections] toàn-quốc.

native n. người sinh ở, người địa-phương, thổ-dân. a -- of Hanoi người quê ở Hà-nội. adj. thuộc nơi sinh. -- land quê-hương. -- speaker người nói tiếng bản-ngữ. -- language tiếng mẹ đẻ. -- ability thiên-tư. -- quarters khu người bản-xứ. -- gold vàng tự-nhiên.

natívity n. sự sinh đẻ; lễ Thánh-đản/Giáng-sinh.

natural adj. tự-nhiên, thuộc thiên-nhiên; thuộc
    thiên-tính; tất-nhiên, dĩ-nhiên; tự-nhiên, không
    màu-mè.

naturalist n. người theo chủ-nghĩa tự-nhiên; nhà
    tự-nhiên-học/vạn-vật-học.

naturalization n. sự nhập quốc-tịch. the Immigra-
    tion and N-- Service Sở Di-trú và Nhập-tịch.

naturalize v. nhập quốc-tịch. She is a --d U.S.
    citizen, but her older sister is a native-born
    American. Cô ta mới vào dân Mỹ sau, chứ cô chị
    thì đẻ ở Mỹ, nên vẫn có quốc-tịch Mỹ.

naturally adv. tất-/cố-/dương-/tự-nhiên.

nature n. tính, bản-chất, bản-tính; thứ, loại;
    thiên-nhiên, tự-nhiên, Tạo-hoá, Tạo-vật, vạn-vật.

naught n. số không.

naughty adj. hư, đốn, láo; nhảm-nhí, tục-tĩu.

nausea n. sự buồn nôn, sự lộn mửa; sự say sóng.

nauseate v. (làm) buồn nôn; (làm) kinh tởm.

nautical adj. thuộc biển; hàng-hải.

naval adj. thuộc hải-quân/thuỷ-quân. -- battle
    trận thuỷ-chiến. N-- Academy Trường Hải-quân.

navel n. rốn; trung-tâm. -- orange cam rốn.

navigable adj. [sông, biển] tàu bè đi được; [tàu
    bè] có thể vượt biển được; [khí-cầu] điều-khiển.

navigate v. lái [tàu, máy bay]; đi biển; bay.

navigation n. nghề hàng-hà/-hải/-không.

navigator n. hoa-tiêu; nhà hàng-hải.

navy n. hải-quân. Secretary of the N-- Bộ-trưởng
    Bộ Hải-quân. -- blue màu tím than, xanh nước biển

nay adv. hơn thế nữa, không những thế.

Nazi n., adj. (đảng-viên) Quốc-xã Đức.

near adj. gần, cận; thân, giống, sát. N-- East
    Cận-đông. adv. gần, ở gần. -- by ở gần, ngay
    gần bên. -- at hand gần ngay bên. far and --
    khắp xa gần. prep. gần. -- the equator ở gần
    Xích-đạo. v. tới gần, xích lại gần.

nearby adj., adv. gần bên, ngay bên cạnh.

nearly adv. gần, hầu, sắp, suýt; mật-thiết.

near-sighted adj. cận-thị.

neat adj. gọn, ngăn-nắp, thứ-tự; rõ-ràng; khéo.

nebula n. tinh-vân.

nebulous adj. mơ-hồ, không rõ; u-ám.

necessarily adv. nhất-thiết. not -- chưa hẳn đã
    là, chưa chắc, không nhất-thiết.

necessary n. necessaries những thứ cần dùng.
    adj. cần, cần-thiết, thiết-yếu; tất-nhiên. It is
    -- for you to .... Anh cần phải ....

necessitate v. đòi hỏi phải có, bắt buộc phải có.

necessity n. sự cần-thiết; điều cần-thiết; neces-
    sities những thứ cần dùng; sự nghèo túng.

neck n. cổ; cổ áo; chỗ thắt lại, chỗ hẹp lại.
    to risk one's -- liều mạng. to save one's --
    thoát chết. v. ôm ấp, hôn-hít, mùi-mẫn.

necklace n. chuỗi hạt. pearl -- chuỗi hạt trai.

necktie n. ca-vát.

nectar n. mật hoa; rượu thần/tiên; rượu ngon.

need n. sự cần; cảnh túng bấn; nhu-cầu. No -- to
    worry. Không cần phải lo. a friend in -- người bạn
    lúc hoạn-nạn. to fulfill a -- thoả-mãn một nhucầu.
    v. cần, đòi hỏi; cần phải. He --s money. Anh ấy
    cần tiền. He --s to borrow money. Anh ấy cần vay
    tiền. You -- not go. Cô không cần phải đi.

needle n. kim [to thread xâu, xỏ]; lá kim [thông,
    tùng]; tháp nhọn; kim tiêm. v. lách qua; thúc
    đẩy, thôi-thúc, hối-thúc, nói mãi.

needless adj. không cần-thiết, thừa, vô-ích. N--
    to say .... Khỏi cần nói, ...

needlework n. công-việc kim chỉ, vá may, thêuthùa.

needy adj. nghèo-túng, túng-thiếu.

negate v. phủ-định, phủ-nhận.

negation n. sự phủ-định/phủ-nhận.

negative n. lời từ-chối; từ/thể phủ-định; bản âm,
    phim/kính (ảnh); cực âm, âm-cực; số âm. adj.
    không, phủ-định, phủ-nhận, từ-chối; tiêu-cực;
    [cực pole, dấu sign, bản ảnh proof] âm [≠dương].

neglect n. sự sao-nhãng/chểnh-mảng; sự thờ-ơ, sự
    hờ-hững. v sao nhãng, bỏ mặc, bỏ bễ, không nhìn
    ngó đến; bỏ quên [to inform the police không báo
    cảnh-sát]; thờ-ơ, hờ-hững (đối với).

neglectful adj. sao-nhãng, cẩu-thả, khinh suất.

négligée n. áo ngủ của phụ-nữ.

negligence n. tính cẩu-thả/lơ-đễnh, tính lơ-là.

negligent adj. ẩu, cẩu-thả, lơ-đễnh, sao-nhãng.

negligible adj. không đáng kể, có thể bỏ qua.

negotiate v. điều-đình, đàm-phán, thương-lượng,
    thương-thuyết, dàn xếp; đổi thành tiền; vượt qua.

negotiation n. sự điều-đình, cuộc đàm-phán. peace
    --s cuộc hoà-đàm.

negotiator n. người điều-đình, nhà đàm-phán.

Negro n., adj. (thuộc) người da đen.

neigh n., v. (tiếng) hí.

neighbor n. người láng-giềng/hàng-xóm, bà con
lối xóm. our next-door --s ông bà láng-giềng ở
sát vách chúng tôi. v. ở ngay cạnh -- on/upon.

neighborhood n. láng-giềng, hàng xóm; vùng lân-
cận/phụ-cận. a good -- khu tốt. In the -- of 50
million độ 50 triệu, trên dưới 50 triệu.

neighboring adj. bên cạnh, láng-giềng, kế-cận.
-- country nước láng-giềng, lân-bang, lân-quốc.

neighborly adj. hòa-thuận với xóm giềng.

neither pron. (trong hai cái/người) không cái/
người nào. N--is a rich man. Trong hai anh, chả
anh nào giàu cả. adj. N-- statement is true.
Không câu nào đúng cả. adv. N-- you nor I will
fail. Cả anh lẫn tôi đều sẽ không thất-bại. --
easy nor difficult không dễ mà cũng không khó.
conj. My wife cannot speak Lao, -- can I. Nhà tôi
không biết nói tiếng Lao; mà tôi cũng không. He
does not like American bread, -- does his wife.
Ông ta không thích bánh mì Mỹ; mà vợ ông ta cũng
chẳng ưa. Do you take cream and sugar in your
coffee? --Neither. Anh có bỏ kem và đường vào
cà-phê không? --Thưa không, cả hai đều không.

neolithic adj. thuộc thời-kỳ đồ đá mới [tân-thạch
khí].

neologism n. từ mới, tiếng mới đặt.

neon n. nê-ông. -- tube đèn ống nê-ông.

nephew n. cháu trai [con của anh, chị, em mình].

nepotism n. thói kéo người nhà vào làm, thói bao
che họ-hàng, gia-đình-trị.

nerve n. dây thần-kinh; nerves hệ thần-kinh; khí
lực, khí-phách, can-đảm, nghị-lực; gan, sự táo-
tợn, sự trơ-tráo; gân [lá cây, cánh côn-trùng].

nervous adj. thuộc thần-kinh; lo, cuống, lo-lắng,
bồn-chồn, hoảng-sợ, nôn-nóng, nóng-nảy, bực-dọc.
the -- system hệ thần-kinh, thần-kinh-hệ. a --
breakdown sự suy-nhược thần-kinh.

nest n. tổ [chim, ong], ổ; chỗ ẩn-náu, sào-huyệt;
bộ [bàn con, hộp] lồng vào nhau. bird's-nest tổ
chim yến. bird's-nest soup món yến.

nestle v. làm tổ; nằm nép mình, nằm co, rúc.

nestling n. chim non.

net n. lưới, mạng; cạm, bẫy; mạng lưới. v. đánh
lưới, bẫy bằng lưới. mosquito -- màn, mùng.

net adj. thực. -- price thực-giá. -- weight trọng
lượng thực [trừ bì]. -- profit tiền lãi thực [sau
khi trừ phí-tổn]. v. thu được, được lãi thực là.

nettle n. cây tầm-ma.

network n. lưới; mạng lưới, hệ-thống. radio --
mạng lưới truyền-thanh.

neuralgia n. chứng đau dây thần-kinh, nhức gân.

neurasthenia n. chứng suy-nhược thần-kinh.

neurology n. khoa thần-kinh, thần-kinh-học.

neurosis n. chứng loạn thần-kinh chức-năng.

neurotic n., adj. (người) loạn thần kinh chức-năng.

neuter adj. [giống gender] trung; vô-tính; thiến.

neutral adj. trung-lập; trung-tính; vô-tính; [màu]
không rõ-rệt. n. số không [máy ô-tô].

neutrality n. tính-chất/thái-độ trung-lập.

neutralize v. trung-lập-hoá; trung-hòa [axit];
làm thành vô-hiệu/vô-dụng, trừ-khử.

neutron n. nơtron.

never adv. không/chẳng bao giờ. N-- mind! Không
sao! Không hề chi! Thôi cũng được!

nevermore adv. không bao giờ nữa.

nevertheless adv., conj. tuy nhiên, tuy thế/ vậy.

new adj. mới, mới mẻ, mới lạ; khác hẳn; tối-tân.
What's new? Có gì mới lạ không? N-- Year Tết.

newborn adj. mới đẻ/sinh; đổi mới.

newcomer n. người mới đến.

newly adv. mới. -- arrived mới đến/tới.

newlywed n. người mới cưới, (cặp) tân-hôn.

news n. tin, tin-tức, tiểu-tức. a piece of --
một tin. No -- is good --. Không có tin-tức gì
tức là bình-yên cả. -- agency hãng thông-tấn. --
bulletin bản tin. -- conference cuộc họp báo.

newsboy n. em bé bán/đưa báo.

newscast n. bản tin ở đài (truyền-hình).

newsletter n. thư cho tin-tức, thông-thư.

newsman n. nhà báo, ký-giả, phóng-viên, thông-
tín-viên; người bán báo.

newspaper n. báo [daily hằng ngày]. -- clipping
bài báo cắt ra.

newspaperman n. nhà báo, chủ báo; người bán báo.

newsprint n. giấy báo.

newsreel n. phim thời-sự.

newsroom n. phòng tin-tức [ở toà báo, đài].

newsstand n. quán/sạp bán báo.

New Year n. năm mới, Tết (Nguyên-đán). New Year's

Eve 30 Tết, giao-thừa. New Year's Day mồng một
Tết. lunar/Chinese New Year Tết ta, Tết âm-lịch.
Happy New Year Chúc mừng năm mới, Cung chúc tân-
niên/xuân. New Year's card thiếp chúc Tết.

next adj. sát, gần, ngay bên cạnh; sau. the --
room phòng bên. -- week tuần sau. -- year sang
năm. adv. ngay sau; lần sau. His name comes --.
Sau đây đến tên anh ta. What comes --?Bây giờ
còn cái/món gì tiếp theo nữa? N-- we went to the
bank. Sau đó chúng tôi ra băng. When you -- come,
bring your passport. Lần sau cô đến, xin cô mang
theo hộ-chiếu/thông-hành. prep. bên cạnh, sát
nách. the house -- (to) the church ngôi nhà ngay
bên cạnh nhà thờ.

nib n. ngòi bút sắt; mũi nhọn.

nibble n., v. (sự) gặm, nhấm; (sự) rỉa, đớp.

nice adj. tử-tế, dễ thương, đáng yêu; ngoan, tốt;
dễ chịu, thú-vị; [trời] đẹp; tinh-vi, tinh-tế, tế
nhị, sành-sỏi; khó tính, cầu-kỳ. It was -- of you
to call. Cảm ơn ông đã gọi dây nói. a -- ear for
music tai sành âm-nhạc. a -- distinction sự phân-
biệt tinh-tế. She is -- in her eating. Cô ấy rất
khảnh ăn.

nicety n. sự chính-xác; sự tế-nhị; chi-tiết nhỏ.

niche n. hốc tường để đặt tượng hoặc bày lọ.

nick n. nấc, khía, khắc. v. khía; làm mẻ; chộp.
in the -- of time đúng lúc.

nickel n. kền; đồng năm xu Mỹ. --plate mạ kền.

nickname n., v. (đặt) tên hiệu/riêng, biệt-hiệu.

nicotine n. nhựa thuốc lá, nicôtin.

niece n. cháu gái [con của anh, chị, em mình].

niggard n. người hà-tiện/keo-kiệt.

nigh adj., adv., prep. gần, ở gần.

night n. đêm, tối; cảnh tối-tăm. last -- chiều
tối hôm qua, đêm hôm qua. -- before last tối/đêm
hôm kia. the whole -- cả/suốt đêm. at -- ban đêm.
by -- về đêm. -- and day suốt ngày đêm. tomorrow
-- đêm mai. all -- long suốt/thâu đêm. Good --.
Chúc ông/bà/cô/anh,v.v. ngủ ngon.

night-blooming cereus n. (cây) hoa quỳnh.

nightcap n. chén rượu trước khi đi ngủ.

nightclub n. hộp đêm.

nightfall n. lúc chập tối, hoàng-hôn.

nightgown n. áo ngủ của phụ-nữ.

nightingale n. chim hoạ-mi, chim sơn-ca.

nightly adj., adv. về đêm; đêm đêm, mỗi tối.

nightmare n. mộng dữ, cơn ác-mộng.

nightwatchman n. người gác đêm.

nil n. không, số không, hư-không.

nimble adj. nhanh-nhẹn, nhanh-nhảu, lanh-lẹ;linh-
lợi, nhanh trí, minh-mẫn.

nine n., adj. (số) chín. -- times out of ten. cứ
10 trường-hợp thì có đến 9 trường-hợp.

nineteen adj. mười chín.

nineteenth n., adj. (người/vật) thứ 19; ngày 19;
một phần 19.

ninetieth n., adj. (người/vật) thứ 90;một phần 90.

ninety n., adj. (số) 90. the nineties (90's) những
năm 90; những năm tuổi trên 90.

ninth n., adj. (người/vật) thứ 9; ngày mồng 9;
một phần 9.

nip n. cái cấu/véo/kẹp; sự tê cóng. v. cấu, véo,
bấm, kẹp, cắn; ngắt -- off; làm tê buốt, cắt da
cắt thịt; làm thui chột. to -- in the bud bóp
chết ngay từ trong trứng.

nipple n. núm vú; đầu vú; mỏ, chỏm.

nirvana n. Nát-bàn.

nitrate n. nitrat.

nitric adj. [axit acid] nitric.

nitrogen n. nitơ, đạm-tố.

nitwit n. người ngu-đần, thằng ngu.

no n. lời từ-chối/từ-khước; phiếu chống/nghịch.
adj. không (hề), không chút nào. This is -- easy
job. Đây không phải là chuyện dễ. There is -- den-
ying that .... Ta không thể phủ-nhận được là ....
NO SMOKING. CẤM HÚT THUỐC. NO LOITERING CẤM
LẢNG VẢNG. adv. không. They -- longer live here.
Họ không còn ở đây nữa. No kidding. Thật à? Thật
mà! (Tôi không nói đùa.) -- use vô ích.

nobility n. tính cao-thượng/cao-quý; quý-tộc.

noble n., adj. (người) quý-tộc, quý-phái; caoquý,
cao-thượng, cao-nhã.

nobleman n. người quý-tộc/quý-phái.

nobody n. người tầm-thường (vô-dụng). pron. [not
anybody] không ai, không người nào. -- else
chẳng có ai khác.

nocturnal adj. thuộc đêm, về đêm.

nod n. sự cúi đầu; cái gật đầu; sự ra hiệu. v.
cúi đầu (chào); gật đầu, ra hiệu; gật gà gật gù.

node n. mấu, đốt, mắt; nút; cục, u.

nodule n. cục u nhỏ, bướu nhỏ; mấu/mắf/ hòn nhỏ.

noise n. tiếng động, tiếng ầm-ĩ/ồn-ào/om-sòm.

noiseless adj. lm-lặng, không ồn-ào.

noisy adj. ầm-ĩ, ồn-ào, om-sòm, huyên-náo.

nomad n., adj. (dân) du-cư, nay đây mai đó.

nomadic adj. du-cư, nay đây mai đó, du-mục.

no-man's-land n. vùng trung-lập; vòng đai trắng.

nomenclature n. danh-pháp; thuật-ngữ.

nominal n. danh-từ. adj. thuộc về tên/danh-từ; hư, chỉ có tên, hữu danh vô thực; [số tiền, giá tiền] không đáng kể, tượng-trưng.

nominate v. giới-thiệu, đề-cử, tiến-cử;bổ-nhiệm.

nomination n. sự/quyền đề-cử.

nominative n., adj. (thuộc) danh-cách, chủ-cách.

nominee n. người được đề-cử/tiến-cử.

nonaggression pact n. hiệp-ước bất-xâm-phạm.

nonalcoholic adj. [đồ uống] không có rượu.

nonaligned adj. [nước] không liên-kết.

nonce word n. từ/tiếng đặc-biệt [cho một dịp].

nonchalant adj. lãnh-đạm, thờ-ơ, vô-tình, hờ-hững, không sốt-sắng; sơ-xuất, trễ-nải.

noncom n. hạ-sĩ-quan. [đấu.

noncombatant n. quân-nhân không trực-tiếp chiến-

noncommittal adj. không hứa-hẹn/cam-kết, lơ-lửng, chưa nhận lời hẳn.

nonconductor n. vật/chất không dẫn nhiệt/điện.

nonconformist n. người không theo lề-thói, người lập-dị [trong cách ăn mặc, trong lối sống].

nondescript adj. khó tả, khó xếp loại.

none pron. không một ai, không người/cái nào. -- of them chẳng người nào trong bọn họ. N-- have arrived. Chưa ai tới cả. adv. chẳng một chút nào. The supply of competent teachers is -- too great. Đào đâu ra nhiều giáo-viên có khả năng bây giờ! He is -- the wiser. Thế mà anh ta cũng chả khôn-ngoan hơn chút nào.

nonentity n. người/vật vô-giá-trị, con số không.

nonexistent adj. không có, không tồn-tại.

nonferrous adj. [kim-loại] màu.

nonfiction n. bài/sách biên-khảo [khác với tiểu-thuyết, truyện ngắn (hư-cấu)].

nonintervention n. sự không/bất can-thiệp.

nonmetal n. á-kim.

nonpartisan adj. không đảng-phái/thiên-vị, vô-tư.

nonplus v. làm bối-rối/lúng-túng/sửng-sốt.

nonprofit adj. không mưu-lợi, bất-vụ-lợi.

nonsense n. lời/chuyện láo/vô-lý/bậy-bạ.

nonsensical adj. vô-lý, láo, (tầm) bậy (tầm) bạ.

nonstop adj., adv. chạy suốt/thẳng một mạch.

nonunion adj. [công-nhân] không vào nghiệp-đoàn.

nonviolence n. sự bất-bạo-động.

noodle n. mì dẹt, mì sợi, bún, miến, bánh phở. mung bean noodles, glass noodles miến, bún tàu. fried --s mì chiên ròn. -- soup phở, thang, canh miến. stir-fried --s mì xào, phở xào, miến xào.

nook n. xó, góc, xó-xỉnh; chỗ hẻo lánh; góc thụt.

noon n. (buổi) trưa, (giờ) ngọ, 12 giờ trưa.

noontime n. ban/buổi/lúc trưa.

noose n. thòng-lọng; dây treo cổ; sự ràng-buộc.

nor conj. neither fish -- fowl chẳng ra môn ra khoai gì; dơi không ra dơi, chuột không ra chuột. He can neither read -- write Vietnamese. Anh ta không biết đọc mà cũng không biết viết tiếng Việt. She can't do it. Nor can I. Chị ấy không thể làm thế được, mà tôi cũng không.

norm n. tiêu-chuẩn, chuẩn, quy-tắc; chỉ-tiêu.

normal n. mức bình-thường. adj. (thông-)thường, bình-thường.

normalize v. bình-thường-hoá.

normally adv. thường-thường, đẳng thẳng ra.

Norseman n. người Na-uy.

north n. hướng/phương/phía bắc; miền bắc. -- wind gió bắc. the -- pole Bắc-cực. the -- star sao Bắc đầu. adv. moving -- đi/tiến về phía bắc, lên miền bắc, ra bắc. N--Korea Bắc Triều-tiên.

northeast n., adj. (miền/phía) đông-bắc. adv.

northerly adj., adv. (về/từ) hướng bắc.

northern adj. [bán-cầu hemisphere] bắc. the -- dialect phương-ngữ bắc, giọng/tiếng bắc.

northerner n. người miền/phương bắc.

northernmost adj. cực-bắc.

northward adj., adv. về phía bắc.

northwards adv. về phía bắc.

northwest n., adj., adv. (về) phía tây-bắc.

nose n. mũi; mõm; đầu, mũi; sự đánh hơi, khứu-giác. v. ngửi, đánh hơi; chỗ/xen/dính/xía vào. to blow one's -- xỉ mũi. pope's -- phao câu. to poke one's -- into chỗ mũi vào .... -- bag gió cỏ [cho ngựa]. -- dive sự bổ nhào; sự sụt giá. -- drops thuốc nhỏ mũi.

nosebleed n. sự chảy máu cam.

nosegay n. bó hoa.

nostalgia n. nỗi nhớ nhà, lòng nhớ quê-hương, nỗi
    hoài-hương; nỗi luyến-tiếc dĩ-vãng/quá-khứ.

nostril n. lỗ mũi.

nosy adj. tò-mò, tọc-mạch, thóc-mách, sục-sạo.

not adv. không, chẳng, chả. I do -- think so.
    Tôi không nghĩ thế. They are -- here. Họ không
    có đây. whether you like it or -- dù anh có thích
    hay không. -- rich at all chẳng giàu có gì. --
    one penny không có lấy một đồng xu dính túi. --
    that I don't like him không phải là tôi không
    thích ông ta. I think --. Tôi cho là không. --
    only .... but also ... không những/chỉ ... mà
    còn ... -- more than one week nhiều nhất là một
    tuần lễ (chứ không hơn). He is -- nice; his wife
    is -- either. Ông ấy không tử-tế, mà bà ấy cũng
    chẳng tử-tế nốt.

notable n. nhân-sĩ, thân-hào, thân-sĩ. adj. có
    tiếng, danh tiếng, trứ-danh; đáng chú-ý.

notary n. công-chứng-viên, chưởng-khế, nô-te --
    public.

notarized adj. do công-chứng-viên thị-thực.

notation n. lời chú-thích/chú-giải; ký-hiệu.

notch n. vết đẽo/khía/khắc; hẻm/khe núi; nấc.

note n. thư ngắn, công-hàm [ngoại-giao diplomat-
    ic]; lời ghi chép; lời chú-giải; lời dặn; tiền
    giấy, phiếu; sự lưu-ý/chú-ý; điệu, vẻ; nốt nhạc.
    a -- of bitterness giọng chua-chát. worthy of --
    đáng lưu-ý. to take --s ghi chép. to compare --s
    so-sánh những nhận-định của nhau. lecture --s
    lời ghi chép bài giảng. v. ghi chép; ghi nhớ.

notebook n. sổ tay, sổ ghi chép, quyển vở.

noted adj. có tiếng, danh tiếng, hữu-danh.

noteworthy adj. đáng chú-ý; đáng ghi nhớ/nhận.

nothing n., pron. không (cái gì). Say --. đừng
    nói gì cả. Do --. đừng làm chi cả [như là theo
    thuyết vô-vi]. N-- new. Không có gì mới cả. --
    much không nhiều, rất ít. There is -- else/more
    to be said. Không còn chuyện chi đáng nói nữa.
    -- at all chẳng có gì (sốt) cả. to come to --
    không đi đến đâu. I have -- to do with it. Tôi
    không dính-dáng gì đến chuyện ấy. -- but trouble
    chỉ toàn chuyện lôi-thôi. adv. tuyệt không.

notice n. thông-cáo, yết-thị, cáo-thị; sự chú-ý;

lời báo trước. v. để ý, nhận thấy. You will have
    to give your landlord a month's --. Muốn dọn nhà,
    anh phải báo cho chủ nhà một tháng trước. at a
    moment's -- ngay lập-tức. until further -- cho đến
    khi có lệnh mới. I cannot help noticing that ...
    Tôi không khỏi nhận thấy rằng ....

noticeable adj. đáng chú-ý; có thể thấy rõ.

notification n. sự thông-báo.

notify v. cho hay, báo, thông-báo; khai báo.

notion n. ý-niệm, khái-niệm; ý-định. notions hàng
    tạp-hoá [kim, chỉ, dây chun, ruy-băng, v.v.].

notoriety n. sự nổi tiếng (xấu).

notorious adj. ai cũng biết, nổi/khét tiếng (xấu).

notwithstanding prep. bất kể, mặc dầu. adv. tuy
    thế mà, tuy-nhiên, ấy thế mà, cũng vẫn cứ. -- any
    other agreements bất kể hiệp-định nào trước đây.
    The parents tried to prevent the marriage, but it
    took place --. Hai ông bà ấy cố ngăn-cản cái đám
    cưới, nhưng tụi nó vẫn cứ lấy nhau.

nought n. số không.

noun n. danh-từ.

nourish v. nuôi, nuôi-nấng, nuôi-dưỡng; nuôi, ôm,
    ấp-ủ, hoài-bão [mộng, hy-vọng, hoài-bão].

nourishing adj. bổ.

nourishment n. sự nuôi (-dưỡng); đồ ăn, thức-phẩm.
    under-- sự thiếu ăn, sự thiếu dinh-dưỡng.

novel n. tiểu-thuyết, truyện.

novel adj. mới, mới lạ, độc-đáo, tân-kỳ.

novelist n. nhà tiểu-thuyết, tiểu-thuyết-gia.

novelty n. sự/tính mới lạ. novelties hàng mới, đồ
    nữ-trang, mùi-soa, ca-vát, đồ trang-trí/kỷ-niệm.

November n. tháng mười một dương-lịch.

novice n. chú tiểu, sa-di (nữ); người học việc.

now n. hiện-tại, bây giờ, lúc này, nay. up to/un-
    til -- cho tới nay, cho đến bây giờ. from -- on
    từ nay trở đi, từ rày về sau. adv. bây giờ, lúc
    này, (hiện) nay, ngày nay, giờ đây. just -- lúc
    nãy, vừa mới đây. -- or never ngay bây giờ hoặc
    chẳng bao giờ hết. N-- that you have grown up,...
    Nay con đã khôn lớn, vậy .... with prices -- ris-
    ing -- falling trong khi giá cả lúc lên lúc xuống.
    (every) -- and then thỉnh-thoảng, năm thì mười hoạ.

nowadays adv. ngày nay, đời nay, thời-buổi này.

nowhere adv. không đâu, chẳng nơi nào. -- else
    không có chỗ nào khác.

noxious adj. độc, hại.

nozzle n. miệng, vòi [ống nước, bễ]; mũi, mõm.

nuclear adj. [năng-lượng energy, vật-lý physics,
vũ-khí weapons] hạt-nhân. a -- power một cường-
quốc nguyên-tử. -- test ban sự cấm thử nguyên-tử.

nucleus n. nhân; hạch; hạt-nhân; (trung-)tâm.

nude n. người khoả-thân; sự trần-truồng; tranh/
tượng khoả-thân. adj. trần, trần-truồng, khoả-
thân, loã-thể; trụi lông/lá. In the -- ở truồng.

nudge n., v. (cú) hích/thúc bằng khuỷu tay.

nudist n. người theo chủ-nghĩa khoả-thân.

nugget n. cục vàng, quặng vàng.

nuisance n. sự phiền-phức/rầy-rà; người khó chịu.

null adj. không; không có hiệu-lực, vô-hiệu. --
and void hết giá-trị, mất hiệu-lực.

nullify v. huỷ-bỏ, thủ-tiêu, triệt-tiêu.

numb adj. tê, tê cóng. to grow -- bị tê cóng.

number n. số, con số [even chẵn, odd lẻ, plural
nhiều, singular ít]; số báo.v.đánh số, ghi số; kể
vào, tính vào, liệt vào; lên tới, gồm có. wrong
-- lầm số (dây nói). (tele)phone -- số dây nói.
unlisted -- số dây nói không ghi trong niên-giám.
call -- số phân-loại sách. Volume 3, N-- 4 of the
quarterly Tập/Bộ 3, Số 4 của quí-san [ba tháng ra
một kỳ].

numberless adj. vô-số, nhiều vô kể.

numeral n. số, chữ số; số-từ. adj. thuộc về số.

numerator n. tử-số [trong phân-số].

numerical adj. thuộc số; bằng số.

numerous adj. đông, đông-đảo, nhiều.

numismatics n. sự sưu-tầm các đồng tiền cổ.

nun n. ni-cô, sư cô; nữ-tu(-sĩ), bà xơ/phước.

nunnery n. nữ-tu-viện, chùa sư nữ.

nuptial adj. thuộc lễ cưới, thuộc hôn-nhân.
nuptials n. lễ cưới, hôn-lễ.

nurse n. y-tá, khán-hộ, điều-dưỡng; u/vú em, cô
giữ trẻ, bảo-mẫu. v. cho bú, nuôi; trông nom,
săn sóc, nuôi, chữa; chăm-chút, nâng-niu; ấp-ủ.

nursery n. nhà trẻ; vườn ương; ao nuôi cá; nơi
nuôi-dưỡng/đào-tạo. -- school vườn trẻ. -- rhyme
bài thơ lớp mẫu-giáo.

nursing n. sự nuôi con (bằng sữa mẹ); sự săn sóc
(người ốm); nghề y-tá; ngành/khoa điều-dưỡng.
-- home nơi an-dưỡng, viện dưỡng-lão; bệnh-xá.

nurture v. nuôi-nấng, dưỡng-dục; dạy-dỗ,giáo-dục.

nut n. quả hạch; hạt, hột; đai ốc; người ham-thích
[món gì, cái gì]; anh điên, anh chàng gàn. He's
--s about tennis. Anh ta mê quần vợt lắm. areca --
quả cau. cashew -- hạt điều. chest-- hạt dẻ tàu.
hazel-- hạt dẻ. ground--, pea-- lạc, đậu phọng.

nutcracker n. cái kẹp quả hạch, cái kẹp hạt dẻ.

nutmeg n. nhục-đậu-khấu.

nutrient n., adj. (chất) bổ, dinh-dưỡng.

nutrition n. sự nuôi dưỡng; khoa dinh-dưỡng.

nutritious adj. bổ, có nhiều chất bổ, dinh-dưỡng.

nutshell n. vỏ quả hạch, vỏ hạt dẻ. In a -- tóm-
tắt lại.

nylon n. ni-lông; nylons bít-tất ni-lông đàn bà.

nymph n. nữ-thần [núi, sông], nàng tiên, tiên-nữ.

nymphomania n. chứng cuồng-dâm [của đàn bà].

nymphomaniac n., adj. (đàn bà) cuồng-dâm.

O

O interj. Chà, chao, ôi chao, ối, ồ, à.

oak n. cây sồi; gỗ sồi. -- tree cây sồi.

oar n. mái chèo; tay chèo.

oarsman n. tay chèo, người bơi thuyền.

oasis n. ốc-đảo, chỗ có cây có nước giữa sa-mạc.

oat n. oats lúa mạch [kiều-mạch, yến-mạch]. to
sow one's wild --s chơi bời trác-táng.

oath n. [oaths] lời thề, lời tuyên-thệ; lời rủa.
-- of allegiance lời thề trung-thành. -- of office
lễ tuyên-thệ nhậm-chức.

oatmeal n. bột lúa mạch; cháo lúa mạch [có sữa,
đường, ăn nóng].

obedience n. sự nghe lời, sự vâng lời/tuân theo.

obedient adj. biết vâng lời, biết nghe lời.

obeisance n. sự cúi đầu chào, sự cúc-cung, cung-
kính, tôn-sùng.

obese adj. béo, phệ, phị, trệ.

obesity n. sự béo phệ.

obey v. vâng lời, nghe lời, tuân theo.   [chết.

obituary n. lời cáo-phó, ai-tín; tiểu-sử người

object n. đồ vật, vật, vật-thể; đối-tượng; mục-
đích/tiêu; bổ-ngữ, tân-ngữ [direct trực-tiếp, in-
direct gián-tiếp]; khách-thể.

object v. phản-đối, chống-đối; ghét, không thích.

objection n. sự phản-đối/chống-đối; sự bất-bình,
sự không thích.

objectionable adj. đáng chê trách; khó chịu.

objective n. mục-tiêu, mục-đích; tân-cách, cách
mục-đích. adj. khách-quan; thuộc mục-đích;
thuộc tân-cách, thuộc cách mục-đích.

obligation n. nghĩa-vụ, bổn-phận; ơn, sự hàm ơn.
under -- mang/chịu ơn.

obligatory adj. bắt-buộc, cưỡng-bách.

oblige v. bắt-buộc; làm ơn, giúp đỡ, gia ơn. Is
--d to ... bị bắt-buộc phải .... I am much --d
to you. Tôi hết lòng biết ơn ông bà.

obliging adj. sốt-sắng giúp người khác.

oblique adj. chéo, xiên, chếch, tà; quanh-co,
cạnh-khoé, bất-chính; [thanh-điệu, vần] trắc.

obliterate v. bôi, xoá, cạo, tẩy; đóng dấu [tem].

oblivion n. sự lãng quên [to fall/sink into chìm
vào].

oblivious adj. -- of quên, lãng quên, không nhớ.

oblong adj. hình thuôn, hình chữ nhật.

obnoxious adj. khó chịu, đáng ghét, khả-ố.

obscene adj. tục-tĩu, bẩn-thỉu, tà-dâm.

obscenity n. sự tục-tĩu; lời-lẽ tục-tĩu/dâm-ô.

obscure adj. tối-tăm, mờ-mịt; tối nghĩa; không
có tiếng-tăm gì, ít người biết đến.

obscurity n. bóng tối, sự tối-tăm; sự khó hiểu;
sự không tên-tuổi.

obsequies n. đám ma, lễ tang, tang-lễ.

obsequious adj. khúm-núm, quá lễ-phép.

observance n. sự làm lễ; lễ kỷ-niệm; sự tuân-thủ.

observant adj. tinh mắt, tinh ý, hay quan-sát.

observation n. sự quan-sát; sự theo dõi; lời phê
bình/bình-phẩm, nhận-định.

observatory n. đài thiên văn; đài khí-tượng.

observe v. quan-sát, nhận-xét, theo dõi; cử-hành,
làm [lễ]; giữ, tuân theo, tuân-thủ, tôn-trọng.

observer n. quan-sát-viên.

obsess v. ám-ảnh.

obsession n. sự ám-ảnh; điều ám-ảnh.

obsolescent adj. cũ, xưa, lỗi-thời, nay ít dùng.

obsolete adj. cũ, cổ, xưa, không dùng nữa.

obstacle n. vật chướng-ngại, trở-lực, trở-ngại.

obstetrician n. bác-sĩ khoa sản/sản-khoa.

obstetrics n. khoa sản, sản-khoa.

obstinacy n. tính bướng, tính ngoan-cố.

obstinate adj. bướng-bỉnh, khó bảo, cứng đầu
cứng cổ; ngoan-cố, ương-ngạnh.

obstruct v. làm (bế) tắc, làm nghẽn; che khuất.

obstruction n. sự bế-tắc; sự cản-trở; trở-lực.

obtain v. thu/đạt/giành được; đang tồn-tại.

obtainable adj. có thể đạt/thu được.

obtrude v. ép (buộc), bắt phải theo.

obtuse adj. [góc] tù; cùn, nhụt; chậm hiểu, đần.

obviate v. phòng ngừa; tránh, dự-phòng.

obvious adj. rõ-ràng, hiển-nhiên, dễ thấy.

occasion n. dịp, cơ-hội; duyên-cớ, lý-do. on the
-- of nhân dịp .... v. gây nên/ra, sinh ra.

occasional adj. thỉnh-thoảng mới có/làm/in.

occasionally adv. thỉnh-thoảng, lâu-lâu, năm thì
mười họa, thảng hoặc.

Occident n. phương Tây, Tây-phương; Âu-tây.

occidental n., adj. (người) phương Tây.

occult adj. sâu kín, bí-ẩn, huyền-bí.

occupancy n. sự chiếm giữ; thời-gian chiếm-giữ.

occupant n. người chiếm giữ; người ở (nhà), người
ngồi (xe).

occupation n. sự chiếm đóng; sự ở; công việc làm,
nghề, nghề-nghiệp.

occupational adj. thuộc nghề-nghiệp. -- hazard
sự nguy-hiểm nghề-nghiệp. -- therapy phép chữa
bệnh bằng lao-động.

occupy v. chiếm, chiếm giữ, chiếm đóng; giữ [địa-
vị, chức-vụ]; ở; choán, chiếm-cứ; làm bận-rộn.

occur v. xảy ra/đến. It --red to me that Tôi
bỗng chợt nghĩ rằng ....

occurrence n. việc xảy ra; sự xảy ra, lần xảy ra.

ocean n. đại-dương. -- liner tàu biển chở khách.

oceanography n. hải-dương-học, hải-học.

ocher n. (màu) đất son.

o'clock adv. It's one --. Một giờ rồi.

octagon n. hình tám cạnh, hình bát-giác.

octave n. quãng tám; tổ quãng tám (âm-giai).

October n. tháng mười dương-lịch.

octogenarian n. ông lão 80 tuổi, người thọ 80.

octopus n. con bạch-tuộc, con mực ma/phủ.

ocular adj. thuộc về mắt.

oculist n. thầy thuốc khoa mắt, bác-sĩ nhãn-khoa.

odd adj. [số] lẻ; cọc-cạch; thừa, trên; lặt-vặt;
kỳ-cục, kỳ-quặc. 300-odd horses ba trăm mấy con
ngựa. -- jobs việc vặt.

odds n. sự chênh-lệch/so-le; sự bất-hoà; sự lợi
thế; sự chấp [trong ván cờ]. -- and ends đầu thừa

ode n. bài thơ ca-ngợi, tụng-ca.   [đuôi thẹo.

odious adj. ghê tởm.

odontology n. khoa răng, nha-khoa.

odor n. mùi, hơi, hương; mùi/hương thơm.

of prep. to think -- nghĩ đến.... to ask ... -- X.
hỏi X xin .... Doctor -- Medicine Tiến-sĩ Khoa Y,
Y-khoa Bác-sĩ. a quarter -- three 3 giờ kém 15.
two -- them hai người trong bọn họ; hai cái ấy.
made -- wood làm bằng gỗ. the seventeenth -- Jan-
uary ngày 17 tháng 1. to die -- old age chết già.
a family of ten gia-đình có 10 người. within 20
miles -- Hanoi cách Hà-nội trong vòng 20 dặm. It
was nice -- you to telephone. Cảm ơn ông đã tử-tế
gọi dây nói cho tôi. a cup -- coffee một tách cà-
phê. to smell -- urine khai dái. hard -- hearing
nghễnh-ngãng.

off adj. [ngày] nghỉ, nhàn rỗi; [tính] sai, không
dúng; [thịt] ôi, ươn; [diện, dèn, vòi nước] tắt;
[phố] hẻm, phụ; xa, ngoài. adv. xa; di rồi; bỏ
ra, cởi ra, buông ra; hẳn, hết. Off with you!
Cút di! They cut his hand --. Họ chặt dứt bàn
tay của hắn. Take -- your coat, Take your coat
--. Xin anh bỏ áo ngoài ra. not far -- gần đến nơi
rồi. set -- làm nổi bật. show -- khoe .... well
-- khá-giả, phong-lưu. -- and on lúc có lúc không
prep. xa, cách, khỏi. -- the coast xa bờ biển.

offal n. phần hàng thịt loại bỏ; rác-rưởi.

offbeat adj. khác thường, kỳ-cục.

offend v. làm mếch lòng, chạm tự-ái, xúc-phạm;
vi-phạm, xúc-phạm -- against.

offender n. người phạm tội/lỗi, thủ-phạm.

offense n. sự xúc-phạm; sự phạm tội, tội, lỗi.
take -- bị mếch lòng, bị chạm tự-ái.

offensive n. sự/cuộc tấn-công; thế công. adj.
làm mếch lòng, sỉ-nhục; hôi-hám, khó chịu,chướng;
tấn-công.

offer n. lời dề-nghị, sự dạm hỏi; sự ngỏ ý; sự
chào hàng; sự trả giá. v. biếu, tặng, cúng; dạm
hỏi, ướm, tỏ ý muốn; giơ/chìa ra, dưa ra, mời;
dưa ra, nêu [dề-nghị], ý-kiến]; dâng, cung-hiến.

offering n. sự biếu/tặng; dồ cúng, lễ-vật.

offhand adj. ứng-khẩu, không sửa-soạn; tự-nhiên.
adv. không nghĩ trước, không chuẩn-bị.

office n. chức-vụ; sở, văn-phòng, phòng giấy/văn;
cơ-quan, chi-nhánh, nha, vụ, bộ; phòng mạch; sự

giúp dỡ. through the good --s of nhờ sự giúp dỡ
của .... take -- nhậm-chức, tựu-chức. run for --
ra ứng-cử. the Foreign O-- Bộ Ngoại-giao Anh. --
boy em bé chạy giấy. -- hours giờ làm việc; giờ
mở cửa, giờ khám bệnh, giờ tiếp sinh-viên. -- sup-
plies dụng-cụ văn-phòng, văn-phòng-phẩm. -- work
công-việc bàn giấy.

officeholder n. công-chức, viên-chức.

officer n. sĩ-quan; cảnh-sát; nhân-viên; nhân-viên
chấp-hành [một hội, một hãng]. -- candidate sinh-
viên sĩ-quan. -- of the day sĩ-quan trực-nhật.

official n. viên-chức, công-chức, nhân-viên. high-
ranking U.N. -- viên-chức cao-cấp của Liênhợpquốc.
adj. chính-thức.

officialdom n. chế-độ quan-liêu hành-chính.

officialese n. văn/thuật-ngữ hành-chính/công-văn.

officiate v. làm nhiệm-vụ/bổn-phận; hành/cử lễ.

officious adj. quá sốt-sắng, lăng-xăng, hiếu-sự.

offing n. in the -- ở ngoài khơi; sắp bùng nổ.

off-limits adj. cấm. OFF-LIMITS CẤM VÀO.

offprint n. bản in thêm riêng.

offset n., v. (sự) bù-dắp, dền-bù; (bản/thuật) in
ôpxet.

offshoot n. cành, nhánh; chi nhánh, chi họ.

offshore adj., adv. ở ngoài khơi, xa bờ.

offspring n. con, con cái, con cháu, miêu-duệ.

offstage adj., adv. dằng sau sân khấu, hậu-trường.

off-the-cuff adj. [lời nói] ứng-khẩu.

off-the-record adj., adv. nói riêng/vụng dấy.

often adv. hay, thường, năng, luôn. how --? mấy
lần? bao lâu lại một lần? He is -- late. Anh ta
hay dến muộn. He -- goes to the movies. Anh ta
di xi-nê luôn.

ogle v. liếc mắt dưa tình, tống tình, liếc tình.

ogre n. quỷ, yêu-tinh, ông kẹ, bà chằng.

oh interj. ô, ồi chao, ồ, chà; này.

ohm n. ôm.

oil n. dầu; tranh sơn dầu. v. lau/bôi/tra dầu;
dút lót, hối-lộ. -- burner bếp dầu. -- company
công-ty dầu hoả. -- drum thùng dầu. -- field mỏ
dầu. -- lamp dèn dầu. -- tanker tàu chở dầu.

oilcake n. bánh khô dầu.

oilcloth n. vải dầu.

oily adj. trơn/nhờn như dầu; giày dầu mỡ,dầy dầu.

ointment n. thuốc mỡ.

O.K. adj. được, tốt lắm. n. sự đồng-ý, sự tán-thành. adv. tốt lắm, được lắm, cũng khá. v. bằng lòng, chấp-thuận, tán-thành, đồng-ý. interj. tốt lắm, hay lắm, ô-kê.

okra n. đậu bắp.

old adj. già; cũ, cổ, xưa; lão-luyện, già-giặn, có kinh-nghiệm. grow -- già đi. an -- hand tay lão-luyện/từng-trải. nine years -- lên chín. a nine-year-old child một đứa bé 9 tuổi. any -- tie bất cứ cái ca-vát nào. How -- is X? Năm nay X bao nhiêu tuổi? the -- những người già, các cụ có tuổi. of -- ngày/thuở/thời xưa. -- maid gái già. the good -- days thời oanh-liệt xưa. -- age tuổi già. -- people's home nhà dưỡng-lão.

old-fashioned adj. không hợp thời-trang; cổ-hủ.

Old Testament n. Cựu-ước.

oleander n. cây trúc-đào.

olfactory adj. thuộc khứu-giác.

oligarchy n. chế-độ/quốc-gia chính-trị đầu sỏ, chính-trị thiểu-số; tập-đoàn đầu-sỏ chính-trị.

olive n. cây/quả ôliu. adj. màu ôliu. Chinese -- quả trám. -- branch cành ôliu (tượng-trưng cho hoà-bình). -- oil dầu ôliu.   [Thế-giới.

Olympic Games n. Thế-vận-hội, Đại-hội Thể-thao

omelet n. trứng tráng.

omen n. điềm, triệu.

ominous adj. báo điềm xấu, gở, bất-tường.

omission n. sự bỏ xót/quên; điều/chữ bỏ xót.

omit v. bỏ xót, quên; quên không ...

omnibus n. xe buýt. adj. bao gồm nhiều thứ.

omnipotent adj. có quyền vô-hạn.

omnipresent adj. chỗ nào cũng có mặt.

omniscience n. sự toàn-trí toàn-thức.

omnivorous adj. ăn tạp; đọc đủ mọi loại sách.

on adj. [đèn, đài, vòi nước] mở, vặn lên; [động-cơ] đang chạy, cắm rồi; [phanh] bóp, kéo; [thịt] đang rán/nấu; [trò chơi, chương-trình] bắt đầu. adv. and so -- và vân-vân. Come on! Đi [luôn đi]! Thôi đi! farther -- xa hơn nữa. from this day --, from now -- từ nay trở đi. later -- về sau; sau này. stay -- ở lại. go -- talking cứ nói tiếp. Put your cap on. Đội mũ vào. Sing --. Hát nữa đi. His light was --. Đèn anh ta còn sáng. prep. -- the wall trên tường. -- Sunday vào hôm chủ nhật. -- Sundays vào những ngày chủ nhật. --

returning home, -- my return home khi tôi về đến nhà. hit -- the head bị đánh vào đầu. -- my left đứng/ngồi bên trái tôi. a book -- orchids quyển sách nói về hoa lan. based -- facts căn-cứ vào sự thật. -- fire đang bị cháy. -- strike đang đình-công. I live -- bean curds. Tôi sống bằng đậu phụ. -- foot đi bộ. -- Page 35 ở trang 35. -- the first floor ở tầng dưới. -- a trip đang đi du-lịch. -- sale đang rao bán. -- the average tính trung-bình. -- a farm ở một trại nông. -- the committee trong uỷ-ban. -- Hàng Bạc Street ở phố Hàng Bạc. -- a fine autumn day vào một ngày mùa thu đẹp. -- the one hand ...., -- the other hand .... một mặt.... một mặt .... on January 17 ngày 17 tháng giêng. The dinner is -- me. Đến lượt tôi trả bữa cơm này. The beer is -- the house. Bia này, khổ-chủ thết. -- examination sau khi xem-xét kỹ. -- or before May 29 trước hay đúng ngày 29 tháng 5. -- the spot ngay tại chỗ. -- and -- liên-miên.

once n. một lần. adv. một lần. all at -- tất cả cùng một lúc. at -- ngay lập-tức; cùng một lúc. -- for all một lần cho nó rồi, dứt khoát. -- in a while thỉnh-thoảng, lâu-lâu, năm thì mười hoạ. -- more một lần nữa. -- or twice một hai lần. -- upon a time, there lived/was .... ngày xưa ngày xưa có .... conj. một khi. -- you have signed the contract,... một khi anh đã ký vào giao kèo.

oncoming adj. sắp/gần đến; đang đến.

one adj. một; một tuổi. only -- son chỉ có mỗi một cậu con trai. Page -- Trang I. Volume -- Tập I. with -- voice đồng-thanh, nhất-trí. -- by -- từng người/cái một. -- o'clock I giờ. not -- penny không có lấy một đồng xu. my -- and only raincoat cái áo mưa duy-nhất của tôi. pron. cái, cái ông. the blue pencil and the red -- cái bút chì xanh và cái bút chì đỏ. the taller -- cái ông cao nào. to help -- another giúp đỡ lẫn nhau. that -- cái đó, người đó. the -- that you sold last year cái mà chị mới bán năm ngoái ấy mà. this -- cái này, người này. O-- must obey --'s parents. Ta phải vâng lời cha mẹ. one-man show màn độc-diễn.

onerous adj. khó-nhọc, nặng-nề.

oneself pron. tự/chính mình, bản-thân mình.

one-sided adj. một phía/chiều, phiến-diện, thiên vị.

one-track adj. cứ một đường; thiển-cận.

one-way street   n. đường một chiều.

one-way ticket   n. vé một lượt.

onion   n. củ/cây hành tây. green -- hành ta/lá.

onionskin   n. giấy vỏ hành, giấy mỏng để đánh máy.

onlooker   n. người xem.

only   adj. duy-nhất, độc-nhất. my one and -- dream
   giấc mộng duy-nhất của tôi. the -- child con một.
   adv. chỉ, mới. I have -- two. Tôi chỉ có 2 cái.
   0-- the teacher knows. Chỉ có cô giáo biết thôi.
   If -- I had known giá mà tôi biết thế. not -- ...
   but also ... không những/chỉ ... mà cũng còn ...
   STAFF ONLY DÀNH RIÊNG CHO NHÂN-VIÊN. conj. nhưng
   You may go, -- come home early. Con đi được, tuy
   nhiên phải nhớ về sớm. I want to go, -- my daddy
   said I can't. Tôi muốn đi lắm, chỉ phải cái bố
   tôi bảo không được đi.

onomatopoeia   n. từ tượng-thanh.

onrush   n. sự ùa/xông/lao tới.

onset   n. sự tấn-công. at the -- lúc bắt đầu.

onslaught   n. sự tấn-công dữ-dội/kịch-liệt.

onward(s)   adv. về phía trước; tiến lên.

ooze   n., v. (nước)rỉ ra. -- out tiêu-tan mất.

opal   n. đá mắt mèo, opan, ngọc miều.

opaque   adj. mờ đục; chắn sáng; [văn] tối nghĩa.

open   n. chỗ ngoài trời, chỗ lộ-thiên; biển khơi.
   adj. mở; [cửa] ngỏ; [thư] ngỏ; [tính] cởi mở,
   thật thà; [việc, chức-vụ] còn trống; [ô-tô] trần;
   [thị]-trường, phiên xử] công-khai; [vấn-đề] chưa
   dứt-khoát; [vết thương] hoác, toác ra; [đầu óc]
   rộng-rãi. -- to attack có thể bị tấn-công. --
   syllable âm-tiết mở. break/crack -- phá tung ra.
   v. mở; mở cửa; bắt đầu, khai-mạc. -- fire bắt
   đầu bắn, nổ súng, khai-hoả. She --ed her heart
   to .... Chị ấy thổ-lộ tâm-tình với .... Has the
   nightblooming cereus --ed yet? Hoa quỳnh đã nở
   chưa? *** -- -air ngoài trời. -- -handed rộng-
   rãi, hào-phóng. -- -hearted cởi mở, thành-thật.
   -- house tiệc mời nhiều người đến lúc nào cũng
   được. -- -minded rộng-rãi, không thành-kiến.

opening   n. khe hở, lỗ; cửa; sự khai-mạc; chức-vụ
   còn khuyết; rừng thưa. adj. mở đầu. -- remarks/
   speech diễn-từ khai-mạc.

opera   n. opêra, tuồng, ca-kịch. -- glasses ống
   nhòm. -- house nhà hát lớn, hí-viện.

operate   v. (cho) chạy, điều-khiển, quản-lý; hoạt-

động; có hiệu-lực/tác-dụng; mổ; giải-phẫu -- on.
   operating expenses sở-phí, tổng-phí. operating
   room phòng mổ. operating table bàn mổ.

operation   n. sự điều-khiển/điều-động/hoạt-động; sự
   quản-lý; thao-tác; hiệu-quả, tác-dụng; dịch-vụ tài
   chính; sự mổ xẻ, sự giải-phẫu, ca mổ; cuộc hành-
   quân; phép tính. --s research vận-trù-học.

operative   n. thợ máy, công-nhân; thám-tử, đặc-viên,
   gián-điệp. adj. có hiệu-lực/tác-dụng; thực-hành;
   thuộc phẫu-thuật.

operator   n. người sử-dụng/điều-khiển (máy-móc); cô
   điện-thoại-viên, người phụ-trách tổng-đài telephone
   --; người lái xe; người khai-thác; người xoay-xở
   giỏi (một cách lưu-manh).

ophthalmology   n. khoa mắt, nhãn-khoa.

opinion   n. ý-kiến, quan-điểm; dư-luận. In my --
   theo ý tôi, theo thiển-ý. In my humble -- theo ngu
   ý, nếu tôi được phép trình-bày ý-kiến thô-thiển.
   public -- công-luận.

opinionated   adj. ngoan-cố, giáo-điều, cứng đầu.

opium   n. thuốc phiện, nha-phiến. -- den tiệm thuốc
   phiện, tiệm hút. -- addict người nghiện thuốc phiện.

opponent   n. đối-thủ, địch-thủ, người chống đối.

opportune   adj. đúng lúc, thích-hợp.

opportunist   n. người cơ-hội chủ-nghĩa.

opportunity   n. dịp, cơ-hội, thời-cơ [to seize nắm,
   to miss bỏ lỡ].

oppose   v. chống lại, chống đối, phản-đối; đối lại,
   đối-kháng/-chọi/-lập. diametrically --d hoàn-toàn
   đối-lập.

opposite   n. điều ngược lại. adj. [chiều hướng]
   ngược nhau. adv. trước mặt, đối-diện. prep.
   trước mặt. -- number người/vật tương-ứng.

opposition   n. sự đối-lập; sự chống-cự/phản-đối;
   đảng đối-lập; phe đối-lập.

oppress   v. đàn-áp, áp-bức, áp-chế; đè ép, đè nén.

oppression   n. sự đàn-áp; sự áp-bức.

oppressive   adj. đàn-áp, áp-bức; ngột-ngạt.

oppressor   n. kẻ đàn-áp.

optic   adj. thuộc mắt; thuộc thị-giác.

optical   adj. thuộc thị-giác; thuộc quang-học.

optician   n. người chế-tạo/bán đồ quang-học, người
   bán kính.

optics   n. quang-học.

optimism   n. tính lạc-quan; chủ-nghĩa lạc-quan.

optimist n., adj. (người) lạc-quan.

optimistic adj. lạc-quan (chủ-nghĩa).

option n. sự/quyền lựa-chọn; điều được chọn giữa hai giải-pháp; quyền mua bán.

optional adj. không bắt-buộc, tuỳ-ý, nhiệm-ý.

optometrist n. người đo mắt, người đo thị-lực.

opulence n. sự giàu có.

opulent adj. giàu có, phong-phú.

opus n. tác-phẩm nhạc, nhạc-phẩm.

or conj. hoặc, hay, hay là; tức là; nếu không.
(either) success -- failure thành-công hay thất-bại. whether one succeeds or fails dù ta thành (-công) hay (thất-)bại. Hurry up, -- (else) you will miss the train. Nhanh lên, nếu không sẽ bị nhỡ tàu bảy giờ. ... meters, -- ... kilohertz -- mét, tức là --- kHz   [giáp-cốt.

oracle n. lời sấm, lời tiên-tri, thẻ. -- bone

oral n. thi vấn-đáp. adj. nói miệng; miệng.

orally adv. nói miệng; truyền miệng/khẩu.

orange n. quả/cây cam; màu da cam. adj. da cam. -- grove vườn cam, trại cam. --juice nước cam vắt nước cam tươi. -- peel vỏ cam, trần-bì. mandarin -- quít. navel -- cam rốn.

orangeade n. nước cam (chai) [không phải mới vắt]

orang-utan n. con đười-ươi.

oration n. diễn-văn. funeral -- điếu-văn, văn tế.

orator n. diễn-giả; nhà hùng-biện.

orb n. quả cầu, bầu tròn; cầu (mắt); thiên-thể.

orbit n. quỹ-đạo; ổ mắt. v. đi/đưa vào quỹ-đạo.

orchard n. vườn cây ăn quả, trại [apple tấo, vv].

orchestra n. ban nhạc, dàn nhạc; khoang nhạc; khu ghế ngồi ngay trước sân khấu.

orchid n. hoa lan, phong-lan. spring -- xuân-lan.

ordain v. phong chức; sắp xếp. --ed minister chịu chức mục-sư.

ordeal n. sự thử-thách (gay-go).

order n. ngôi, thứ, bậc, cấp; thứ-tự [alphabetic-al abc]; trật-tự, sự ngăn-nắp/gọn-gàng; mệnh-lệnh; nghị-định; huân-chương; sự/đơn đặt hàng; phiếu. in -- có thứ-tự. in -- of appearance theo thứ-tự ra sân khấu. law and -- an-ninh trật-tự. -- of the day nhật-lệnh. on -- đã đặt mua. purchase -- phiếu đặt hàng. money/postal -- phiếu chuyển tiền ngân-phiếu. Pay to the -- of X. Xin trả cho X. in -- to understand cốt để tìm hiểu. in -- that

you may understand the situation để cho ông có thể thông-cảm. out of -- hỏng, trục-trặc; sai với thủ-tục. a suit made to -- một bộ com-lê may đo. v. ra lệnh, hạ lệnh; gọi, kêu [món ăn]. They -- the boy around/about. Họ sai thằng bé chạy như cờ lông công, cứ mê tơi cả lên. I had to -- this special filing cabinet from Schenectady. Tôi phải đặt cái tủ hồ-sơ đặc-biệt này mãi tận Schenectady.

orderly n. người gác, người phục-vụ; lính chạy giấy; lính tải-thương, y-tá. adj. thứ-tự, ngăn-nắp.

ordinal n., adj. (số) chỉ thứ-tự.

ordinance n. lệnh, sắc-lệnh, quy-định.

ordinary n., adj. (điều/chuyện) thông-thường, tầm thường, bình-thường. out of the -- khác thường.

ordnance n. súng-ống đạn-dược; súng lớn, pháo.

ore n. quặng.

organ n. đàn ống [ở nhà thờ]; đàn hộp barrel --; cơ-quan; cơ-quan ngôn-luận, tạp-chí, tập-san.

organic adj. [chemistry hoá-học] hữu-cơ.

organism n. cơ-thể; sinh-vật; tổ-chức, cơ-quan.

organist n. người đánh đàn ống [tức đại-phong-cầm]

organization n. sự tổ-chức/cấu-tạo; tổ-chức.

organize v. tổ-chức; đưa vào nghiệp-đoàn.

organizer n. người tổ-chức.

orgasm n. lúc cực-khoái [khi giao-hợp].

orgy n. cuộc truy-hoan/cuồng-lạc; sự lu-bù.

Orient n. phương Đông, Đông-phương; Á-đông. v. định-hướng, định vị-trí.

oriental n., adj. (người) phương Đông, Á-đông.

orientalist n. nhà Đông-phương-học.

orientation n. sự định-hướng; sự chỉ-dẫn [học-sinh mới cần học đường đi nước bước].

orifice n. lỗ; miệng [bình, lọ].

origin n. gốc, nguồn gốc, cội rễ, căn-nguyên, khởi-nguyên; dòng-dõi, gốc, gốc-gác; xuất-xứ.

original n. nguyên-bản/-tác. adj. nguyên, đầu tiên, khởi đầu, chính, gốc, nguyên-thuỷ; độc-đáo.

originality n. tính-chất độc-đáo/sáng-tạo.

originally adj. thoạt tiên, kỳ thuỷ, ban đầu.

originate v. bắt đầu; bắt nguồn, gốc ở -- from.

oriole n. chim vàng anh.

ornament n. đồ trang-hoàng; nét nhạc hoa-mỹ.

ornamental adj. để trang-hoàng/trang-trí.

ornate adj. trang-trí công-phu; [văn] hoa-mỹ, bay bướm.

orphan n. đứa trẻ mồ-côi, cô-nhi. adj. mồ-côi.

orphanage n. trại/viện/trường mồ-côi,cô-nhi-viện.

orthodox adj. chính-thống.

orthography n. chính-tả, chữ viết, văn-tự.

oscillate v. lung-lay, lúc-lắc, đu-đưa, dao-động.

osier n. cây liễu gai.

osmosis n. sự thẩm-thấu, sự thẩm lọc.

ostensible adj. bề ngoài là, ra vẻ là, lấy cớ là.

ostentatious adj. khoe-khoang, phô-trương, vày-vo.

ostracism n. sự đày, sự phát-vãng; sự tẩy chay.

ostracize v. đày, phát-vãng; tẩy chay, khai-trừ.

ostrich n. đà-điểu.

other n. người/vật/khác. What about the --s? Thế
còn những người kia thì sao? adj. khác; kia.
an-- pen một cái bút khác. the -- four bốn cái
khác; bốn người kia. an-- bowl of rice một bát
cơm nữa. an-- two weeks thêm hai tuần nữa. Raise
the -- arm. Giơ tay kia lên. every -- week cách
một tuần một lần. the -- day hôm nọ, bữa nọ. on
the -- hand mặt khác. adv. cách khác. -- than
that method ngoài phương-pháp ấy ra.

otherwise adv. cách khác. I could not have done
--. Anh không thể làm khác thế được. conj. nếu
không, bằng không thì. Please come right away,
-- it will be too late. Xin anh đến ngay, chứ
không thì muộn quá. Thanks, -- I'd have forgotten.
Cám ơn anh, nếu anh không nhắc thì tôi đã quên.

otter n. con rái cá.

ouch interj. úi chào (đau quá)! đau!

ought aux. v. phải. I -- to go and apologize to
her. Tôi phải đi xin lỗi cô ta. He -- to have
gone away. Đáng lẽ anh ấy phải bỏ đi từ lâu rồi.

ounce n. aoxơ. [= 0,28 g]

our adj. của chúng ta/mình; của chúng tôi; của
Trầm. Our Father Thượng-đế.

ours pron. cái của chúng ta/mình; cái của chúng
tôi. Your house is much larger than --. Nhà anh
chị lớn hơn nhà chúng tôi nhiều.

ourselves pron. bản-thân chúng ta/mình; bản-thân
chúng tôi. We built the house --. Chúng tôi tự
xây nhà lấy.

oust v. đuổi, trục-xuất, hất cẳng, tống-khứ.

ouster n. sự đuổi, sự trục-xuất, sự hất cẳng.

out adj. đi vắng, không có nhà; [lửa] tắt; [bí-
mật] tiết-lộ; [thuỷ-triều] xuống; [hoa] nở; [báo]

ra rồi; [giao kèo] hết hạn; [người] bất-tỉnh; [võ
sĩ] bị đo ván; -- of print/stock bán hết; [cầu-
thủ] bị loại. adv. ngoài, ở ngoài, ra ngoài.
-- and -- hoàn-toàn.... -- for lunch đi ra ngoài
ăn trưa. -- of cash hết tiền tiêu. to drink --
of a glass uống bằng cốc. -- of curiosity vì tò-
mò. -- of range ngoài tầm. to cry -- of joy mừng
phát khóc. made -- of rubber làm bằng cao-su.
nine times -- of ten cứ 10 lần thì 9 lần. The sun
is --. Có nắng rồi. -- of work thất-nghiệp. -- of
date lỗi thời.

outage n. sự thiếu điện, sự cúp điện.

outboard motor n. động-cơ gắn ngoài (thuyền).

outbreak n. cơn, sự bùng nổ, sự bột-phát; sự nổi
dậy, sự bạo-động.

outburst n. sự bùng nổ, sự bột-phát; cơn (giận).

outcast n., adj. (người) bị ruồng bỏ.

outcome n. kết-quả, hậu-quả, hệ-quả.

outcry n. sự la-ó, sự phản-đối ầm-ĩ.

outdated adj. cổ, lỗi-thời, xưa.

outdo v. làm giỏi hơn, vượt hơn hẳn, trội hơn.

outdoor adj. ngoài trời. -- grill bếp ngoài trời.

outdoors n., adv. ngoài trời.

outer adj. (ở phía) ngoài; ở ngoài xa hơn. --
space vũ-trụ.

outermost adj. ở phía ngoài cùng, ở ngoài xa nhất.

outfit n. đồ trang-bị; quần áo, trang-phục; bộ đồ
nghề; tổ, đội, đơn-vị; hãng. v. trang-bị.

outgoing adj. [công-văn] đi; [viên-chức] sắp thôi
việc; thân-thiện, cởi-mở, dễ chịu.

outgrow v. lớn/mọc mau hơn; bỏ được [tật xấu].

outgrowth n. sự mọc quá nhanh; kết-quả.

outing n. cuộc đi chơi xa.

outlandish adj. lạ-lùng, kỳ-cục.

outlast v. dùng lâu hơn; sống lâu hơn.

outlaw n. kẻ cướp, gian-phi. v. đặt ra ngoài
vòng pháp-luật; cấm, cấm-chỉ.

outlay n., v. (tiền) bỏ ra, (tiền) phải xuất ra.

outlet n. lỗi ra, chỗ thoát; chỗ tiêu-thụ; phít.

outline n. nét ngoài, ngoại-diện; hình bóng; đề-
cương, dàn bài. -- history sử-cương, sử-lược.
v. vẽ phác, phác-thảo; thảo những nét chính.

outlive v. sống lâu hơn; vượt qua được.

outlook n. cách nhìn, quan-điểm; quang-cảnh,viễn-
cảnh; triển-vọng.

outlying adj. ở ngoài rìa, xa trung-tâm, xa-xôi.

outmoded adj. không đúng mốt, lỗi-thời, cổ-lỗ-sĩ.

outnumber v. đông hơn.

out-of-date adj. không đúng mốt, lỗi-thời.

out-of-door adj. ở ngoài trời.

out-of-doors n., adj., adv. ngoài trời.

outpatient n. bệnh-nhân ngoại-trú.

outpost n. đồn tiền-tuyến, tiền-đồn. [suất.

output n. sự sản-xuất; sản-phẩm; sản-lượng; hiệu-

outrage n. sự vi-phạm trắng-trợn; sự xúc-phạm.

   v. vi-phạm; xúc-phạm, sỉ-nhục; cưỡng-hiếp.

outrageous adj. tàn-bạo, vô-nhân-đạo; láo/tệ quá.

outright adj., adv. hoàn-toàn; thẳng, toạc móng

   heo; ngay, liền, lập-tức.

outrun v. chạy nhanh hơn, vượt, vượt quá.

outset n. sự bắt đầu. from the -- ngay lúc đầu.

outside n. bên/bề ngoài. adj. ở ngoài; của bên

   ngoài, của người ngoài. -- opinion ý-kiến của

   người ngoài. adv. ra ngoài. prep. ngoài, trừ.

outsider n. người ngoài cuộc; người không chuyên.

outskirts v. ngoại-ô, vùng ngoại-thành; mép, rìa.

outspoken adj. nói thẳng, trực-tính, bộc-trực.

outstanding adj. nổi bật, kiệt-xuất, xuất-chúng,

   siêu-quần bạt-tụy; [món nợ] chưa trả.

outstretched adj. duỗi ra; căng ra; mở rộng ra.

outstrip v. chạy vượt, bỏ xa; giỏi hơn.

outward adj. bề ngoài, bên ngoài. adv. ra phía

   ngoài, hướng ra ngoài [= outwards].

outweigh v. nặng (ký) hơn; có nhiều ảnh-hưởng hơn.

outwit v. khôn/láu hơn, mưu-mẹo hơn; đánh lừa.

oval n., adj. (có) hình trái xoan.

ovary n. buồng trứng; bầu nhụy hoa.

ovation n. sự reo mừng, sự hoan-hô/tung-hô.

oven n. lò bếp, lò bánh.

over adj. hết, xong, qua; nhiều hơn, quá. adv.

   bên trên; qua [sang bên kia]; lại, lần nữa; bên

   trang sau; xong, hoàn-tất. all -- khắp mọi nơi;

   xong hết rồi. I'll be right --. Tôi sang liền,

   Tôi đến ngay đây. (PLEASE TURN) OVER Xin xem

   trang sau. -- again một lần nữa. -- and above

   ngoài .... -- and -- (again) nhiều lần, mãi, lặp

   đi lặp lại. -- here ở đây, bên này. -- there ở

   đó, bên ấy. to hand -- giao/trao lại cho.

   prep. ở trên; qua [rãnh, rào, v.v.]; trong [một

   thời-gian]; hơn, nhiều hơn; vì, về. -- the phone

trong dây nói, qua điện-thoại. -- the radio trên

   đài phát-thanh. -- a cup of coffee trong khi dùng

   cà-phê, lúc trà dư tửu hậu. all -- the world, the

   world -- khắp thế-giới. Think it --. Anh hãy nghĩ

   kỹ đi. Stay -- until Monday. Ở lại đến thứ hai.

overall adj. toàn-bộ. adv. đại-để, đại-khái.

overalls n. quần yếm.

overbearing adj. hách-dịch, hống-hách.

overboard adv. qua mạn tàu (xuống biển).

overcast adj. có mây che, u-ám.

overcharge n., v. (sự) nạp nhiều điện quá; (sự)

   bán quá đắt.

overcoat n. áo khoác ngoài, ba-đờ-xuy.

overcome v. thắng; vượt qua, khắc-phục [trở-ngại].

overcrowded adj. đông quá, chật quá.

overdo v. làm quá (trớn); nấu nhừ quá.

overdose n. liều quá mức.

overdue adj. [tàu, xe] quá chậm; [nợ] quá hạn.

overestimate v. đánh giá quá cao.

overflow n., v. (sự/phần) tràn ra, tràn đầy.

overfulfill v. hoàn-thành vượt mức.

overgrown adj. lớn mau quá; mọc đầy.

overhang v. nhô ra; treo lơ-lửng.

overhaul n., v. (sự) kiểm-tra, đại-tu [máy móc].

overhead n., adj., adv. tổng-phí; ở trên đầu.

overhear v. chợt nghe; nghe lóm/trộm.

overjoyed adj. vui mừng khôn xiết.

overland adj., adv. qua đất liền, bằng đường bộ.

overlap n., v. (sự/phần) đè/gối/lấn/lòm lên.

overload n. lượng quá nặng. v. chất nặng thêm.

overlook v. nhìn từ trên cao, giám-sát; không chú

   ý đến; bỏ qua, tha-thứ, lờ đi; coi nhẹ.

overnight adj., adv. qua đêm, ở lại một đêm, ngủ

   đêm; ngày một ngày hai, một sớm một chiều.

overpass n. cầu bắc qua đường. v. vượt qua.

overpayment n. sự/món trả nhiều quá.

overpopulation n. nạn nhân-mãn, nạn đông dân quá.

overpower v. chế-ngự, khuất-phục.

overproduction n. sự sản-xuất thừa/quá nhiều.

overreach v. vượt qua; với quá xa/cao; đánh lừa.

override v. chà đạp, giày xéo; không đếm xỉa đến.

overrule v. cai-trị, thống-trị; gạt bỏ, bác-bỏ.

overrun v. chạy vượt quá ...; lan-tràn, tràn-ngập.

overseas adj., adv. hải-ngoại. -- Chinese Hoa-

   kiều hải-ngoại. go -- ra nước ngoài.

oversee n. trông nom, coi sóc, giám-thị.

overseer n. giám-thị; đốc-công.

overshadow v. che bóng; che lấp, làm lu mờ.

overshoes n. giày bao (ngoài giày thường, để đi mưa)

oversight n. sự quên sót, làm lỗi; sự giám-thị.

oversleep v. ngủ quá giấc, ngủ quên.

overstep v. đi quá, vượt qua.

overt adj. công-khai, không úp mở.

overtake v. bắt kịp, vượt; xảy đến cho.... NO
     OVERTAKING. CẤM QUA MẶT, CẤM VƯỢT.

overthrow v. phá/đạp đổ, lật đổ [chính-phủ].

overtime n., adj., adv. (giờ) làm thêm, phụ-trội.

overtone n. âm bội, bội-âm; ngụ-ý.

overture n. khúc mở màn; lời đề-nghị overtures.

overturn v. (làm) lật đổ, lật nhào; đảo lộn.

overweight n., adj. trọng-lượng trội, số cân thừa;
     béo/mập quá.

overwhelm v. áp-đảo, lấn-át; tràn ngập, chôn, lấp.
     --ing majority đa-số trội hẳn.

overwork n., v. (sự) làm việc quá sức.

ow interj. ối, đau.

owe v. nợ, thiếu; mang/hàm ơn. He --s me sixty
     dollars. Anh ấy nợ tôi 60 đôla.

owing adj. -- to vì, do, nhờ có...

owl n. con cú.

own adj. của riêng mình. my -- brothers and sis-
     ters các anh chị ruột của tôi. an aroma all its
     -- một hương thơm đặc-biệt. a home of my -- một
     căn nhà của riêng tôi. He did it on his --. Anh
     ta tự ý mình làm như thế. I saw it with my --
     eyes. Chính mắt tôi thấy việc ấy. v. có, là chủ
     của ...; thú-nhận, thừa-nhận.

owner n. người chủ, chủ-nhân, sở-hữu-chủ.

ownership n. quyền sở-hữu, quyền làm chủ.

ox n. con bò; con bò đực thiến. [pl. oxen]

oxcart n. xe bò.

oxidation n. sự oxy-hoá.

oxide n. oxyt.

oxidize v. làm gỉ; oxy-hoá.

oxygen n. oxy, dưỡng-khí.

oyster n. con sò. -- bar quầy bán sò. -- bed bãi
     nuôi sò. -- sauce dầu hào. -- shell vỏ sò.

ozone n. ozon; không-khí trong mát.

pa n. ba, bố.

pace n. bước đi; dáng/cách đi; tốc-độ, nhịp-độ.
     keep -- with theo/sánh kịp. set the -- nêu gương.

pacemaker n. người dẫn tốc-độ trong cuộc đua.

pacific adj. hoà-bình, thái-bình, hiếu-hoà. the
     Pacific (Ocean) Thái-bình-dương.

pacification n. sự bình-định.

pacifier n. núm vú giả của trẻ con; người dẹp yên.

pacifism n. chủ-nghĩa hoà-bình.

pacifist n. người theo chủ-nghĩa hoà-bình.

pacify v. dẹp yên, bình-định; phủ-dụ; làm nguôi.

pack n. bó, gói; ba-lô; cỗ [bài]; bó [len]; đàn,
     bầy, lũ, lô; gói [thuốc lá]; kiện/gói hàng.
     v. gói, bọc/buộc lại; đóng gói; xếp vào va-li;
     lèn chặt, nhích; thồ hàng lên [ngựa];làm va-li.
     We sent him --ing. Chúng tôi tống khứ nó đi rồi.

package n. gói đồ, gói hàng, kiện hàng. -- deal
     sự bán mớ (phải thoả-thuận tất cả các điều-kiện).

packet n. gói nhỏ small -- [gửi qua bưu-điện].

pact n. hiệp-ước; công-ước.

pad n. đệm, lót, cái độn; tập giấy viết; lõi hộp
     mực đóng dấu; bệ phóng. v. đệm, lót, độn.

paddle n. mái xuồng; vợt (bóng bàn); cánh [guồng
     nước]. v. chèo/bơi xuồng; vụt bằng bơi chèo.
     -- wheel guồng tàu thuỷ.

paddock n. bãi để ngựa.

paddy n. thóc, lúa; ruộng lúa.

padlock n. cái khoá móc. v. khoá móc.

pagan n. người tà-giáo. adj. thuộc tà-giáo.

page n. trang sách, trang báo. front -- trang 1.

page n. tiểu-đồng; thiếu-niên phục-vụ [ở Quốc-
     hội, khách-sạn]. v. gọi tìm (bằng loa ở chỗ
     đông). Paging Mr. X and family. Chúng tôi cần
     kiếm Ông X và gia-đình.

pageant n. đám rước lộng-lẫy.

pageantry n. cảnh lộng-lẫy.

pagoda n. tháp; chùa.

paid adj. đã trả tiền. -- in full đã trả đủ.

pail n. cái thùng, cái xô.

pain n. sự đau đớn; công sức pains; hình-phạt.
     v. làm đau-đớn, làm đau-khổ.

painful adj. (làm) đau đớn, đau khổ; khó nhọc.

painkiller n. thuốc giảm đau.

painless adj. không đau-đớn.

painstaking adj. chịu khó, cần-cù, cần-mẫn.

paint n. sơn; thuốc màu. WET PAINT. SƠN CÒN ƯỚT.
two coats of -- hai lớp sơn. v. sơn, quét sơn;
vẽ (tranh), tô vẽ, mô-tả, miêu-tả. Can you -- the
door red? Ông có thể sơn cải cửa màu đỏ không?
to -- the town (red) uống rượu và vui đùa ầm-ĩ ở
ngoài phố, quậy phá om-sòm ở tiệm rượu để ăn mừng.

painter n. thợ sơn house --; hoạ-sĩ.

painting n. bức vẽ, bức tranh; ngành hội-hoạ.
lacquer -- (bức) tranh sơn mài.

pair n. đôi, cặp; cặp vợ chồng, đôi trống mái.
a -- of scissors một cải kéo. a -- of pajamas một
bộ áo ngủ. two --s of trousers một đôi quần. a
-- of chopsticks một đôi đũa. a -- of blue jeans
một cải quần gin. v. kết đôi, ghép đôi pair off.

pajamas n. quần áo ngủ, pijama.

pal n. bạn. pen -- bạn qua thư-từ.

palace n. lâu-đài, cung, điện, dinh-thự.

palatable adj. ngon miệng; chấp-nhận được.

palatal n., adj. (âm) vòm, (âm) khẩu-cải.

palate n. vòm miệng, khẩu-cải; khẩu-vị.

pale n. cọc rào; giới-hạn.

pale adj. xanh, tái, tái mét, xanh xám. look --
trông xanh nhợt-nhạt. turn -- tái người đi.

palette n. bảng màu.

palisade n. hàng rào cọc; vách đá dốc đứng.

pall n. vải phủ quan-tài; màn phủ.

pallbearer n. người hộ-tang bên linh-cữu.

pallet n. ổ rơm.

palliate v. làm giảm bớt, làm dịu.

pallid adj. tái mét, xanh-xao vàng-vọt.

pallor n. vẻ xanh-xao.   [thớt-nốt.

palm n. cây cọ -- tree; cành cọ. -- sugar đường

palm n. gan/lòng bàn tay. They had to grease his
--. Họ phải đấm mõm tên đó. read -- xem chỉ tay.

palmistry n. thuật xem tướng tay.

palpable adj. sờ mó được; rõ-ràng.

palpitate v. [tim, mạch] đập mau; hồi-hộp.

palsy n. bệnh tê-liệt.

paltry adj. nhỏ mọn, tầm-thường, không đáng kể.

pamper v. nuông chiều, cưng (đến nỗi làm hư).

pamphlet n. sách nhỏ bìa mềm.

pan n. xoong, chảo; đất lòng chảo. frying -- chảo.
dust-- cái hốt rác. bed-- bô đái. v. đãi [vàng];
chỉ-trích nghiêm-khắc.

panacea n. thuốc trị bách-bệnh.

pancake n. bánh kép [làm bằng bột mì, sữa, trứng
và ăn với nước đường lấy ở cây phong maple]. v.
[máy bay] xuống thẳng đánh bẹt một cái.

pancreas n. tụy, tuyến tụy, tụy-tạng, lá lách.

panda n. gấu trúc, gấu mèo.

pander n., v. (làm) ma-cô.

pane n. ô cửa kính.

panegyric n. bài văn tán-tụng.

panel n. ván ô, panô; nhóm hội-thảo; bảng, panen.
v. bịt ván, đóng ván ép lên tường. -- members
những người tham-dự nhóm hội-thảo.

panelist n. người tham-dự hội-thảo.

pang n. sự đau nhói; sự day-dứt. birth --s cơn
đau đẻ.   [xin, ăn mày.

panhandle n. cán xoong; vùng cán xooang. v. ăn

panic n. sự hoảng-hốt. v. hoảng-sợ, hoảng-hốt.
-- -stricken hoảng-hốt, hoảng-sợ, hoang-mang.

panorama n. toàn-cảnh; cảnh quay lia.

pansy n. hoa bướm, hoa păngxê.

pant n., v. (sự) thở hổn-hển, nối hổn-hển.

pantheism n. thuyết phiếm-thần.

panther n. con báo.

panties n. xì-líp đàn bà.

pantomime n. kịch câm.

pantry n. chạn bát đĩa; tủ đựng thức ăn.

pants n. quần. a pair of -- một cái quần.

papa n. ba, bố, cha.

papacy n. chức-vị giáo-hoàng.

papal adj. thuộc giáo-hoàng.

paper n. giấy; báo news--; giấy tờ, giấy má --s;
bài luận-văn/thuyết-trình. a sheet of -- một tờ
giấy. a piece of -- một mẩu/mảnh giấy con. writ-
ing -- giấy viết thư. Here's the evening --. Đây,
báo buổi tối đây ạ. deliver/read a -- trình bày
bài tham-luận. -- and pencil giấy bút. on -- trên
giấy tờ. commit to -- viết xuống, ghi chép.
v. dán giấy (hoa) lên tường wallpaper; bọc giấy.

paperback n. sách bìa mỏng/thường.

paperweight n. cái chặn giấy.

papyrus n. cây cỏ chỉ, cây thuỷ-trúc.

par n. sự ngang hàng; giá/mức trung-bình.

parable n. truyện ngụ-ngôn.

parabola n. parabôn.

parachute n. cái dù. -- jump sự nhảy dù. -- troops quân nhảy dù. v. nhảy dù; thả bằng dù.

parachutist n. người nhảy dù.

parade n. cuộc diễu-hành; cuộc duyệt-binh/diễu-binh/diễm-binh military --; sự phô-trương. v. diễu-hành, tuần-hành; phô-trương, khoe.

paradise n. thiên-đường, nơi cực-lạc; lạc-viên.

paradox n. ý-kiến ngược đời; nghịch-biện/-lý.

paraffin n. parafin.

paragon n. mẫu-mực, kiểu-mẫu.

paragraph. n. đoạn, tiết, phần [văn].

parakeet n. vẹt đuôi dài.

parallel n. vĩ-tuyến, đường vĩ; người/vật tương-đương; sự so-sánh. adj. song-song, song-hành; tương-đương, tương-tự. v. (đặt) song-song với. the 16th -- vĩ-tuyến 16. without -- không ai bì/ sánh kịp, vô-song. -- bars xà kép.

parallelogram n. hình bình-hành.

paralysis n. chứng liệt; tình-trạng tê-liệt.

paralyze v. làm liệt; làm tê-liệt.

parameter n. thông-số, tham-số.

paramilitary adj. bán-quân-sự, nửa quân-sự.

paramount adj. tối-cao; tối-thượng; tột bậc.

paranoiac adj. mắc chứng hoang-tưởng bộ-phận.

parapet n. lan-can; tường phòng-hộ.

paraphernalia n. đồ dùng linh-tinh, đồ lề.

paraphrase n. ngữ giải-thích. v. chú-giải, nói lại một cách khác (dài-dòng hơn).

parasite n. vật ký-sinh; kẻ ăn bám.

parasol n. cái lọng; cái dù che nắng.

paratrooper n. lính nhảy dù.

paratroops n. quân nhảy dù, binh-chủng dù.

parboil v. đun sôi nửa chừng; luộc qua.

parcel n. gói, bưu-kiện; phần, mảnh. part and -- of bộ-phận khăng-khít của .... v. chia ra thành từng phần -- out. -- post bưu-kiện.

parch v. làm khô nẻ; rang.

parchment n. giấy da.

pardon n. sự tha lỗi; sự ân-xá. v. tha-thứ, xá. I beg your --. Xin lỗi ông, tôi chưa nghe rõ ông nói gì.

pare v. gọt vỏ, cắt, đẽo; cắt xén, giảm bớt.

parent n. cha; mẹ; nguồn gốc. -- tree cây mẹ.

parents cha mẹ, bố mẹ; tổ-tiên.

parentage n. dòng-dõi; quan-hệ cha mẹ.

parental adj. thuộc cha mẹ.

parenthesis n. [parentheses] dấu ngoặc đơn. in parentheses để trong dấu ngoặc đơn.

parenthood n. tư-cách làm cha mẹ.

parish n. xứ đạo, giáo-khu, giáo-xứ.

parity n. sự ngang giá; sự tương-đương.

park n. vườn hoa, công-viên. national -- lâm-viên quốc-gia. v. đỗ xe, đậu xe.

parking n. sự đỗ xe. -- lot bãi đậu xe. -- meter đồng hồ đỗ xe. -- ticket vé phạt vì đỗ ẩu. NO PARKING. CẤM ĐỖ XE.

parkway n. đại-lộ; xa-lộ có cây cối bên đường.

parley n. cuộc đàm-phán/thương-nghị.

parliament n. nghị-viện, nghị-trường, quốc-hội.

parliamentary adj. thuộc nghị-viện/nghị-trường.

parlor n. phòng khách (riêng); hiệu, tiệm, viện. beauty -- mỹ-viện, hiệu uốn tóc đàn bà. ice cream -- tiệm kem. massage -- tiệm đấm bóp; nhà thổ. -- car toa xe lửa sang (có ghế bành cá-nhân).

parochial adj. thuộc giáo-khu; có tính-chất địa-phương hẹp-hòi. -- school trường đạo.

parody n. văn/thơ nhại. v. nhại lại.

parole n. lời hứa danh-dự. v. tha theo lời hứa danh-dự. on -- [tù] được tạm tha vì đã hứa;[dân mới đến] còn thuộc quy-chế tạm-dung. v. tha tạm (theo lời hứa danh-dự); tha có điều-kiện; cho vào nước với quy-chế tạm-dung, cho nhập tạm.

parolee n. người được tha tạm; ngoại-kiều tạmdung.

paroxysm n. cực-điểm, cơn kịch-phát của bệnh.

parquet n. sàn gỗ.

parricide n. tội giết cha/mẹ; tội/tên sát-phụ, tội/tên sát-mẫu.

parrot n. con vẹt. v. nhắc lại như vẹt.

parry v. đỡ, gạt [cú đánh]; lẩn tránh.

parsimonious adj. hà-tiện, bủn-xỉn, keo-bẩn.

parsing n. sự phân-tích ngữ-pháp.

parsley n. rau mùi tây. Chinese -- rau mùi, ngò.

parsnip n. cây phòng-phong.

parson n. cha xứ, thầy tu; mục-sư.

parsonage n. nhà của cha xứ; nhà của mục-sư.

part n. phần, bộ-phận, tập sách; phần việc; vai trò, vai tuồng; bè (nhạc); parts nơi, vùng; đường ngôi tóc. for my -- về phần tôi. for the most --

phần lớn/nhiều. in -- một phần nào. on the -- of
về phía .... to be/form -- of thuộc phần .... to
do one's -- làm đủ bổn-phận mình. to take -- in
tham-gia vào .... -- of speech loại từ, từ-loại.
adv. một phần. part ... part ... một nửa (nọ),
một nửa (kia). v. chia; rẽ ra. to -- the hair
rẽ đường ngôi. v. rẽ ra, tách ra; chia tay; bỏ,
lìa bỏ -- with.

partake v. tham-dự, tham-gia; chia sẻ.

partial adj. một phần, cục-bộ; thiên-vị, tư-vị,
không công-bằng; mê thích -- to.

participant n. người tham-dự, tham-dự-viên.

participate v. tham-dự, tham-gia, dự vào -- in.

participation n. sự tham-dự/tham-gia.

participle n. động-tính-từ [present hiện-tại; past
quá-khứ].

particle n. tí chút; tiểu-từ. final -- tiểu-từ
cuối câu [như nhỉ, ạ, v.v.], hậu-trí-từ.

particular n. chi-tiết, tiểu-tiết. adj. cá-biệt,
riêng-biệt, đặc-biệt; tỉ-mỉ, chi-tiết; kỹ-lưỡng,
cặn-kẽ; khó tính [about về]. in -- đặc-biệt.

parting n. sự chia tay; sự biệt-ly; đường ngôi.

partisan n. người ủng-hộ; người theo[đảng, phái].

partition n. vách, liếp, tường ngăn; sự chia cắt.
v. chia cắt; ngăn cách.

partner n. người chung vốn, người canh ty; hội-
viên; bạn cùng phe; bạn khiêu-vũ; vợ, chồng. They
are business --s. Họ buôn chung với nhau.

partnership n. sự hùn vốn, sự chung phần; công-ty.

partridge n. gà gô.

part-time adj. một phần thời-gian, nửa ngày/buổi.

party n. tiệc, bữa liên-hoan; toán, tốp, đội,
đoàn, nhóm; đảng, phái; bên, phía, phe; người
tham-gia a -- to .... dinner -- tiệc tối,dạ tiệc.
the advance -- toán nhân-viên đi trước để sửa soạn.
the President and his -- tổng-thống và đoàn tùy-
tùng. the Democratic Party đảng Dân-chủ. -- pol-
itics chính-trị đảng-phái. the other -- bên kia,
phía kia. He was no -- to that plot. Ông ấy không
hề tham-gia vụ mưu-loạn đó. -- line đường lối
của đảng; đường dây điện-thoại chung. New Year's
-- tiệc Tết, hội Tết. Christmas -- tiệc Nôen. the
contracting parties hai bên ký-kết (giao kèo).

pass n. sự thi đỗ; vé vào cửa không mất tiền;
giấy phép; sự đưa/giao banh; tình-trạng; đèo;

v. qua, đi (ngang) qua, vượt; vượt quá; đỗ [kỳ
thi]; chấm đỗ [học-sinh]; thông-qua [luật]; đưa,
trao, truyền, chuyển; chạy ẩu qua [red light đèn
đỏ]; trải qua; [tin-tức] truyền; trôi qua, qua đi;
mất đi, chết; thi đỗ; được thông-qua. *** -- a-
round phát, luân-chuyển. -- oneself off as tự mạo
nhận là .... -- out phát [truyền-đơn leaflets];
ngất đi, té xỉu. -- over đưa, chuyển; lờ đi; băng
qua. bring to -- thực-hiện. come to -- xảy ra.
-- away biến mất; chết, qua đời. -- by đi ngang
qua. -- up khước-từ. -- water đái, tiểu-tiện.

passable adj. có thể qua lại được; tàm-tạm,kha-khá.

passage n. lối đi, hành-lang; sự trôi qua; chuyến
đi; sự thông-qua; đoạn văn.

passbook n. sổ băng, sổ gửi tiền ngân-hàng.

passenger n. hành-khách.

passer-by n. [passers-by] khách qua đường.

passing n. sự đi qua; sự trôi qua; sự chấm đỗ; sự
thông-qua; cái chết. NO PASSING. CẤM VƯỢT.
adj. thoáng qua, nhất thời; trôi qua.

passion n. sự say mê; tình yêu, tình-dục; tình-
cảm nồng-nàn tha-thiết; cơn giận, cơn phẫn-nộ.

passionate adj. say đắm, nồng-nàn, tha-thiết, sôi
nổi, say sưa, nóng bỏng, nồng-nhiệt.

passive n., adj. (dạng) bị-động; thụ-động, tiêu-
cực. the -- voice dạng bị-động.

passkey n. chìa khoá vạn-năng.

Passover n. lễ Quá-hải (của người Do-thái).

passport n. thông-hành, hộ-chiếu.

password n. khẩu-lệnh; khẩu-hiệu, ám-hiệu.

past n. dĩ-vãng, quá-khứ; thời quá-khứ. adj.
thuộc dĩ-vãng/quá-khứ, đã qua. -- chairperson cựu
chủ-tịch, chủ-tịch khoá trước. prop. quá, vượt
quá, hơn. -- forty ngoài 40, hơn bốn chục tuổi,
ngoài tứ-tuần. Fifteen -- five. Năm giờ 15. It's
-- four o'clock. Đến giờ hơn rồi. -- all under-
standing không thể hiểu nổi. during the -- few
weeks mấy tuần qua. the -- five days năm hôm nay.

paste n. bột nhồi; hồ, keo. v. dán hồ.

pasteboard n. bìa cứng, giấy bồi.

pastel n. màu phấn; tranh màu phấn; màu nhạt.

pasteurize v. hấp [sữa] để diệt vi-khuẩn.

pastime n. trò chơi, trò tiêu-khiển;sự giải-trí.

pastor n. mục-sư.

pastoral adj. đồng quê; thuộc mục-đồng/mục-sư.

pastry n. bánh ngọt [cook thợ; shop hiệu].

pasture n. bãi/đồng cỏ. v. chăn thả; ăn cỏ.

pasty adj. nhão, sền-sệt; xanh-xao, nhợt-nhạt.

pat n. cái vỗ nhẹ; cục bơ nhỏ. v. vỗ nhẹ, vỗ về.

pat X on the back khen, khuyến-khích. adj. [câu nói] đúng lúc.

patch n. miếng vá; miếng băng/bông; nốt ruồi giả; mảnh đất/vườn.v.vá; ráp nối. to -- up vá-víu, chắp nối; dàn-xếp [vụ cãi-cọ].

patent n. bằng sáng-chế. adj. có bằng sáng-chế. v. lấy bằng sáng-chế. -- leather da láng. -- medicine biệt-dược.

paternal adj. của/thuộc người cha; về đằng nội. -- grandmother bà nội.

paternity n. tư-cách/địa-vị làm cha.

path n. đường nhỏ/mòn; lối đi; đường (đạn) đi.

pathetic adj. cảm-động, động-tâm, lâm-ly, thống thiết.

pathology n. bệnh-học, bệnh-lý.

pathos n. tính-chất cảm-động.

pathway n. đường mòn, đường nhỏ, lối đi.

patience n. sự/tính kiên-nhẫn/nhẫn-nại, kiên-tâm.

patient n. người bệnh, bệnh-nhân. adj. bền chí, kiên-nhẫn, nhẫn-nại, kiên-tâm.

patio n. sân trong, sân giữa.

patriarch n. tộc-trưởng, gia-trưởng; giáo-trưởng.

patriot n. người yêu nước, nhà ái-quốc.

patriotic adj. yêu nước, ái-quốc.

patriotism n. lòng/tinh-thần yêu-nước/ái-quốc.

patrol n. đội tuần-tra; việc tuần-tra. v. đi tuần-tra. -- car xe cảnh-sát.

patrolman n. cảnh-sát.

patron n. người bảo-trợ; khách hàng; thánh-tổ, thành-hoàng -- saint.

patronage n. sự bảo-trợ; sự chiếu-cố.   [kẻ cả.

patronize v. bảo-trợ; chiếu-cố; đối-xử [với vẻ

patter n., v. (tiếng) lộp-độp, lộp-cộp.

pattern n. khuôn, mẫu, mô-hình, kiểu, khuôn-mẫu, mô-thức. v. rập khuôn, rập kiểu [after theo].

patty n. miếng chả, miếng thịt viên.

paucity n. sự ít ỏi, sự khan hiếm; sự thiếu-thốn.

paunch n. dạ-dày, bụng; bụng phệ.

pauper n. người nghèo.

pause n. sự tạm nghỉ; chỗ ngắt. v. tạm ngừng.

pave v. lát [đường, sàn].

pavement n. mặt lát; hè đường, vỉa hè.

pavilion n. đình, tạ; lều, rạp.

paw n. chân, cẳng [mèo]; bàn tay. v. cào, tát.

pawn n. đồ cầm, vật đem cầm; sự cầm đồ; con tốt [trong ván cờ]; tốt đen, đồ chơi, con rối. v. cầm, đem cầm (lấy tiền). -- ticket vé cầm đồ.

pawnbroker n. chủ hiệu cầm đồ.

pawnshop n. hiệu cầm đồ, nhà Vạn-bảo.

pay n. tiền lương; sự trả tiền. In the -- of ăn lương của, nhận tiền của.... v. [paid] trả, nộp, thanh-toán; thưởng, đền-đáp; cho [lãi]. -- a visit to đến thăm.... -- one's respects to đến chào; đến viếng..... -- X a compliment khen-ngợi X. -- attention to chú-ý tới.... *** -- back trả lại. -- down trả ngay (bằng tiền mặt). -- off trả hết, thanh-toán; có kết-quả, có lợi. low -- tiền công ít. minimum -- lương tối-thiểu. We pay the boy to mow our lawn. Chúng tôi thuê thằng bé cắt cỏ.

payable adj. có thể trả; phải trả.

paycheck n. tiền lương, séc lương.

payday n. ngày phát lương.

payee n. người được trả tiền.

payer n. người trả tiền.

payload n. trọng-tải; lượng chất nổ [hoả-tiễn].

paymaster n. người phát lương.

payment n. sự trả tiền; số tiền trả (góp); số cần nộp. down -- số tiền mặt phải trả ngay.

pay phone/station n. điện-thoại công-cộng.

payroll n. sổ lương; bảng lương; tiền lương cả sở.

pea n. đậu hột; đậu Hà-lan snow --.

peace n. hoà-bình; sự thái-bình; sự yên-tĩnh; trật-tự an-ninh. world -- hoà-bình thế-giới. the Nobel -- prize giải-thưởng hoà-bình Nôben. -- with honor hoà-bình trong danh-dự. -- of mind sự an tâm, sự yên-trí. make -- with làm lành với, xử hoà với.

peaceful adj. hoà-bình, thái-bình; yên-ổn, thanh-bình; yên lặng, yên-tĩnh.

peace-loving adj. yêu chuộng hoà-bình.

peacemaker n. nhà hoà-giải.

peacetime n. thời bình.

peach n. quả đào; cây đào -- tree; vật báu. -- blossom hoa đào.

peacock n. con công, khổng-tước.

peak n. chỏm, đỉnh (núi); tột-đỉnh, cao-điểm; đầu nhọn; lưỡi trai (mũ); ngọn núi đứng một mình. v. đạt tới đỉnh cao nhất.

peal n. hồi chuông; chuỗi [cười], tràng [sấm].

peanut n. cây lạc; củ lạc, hột lạc. -- butter bơ
lạc. -- oil dầu lạc, dầu đậu phộng. What I spent
was --s compared to the total budget. So với tất
cả ngân-sách thì số tiền tôi tiêu có là bao!

pear n. quả lê; cây lê -- tree.

pearl n. hạt trai, ngọc trai; ngọc quý, hạt/viên
ngọc; giọt sương/lệ long-lanh. -- diver người mò
ngọc trai. -- oyster trai ngọc.

peasant n. người nhà quê, nông-dân.

peasantry n. giới nhà nông, giai-cấp nông-dân.

peat n. than bùn. -- moss rêu than bùn [để vườn].

pebble n. sỏi, đá cuội.

pecan n. quả hồ-đào pican; hột pican.

peck n. đấu, thùng [đo hoa quả]; vô khối.

peck n. cái/cú mổ; cái hôn vội. v. [chim] mổ;
khoét, đục; hôn vội; ăn ít, ăn thanh-cảnh -- at.

peculiar adj. riêng biệt, đặc-biệt; kỳ-cục.

peculiarity n. nét/điểm đặc-biệt; tính đặc-biệt.

pedagogue n. nhà sư-phạm; nhà mô-phạm.

pedagogy n. khoa sư-phạm, giáo-dục-học.

pedal n. bàn đạp. v. đạp (xe đạp).

pedant n. nhà thông-thái rởm; nhà mô-phạm.

pedantic adj. thông-thái rởm; ra vẻ mô-phạm.

pedantry n. vẻ thông-thái rởm; vẻ mô-phạm.

peddle v. bán rong, bán rao, bán dạo.

peddler n. người bán hàng rong.

pedestal n. bệ, đôn. [nôm-na, tẻ ngắt.

pedestrian n. người đi bộ, khách bộ-hành. adj.

pediatrician n. bác sĩ nhi-khoa, bác-sĩ trẻ em.

pediatrics n. khoa trẻ em, khoa nhi, nhi-khoa.

pedicab n. xe xích-lô.

pedigree n. nòi, giống, dòng-dõi, huyết-thống;
phả-hệ; gốc, từ-nguyên.

peek v. nhìn trộm, nhìn lé, lé/hé nhìn.

peek-a-boo interj., n. (trò chơi) ú tim oà.

peel n. vỏ [cam, v.v.]. v. bóc vỏ; gọt vỏ; lột
(da), tróc (vỏ); tróc từng mảng.

peeling n. vỏ [bóc/gọt ra].

peep n. cái nhìn trộm; sự hé rạng. v. liếc,
nhìn trộm/lén; hé rạng, ló ra, hiện ra. Peeping
Tom anh chàng tò-mò tọc-mạch (nhìn khe cửa).

peep n., v. (tiếng) kêu chiêm-chiếp, chít-chít.

peer n. người ngang hàng; người quý-tộc, huân-
tước. -- group nhóm người tương-đương.

peer v. nhìn kỹ, nhòm, ngó, nhìn chăm-chú -- at.

peerage n. hàng quý-tộc/khanh-tướng.

peerless adj. vô-song, độc nhất vô nhị, có một
không hai.

peevish adj. cáu-kỉnh; gắt-gỏng, càu-nhàu.

peg n. cái móc/mắc; cái cọc; núm vặn dây đàn.
v. móc; gài chốt; đóng cọc (để đánh dấu). They
-- it to the price of gold. Họ tính theo giá vàng.

pejorative adj. [từ] có nghĩa xấu.

pelican n. con bồ-nông.

pellet n. viên nhỏ; viên thuốc; đạn bắn chim.

pell-mell adj., adv. hỗn-loạn, lung-tung, lộn-xộn.

pelt n. tấm da sống.

pelt n., v. (sự) ném/bắn loạn-xạ; (sự) đập mạnh.

pelvis n. chậu; khung chậu.

pen n. bút, ngòi bút; ngòi cảm bút. fountain --
bút máy. ballpoint -- bút bi, bút nguyên-tử.
v. viết, sáng-tác. -- name bút-danh. -- pal bạn
trao-đổi thư-từ.

pen n. chuồng, bãi rào; nhà tù. v. nhốt lại.

penal adj. thuộc hình-phạt; thuộc hình-sự; hình.

penalize v. trừng-phạt, trừng-trị; phạt [cầu-thủ].

penalty n. hình-phạt; tiền phạt; quả bóng phạt
đền. death -- án tử-hình.

penance n. sự ăn-năn, sự hối-cải.

penchant n. thiên-hướng.

pencil n. bút chì; (hình) chùm nhọn. -- sharp-
ener cái gọt bút chì.

pendant n. hoa tai; tua, hình dây chuyền; đờn.

pending adj. còn để treo đó, còn để huyền; chưa
giải-quyết, chưa ngã-ngũ; chưa xử. prep. còn
chờ, trong khi chờ đợi. -- notification of the
next of kin còn đợi thông-báo cho gia-đình.

pendulum n. quả/con lắc.

penetrate v. thấm vào/qua; lọt vào; xuyên qua;
nhìn thấu, hiểu thấu, thấu suốt; thâm-nhập.

penetrating adj. [rét] thấu xương; [lời] sâu-sắc.

penetration n. sự thâm-nhập; tầm/sự xuyên qua;
sự sâu-sắc, sự sắc-sảo, sự thấu-suốt.

penguin n. chim cụt.

penholder n. quản bút; giá bút.

penicillin n. pênixilin.

peninsula n. bán-đảo.

peninsular adj. thuộc bán-đảo; giống bán-đảo.

penis n. dương-vật, ngọc-hành.

penitent adj. hối-hận, ăn-năn, sám-hối.

penitentiary n. nhà lao, nhà tù, ngục-thất, khám
đường.

penknife n. dao nhíp, dao nhỏ.

penmanship n. lối/cách viết, thuật viết, nét chữ.

pennant n. cờ hiệu, cờ đuôi nheo [trên tàu]; cờ
tặng người/đội thắng.

penniless adj. không một xu dính túi, nghèo xơ.

penny n. đồng xu, đồng penni. I have three pen-
nies; I need two more to change for a nickel.
Tôi có ba đồng xu, tôi cần hai đồng nữa để đổi
lấy đồng năm xu. That used to cost just three
pence. Cái đó trước chỉ giá có ba xu nhỏ. ***
penny-pinching adj. hà-tiện. penny-wise but
pound-foolish khôn từng xu nhưng ngu bạc vạn.

pension n. lương hưu, hưu-bổng/-liễm; tiền trợ-
cấp; nhà trọ. to -- off cho về vườn.

pensioner n. người lĩnh lương hưu/tiền trợ-cấp.

pensive adj. suy-nghĩ, trầm-ngâm, trầm tư mặc tưởng.

pentagon n. hình năm cạnh/góc. the Pentagon Lầu
Năm Góc, Ngũ-giác-đài.

pentatonic adj. ngũ-âm.

Pentecost n. lễ Hạ-trần, lễ Giáng-trần; lễ Gặt.

penthouse n. căn phòng trên sân thượng.

penury n. cảnh thiếu-thốn; sự túng-thiếu.

peony n. hoa mẫu-đơn.

people n. người; người ta, thiên-hạ; gia-đình, bà
con, họ-hàng; người làm, đoàn tùy-tùng; dân-tộc;
dân-chúng, quần-chúng, nhân-dân. a government
of the --, by the -- and for the -- một chính phủ
của dân, bởi dân và vì dân; một chính-phủ dân-
hữu, dân-trị và dân-hưởng. v. di-dân; ở, cư trú.

pep n. sự hăng-hái, khí-lực. full of -- đầy hăng
hái, đầy dũng-khí. v. làm cho hăng-hái, kích-
thích, cổ-vũ, động-viên. -- talk lời cổ-vũ.

pepper n. hạt tiêu, hồ-tiêu black --; ớt chili
--, red --; ớt tây green --, sweet --. v. cho
hạt tiêu, rắc tiêu; rắc/rải lên; hỏi dồn. --
-and-salt lấm-chấm đen trắng; [tóc] muối tiêu,
hoa râm. -- mill cối xay hạt tiêu.

peppercorn n. hột tiêu, tiêu nguyên hột.

peppermint n. bạc-hà cay; kẹo bạc-hà.

peppery-hot adj. cay.

peptic adj. [tuyến] tiêu-hoá.   [mỗi người.

per prep. từng, mỗi. -- year mỗi năm. -- person

perambulator n. xe đẩy trẻ con.

per annum adj., adv. mỗi năm.

per capita adj., adv. mỗi đầu người.

perceive adj. cảm-giác, cảm thấy; trông/nghe/ngửi
thấy; hiểu, nhận-thức, lĩnh-hội.

percent, per cent n. phần trăm. 3 -- ba phần.

percentage n. tỷ-lệ (phần trăm).

perceptible adj. có thể cảm-giác được.

perception n. tri-giác; sự nhận-thức.

perceptive adj. cảm-thụ/nhận-thức được.

perch n. cá mang giỏ, cá pecca.

perch n. cành/sào cho chim đậu. v. [chim] đậu;
ngồi trên cao; xây/đặt trên cao.

percolate v. pha [cà-phê]; lọc qua, thấm qua.

percolator n. bình lọc cà-phê phin.

percussion n. sự đánh/gõ. -- instrument nhạc-khí
gõ. -- cap kíp nổ, ngòi nổ.

per diem adj., adv. mỗi ngày. n. phụ-cấp ăn uống
mỗi ngày.

peremptory adj. quả-quyết, kiên-quyết, dứt-khoát;
tối-cần, tuyệt-đối.

perennial n. cây lưu-niên. adj. [cây] sống lâu
năm; có quanh năm; mãi mãi, vĩnh-viễn.

perfect n. thời hoàn-thành. adj. hoàn-toàn/-hảo/
-bị; [thời tense] hoàn-thành. -- weather trời
tuyệt đẹp. a -- stranger một kẻ hoàn-toàn xa-lạ.
v. hoàn-thành, hoàn-tất; làm cho hoàn-hảo.

perfection n. sự tuyệt-mỹ/tuyệt-hảo, sự hoàn-hảo.

perfectionist n. người cầu-toàn.

perfidious adj. xảo-trá, gian-trá; phản-trắc.

perfidy n. tính xảo-trá; tính phản-bội.

perforate v. đục thủng, khoan, khoét, xoi.

perforation n. sự thủng, sự đục/khoan; chỗ thủng.

perform v. làm; hoàn-thành [nhiệm-vụ]; thi-hành
[lệnh]; cử-hành [lễ]; đóng, biểu-diễn, diễn-xuất;
trình-diễn; [máy] chạy.

performance n. sự làm, sự hoàn-thành; sự thi-hành;
sự cử-hành; cuộc biểu-diễn; thành-tích (thể-thao);
hiệu-suất [máy]. evening -- xuất hát tối.

perfume n. hương/mùi thơm; nước hoa, dầu thơm.
v. xức nước hoa; vảy nước hoa; ướp [trà].

perfunctory adj. chiếu lệ, đại-khái, qua loa.

perhaps adv. có lẽ, có thể.

per hour adv. mỗi giờ. 55 miles -- 55 dặm một giờ.

peril n. sự nguy-hiểm, hiểm-hoạ, nguy-cơ.

perilous adj. nguy-hiểm, hiểm-nghèo.

perimeter n. chu-vi; vòng ngoài.

period n. kỳ, thời-kỳ, kỷ, thời-gian, giai-đoạn;
thời nay, thời-đại; kỳ hành-kinh, kinh-nguyệt;
dấu chấm câu; tiết (học); chu-kỳ.

periodic adj. chu-kỳ; định-/thường-kỳ;tuần-hoàn.

periodical n. tạp-chí xuất-bản định-kỳ.

peripheral adj. chu-vi; thuộc ngoại-vi/ngoại biên.

periphery n. chu-vi; ngoại-vi, ngoại-biên.

periscope n. kính tiềm-vọng.

perish v. chết, bỏ mình, diệt-vong; hư/hỏng đi.

perishable n. hàng dễ hỏng/thối. adj. dễ thối,
dễ hư; có thể chết; có thể bị tiêu-diệt.

perjury n. lời thề ẩu; lời khai man, tội ngụy-
chứng; tội phản-bội lời thề trước toà án.

perk v. làm phấn-khởi -- up; phấn-khởi -- up;
vênh lên, vểnh lên.

perk n. Xem perquisite.

permanence n. sự lâu bền; sự cố-định.

permanent adj. lâu dài, lâu bền, vĩnh-cửu, cố-
định; thường-trực, thường-xuyên. -- address địa-
chỉ vĩnh-viễn. -- job công-việc vững bền mãi.
-- resident alien ngoại-kiều thường-trú. -- visa
giấy phép cư-trú vĩnh-viễn. -- observer quan-sát-
viên thường-trực.

permeate v. thấm vào/qua; toả ra, lan khắp.

permissible adj. cho phép được; chấp-nhận được.

permission n. sự cho phép, sự chấp-thuận; phép,
giấy phép.

permissive adj. [cha mẹ] dễ-dãi/buông-thả quá.

permit n. giấy phép.learner's -- giấy phép tập
lái xe. v. cho phép [X to fly home X đi máybay
về nhà/nước]. weather --ting nếu trời tốt.

permutation n. sự/phép hoán-vị.

pernicious adj. độc, hại, nguy-hiểm, tai-hại.

peroxide n. oxýt già, peroxýt.

perpendicular n., adj. (đường) thẳng đứng, vuông
góc, trực-giao, thẳng góc.

perpetrate v. phạm, gây, làm [tội, lỗi].

perpetual adj. mãi-mãi, vô-cùng, bất-diệt, vĩnh-
cửu/viễn; đời đời, suốt đời, chung-thân; không
ngừng. -- complaints phàn-nàn kỳ-kèo mãi.

perpetuate v. làm sống mãi; ghi nhớ mãi [the
memory of vong-linh/hương-hồn của ...].

perpetuity n. tính-chất vĩnh-cửu; địa-vị vĩnhviễn.

perplex v. làm bối-rối/lúng-túng; làm rắc-rối.

perquisite n. bổng-lộc, tiền bổng, tiền hưởng thêm.

persecute v. làm khổ, hành, hành-hạ, khủng-bố,
ngược-đãi.

persecution n. sự ngược-đãi/hành-hạ/khủng-bố.

perseverance n. tính kiên-nhẫn/nhẫn-nại.

persevere v. bền gan/chí, kiên-nhẫn/trì, nhẫn-nại.

persimmon n. quả hồng (đỏ). dried -- mứt hồng.

persist v. dai, dai-dẳng; cố-chấp, khăng-khăng;
bền gan, kiên gan.

persistent adj. dai, bền chí; dai-dẳng;không rụng.

person n. người, con người; gã, anh chàng, thằng
cha, cô ả, mụ; bản-thân; ngôi first thứ nhất;
third thứ ba. In -- bản-thân, đích-thân. deliv-
ered in -- đưa tận tay, trao tận tay. per --
mỗi người, từng người.

personable adj. vẻ người hoặc tính-nết dễ chịu.

personal adj. riêng, tư, cá-nhân; nói đến cá-nhân;
đích-thân, bản-thân; [đại-từ] chỉ ngôi. In my --
opinion theo thiển-ý, theo ý-kiến cá-nhân tôi.
-- affairs chuyện riêng. -- question câu hỏi về
đời tư. -- interview cuộc phỏng-vấn trực-tiếp.

personality n. cá-tính, nhân-cách, nhân-phẩm; cá-
nhân, người, nhân-vật. pleasant -- tính-nết dễ
chịu. The boy has a lot of --. Cậu bé có nhiều
bản-lĩnh. a television -- nhân-vật có tiếng trong
giới truyền-hình. -- cult sự sùng-bái cá-nhân.

personally adv. bản-thân, đích-thân. I went --.
Chính tôi đi đến đó mà! Don't take it --. Xin cô
đừng coi là họ định nói đến cá-nhân cô. Personal-
ly, I couldn't care less. Riêng tôi, tôi chả cần.

personify v. nhân-cách-hoá; là hiện-thân của....

personnel n. nhân-viên, nhân-sự, cán bộ.

person-to-person call n. cú điện-thoại gọi đích-
danh người nào ra máy nói chuyện.

perspective n. viễn-cảnh, phối-cảnh; triển-vọng,
tiền-đồ, tương-lai. In -- theo luật xa gần.

perspiration n. sự đổ mồ-hôi; mồ-hôi.

perspire v. ra/đổ mồ-hôi, toát mồ-hôi.

persuade v. làm cho tin, thuyết, thuyết-phục.

persuasion n. sự thuyết-phục; sự tin chắc; tín-
ngưỡng.

persuasive adj. có sức thuyết-phục, nói khéo.

pertain v. thuộc về, gắn liền với -- to.

pertinent adj. đúng chỗ, thích-hợp, thích-đáng.

perturb v. gây xáo-trộn/lộn-xộn; làm lo-lắng.

peruse v. chăm-chú đọc, đọc kỹ; nghiên-cứu kỹ.

pervade v. tràn-ngập, thâm-nhập, lan-tràn khắp.

pervasive adj. xâm-nhập, thâm-nhập, toả khắp.

perverse adj. hư, hư thân mất nết, hư-hỏng; đồi-
 bại, đồi-trụy; bướng, ngoan-cố, ngang-ngạnh.

perversion n. sự xuyên-tạc; sự hư-hỏng; sự làm
 hư-đốn; tính-cách đồi-bại/đồi-trụy.

pervert n. người hư-hỏng; kẻ trái thói về tình-
 dục. v. làm hư-hỏng; dùng sai; xuyên-tạc.

pessimism n. chủ-nghĩa bi-quan; tính bi-quan.

pessimist n. người bi-quan/yếm-thế.

pessimistic adj. bi-quan, yếm-thế.

pest n. vật làm hại, sâu chuột; người quấy rầy.

pester v. quấy rầy, làm phiền, làm khổ chịu.

pesticide n. thuốc trừ sâu chuột giản mối.

pestilence n. bệnh dịch; bệnh dịch hạch.

pestle n. cái chày. v. giã bằng chày.

pet n. vật cưng, chó/mèo cưng -- dog/cat [to keep
 nuôi]; con cưng; học trò cưng teacher's --. my --
 project chương-trình tôi thích nhất. v. [trai
 gái] ôm, hôn-hít, sờ mó, mủi-mẫn.

petal n. cánh hoa.

petition n. đơn xin, đơn thỉnh-nguyện, kiến-nghị.
 v. làm đơn xin, thỉnh-cầu/-nguyện, kiến-nghị.

petrify v. biến thành đá; làm chết điếng/sững-sờ.

petrol n. [Anh] dầu xăng, ét-xăng.

petroleum n. dầu lửa, dầu hoả; dầu mỏ.

petticoat n. váy lót; đàn bà con gái, phái nữ.

petty adj. vặt-vãnh, lặt-vặt, nhỏ mọn, tầm thường;
 nhỏ, hạ-, tiểu-; nhỏ-nhen, đê-tiện, vụn-vặt. --
 cash tiền lẻ [có thể ứng ngay]. -- larceny tội ăn
 cắp vặt. -- bourgeois tiểu-tư-sản.

petulance n. tính nóng-nảy.

petulant adj. nóng-nảy, hay hờn, hay giận.

pew n. ghế dài trong nhà thờ; chỗ ngồi.

pewter n. (hợp-kim) thiếc; cốc thiếc, thùng thiếc.

phallus n. tượng dương-vật để thờ.

phantom n. ma, bóng ma; ảo-ảnh, ảo-tưởng/-tượng.

pharmaceutics n. dược-khoa.

pharmacist n. dược-sĩ, dược-sư.

pharmacology n. dược-lý.

pharmacy n. dược-khoa, khoa bào-chế; hiệu/nhà/
 trạm thuốc, phòng bào-chế, dược-phòng.

pharynx n. hầu, họng.

phase n. giai-đoạn, thời-kỳ; cục-diện; vị-tướng,
 pha; tuần [trăng]. v. -- out giảm/thôi dần-dần.

pheasant n. chim trĩ.

phenol n. fenola.

phenomenal adj. kỳ-lạ, kỳ-dị, phi-thường.

phenomenon n. [pl. phenomena] hiện-tượng; người
 kỳ-lạ/phi-thường, vật/việc phi-thường.

philanthropist n. nhà từ-thiện, người nhân-đức.

philanthropy n. lòng thương người, lòng nhân-đức/
 từ-thiện; tổ-chức từ-thiện/phúc-thiện.

philately n. thú chơi tem, sự sưu-tập bưu-hoa.

philharmonic adj. yêu nhạc, thích nhạc, mê nhạc.

philology n. khoa ngữ-văn.

philosopher n. nhà triết-học, triết-gia/-nhân.

philosophical adj. triết-học; bình-thản, điềm-tĩnh.

philosophy n. triết-học; triết-lý (sống).

philter n. bùa yêu, bùa mê, ngải.

phlegm n. đờm dãi; tính phớt tỉnh.

phlegmatic adj. phớt tỉnh, phới Ăng-lê, lạnh-lùng.

phobia n. ám-ảnh sợ.

phoenix n. chim phượng-hoàng.

phone n. dây nói; điện-thoại; âm, âm-tố. on the
 -- đang gọi dây nói. over the -- qua dây nói.
 v. gọi dây nói, kêu điện-thoại.

phoneme n. âm-vị.

phonemics n. âm-vị-học.

phonetic adj. thuộc ngữ-âm; thuộc ngữ-âm-học.

phonetician n. nhà ngữ-âm-học.

phonetics n. ngữ-âm-học.

phonograph n. máy hát, kèn hát.

phonology n. âm-vị-học; hệ-thống âm-vị, âm-hệ.

phony n. tên bịp-bợm giả-mạo. adj. giả, giả-dối.

phosphate n. photphat.

phosphorescent adj. (phát) lân-quang.

phosphoric adj. photphoric.

phosphorous adj. (có) photpho.

phosphorus n. photpho, lân.

photo n. Xem photograph.

photocopy n., v. (chụp) phóng-ảnh, bản chụp lại.

photoelectric adj. quang-điện.

photogenic adj. ăn ảnh.

photograph n. ảnh, hình. v. chụp ảnh.

photographer n. nhà nhiếp-ảnh.

photography n. thuật chụp ảnh, thuật nhiếp-ảnh.

photon n. photon.

photosynthesis n. quang-hợp.

phrase n. nhóm/cụm từ; thành-ngữ; tiết nhạc. -- book từ-điển từ-tổ và thành-ngữ. v. diễn-đạt/tả. noun -- cụm danh-từ, từ-tổ danh-từ, danh-ngữ. verb -- cụm động-từ, từ-tổ động-từ, động-ngữ. adverbial -- trạng-ngữ. prepositional -- giới-ngữ.

phraseology n. cách nói/viết, cách diễn-đạt/tả.

phylum n. [pl. phyla] ngành (sinh-vật-học).

physical adj. thuộc cơ-thể/thân-thể; thuộc vật-lý; thuộc vật-chất. -- education thể-dục.

physician n. thầy thuốc, y-sĩ, y-sư; ông lang.

physicist n. nhà vật-lý-học.

physics n. vật-lý-học.

physiognomy n. thuật xem tướng; diện-mạo.

physiological adj. thuộc sinh-lý-học.

physiologist n. nhà sinh-lý-học.

physiology n. sinh-lý-học.

physiotherapy n. phép chữa vật-lý.

physique n. vóc người; cơ-thể.

pi n. pi.

pianist n. người chơi pianô, nhạc-sĩ dương-cầm.

piano n. pianô, dương-cầm.

piaster n. đồng bạc (Đông-dương, Việt-nam, v.v.).

piazza n. quảng-trường; mái hiên, hiên.

picayune adj. tầm-thường, nhỏ-mọn, hèn.

pick n. sự chọn-lọc; phần chọn-lọc/tinh-hoa. Take your --. Đấy, tha hồ cho anh chọn đi. the -- of this basket những quả ngon nhất trong rổ này. v. chọn, chọn lọc, chọn lựa kỹ-càng -- out.

pick n. cái cuốc chim; dụng-cụ nhọn. ice -- cái đập nước đá. tooth-- cái tăm. ear-- cái để ngoáy tai. v. cuốc [đất]; xỉa [răng]; ngoáy [mũi,tai]; hái [hoa, lá, quả]; mổ, nhặt [thóc, gạo]; ăn nhỏ-nhẹ; móc [túi]; cạy [khoá]; nhổ lông [gà vịt]; gảy, bưng [đàn]; gây, kiếm [chuyện quarrel]. *** -- at la-rầy, mắng-mỏ. -- off bắn từng người/con. -- on lựa-chọn; nhè X mà mắng/chê-bai/đổ lỗi. -- out lựa-chọn; nhận ra được; hiểu ra; đánh thử [một điệu nhạc]. -- up nhặt lên; nhặt được; mua được, kiếm được; làm tăng [tốc-độ]; nhặt, lấy [khách passengers]; nhặt/vớ được [đàn bà, ở quán rượu, v.v.]; bắt/nghe được [tin-tức ở đài].

pickaback adv. [cõng, vác, kiểu] trên lưng/vai.

pickax(e) n. cái cuốc chim.

picket n. cọc; hàng rào người biểu-tình ủng-hộ cuộc bãi-công -- line. v. rào bằng cọc; đứng gác không cho ai vào làm trong khi đình-công.

pickle n. nước giấm, giấm, nước mắm; dưa/rau muối, hoa quả giấm; dưa chuột ngâm giấm. v. giấm, muối.

pickpocket n. tên móc túi. BEWARE OF --S COI CHỪNG MÓC TÚI.

pickup n. bò lạc, đàn bà ngẫu-nhiên gặp; sự tăng tốc-độ; sự buôn-bán khá hơn; cái piccop; xe cam-nhông nhỏ, xe chở hàng nhà, xe vận-tải hạng nhẹ.

picnic n. cuộc đi chơi và ăn ngoài trời. That is no --. Việc đó không phải là chuyện ngon xơi.

pictorial n. báo ảnh, hoạ-báo. adj. bằng tranh ảnh, dùng tranh ảnh, có nhiều hình-ảnh.

picture n. bức tranh, bức ảnh, bức vẽ; chân-dung; người giống hệt; hiện-thân, điển-hình; --s phim xi-nê motion --s, moving --s. v. vẽ người, vật; mô-tả, miêu-tả; hình-dung, tưởng-tượng được. I can't get a clear -- on this TV set. Cái máy tivi này của tôi, hình chẳng rõ gì cả. a good -- of life in traditional Vietnam một hình-ảnh chính-xác về đời sống ở Việt-nam thời xưa. the present political -- cục-diện chính-trị hiện-thời. I cannot quite -- myself as a grandfather. Thật tôi không thể tưởng-tượng được là tôi đã có cháu gọi bằng ông. to get the -- hiểu. -- book sách tranh ảnh. -- postcard bưu-thiếp, bưu-ảnh.

picturesque adj. đẹp (như tranh);nhiều hình-tượng.

picul n. tạ (Trung-quốc).

pidgin n. tiếng "bồi". -- French tiếng tây bồi.

pie n. bánh nướng nhân ngọt; bánh pa-tê. apple -- bánh nướng nhân táo. as easy as -- rất dễ-dàng. to have a finger in the -- có dính-dáng, có chấm mút. meat -- patesô.

piece n. mẩu, mảnh, khúc, viên, cục, miếng; mảnh rời, bộ-phận; đơn-vị, một cái/chiếc/tấm/bản, v.v.; việc, chuyện, sự; đồng tiền; nhạc-khí. a -- of land một thửa đất. a -- of news một tin. a -- of furniture một món bàn ghế. One -- is missing. Còn thiếu một bộ-phận. a -- of advice một lời khuyên. in one -- nguyên-vẹn, không sứt mẻ. to tear (in)to --s xé ra từng mảnh, xé vụn. v. chắp lại,ráp nối.

piecemeal adj., adv. từng mảnh/phần, dần-dần.

pier n. bến tàu, cầu tàu.

pierce v. đâm/xuyên/chọc thủng; xỏ lỗ [tai].

piety n. lòng mộ đạo; lòng hiếu-thảo filial --.

pig n. lợn, heo; thịt lợn/heo; người phàm ăn; kẻ ở bẩn; cảnh-sát, cớm. to raise --s nuôi lợn. the Year of the Pig năm Hợi. born under the sign of the Pig tuổi con lợn/heo. -- iron gang.

pigeon n. chim bồ-câu.

pigeonhole n., v. (xếp/để vào) ngăn kéo, hộc tủ.

pigment n. chất màu; chất sắc, sắc-tố.

piggybank n. con lợn, ống tiền để dành.

pigsty n. chuồng lợn, chuồng heo; chỗ dơ bẩn.

pigtail n. đuôi sam, bím tóc.

pike n. giáo, mác; mõm đồi.

pike n. cổng chắn để thu thuế xa-lộ turnpike.

pile n. cọc, cừ; cột nhà sàn.

pile n. đống, chồng; lò phản-ứng (nguyên-tử). v. chồng-chất, chất đống, tích-luỹ; để đầy.

pile n. tuyết [ở nhung, hàng len, thảm, v.v.].

piles n. bệnh trĩ.

pilfer v. ăn cắp vặt.

pilgrim n. người hành-hương, khách tiến-hương.

pilgrimage n. cuộc hành-hương.

Pilgrim Fathers, Pilgrims n. nhóm di-dân đầu tiên đáp tàu Mayflower cập bến Plymouth năm 1620.

pill n. viên thuốc; thuốc chống thụ-thai the --.

pillage n., v. (sự) cướp bóc, (sự) cướp phá.

pillar n. cột, trụ; cột trụ, rường cột, lương-đống [of the State/Court của triều-đình/quốc-gia]

pillory n. gian gông. v. gông lại; bêu riếu.

pillow n. gối; đệm, tấm lót. v. gối lên.

pillowcase n. áo gối.

pilot n. phi-công, người lái máy bay; hoa-tiêu. -- light n. ngọn lửa chong; đèn điều-khiển. -- project n. chương-trình thí-điểm. v. lái [máy bay]; dẫn [tàu]; dìu-dắt.

pimento n. ớt; ớt quả, ớt bột.

pimp n. ma-cô. v. làm ma-cô, làm mối lái.

pimple n. mụn nhọt (ở mặt).

pin n. ghim, đanh ghim; cái cặp/kẹp; chốt, trục. safety -- kim băng. clothespin cặp quần áo phơi. v. ghim, găm, cặp, kẹp; buộc chặt, ghi chặt.

pinafore n. tạp-dề, áo ngoài.

pinball machine n. máy hất bóng nhỏ nghịch chơi.

pincers n. cái kìm; càng cua, càng tôm.

pinch n. cái cấu/véo; một nhúm [muối, đường, vv.]. in a -- vào lúc khó-khăn/gay-go. v. cấu, véo; bó chặt, làm tức [chân]. -- pennies hà-tiện lắm.

pine n. cây thông; gỗ thông pinewood. -- cone nón thông. -- needle lá thông.

pine v. gầy mòn, tiều-tuỵ, héo hon -- away; mòn-mỏi trông chờ -- for.....

pineapple n. quả dứa.

ping-pong n. bóng bàn.

pinion n. đầu cánh. v. chặt cánh; trói cánh tay.

pink n. màu hồng; hoa cẩm-chướng. the -- of health tình-trạng sung sức nhất. adj. hồng; thân cộng.

pinnacle n. tháp nhọn; đỉnh núi; đỉnh cao nhất.

pinpoint v. xác-định [vị-trí] một cách chính-xác.

pint n. panh [= 0,47 lít]. -- -size adj. bé tí.

pinup n. bức ảnh người đẹp treo trên tường.

pioneer n. người đi đầu, tiền-phong. young -- thiếu-niên tiền-phong. v. đi đầu, mở đường.

pious adj. ngoan đạo, mộ đạo; có hiếu, hiếu-thảo.

pip n. hột táo, hột cam, hột lê.

pipe n. ống dẫn [nước, dầu]; điếu, tẩu thuốc lá; ống sáo/tiêu; ống, quản. v. đặt ống, dẫn bằng ống; thổi sáo/tiêu; thổi còi; [chim] hót.

pipeline n. ống dẫn dầu; đường lấy tin thẳng.

piper n. người thổi sáo. pay the -- chi tiền.

pique n. sự giận-dỗi, sự mất tự-ái.

piracy n. nghề/vụ cướp biển; sự in sách trái phép.

pirate n. kẻ cướp, hải-tặc; người in lại sách của tác-giả vắng mặt. v. in lại sách của người khác.

piss n., v. nước đái/tiểu. v. đái, tè; đái ra.

pistachio n. hột hồ trăn [vị bùi, màu lục].

pistil n. nhuỵ hoa.

pistol n. súng lục, súng sáu, súng ngắn.

piston n. pít-tông. -- rod cán pít-tông.

pit n. hố, hầm; hố/hầm bẫy; hột quả. coal -- mỏ than. orchestra -- chỗ ban nhạc ngồi. arm-- nách. -- of the stomach lõm thượng-vị. v. bỏ hột [anh-đào cherries]; làm lỗ-rỗ; thả [gà] cho chọi nhau; đưa [hai lực-lượng forces] chống chọi nhau [against each other].

pitch n. hắc-ín.

pitch n. sự ném/tung/liệng; độ cao; sự chòng chành. v. ném, tung, liệng; cắm, dựng [lều, trại]; lao xuống; chòng-chành, chồm lên chồm xuống.

pitch-black adj. tối như mực, tối như hũ nút.

pitch-dark adj. tối đen như mực.

pitcher n. bình lớn [dựng nước cam, sữa, v.v.].

pitcher n. cầu-thủ giao bóng [bóng chày].

pitchfork n. cái chĩa cắn đại; âm-thoa.

piteous adj. đáng thương-hại, thảm-hại.

pitfall n. hầm bẫy; cạm bẫy.

pith n. cùi [bưởi/cam]; ruột/bấc cây; tuỷ sống;
   sức mạnh, khí-lực, nghị-lực; phần cốt-yếu.

pithy adj. nhiều cùi; [văn] rắn-rỏi.

pitiful adj. đáng thương; ít, nhỏ mọn, tồi, kém.

pitiless adj. tàn-nhẫn, nhẫn-tâm, vô-tình.

pittance n. lương rẻ mạt; trợ-cấp ít quá.

pity n. lòng thương-hại, lòng từ-bi/trắc-ẩn.
   What a --! Thật đáng tiếc! v. thương-hại,
   thương-xót.

pivot n. trục, chốt, trụ, ngõng; điểm mấu chốt.
   v. xoay quanh.

pivotal adj. [vấn-đề] then-chốt, chủ-chốt.

placard n. biển, bảng, áp-phích, cáo-thị.

placate v. xoa-dịu, làm dịu/nguôi.

place n. chỗ, nơi, chốn, địa-điểm, địa-phương,
   vùng; nhà, chỗ ở; chỗ làm, địa-vị; vị-trí, cương-
   vị, nhiệm-vụ; hạng, cấp-bậc, thứ-bậc, thứ-tự.
   In -- of thay vì/cho .... In the first -- trước
   hết. If I were in your -- nếu tôi ở địa-vị anh.
   take -- xảy ra/đến; [lễ] được tổ-chức/cử-hành.
   There is no -- like home. Chả đâu bằng ở nhà mình
   (với bố mẹ). v. để, đặt, sắp, xếp; đặt vào
   [chức-vụ]; đầu-tư [vốn]; đưa/giao cho, đặt hàng;
   xếp hạng. to make -- for dọn/nhường chỗ cho ....
   I have --d an order for dictionaries. Tôi đã đặt
   mua từ-điển rồi.

placement n. sự đặt/để; sự đặt vị-trí; sự đặt
   mua hàng-hoá [an order]; sự tìm/kiếm việc [cho
   sinh-viên, v.v.]. -- office phòng tìm việc.

placenta n. nhau [trẻ sơ-sinh].

placid adj. yên-lặng, trầm-lặng, êm-đềm, tĩnh.

plagiarize v. ăn cắp văn, đạo-văn, thuổng.

plague n. bệnh dịch hạch bubonic --; người/vật
   gây tai-hại. v. gây tệ-hại; làm khổ,quấy rầy.

plaid n., adj. (vải) sọc vuông.

plain n. đồng bằng.

plain adj. rõ-ràng, rõ-rệt, dễ hiểu, đơn-giản;
   giản-dị, đơn-sơ, không rườm-rà/phiền-phức; chất-
   phác, thẳng-thắn; [vải] trơn, không kẻ, không có
   hoa; [đàn bà] xấu, thô.

plainclothesman n. công-an chìm [mặc quần áo
   thường].

plaintiff n. người đứng kiện, nguyên-đơn/-cáo.

plaintive adj. than-vãn; rên-rỉ, não-nùng.

plait n. bím tóc, đuôi sam. v. tết, bện.

plan n. sơ-đồ, đồ-án; bản đồ; kế-hoạch, dự-định,
   dự-kiến [to formulate phác thảo]. floor -- sơ-đồ
   căn nhà [cho thấy kích-thước, đồ-đạc kê ra sao].
   We don't have any --s for this weekend. Cuối tuần
   này chúng tôi không định làm gì đặc-biệt cả.
   v. vẽ sơ-đồ; làm đàn bài, soạn khung bài; đặt kế
   hoạch, trù-tính/-hoạch/-liệu, trù-định, tính. He
   --s a big wedding. Anh ta định làm đám cưới thật
   lớn. -- ahead định từ lâu/trước. We didn't -- on
   going to the movies tonight. Chúng tôi không định
   đi xi-nê tối nay. I -- to retire early. Tôi tính
   về hưu non.

plane n. mặt bằng, mặt phẳng, mặt; bình-diện, mức,
   trình-độ; máy bay air--. Inclined -- mặt nghiêng.
   moral -- bình-diện đạo-đức. to take a -- đáp máy
   bay, đi phi-cơ. adj. [hình-học geometry] phẳng.

plane n. cái bào. v. bào, bào nhẵn -- down.

plane n. cây ngô-đồng -- tree.

planet n. hành-tinh.

planetarium n. cung/nhà thiên-văn.

planetary adj. thuộc hành-tinh.

plank n. tấm ván; điều, mục [trong cương-lĩnh của
   một chính-đảng]. v. lát ván.

plankton n. sinh-vật trôi nổi, phiêu-sinh-vật.

planned parenthood sự sinh-đẻ có kế-hoạch.

planning n. sự thiết-kế, sự kế-hoạch-hoá. family
   -- kế-hoạch-hoá gia-đình, hạn-chế sinh đẻ. city
   -- thiết-kế đô-thị.

plant n. cây (nhỏ), thực-vật; người được gài vào
   làm nội-ứng. v. trồng; gieo [hại seeds]; cắm,
   đóng [cọc]; gieo [ý-nghĩ idea]; gài [người] làm
   nội-công. flowering -- cây có hoa, cây cho hoa.

plant n. nhà máy; máy móc, [thiết-bị]. power --
   nhà máy điện. chemical -- nhà máy hoá-chất.

plantain n. cây/quả chuối lá [để nấu bung, v.v.].

plantation n. đồn-điền. rubber -- đồn-điền cao-su.

planter n. người trồng; máy trồng; chủ đồn-điền.

plaque n. tấm bảng đồng; bựa răng.

plasma n. huyết-tương blood --.

plaster n. vữa; thuốc cao/dán. -- of Paris thạch
   cao. v. trát vữa; phết/dán đầy.

plastic n. chất dẻo, plattic. adj. dẻo, dễ nặn;

[nghệ-thuật] tạo-hình. -- surgery giải-phẫu thẩm
mỹ, phẫu-thuật tạo-hình. -- bomb bom plattic.

plat n. mảnh/thửa đất; sơ-đồ, bản đồ [nhà đất].

plate n. dĩa [đựng thức ăn]; dĩa thức ăn; bản,
tấm, lá, phiến; biển, bảng; bản kẽm, bản/khuôn
in; kính ảnh. name --, door -- bảng tên. license
-- bảng số xe hơi. paper -- dĩa giấy. two --s/
platefuls of fried rice hai dĩa cơm rang đầy ắp.
dental -- lợi giả [để cắm răng giả].dinner --
dĩa ăn cơm. soup -- dĩa (sâu) ăn súp. v. mạ
(vàng/bạc); bọc sắt. gold-plated mạ vàng.

plateau n. cao-nguyên; giai-đoạn đứng nguyên sau
khi tăng-gia.

platform n. bục, bệ, nền; sàn ga, ke; cương-lĩnh
[của một chính-đảng].

platinum n. bạch-kim, platin.

platitude n. lời nói nhảm, lời nói vô-vị.

platoon n. trung-đội. -- leader trung-đội-trưởng.

platter n. dĩa lớn [để mời thức ăn]; dĩa hát.

plausible adj. có vẻ hợp-lý; có vẻ tin được.

play n. sự chơi đùa, sự nô đùa, sự vui chơi; trò
chơi/đùa; trận đấu; cách chơi, lối chơi; vở kịch,
vở tuồng; sự hoạt-động; chỗ lơ/long, chỗ xộcxệch.
at -- đang nô-đùa. fair -- lối chơi thẳng-thắn;
cách đối-xử công-bằng. It's your --. Đến lượt anh
giao banh. a -- on words cách chơi chữ. to pre-
sent a -- trình-bày một vở kịch. in full -- hoạt
động tối-đa. to bring into -- phát-huy. the --
of sunshine among the trees ánh nắng lung-linh
lấp-lánh giữa đám cây. v. chơi, đánh, đá, đấu;
chơi/đánh [đàn], kéo [vĩôlông], thổi [sáo/kèn];
đóng, đóng vai, giả làm; chơi, chơi xỏ; nô đùa;
đánh bạc; đóng kịch/tuồng/phim. to -- basketball
chơi bóng rổ. I have --ed him at Chinese chess.
Tôi đã từng chơi cờ tướng với anh ta. to -- a
trick on X chơi xỏ X một vố. Play us something
happy. Đánh cho chúng tôi nghe điệu gì vui vui
ấy nhé! Their radio was --ing too loudly. Đài
của họ vặn to quá. to -- for time làm kế hoãn-
binh. to play on lợi-dụng [tình-cảm X's feelings]

playback n. dĩa/băng phát lại hoặc chơi lại.

playboy n. gã ăn chơi, tay chơi.

player n. cầu-thủ; đấu-thủ; máy hát record --.

playful adj. vui đùa, hay nghịch; khôi-hài.

playground n. sân chơi, sân thể-thao [ở trường].

playhouse n. nhà/rạp hát; nhà chơi của trẻ em.

playmate n. bạn cùng chơi; bạn đồng-đội.

playpen n. cũi trẻ con chơi.

plaything n. đồ chơi.

playwright n. nhà soạn kịch.

plaza n. quảng-trường.

plea n. lời tự bào-chữa; sự cầu xin; cớ.

plead v. [pleaded/pled] cãi, bào-chữa, biện-hộ;
cầu xin, nài xin; bệnh-vực, lấy cớ. to -- guilty
thú-nhận là có tội. -- for help cầu xin người ta
giúp đỡ. to -- ignorance lấy cớ là không biết.
to -- not guilty không nhận là mình có tội.

pleasant adj. dễ chịu; thú-vị, đẹp, hay, vui, dịu
dàng, êm ái; [người] vui vẻ, vui tính, dễ thương.

pleasantry n. lời đùa cợt, lời pha trò.

please v. làm vui/vừa lòng, làm vừa ý, làm thích;
thích, muốn. I want to -- my parents. Tôi muốn
làm đẹp lòng cha mẹ tôi. Take as much rice as you
--. Con muốn lấy bao nhiêu cơm thì cứ lấy, tùy
thích nhé. She did as she --d. Bà ta mặc sức
muốn làm gì thì làm. Come in, --. Xin mời ông/bà
vào. If you -- mong ông/bà làm ơn ..., xin mời
ông/bà cứ tự-nhiên.

pleasing adj. dễ chịu, thú-vị, làm vui lòng.

pleasurable adj. thú-vị, thích, khoái.

pleasure n. niềm vui thích, điều thú-vị/thíchthú,
sự khoái-lạc/hoan-lạc, sự ăn chơi trụy-lạc; ý
muốn, ý thích. with -- rất vui lòng, hân-hạnh.
(It's)my --. Không dám, có gì đâu! [để trả lời
câu cảm ơn.]

pleat n. nếp gấp. v. xếp nếp, khâu gấp.

plebiscite n. cuộc trưng-cầu dân-ý.

pledge n. của tin, vật thế nợ, vật cầm-cố; vật
bảo-đảm; lời hứa, lời cam-kết, lời thề. The hair-
pin was the -- of their love. Chiếc trâm cài tóc
đó là vật đảm-bảo cho tình yêu giữa hai người.
v. cầm-cố, đợ, thế; hứa, cam-kết, thề, nguyện.
He --d 200 dollars to the scholarship fund. Ông
ta hứa cúng 200 đôla vào quỹ học-bổng. I -- alle-
giance to the flag. Tôi xin thề trung-thành với
lá quốc-kỳ.

plenary adj. [phiên họp] toàn-thể; đầy-đủ.

plenipotentiary adj. toàn-quyền. Ambassador
Extraordinary and P. Đại-sứ Đặc-mệnh Toànquyền.

plentiful adj. nhiều, sung-túc, phong-phú, dồi dào.

plenty n. sự dồi-dào/sung-túc/phong-phú. -- of
food nhiều thức ăn lắm. -- of time nhiều thì-giờ
lắm. in time of -- thời-kỳ thừa-mứa/sung-túc.

plenum n. đại-hội, phiên họp toàn-thể.

plethora n. tình-trạng quá thừa-thải.

pleurisy n. viêm màng phổi.

pliable adj. mềm, dễ uốn; dễ bảo, dễ uốn nắn.

pliers n. cái kìm pair of --.

plight n. tình-cảnh, hoàn-cảnh, cảnh-ngộ.

plod v. đi nặng-nề, lê bước; làm việc cần-mẫn.

plot n. miếng đất, mảnh đất nhỏ.

plot n. tình-tiết, cốt truyện [tiểu-thuyết, kịch];
âm-mưu, mưu-đồ; sơ-đồ, đồ-án, đồ-thị, đồ-biểu.
v. âm-mưu, bày mưu, mưu-toan; vẽ đồ-án/sơ-đồ.

plow, plough n. cái cày; xe ủi tuyết snow --. a
two-wheeled two-shared -- cày hai bánh hai lưỡi.
v. cày; xới; rẽ, vạch [sóng]; cày, lặn-lội --
through.

plowman n. thợ cày.

plowshare n. lưỡi cày.

pluck n. sự nhổ; sự hái; sự búng/gảy; can-đảm.
v. nhổ [lông, tóc, râu]; hái, bứt [hoa quả]; gảy
[đàn]; kéo, giật. plenty of -- rất gan dạ. to
-- up one's courage lấy hết can-đảm.

plug n. nút (chậu, bể nước); phít điện; bu-ji xe
hơi; vòi máy nước chữa lửa fire --. v. bịt lại;
cắm phít -- in [đồ điện]; quảng-cáo [món hàng].

plum n. quả mận; cây mận -- tree; món bở.

plumage n. bộ lông (vũ) [của chim, công, v.v.].

plumb n. quả dọi; dây dọi; độ ngay out of --
không thẳng đứng, xiên. adj. thẳng đứng, ngay.
adv. hoàn-toàn, đúng là. -- crazy thật là điên.
v. đo/dò bằng dây dọi; thăm dò, dò xét. -- line
dây dọi, dây chỉ.

plumber n. thợ làm/sửa ống nước.

plumbing n. nghề sửa ống nước; hệ-thống ống nước.

plume n. lông chim, lông vũ; chùm lông.

plump adj. mũm-mĩm, tròn-trĩnh, mẫm.

plump n., v. ngồi/rơi phịch một cái.

plunder n. sự cướp bóc, sự ăn cắp, của phi-nghĩa.
v. cướp bóc, cưỡng đoạt, tước đoạt; ăn cắp.

plunge n. sự lao mình; bước liều-lĩnh. v. thọc,
nhúng; đâm [dao] ngập vào; xô đẩy [into chaos
vào cảnh hỗn-loạn]; lao mình, đâm đầu xuống; lao
mình [into vào].

plural n. số nhiều, dạng số nhiều. adj. ở/thuộc
số nhiều. -- noun danh-từ số nhiều. -- society xã
hội đa-dạng.

plurality n. số lớn, đa-số, phần đông.

plus n. dấu cộng; số dương, số thêm vào; điểm son.
adj. dương. prep. cộng với. 3 -- 3 ba cộng với
ba. -- the fact that đó là chưa kể..... A-- [A+]
điểm cao hơn A.

plush adj. sang-trọng, lộng-lẫy, xa-hoa.

plutocracy n. chế-độ tài-phiệt/phú-hào.

plutonium n. plutoni.

ply n. lớp [vải, ván ép]; sợi, tao [thừng, len].

ply v. ra sức làm, miệt-mài [kim chỉ one's needle,
tay chèo one's oars]; [tàu, xe] chạy đường ....;
hỏi dồn-dập.

plywood n. ván ép, gỗ dán.

pneumatic adj. thuộc hơi/khí; chạy bằng hơi.

pneumonia n. viêm phổi, phế-viêm.

poach v. chần nước sôi [quả trứng đã bóc vỏ].

poach v. săn trộm, câu trộm.

poacher n. người săn trộm, người câu trộm.

pocket n. túi; bao; túi tiền, tiền; lỗ hổng không
khí; ổ kháng-chiến --s of resistance. to line
one's -- lo vơ-vét cho đầy túi tham. vest -- túi
áo gi-lê. hip -- túi sau quần. -- money tiền túi,
tiền tiêu vặt. -- watch đồng hồ bỏ túi. -- size
cỡ nhỏ bỏ túi được. -- knife dao nhíp bỏ túi.
v. bỏ túi; đút túi, ăn cắp, xoáy; nén/nuốt[giận].

pocketbook n. ví, bóp.

pockmarked adj. [mặt] rỗ, rỗ hoa.

pod n. vỏ quả đậu. pea-- đậu Hà-lan.

podium n. bục nhạc-trưởng, bục diễn-giả.

poem n. bài thơ, thi-phẩm. prose -- bài phú.

poet n. nhà thơ, thi-sĩ, thi-nhân, thi-hào.

poetess n. nữ-thi-sĩ.

poetic adj. thuộc thơ (ca); nên thơ, có chất thơ,
đầy thi-vị. -- license sự phóng-túng niêm-luật.

poetry n. thơ, nghệ-thuật thơ, thi-ca; thi-vị.

poignant adj. sâu-sắc, thấm-thía; thương-tâm.

poinsettia n. hoa trạng-nguyên.

point n. chấm, dấu chấm; điểm, điểm-số; mũi [kim]
đầu nhọn; điểm, mặt, phương-diện, vấn-đề; hướng,
phương, địa-điểm, chỗ. a tiny -- dấu chấm nhỏ tí.
He lost five --s. Anh ấy bị mất 5 điểm. -- of
land mũi đất. decimal -- dấu thập-phân. freezing—

băng-điểm. -- of view, view-- quan-điểm. on the -- of dying sắp chết. to the -- đứng vào vấn-đề. to make a -- nêu rõ một điểm/vấn-đề. beside the -- ra ngoài vấn-đề, lạc đề. a case in -- trường-hợp đúng như thế. to come to the -- đi vào vấn-đề chứ không lan-man. to make a -- of coi là cần phải, thấy có bổn-phận phải .... v. chỉ, trỏ, nhắm, chĩa; hướng về -- to(ward); chỉ ra, vạch ra -- to. -- out chỉ ra, vạch rõ.

pointblank adj., adv. bắn thẳng; nói thẳng thừng.

pointed adj. nhọn, có đầu nhọn; châm-chọc.

pointer n. kim/que chỉ; lời mách bảo, mách nước.

poise n. thế căn-bằng; tư-thế đĩnh-đạc.

poison n. thuốc độc, chất độc, độc-dược. v. bỏ thuốc độc, tẩm/đánh thuốc độc, đầu độc. -- ivy dây sơn độc, cỏ ghẻ.

poisonous adj. [cây, rắn] độc, có chất độc.

poke n. cú hích/thúc/chọc. v. hích, thúc, chọc, ẩn, ấy; gạt, cời [lửa, than];chõ [nose mũi] vào. to -- fun at X chế-giễu X.

poker n. que cời; bài pôke, bài xì. -- face mặt lạnh như tiền, mặt phớt tỉnh.

polar adj. thuộc địa-cực; cực. -- bear gấu trắng. -- circle vòng cực.

polarize v. phân cực; chia làm hai phe đối nhau.

pole n. cực [north bắc; south nam ; magnetic từ]; điểm cực.

pole n. cột; sào; đòn gánh carrying --. v. đẩy bằng sào. flag-- cột cờ. -- vault nhảy sào.

Pole n. người Ba-lan.

polemic n. cuộc luận-chiến, cuộc bút-chiến.

police n. cảnh-sát, công-an. v. kiểm-soát; giữ trật-tự. -- precinct quận cảnh-sát. -- station bóp cảnh-sát. -- state quốc-gia cảnh-chế.

policeman n. cảnh-sát, cảnh-binh, công-an.

policewoman n. nữ-cảnh-sát, cảnh-sát đàn bà.

policy n. chính-sách [foreign đối-ngoại, ngoại-giao];giao kèo, khế-ước, hợp-đồng [bảo-hiểm].

polio(myelitis) n. bệnh tê-bại trẻ con.

polish n. nước bóng/láng; xi, kem đánh giầy shoe --; vẻ tao-nhã. v. đánh bóng; làm cho tao-nhã lịch-sự. -- up làm bóng-bẩy, chuốt lại. -- off làm gấp [việc];ăn vội [bữa cơm].

polite adj. lễ-phép, có lễ-độ, lịch-sự nhã-nhặn.

politeness n. sự lễ-phép, lễ-độ, phép lịch-sự.

political adj. chính-trị; thuộc chính-quyền.

politician n. nhà chính-trị, chính-khách; con buôn chính-trị.

politics n. chính-trị; hoạt-động chính-trị; quan-điểm chính-trị, chính-kiến; chính-trường.

poll n. cuộc thăm-dò ý-kiến [to take thi-hành]; sự bầu-cử; phòng bỏ phiếu the --s. v. thăm dò ý-kiến; [ứng-cử-viên] thu được [phiếu]. -- tax thuế thân.

pollen n. phấn hoa.

pollinate v. rắc phấn hoa, cho thụ phấn.

pollute v. làm bẩn, làm ô-nhiễm; làm ô-uế.

pollution n. ô-nhiễm; sự làm ô-uế.

polonium n. pôlôni.

polyandry n. chế-độ đa-phu [nhiều chồng].

polygamy n. chế-độ đa-thê/phu.

polyglot n., adj. (người) biết nhiều thứ tiếng.

polygon n. hình nhiều cạnh, đa-giác.

polygyny n. chế-độ đa-thê [nhiều vợ].

polymer n. chất trùng-hợp, polime.

polysyllabic adj. [từ] nhiều âm-tiết.

polytechnic adj. bách-khoa.

polytheism n. thuyết đa-thần; đạo nhiều thần.

pomade n. pomat; sáp bôi tóc hair --.

pomegranate n. quả lựu.

pomelo n. quả bưởi. [lệ.

pomp n. vẻ long-trọng; vẻ lộng-lẫy/hoa-lệ/tráng-

pompous adj. hoa-lệ, hoa-mỹ; phô-trương, rực-rỡ; làm long-trọng, vênh-vang.

pond n. ao, chuôm.

ponder v. cân-nhắc, suy-nghĩ -- over.

pontiff n. Giáo-hoàng; Giáo-chủ, Giám-mục.

pontoon n. cầu phao -- bridge.

pony n. ngựa con, ngựa nhỏ; cốc nhỏ. -- tail tóc đuôi ngựa.

poodle n. chó xù.

pooh-pooh v. coi thường, coi rẻ, gạt đi.

pool n. vũng [of blood máu];bể bơi swimming --.

pool n. tiền góp; vốn chung/góp; tổ-hợp; nhóm người đi xe chung car --; trò pun, trò chơi bi-a. -- table bàn bi-a. v. góp vốn chung, hùn vốn.

poor adj. nghèo, bần-cùng; tồi, kém, yếu, xấu, dở; đáng thương, tội-nghiệp. -- health sức khoẻ kém. Poor boy! Tội-nghiệp cho thằng bé!

pop n. tiếng nổ bốp; tiếng lốp-bốp; nước ngọt. v. nổ bốp; tạt/ghé vào -- in; rang [ngô].

pop n. ba, bố.

pop n. nhạc bình-dân; bài/đĩa hát bình-dân.

popcorn n. ngô rang, bắp rang.

Pope n. Đức Giáo-hoàng.

popgun n. súng nút chai.

poplar n. cây bạch-dương.

poplin n. vải pôpơlin.

poppy n. cây thuốc phiện.

poppycock n. chuyện nhảm, chuyện vớ-vẩn.

popsicle n. kem que.

populace n. quần-chúng, dân-chúng, đại-chúng.

popular adj. được lòng dân; được nhiều người ưa thích, nổi tiếng, phổ-biến; bình-dân; nhân-dân.

popularity n. sự ưa thích của toàn-dân; tính phổ-biến; sự nổi tiếng; tính đại-chúng. /hoá.

popularize v. truyền-bá, phổ-biến/cập, đại-chúng-

populate v. (đưa dân đến) ở, cư-trú. densely - d đông người ở, dân-cư trù-mật/đông-đúc.

population n. số dân, dân-số; toàn-dân.

populous adj. đông dân, dân-cư đông-đúc.

porcelain n. đồ sứ, sứ.

porch n. hiên trước/sau nhà; cổng (vòm).

porcupine n. con nhím.

pore n. lỗ chân lông.

pore v. đọc kỹ, mải-mê, nghiền-ngẫm -- over/upon.

pork n. thịt lợn/heo. -- chop miếng sườn lợn.

pornography n. sách báo khiêu-dâm, dâm-thư.

porous adj. có lỗ, rỗ; xốp.

porpoise n. cá heo.

porridge n. cháo kiều-mạch bỏ sữa.

port n. cảng, bến, hải-cảng sea--, bến tàu.

port n. lỗ cửa sổ tàu --hole.

port n. rượu vang đỏ, rượu pooctô.

port n. mạn trái tàu, bên trái.

portable adj. xách tay; đem đi được; di-động.

portage n. tiền chuyên-chở/vận-tải; sự chuyển-tải.

portal n. cửa/cổng chính.

portend v. báo trước, báo điềm/triệu.

portent n. điềm (xấu/gở); triệu bất-tường.

porter n. công-nhân khuân vác; người hầu trên xe lửa; người gác cửa.

portfolio n. cặp hồ-sơ; hồ-sơ đầu-tư; bộ trong chính-phủ. minister without -- bộ-trưởng không bộ.

porthole n. lỗ cửa sổ tàu.

portico n. cổng lớn có hàng cột.

portion n. phần, đoạn, khúc; phần thức ăn; của hồi-môn. v. chia ra -- out.

portly adj. béo tốt, đẫy-đà; bệ-vệ, oai-vệ.

portmanteau word n. từ kết-hợp [motor + hotel] motel; breakfast + lunch = brunch].

portrait n. ảnh, chân-dung, hình chụp/vẽ.

portray v. vẽ chân-dung; miêu-tả khéo; đóng vai.

portrayal n. bức vẽ chân-dung/truyền-thần; sự mô-tả/miêu-tả sinh-động.

Portuguese n., adj. (người/tiếng) Bồ-đào-nha.

pose n. kiểu, tư-thế [chụp ảnh]; bộ-tịch, điệubộ. v. đứng, ngồi [cho người ta vẽ hay chụp ảnh]; làm điệu-bộ, màu-mè; tự cho mình là -- as; đặt [câu hỏi, vấn-đề]. He --s as a wealthy bachelor. Ông ta mạo-nhận là một tay có tiền và chưa vợ, Ông ấy giả vờ làm như mình là đàn ông độc-thân có máu mặt.

posh adj. diện, sang, sang-trọng; cừ, chiến.

position n. chỗ, vị-trí; thế, tư-thế; địa-vị, chức vụ; lập-trường, thái-độ, quan-điểm; luận-điểm. He lost his --. Anh ta mất việc làm rồi. In your -- ở vào địa-vị anh. v. để vào chỗ, đặt vào vị-trí.

positive n. điều có thực, điều xác-thực; bản dương, dương-bản; (tính-từ/phó-từ ở cấp nguyên. adj. rõ ràng, xác-thực; chắc-chắn, quả-quyết, khẳng-định; tích-cực; [cực] dương; tuyệt-đối, hết sức.

posse n. đội cảnh-sát [đi lùng bắt tội-phạm].

possess v. có, được, sở-hữu, chiếm-hữu, giữ, chứa; [ma-quý] ám-ảnh. to -- oneself tự-chủ. to -- oneself of .... chiếm, đoạt, chiếm-đoạt....

possession n. quyền sở-hữu, sự chiếm-hữu; vật sở-hữu, của-cải, tài-sản; thuộc-địa.

possessive adj. sở-hữu, chiếm-hữu; khư-khư giữ [của-cải, con-cái]; [đại-từ pronoun] sở-hữu.

possessor n. người có, người sở-hữu, sở-hữu-chủ.

possibility n. khả-năng, tình-trạng có thể, sự có thể xảy đến.

possible adj. có thể có được, có thể làm được, có thể xảy ra. as early/soon as -- sớm chừng nào hay chừng nấy. It is very -- that Rất có thể là.

possibly adv. có lẽ, có thể lắm.

post n. cột, trụ. v. dán (yết-thị); niêm-yết, công-bố tên. POST NO BILLS CẤM DÁN GIẤY.

post n. chức-vụ, nhiệm-vụ; đồn, bóp, bốt, vị-trí; trạm, chuyến công-văn, chuyến thư; bưu-điện. v. bổ-nhiệm; đặt, bố-trí; gửi [thư], bỏ [thư].

postage n. tiền tem/cò, bưu-phí. -- due tiền tem
còn thiếu. -- meter máy tem. -- stamp tem, cò.

postal adj. thuộc bưu-chính/bưu-điện. -- card bưu
thiếp. -- clerk thư-ký nhà dây thép. -- money or-
der ngân-phiếu qua bưu-điện.

postcard n. bưu-thiếp.

postdate v. đề (ngày tháng) lùi về sau.

poster n. áp-phích, bích-chương; quảng-cáo.

posterity n. con cháu, đời sau, hậu-thế.

post exchange n. [P.X.] cửa hàng trong quân-đội.

postgraduate adj. sau khi tốt-nghiệp.

posthaste adv. hoả-tốc, cấp-tốc.

posthumous adj. xuất-bản sau khi chết; truy-tặng;
[tên] thụy.

postman n. người phát/đưa thư, bưu-tá.

postmark n., v. (đóng) dấu bưu-điện.

postmaster n. ông chủ dây thép, giám-đốc bưu-điện.
Postmaster General Bộ-trưởng Bưu-điện Viễn-thông.

post-mortem n., adj. (sự khámnghiệm) sau khi chết.

post office n. nhà dây thép, sở bưu-điện, bưu-cục.

postpaid adv. đã trả cước-phí/bưu-phí.

postpone v. hoãn lại, đình lại, dời lại [until

postponement n. sự hoãn, sự đình-hoãn. [đến]

postcript n. [P.S.] tái-bút.

postulate n., v. (đặt thành) định-đề, định-lý.

posture n. dáng điệu, tư-thế.

postwar adj. sau chiến-tranh, hậu-chiến.

pot n. ấm, bình, lọ, hũ, vại; nồi; chậu hoa; cần-
sa. tea-- ấm/bình trà. a -- of tea một ấm trà
(đầy). --s and pans nồi niêu xoong chảo. to go to
-- hỏng bét, tiêu-ma cả. The -- calls the kettle
black. Chó chê mèo lắm lông; Lươn ngắn lại chê
chạch dài, Thờn-bơn méo miệng chê trai lệch mồm.

potable adj. [nước] uống được.

potash n. bồ-tạt, kali cacbonat.

potassium n. kali.

potato n. khoai tây. Irish --es khoai tây. sweet
--es khoai lang. -- chips khoai tây chiên mỏng.

potbellied adj. phệ (bụng).

potency n. lực-lượng, quyền-thế; hiệu-lực.

potent adj. mạnh; có quyền-thế; hiệu-nghiệm.

potentate n. kẻ thống-trị ; tay bự.

potential n. tiềm-lực, khả-năng; điện-thế, thế.
adj. ngấm-ngầm, ẩn, tiềm-tàng/-phục; điện-thế.

potentiality n. khả-năng, tiềm-lực.

pothole n. ổ gà.

potion n. liều thuốc nước. love -- bùa mê.

pot-luck, potluck n. bữa ăn (tập-thể) có gì ăn
nấy [mỗi gia-đình dự đem đến một món].

potter n. thợ gốm. --'s kiln lò gốm. --'s wheel
mâm quay của thợ gốm.

potter v. làm chiếu lệ, làm qua loa; lãng-phí.

pottery n. đồ gốm; nghề gốm; xưởng đồ gốm.

potting soil n. đất để trồng chậu cây.

pouch n. túi nhỏ; túi căngguru/đại-thử. tobacco
-- túi đựng thuốc lào/lá. diplomatic -- tín-hàm
ngoại-giao.

poultry n. gà vịt, gia-cầm; thịt gà, thịt vịt.

pounce v. vồ, chụp lấy; chộp lấy; xông/đâm bổ vào.

pound n. pao, boòng [= 453 gam]; đồng bảng Anh --
sterling. I weigh 150 lbs [pounds] Tôi nặng 150 pao.

pound n. phú-de, bãi rào nhốt súc-vật, bãi giữ xe
ô-tô bị phạt. v. nhốt lại, giữ/giam lại.

pound v. nghiền, lăn, giã, đâm; đánh, đập, thoi,
thụi; đập thình-thình.

pour v. rót, đổ, trút, giội; thổ-lộ [tâm-tình].
It was --ing down. Mưa như trút, Trời mưa như đổ
cong nước. Students poured into the streets. Sinh
viên kéo nhau xuống đường. Mail --ed in from all
over the world. Thư-từ dồn về tới-tấp từ khắp mọi
nơi trên thế-giới. *** to -- oil on the flames
lửa cháy tưới dầu thêm.

pout n., v. (cái) bĩu môi, trề môi.

poverty n. sự nghèo, cái nghèo, cảnh nghèo-nàn,
tình-trạng nghèo-nàn thiếu-thốn. -- -stricken adj
nghèo-nàn, túng-bấn, cùng-túng.

powder n. bột, bụi; thuốc bột; phấn đánh mặt face
--; thuốc súng gun--. v. rắc lên; đánh/thoa
phấn to -- one's nose; tán/nghiền thành bột. --
compact hộp phấn mỏng. -- puff nùi phấn. -- room
phòng vệ-sinh, phòng trang-điểm quý-bà quý-cô.

power n. khả-năng, năng-lực; sức, sức mạnh; lực,
năng-lượng; quyền, chính-quyền; quyền-lực/-thế,
thế-lực, quyền-hạn, uy-quyền; cường-quốc; luỹ-
thừa. legislative -- quyền lập-pháp. in -- đang
cầm quyền. -- of attorney quyền uỷ-nhiệm, giấy
uỷ-quyền. a new atomic -- một cường-quốc nguyên-
tử mới. electric -- điện-năng. horse -- mã-lực.
to seize -- cướp chính-quyền. wind -- sức gió.
man-- sức người, nhân-lực, nhân-công. v. cho sức

powerful adj. mạnh, có sức/thế mạnh; công-hiệu; có ảnh-hưởng, có thế-lực, có quyền-thế.

powerless adj. yếu, bất-lực; không có thế-lực; không có khả-năng, chịu chết.   [được.

practicable adj. làm được, thực-hành được; dùng

practical adj. thực-hành; thực-tế, thực-tiễn, thực dụng; thiết-thực. in -- control over the factory trên thực-tế nắm quyền kiểm-soát nhà máy.

practically adv. trên thực-tế; hầu như, gần như. -- unchanged hầu như chẳng thay-đổi gì.

practice n. sự thực-hành/thực-tập, sự tập làm; sự luyện-tập/rèn-luyện; thực-tiễn; lệ thường, thói quen, tục, lối; công việc, nghề-nghiệp, sự hành nghề; khách hàng [của bác-sĩ, nha-sĩ, v.v.] in -- trong thực-tiễn. out of -- bỏ tập, lâu không luyện-tập. -- teaching, teaching -- [giáo-sinh] tập dạy, thực-tập. Dr. X sold his -- last month. Tháng trước, Bác-sĩ X sang phòng mạch rồi. v. (đem ra) thực-hành; làm nghề, hành nghề; tập, tập-luyện, rèn-luyện.

practitioner n. người thực-hành/hành-nghề.

pragmatism n. chủ-nghĩa thực-dụng.

prairie n. đồng cỏ lớn.

praise n., v. (lời) khen, khen ngợi, ca-tụng.

praiseworthy adj. đáng khen, đáng ca-tụng.

pram n. xe đẩy trẻ con.

prance v. [ngựa] nhảy dựng lên; đi nghênh-ngang.

prank n. trò chơi ác/khăm, trò nhã.

prate v. nói huyên-thiên, nói ba-láp.

prattle v. nói vớ-vẩn (như trẻ con).

prawn n. tôm.

pray v. cầu, cầu-nguyện; cầu xin, khẩn-cầu.

prayer n. lời/kinh cầu-nguyện; lễ cầu kinh; lời cầu xin, lời khẩn-cầu. -- book sách kinh.

praying mantis n. con bọ ngựa.

preach v. thuyết-pháp/-giáo; giảng, thuyết, răn. He does not practice what he preaches. Ông ấy không thực-hành những điều khuyên người khác.

preacher n. mục-sư thuyết-pháp; người dạy đời.

preamble n. lời nói đầu.

precarious adj. tạm, không chắc-chắn/ổn-định, bấp-bênh, mong-manh.

precaution n. sự đề-phòng/dự-phòng/phòng-ngừa; sự giữ-gìn/thận-trọng.

precede v. có trước, đứng/đi/đến trước....

precedence n. quyền đứng/đi trước; địa-vị trên.

precedent n. lệ trước, tiền-lệ, tiền-lệ.

preceding adj. [câu, đoạn] trên, trước.

precept n. lời dạy; châm-ngôn; giới-luật.

precinct n. quận cảnh-sát; khu-vực tuyển-cử.

precious adj. quý, quý-báu, quý-giá; tuyệt, đẹp. adv. -- little ... ít lắm, ít vô cùng.

precipice n. vách đứng [của núi đá].

precipitate n. chất lắng, chất kết tủa. adj. vội vàng, hấp-tấp. v. lao xuống, ném xuống; làm cho mau đến; làm lắng, làm kết tủa.

precipitation n. mưa; sự vội-vã; sự kết tủa.

precipitous adj. vội-vã, dốc sắp giập ngửa.

precis n. bản toát-yếu, bản tóm-tắt.

precise adj. đúng, chính-xác; tỉ-mỉ, kỹ tính.

precision n. tính/độ chính-xác. -- tools dụng-cụ chính-xác. -- bombing sự ném bom chính-xác.

preclude v. ngăn-ngừa, loại-trừ.

precocious adj. ra hoa sớm, có quả sớm; khôn sớm.

preconceive v. nhận-thức trước, tưởng tượng trước.

precursor n. điềm báo trước.

predator n. thú ăn thịt.

predatory adj. [thú] ăn thịt, ăn mồi sống; ăn trộm.

predecessor n. người phụ-trách trước, người tiền nhiệm; ông cha, tổ-tiên, bậc tiền-bối.

predestination n. sự tiền-định; số-phận, vận-mệnh.

predicament n. tình-trạng khó-khăn, thế kẹt.

predicate n. vị-ngữ. v. xác-nhận; dựa vào -- upon. subject-predicate construction kết-cấu chủ vị [chủ-ngữ + vị-ngữ].   [vị-ngữ.

predicative adj. vị-ngữ. -- adjective tính-từ

predict v. nói trước, đoán trước, dự-/tiên-đoán.

prediction n. lời đoán trước, lời tiên-tri.

predispose v. đưa đến, dẫn đến, khiến cho.

predisposition n. khuynh-hướng thiên về; tố bẩm dễ mắc [bệnh gì].

predominant adj. trội hơn hẳn, chiếm ưu-thế.

predominate v. hơn, thắng thế, trội hơn hẳn.

preeminent adj. hơn hẳn/hết, ưu-tú, ưu-việt.

prefabricated adj. làm/đúc sẵn, tiền-chế.

preface n. lời tựa, lời nói đầu, tự-ngôn. v. viết tựa, đề tựa; mở đầu.

prefect n. quận-trưởng; đô-trưởng.

prefer v. thích/ưa hơn. to -- X to Y thích X hơn Y. I -- to go by car. Tôi thích đi bằng ô-tô hơn.

preferable adj. đáng thích/ưa hơn.

preference n. sự thích/ưa hơn; vật/cái được thích

hơn; quyền ưu-tiên; sự ưu-đãi.

preferential adj. (được) ưu-tiên, ưu-đãi.

prefix n. tiền-tố, đầu-tố, tiếp-đầu-ngữ.

pregnancy n. sự có thai/mang/chửa.

pregnant adj. có thai/mang/chửa; đầy, dồi-dào.

prehistoric adj. thuộc tiền-sử.

prejudice n. thành-kiến, định-kiến, thiên-kiến;

mối hại, sự thiệt-hại, sự bất-lợi [to cho].

v. làm cho có định-kiến; làm hại/thiệt cho.

prejudicial adj. làm thiệt, gây tổn-hại.

preliminary n. preliminaries công việc mở đầu.

adj. mở đầu, sơ-bộ, dự-bị, trừ-bị.

prelude n. khúc dạo; đoạn mở đầu; màn giáo đầu.

premature adj. sớm, yếu, non; đẻ non; hấp-tấp.

-- baby trẻ con đẻ non, hài-nhi sinh thiếu tháng.

premeditated adj. có mưu-tính/suy-tính trước.

-- murder tội cố-sát, giết người có suy-tính trước

Premier n. Thủ-tướng. Vice P-- Phó Thủ-tướng.

premiere n. buổi diễn đầu tiên, buổi trình-diễn

ra mắt. v. cho ra mắt; diễn/chiếu lần đầu.

premise n. tiền-đề; --s nhà cửa, dinh-cơ vườn-

tược. consumed on the --s ăn/uống ngay tại chỗ.

premium n. tiền thưởng; tiền đóng bảo-hiểm, bảo-

hiểm-phí insurance --; tiền cắc.

premonition n. sự cảm thấy trước, linh-cảm.

preoccupation n. mối bận-tâm/ưu-tư, sự lo-lắng.

preoccupied adj. bận-tâm, lo-lắng, thắc-mắc.

prepaid adj. đã trả (cước-phí) trước.

preparation n. sự sửa-soạn/chuẩn-bị; chất pha,

thuốc pha chế, món ăn được nấu nướng.

preparatory adj. để sửa-soạn, dự-bị, chuẩn-bị.

prepare v. sửa-soạn, sắm-sửa, chuẩn-bị, dự-bị;

pha chế, nấu nướng.

preparedness n. sự chuẩn-bị, sẵn-sàng chiến-đấu.

preponderant adj. trội hơn, có ưu-thế, có quyền-

thế/ảnh-hưởng hơn.

preposition n. giới-từ.

prepossessing adj. dễ thương, dễ gây cảm-tình.

preposterous adj. vô-lý, phi-lý, trái; ngớ-ngẩn,

lố-bịch.

prerequisite n., adj. (điều) phải có trước đã,

điều-kiện tiền-quyết.

prerogative n. đặc-quyền.

presage n. điềm, triệu. v. báo trước, linh-cảm.

Presbyterian n., adj. thuộc giáo-hội Trưởng-lão.

prescribe v. cho, kê [đơn/toa]; ra lệnh, bắt phải.

--d books sách bắt-buộc phải đọc.

prescription n. đơn thuốc, toa thuốc; thời-hiệu;

sự ra/truyền lệnh.

presence n. sự có mặt, sự hiện-diện. in her --

trước mặt bà ta. -- of mind sự nhanh trí.

present n. hiện-tại, hiện-thời; thời hiện-tại;

văn-kiện này. adj. có mặt, hiện-diện; nay, này,

hiện có, hiện-hữu; [thời tense] hiện-tại. at --

lúc này, bây giờ. at the -- time hiện nay/thời.

the -- writer tác-giả (sách này), ký-giả (bài này)

present n. quà, quà biếu, đồ tặng, tặng-phẩm.

birthday -- quà sinh-nhật. wedding -- quà cưới.

v. biếu, tặng; đưa ra, bày/lộ ra; nộp, trình,

xuất-trình, đệ-trình; bày tỏ, trình-bày; trình-

diễn [kịch]; giới-thiệu; tiến-cử; bồng súng chào.

presentable adj. coi được, chỉnh-tề, đàng-hoàng.

presentation n. sự biếu tặng; quà/đồ tặng; sự đưa

ra; sự trình-diễn; sự giới-thiệu/tiến-cử.

presentiment n. linh-cảm.

presently adv. bây giờ, hiện giờ; sắp. He is --

writing a book. Ông ấy đang viết(một quyển)sách.

The doctor will be here --. Bác-sĩ sắp đến bây giờ.

preservation n. sự giữ-gìn/bảo-tồn/bảo-quản.

preservative n. chất phòng [thức ăn] phân-huỷ.

preserve n. mứt; khu-vực cấm săn bắn hoặc câu cá.

v. giữ, giữ gìn, bảo-tồn, duy-trì, duy-hộ, bảo-

quản; giữ để lâu; giữ cho khỏi phân-huỷ.

preside v. chủ-trì, làm chủ-tịch, chủ-toạ -- over.

presidency n. chức-vụ chủ-tịch/tổng-thống; nhiệm-

kỳ chủ-tịch/tổng-thống.

president n. chủ-tịch; tổng-thống; viện-trưởng,

hiệu-trưởng đại-học. -- elect chủ-tịch đắc-cử,

tổng-thống đắc-cử.

presidential adj. thuộc chủ-tịch/tổng-thống. --

palace dinh Tổng-thống, dinh Chủ-tịch. -- elect-

ions cuộc tuyển-cử tổng-thống.

presidium n. đoàn chủ-tịch, chủ-tịch-đoàn.

press n. sự ép/ấn/bóp; máy ép, máy nén; máy in

printing --; báo-chí. in -- đang in. freedom of

the -- quyền tự-do báo-chí. -- agent người lo

quảng-cáo. -- conference cuộc họp báo. -- release

thông-cáo phát cho các báo. v. ép, ấn, bóp,

nén; bấm [nút button]; là, ủi [quần áo]; ôm/ghì/
siết chặt; giục-giã, thúc-giục, nài ép, dồn ép;
xúm-xít; đè nặng. hard-pressed bị thúc-ép, o-ép.
-- forward/on hối-hả vội-vã.

pressing adj. gấp, khẩn, cấp-bách, cấp-thiết.

pressure n. sức ép, áp-lực, áp-suất; sự thúcbách;
sự cấp-bách/khẩn-cấp; ứng-suất [điện]. under the
-- of public opinion dưới áp-lực của công-luận.
to put -- on/upon X, to bring -- to bear on X
dùng áp-lực đối với X. atmospheric -- áp-suất
khí-quyển. blood -- áp huyết, huyết-áp. under --
vì bị ép-buộc. -- cooker nồi nấu cao-áp.

pressurize v. điều-hoà áp-suất, điều-áp.

prestige n. uy-tín, uy-danh, thanh-thế.

presume v. cho là [that he will apply anh ấy sẽ
nộp đơn xin việc]; xin phép, mạo-muội [to remind
you nhắc các ông]; lợi-dụng -- on.

presumption n. sự/điều đoán chừng; tính tự-phụ.

presumptuous adj. tự-phụ, quá tự-tin, kiêu-căng.

presuppose v. giả-định/phỏng-định trước, tiền-
giả-định; bao-hàm.

presupposition n. sự/điều giả-định trước.

pretend v. giả vờ, giả đò, làm bộ. to -- illness
giả vờ ốm, làm ra vẻ ốm. to -- to be asleep giả
vờ đang ngủ. to -- to the throne đòi làm vua.

pretender n. người đòi-hỏi không chính-đáng.

pretense n. sự giả vờ; điều đòi-hỏi/kỳ-vọng.
under (the) -- of lấy cớ là .... under false
--s bằng cách lừa-dối, dùng ngôn lừa-đảo.

pretension n. ý muốn; tính tự-phụ; điều đòi hỏi.

pretentious adj. tự-phụ, tự-thị, kiêu-căng.

preterit n. thời quá-khứ.

pretext n. cớ, lý-do, thác-ngôn, cớ thoái-thác.

pretty adj. đẹp, xinh, xinh đẹp, xinh-xắn; đẹp
mắt, êm tai; hay hay, thú-vị. adv. khá, khakhá.
Her hair looks --. Tóc cô ấy trông đẹp quá nhỉ!
She looks even prettier with long hair. Cô ấy mà
để tóc dài thì còn đẹp hơn nữa. -- sure that...
khá chắc-chắn rằng .... -- much hầu/gần như.

pretzel n. bánh hình que, mặn, dùng với bia.

prevail v. thịnh-hành, phổ-biến; chiếm ưu-thế,
thắng thế; thuyết-phục -- on/upon.

prevalence n. sự thường xảy ra, lưu-hành/phổbiến.

prevalent adj. đang thịnh-hành/lưu-hành.

prevaricate v. nói dối/láo, nói thoái-thác.

prevent v. ngăn-cản, ngăn-trở/-ngừa, cản-trở,
phòng-ngừa, dự-phòng.

prevention n. sự ngăn-cản/ngăn-ngừa/phòng-ngừa.
-- is better than cure phòng bệnh hơn chữa bệnh.

preview n., v. (sự) xem trước, duyệt trước.

previous adj. trước. --ly adv. trước đây/đó.

prewar adj. trước chiến-tranh, hồi tiền-chiến.

prey n. mồi. bird of -- chim săn mồi. v. rình/
tìm/bắt mồi; giày-vò, day-dứt -- upon.

price n. giá, giá hàng. cost -- giá vốn. fixed
-- giá nhất-định. retail -- giá bán lẻ. wholesale
-- giá bán buôn. at any -- bằng bất cứ giá nào.
v. định giá, đặt giá; khảo giá.

priceless adj. vô-giá, không định giá được.

prick n. sự châm; vết châm; mũi nhọn, gai, giùi;
sự đau nhói, sự cắn rứt. v. châm, chích, chọc.

prickle n. gai. v. châm, chích, chọc.

prickly heat n. chứng nổi rôm sảy.

pride n. niềm hãnh-diện; sự kiêu-hãnh; tính/lòng
tự-ái false --; niềm tự-hào; tính tự-cao/kiêu.
v. lấy làm tự-hào/kiêu-hãnh.

priest n. thầy tu; linh-mục Catholic --, mục-sư;
đạo-sĩ Taoist --; nhà sư, thầy tăng Buddhist --.

priesthood n. giáo-sĩ, tăng-lữ, hàng giáo-phẩm.

prig n. người làm bộ, người lên mặt giỏi hoặc
đạo-đức.   [làm bộ, hợm mình.

priggish adj. lên mặt ta đây [giỏi, đạo-đức];

prim adj. làm ra vẻ nghiêm-nghị đoan-trang.

primary adj. đầu, đầu tiên, nguyên-thuỷ; gốc,
căn-bản; [giáo-dục, trường] sơ-đẳng, sơ-cấp,
tiểu-học; chính, cốt-yếu, chủ-yếu. v. tuyển-cử
sơ-bộ [ở từng bang, để lựa chọn ứng-cử-viên đảng]

primates n. bộ động-vật linh-trưởng.

prime n. buổi sơ-khai, thời-kỳ đầu tiên; thời kỳ
đẹp-đẽ/rực-rỡ nhất. -- of life tuổi thanh-xuân.
adj. đầu tiên; hàng đầu, chủ-yếu; tốt/ngon nhất;
[số] nguyên-tố. v. sơn lót; bơm xăng vào car-
buaratơ; mồi nước vào máy/bơm; mồi mực/dầu trước.
-- time giờ nhiều người xem truyền-hình nhất.
Prime Minister Thủ-tướng.

primer n. sách vỡ lòng; nước sơn lót.

primeval adj. ban sơ, nguyên-thuỷ.

primitive adj. đầu tiên, ban sơ, nguyên-thuỷ;
cổ xưa, thô-sơ. -- function nguyên-hàm.

primrose n. hoa/cây anh-thảo, ngọc-trâm.

prince n. ông hoàng, hoàng-tử, hoàng-thân; tay cừ.

princely adj. như ông hoàng; sang-trọng, lộng-lẫy.

princess n. bà chúa, bà hoàng, công-chúa.

principal n. hiệu-trưởng; tiền vốn. adj. chính,
chủ-yếu. assistant -- phó hiệu-trưởng/giám-đốc.

principality n. vương-địa, lãnh-địa của ông hoàng.

principle n. nguyên-tắc, nguyên-lý; nguyên-tắc
đạo-đức/xử-thế. In -- về nguyên-tắc, trên nguyên-
tắc. a man of -- người theo đạo-đức.

print n. chữ in; sự in; dấu in, vết; vải hoa in;
tài-liệu in, ấn-phẩm. In large -- in chữ lớn. out
of -- bán hết và chưa in lại. finger-- dấu lăn
tay. news-- giấy (in) báo. small -- cỡ chữ nhỏ.
v. in, đăng, xuất-bản, đăng-tải; in dấu/vết, in;
rửa, in [ảnh]; viết kiểu chữ in; khắc, ghi sâu.

printed matter n. đồ in, sách báo in, ấn-phẩm.

printer n. thợ in; chủ nhà in.

printing n. sự in; nghề in, nghề ấn-loát. sixth
-- in lần thứ 6. adj. -- house nhà in, ấn-quán.
Government Printing Office Nhà in Chính-phủ. --
machine/press máy in.

prior adv. -- to trước. -- to his arrival trước
khi hắn tới nơi.

priority n. quyền hưởng trước, quyền ưu-tiên.

prism n. lăng-trụ; lăng-kính.

prison n. nhà tù, nhà lao, đề-lao, ngục(-thất)
-- house. sent to -- bị bỏ tù. -- camp trại tù.

prisoner n. tù, người tù, tù-nhân, tù-phạm. taken
-- bị bắt bỏ tù; bị bắt làm tù-binh. political --
tù chính-trị. -- of war tù-binh.

privacy n. sự riêng tư; sự xa-lánh; sự kín đáo.

private n. lính trơn, binh nhì buck --; privates
chỗ kín. In -- kín đáo, bí-mật; riêng tư. Priv-
ate First Class (Pfc) binh nhất. adj. riêng,
tư, cá-nhân; riêng, kín, mật; hẻo lánh, khuất nẻo.
-- life đời tư. -- school trường tư, tư-thục.
-- car xe nhà. -- property của riêng, tài-sản cá-
nhân. -- talks mật-đàm. -- secretary thư-ký riêng.
-- eye thám-tử riêng. -- citizen công-dân thường.

privation n. sự/cảnh thiếu-thốn.

privilege n. đặc-quyền, đặc-ân.   [ưu-đãi.

privileged adj. [giai-cấp]hưởng đặc-quyền, được

privy n. chỗ, nhà tiêu, nhà xí. adj. riêng,tư,
kín, bí-mật. -- to được biết riêng [bí-mật].
-- parts chỗ kín. P-- Council Viện Cơ-mật.

prize n. giải thưởng, phần thưởng. v. quý, đánh
giá cao. the Nobel Peace P-- giải thưởng hoà-bình
Nô-ben. first -- giải nhất. -- rose bông hoa hồng
được giải. -- money tiền thưởng. his most --d
possession đồ vật mà nó quý nhất.

pro n. đấu-thủ nhà nghề.

pro n. lý thuận. the pros and cons lý thuận và
lý nghịch, khả-phủ, lý-do/phiếu tán-thành và lý-
do/phiếu phản-đối.

probability n. điều có thể xảy ra; xác-suất.

probable adj. có thể xảy ra, có thể có, chắc hẳn,
có lẽ đúng, có lẽ thật.

probably adv. chắc. He will -- come after dinner.
Chắc là ăn cơm tối xong anh ấy mới đến.

probate n. sự chứng-thực di-chúc.

probation n. thời-gian tập-sự; sự tha tạm [tù];
sự cho học tạm [nếu điểm vẫn xấu thì mới đuổi].

probe n. máy dò, cực dò, cái dò; sự thăm dò, sự
điều-tra. v. dò tìm; thăm dò, điều-tra.

problem n. vấn-đề; bài toán, điều khó hiểu.

problematical adj. mơ-hồ, không chắc, còn hồ-nghi.

procedure n. thủ-tục.

proceed n. proceeds tiền thu được. v. tiến lên,
đi tới; tiếp-tục, tiếp-diễn, diễn-tiến; hành-động,
làm; xuất-phát.

proceedings n. kỷ-yếu, biên-bản; việc kiện-tụng.

process n. quá-trình, tiến-trình; phương-pháp,
cách-thức; trát đòi. v. chế-biến, gia-công.
In the -- of moving to a new site hiện đang dọn
đến một địa-điểm mới.

procession n. cuộc diễu-hành, đám rước. funeral
-- đám ma, đám tang.

proclaim v. công-bố, tuyên-bố, làm bài cáo; xưng.

proclamation n. tuyên-ngôn, tuyên-cáo, bài cáo.

procrastinate v. chần-chừ, trì-hoãn.

proctor n. giám-thị [ở trường]; người coi thi.
v. coi thi.

procure v. kiếm được, mua/thu được; tìm [phụ-nữ]
cho nghề mại-dâm, dắt gái, làm trùm gái điếm.

procurer n. ma-cô, trùm nhà thổ, chủ nhà chứa.

prod n. gậy nhọn. v. đâm, thúc; thúc-giục.

prodigal adj. hoang-phí, phá của, hoang-toàng.

prodigious adj. kỳ-lạ, kỳ-diệu, phi-thường; lớn.

prodigy n. người/vật kỳ-diệu; thần-kỳ, thần-đồng
infant --.

produce n. sản-phẩm, sản-vật; kết-quả, hậu-quả.
farm/agricultural -- nông-sản. -- of labor kết-
quả lao-động. v. sản-xuất, chế-tạo; sinh, đẻ,
đem lại; gây ra/nên; viết ra, xuất-bản; đưa ra,
giơ ra, (xuất-)trình; trình-diễn, đạo-diễn.

producer n. nhà sản-xuất; nhà xuất-bản; đạo-diễn.

product n. sản-phẩm, vật-phẩm; kết-quả; tích.

production n. sự sản-xuất/chế-tạo; sự sinh/đẻ;
sản-phẩm, tác-phẩm; sự đưa ra, sự xuất-trình.

productive adj. sản-xuất; sinh-sản, sinh-sôi;
sinh lợi, màu-mỡ, phì-nhiêu, phong-phú; [tácgiả]
viết lách nhiều, sáng-tác nhiều.

productivity n. sức sản-xuất, năng-/hiệu-suất.

profane adj. báng-bổ, xúc-phạm thần-thánh, vô-lễ.

profanity n. tính/lời báng-bổ; lời nói tục-tĩu.

profess v. tuyên-bố; theo [đạo]; tự cho/xưng là.
He --es to be a scholar. Hắn tự xưng là một học-
giả. He --es Buddhism. Ông ta theo đạo Phật.

profession n. nghề, nghề-nghiệp; nghề tự-do; lời
tuyên-bố, lời công-bố.

professional n., adj. (người) chuyên-nghiệp, (đấu
thủ) nhà nghề.

professor n. giáo-sư đại-học [assistant giảngsư;
associate giáo-sư diễn-giảng; full thực-thụ; e-
meritus hồi-hưu; tenured vào ngạch; visiting biệt
thỉnh]. history --, -- of history giáo-sư sử(học).

proffer v. biếu, dâng, hiến; mời.

proficiency n. khả-năng, năng-lực, tài-năng.

proficient adj. giỏi, thạo, tài-giỏi, giỏi-giang,
thành-thạo, thành-thục.

profile n. mặt (nhìn)nghiêng, trắc-diện, trắc-đồ;
sơ-lược tiểu-sử.

profit n. lợi, lợi-ích, bổ-ích; lãi, lợi-nhuận.
tiền lời. v. có lời/lợi, làm lợi, mang lợi;
kiếm lợi; lợi-dụng -- from. --making vụ lợi.

profitable adj. có lợi, có ích; sinh lợi/lãi.

profiteer n., v. (người) đầu-cơ trục-lợi.

profound adj. sâu-sắc, thâm-thuý, uyên-thâm, sâu
xa; [giấc ngủ] say; [sự ngu-dốt] hoàn-toàn.

profuse adj. có nhiều, dồi-dào, vô khối, thừa.

profusion n. sự dồi-dào, sự thừa-thãi.

progenitor n. ông cha, tổ-tiên, bậc tiền-bối.

progeny n. con cái, con cháu, dòng dõi, miêuduệ.

prognosis n. dự-đoán, tiên-lượng [về bệnh-tình].

program n. chương-trình; cương-lĩnh. v. đặt
chương-trình, lập chương-trình, thảo-chương. What
is on the -- today? Hôm nay có những tiết-mục gì
trong chương-trình (truyền-hình)?

programmed learning n. cách học lấy theo chương-
trình có thứ-tự đặc-biệt.

programmer n. người thảo-chương cho máy điện-toán.

progress n. sự tiến tới, sự tiến-bộ, tiến-triển;
sự tiến-hành. work in -- công việc đang xúc-tiến.
v. tiến tới, tiến-bộ, tiến-triển, phát-triển;
tiến-hành, xúc-tiến. to make -- tiến-bộ.

progression n. cấp-số [arithmetic cộng; geometric
nhân].

progressive adj. tiến lên/tới; tiến-bộ; tăng dần,
luỹ-tiến; [thể] tiến-hành; [đảng] cấp-tiến.

prohibit v. cấm, cấm-chỉ, ngăn-cấm. to -- X from
smoking cấm X (không được) hút thuốc.

prohibition n. sự cấm, sự ngăn cấm; sự cấm rượu.

prohibitive adj. [thuế, giá] đắt quá không mua nổi.

project n. dự-án, đồ-án, kế-hoạch; công-trình;
công-cuộc; khu nhà rẻ tiền housing --. v. phóng,
chiếu ra; chiếu; thảo/đặt kế-hoạch; tính trước,
dự-tính; nhô ra, thò ra, lồi ra.

projectile n. đạn bắn/phóng ra.

projection n. sự phóng/bắn ra; sự/phép chiếu, hình
chiếu; sự chiếu phim; sự đặt kế-hoạch; sự trù-liệu;
sự nhô ra, chỗ nhô ra, phần thò ra.

projector n. máy chiếu/rọi. slide -- máy chiếu
dương-bản. movie -- máy chiếu phim.

proletarian n., adj. (người) vô-sản, lao-động.

proletariat n. giai-cấp vô-sản.

proliferation n. sự tăng nhanh/mau.

prolific adj. đẻ nhiều, mắn, sai, sinh-sản nhiều;
[nhà văn] sáng-tác nhiều.

prologue n. đoạn mở đầu; lời mở đầu, tự-ngôn.

prolong v. kéo dài, nối dài; gia-hạn.

promenade n. cuộc đi dạo chơi; chỗ/boong dạo mát.
v. đi dạo; dạo bước [trong điệu nhảy phương-vũ].

prominence n. chỗ lồi lên; sự nổi bật, sự lỗi-lạc.

prominent adj. nhô/lồi lên; nổi tiếng, lỗi-lạc,
kiệt-xuất, xuất-chúng, siêu-quần bạt-tụy.

promiscuity n. tính lang-chạ, tạp-hôn.

promiscuous adj. lang-chạ, tạp-hôn, ngủ bậy; hỗn-
tạp, lẫn-lộn, bừa-bãi.

promise n. lời hứa, lời hẹn ước [to keep giữ; to
break không giữ, nuốt, bội]. an empty -- lời hứa

suông/hảo. a young scholar of -- một học-giả trẻ
có nhiều triển-vọng. v. hứa, hứa hẹn, hẹn ước;
báo trước. --d land đất hứa.

promising adj. đầy hứa-hẹn; đầy triển-vọng.

promissory adj. [giấy note] hẹn trả tiền.

promontory n. mũi đất.

promote v. thăng chức, thăng cấp/trật; đẩy mạnh,
xúc-tiến; đề-xướng; ủng-hộ; quảng-cáo [hàng-hoá].

promoter n. người khởi-xướng, người đề-xướng.

promotion n. sự thăng-thưởng/thăng-chức, sự vinh-
thăng; sự cho lên lớp trên; sự xúc-tiến; sự khởi-
xướng; sự quảng-cáo [món hàng]. on your -- to
major nhân dịp Đại-uý được vinh-thăng thiếu-tá.
the -- of this new toothbrush việc quảng-cáo cái
bàn chải răng mới chế-tạo này.

prompt adj. đúng giờ; mau lẹ, nhanh chóng, ngay.
v. nhắc [diễn-viên];gợi ý; xúi-giục, thúc-đẩy.

promptness n. sự mau lẹ, sự nhanh chóng/sốt-sắng.

promulgate v. công-bố, ban-bố/-hành; đồn, truyền.

prone adj. úp, sấp, nằm sấp; ngả/thiên về, dễ ...
-- to colds dễ bị cảm lạnh. -- to make mistakes
dễ làm lỗi.

prong n. răng, ngạnh, nhánh, chĩa. a 2-pronged
attack trận tấn-công gọng kìm.

pronoun n. đại-từ. personal -- đại-từ chỉ ngôi,
đại-từ nhân-xưng.

pronounce v. đọc, phát-âm; tuyên-bố.

pronounced adj. rõ-rệt, rõ-ràng.

pronouncement n. lời tuyên-bố, sự tuyên-bố.

pronunciation n. sự/cách đọc, cách phát-âm.

proof n. bằng-chứng, chứng-cớ; sự thử-thách; bản
in thử, bản vỗ. to read/correct --s sửa bản in.

-proof adj. chịu/chống được. water-- không thấm
nước. fire-- không cháy được.

prop n. cái chống, nạng chống; cột-trụ. v. đỡ,
dựng, chống, chống đỡ, dựa.

propaganda n. tuyên-truyền.

propagandist n. cán-bộ/nhân-viên tuyên-truyền.

propagate v. truyền (giống), nhân giống; truyền-
bá, lan truyền; sinh sôi nảy nở.

propel v. đẩy đi, đẩy tới.

propeller n. chân vịt (tàu), cánh quạt (máy bay).

proper adj. [danh-từ] riêng; đúng, thích-đáng,
thích-hợp; hợp-thức, đúng đắn, phải lẽ.

properly adv. đúng, đúng đắn, thích-hợp, chỉnh.

property n. của-cải, vật sở-hữu, tài-sản; tính-
chất, đặc-tính. -- tax thuế nhà đất, thổ-trạch.

prophecy n. lời đoán trước, lời tiên-tri/sấm.

prophesy v. đoán trước, tiên-đoán, tiên-tri.

prophet n. nhà tiên-tri; giáo-đồ.

prophylactic n. ca-pốt, bao cao-su chống thụthai;
thuốc phòng bệnh. adj. phòng bệnh.

propitiate v. làm dịu/lành, làm nguôi.

propitious adj. tốt, lành; thuận-lợi.

proportion n. tỷ-lệ; phần; sự cân-đối/cân-xứng;
--s kích-thước. out of -- quá tầm/cỡ/khổ.

proportionate adj. theo tỷ-lệ; cân-xứng, cân-đối.

proposal n. đề-nghị, kế-hoạch đề-xuất;sự cầu-hôn.

propose v. đề-nghị, đề-xuất; đề-cử, tiến-cử; dự-
định, có ý-định; cầu hôn. I -- to analyze the
problem of .... Tôi định sẽ phân-tích vấn-đề ....
May I -- a toast to our friend X. Tôi xin đề-nghị
nâng cốc chúc mừng bạn chúng ta. He --d to me on
my very birthday. Đúng sinh-nhật của tôi thì anh
ấy ngỏ lời xin cưới tôi.

proposition n. lời đề-nghị, kế-hoạch đề ra; lời
tuyên-bố; việc, chuyện, vấn-đề. a tough -- chuyện
khó thành.

proprietor n. chủ, người sở-hữu, sở-hữu-chủ.

propriety n. sự thích-đáng; sự đúng mực, sự hợp-
thức, sự phải phép; phép lịch-sự, khuôn phép.

props n. đồ dùng trên sân khấu.

propulsion n. sức đẩy; sự thúc đẩy.

prorate v. chia theo tỷ-lệ.

prosaic adj. như văn xuôi, nôm-na; thiếu chất
thơ, không thơ-mộng gì cả; buồn, chán ngắt.

prose n. văn xuôi, tản-văn. rhyme -- bài phú,
thể phú. -- writer nhà viết văn xuôi.

prosecute v. kiện, truy-tố, khởi-tố.

prosecution n. sự khởi-tố; bên nguyên,nguyên-đơn.

prosecutor n. công-tố-viên; bên nguyên.

prosody n. phép làm thơ, thi-pháp.

prospect n. cảnh, toàn-/viễn-cảnh; viễn-tượng,
triển-vọng, tương-lai, tiền-đồ. v. thăm dò
(quặng mỏ), điều-tra; tìm kiếm -- for.

prospector n. người đi tìm mỏ/vàng.

prospectus n. giấy cáo-bạch; dự-án tiểu-luận.

prosper v. thịnh-vượng, phát-đạt, phồn-vinh.

prosperity n. sự thịnh-vượng/phát-đạt/phồn-vinh.

prosperous adj. thịnh-vượng,phát-đạt,phồn-vinh.

prostitute n. đĩ, gái điếm, gái mại-dâm, ả giang-
  hồ. v. to -- oneself làm đĩ, bán rẻ [nhân-phẩm].

prostitution n. nạn mại-dâm. house of -- nhà thổ,
  ổ điếm, lầu xanh, thanh-lâu, nhà chứa.

prostrate adj. nằm sấp; phủ-phục. v. phủ-phục.
  -- oneself; làm mệt lử.

prostration n. tình-trạng kiệt-sức; sự phủ-phục.

protagonist n. người tán-thành; vai chính.

protect v. che-chở, bao-che, bảo-hộ/-vệ, phòng.

protection n. sự bảo-vệ; chế-độ bảo-vệ mậu-dịch.

protective adj. che-chở, bảo-vệ (về kinh-tế). --
  custody sự giam-giữ phòng-ngừa.

protectorate n. chế-độ bảo-hộ; xứ bảo-hộ.

protein n. protein, chất đản-bạch.

protest n. sự phản-kháng; lời kháng-nghị; lời xác
  nhận long-trọng. v. phản-kháng, phản-đối. under
  -- một cách miễn-cưỡng, vùng-vằng.

Protestant n., adj. (người) theo đạo Tin-lành.

protocol n. nghi-lễ, lễ tân; nghị-định-thư. --
  officer giám-đốc Nghi-lễ, vụ-trưởng vụ Lễ-tân.

proton n. proton.

protoplasm n. chất nguyên-sinh.

prototype n. nguyên-mẫu, mẫu đầu tiên.

protozoan n. động-vật nguyên-sinh.

protract v. kéo dài.   [nguyệt.

protractor n. rắppoócto, thước đo góc [hình bán-

protrude v. thò ra, nhô/lòi ra.

protruding adj. [mắt] lồi; [trán] nhô.

proud adj. hãnh-diện, tự-hào [of về); tự-đắc,
  kiêu-căng/-ngạo/-hãnh; đẹp lộng-lẫy, hùng-vĩ.

prove v. chứng-tỏ, chứng-minh, tỏ ra.

proven quá-khứ của prove.   [ngôn.

proverb n. tục-ngữ, cách-ngôn; P--s sách cách-

provide v. cung-cấp, chu-cấp; dự-phòng, chuẩn-bị
  -- for/against. well --d for được cấp-dưỡng đầy
  đủ. We -- X with ... Chúng tôi cung-cấp ... cho
  X. The law --s that ... Luật-pháp quy-định rằng.

provided conj. miễn là, với điều-kiện là -- that.

providence n. sự lo xa, dự-phòng; P-- Thượng-đế.

providential adj. may-mắn, có phúc; do ý trời.

providing conj. miễn là.

province n. tỉnh, tỉnh-bang; phạm-vi, lĩnh-vực.

provincial adj. hàng tỉnh, thuộc tỉnh; hẹp-hòi.
  -- capital tỉnh-lỵ.

provincialism n. tác-phong tỉnh lẻ, địa-phương.

proving ground n. chỗ thử [xe mới, vũ-khí mới].

provision n. sự dự-phòng; điều-khoản [khế-ước];
  --s thực-phẩm dự-trữ, đồ ăn đồ uống.

provisional adj. tạm thời, [chính-phủ] lâm-thời.

proviso n. điều-kiện, điều-khoản.

provocation n. sự khiêu-khích; sự xúi-giục.

provocative adj. kích-thích; khiêu-khích;xúi-giục.

provoke v. khêu gợi, kích-thích; chọc tức, trêu
  chọc, khiêu-khích; xúi-giục, khích.

provoking adj. chọc tức, làm cáu, trêu tức.

provost n. viện-trưởng, khoa-trưởng, hiệu-trưởng;
  tư-lệnh hiến-binh -- marshal.

prow n. mũi thuyền, mũi tàu.

prowess n. lòng can-đảm; năng-lực đặc-biệt.

prowl n. sự rình mò. v. đi lảng-vảng [kiếm mồi].
  -- car xe đi tuần [của cảnh-sát].

proximity n. sự gần-gụi; vùng lân-cận.

proxy n. giấy/sự uỷ-quyền; người thay mặt.

prude n. phụ-nữ làm bộ đứng-đắn kiểu-cách.

prudent adj. dè-dặt, cẩn-thận, thận-trọng, khôn
  ngoan.

prune n. mận khô, mứt mận.   [rườm].

prune v. tỉa, xén [cành cây]; lược bớt [cho đỡ

Prussian n., adj. (người) Phổ.

pry v. nạy ra -- open; nhìn tò-mò, nhìn xoi-mói;
  dính mũi vào, xía vào -- into.

psalm n. bài thánh-ca/thánh-thi.

pseudonym n. tên riêng, bút-danh,bút/biệt-hiệu.

pshaw interj. xì! [có gì đâu]; chao ôi, thôi đi!

psychedelic adj. [nhạc, màu, ánh sáng] làm đầu
  óc chấn-động(như đang dùng ma-tuý).

psychiatrist n. bác-sĩ tâm-bệnh.

psychiatry n. bệnh học tinh-thần/tâm-thần.

psychoanalysis n. sự phân-tích tâm-lý.

psychological adj. tâm-lý. -- warfare chiến-tranh
  tâm-lý, tâm-lý-chiến. [=psy war]

psychologist n. nhà tâm-lý-học.

psychology n. tâm-lý; tâm-lý-học.

psychopath n. người bị bệnh-thái nhân-cách.

psychosis n. chứng loạn tinh-thần.

pub n. quán rượu, tửu-quán, tửu-điếm.

puberty n. tuổi dậy thì age of --.

public n. công-chúng, quần-chúng; dân-chúng,nhân
  dân; giới. In -- giữa công-chúng, công-khai.
  v. chung, công, công-cộng, công-lập; công-khai.

-- address [P.A.] system hệ-thống truyền-thanh chỗ đông. -- enemy kẻ thù chung. -- health y-tế. -- relations quan-hệ/giao-thiệp với quần-chúng.

publication n. sự xuất-bản; sách báo xuất-bản, công-trình viết lách; sự công-bố, sự đăng(-tải).

publicity n. sự quảng-cáo, sự rao hàng.

publicize v. quảng-cáo; quảng-bá, phổ-biến.

publish v. xuất-bản, phát-hành; công-bố, ban-bố.

publisher n. nhà xuất-bản; chủ(-nhiệm) tờ báo.

publishing house/company n. nhà/công-ty xuất-bản.

pucker n. nếp nhăn. v. làm nhăn; cau [mày].

pudding n. bánh putđinh, bánh kem/sữa.

puddle n. vũng nước. v. lội/vầy bùn; làm hỏng.

pudgy adj. mập lùn, béo lùn.

puff n. hơi thở, luồng gió/hơi; hơi thuốc lá; chỗ phồng lên; bánh su, bánh xốp. v. thở phù-phù, thở hổn-hển; phụt ra; hút/rít hơi thuốc; làm bồng lên, làm phồng lên; vênh-váo, tự-đắc. I took a -- Tôi hút một hơi thuốc lá. cream -- bánh su nhồi kem. to -- and blow/pant thở hổn-hển, thở ì-ạch.

pugilism n. quyền-thuật, môn đánh quyền.

pugnacious adj. hay gây-gổ, thích đánh nhau.

pug-nosed adj. mũi tẹt và hếch.

pull n. sự lôi/kéo/giật; núm, quả đấm; sức kéo, sức hút; thế-lực, thần-thế. Please give my car a --. Ông làm ơn kéo cái xe tôi một cái. He has -- in high places. Hắn cậy thần-thế các ông lớn. v. lôi, kéo, giật; bứt [tóc]; beo [tai]; nhổ [răng tooth; cỏ dại weeds]. *** -- apart xé toạc. -- in your stomach hãy thót bụng lại. -- in a suspect bắt một kẻ tình-nghi. The train just --ed in. Xe lửa vừa tới nơi, vừa vào ga. General X --ed off a coup. Tướng X thực-hiện đảo-chính. -- out kéo ra; nhổ ra; [quân-đội] rút ra; rút ra khỏi [nhóm]. -- through qua khỏi được, thoát. P-- yourself together. Chỉ hãy bình-tĩnh lại.

pulley n. cái ròng-rọc.

pullover n. áo len chui đầu.

pulmonary adj. thuộc phổi.

pulp n. cơm, thịt [trái cây]; lõi cây; tuỷ [răng]; bột giấy; cục bột nhão. v. nghiền nhão; xay.

pulpit n. bục giảng kinh, giảng-đàn.

pulsation n. tiếng/nhịp (tim) đập.

pulse n. mạch [to feel bắt, chẩn]; nhịp đập, cảm-xúc rộn-ràng.

pulverize v. nghiền vụn, tán thành bột; đập tan.

puma n. báo sư-tử.

pumice stone n. đá bọt.

pummel v. đấm thùm-thụp.

pump n. cái bơm, máy bơm. bicycle -- bơm xe đạp. hydraulic -- bơm thuỷ-lực. v. bơm; moi tin-tức.

pumps n. giày muyn, giày nhảy.

pumpkin n. quả bí (ngô).

pun n., v. (sự) chơi chữ.

punch n. cú đấm. v. đấm, thụi, thoi.

punch n. máy giùi; ty khoan; kìm bấm; máy đột rập. v. giùi lỗ; khoan; bấm [vé].

punch n. rượu pân, rượu pha; tiệc rượu pân [đựng trong bát lớn punch bowl].

punctual adj. đúng giờ.

punctuality n. tính đúng giờ.

punctuate v. đánh dấu chấm câu; nhấn mạnh.

punctuation n. dấu chấm câu -- mark.

puncture n. lỗ thủng. v. đâm thủng, chọc thủng.

pungent adj. cay, hăng; cay độc, chua-chát.

punish v. phạt, trừng-phạt, trừng-trị; hành(-hạ).

punishment n. sự trừng-phạt/trừng-trị, hình-phạt; sự hành-hạ/ngược-đãi.

punk n. gỗ mục; thằng láo, phường đều-cáng, tên (oắt con) lưu-manh.

punt n. thuyền thúng, thuyền nhỏ đáy bằng.

puny adj. nhỏ bé, bé bỏng, ẻo lả.

pup n. chó con.

pupa n. con nhộng.

pupil n. học trò, học-sinh.

pupil n. con ngươi, đồng-tử.

puppet n. con rối; bù-nhìn. -- government chính-phủ bù-nhìn, chính-quyền ngụy. -- show trò rối.

puppy n. chó con. -- love mối tình con nít.

purchase n. sự mua/tậu; vật mua/tậu được. v. mua, tậu, sắm; giành được.

purchasing power n. sức mua, mãi-lực.

pure adj. trong, trong sạch, nguyên-chất, tinh-khiết, trong lành; thuần-chủng, không lai; trong sáng; trong-trắng, trinh-bạch; [toán-học] thuần-tuý ; hoàn-toàn. -- fabrication chuyện bịa-đặt hoàn-toàn.

purebred n., adj. (vật, cây, ngựa) thuần-chủng.

purely adv. hoàn-toàn. It was -- accidental. Đó chỉ là chuyện hoàn-toàn ngẫu-nhiên.

purgative n., adj. (thuốc), tẩy, xổ.

purgatory n. nơi chuộc tội.

purge n. sự làm sạch, sự thanh-lọc; cuộc thanh-trừng. v. làm sạch, gột rửa, lọc, thanh-lọc; thanh-trừng; cho uống thuốc tẩy/xổ; tẩy, xổ.

purification n. sự lọc trong, sự làm sạch.

purify v. lọc trong, làm sạch, tinh-chế.

puritan n., adj. (người) theo Thanh-giáo.

purity n. sự trong sạch, trong trắng, tinh-khiết; sự nguyên-chất/thuần-khiết; tính trong sáng.

purloin v. ăn cắp, ăn trộm, xoáy.

purple n., adj. (màu) đỏ tía.

purport n. ý-nghĩa, hàm-ý, nội-dung. v. có ý... --ed to be signed by [tài-liệu] có vẻ như do chính .... ký lên.

purpose n. mục-đích, ý-định; chủ-định, chủ-tâm, chủ-ý, dự-định; sự quả-quyết, quyết-tâm. for the -- of nhằm mục-đích.... on -- cố-ý, cố-tình, có chủ-tâm. to no -- vô-ích, không được kết-quả gì.

purposely adv. cố-ý, cố-tình, có chủ-tâm.

purr n. tiếng mèo kho-kho/rừ-rừ. v. [mèo] kêu rừ-rừ, kêu kho-kho.

purse n. túi tiền, hầu bao; tiền, vốn; túi, bìu; ví tay của phụ-nữ. v. mắm, mím [môi]. -- strings dây thắt ví tiền. -- snatcher thằng giật ví.

purser n. quản-lý, người giữ kho, thủ-quỹ.

pursue v. đuổi theo, rượt bắt, truy-nã/-kích; theo đuổi, đeo đuổi, tiếp-tục; mưu-cầu [hạnh phúc].

pursuit n. sự truy-nã; sự đeo-đuổi, sự mưu-cầu; chuyện/việc đeo đuổi. -- plane máy bay cường kích.

purvey v. cung-cấp (lương-thực).

purveyor n. nhà thầu thực-phẩm (cho quân-đội).

pus n. mủ.

push n. sự xô, sự đẩy (một cái); sự thúc đẩy; sự hăng-hái dám làm. v. đẩy, xô; xô lấn, chen lấn; thúc đẩy, thúc-giục; đẩy mạnh, mở rộng, xúc-tiến; ép, thúc-bách; tung ra, quảng-cáo [món hàng]. to -- a button bấm cái nút. to -- drugs bán chất ma-tuý. *** -- around chèn, lấn, coi thường. -- aside đẩy sang một bên. -- off thuyền ra đi, khởi-hành; chuồn, tẩu, lỉnh. -- on đi tiếp, tiếp-tục. -- through xô lấn qua, chen qua; làm cho xong. --ed for time, vội, ít thì giờ.

push-button war n. chiến-tranh bấm nút.

pushcart n. xe đẩy [trong chợ thực-phẩm].

pushover n. việc dễ làm; người bảo sao nghe vậy.

pushup n. động-tác nằm sấp chống tay lên xuống.

pussy n. con mèo, con mãn --cat.

pussy willow n. cây liễu tơ.

put v. [put, put] để, đặt, bỏ, cho vào, đút vào; để, đặt vào, sắp đặt, sắp xếp; đưa/đem ra; dùng, sử-dụng; nói ra, dịch ra, diễn-đạt, diễn-tả; ước lượng, đánh giá, lượng-định; cắm/đâm vào, bắn vào, buộc vào, lắp/tra vào. to -- sugar in the coffee cho đường vào cà-phê. to -- salt on everything món gì cũng rắc muối lên. to -- butter on a piece of toast phết bơ lên một miếng bánh mì nướng. to -- in order xếp dọn, xếp thứ-tự. to -- a stop to chấm dứt. to -- to death đem giết. to -- to a vote đem ra biểu-quyết. to -- to work bắt làm việc, cắt việc cho làm. to -- in writing viết xuống. to -- a heavy tax on đánh thuế nặng. *** -- aside dành-dụm, để dành; bỏ đi, để sang một bên. -- away để dành; bỏ tù; ăn, uống, nốc. -- back để vào chỗ cũ; vặn [đồng hồ] lùi lại. -- down để/đặt xuống; ghi, biên; đàn-áp [cuộc nổi dậy]; làm nhục, hạ nhục; [máy bay] hạ cánh. -- off hoãn lại. -- on mặc/đội/thắt/đi vào; dựng, đem trình-diễn [kịch]; bóp, đạp [phanh]; bật lên; làm ra vẻ; lên [cân weight]. -- out chìa ra; tắt [lửa, đèn]; móc [mắt]; xuất-bản, phát-hành; tống cổ; làm phật cẩu. -- X through ... bắt X phải chịu .... -- through giúp để [dự-luật] được thông-qua. -- up đặt lên, giơ lên; xây cất; lật [cò áo] lên, bới [tóc] lên; dán lên, treo lên; dựng lên; giương [ô]; tăng lên; trả [tiền], đặt [vốn]; (cho) trọ lại; xúi giục. -- up with chịu đựng, tha-thứ.

putrefaction n. sự thối rữa.

putrefy v. thối rữa.

puttee n. xà-cạp.

putty n. mát-tít.

puzzle n. vấn-đề khó xử; câu đố. crossword -- trò chơi ô chữ. v. làm bối-rối, làm khó xử.

pygmy n. người lùn tịt.

pylon n. cửa tháp; cột tháp.

pyramid n. hình chóp; tháp chóp, kim-tự-tháp.

pyre n. giàn hoả-thiêu.

pyrotechnics n. thuật/nghề làm pháo hoa.

python n. con trăn lớn, măng-xà.

Q

quack n. tiếng kêu cạc-cạc. v. [vịt] kêu cạccạc.

quack n. lang băm, lang vườn -- doctor.

quadrangle n. sân trong (bốn cạnh) của đại-học.

quadrant n. góc phần tư; cung phần tư.

quadrature n. phép cầu-phương.

quadrilateral n., adj. (hình) bốn cạnh; bốn bên.

quadruped n., adj. (thú) bốn chân.

quadruple n., adj. (số) to gấp bốn. v. nhân bốn, tăng lên bốn lần.

quadruplets n. trẻ con sinh tư.

quaff n. hơi rượu. v. nốc một hơi.

quagmire n. bãi lầy; tình-trạng sa lầy.

quail n. chim cun-cút. --'s egg trứng chim cút.

quaint adj. là-lạ, hay-hay; kỳ-quặc, kỳ cục.

quake n. sự rung/run; trận động đất earth--.
v. rung; run, run-rẩy.

Quaker n. tín-đồ phái Quây-cơ/Bằng-hữu. --(s') meeting buổi họp (Quây-cơ) trầm-lặng.

qualification n. điều-kiện, tư-cách, tiêu-chuẩn; sự dè-dặt.

qualified adj. có đủ tư-cách/khả-năng/điều-kiện; [lời tuyên-bố statement] dè-dặt.

qualify v. gọi là, cho là; làm cho có đủ điều-kiện/tư-cách/tiêu-chuẩn; sửa đổi, thêm ý dè-dặt.

qualitative adj. về chất, về phẩm-chất; định-tính.

quality n. chất, phẩm-chất; chất-lượng; tính chất ưu-tú; năng-lực, tài-năng, đức-tính; loại, hạng.

qualm n. nỗi băn-khoăn day-dứt; mối e sợ, mối lo ngại; sự buồn nôn, cảm-giác nôn-nao.

quandary n. tình-trạng bối-rối khó xử.

quantify v. xác-định số-lượng.   [lượng.

quantitative adj. về lượng, về số-lượng; định-

quantity n. lượng, số-lượng, khối-lượng; lượng. electric -- điện-lượng. quantities of books rất nhiều sách.   [tử.

quantum n. mức; lượng-tử. -- theory thuyết lượng

quarantine n. sự kiểm-dịch. v. giữ kiểm-dịch.

quarrel n. vụ cãi nhau; mối tranh-chấp/bất-hoà [to pick gây]. I have no -- with X. Tôi không có gì phàn-nàn về X cả. v. cãi nhau, cãi lộn [with với; over về].

quarrelsome adj. thích cãi nhau, hay sinh sự.

quarry n. con mồi, thú bị săn; kẻ bị truy lùng.

quarry n. mỏ/hầm đá. v. khai-thác mỏ đá, lấy đá.

quart n. lít Anh, một phần tư galông [=1,135 lít].

quarter n. một phần tư; một khắc, 15 phút -- of an hour; (đồng) 25 xu; quý, tam-cá-nguyệt, học-kỳ ba tháng một; khu phố, phường, xóm; góc [vật giết thịt]; tuần (trăng); --s nhà ở, phòng ở; trại, doanh-trại. a -- to two 2 giờ thiếu 15. a -- past two, a -- after two 2 giờ 15. at close --s (đánh) giáp lá cà. within three --s of an hour trong vòng 45 phút đồng hồ. Latin Q-- khu La-tinh.
v. chia tư; cắt làm bốn; phanh thây; đóng [quân].

quarterback n. tiền-vệ [bóng đá].

quarter-hour n. một khắc, 15 phút đồng hồ. every -- cứ 15 phút một lần.

quarterly n. quý-san, tạp-chí xuất-bản ba tháng một kỳ. adj., adv. ba tháng một lần.

quartermaster n. sĩ-quan hậu-cần/bình-lương. -- general cục-trưởng quân-nhu.

quartet n. bộ tư; bản nhạc cho bộ tư.

quartz n. thạch-anh.

quaternary n. kỷ thứ tư; hệ thứ tư.

quatrain n. thơ bốn câu, bài thơ tứ-tuyệt.

quaver n. sự rung tiếng; sự láy rền; nốt móc.

quay n. ke, bến cảng.

queen n. bà vua, nữ-hoàng, bà hoàng/chúa; vợ vua, hoàng-hậu; quân Q; quân đam. -- mother hoàng-thái-hậu. -- bee con ong chúa.

queenly adj. đường-bệ, như bà hoàng, xứng-đáng với một bà hoàng.

queer n. người tình-dục đồng-giới. adj. lạ, lạ-lùng, kỳ-quặc, kỳ-cục; đáng ngờ, khả-nghi; tình-dục đồng-giới.

quell v. dẹp, đàn-áp, dập tắt [cuộc nổi loạn].

quench v. làm hết [khát]; dập tắt [lửa, loạn].

query n. câu hỏi, điểm thắc-mắc, câu chất-vấn. v. hỏi, hỏi xem, chất-vấn; đặt câu hỏi, vặn.

quest n. sự tìm kiếm. in -- of đang kiếm ....

question n. câu hỏi [to put đặt; to answer trả lời]; vấn-đề; sự nghi-ngờ. v. hỏi, vặn hỏi, hỏi cung; nghi ngờ.

questionable adj. đáng ngờ, đáng nghi ngờ.

questionnaire n. bản câu hỏi, bản lục-vấn.

queue n. hàng xếp nối đuôi. v. xếp hàng -- up.

quibble v. ngụy-biện, lý-sự cùn.

quick n. tâm-can, ruột gan. the -- and the dead kẻ còn người mất. to cut to the -- chạm nọc, chạm vào chỗ nhạy cảm nhất. adj. nhanh, mau, lẹ; tinh, thính; nhanh trí; linh-lợi; nhạy cảm.

quicken v. (làm) tăng tốc-độ, (làm) nhanh hơn, gia-tốc; (làm) sống/tươi lại, (làm) sôi-nổi lên.

quicklime n. vôi sống.

quicksand n. cát lầy, cát lún.

quicksilver n. thuỷ-ngân.

quick-tempered adj. nóng tính, dễ cáu, nóng nảy.

quick-witted adj. nhanh trí, ứng-đối nhanh.

quid n. miếng thuốc lá; miếng trầu -- of betel.

quiet n. sự yên-tĩnh; sự yên-ổn. adj. yên-tĩnh, yên-lặng; trầm-lặng; yên-ổn, thanh-bình, thái-bình; khiêm-tốn, kín đáo. Be --! Im! Câm mồm! keep -- ngồi im; kín tiếng, không nói-năng gì, nín thinh. v. dỗ [trẻ] cho nín; làm dịu;[tình-hình] dịu xuống, lắng xuống, bớt căng-thẳng -- down. They want a -- wedding. Hai người muốn có một đám cưới đơn-giản không ầm-ĩ phô-trương.

quill n. ống lông; lông; (bút) lông ngỗng.

quilt n. mền bông, chăn bông. v. may chần. --ed jacket áo bông.

quince n. quả/cây mộc-qua.

quinine n. quinin, thuốc ký-ninh.

quintessence n. tinh-tuý, tinh-hoa.

quintet n. bộ năm; bản nhạc cho bộ năm.

quintuple n. số to gấp năm. adj. gấp năm lần. v. tăng lên gấp năm, nhân năm.

quintuplets n. trẻ con sinh năm.

quip v. nói đùa, nói rỡn, châm biếm.

quire n. thếp giấy 24 tờ.

quirk n. lời thoái-thác. [v. v.

quisling n. tên phản-quốc, Việt-gian, Hán-gian,

quit v. thôi, bỏ, nghỉ, ngừng, ngưng; thôi việc.

quite adv. hoàn-toàn, hẳn, hết sức, rất là, rất mực; khá. -- a scholar đúng là một học-giả. not -- finished (yet) chưa xong hẳn. -- a few một số khá nhiều. That was -- a wedding. Đám cưới thật là to. You are -- right. Đúng lắm. Đồng-ý.

quiver n. ống đựng tên bắn.

quiver n. giọng run-run. v. nói run-run.

quiz n. câu hỏi thi, bài thi ngắn. v. kiểm-tra (nói miệng), quay thi (vấn-đáp). -- show chương-trình truyền-hình đố vui.

quizzic adj. buồn cười, kỳ-quặc, lố-bịch; hay chế-giễu/chế-nhạo.

Quonset hut n. nhà tôn mái vòm.

quorum n. túc-số, số đại-biểu cần-thiết để bầu.

quota n. số, phần; số định trước; chỉ-tiêu.

quotation n. lời/đoạn trích-dẫn; bản khai giá, bản dự-kê giá. end of -- hết đoạn; hết lời ông X.

quotation mark n. dấu ngoặc kép [để trích-dẫn].

quote n. lời/đoạn trích-dẫn; dấu ngoặc kép. v. trích-dẫn; định giá. and I -- và tôi xin trích-dẫn nguyên-văn ....

quotient n. số thương, thương-số.

R

rabbi n. giáo-sĩ/mục-sư Do-thái.

rabbit n. con thỏ. -- hole hang thỏ. -- hutch chuồng thỏ. to breed like --s đẻ như thỏ.

rabble n. đám đông; lớp tiện-dân. -- rouser kẻ khích-động/xách-động quần-chúng.

rabid adj. [chó] dại; điên dại; dữ-dội, ghê gớm.

rabies n. bệnh chó dại.

raccoon n. gấu trúc Mỹ.

race n. cuộc (chạy) đua; cuộc đua ngựa horse --. arms -- cuộc chạy đua vũ-trang. v. chạy đua/thi với ...; phóng nhanh, cho [ngựa] phi, cho [máy] chạy hết tốc-độ; cho thông-qua một cách vội-vàng.

race n. nòi, giống, loài, chủng-tộc. the human -- loài người, nhân-chủng.

race riot n. cuộc xung-đột chủng-tộc.

race track n. trường đua ngựa.

racial adj. về dòng giống, về chủng-tộc.

racing car n. ô-tô thi, xe đua/thi.

racism n. chủ-nghĩa phân-biệt chủng-tộc.

racist n. người kỳ-thị chủng-tộc.

rack n. giá, giá để hành-lý; cái mắc áo; máng ăn; giá bom; thanh răng.

rack n. cái trăn để tra-tấn. v. đóng trăn, tra tấn; hành, hành-hạ, làm khổ; nặn [óc brains].

racket n. vợt; tiếng ồn-ào, tiếng om-sòm; mánh lới, mưu-mô thủ-đoạn làm tiền.

racketeer n. tên làm tiền bằng trò gian-lận.

racquet Xem racket.

racy adj. hấp-dẫn; hăng-hái, sốt-sắng; đặc-biệt.

radar n. [= ra(dio) d(etecting) a(nd) r(anging)]

máy rađa; hệ-thống rađa. -- station đài rađa.

radial adj. thuộc tia; toả tròn; xuyên-tâm.

radiant adj. sáng chói/rực; toả sáng/nhiệt; phát-
xạ, bức-xạ, phát sáng, phóng-quang; sáng ngời.

radiate v. phát/chiếu/toả ra; bức-xạ, phát-xạ;
lộ ra (vẻ vui mừng], hớn-hở.

radiation n. ánh sáng phát ra; sự bức-xạ.

radiator n. lò sưởi; bộ tản-nhiệt [ở máy xe hơi].

radical n. gốc; gốc từ; căn-thức; dấu căn -- sign;
đảng-viên đảng Cấp-tiến, tay cấp-tiến. adj. căn-
bản; cấp-tiến; căn; thuộc rễ; thuộc gốc từ.

radio n. radiô, máy thu-thanh, đài. transistor
-- đài bán-dẫn. -- station đài phát-thanh. [xạ.

radioactive adj. phóng-xạ. -- fallout bụi phóng-

radiogram n. điện-báo radiô, vô-tuyến điện-báo.

radiograph n. máy tia X, ảnh quang-tuyến X.

radioisotope n. chất đồng-vị phóng-xạ.

radiology n. khoa tia X, khoa quang-tuyến X.

radioscopy n. sự chiếu/soi tia/quang-tuyến X.

radish n. củ cải đỏ.

radium n. rađi.

radius n. bán-kính; vòng, phạm-vi; xương quay.
within a -- of trong vòng bán-kính ....

raffle n. cuộc xổ số.

raft n. bè, mảng.

rafter n. rui mái nhà.

rag n. giẻ rách, giẻ; --s quần áo rách tả-tơi;
giẻ cũ để làm giấy. -- doll búp-bê giẻ rách.

ragamuffin n. người ăn mặc rách-rưới bần-thỉu.

rage n. cơn giận, cơn thịnh-nộ; cơn dữ-dội, sự
ác-liệt; mốt thịnh-hành. v. hoành-hành, xảy
ra ác-liệt; nổi giận, nổi xung.

ragged adj. rách rưới, rách bươm, tả-tơi; lởm-
chởm, gồ-ghề.

ragtime n. nhạc rác̣tim [của người Mỹ da đen vào
những năm 1920].

raid n., v. (trận) tấn-công bất ngờ, (trận) đột-
kích; (cuộc) vây bắt, bố ráp; (vụ) cướp bóc.

rail n. đường ray, đường xe lửa, đường sắt; tay
vịn cầu thang ; thành, lan-can, bao-lơn; hàng
rào. by -- bằng xe lửa.

rail v. chửi bới, xỉ vả.

railing n. tay vịn, bao lơn; hàng rào chấn song.

railroad n. đường sắt, đường xe lửa/thiết-lộ.
v. thúc đẩy việc biểu-quyết [một dự-luật].

-- crossing cổng xe lửa, chỗ xe lửa đi ngang. --
station ga xe lửa.

raiment n. quần áo, y-phục.

rain n. mưa. In the -- ngoài mưa. -- or shine dù
mưa hay nắng. v. mưa. It --s cats and dogs Trời
mưa như trút, Trời mưa tầm-tã. to -- blows on X
đấm X túi-bụi. -- water nước mưa.

rainbow n. cầu vồng, mống.

raincoat n. áo mưa.

raindrop n. giọt mưa.

rainfall n. lượng mưa, vũ-lượng; trận mưa rào.

rainproof adj. không thấm nước mưa.

rainstorm n. mưa dông.

rainwear n. áo mưa.

rainy adj. có mưa, nhiều mưa, hay mưa.

raise n. sự tăng lương; sự nâng lên, sự tăng lên.
v. nâng lên, đỡ dậy; đưa lên; giơ/kéo lên; ngẩng
[đầu] lên; ngước [mắt] lên; cất [tiếng]; nuôi
[trẻ con, súc-vật]; nêu lên, đưa ra, đề-xuất; gây
nên; thu [thuế, tiền]; mộ [quân];nhổ [trại camp];
xúi giục [cuộc nổi loạn]; làm nở [bột bánh mì].
*** to -- hell la-lối om-sòm. 2 raised to the
power of 3 is 8.Hai nâng lên luỹ-thừa 3 là tám.

raisin n. nho khô, mứt nho.

rake n. cái cào. v. cào, cời; lục soát.

rake n. người chơi bời trác-táng.

rally n. cuộc mít-tinh lớn; sự tập-hợp lại.
v. tập-hợp lại; lấy lại sức; tấp-nập lại.

ram n. cừu đực; tàu mũi nhọn; búa thuỷ-động.
v. đóng [cọc]; nện [đất]; nhét/nhồi/ấn vào; đâm.

ramble n. cuộc dạo chơi, cuộc du-ngoạn/ngao-du.
v. đi dạo chơi, ngao-du; nói huyên-thiên, nói
dông-dài.

rambutan n. quả chôm-chôm.

ramp n. bờ dốc, dốc; thang lên máy bay; bệ phóng.

rampant adj. [tệ-đoan] lan tràn.

rampart n. bờ luỹ, thành-luỹ.

ramshackle adj. [nhà] xiêu vẹo, đổ nát.

ran quá-khứ của run.

ranch n. trại nuôi súc-vật cattle --; trại lớn.

rancid adj. [bơ, mỡ] trở mùi, có mùi, ôi.

rancor n. sự thù-oán, oán-thù, mối hiềm-thù.

random n. at -- càn, bừa(-bãi), ẩu, bậy.
adj. ẩu, bừa.

rang quá-khứ của ring.

range n. hàng, dãy; phạm-vi, tầm hoạt-động, lĩnh vực, trình-độ; lò bếp kitchen --; bãi tập bắn rifle --; loại, khoảng [màu, nốt nhạc, tốc-độ, giá cả, v.v.]; vùng; bãi cỏ rộng lớn. within -- ở trong tầm (đạn). a -- of mountains dãy núi. v. chạy dài; xếp hàng; đi khắp; lên xuống trong một khoảng giữa hai mức; được xếp vào loại... -- finder cái đo xa, têlêmet.

rank n. hàng, dãy; hàng-ngũ, đội-ngũ; hạng, loại, cấp, bậc; đẳng-cấp, giai-cấp, địa-vị xã-hội. 1st -- hàng đầu. to close the --s siết chặt hàng-ngũ. the -- and file lính thường, chiến-sĩ [chứ không phải sĩ-quan]; đảng-viên thường; dân thường. an official of high -- một viên-chức cấp cao. promoted to the -- of associate professor được lên chức giáo-sư diễn-giảng. v. xếp loại/hạng, xếp theo thứ-tự trên dưới; đứng vào hàng .... to -- with đứng ngang hàng với. to -- above đứng trên.

rank adj. ôi, trở mùi; [cây cối] rậm-rạp, sum-sê; trắng trợn, rõ rành-rành, quá-quắt.

rankle v. [vết thương] làm mủ, thành độc; làm đau khổ, day-dứt, giày vò.

ransack v. lục-lọi, lục-soát; cướp bóc, cướp phá.

ransom n. tiền chuộc. v. đòi/nộp tiền chuộc.

rant v. nói huênh-hoang, khoa-trương.

rap n. cú đánh nhẹ, gõ; tiếng gõ; sự buộc tội. v. đánh nhẹ, gõ, cốp; gõ cửa. to take the -- bị phạt oan.

rap n. một tí, một chút, mảy-may. I don't give/ care a --. Mỗ cóc cần.

rap v. thảo-luận một cách tự-nhiên.

rapacious adj. tham-lam, tham-tàn. [hiếp.

rape n., v. (sự/vụ) cưỡng-dâm, hiếp-dâm, hãm

rapid n. rapids thác, ghềnh. adj. nhanh, mau.

rapidity n. sự nhanh-chóng, sự mau-lẹ.

rapport n. quan-hệ; sự hiểu nhau, sự thông-cảm.

rapt adj. say mê, chăm chú.

rapture n. sự sung-sướng/say-mê/mê-ly.

rare adj. ít có, hiếm (có), hy-hữu, hãn-hữu; [không-khí] loãng; ít khi xảy ra.

rare adj. [thịt] tái, còn hơi sống, lòng đào.

rarely adv. ít khi. very -- rất ít khi.

rarity n. của hiếm, vật hiếm có, chuyện ít có.

rascal n. tên lưu-manh, thằng đểu, tên vô-lại; [đùa] thằng ranh con (you) little --.

rash n. chứng phát ban. heat -- chứng rôm.

rash adj. liều, ẩu, bừa-bãi; cẩu-thả, khinh-suất.

rasp n. cái giũa gỗ; tiếng kèn-kẹt. v. giũa, cạo, nạo; làm suốt da; làm phật ý; kêu cọt-kẹt, cò-cử.

raspberry n. quả dâu rừng, quả mâm xôi, phrăm-boa.

rat n. con chuột; kẻ phản-bội, người bỏ đảng; tên mách lẻo; thằng chó.

ratchet n. bộ bánh cóc. -- wheel bánh cóc.

rate n. tỷ-lệ; tốc-độ; giá, suất, mức; hạng, loại. at the -- of với tốc-độ.... at this -- cứ điệu này, cứ đà này. at any -- dù sao chăng nữa. -- of exchange, exchange -- (tỷ-)giá hối-đoái, hối-suất. first -- hạng nhất, số dách. v. đánh/lượng giá, ước-lượng/-tính; coi, xem như; xếp hạng/loại.

rather adv. thà.... hơn; hơi, khá. X would -- die than marry Y. X thà chết còn hơn lấy Y, X thà chết quách chứ không chịu lấy Y. -- tired hơi mền-mệt. -- too large hơi to quá. We arrived at eleven, or -- at a quarter before eleven. Chúng tôi đến nơi lúc 11 giờ, hay đúng hơn, 11 giờ kém 15 phút.

ratify v. phê-chuẩn, thông-qua.

rating n. việc xếp loại; điểm-số, thứ bậc; công-suất, hiệu-suất.

ratio n. tỷ-lệ, tỷ-số; số truyền.

ration n. khẩu-phần, phần ăn. v. hạn-chế; chia khẩu-phần; (bắt) bán theo phiếu/bông. -- card thẻ lĩnh gạo, v.v. -- book tập phiếu khẩu-phần.

rational adj. có lý, hợp-lý; có lý-trí; hữu-tỷ.

rationale n. lý-do, cơ-sở hợp-lý.

rationalize v. tìm cớ để thoái-thác hoặc để biện-minh cho hành-động của mình.

rattan n. mây, song. -- chair ghế mây.

rattle n. tiếng lách-cách/lạch-cạch; trống lắc, trống bỏi; chuyện ba hoa. v. kêu lách-cách, kêu lạch-cạch, kêu lốp-đốp; nói/đọc liến-thoắng -- off.

rattlesnake n. rắn chuông.

ravage n. sự tàn-phá; cảnh tàn-phá. v. tàn-phá.

rave v. mê sảng, nói sảng; nói một cách say-sưa [about/over về].

raven n. con quạ.

ravenous adj. đói lắm, đói như cào, đói meo.

ravine n. khe núi, khe suối.

ravish v. cướp đi mất; cưỡng-dâm; làm mê thích.

ravishing adj. mê-ly, mê hồn, làm say đắm.

raw adj [thịt, rau] sống; [tơ] sống; [đường, dầu]

thỏ; [vết thương] đau buốt; [thời-tiết] ẩm, lạnh;
[gió] rét căm-căm; non-nớt, thiếu kinh-nghiệm. --
materials nguyên-liệu. -- recruit tân-binh. life
in the -- đời sống thiếu văn-minh. swimming in
the -- bơi truồng. -- deal cách đối xử không công
bằng hoặc tàn-nhẫn.

ray n. tia [ánh sáng, hy-vọng].

ray n. cá đuối.

rayon n. tơ nhân-tạo.

raze v. san bằng, pha bằng.

razor n. dao cạo. safety -- dao bảo. -- blade
lưỡi dao cạo. -- strop da liếc dao cạo.

reach n. sự với tay; tầm với. within -- of trong
tầm tay, ở gần. out of --, beyond -- ngoài tầm
với. v. chìa, đưa [tay] ra; với lấy, với tới;
(đi) đến, tới. to -- out for an eraser với lấy
cục tẩy. upon --ing Boston lúc tới Boston. They
--ed an agreement. Họ đi tới một sự thoả-thuận.
when you -- the age of 70 khi nào cụ đến tuổi 70.

react v. tác-động/ảnh-hưởng trở lại, phản-ứng;
phản-động; đánh lại, phản-công.

reaction n. phản-tác-dụng; phản-ứng; sự phản-động;
sự phản-công. chain -- phản-ứng dây chuyền.

reactionary n., adj. (tên/kẻ) phản-động.

reactor n. lò phản-ứng. nuclear -- lò phản-ứng
hạt-nhân/nguyên-tử.

read v. [read] đọc; học; xem, đoán [chỉ tay]; ghi,
chỉ; viết/ghi; đọc nghe như. Ask him to -- your
hand. Chỉ nhờ ông ấy xem tướng tay cho chỉ đi.
The thermometer --s 68. Nhiệt-biểu chỉ 68 độ. The
law --s as follows. Đạo luật ấy ghi như sau. X's
book --s like a novel. Cuốn sách của X đọc nghe
như tiểu-thuyết. *** -- over đọc qua; đọc hết;
đọc lại. -- on đọc tiếp. -- through đọc từ đầu
đến cuối. to -- between the lines đoán/hiểu được
ẩn-ý. Please -- me a story. Mẹ đọc truyện cho con.

read adj. đọc nhiều well --, widely --.

reader n. độc-giả, bạn đọc, người đọc; sách tập
đọc, độc-bản, tập văn-tuyển; người đánh giá bản
thảo; người đọc bản vỗ (in thử) proof--.

readily adv. sẵn-sàng; dễ-dàng.

readiness n. sự sẵn-sàng; sự sẵn lòng.

reading n. sự đọc, sự xem; buổi đọc truyện; cách
giải-thích, ý-kiến; số ghi [ở đồng hồ]. adj.
-- glasses kính đọc sách. -- lamp đèn đọc sách.

-- room phòng đọc sách.

readjust v. điều-chỉnh lại, sửa lại; thích-nghi
lại, thích-ứng lại.

ready adj. sẵn-sàng, chuẩn-bị; sẵn lòng; để sẵn;
[tiền] có sẵn, mặt. -- to hand, -- at hand vừa
đúng tầm tay. v. sửa-soạn, chuẩn-bị sẵn-sàng
đâu vào đấy. -- cash tiền mặt. -- -made làm sẵn,
may sẵn, đóng sẵn. -- -to-wear may sẵn, đóng sẵn.

reaffirm v. xác-nhận một lần nữa, tái-xác-nhận.

reagent n. thuốc thử, chất phản-ứng.

real adj. thực, có thực, thực-tế; thật, không giả;
chân-chính, chính-cống. -- gold vàng thật. --
estate, -- property bất-động-sản.

realism n. chủ-nghĩa hiện-thực; thuyết duy-thực.

realist n. nhà văn hiện-thực, nghệ-sĩ hiện-thực;
người theo thuyết duy-thực; người có óc thực-tế.

realistic adj. hiện-thực; duy-thực; có óc thực-tế.

reality n. sự thực, thực-tế, thực-tại, hiện-thực.
in -- thật ra, kỳ thực, trên thực-tế.

realize v. thấy rõ, hiểu rõ, nhận-thức, nhận-định;
bán được, thu được; thực-hiện.

really adv. thực, thật, thực ra. Not --. Không
hẳn đúng thế. Really? Thật à?

realm n. lĩnh-vực, địa-hạt; vương-quốc.

realtor n. người môi-giới mua bán nhà đất, giám-
đốc văn-phòng địa-ốc.

realty n. bất-động-sản.

ream n. ram giấy [500 tờ].

reap v. gặt, gặt hái; thu về, thu-hoạch, hưởng.

reaper n. thợ gặt; máy gặt.   [hiện.

reappear v. lại hiện ra, lại xuất-hiện, tái-xuất-

rear n. phía sau, đằng sau; hậu-phương; hậu-quân;
đoạn cuối/đuôi; mông đít. -- wheel bánh sau. --
window kính sau (ô-tô). -- -view mirror gương
nhìn sau, gương/kính chiếu hậu.

rear v. nuôi, nuôi nấng, nuôi dạy, giáo-dục; chăn
nuôi; trồng; ngẩng, đưa lên; xây dựng; [ngựa] chồm
lên, lồng lên.

rear admiral n. thiếu-tướng hải-quân.

rearmament n. sự vũ-trang lại, sự tái-vũ-trang.

rearrange v. sắp-xếp/sắp-đặt lại.

reason n. lẽ, lý lẽ, lý-do; lý-trí, lý-tính; lý,
lẽ phải. v. lý-luận, suy-luận; cãi lý/lẽ, biện-
luận, tranh-luận; trình bày; suy-nghĩ/luận ra.

reasonable adj. có lý, hợp-lý; phải chăng. He is

very reasonable, isn't he? Anh chàng rất biết
điều đấy chứ.

reassure v. làm yên lòng, làm vững dạ.

rebate n. số tiền được giảm bớt.

rebel n. người nổi loạn, quân phiến-loạn. v. nổi
loạn, dấy loạn; chống đối.

rebellion n. cuộc nổi loạn; sự chống đối. [tr].

rebellious adj. chống đối; cứng đầu, bất-trị, khó

rebirth n. sự sống lại, sự tái-sinh.

rebound n. sự nảy/bật lại. v. [bóng] nảy, bật.

rebuff n., v. (sự) khước-từ, (sự) cự-tuyệt.

rebuild v. xây lại, xây dựng lại, tái-thiết.

rebuke n., v. (lời) khiển-trách, quở-trách.

rebuttal n. sự bác-bỏ [lời tố-cáo, lời nói sai].

recall n. sự gọi về, sự triệu-hồi; sự nhớ lại, sự
hồi-tưởng; sự huỷ-bỏ/thủ-tiêu. v. gọi/đòi về,
triệu-hồi; nhớ lại, hồi-tưởng; sự huỷ-bỏ.

recant v. công-khai rút [ý-kiến], chối bỏ.

recap v. đắp lại [lốp/vỏ xe]; tóm tắt lại.

recapitulate v. tóm tắt lại.

recapture v. bắt lại.

recast v. đúc lại; viết lại [sách, kịch].

recede v. lùi lại; [nước] rút xuống; [trán] hói.

receipt n. giấy biên-nhận, biên-lai; sự nhận;
--s số thu vào [# số chi ra expenses]. We ac-
knowledge -- of your letter of January 17. Chúng
tôi đã nhận được thư của Ông đề ngày 17 tháng 1.

receive v. nhận, lĩnh, thu, tiếp; tiếp [khách],
tiếp đón, tiếp-đãi; chứa-chấp [đồ ăn cắp]; thu
được, thâu được. RECEIVED PAYMENT. ĐÃ NHẬN TIỀN.
Your proposal was warmly --d. Đề-nghị của anh
được hoan-nghênh nhiệt-liệt.

receiver n. người nhận/lĩnh; người chứa-chấp đồ
ăn cắp; [điện-thoại] ống nghe; máy thu thanh.

receiving set n. máy thu thanh.

recent adj. mới đây, gần đây, vừa mới xảy ra.

recently adv. mới đây, gần đây.

receptacle n. đồ đựng, chai, lọ,...; đế hoa.

reception n. sự tiếp đón; tiếp-tân, chiêu-đãi.

receptionist n. người tiếp khách, thư-ký.

receptive adj. dễ tiếp-thu, dễ thụ-cảm, dễ nghe.

recess n. giờ ra chơi; giờ nghỉ; kỳ nghỉ [của
Quốc-hội, Toà án]; chỗ thụt vào, hốc tường.
v. ngừng họp, nghỉ họp.

recession n. tình-trạng kinh-tế sút giảm.

recharge v. nạp điện lại [bình điện, dao cạo điện].

recipe n. công-thức nấu ăn, công-thức pha thuốc.

recipient n. người nhận [thư, tiền, học-bổng];
người được hưởng [bằng, danh-dự]; người được tiếp
máu; người được tặng [giải thưởng award, prize].

reciprocal adj. lẫn nhau, qua lại, hỗ-tương. --
equation phương-trình thuận-nghịch.

reciprocate v. đáp lại, đền-đáp lại; chúc lại.

reciprocity n. tính hỗ-tương, trao đổi qua lại.

recital n. cuộc biểu-diễn nhạc; buổi bình thơ.

recitation n. sự đọc bài.

recite v. đọc thuộc lòng; thuật/kể lại, kể-lể.

reckless adj. liều(-lĩnh), táo-bạo, khinh-suất.

reckon v. tính, đếm; đoán, cho là, nghĩ, tưởng.
to -- with tính-toán đến; thanh-toán. to -- on
trông cậy vào.

reclaim v. làm khô [bãi lầy swamp land], cải-tạo,
khai/vỡ hoang; lấy lại, đòi lại; cải-tạo, giác-
ngộ [người hư]; thuần-hoá [thú rừng].

recline v. nằm nghiêng, dựa, ngồi tựa; tựa đầu.

recluse n., adj. (người) sống ẩn-dật; ẩn-sĩ.

recognition n. sự công-nhận/thừa-nhận; ghi-nhận.
beyond -- không còn nhận ra được nữa. In -- of
his contributions to Vietnamese education để
ghi nhận những sự đóng góp của ông ấy cho nền
giáo-dục Việt-nam.

recognize v. công-nhận, thừa-nhận; nhìn nhận;
nhận ra, nhận được; [chủ-tịch] cho phép phát-biểu.

recoil n. sự giật, sự bật/nảy lên; sự chùn lại.
v. giật, hật, nảy; lùi lại, chùn bước.

recollect v. nhớ lại, hồi-tưởng lại; lấy hết.

recollection n. ký-ức, hồi-ức; sự nhớ lại; --s
kỷ-niệm, hồi-ký.

recommend v. gửi gắm, giới-thiệu, tiến-cử, đề bạt;
khuyên bảo, dặn bảo; đề-nghị, khuyến-nghị.

recommendation n. sự giới-thiệu/đề-bạt/tiến-cử.
letter of -- thư giới-thiệu [một ứng-viên].

recompense n. phần thưởng; sự đền bù; sự đền tội.

reconcile v. giảng-hoà, giải-hoà; hoà-giải, điều
hoà. to -- oneself to đành cam chịu ....

reconciliation n. sự hoà-giải.

reconnaissance n. sự do-thám/trinh-sát/tuần-tiễu.

reconnoiter v. do-thám, trinh-sát, thăm dò.

reconstruct v. xây-dựng lại, tái-thiết, kiến-
thiết lại; diễn lại [thảm-kịch]; khôi-phục lại.

reconstruction n. sự kiến-thiết lại; khôi-phục.

record n. dĩa hát; kỷ-lục; hồ-sơ; sổ sách; sự ghi
chép, biên-bản. phonograph -- dĩa/dĩa hát. world
-- kỷ-lục thế-giới. to break a -- phá kỷ-lục. a
clean -- lý-lịch trong sạch, không có án. --s
văn-thư, văn-khố. off the -- không chính-thức;
nói riêng với nhau: đừng ghi xuống nhé. -- player
máy quay dĩa, máy/kèn hát. -- holder người giữ
kỷ-lục. v. ghi, ghi chép; thu, ghi [tiếng/âm];
[nhiệt-kế] chỉ [nhiệt-độ].

recorder n. máy ghi âm, máy thu băng tape --; bộ-
phận/dụng-cụ ghi; lục-sự; sáo dọc.

recording n. sự ghi; một lần ghi.

recount n., v. (sự) đếm phiếu lại.

recount v. kể lại, thuật lại.

recoup v. đền, bồi-thường.

recourse n. sự nhờ/cầu đến. have -- to cầu đến.

recover v. bọc lại, bao lại.

recover v. lấy lại, tìm lại được; thu lại, bù lại;
khỏi (bệnh), lại sức, bình-phục; tỉnh-trí lại.

recovery n. sự lấy lại, sự tìm thấy; sự đòi lại;
sự khỏi bệnh, sự bình-phục.

recreant n., adj. (kẻ) hèn nhát; (kẻ) phản-bội.

recreation n. sự nghỉ, sự giải-trí/tiêu-khiển.

recruit n. lính mới, tân-binh; thành-viên mới.
v. lấy, mộ, tuyển-mộ [lính, hội-viên/đảng-viên].

rectangle n. hình chữ nhật.   [góc.

rectangular adj. hình chữ nhật; [toạ-độ] vuông

rectify v. sửa cho đúng, sửa chữa; chỉnh-lưu.

rectilinear adj. [toạ-độ coordinates] thẳng.

rectitude n. tính ngay-thẳng/chính-trực. [học].

rector n. mục-sư; viện-trưởng, hiệu-trưởng [đại-

rectum n. ruột thẳng, trực-tràng.

recumbent adj. nằm, ngả người.

recuperate v. lấy lại; thu về/hồi; hồi-phục.

recur v. lại diễn ra, tái-diễn; phát lại, tái-
phát; trở lại trong trí nhớ.

recurrent adj. trở lại. -- fever sốt hồi-quy.

red n. màu đỏ; quần áo màu đỏ; người cộng-sản.
In the -- bị hụt tiền; mắc/thiếu nợ. adj. đỏ;
đỏ hoe, hung-hung đỏ; đẫm máu; cộng-sản, hồng-.
Red Army Hồng-quân. Red Cross Hội Chữ thập đỏ,
Hội Hồng-thập-tự. Red Indian người da đỏ. --
tape nạn giấy tờ, tệ quan-liêu.

redbird n. chim áo đỏ, chim hồng-y.

redbreast n. chim cổ đỏ.

redcap n. công-nhân khuân vác [ở ga].

redden v. làm đỏ; ửng đỏ, trở thành đỏ.

reddish adj. hơi đỏ, (hơi) đo-đỏ.

redeem v. chuộc về [đồ cầm]; chuộc lỗi; cứu nguy.

redemption n. sự chuộc về; sự trả hết nợ; sự chuộc
lỗi; sự cứu-thế.

Redemptorist n. linh-mục Dòng Chúa Cứu-thế.

redhanded adj. [caught bị bắt] quả tang.

redhead n. (phụ-nữ) tóc đỏ.

rediscover v. phát-hiện lại, tái-phát-hiện.

red-light district n. khu nhà chứa, xóm chị em.

redo n. làm lại; tu sửa, tô-điểm lại.

redouble v. tăng thêm (gấp đôi).

redress v. sửa lại; đền bù, bồi-thường.

redskin n. người da đỏ.

reduce v. giảm, giảm bớt, hạ; tự làm cho gầy đi,
xuống cân, xuống ký. --d to poverty bị sa-sút,
thành ra nghèo túng. reducing exercises thể-dục
tập cho gầy người.

reduction n. sự giảm bớt, sự thu nhỏ; sự giảm/hạ
giá; bản thu nhỏ [ảnh, bản in].

redundant adj. thừa, dư; rườm rà.

reed n. lau, sậy; lưỡi gà.

reef n. đá ngầm.

reek n. mùi hăng/thối. v. nồng-nặc, sặc mùi thối.

reel n. ống, cuộn. v. quấn, cuốn; kéo [tơ].

reel v. đi lảo-đảo, loạng-choạng; quay cuồng.

reelect v. bầu lại. We --ed him Chairman. Chúng
tôi bầu lại ông ấy làm chủ-tịch/khoa-trưởng.

reelection n. sự bầu lại, sự tái-cử.

reentry n. sự trở vào, sự vào lại; sự trở về khí-
quyển trái đất. -- permit giấy phép quay lại (Mỹ).

reestablish v. thiết-lập lại, tái-lập.

refectory n. phòng ăn công-cộng.

refer v. chuyển đến, giao cho; nói đến, nhắc đến,
tìm đến, nhờ cậy. I was --red to the lab. Người
ta chỉ tôi đến hỏi ở phòng thí-nghiệm. I have to
-- to his report. Tôi phải xem báo-cáo của ông ta.

referee n., v. (làm) trọng-tài.

reference n. sự chuyển đến, sự giao cho; sự hỏi ý
kiến; sự tham-khảo/tham-chiếu; sự nói/nhắc đến, sự
ám-chỉ; người/giấy giới-thiệu. in/with -- to your
application về lá đơn của ông. books of --, --
books sách tham-khảo.

referendum n. cuộc trưng-cầu dân-ý.

refill n. lõi bút mực dự-trữ, lõi chì. v. đổ đầy lại, làm cho đầy lại.

refine v. lọc, luyện tinh, tinh-chế; làm cho tao-nhã/tinh-tế/lịch-sự hơn.

refined adj. nguyên-chất; đã lọc, đã tinh-chế; tao-nhã, văn-nhã, lịch-sự; [văn] trau chuốt.

refinement n. sự lọc, sự tinh-chế; tính tinh-mỹ/tao-nhã/văn-nhã/lịch-sự; sự tế-nhị; tinh-tuý.

refinery n. nhà máy lọc, nhà máy tinh-chế [dầu].

refit v. sửa-chữa lại, trang-bị lại.

reflect v. phản-xạ, phản-chiếu, dội lại; phản-ánh; suy-nghĩ -- on/upon.

reflection n. sự phản-xạ/phản-chiếu; ánh (phản-chiếu); sự suy-nghĩ/ngẫm-nghĩ; sự phản-ánh. to cast --s on X chỉ-trích X.

reflector n. gương phản-xạ; đèn sau [xe đạp].

reflex n. phản-xạ [conditioned có điều-kiện].

reflexive adj. [đại-từ; động-từ] phản-thân.

reform n. cải-cách, sự cải-thiện/cải-lương/cải-tạo, sự cải-tổ, sự sửa đổi. v. cải-cách; cải-thiện/-lương/-tạo, cải-tổ, sửa đổi; sửa mình.

reformation n. sự cải-cách/cải-lương/cải-tổ.

reformatory n. trại cải-tạo, nhà trừng-giới.

reformer n. nhà cải-cách/cải-lương.

reformism n. chủ-nghĩa cải-lương.

refraction n. sự khúc-xạ; độ khúc-xạ.

refrain n. đoạn điệp, điệp-khúc, điệp-cú.

refrain v. cầm, nhịn, kiềm-chế.

refresh v. làm cho tỉnh lại, làm cho khoan-khoái; làm nhớ lại; giải khát, giải-lao.

refresher n. đồ uống, đồ giải khát; -- course lớp hồi-dưỡng, lớp tu-nghiệp, lớp ôn-luyện lại.

refreshing adj. mát, làm tươi-tỉnh/khoan-khoái.

refreshment n. tinh-thần khoẻ-khoắn; --s đồ uống, đồ giải khát, đồ giải-lao, trà hánh, quà bánh. -- bar quầy bán nước.

refrigerate v. làm/ướp lạnh, bỏ tủ ướp lạnh.

refrigerator n. tủ (ướp) lạnh, lủ đá. -- car toa ướp lạnh.

refuge n. nơi ẩn-náu, nơi trốn-tránh; chỗ nương-náu. to take -- ẩn-náu.

refugee n. người lánh nạn, dân tị-nạn; người tránh ra ngoại-quốc [để tránh sự khủng-bố chính-trị hoặc tôn-giáo] political --.

refund n., v. (sự) trả lại, (sự) hoàn lại; (món tiền) bồi-hoàn.

refusal n. sự từ-chối/khước-từ; sự cự-tuyệt.

refuse v. từ-chối, khước-từ; cự-tuyệt.

refuse n. rác-rưởi; đồ thừa, đồ (phế-)thải.

refute v. bẻ lại, bác, bác bỏ.

regain v. lấy lại, thu-hồi, chiếm lại. to -- consciousness tỉnh lại [sau khi ngất đi].

regal adj. thuộc/như vua chúa, vương-.

regard n. sự chú-ý; lòng kính mến; regards những lời chúc-tụng. in/with -- to về phần...; về vấn-đề.... Please give my best --s to your parents. Xin anh cho tôi gửi lời kính thăm hai bác.
v. chú-ý, để ý, lưu-tâm; coi như, xem như; có liên-quan đến, có quan-hệ tới. as --s còn về ...

regarding prep. còn về, về phần, đối với ....

regardless adj. không đếm xỉa tới, bất chấp. -- of consequences bất chấp hậu-quả (ra sao).

regency n. chế-độ/thời-kỳ nhiếp-chính.

regenerate v. cải-tạo, đổi mới; tái-sinh.

regent n. quan nhiếp-chính; nhân-viên hội-đồng quản-trị viện đại-học [gọi là Board of Regents].

regicide n. tội thí-quân, tội giết vua; người giết vua.

regime n. chế-độ, chính-thể.

regiment n. trung-đoàn; đoàn, bầy, lũ. v. tổ chức thành đoàn đội, kiểm-soát chặt-chẽ.

regimentation n. sự tổ-chức và kiểm-soát chặt-chẽ.

region n. vùng, miền, khu-vực; khoảng.

regional adj. (thuộc) vùng, miền, địa-phương.

register n. sổ, sổ sách, máy ghi, đồng hồ, công tơ; khoảng âm, âm-vực. -- of births sổ khai-sinh. land -- địa-bạ. v. ghi sổ, vào sổ; ghi tên, ghi danh, đăng-ký; [máy, công tơ] chỉ, ghi; gửi bảo-đảm [thư]. cash -- máy tính tiền.

registered adj. đã trình toà, đã đăng-ký; [thư] bảo-đảm; [y-tá] có văn-bằng tốt-nghiệp.

registrar n. viên thủ-bạ, người giữ sổ; viên-chức giữ hồ-sơ sinh-viên [ở đại-học]; hộ-tịch-viên, viên-chức giữ bộ đời.

registration n. sự ghi tên/danh, sự đăng-ký; sự vào sổ; sự gửi bảo-đảm. -- fee lệ-phí ghi tên.

registry n. cơ-quan đăng-ký; sự vào sổ.

regress n., v. (sự) giật lùi, (sự) thoái-bộ.

regret n. sự tiếc, lòng thương tiếc, sự hối-tiếc.

v. hối tiếc; thương tiếc. I -- to inform you that .... Tôi lấy làm tiếc phải thông-báo để ông biết rằng .... with our --s chúng tôi xin lỗi phải từ-chối.

regretful adj. thương tiếc; hối tiếc, ân-hận.

regrettable adj. đáng tiếc, đáng ân-hận.

regular adj. đều-đều, thường-lệ, có quy-luật, có định-kỳ, đều-đặn; đều, đều-đặn, thẳng, cân-đối; chính-thức, [nhân-viên] trong biên-chế; [bộ-đội] chính-quy; [động-từ] quy-tắc; đúng giờ giấc, quy-củ; hoàn-toàn, triệt-để. -- customer khách quen.

regularity n. sự đều-đặn; sự cân-đối/quy-củ.

regulate v. sắp đặt, quy-định (luật-lệ); điều-chỉnh, điều-tiết.

regulation n. luật-lệ, điều-lệ, quy-tắc; sự quy-định/chỉnh-lý; sự điều-chỉnh/điều-tiết.

rehabilitate v. phục-hồi [quyền chức, danh-dự]; khôi-phục lại; tập-luyện lại, chỉnh-hình.

rehabilitation n. sự phục-hồi [quyền, danh-dự, nhân-phẩm]; sự khôi-phục lại [đất nước]; sự tập-luyện lại, chỉnh-hình; sự giáo-dục lại, cải-tạo.

rehearsal n. sự diễn thử, sự diễn tập. dress -- buổi diễn tập cuối cùng.

rehearse v. diễn thử, diễn tập.

reign n. triều, triều-đại; sự ngự-trị/chế-ngự. v. trị vì, thống-trị; thịnh-hành, chiếm ưu-thế, ngự-trị, bao trùm.

reimburse v. hoàn lại, trả lại.

rein n. dây cương. the --s of government chính-quyền. to give X (a) free -- thả lỏng cho X. tha hồ hành-động.

reincarnation n. sự đầu thai, sự hiện-thân.

reindeer n. nai tuần-lộc (kéo xe Ông Già Nô-en).

reinforce v. củng-cố, tăng-cường, tăng-viện. --d concrete bê-tông cốt sắt.

reinforcement n. sự tăng-cường; --s quân tiếp-viện, viện-binh.

reinstate v. phục-hồi, phục-nguyên [chức-vụ].

reiterate v. nhắc lại, nói lại, lặp lại.

reject n. vật/hàng bị loại; người bị loại, thí-sinh bị đánh hỏng; phế-phẩm. v. loại/bỏ ra; bác-bỏ, không chấp-thuận; cự-tuyệt.

rejection n. sự bác-bỏ/cự-tuyệt; sự loại bỏ.

rejoice v. (làm cho) vui mừng, hoan-hỉ.

rejoicing n. nỗi hân-hoan; hội-hè, liên-hoan.

rejoin v. nối lại, chắp lại; tham-gia lại; cãi lại.

rejoinder n. lời cãi lại; lời kháng/đáp-biện.

rejuvenate v. làm trẻ lại, cải lão hoàn đồng.

rekindle v. đốt/thắp lại, nhen/nhóm lại; cổ-vũ, kích-thích.

relapse n. sự rơi lại vào; sự phải lại bệnh. v. rơi lại vào; phải lại [bệnh]; phạm lại [tội].

relate v. thuật/kể lại; có liên-quan [to đến]; có họ với, có quan-hệ họ-hàng với, bà con với. They are --d by blood. Hai người có họ với nhau. I fail to -- these two facts. Tôi chịu không liên-hệ được hai việc này với nhau.

relation n. sự liên-lạc, mối quan-hệ/liên-hệ, sự tương-quan; sự giao-thiệp public --s; người bà con, họ-hàng; sự thuật/kể lại. a -- between cause and effect mối quan-hệ nhân-quả. in/with -- to còn đối với .... diplomatic --s quan-hệ ngoại giao.

relationship n. mối quan-hệ/liên-hệ; tình họ-hàng, tình thân-thuộc, quan-hệ thân-tộc.

relative n. bà con, người có họ. distant -- người có họ xa, bà con xa. adj. tương-đối [Xem absolute]; có liên-quan đến, cân-xứng với, tùy theo; [đại-từ] quan-hệ. a -- of mine một người bà con của tôi. Supply is -- to demand. Số cung tùy thuộc vào số cầu.

relativity n. tính tương-đối.

relax v. buông/nới lỏng; làm chùng, làm bớt căng thẳng; làm giãn, giải-trí; thư-giãn; nghỉ-ngơi.

relaxation n. sự nới lỏng; sự bớt căng thẳng; sự nghỉ-ngơi, sự giải-trí/tiêu-khiển. [thải.

relaxing adj. làm đỡ mệt, làm an-thần, làm thư-

relay n. cuộc chạy tiếp sức; rơle điện; chương-trình tiếp-âm/tiếp-vận. -- race chạy tiếp sức. v. chuyển đi; xếp đặt theo kíp; tiếp-vận/-âm. -- station đài tiếp-vận/tiếp-âm.

release n. sự giải-thoát; sự thả; sự phát-hành [sách, phim]; sự thả [bom]; sự giải-ngũ; sự cho phép, sự miễn. press -- thông-cáo cho nhà báo. -- of energy sự giải-phóng năng-lượng. v. làm thoát khỏi [buồn, bệnh-tật, mối lo]; tha, thả, phóng-thích; phát-hành, cho đăng; nhả [phanh]; thả, cắt [bom]; cho giải-ngũ/phục-viên; miễn.

relent v. dịu xuống, mủi lòng, động lòng thương.

relentless adj. tàn-nhẫn, vô-tình.

relevant adj. thích-hợp/-đáng, ăn nhằm với -- to.

reliable adj. đáng tin-cậy; chắc-chắn, xác-thực.

reliance n. sự tin-cậy, sự tín-nhiệm.

relic n. thánh-tích, thánh-cốt; dấu vết, di-tích.

relief n. sự giảm/bớt; việc cứu-tế; sự thay phiên đổi gác; trợ-cấp xã-hội; sự giải vây, sự cứu viện.

relief n. sự nổi bật lên; sự đắp/chạm nổi. -- map bản đồ (địa-hình) nổi.

relieve v. làm giảm bớt, làm nhẹ bớt; giúp đỡ, cứu-trợ; đổi (gác); giải vây; làm yên lòng. We feel --d. Chúng tôi thấy nhẹ hẳn người, không lo nữa. --d of his command [sĩ-quan]bị cất chức.

religion n. đạo, tôn-giáo, đạo-giáo; tín-ngưỡng. freedom of -- sự tự-do tín-ngưỡng.

religious adj. tôn-giáo, tín-ngưỡng; ngoan đạo, mộ/sùng đạo.

relinquish v. từ-bỏ [quyền-lợi, hy-vọng, tật].

relish n. mùi vị, hương-/phong-vị; sự thích-thú/ hứng-thú; đồ gia-vị. v. ưa-thích, thích-thú, khoái; nếm, hưởng, thưởng-thức.

reluctance n. sự miễn cưỡng, sự bất đắc dĩ.

reluctant adj. miễn cưỡng, bất đắc dĩ, không sẵn lòng. -- to apply bản cùng bất đắc dĩ mới nộp đơn.

rely v. tin, tin cậy, dựa vào, trông/ỷ vào.

remain v. còn lại; ở/lưu lại; vẫn còn (là). Much --s to be settled. Còn nhiều việc phải thanhtoán. His position --s unchanged. Lập-trường của anh ta vẫn không hề thay đổi. I --ed in Rome ten days. Tôi lưu lại Rôma mười ngày.

remainder n. phần còn lại; số dư.

remains n. đồ thừa; tàn-tích, di-tích; di-hài.

remark n. sự lưu ý; lời phê-bình/bình-luận; sự nhận-xét/nhận-định. v. phê-bình, bình-luận, nhận-xét; thấy, lưu-ý, chú-ý.

remarkable adj. đáng chú-ý; xuất-sắc, phi-thường.

remarry v. cưới lại, tái-giá, cải-giá, đi bước nữa, tục-huyền, lấy vợ khác, [quả-phụ] lấy chồng.

remedy n. (phương) thuốc; cách chữa; sự đền bù. v. sửa chữa; đền bù, bù đắp.

remember v. nhớ (lại). Please -- to mail those cards. Nhớ gửi những tấm thiếp đó nhé! I -- seeing X at your home.Tôi nhớ đã gặp ông X. ở nhà anh. R-- me to your Uncle No. 5. Cho tôi gửi lời kính thăm Chú Năm nhé!

remembrance n. sự hồi-tưởng/tưởng-nhớ; kỷ-niệm, món quà lưu-niệm, kỷ-vật.in -- of để tưởng-nhớ.

remind v. nhắc; làm nhớ lại. That --s me of our childhood in Hanoi. Điều đó làm tôi nhớ lại thời thơ-ấu của chúng mình ở Hà-nội.

reminder n. thư nhắc. gentle -- lời nhắc khéo.

reminiscence n. sự nhớ lại, hồi-ức; kỷ-niệm,hồi ký.

reminiscent adj. làm nhớ lại, gợi lại [of].

remiss adj. chểnh-mảng, cẩu-thả, sơ ý.

remission n. sự miễn; sự tha-thứ/xá-miễn.

remit v. trả, gửi tiền ; tha, xá, miễn; giảm.

remittal n. sự miễn giảm.

remittance n. sự gửi tiền/hàng; tiền/hàng gửi.

remnant n. đồ thừa; dấu vết, tàn-dư, tàn-tích; đầu thừa đuôi thẹo, vải mụn.

remodel v. sửa đổi, tu sửa, đại-tu-bổ.

remonstrance n. sự khuyên-can/can-gián; trách-móc.

remonstrate v. khuyên-can; khiển-trách; phản-đối.

remorse n. sự ăn-năn hối-hận.

remote adj. xa-xôi, xa-xăm, hẻo lánh. -- causes nguyên-nhân xa-xôi. the -- past quá-khứ xa-xưa. -- control điều-khiển từ xa.   [đi.

removable adj. có thể dời/chuyển đi, có thể bứng

removal n. việc di-chuyển; sự dọn nhà; sự xoá bỏ; sự cắt bỏ; sự giết, sự thủ-tiêu; sự cách-chức.

remove v. dời đi, di-chuyển; bỏ [mũ] ra; tẩy-trừ, xoá bỏ, loại bỏ; cắt bỏ; giết, thủ-tiêu;cách-chức.

remuneration n. sự trả công, sự đền-đáp; tiền thù-lao, tiền thưởng, tiền lương.

renaissance n. thời-kỳ Phục-hưng.

rend v. xé nát; xé [không-khí]; giày vò, làm đau.

render v. làm cho; diễn-tả, biểu-hiện; trình diễn; dịch [into English sang tiếng Anh]; nấu chảy [mỡ].

rendezvous n., v. (gặp nhau) ở chỗ hẹn.

rendition n. sự biểu-diễn/diễn-xuất; bản dịch.

renegade n. kẻ phản-bội.

renege v. nuốt lời, không giữ lời hứa, bội-ước.

renew v. thay/đổi mới; gia-hạn, thêm; nối-tiếp, [giấy phép, học-bổng]ký lại, cấp-thêm/tái-cấp.

renewable adj. có thể cho gia-hạn, tái-cấp; đổi mới, thay mới; có thể nối lại; có thể tiếp-tục.

renewal n. sự tiếp-tục/gia-hạn (mua năm, giao- ước); sự phục-hồi; sự đổi mới.

renounce v. bỏ, từ-bỏ, không thừa-nhận.

renovate v. sửa chữa, đổi mới, cải-tiến.

renown n. danh tiếng, tiếng tăm, danh-vọng.

renowned adj. có tiếng, nổi tiếng, trứ-danh.

rent n. tiền thuê nhà/đất, địa-tô; sự thuê, sự cho thuê. HOUSE FOR RENT. NHÀ CHO THUÊ. v. cho thuê (nhà, đất); cho cấy rẽ, cho cấy thu tô; cấy rẽ, cấy nộp tô; thuê [nhà, đất, phòng, xe].

rent quá-khứ của *rend*.

rental n. tiền (cho) thuê. -- agency hãng cho thuê (nhà, xe). -- library thư-viện cho thuê sách.

rented car n. xe thuê [có hay không có tài-xế].

renunciation n. sự từ-bỏ, sự không nhận.

reopen v. mở lại, khai-giảng lại.

reorganization n. sự cải-tổ, sự tổ-chức lại.

reorganize v. cải-tổ, tổ-chức lại, sắp-xếp lại, chỉnh-đốn lại.

repair n. sự sửa chữa; tình-trạng còn tốt (sử-dụng được). under -- đang được sửa chữa. beyond -- không thể sửa chữa được. In good -- giữ-gìn tốt. v. sửa chữa; vá [quần áo]; tu sửa, tu-bổ, trùng-tu [nhà cửa]; sửa [sai error] ; dùng đến -- to [phương-pháp, thủ-đoạn].

repair v. đi đến, năng lui tới.

reparation n. sự tu sửa, sự chuộc; --s sự/tiền bồi-thường, bồi-khoản. war --s mission phái-đoàn bồi-thường chiến-tranh.

repartee n. lời ứng-đối; sự đối-đáp.

repast n. bữa ăn, bữa tiệc, bữa cơm (thịnh-soạn).

repatriate v. (cho) hồi-hương/trở về nước.

repay v. [repaid] trả lại, đáp lại; đền-đáp.

repayment n. sự trả lại; sự đền-đáp/báo-đáp.

repeal n., v. (sự) bãi-bỏ, huỷ-bỏ, triệt-tiêu.

repeat n. sự nhắc/lặp lại; chương-trình/tiết-mục được chơi lại. v. nhắc lại, lặp lại; chơi lại, phát-thanh lại, truyền-hình lại; phải ở lại chứ không được lên lớp trên. Please -- after me. Xin nhắc lại theo tôi.

repeatedly adv. làm đi làm lại nhiều lần.

repel v. đẩy lui/lùi; khước-từ, cự-tuyệt; trừ.

repellent n. thuốc trừ; vải không thấm nước water --. mosquito- -- thuốc trừ muỗi. adj. có ý từ-khước.

repent v. ăn-năn hối-hận, hối-cải.

repentance n. sự ăn-năn hối-hận, sự ân-hận.

repentant adj. hối-hận, ân-hận, ăn-năn, hối-tiếc.

repercussion n. tiếng vọng, âm vang; ảnh-hưởng.

repertoire n. các tiết-mục biểu-diễn, toàn-bộ kịch-mục, tất cả các tuồng tích.

repertory n. kho tàng [văn-liệu/tài-liệu/tư-liệu]; Xem *repertoire*. -- theater kịch nói mỗi mùa diễn những vở tủ.

repetition n. sự nhắc/lặp lại; sự bắt chước.

repine v. than phiền, phàn nàn.

replace v. thay-thế; để vào chỗ cũ.

replacement n. sự thay-thế; người/vật thay-thế.

replenish v. đổ cho đầy lại; bổ-sung.

replete adj. đầy ứ, tràn đầy; sung-mãn; no ứ.

replica n. bản sao [tranh/tượng]; mô-hình, mẫu.

reply n. câu/thư trả lời. v. trả lời, đáp lại.

report n. báo-cáo; biên-bản; bản tin, bản dự-báo thời-tiết weather --; phiếu điểm school --, -- card; tiếng súng nổ. v. báo-cáo, tường-trình; kể/thuật lại; trình báo, tố-cáo, tố-giác; đồn. It is --ed that Có tin đồn rằng .... They never --ed the burglary. Họ chẳng bao giờ trình-báo nhà chức-trách về vụ trộm đó cả.

reporter n. phóng-viên, nhà báo, ký-giả.

repose n. sự nghỉ-ngơi; dáng khoan-thai. v. nghỉ ngơi; nằm, yên-nghỉ; đặt để [hy-vọng].

represent v. thay mặt, đại-diện; tiêu-biểu/tượng-trưng cho; đóng, diễn; miêu-tả.

representation n. sự thay mặt, sự đại-diện; sự tượng-trưng/tiêu-biểu; sự đóng/diễn kịch; lời phản-kháng/phản-đối; sự miêu-tả.

representative n. đại-biểu, đại-diện; nghị-viên, dân-biểu Hạ-viện. House of R--s Hạ-nghị-viện Mỹ. adj. tiêu-biểu, tượng-trưng; đại-nghị.

repress v. dẹp, đàn-áp; nén, cầm lại, kiềm-chế.

repression n. sự đàn-áp; sự đè-nén/kiềm-chế.

reprieve n., v. (sự) hoãn thi-hành án tử-hình; (sự) tạm-thời giảm bớt [đau khổ].

reprimand n., v. (lời) quở-trách, khiển-trách.

reprint n. sự in lại; bài in riêng. v. in lại.

reprisal n. sự trả/báo thù, hành-động trả đũa.

reproach n. sự trách mắng; điều sỉ-nhục. v. quở trách, trách mắng [for về tội].

reproachful adj. trách mắng, mắng-mỏ.

reproduce v. sao lại [tranh ảnh]; mọc lại; tái-sinh, sinh sôi nảy nở, sinh-sản, sinh-thực.

reproduction n. sự sao chép; bản sao chép, bản mô-phỏng; sự sinh-sản, sự sinh sôi nảy nở.

reproductive adj. [cơ-quan organs] sinh-sản.

reproof n. sự/lời mắng-mỏ/quở-trách.

reprove v. mắng-mỏ, quở-trách, khiển-trách.

reptile n. loài bò sát.

republic n. nước/nền cộng-hoà; giới.

republican n., adj. (đảng-viên) Cộng-hoà.

repudiate v. bỏ/đế [vợ]; không nhận, từ-chối, cự-
tuyệt; không công-nhận/thừa-nhận.

repugnant adj. gớm-guốc, ghê-tởm, đáng ghét;gớm,
ghét, không ưa; mâu-thuẫn, trái, không hợp.

repulse n. sự đẩy lui; sự từ-chối/cự-tuyệt.
v. đánh lui, đẩy lui; từ-chối, cự-tuyệt.

repulsion n. sự ghét, sự ghê tởm; lực đẩy.

repulsive adj. ghê-tởm, gớm-guốc; [lực] đẩy.

reputable adj. đáng kính-trọng, danh-giá.

reputation n. tiếng [tốt hoặc xấu]; tai-tiếng;
tiếng tốt, danh-tiếng, thanh-danh, phương-danh,
tiếng-tăm.

repute n. tiếng tốt; tiếng (tăm), lời đồn [good
tốt, bad/ill xấu]. v. cho là, đồn rằng.

reputed adj. được coi/cho là. -- wealthy có tiếng
là giàu. the -- father of that boy người mà thiên
hạ bảo là bố thằng bé đó.

reputedly adv. được cho là, được coi là, theo
chỗ người ta đồn.

request n. lời xin, lời yêu-cầu/thỉnh-cầu. on --
được yêu-cầu. v. xin, yêu-cầu, đề-nghị. Mr. &
Mrs. X. have the pleasure to -- your presence at
Ông Bà X. trân-trọng kính mời Ông/Bà/Cô quá bộ
đến dự .....

requiem n. lễ cầu siêu, lễ cầu hồn.

require v. cần phải có, cần đến; đòi hỏi.

requirement n. điều-kiện bắt-buộc, điều-kiện cần
thiết/tất-yếu; sự đòi hỏi, nhu-cầu.

requisite n., adj. (vật) cần-thiết; điều-kiện
cần-thiết/tất-yếu.

requisition n. sự yêu-cầu; lệnh; lệnh sung-công/
trưng-thu/trưng-dụng/trưng-tập. v. trưng-dụng.

requite v. đáp lại, đền đáp; báo/trả thù;thưởng.

rescind v. huỷ-bỏ, thủ-tiêu [giao kèo, luật].

rescue n. sự cứu, sự giải-thoát. v. cứu, cứu
thoát, cứu nguy, giải-cứu/-thoát. to run to the
-- of chạy đến cứu .... -- party đoàn đi cứu.

research n., v. (sự) nghiên-cứu, (sự) khảo-cứu.
-- worker nhà nghiên-cứu. -- assistant nghiên-
cứu-sinh, phụ-khảo.

resell v. bán lại.

resemblance n. sự giống nhau.

resemble v. giống với [người nào, vật gì]. X --s
Y. X giống Y. X and Y -- each other. X và Y
giống nhau. X, Y and Z -- one another. Ba người/
cái X, Y và Z giống nhau.

resent v. không bằng lòng, phật ý; oán(-giận).

resentful adj. phật ý; oán-giận, phẫn-uất.

resentment n. sự oán-giận, mối căm-hờn/căm-thù.

reservation n. sự giữ trước [phòng trọ, vé, chỗ
ngồi ở rạp]; khu dành riêng [Indian cho người da
đỏ]; sự hạn-chế, sự dè-dặt. without -- hoàn-toàn.

reserve n. sự/vật dự-trữ; quân trừ-bị/dự-bị; cầu-
thủ dự-bị, cầu-thủ phòng hờ; tính dè-dặt/e-lệ, sự
ý-tứ, sự giữ-gìn. gold -- trừ-kim. Federal Reserve
Bank Ngân-hàng Quốc-gia Mỹ. in -- để dành đấy,
để dự-trữ. v. để dành, dự-trữ; dành/giữ trước;
dành riêng. We -- the right to change the program.
Nhà hát chúng tôi dành quyền thay đổi chương-trình.

reserved adj. dành riêng, dành trước; kín-đáo, ý-
tứ, e-lệ, dè-dặt, giữ-gìn; dự-bị, trừ-bị.

reservist n. lính trừ-bị, lính dự-bị/hậu-bị.

reservoir n. hồ/bể chứa nước; kho, nguồn.

reset v. đặt lại, vặn lại, lắp lại; nhận lại [kim
cương]; căng lại [lò-xo]; bó lại [xương gãy].

reshuffle v. trang [bài]; cải-tổ [nội-các cabinet]

reside v. ở, trú-ngụ, cư-ngụ, cư-trú.

residence n. nhà ở, chỗ ở, nơi cư-trú/cư-ngụ; sự/
thời-gian cư-trú.

resident n. người cư-ngụ, cư-dân. permanent --
người (ngoại-kiều) thường-trú. adj. cư-trú;
thường-trú; bác-sĩ nội-trú -- doctor.

residential adj. thuộc nhà ở. -- district/area
khu-vực nhà ở [xa khu buôn bán và khu các sở].

residual adj. còn dư, còn thừa; thặng-dư, dư.

residue n. bã; phần còn lại (sau khi trả nợ).

resign v. xin thôi việc, từ-chức; bỏ, từ bỏ.
to -- oneself to dành cam chịu, dành phận....

resignation n. sự từ-chức; đơn xin từ-chức [to
send in, to tender nộp/đưa]; sự từ-bỏ; sự cam
chịu, sự nhẫn-nhục.

resilient adj. bật nảy, đàn-hồi; bền-bỉ.

resin n. nhựa (thông).

resist v. chống lại, chống-cự, kháng-cự; chịu
được; cưỡng lại được; nhịn được.

resistance n. sự chống-cự/kháng-cự/đề-kháng; cuộc kháng-chiến war of --; điện-trở.

resole v. thay đế giày mới.

resolute adj. cương-quyết, kiên-quyết.

resolution n. sự quyết-tâm/cương-quyết/kiên-quyết; bản nghị-quyết *[to pass/adopt* thông-qua]; sự/cách giải-quyết;*[vấn-đề]*; sự/cách giải *[vectors* vectơ].

resolve n. quyết-tâm. v. kiên-quyết ....; quyết định; giải-quyết *[vấn-đề]*; giải *[bài toán]*; phân-tích*[thành into]*. CONSIDERING .... CONSIDERING.... BE IT RESOLVED THAT:...... Xét vì .... Xét vì .... QUYẾT-NGHỊ rằng .....

resonance n. tính âm vang; cộng-hưởng.

resonant adj. vang âm, dội tiếng lại; cộng-hưởng.

resort n. nơi nghỉ mát *[trên núi mountain;* ở bờ biển*seaside]*; phương-kế, phương-sách. as a last -- cùng kế mới phải .... v. dùng đến *[violence* võ-lực]; đi đến, lui tới.

resound v. vang dội; vang lên, dội lại.

resource n. tài-nguyên; cách xoay-xở, phương-kế, phương-sách, thủ-đoạn; tài xoay-xở/tháo-vát. natural --s tài-nguyên thiên-nhiên. human --s nhân-lực. material -- vật-lực, tài-lực.

resourceful adj. có tài xoay-xở, tháo-vát.

respect n. sự kính-trọng/tôn-trọng; --s lời kính thăm; mặt, phương-diện; mối liên-quan. to pay one's last --s to đến phúng-viếng .... In every -- về mọi phương-diện. In many --s về nhiều mặt. with -- to scholarships đối với vấnđề học-bổng. v. kính-trọng, tôn-trọng. to -- oneself tự-trọng.

respectable adj. đáng kính-trọng, khả-kính; đứng đắn, đàng-hoàng; *[số-lượng]* kha-khá, khá lớn.

respectful adj. có/tỏ vẻ tôn-kính.

respectfully adv. với vẻ tôn-kính, kính-cẩn. RESPECTFULLY YOURS,   Kính thư,*[Nguyễn Văn Mỗ]*.

respective adj. riêng từng người/cái, tương-ứng. They returned to their -- rooms. Người nào người nấy trở về phòng riêng.

respectively adv. riêng từng người/cái. I taught in Seattle and in Honolulu, in 1965 and 1966, --. Tôi dạy học ở Seattle năm 1965 và ở Honolulu năm 1966.

respiration n. sự thở, sự hô-hấp; hơi thở.

respirator n. máy hô-hấp; mặt-nạ phòng hơi độc.

respiratory adj. *[bộ máy tract]* hô-hấp.

respite n. sự hoãn; sự nghỉ-ngơi.

resplendent adj. chói-lọi, rực-rỡ, lộng-lẫy.

respond v. đáp lại, hưởng-ứng; phản-ứng lại.

response n. sự đáp lại, sự hưởng-ứng; sự phản-ứng, vận-động phản-ứng lại; sự trả lời, thư trả lời.

responsibility n. trách-nhiệm *[to bear* chịu; *to take* nhận; *to decline* từ-chối], trách-vụ.

responsible adj. chịu trách-nhiệm; có (tinh-thần) trách-nhiệm; đáng tin-cậy, đứng-đắn; chức-vụ quan-trọng, tin-cẩn. -- for chịu trách-nhiệm về... -- to trực-thuộc ..., có trách-nhiệm đối với ....

responsive adj. dễ cảm, (sẵn sàng) đáp lại.

rest n. sự/lúc nghỉ ngơi; sự yên-nghỉ (ngàn thu); sự ngừng lại; sự yên-tâm/vững dạ; cái giá/tựa; dấu lặng. at -- đang nghỉ tay; yên-nghỉ ngàn thu; yên-tâm. to come to -- đứng lại, thành bất-động. v. nghỉ, nghỉ tay, nghỉ ngơi; yên-nghỉ, chết; ngừng lại; dựa/tựa trên, dựa vào -- on/upon.

rest n. phần còn lại; những người khác, những cái khác. v. vẫn còn, vẫn cứ; tuỳ ở -- with.

restaurant n. quán ăn, tiệm ăn, nhà hàng, quán cơm.

restful adj. yên-tĩnh, dễ nghỉ-ngơi thư-thái.

resting place n. nơi nghỉ-ngơi; nơi yên-nghỉ cuối cùng.

restitution n. sự hoàn/trả lại; sự bồi-thường.

restive adj. *[ngựa]* bất kham; ngang bướng.

restless adj. đứng ngồi không yên, bồn-chồn, áy-náy, thao-thức (không ngủ được); hiếu-động.

restoration n. sự khôi-phục/hồi-phục; sự tu-bổ; sự hoàn/trả lại.

restore v. khôi-phục lại, hồi-phục; lập lại, tái-lập *[trật-tự order]*; tu-bổ, sửa-chữa lại; hoàn lại.

restrain v. kìm lại, ngăn giữ; nén, dằn, kiềm-chế.

restraint n. sự ngăn giữ, sự kiềm-chế; sự giam-giữ; sự giữ-gìn, sự dè-dặt; sự hạn-chế/câu-thúc.

restrict v. thu hẹp, hạn-chế, giới-hạn.

restriction n. sự thu hẹp, sự hạn-chế/giới-hạn.

result n. kết-quả, hậu-quả; đáp-số. without -- không có kết-quả. as a -- of vì lý-do .... nên. v. là kết-quả của, do ... mà ra -- from; đưa đến kết-quả là ... -- in.

resume v. lại bắt đầu, lại tiếp-tục; lấy lại, chiếm lại. X --d his journey. X lại tiếp-tục chuyến du-hành. Y --d teaching. Y lại tiếp-tục đi dạy học lại.

résumé n. bản tóm-tắt/tóm-lược; bản kê-khai lý-lịch [bối-cảnh học-hành và làm việc].

resumption n. sự tiếp-tục, sự .... tiếp.

resurface v. rải nhựa lại [con đường]; [tàu ngầm] lại nổi lên trên mặt nước; [nhân-vật ẩn mình] ra khỏi bóng tối, lại thò đầu ra, lại xuất-hiện.

resurgence n. sự lại nổi lên, sự lại mọc lên, sự tái-sinh/tái-xuất-hiện.

resurrect v. làm sống lại, phục-hồi lại.

resurrection n. sự làm sống lại, sự phục-hưng.

resuscitation n. sự (làm) sống lại.

retail n. sự bán lẻ. -- price giá bán lẻ. v., adv. bán lẻ.

retailer n. người bán lẻ.

retain v. giữ, cầm lại; giữ nguyên, duy-trì; ghi nhớ; thuê, mướn [luật-sư].   [răng cho thẳng.

retainer n. tiền trả trước cho luật-sư; cái giữ

retaining fee n. tiền trả trước cho luật-sư.

retaining wall n. tường chắn cho đất khỏi lở.

retake n. sự/cảnh quay lại [phim]. v. quay lại; lấy lại, chiếm lại [đồn, tỉnh, mục-tiêu].

retaliate v. trả thù, trả đũa, trả miếng.

retaliation n. sự trả thù, hành-động trả đũa.

retard v. làm chậm, làm trễ.

retarded adj. trì-độn.

retch v. nôn, oẹ.

retell v. kể lại, thuật lại.

retention n. sự giữ lại; sự duy-trì; sự ghi nhớ, trí nhớ; sự bí tiểu-tiện.

reticence n. tính ít nói, tính trầm-lặng.

reticent adj. ít nói, trầm-lặng, dè-dặt.

retina n. võng-mạc, màng lưới [mắt].

retinue n. đoàn tuỳ-tùng, đoàn hộ-tống.

retire v. rút/lui về, đi ra khỏi, rời bỏ -- from; đi ngủ -- to bed; về hưu, hồi-hưu, thôi việc; cho về hưu, bắt về hưu.

retired adj. đã về hưu(-trí), hồi-hưu, đã thôi (việc, buôn-bán); ẩn-dật.

retirement n. sự về hưu, sự thôi (việc, buôn-bán). -- pay/pension lương hưu-trí, hưu-bổng/-liễm.

retiring adj. khiêm-tốn, kín-đáo, không thích xuất-đầu lộ-diện; sắp thôi, xuất-nhiệm, mãn-nhiệm.

retort n., v. (lời) cãi lại, đáp lại, bẻ lại.

retort n. bình cổ cong (trong phòng thí-nghiệm).

retouch n., v. (sự, nét) sửa lại trên bức ảnh.

retrace v. truy tìm gốc tích, truy-/tầm-nguyên.

retract v. rút/co vào; rút [lời hứa, ý-kiến]; nuốt lời; phản-cung.

retread n. lốp xe đắp lại. v. đắp lại [lốp xe].

retreat n. sự rút lui; sự rút quân; lệnh rút binh; sự ẩn-dật; nơi ẩn-dật, chốn am thanh cảnh vắng. v. rút lui.

retrench v. bớt, cắt, giảm, hạn-chế; tiết-kiệm.

retrenchment n. sự giảm bớt chi tiêu, tiết-giảm.

retribution n. sự báo thù; sự trừng phạt.

retrieval n. sự lấy lại, sự thu về, sự thu-hồi; sự khôi-phục, sự xây-dựng lại.

retrieve v. lấy lại, tìm lại được; thu về/hồi; khôi-phục/phục-hồi được, xây-dựng lại được.

retroactive adj. có hiệu-lực về trước, hồi-tố.

retroflex n. âm uốn cong lưỡi.

retrograde n., adj. (người) thoái-hoá, suy-đồi. v. lùi lại, đi giật lùi; thoái-hoá, suy-đồi.

retrorocket n. hoả-tiễn đẩy lùi, tồn lửa đẩy lùi.

retrospect n. sự nhìn lại quá-khứ/dĩ-vãng.

retrospective adj. nhìn lại việc trước, nhìn lại quá-khứ/dĩ-vãng.

return n. sự trở lại/về, sự quay trở lại; tiền lời/lãi; sự trả lại, món hàng trả lại; quả banh đánh trả lại; kết-quả bầu-cử; tờ khai [thuế lợi-tức income tax]. upon my -- from abroad khi tôi ở nước ngoài trở về. I get a good -- on my invest-ment. Tôi đầu-tư được lãi khá lắm. by -- mail qua chuyến thư về. In -- for để đền-đáp lại... Many Happy Returns of the Day. Chúc Ông/Bà/Cô Tăng Phúc Tăng Thọ [lời chúc ngày sinh-nhật]. v. trở lại, trở về; về (nhà); để (trả) lại; trả lại, hoàn lại [tiền mình vay, vật mình mượn]; gửi trả; đáp lễ; tuyên [án verdict]. -- address địa-chỉ người gửi. -- bout/match trận phục-thù. -- ticket vé khứ hồi. -- trip chuyến về. to -- fire bắn trả lại.

returnee n. người (đi xa hoặc bị bắt) trở về; bộ-đội trở về (sau khi phục-vụ ở nước ngoài); cán-bộ hồi-chánh.

reunification n. sự thống-nhất lại, tái-thống-nhất.

reunify v. thống-nhất/hợp-nhất lại.

reunion n. sự sum-họp/đoàn-tụ; sự họp lại; cuộc họp mặt [trong gia-đình, sinh-viên cùng khoá trở về trường].

reunite v. hợp-nhất lại; ghép lại; nhóm/họp lại.

rev v. (cho) quay nhanh; [máy] rú, quay, xoay.

revamp v. sửa đổi, sửa chữa, chắp vá lại.

reveal v. để lộ, bộc-lộ, tiết-lộ; phát/tố-giác.

reveille n. hiệu kèn đánh thức, kèn la-vầy.

revel n. cuộc liên-hoan; --s cuộc ăn chơi chè
chén, cuộc truy-hoan. v. chè chén ồn-ào; ham
thích miệt-mài -- in.

revelation n. sự tiết-lộ/phát-giác; thiên-khải;
The R-- Sách Khải-huyền.

revelry n. cuộc chè chén, cuộc truy-hoan.

revenge n. mối thù; sự trả thù. to take -- on X
for ... trả thù X về ... In --, out of -- để trả
thù. v. trả/báo thù, báo phục, rửa hận.

revengeful adj. hay trả thù.

revenue n. thu-nhập (quốc-gia); --s lợi-tức. In-
ternal R-- Service Sở Thuế.

reverberate v. phản-chiếu, phản-xạ; dội/vang lại.

revere v. kính-trọng, tôn-/sùng-kính.

reverence n. sự/lòng tôn-kính.

reverend n., adj. Cha, Mục-sư; đáng tôn-kính.
(the) R-- John Jones Đức cha John Jones. the
Right R-- Đức Giám-mục ... the Most R-- John X.
Đức Tổng-giám-mục John X.

reverent adj. tôn-kính, cung-kính.

reverie n. sự mơ-mộng/mơ-tưởng; khúc mơ-màng.

reversal n. sự đảo ngược; sự đảo lộn hẳn lại.

reverse n. bề trái, mặt trái; điều trái ngược;
sự chạy lùi; sự thất-bại, vận bĩ. adj. -ngược,
nghịch, đảo, trái lại. v. đảo ngược, lộn ngược;
đảo lộn; cho chạy lùi; thay đổi hoàn-toàn; huỷ.

reversible adj. lộn trái được, dùng cả hai mặt;
thuận-nghịch.

revert v. [quyền, tài-sản] trở lại (nguyên-chủ).

review n. sự xem/xét lại; sự xem-xét lại, duyệt
lại; sự ôn lại [bài]; cuộc duyệt-binh; bài điểm
sách, bài phê-bình book --; tạp-chí. -- lesson
bài học ôn. -- grammar ngữ-pháp ôn-tập. v. xem
lại, xét lại; duyệt xét lại; ôn lại [bài học];
duyệt(-khán) [binh]; hồi-tưởng; phê-bình [sách].
book -- section mục thư-bình.

revile v. chửi rủa, mắng chửi, xỉ vả.

revise v. sửa đổi, tu-chỉnh, hiệu-chỉnh, xem lại.
--d edition tái-bản có sửa chữa.

revision n. sự sửa-đổi/tu-chỉnh; sự xem lại.

revisionism n. chủ-nghĩa xét lại.

revisionist n., adj. (người) theo chủ-nghĩa xét lại.

revival n. sự làm sống lại; sự phục-sinh/phục-hồi;
sự thức-tỉnh lại; sự phục-hưng.

revive v. làm sống lại, làm tỉnh lại; làm hào-hứng
lại; đem diễn lại [kịch cũ]; khơi lại [kỷ-niệm].

revoke v. huỷ bỏ, thủ-tiêu; rút, thu hồi.

revolt n. cuộc nổi loạn, cuộc nổi dậy. v. nổi
loạn, làm loạn, nổi dậy, khởi-nghĩa; làm ghê tởm.

revolting adj. ghê tởm.

revolution n. cuộc cách-mạng; vòng quay, tua. the
cultural -- cuộc cách-mạng văn-hoá. 45 --s per min-
ute 45 vòng quay mỗi phút.

revolutionary adj. [phong-trào movement; tư-tưởng
ideas] cách-mạng. n. nhà cách-mạng.

revolutionist n. nhà cách-mạng.

revolutionize v. cách-mạng-hoá.

revolve v. (làm cho) quay tròn, xoay quanh.

revolver n. súng lục, súng sáu (ổ quay).

revolving adj. [giá sách, cửa, ghế, sàn khấu]quay;
[quỹ fund] luân-chuyển.

revue n. kịch tạp-diễn [gồm nhiều tiết-mục nhạo-
báng thời-sự/nhân-vật]. [đột-ngột.

revulsion n. sự (bỗng nhiên) ghê tởm; sự thay đổi

reward n. sự thưởng; tiền/vật thưởng. v. thưởng.

rewarding adj. bổ-ích, bõ công, đáng làm.

rewind v. vặn lại [lò-xo], lên dây lại; cuốn lại.

reword v. sửa lại, viết lại [lời văn].

rewrite n. bản viết lại. v. viết lại, chép lại;
sửa lại [bản văn].

rhapsody n. bài tán, bài ngâm; bài vè lịch-sử của
Hy-lạp; bản rapxôđi; niềm hân-hoan.

rheostat n. cái biến-trở.

rhetoric n. tu-từ-học.

rhetorical adj. thuộc tu-từ-học; thuộc khoa hùng-
biện; hoa-mỹ, bay bướm, cường-điệu.

rheumatic adj. thuộc/mắc bệnh thấp khớp. -- fever
chứng sốt thấp khớp.

rheumatism n. bệnh thấp khớp, bệnh phong-thấp.

rhinestone n. kim-cương giả, hột xoàn giả.

rhinoceros n. con tê(-giác).

rhododendron n. giống cây đỗ-quyên lớn.

rhomb n. hình thoi; tinh-thể hình thoi.

rhubarb n. rau đại-hoàng.

rhyme n. vần; bài thơ. v. (ăn) vần [with với].

rhythm n. nhịp điệu [trong ngôn-ngữ, thơ, nhạc]; sự nhịp-nhàng.

rhythmic(al) adj. có nhịp điệu; nhịp-nhàng.

rib n. xương sườn; gân [lá]; gọng [ô]; đường kẻ, đường rạch. v. thêm đường kẻ vào; trêu ghẹo.

ribald adj. thô-tục, tục-tĩu.

ribaldry n. tính tục-tĩu; lời/truyện tục-tĩu.

ribbon n. ruy-băng, băng, dải; dây/dải [phù-hiệu, huân-chương]. typewriter -- ruy-băng máy chữ.

rice n. lúa gạo; lúa; thóc rough/unhusked --; gạo husked rice still uncooked; cơm cooked --; xôi steamed glutinous --; cây lúa -- plant. a rice-exporting country một nước thường xuất-khẩu gạo. a good -- harvest một mùa lúa tốt. -- husk trấu. two cups of -- hai chén gạo. three bowls of -- daily ngày ba bát cơm. He eats four bowlfuls of -- at each meal. Mỗi bữa nó ăn bốn bát cơm đầy ú-ụ. ordinary --, nonglutinous -- gạo tẻ. glutin-ous -- gạo nếp. I prefer sweet/sticky -- with chicken. Tôi thích xôi [or cơm nếp] gà hơn. -- bran cám gạo. broken -- tấm. -- bowl vùng cấy nhiều lúa. -- flour bột gạo. -- paper giấy bản; bánh tráng, bánh đa nem [để cuốn chả giò (= nem Sài-gòn) Saigon meat rolls]. -- mill nhà máy xay gạo; cối xay gạo/thóc. -- pudding puđinh gạo, chè cho sữa với đường để ăn tráng miệng. -- gruel cháo hoa. -- rat chuột đồng. -- seed hạt giống lúa. -- seedling cây mạ. -- weevil bọ lúa. -- wine rượu (ba-xị-)đế. summer -- lúa chiêm. winter -- lúa mùa. to transplant -- cấy lúa. to harvest -- gặt lúa. -- crust cháy, xém [ở đáy nồi cơm].

ricefield n. ruộng lúa.

rich adj. giàu, giàu có, có của; dồi-dào, phong phú, sum-suê; đẹp lộng-lẫy, đắt tiền, sang; [đồ ăn] bổ béo; [rượu] đậm, nồng; [màu sắc] thắm; [giọng] vang. the -- những người giàu có. to get -- làm giàu, trở nên giàu có. This soil is --. Đất này phì-nhiêu lắm. to strike it -- tìm được của/vàng/dầu; thành-công bất ngờ.

riches n. của-cải, tiền-của, bạc-tiền, tài-sản; sự giàu có/phong-phú. from rags to -- từ chỗ khố rách áo ôm mà trở nên giàu như Thạch Sùng Vương Khải.

richly adv. giàu có, phong-phú, đầy-đủ, dồi-dào; hoàn-toàn. The young man -- deserves his bride.

Chàng thanh-niên đó hoàn-toàn xứng-đáng được lấy cô ấy làm vợ.

richness n. sự dồi-dào/phong-phú; sự lộng-lẫy, sự sang trọng; sự màu-mỡ; tính-chất béo bổ; sự tươi thắm; tính-chất đậm-đà; sự thơm ngát.

rick n. cây, đụn, đống [rơm, cỏ khô].

rickets n. bệnh còi xương.

rickety adj. ọp-ẹp, khập-khiễng, lung-lay; còi-cọc.

rickshaw n. xe kéo, xe tay.

rid v. [rid] giải-thoát, thoát, giũ sạch. to -- oneself of all debts giũ sạch hết nợ-nần. She wants to get -- of her mother-in-law. Y thị muốn tống-khứ bà cụ mẹ chồng.

riddance n. sự giải-thoát; sự tống-khứ. Good --! Thật là thoát nợ nhé!

ridden quá-khứ của ride.

riddle n. câu đố; điều khó hiểu, người khó hiểu.

riddle v. làm thủng lỗ-chỗ, bắn thủng; sàng.

ride n. sự đi chơi; cuốc xe; cuộc đi [ngựa, xe]. to take a -- đi chơi (trên lưng ngựa, xe đạp, xe hơi, v.v.). a bus --, a -- on the bus một cuốc xe buýt. to give X a -- cho X đi nhờ xe. to take X for a -- lừa bịp; đem đi giết, hạ, khử đi; giễu cợt, chế-nhạo X. v. [rode, ridden] cưỡi ngựa, đi ngựa; cưỡi lên [ngựa, xe đạp, voi]; đi xe đạp, đi xe; lướt trên [sóng]. -- out vượt qua được. to -- at anchor thả neo. a long bumpy -- on the bus chuyến đi xe buýt bị xóc và ngồi lâu quá. Let the matter -- until the next meeting. Chuyện ấy cứ để đó, đến phiên họp sau hãy hay. to bum/ to hitch a -- đi nhờ/ghẹ xe.

rider n. người cưỡi ngựa, người kỵ-mã; người đi xe đạp, hành-khách đi xe (hơi/buýt/điện/lửa); phụ lục, điều-khoản thêm sau.

ridge n. dãy đồi; ngọn, đỉnh, chỏm, chóp, nóc; sống [mũi]; lằn, gợn, mặt [hàng vải].

ridgepole n. xà nóc.

ridicule n. sự chế-nhạo. v. chế-giễu, chế-nhạo, nhạo-báng; giễu cợt.

ridiculous adj. buồn cười, tức cười, lố-bịch.

riding academy n. trường dạy cưỡi ngựa.

riding boots n. giày ống đi ngựa, ủng đi ngựa.

riding habit n. y-phục đi ngựa (của phụ-nữ).

rife adj. có nhiều, đầy dẫy -- with; lan-tràn.

riffraff n. tầng-lớp hạ-lưu.

rifle n. súng trường (nòng có đường rãnh xoắn); đường rãnh xoắn. v. vơ-vét, lục-lọi lấy hết.

rifleman n. lính mang súng trường.

rift n. kẽ nứt/hở, chỗ nứt rạn; sự bất-hoà.

rig n. thiết-bị, máy-móc; cách sắp đặt buồm ở tàu thuyền; cách ăn mặc. oil -- thiết-bị đào giếng dầu. v. trang-bị cho tàu thuyền; lắp ráp; ăn mặc; dựng lên chiếu-lệ -- up.

rig v. lừa đảo, gian lận [cuộc đua, cuộc bầu-cử].

right n. điều phải/hay, điều tốt; điều thiện; bên (tay) phải, bên phía tay mặt; quyền, quyền-lợi; phe hữu, phải hữu; cứ đấm bên phải. -- and wrong trái phải, thiện ác. -- to self-determination quyền tự-quyết. --s and privileges mọi thứ quyền lợi và đặc-quyền. --s and responsibilities quyền lợi và trách-nhiệm. KEEP TO THE RIGHT. XIN ĐI BÊN PHẢI. ALL RIGHTS RESERVED. TÁC-GIẢ GIỮ BẢNQUYỀN. on the -- ở bên tay phải. to turn to the -- rẽ tay phải, ngoẹo tay mặt. adj. phải, đúng, tốt, có lý; (tay) phải/mặt; cần phải có, đúng, thích-hợp, xứng-đáng; ở vào tình-trạng tốt; [đường] thẳng, [góc] vuông. the -- time giờ đúng; lúc đúng. the -- change tiền lẻ thối lại đúng. the -- answer câu trả lời đúng. This is not the -- street. Không phải phố này rồi. I am quite --. Tôi hoàn-toàn đúng. the -- eye con mắt bên phải. the -- size cỡ đúng, số (sơ-mi, giày) đúng. to feel all -- cảm thấy khoẻ-mạnh bãnh-thãnh. All --! Được! Tốt! Được rồi (nếu anh/chị muốn thế)! adv. thẳng; ngay, chính; phải, đúng; tốt, đúng ý; đáng, xứng-đáng; hoàn-toàn; về bên phải. -- ahead thẳng đầy. -- in the center ở chính giữa. -- here ngay tại đây. -- away liền, tức thì; ngay bây giờ. -- now hiện lúc này. That serves him --! Đáng kiếp nó! -- and left tứ phía. v. lấy lại cho thẳng/ngay; uốn nắn, sửa sai.

right-about face n. sự quay nửa vòng bên phải; sự trở mặt.

righteous adj. ngay thẳng, đạo-đức, chính-đáng, công-bằng.

rightful adj. ngay thẳng, công-bằng, đúng-đắn; chính-đáng, hợp-pháp.

right-hand drive n. lái xe bên tay phải.

right-handed adj. thuận tay phải; bên phải.

right-hand man n. cánh tay phải [của thủ-trưởng].

rightist n. người thuộc phe hữu, người hữu-phái. adj. thuộc phe hữu, thiên-hữu, khuynh-hữu.

rightly adv. phải, đúng, công-bằng, có lý. -- or wrongly dù đúng hay sai đi chăng nữa.

right-wing adj. thuộc cánh/phe hữu.   [gian.

rigid adj. cứng, cứng rắn, khắt-khe, không co

rigidity n. sự cứng rắn/nhắc; sự khắt-khe.

rigmarole n. câu chuyện không ra đâu vào đâu.

rigorous adj. chính-xác, nghiêm-túc; khắc-nghiệt.

rill n. dòng suối nhỏ.

rim n. vành, bờ, mép; miệng [chén, bát, chum]; gọng [kính]. horn-rimmed glasses kính gọng sừng.

rime n. Xem rhyme.

rind n. vỏ (cây, dưa hấu); cùi [phó-mát]; bì lợn.

ring n. cái vòng; cái đai; cái nhẫn; vòng tròn; vũ-đài; đấu-trường [bò tốt]; nhóm, bọn, ổ; quầng [mắt]. engagement -- nhẫn đính-hôn. wedding -- nhẫn cưới, nhẫn ma-dê. spy -- ổ gián-điệp. graduation -- nhẫn nhà trường (mình tốt-nghiệp). -- finger ngón đeo nhẫn. boxing -- vũ-đài quyền Anh.

ring n. bộ chuông; tiếng chuông (điện-thoại); tiếng kêu leng-keng; vẻ; cú điện-thoại [to give X kêu, gọi cho X]. v. [rang, rung] reo, rung, lắc, giật [chuông bell]; kêu, rung/ngân vang; văng vẳng; nghe có vẻ; rung chuông báo hiệu. to -- in the New Year of the Pig rung chuông đón mừng Năm Hợi mới. to -- up gọi dây nói.

ringleader n. tên đầu sỏ.

ringmaster n. đạo-diễn rạp xiếc.

ringworm n. bệnh mảng tròn (ngoài da).

rink n. sân trượt băng skating --.

rinse n., v. (sự) súc [miệng, chai, ấm], (sự) giũ [quần áo], (sự) tráng [bát đĩa].

riot n. sự náo loạn; cuộc nổi loạn; sự bừa-bãi lộn-xộn. to run -- tha hồ hoành-hành; bừa-bãi. -- police cảnh-sát dã-chiến. v. nổi/dấy loạn.

rioter n. người nổi loạn phá rối trật-tự.

riotous adj. om-sòm, ầm-ĩ, ồn-ào, huyên-náo; hỗn loạn; bừa-bãi, phóng-đãng.

rip n. sự xé; vết rách, chỗ xé. v. xé toạc ra -- off, -- out. to -- open the package xé cái gói ra. to -- off lợi-dụng bóp chẹt; ăn cắp.

ripcord n. dây dù.

ripe adj. chín; chín muồi, chín chắn; ăn được.

ripen v. chín, chín muồi; trở nên chín chắn.

ripple n. sóng gợn lăn-tăn; tiếng róc-rách; tiếng rì-rầm. v. (làm cho) gợn sóng lăn-tăn; róc-rách rì-rầm; làm cho rì-rào.

rise n. sự tăng lên, sự tăng-gia; chỗ đường dốc; sự cất tiếng; sự mọc lên [mặt trời]; sự thăng cấp, thăng-tiến; nguồn [sông]; nguồn gốc, căn-nguyên. to give -- to gây ra/nên. X's -- to power việc X lên nắm chính-quyền. v. tăng lên; dâng/nổi lên, lên cao, bốc lên; trèo/leo lên; dậy, trở dậy, đứng dậy/lên; [mặt trời, mặt trăng] mọc; tiến lên, thăng-tiến, thành-đạt; nổi dậy, khởi-nghĩa;[sông] bắt nguồn. to -- above vượt lên trên .... I have to wait for the dough to --. Mẹ phải đợi cho bột dậy lên. [rose; risen]

risen quá-khứ của rise.

riser n. ván đứng [giữa hai bậc cầu thang trong nhà]; ống [nước/khí] đứng; người dậy. early -- người tính hay dậy sớm.

rising adj. đang lên. the -- sun mặt trời mọc. the -- generation thế-hệ đang lên.

risk n. sự liều, sự mạo-hiểm; sự rủi-ro nguy-hiểm. at the -- of her life liều mạng, liều chết. v. liều [mạng one's life/neck]; có thể phải chịu rủi-ro. He --ed losing his job. Anh ta làm thế có thể bị mất việc.

risky adj. liều, mạo-hiểm; đầy rủi-ro nguy-hiểm.

risqué adj. suồng-sã, khiếm-nhã, nhả.

rite n. lễ, lễ-nghi, nghi-thức. Ministry of Rites Bộ Lễ. Minister of Rites Thượng-thư Bộ Lễ, Lễ-bộ Thượng-thư. funeral --s lễ tang, tang-lễ.

ritual n., adj. (thuộc/theo) lễ-nghi, nghi-thức.

rival n. người kình-địch/cạnh-tranh, đối-thủ, địch thủ. adj. kình-địch, cạnh-tranh. a -- store một cửa hàng cạnh-tranh. v. sánh với; cạnh-tranh.

rivalry n. sự kình-địch/cạnh-tranh; sự ganh đua.

river n. con sông; dòng sông; dòng [máu blood] chảy lênh-láng. up the -- ngược dòng sông. sailing down the -- đi thuyền xuôi dòng sông. -- port cảng sông, giang-cảng. -- basin lưu-vực sông.

riverbed n. lòng sông.

riverfront n. ven bờ sông.

riverside n. bờ sông. -- hamlet xóm nhỏ ven sông.

rivet n. đinh tán. v. tán đầu; ghép/thật chặt.

rivulet n. dòng suối nhỏ, lạch, ngòi.   [gắn.

roach n. con gián cockroach. -- killer thuốc trừ

road n. con đường; đường đi; đường phố; con đường [dẫn tới ....], cách, phương-pháp. ROAD UNDER CONSTRUCTION ĐƯỜNG ĐANG SỬA. COI CHỪNG SỞ LÀM.

roadbed n. nền đường.

roadblock n. vật chướng-ngại chặn đường, chỗ cảnh sát chặn đường hỏi giấy.

roadside n. bên đường, lề đường.

roadstead n. vũng tàu.

roadway n. lòng đường.

roam v. đi lang-thang, đi lung-tung.

roar n., v. (tiếng) gầm, rống; (tiếng) nổ ầm-ầm; (tiếng) la thét om-sòm, (tiếng) cười phá lên.

roast n. thịt quay, thịt nướng. -- pig thịt lợn quay. -- pork thịt quay, xá-xíu. -- duck thịt vịt quay. -- chicken gà quay. v. nướng, quay [thịt]; rang [cà-phê coffee beans]; nung.

rob v. cướp, ăn cướp, lấy trộm. He --bed me of my watch. Nó lấy của tôi cái đồng hồ.

robber n. kẻ trộm, kẻ cướp, quân đạo-tặc.

robbery n. vụ trộm, vụ cướp. highway -- vụ cướp đường. daylight -- vụ cướp của ban ngày.

robe n. áo choàng mặc trong nhà bath--; áo thụng [giáo-sư, quan toà]. v. mặc/khoác áo choàng cho.

robin n. chim cổ đỏ.   [lại.

robot n. người máy. -- plane máy bay không người

robust adj. khoẻ mạnh, tráng-kiện, cường-tráng.

rock n. đá, tảng đá; hòn đá; mỏm đá ngầm. on the --s hết sạch tiền, nhẵn túi; [rượu] chỉ bỏ nước đá, chứ không pha xô-đa hay nước lã.

rock v. đu-đưa, lúc-lắc; làm rung chuyển. to -- a baby to sleep ru em bé ngủ.

rock-bottom adj. [giá] thấp nhất, hạ nhất.

rocker n. ghế xích-đu [= rocking chair]; cái đầu. He is off his --. Anh ta dở hơi đấy mà.

rocket n. tên lửa, hoả-tiễn, rốc-két; pháo thăng thiên; hoả-pháo. -- bomb bom bay. -- launcher súng phóng tên lửa. -- ship phi-thuyền vũ-trụ.

rocking chair n. ghế xích-đu.

rock-'n'roll n., adj. (thuộc) điệu nhạc dân-ca Mỹ hai nhịp có thể nhảy nhót lao-đao.

rocky adj. cứng/vững như đá.

rod n. cái que, cái gậy; cái roi, roi vọt; cần câu fishing --; sào Anh [gần bằng 5m]; vi-khuẩn que; thanh ngang màn cửa curtain --. Spare the -- and spoil the child. Yêu cho vọt, ghét cho chơi.

rode quá-khứ của *ride*.

rodent n., adj. (thuộc) loài gặm nhấm; chuột.

rodeo n. cuộc đua cưỡi ngựa quăng dây bắt bò.

roe n. con hoẵng.

roe n. trứng cá.

roger interj. được rồi.; nghe rõ rồi.

rogue n. tên lừa-đảo; thằng đểu; đứa tinh-nghịch.
--s' gallery n. hồ-sơ ảnh các tội-phạm.

roguish adj. đểu, xỏ lá (ba que); tinh-nghịch.

role, rôle n. vai trò, vai tuồng, vai. the lead-
ing -- vai chính.

roll n. cuốn, cuộn, súc, ổ; bánh mì nhỏ; tập
giấy bạc; tiếng vang rền [của sấm, trống]; danh-
sách, danh-mục; sự điểm danh; sự lăn tròn; sự lắc
lư trong-tránh. to call the -- gọi tên, điểmdanh.
I took five --s of color film. Tôi chụp năm cuộn
phim màu. a -- of toilet paper cuộn giấy vệsinh.
Please take the French --s out of the oven and
butter them. Chị làm ơn lấy những chiếc bánh mì
Pháp ở trong lò ra, rồi phết bơ hộ em đi.
v. cuốn, cuộn, quấn; lăn, vần; [xe cộ] chạy, lăn;
[người] đi xe; [năm tháng] trôi qua; [tàu thuyền]
trong-tránh, lắc-lư; [địa-hình] lên xuống thoai-
thoải; lăn [bột]; vang rền, đổ hồi; đọc rung,
uốn lưỡi [những chữ r]. -- call sự điểm danh.
to -- over lăn mình. to -- up cuốn [thuốc lá],
cuộn lại; cuộn mình lại.

roller n. trục lăn; ống lăn; trục cán; xe lăn
đường; đợt sóng lớn; cái cuộn tóc. -- bearing ổ
đũa. -- coaster núi Nga [xe lửa lên núi xuống
núi ở giải-trí-trường]. -- skates đôi patanh.
roller-skate đi patanh. -- -skating rink sân
đi patanh. -- towel khăn lau tay cuộn.

rolling n. sự lăn; sự cán; sự trong-tránh; sự
lắc-lư; tiếng vang rền. adj. lăn (long-lóc);
cuồn-cuộn; trôi qua. -- mill xưởng cán kim-loại.
-- pin chày lăn bột. -- stock các toa xe lửa.

roly-poly adj. bụ-bẫm.

Roman adj. [đế-quốc, chữ số] La-mã. R-- Catholic
tín-đồ Công-giáo (theo giáo-hội La-mã).

romance n. câu chuyện tình lãng-mạn; mối tình
lãng-mạn; truyện thơ về anh-hùng hiệp-sĩ; truyện
phiêu-lưu mạo-hiểm; chuyện bịa-đặt.

romantic adj. lãng-mạn, mơ-mộng, mộng-mơ, xa
thực-tế; viển-vông, ảo-tưởng, hão-huyền.

romanticism n. chủ-nghĩa lãng-mạn; sự lãng-mạn.

romp v. nô đùa ầm-ĩ.

roof n. mái nhà, nóc; vòm [trời, cây, miệng]; nóc,
mui [xe]; trần [máy bay]. v. lợp, che mái; làm
mái che cho. tiled -- mái (lợp) ngói.

roofing n. vật-liệu lợp mái; sự lợp mái; mái.

rook n. con quạ; tay cờ bạc bịp. v. bịp.

rookie n. lính mới, tân-binh.

room n. buồng, phòng; cả (những người trong)phòng;
chỗ; cơ-hội, duyên-cớ. You forgot to do your --.
Con quên dọn buồng đấy nhé. The whole -- laughed.
Cả phòng cười ồ. not enough -- for another desk
không đủ chỗ cho một cái bàn nữa. to make -- for
dọn/nhường chỗ cho ... -- for improvement khả-năng
cải-thiện. v. thuê phòng; ở chung phòng. *** --
and board ăn ở, tiền phòng và tiền ăn, tiền ăn trọ.
-- clerk thư-ký khách-sạn. -- divider vách ngăn.
ROOM FOR RENT PHÒNG CHO THUÊ. a room-to-room search
sự khám xét từng phòng.

roomette n. phòng ngủ [trên xe lửa, máy bay].

rooming house n. nhà trọ, nhà có từng phòng cho
(sinh-viên) thuê.

roommate n. bạn ở chung buồng.

roomy adj. rộng-rãi.

roost n. chỗ [chim] đậu; chuồng gà; chỗ ngủ. to
rule the -- làm như mình là chủ, hách-dịch.
v. [chim] đậu; ngủ.

rooster n. gà trống.

root n. rễ cây, rễ; chân [răng]; --s các cây có
rễ củ; căn-nguyên, gốc rễ, nguồn gốc; căn;từ gốc.
to take/strike -- bén rễ. to get to the -- of the
matter nắm được thực-chất vấn-đề. square -- căn
bậc hai. -- and branch hoàn-toàn. v. làm ăn sâu,
làm cắm chặt; nhổ bật rễ -- up/out; bén rễ.

root v. lấy mõm ủi mói; lục-lọi; reo hò cổ-vũ.

rooted adj. đã bén rễ. deeply -- đã ăn sâu; thâm
căn cố đế.

rope n. dây thừng, dây chão; chuỗi, xâu; dây thòng
lọng [quăng vào cổ ngựa, cổ bò; treo cổ tử-tù].
to jump -- nhảy dây. to know the --s biết hết mọi
cách-thức. v. trói/buộc bằng thừng; quăng thừng
bắt [ngựa, bò]; chăng dây thừng làm giới-hạn.
-- ladder thang dây. -- walker người làm xiếc đi
trên dây.

rosary n. chuỗi tràng hạt.

rose n. hoa hồng [red đỏ; yellow vàng]; cây hoa
hồng; màu hồng. a bed of --s một luống hồng. --
garden vườn hồng. climbing -- cây hồng leo.
adj. màu hồng. -- window cửa sổ hình hoa hồng.

rose quá-khứ của rise.

rosebud n. nụ hoa hồng.

rosebush n. cây hồng, khóm hồng, bụi hồng.

rose-colored adj. màu hồng; tươi vui, lạc-quan.
She sees things through -- glasses. Nàng nhìn đời
một cách lạc-quan.

rosewood n. gỗ hồng-mộc.

rosin n. côlôfan.

roster n. danh-sách; bảng phân-công.

rostrum n. diễn-đàn, bục diễn-giả.

rosy adj. [má, da] hồng-hào, hồng; lạc-quan.

rot n. sự thối-rữa/mục-nát; chuyện dại-dột.
v. thối, rữa, mục; chết dần chết mòn -- away.

rotary n. máy quay; máy in quay -- press; bánh xe
luân-hồi. the Rotary Club Hội Phú-luân. adj.
[motion chuyển-động, furnace lò, press máy in]
quay.

rotate v. quay, xoay quanh; luân-phiên nhau. --
crops trồng luân-phiên, luân-canh.

rotation n. sự quay, sự xoay vòng; sự luân-phiên.
In -- luân-phiên nhau, lần lượt. crop -- luân-
canh.

rote n. sự nhớ thuộc lòng, sự học vẹt -- learning.
learn by -- học thuộc lòng như con vẹt.

rotor n. cánh quạt [máy bay trực-thăng/lên thẳng]

rotten adj. mục (nát), thối (rữa), [trứng] ung;
xấu, tồi, khó chịu, đáng ghét; đồi-bại, sa-đọa.

rotunda n. nhà/phòng hình tròn.

rouge n. phấn hồng; sáp môi. v. đánh phấn hồng.

rough n. trạng-thái chưa gọt giũa; người cục-mịch
hoặc du-côn. adj. xù-xì, ráp, nhám; gồ-ghề, lởm
chởm; dữ-dội, mạnh, hung-dữ, hung-bạo; [biển] có
sóng lớn, động; thô, chưa gọt giũa, chưa mài giũa,
chưa trau chuốt; thô-lỗ, cục-cằn, lỗ-mãng; [bản]
nháp, phác qua, dịch phỏng; [tiếng] chối tai ;
nặng nhọc, nặng nề, gay go, khó khăn. adv. dữ,
thô-bạo. a -- guess sự đoán phỏng chừng. v. to
-- it đi cắm trại, ngủ ngoài trời (thiếu tiện-
nghi). to -- up đánh đập, ngược đãi.

roughage n. thức ăn thô; chất xơ.

roughly adv. dữ-dội, thô-bạo; đại-thể, phỏng độ.

-- speaking nói đại-khái.

roughshod adj. [ngựa] mang móng đinh. to ride --
over X ăn hiếp X, chà đạp lên X.

round n. vật hình tròn; khoanh [thịt bò]; vòng
tròn; sự quay vòng, sự tuần-hoàn, chu-kỳ; sự đi
vòng/tua, sự kinh-lý; hiệp, vòng đấu; loạt [súng],
tràng [pháo tay applause], chầu rượu. The watch-
man made his --s. Người gác đi tuần quanh tòa nhà.
adj. tròn; (béo) tròn trịa; chẵn, tính chẵn; khứ-
hồi; [giọng] sang-sảng; thẳng-thắn. adv. quanh,
vòng quanh; chung/xung quanh; quay trở lại. prep.
quanh, vòng quanh, chung/xung quanh. v. làm/cắt
tròn, xén tròn; đi vòng quanh; đọc [nguyên-âm vow-
el] chúm/tròn môi. -- off làm cho trọn vẹn. -- up
dồn [súc-vật]; vây bắt.

roundabout n. chỗ đường vòng, bùng binh. adj.
theo đường vòng; [lời nói] quanh co, gián-tiếp.

roundly adv. hoàn-toàn; thẳng, không úp mở.

round-the-clock adj. suốt ngày đêm, suốt 24 tiếng.

roundup n. sự dồn súc-vật; cuộc vây bắt, bố-ráp;
sự tóm-tắt. press -- bài điểm báo.

rouse v. khua, khuấy động; đánh thức, làm thức-
tỉnh; kích-động, khêu lại, gợi lại; chọc tức.

rout n. sự tháo chạy, sự tán-loạn lúc rút lui;
sự thảm-bại. v. đánh cho tan-tác; đánh tơi-bời.

route n. đường đi; tuyến đường; đường của người
phát thư. v. gửi [thư, gói hàng] theo một tuyến
đường nào đó [chẳng hạn: through Parisqua Paris].

routine n. công việc hằng ngày, thói quen mỗi
ngày; thủ-tục, thường-lệ.

rove v. đi lang-thang.

rover n. người đi lang-thang, lãng-tử.

roving adj. đi khắp nơi; [đại-sứ] lưu-động.

row n. hàng, dãy; dãy nhà; hàng ghế; hàng cây.

row n. cuộc đi chèo thuyền. v. chèo thuyền,
chèo. to -- X across the river chèo thuyền cho X
sang sông.

row n. sự cãi lộn (om-sòm huyên-náo).

rowboat n. thuyền có mái chèo.

rowdy n. tên du-côn. adj. hay làm om-sòm.

royal adj. thuộc nhà vua; hoàng-gia; sang-trọng,
huy-hoàng, trọng-thể. the -- family hoàng-gia,
hoàng-tộc. -- power vương-quyền. R-- Air Force
Không-quân Hoàng-gia (Anh), Không-lực Anh. a --
welcome cuộc đón tiếp như đế-vương.

royalist n. người theo chủ-nghĩa bảo-hoàng.

royalty n. địa-vị nhà vua, vương-vị; quyền-hành
nhà vua, vương-quyền; royalties tiền bản-quyền
tác-giả/phát-minh, tiền tác-quyền.

rub n. sự cọ-xát/chà-xát; sự lau chùi, cọ chải;
nỗi khó-khăn, sự cản-trở. v. cọ xát, chà xát;
xoa, thoa, xoa bóp; lau/đánh bóng; xát mạnh để
làm bẩn rập. to -- in xoa [dầu, cao] cho thấm;
nhắc đi nhắc lại. to -- off lau/xoá sạch; làm
xước. to -- out lau/chùi sạch; giết, thủ-tiêu.

rubber n. cao-su; cái tẩy, cục gôm; rubbers giầy
cao-su, ủng cao-su; khăn lau, giẻ lau. -- band
dây cao-su. -- plant "cây cao-su" trồng chậu.
-- stamp con dấu cao-su; nhân-vật/nghị-hội bù-
nhìn. -- tree cây cao-su. -- plantation đồn-điền
cao-su.

rubberneck n. (du-khách) tò-mò.

rubbing n. bản rập, bản xát, thác-bản.

rubbish n. rác-rưởi, rác-rến, vật bỏ đi; vật vô-
giá-trị; chuyện bậy/láo/nhảm, chuyện vô-lý.

rubble n. gạch vụn, đá vụn.

rubric n. đề-mục (in chữ đỏ), mục lớn.

ruby n. ngọc đỏ, hồng-ngọc, ru-bi.

rucksack n. ba-lô.

rudder n. bánh lái.

ruddy adj. hồng-hào khoẻ-mạnh; hung-hung đỏ.

rude adj. láo-xược, vô-lễ, bất-lịch-sự, khiếm-nhã,
thô-lỗ, dã-man; thô-sơ, không tinh-vi; mạnh-mẽ
(đột-ngột), dữ-dội.

rudiments n. khái-niệm bước đầu, kiến-thức cơ-sở.

rudimentary adj. bước đầu, sơ-bộ, sơ-đẳng; thô-sơ.

rue v. ăn-năn, hối-hận, ân-hận, hối-tiếc.

rueful adj. buồn-bã, rầu-rĩ; thảm-hại.

ruffian n. tên côn-đồ/côn-quang, tên lưu-manh,
tên vô-lại, thằng du-côn.

ruffle n. diềm đăng-ten tổ-ong; sóng gợn; khoang
cổ; hồi trống rền. v. làm xù/rối lên; (làm)
sóng gợn lăn-tăn; làm mếch lòng, làm trái ý.

rug n. tấm thảm; chăn, mền.

rugby n. môn bóng bầu dục.

rugged adj. lởm-chởm, gồ-ghề, xù-xì; khổ nhọc,
vất-vả, gian-truân; khoẻ mạnh, vạm-vỡ.

ruin n. sự đổ-nát, sự suy-đổi; sự tiêu-tan; sự
thất-bại/phá-sản; ruins di-tích, tàn-tích. the
--s of Angkor Đế thiên Đế-thích. v. làm đổ-nát,

làm hỏng, làm tan-nát, làm hư nát, tàn-phá; làm
phá-sản; làm hư-hỏng, dụ-dỗ [con gái]. He --ed
himself (in) gambling. Vì máu mê cờ bạc mà anh ta
bị khuynh-gia bại-sản.

ruinous adj. đổ-nát; tàn-hại, gây tai-hại.

rule n. lệ thường, thói quen; phép tắc, quy-tắc,
quy-củ; luật-lệ, điều-lệ, quy-luật; quyền thống-
trị. the -- of the road luật đi đường. as a --
theo thường-lệ. French -- thời Pháp-thuộc. under
Chinese -- dưới thời Bắc-thuộc. to ignore all the
--s and regulations bất chấp cả bao nhiêu luật-lệ.
v. trị-vì, cai-trị, thống-trị; quản-trị, chi phối,
chỉ-huy, điều-khiển; chế-ngự, kiềm-chế, đè nén;
[toà] ra lệnh, quyết-định, phán-quyết; kẻ [giấy].
to -- out bác-bỏ, loại-trừ. to -- over thống-trị.

ruler n. nhà cầm quyền; vua, chúa; cái thước kẻ.

ruling n. sự quyết-định/phán-quyết; sự thống-trị.
adj. cầm quyền, chỉ-huy. -- circles giới cầm-
quyền, giới lãnh-đạo.

rum n. rượu rum.

rumble n., v. (tiếng) ầm-ầm, (tiếng) đùng-đùng;
(tiếng) sôi bụng ùng-ục.

ruminant n. động-vật nhai lại.

ruminate v. nhai lại; ngẫm-nghĩ, suy đi tính lại.

rummage n. sự/đồ lục-lọi. -- sale cuộc bán đồ cũ
linh-tinh/tạp-tàng. v. lục-lọi, lục-soát; lục
bừa, lục bừa-bãi, lục lung-tung.

rumor n. tin đồn, lời/tiếng đồn. v. đồn (đại).
Rumor has it that ..../It is --ed that .... Người
ta đồn rằng ....

rumormonger n. người phao tin đồn.

rump n. mông đít [của muông]; phao câu [của chim].

rumple v. làm rối [tóc]; làm nhăn/nhàu, vò nhàu.

run n. sự chạy; cuộc đi chơi/dạo, chuyến đi; sự
hạ nhanh, sự giảm mau; cơn, hồi, loạt. on the --
all day long suốt ngày chạy ngược chạy xuôi. a --
of bad luck hồi bị đen. in the long -- tính đường
dài thì .... The play Gengis Khan had a -- of
six nights. Vở Thành-cát Tư-hãn diễn sáu đêm liền.
v. [ran, run] chạy, cho chạy, cho chảy; trông
nom, điều-khiển, quản-lý; luồn [dây]; đưa lướt;
[máu] chảy; [tin] lan mau/nhanh; [ngón tay] lướt.
*** -- about/around chạy quanh; chạy loăng-quăng.
-- across chạy ngang qua ...; tình cờ gặp ....
-- after chạy theo, đuổi theo; theo đuổi [đích].

-- off cho chảy; quay thành nhiều bản; chạy trốn; chảy. -- through chạy qua; đâm xuyên qua; đọc lướt qua. -- up chạy lên; kéo [cờ]; đễ'tích-luỹ. Run along! Cút đi chỗ khác! -- at nhảy/xông vào. -- away bỏ chạy, chạy đi. -- down chạy xuống; [đồng hồ] hết dây cót; [bình điện] hết điện. -- for President ra tranh-cử Tổng-thống. -- into chạy vào trong; mắc/rơi vào; tình cờ gặp. -- out chạy/chảy ra; hết, cạn, kiệt; hết hiệu-lực. -- out of [money] hết [tiền]. -- over tràn/trào ra; đọc lướt qua; chạy đe lên, chẹt phải. to -- for one's life chạy bán sống bán chết. Her letter --s as follows. Lá thư của cô ta viết như sau. This color doesn't --. Màu này không thôi. to -- er-rands chạy việc vặt. to -- in the blood di-truyền. hit-and-run đâm người ta rồi lái xe bỏ chạy. eat-and-run ăn cơm thiết xong bỏ đi liền.

runaway n., adj. (người) bỏ trốn;(ngựa) lồng lên.

rundown n. bản tóm-tắt.

run-down adj. ọp-ẹp, long đai gãy ngỏng; kiệt sức, cạn; hết dây cót, chết.

rung n. thanh ngang, bậc [thang]; nan hoa.

rung quá-khứ của *ring*.

runner n. người chạy, lực-sĩ chạy; tuỳ-phái, ông chạy giấy; công-nhân đầu máy xe lửa; thân cây bò lan; đường rãnh; dây cáp kéo đồ; con lăn.

runner-up n. [pl. *runners-up*] người về nhì trong trận chung-kết; người đứng thứ nhì; á-hậu [trong cuộc thi hoa-khôi].

running n. cuộc chạy thi/đua; sự chạy, sự chạy máy, sự vận-hành; sự chảy; sự điều-khiển/quản-lý. adj. đang chạy; đang chảy; [vết thương *sore*] đang rỉ mủ; [nút dây *knot*] thòng-lọng. -- board bậc lên [xe]. -- commentary bài tường-thuật tại chỗ. -- mate ứng-cử-viên Phó-tổng-thống.

runproof adj. [bít-tất dài đàn bà] không tuột sợi.

runt n. giống bò nhỏ; người bị cọc, anh lùn.

runway n. đường băng, phi-đạo; cầu tàu.

rupee n. đồng rupi (Ấn-độ, Pakistan, Sri Lanka).

rupture n. sự cắt đứt, sự đoạn-tuyệt/tuyệt-giao; sự đứt [mạch máu]; sự thoát-vị. v. (bị) cắt đứt, (bị) đoạn-tuyệt; (làm) vỡ, đứt, gãy, thủng, rách; (làm) thoát-vị, thoát-trường.

rural adj. thuộc miền nhà quê, đồng quê, thôn-dã, thôn-ổ, nông-thôn. -- areas những vùng thôn-quê.

both in -- and urban areas cả ở quê lẫn ở tỉnh. Rural Free Delivery, Rural Route Đường phát thư [viết tắt R.F.D. hoặc R.R.].

ruse n. mưu-mẹo, mưu-kế, mưu-chước.

rush n. cây bấc, cây lác.

rush n. sự xông lên, sự xô đẩy; sự đổ xô tới, sự lao/dồn tới, sự cuốn đi; sự vội-vàng, sự gấp. to be in a -- to vội [làm gì]. a -- job công-việc cần làm gấp. v. xông lên, xô, đổ xô tới; lao, dồn tới; chảy mạnh, dồn lên; đi gấp; làm/gửi gấp. They --ed the girl to the hospital. Họ chở vội cô bé vào bệnh-viện. Reinforcements were --ed to the battlefield. Viện-binh được gửi gấp ra bãi chiến-trường. The bill was --ed through Congress. Đạo dự-luật được Quốc-hội thông-qua một cách vội-vàng. to -- into xông thẳng vào; nhảy vội vào [việc gì]. the gold -- cuộc đổ xô đi tìm vàng. No --. Không vội gì. RUSH. KHẨN. GẤP. -- hours giờ cao-điểm, giờ tan sở (đông xe), giờ đi làm (kẹt xe). This is a -- order. Đơn đặt hàng này cần lo ngay.

russet n., adj. (màu) nâu đỏ.

Russian n., adj. (người) Nga; tiếng Nga, Nga-ngữ.

rust n. gỉ, sét; sự cùn trí nhớ; bệnh gỉ sắt [của cây lúa]. v. gỉ; làm gỉ.

rustic adj. quê mùa, mộc-mạc; chất-phác; thô-kệch.

rustle n., v. (tiếng) sột-soạt, (tiếng) xào-xạc; ăn trộm [bò, ngựa].

rustproof adj. không gỉ.

rusty adj. gỉ, han, sét; [ngoại-ngữ] cùn.

rut n, vết bánh xe; vết đường mòn.

rut n. sự động dực. v. động dực.

ruthless adj. tàn-nhẫn, nhẫn-tâm.

rye n. lúa mạch đen; rượu uýt-ky mạch đen. -- bread bánh mì mạch đen.

S

sabbath n. ngày xaba [của dân Do-thái]; chủ-nhật.

sabbatical leave n. năm nghỉ phép [của giáo-sư].

saber n. gươm, kiếm lưỡi cong [của kỵ-binh].

sable n. (da lông) chồn zibelin. --s tang-phục.

sabotage n., v. (sự) phá-hoại.

saboteur n. kẻ phá-hoại.

sac n. túi, bao.

saccharin n. sacarin.

sack n. bao tải, túi, bị; cái giường. to get the -- bị đuổi/thải. v. đóng bao; thải; đánh bại.

sack n., v. (sự) cướp phá, (sự) cướp bóc.

sacrament n. phép bí-tích, lễ ban phước: lời thề.

sacred adj. thiêng-liêng, bất-khả xâm-phạm; thánh, thần-thánh. -- cow người, vật hoặc cái gì không thể chê được.

sacrifice n. sự hy-sinh; sự cúng thần, vật tế thần; sự bán lỗ. at a -- (bán) lỗ. v. hy-sinh.

sacrilege n. tội báng-bổ/xúc-phạm thần-thánh.

sacrilegious adj. báng-bổ, xúc-phạm thần-thánh.

sad adj. buồn, buồn-bã, buồn-rầu, âu-sầu; đìu-hiu, cô-quạnh, quạnh-quẽ; kém, tồi, hèn.

sadden v. làm buồn-bã/buồn-rầu/phiền-muộn.

saddle n. yên ngựa, yên xe đạp. v. thắng yên; dồn, chất [gánh nặng, trách-nhiệm]. -- shoes giày vá.

sadism n. tính ác-dâm, tính bạo-dâm; tính thích chơi ác.

sadist n. người ác-dâm/bạo-dâm; người có tính thích chơi ác, người thích hành-hạ kẻ khác.

sadness n. sự buồn-bã/buồn-rầu, nỗi u-buồn.

safe n. tủ sắt, tủ két; chạn, tủ thịt. adj. chắc chắn, an-toàn, vô-sự -- and sound; không nguy-hiểm; dè-dặt, thận-trọng. to play it -- chơi ăn chắc. on the -- side cho nó chắc, muốn cẩn-thận. -- deposit box hộp (giấy-tờ quan-trọng) gửi băng.

safe-conduct n. giấy thông-hành an-toàn.

safeguard n., v. (cái để) che-chở hoặc bảo-vệ.

safekeeping n. sự che-chở bảo-vệ (khỏi mất-mát).

safety n. sự chắc-chắn, sự an-toàn; tính-chất an toàn không nguy-hiểm. -- belt dây an-toàn. -- measures biện-pháp an-toàn. -- match diêm (an-toàn). -- pin kim băng. -- razor dao bào. -- valve van an-toàn; cái xì hơi, chỗ xả hơi.

saffron n. (củ) nghệ. adj. màu vàng nghệ.

sag n. sự lún/cong; sự chùng; sự hạ giá; sự sút kém. v. lún/cong/oằn/võng xuống; chùng; nghiêng một bên; hạ giá, sụt giá; sút kém.

sagacious adj. khôn-ngoan sắc-sảo, thông-minh.

sagacity n. sự thông-minh linh-lợi, sự sắc-sảo.

sage n., adj. nhà hiền-triết, hiền-nhân, bậc thánh-hiền.

sage n. lá/cây xô thơm, cây thử-vĩ.

said quá-khứ của say.

sail n. cánh buồm; thuyền, tàu. to set -- giương buồm. v. đi/chạy (trên mặt biển); lái, điều-khiển; đi thuyền, đi tàu thuỷ; nhổ neo; bay lượn. to -- into X tấn-công/chỉ-trích dữ-dội.

sailboat n. thuyền buồm.

sailcloth n. vải buồm.

sailor n. lính thuỷ, thuỷ-thủ, mạch-lô.

saint n. thánh; ông thánh. All Saints' Day Lễ Các Thánh, Lễ Chư-thánh.

saintly adj. thánh-thiện.

sake n. lợi-ích. for God's -- vì Chúa. for your -- để có lợi cho anh. art for art's -- nghệ-thuật vì nghệ-thuật.

salad n. rau xà-lách. -- dressing dầu giấm hoặc nước pha để trộn xà-lách.

salamander n. con rồng lửa, con kỳ-nhông.

salami n. xúc-xích Ý.

salary n. tiền lương, tiền công. His starting -- was $30,000 per annum. Bắt đầu lương ông ấy là 30 nghìn đôla một năm.

sale n. sự bán; số hàng-hoá bán được; cuộc bán xon, cuộc bán hạ-giá. for -- để bán, đem ra bán. on -- bán xon, bán giá hạ. fire -- vì cháy cửa hàng mà phải bán. sidewalk -- bán ngay trên bờ hè. garage --, yard -- bán xon đồ thừa (bày ở trong nhà để xe hoặc ở ngoài sân cỏ).

salesgirl n. cô bán hàng.

salesman n. người bán hàng.

salesmanship n. nghề/tài bán hàng.

sales tax n. thuế hàng-hoá (gián-thu).

salient adj. nổi bật, dễ thấy; nhô/lồi ra.

saliva n. nước bọt, nước dãi.

sallow adj. [da] tái xám.

sally n., v. (sự) xông ra; (cuộc) đi chơi/dạo.

salmon n. cá hồi.

salon n. cửa tiệm sang-trọng [bán giày phụ-nữ shoe --, uốn tóc beauty --]; phòng/ cuộc triển-lãm [tranh, xe thi].

saloon n. quán rượu, tửu-quán.

salt n. muối; muối ăn table --. v. muối [dưa, thịt].

saltshaker n. lọ đựng muối ở bàn ăn.

saltwater n. nước mặn. -- fish cá nước mặn.

salty adj. mặn; chua-chát, sắc-sảo.

salutary adj. tốt lành; bổ-ích, có ích.

salutation n. lời/câu chào.

salute n. sự chào; cách chào, cái chào. a 21-gun -- 21 phát súng chào. v. chào (kiểu nhà binh).

salvage n. sự cứu tàu [khỏi đắm/cháy]; đồ-đạc cứu được, của-cải vớt được. v. cứu khỏi đắm/cháy.

salvation n. sự cứu rỗi, sự cứu vớt linh-hồn. S-- Army Đội quân Cứu-tế Từ-thiện. national -- cứu nước, cứu-quốc.

salve n. thuốc mỡ, thuốc xoa. v. xoa dịu, an-ủi.

salvo n. loạt súng/đạn; tràng [vỗ tay applause].

Samaritan n. người Xamaria. good S-- người hay làm phúc.

same n. vật đó, điều như thế, người đó. just the -- vẫn như thế. all the -- vẫn cứ thế. adj. như nhau, giống nhau. in the -- boat cùng một chuyến tàu; cùng hội cùng thuyền. at the -- time đồng thời. the -- attitude vẫn thái-độ đó.

sampan n. thuyền tam-bản.

sample n. mẫu, mẫu hàng. v. thử, ăn thử.

sanctify v. thánh-hoá.

sanction n. sự đồng-ý/tán-thành; hình-phạt. v. đồng-ý, phê-chuẩn; quy-định việc thưởng phạt.

sanctity n. tính thiêng-liêng.

sanctuary n. chỗ tôn-nghiêm, nơi thờ-phụng, chùa chiền, nhà thờ; chỗ ẩn-náu, nơi trốn-tránh.

sand n. cát. v. đổ/rải cát; đánh bóng (bằng giấy ráp sandpaper). -- dune đụn cát.

sandal n. dép. a pair of --s một đôi dép.

sandalwood n. gỗ đàn hương.

sandbag n. bao/bị/túi cát. v. xếp bị cát.

sandglass n. đồng hồ cát.

sandpaper n. giấy ráp/nhám. v. đánh giấy ráp.

sandstone n. đá cát, sa-thạch.

sandstorm n. trận bão cát.

sandwich n. bánh xăng-uých, bánh mì (kẹp) thịt. hero -- bánh mì ba-tê [kiểu Pháp/Ý]. -- man người đeo bảng quảng-cáo. v. xen vào giữa.

sandy adj. có nhiều cát; [tóc] màu hung-hung.

sane adj. lành mạnh, đầu óc vững-vàng, không điên cuồng; phải chăng, ôn-hoà, đúng mực.

sanforized adj. [vải] đã xử-lý cho khỏi bị co.

sang quá-khứ của sing.

sanguinary adj. khát máu, tàn-bạo; đẫm máu, lưu-huyết.

sanguine adj. tin-tưởng, lạc-quan, đầy hy-vọng; đỏ, hồng-hào; đỏ như máu; thuộc máu.

sanitarium n. viện điều-dưỡng (bệnh lao).

sanitary adj. vệ-sinh. -- engineering kỹ-thuật vệ-sinh. -- napkin khố/băng kinh-nguyệt.

sanitation n. sự cải-thiện điều-kiện ăn ở vệ-sinh.

sanity n. sự lành mạnh, sức khoẻ tâm-trí; sự đúng mực, sự ôn-hoà, sự khôn-ngoan.

sank quá-khứ của sink.

Sanskrit n. tiếng Phạn, Phạn-ngữ.

Santa Claus n. ông già Nô-en.

sap n. nhựa cây; nhựa sống. v. làm kiệt [sức]; làm nhụt [nhuệ -khí].

sap v. đào hầm hào; phá-hoại, phá ngầm.

sapling n. cây nhỏ.

sapodilla n. cây/quả hồng Xiêm, xapôchê.

sapphire n. ngọc xafia; màu trong xanh.

sarcasm n. lời mỉa-mai châm-biếm.

sarcastic adj. mỉa-mai, châm-biếm, chế-nhạo.

sardine n. cá xácđin, cá hộp, cá mòi.

sarsaparilla n. cây/rễ thổ-phục-linh.

sash n. khăn thắt lưng, thắt lưng bao.

sash n. khung cửa kính trượt kéo lên kéo xuống. -- window cửa sổ kéo lên kéo xuống.

sat quá-khứ của sit.

Satan n. Quỷ Xa-tăng, Ma-vương.

satchel n. cặp da, túi da.

sate v. làm thoả-mãn; làm cho ngấy chán.

satellite n. vệ-tinh; vệ-tinh nhân-tạo; nước chư-hầu; người hầu.

satiate adj., v. (làm) no, chán, ngấy, thoả-mãn.

satiety n. sự no, sự ngấy, sự chán ứ.

satin n. xa-tanh.

satire n. lời châm-biếm, văn-thơ trào-phúng.

satirical adj. châm-biếm, trào-phúng.

satirize v. chế-nhạo, châm-biếm.

satisfaction n. sự vừa/bằng lòng, sự toại-/mãn-ý.

satisfactory adj. làm vừa lòng, làm vừa ý, làm thoả-mãn; tốt-đẹp, đầy-đủ.

satisfy v. làm vừa lòng, làm thoả-mãn; đáp-ứng, hội đủ [điều-kiện].

saturate v. no, bão-hoà.

saturation n. sự no, độ bão-hoà; sự thấm đẫm. -- bombing sự ném bom tập-trung.

Saturday n. ngày thứ bảy.

Saturn n. sao Thổ, Thổ-tinh.

sauce n. nước xốt. fish -- nước mắm. v. hỗn-láo.

saucepan n. cái xoong.

saucer n. đĩa [để tách]. flying -- đĩa bay.

saucy adj. hỗn-xược, láo-xược.

sauerkraut n. dưa chua [làm bằng cải bắp, của Đức]

sauna n. sự tắm hơi; nhà tắm hơi.

saunter n., v. (sự)đi thơ-thẩn, đi tản-bộ.

sausage n. xúc-xích. blood -- dồi. Chinese -- lạp
xưởng.

sauté v. xào, áp chảo.

savage n. người man-rợ; người tàn-bạo. adj. dã-
man, man-rợ, không văn-minh; hoang-vu/-dại;dữ-tợn.

save v. cứu nguy, cứu-vãn; cứu-vớt; để dành,tiết-
kiệm; tránh cho X. khỏi phải [mất công/của]. to
save one's face để khỏi mất mặt, để giữ sĩ-diện.
You --d me a trip to the post office. Thế là nhờ
anh mà tôi đỡ mất công ra bưu-điện.

save prep. trừ ra, ngoài ra, không kể.

savings n. tiền để dành. -- account trương-mục
tiết-kiệm. -- and loan association hiệp-hội tiết-
kiệm và cho vay [để tậu nhà, mua xe, v.v.]. --
bank ngân-hàng tiết-kiệm, quỹ tiết-kiệm. -- book
sổ băng.

savior n. vị cứu-tinh; the S-- Đức Chúa Giê-su.

savor n. vị, mùi vị, hương-vị. v. nếm, nhấm,
thưởng-thức; thoảng có vẻ/mùi -- of.

savory n. rau húng/thơm. adj. thơm ngon.

saw quá-khứ của see.

saw n. cái cưa. power -- cưa điện, cưa máy.
v. cưa, xẻ [gỗ]; cứa, đưa đi đưa lại.

sawdust n. mạt cưa, mùn cưa.

sawhorse n. giá cưa.

sawmill n. xưởng cưa, nhà máy cưa.

sawyer n. thợ cưa, thợ xẻ.

Saxon n., adj. (người/tiếng) Xắc-xông.

saxophone n. kèn xắcxô.

say n. lời nói; dịp nói, quyền ăn nói. Let her
have her --. Cứ để cho bà ấy nói. v. [said] nói;
tuyên-bố, hứa; đồn, nói; diễn-tả, diễn-đạt. The
contract says that ... Giao-kèo nói rằng ....
People -- that ...., It is said that .... Người
ta đồn/nói rằng .... Well said. Đúng, Hay lắm.
I should -- not! Không ạ, Thôi đi. No sooner
said than done. Nói là làm liền. that is to --
nghĩa là, tức là, nói một cách khác. It goes with-
out --ing. Khỏi cần nói,... Let us -- Ta hãy

nói ví-dụ ...

saying n. tục-ngữ, châm-ngôn. As the -- goes,...
Tục-ngữ có câu .... proverbs and --s tục-ngữ.

scab n. vảy [ở vết thương]. v. đóng vảy.

scabbard n. vỏ, bao [kiếm, gươm].

scabies n. bệnh ghẻ.

scads n. vô-số, cả đống, nhiều lắm.

scaffold n. đoạn-đầu-đài.

scaffolding n. giàn giáo [của thợ nề].

scald n. chỗ bỏng nước sôi. v. làm bỏng.

scale n. vảy [cá, rắn]; cáu, bựa. v. đánh/làm
vảy [cá]; cạo cáu; tróc vảy.

scale n. đĩa cân. scales cái cân.

scale n. gam, thang âm [major trưởng, minor thứ];
sự chia độ; tỷ-lệ, thuộc tỷ-lệ; quy-mô, phạm-vi.
to tip the --s làm nghiêng cán cân. on a large --
trên quy-mô lớn, đại-quy-mô. v. leo, trèo; vẽ
theo tỷ-lệ. to -- down vẽ nhỏ đi; giảm xuống.

scallop n. con sò; lát thịt mỏng. v. cắt kiểu
vỏ sò [ở đường viền]; đun [khoai tây]với xốt kem.

scallion n. hành ta, hành hoa.

scalp n. da đầu; mảnh da đầu kẻ thù bị giết.
v. [người da đỏ] lột da đầu [kẻ thù]; lừa bịp,
lừa đảo; buôn đi bán lại, đầu-cơ, phe-phẩy.

scalpel n. dao mổ.

scaly adj. có vảy.

scamper v. chạy vụt; đọc lướt.

scan v. ngâm thơ, bình thơ; xem kỹ, nhìn kỹ; đọc
lướt; quét máy [rađa, truyền-hình].

scandal n. chuyện xấu-xa nhơ-nhuốc; sự gièm pha,
sự bêu xấu.

scandalize v. làm xấu, bêu xấu, làm nhục,bêu diếu.

scandalous adj. xấu-xa, nhục-nhã, bêu-diếu; xúc-
phạm đến thuần-phong mỹ-tục, gây phẫn-nộ.

Scandinavian n., adj. (người/tiếng) Xcăngđinavi,
Bắc-Âu [Na-uy, Thụy-điển, Đan-mạch].

scanning n. sự phân-hình [truyền-hình]; sự quét.

scant adj. ít, hiếm, không đủ.

scanty adj. ít, hiếm, không đủ; nhỏ hẹp. [bảng.

scapegoat n. cái bung-xung, người giơ đầu chịu

scar n. sẹo, vết sẹo; tì vết, vết nhơ. v. để sẹo.

scarce adj. ít có, hiếm có, khan hiếm, khó tìm.

scarcely adv. vừa mới; không hề. -- arrived vừa
mới tới tức thì. I could -- speak a word of Eng-
lish. Lúc đó tôi chẳng nói được một chữ tiếng Anh.

scarcity n. sự khan hiếm, sự thiếu-thốn.

scare n. sự sợ-hãi, sự lo-sợ hoang-mang; sự cuống quít hốt-hoảng. v. làm sợ-hãi, làm hoảng-sợ, doạ. to -- away/off xua đuổi.

scarecrow n. bù-nhìn [ở vườn ruộng].

scarf n. [scarfs, scarves] khăn quàng cổ.

scarlet n., adj. màu đỏ tươi. -- fever bệnh tinh-hồng-nhiệt.

scary adj. làm khiếp sợ; dễ bị sợ, nhát.

scathing adj. [lời phê-bình] gay-gắt, cay-độc.

scatter v. gieo, rắc, rải, tung; làm chạy tán-loạn; làm tan [mây], làm tiêu-tan [hy-vọng]. -- -brained không ý-tứ, đoảng.

scavenger n. người quét bùn rác; thú-vật ăn xác.

scenario n. truyện phim, vở tuồng/kịch, kịch-bản.

scene n. nơi xảy ra, địa-điểm; màn, lớp; cảnh, cảnh-tượng, quang-cảnh; trận cãi-cọ, vụ ghen. behind the --s ở hậu-trường, kín, đằng sau.

scenery n. phong-cảnh, cảnh-vật; phông cảnh.

scenic adj. [chỗ spot] đẹp, ngoạn-mục.

scent n. mùi, mùi thơm, hương thơm; nước hoa, dầu thơm; hơi [thú-vật]; tài đánh hơi. v. toả mùi thơm; ngửi, hít; đánh hơi, phát-hiện -- out.

scepter n. gậy quyền, quyền-trượng; quyền vua, ngôi vua, vương-quyền, quân-quyền.

schedule n. chương-trình, bảng giờ-giấc, biểu thời-gian, thời-(khắc-)biểu, bản kê giờ xe/tàu/máy bay; bảng liệt-kê, danh-mục [giá-cả, lương]; thời-hạn. on -- đúng ngày giờ đã định. ahead of -- trước thời-hạn. behind -- chậm. v. ghi vào bảng giờ-giấc, ghi vào chương-trình, dự-định. --d to speak at the rally ghi trong chương-trình là sẽ đọc diễn-văn trong cuộc mít-tinh. a non- --d flight chuyến bay không định trước, thêm sau.

schema n. sơ-đồ, lược-đồ.

scheme n. sự sắp đặt, kế-hoạch, chương-trình; âm-mưu, gian-kế, mưu-đồ, ý-đồ. v. âm-mưu, mưu-mô.

schism n. sự ly-giáo; sự phân-ly/ly-khai.

scholar n. ông đồ; nhà thông-thái, học-giả; môn-sinh, học trò; người được học-bổng.

scholarly adj. uyên-bác/-thâm, thông-thái, bác-học

scholarship n. học-bổng; sự thông-thái/uyên-bác.

scholastic adj. thuộc nhà trường; kinh-viện. -- achievements thành-tích ở trường học, học-lực.

school n. trường học, nhà trường, học-đường/hiệu; sự đi học, buổi/giờ học, lớp; trường-phái -- of thought. v. cho đi học, cho ăn học, dạy-dỗ, giáo-dục; rèn luyện. elementary/primary -- trường tiểu-học. secondary -- trường trung-học. normal -- trường sư-phạm. private -- trường tư. public -- trường công. SCHOOL ZONE. TRƯỜNG HỌC. XIN ĐI CHẬM. No -- tomorrow. Mai nghỉ. -- age tuổi đi học. -- board uỷ-ban quản-trị trường học. -- year năm học. night -- lớp tối.

schoolbook n. sách học, sách giáo-khoa.

schoolboy n. học-sinh con trai, nam-sinh.

schoolgirl n. học-sinh con gái, nữ-sinh.

schoolhouse n. nhà trường, ngôi trường, trường-sở.

schooling n. sự ăn học, sự dạy-dỗ, sự giáo-dục.

schoolmarm n. cô giáo, bà giáo.

schoolmaster n. thầy giáo, giáo-viên, nhà giáo.

schoolmate n. bạn học, bạn cùng trường.

schoolmistress n. cô giáo, bà giáo.

schoolroom n. phòng học.

schoolteacher n. thầy giáo, cô giáo; nhà giáo.

schoolyard n. sân trường.

schooner n. thuyền buồm; xe ngựa prairie --.

science n. khoa-học. -- fiction tiểu-thuyết khoa học không-tưởng.

scientific adj. khoa-học; có hệ-thống;có kỹ-thuật.

scientist n. nhà khoa-học, khoa-học-gia.

scion n. chồi, mầm non; con cháu, hậu-duệ.

scissors n. cái kéo pair of --.

scoff n. lời chế-giễu. v. chế-giễu, phỉ-báng.

scold v. mắng, mắng-mỏ, rầy-la, trách; gắt-gỏng.

scoop n. cái môi/thìa/xẻng; cái gàu; cái nạo; tin giật gân; món bở. v. xúc, xới, múc; nạo; thu được, vớ được, hốt được, nhặt được, lượm được.

scooter n. xe hẩy [của trẻ con]; xícutơ motor --.

scope n. tầm, phạm-vi; trình-độ, năng-lực.

scorch n., v. (sự) thiêu đốt. --ed earth policy chính-sách tiêu-thổ (kháng-chiến).

score n. số điểm, số bàn thắng; vết/đường gạch; hai chục, hai mươi; lý-do; bản đàn bè [nhạc]. to keep -- ghi điểm trong ván bài, trận đấu. on that -- về phương-diện ấy. --s of bicycles hàng chục chiếc xe đạp. Four --s and seven years ago,... Cách đây 87 năm,... v. ghi điểm đã thắng; đạt/giành được; gạch, khắc, khía; đả-kích; phối dàn nhạc.

scorn n. sự khinh-bỉ. v. khinh-bỉ/-rẻ/-miệt.

scornful adj. đầy khinh-bỉ/khinh-miệt,khinhkhỉnh.

scorpion n. con bọ cạp.

Scot n. người Ê-cốt.

Scotch n. người/tiếng Ê-cốt; rượu uýtky Ê-cốt. adj. Ê-cốt; hà-tiện, keo bẩn. -- tape băng dính.

Scotchman n. người Ê-cốt.

scoundrel n. tên vô-lại, thằng đểu/chó.

scour v. chùi, cọ [xoong nồi].

scour v. sục-sạo, sục tìm, tìm kiếm.

scourge n. thiên-tai, tai-họa, tai-ương.

scout n. trinh-sát-viên; hướng-đạo-sinh boy --. girl -- nữ-hướng-đạo. cub -- sói con. talent -- người đi tìm tài-năng mới chớm nở. a good -- anh chàng tử-tế đàng-hoàng. v. đi trinh-sát, đi do-thám; tìm kiếm, lùng kiếm.

scowl n., v. (sự/cái) quắc mắt.

scram interj. Cút đi! Xéo đi!

scramble n., v. (sự) bò toài; (sự) tranh giành; [máy bay] cất cánh vội để nghênh địch ; bác [trứng]. --d eggs trứng bác.

scrap n. mảnh nhỏ; sắt vụn; ảnh cắt; đồ đồng nát, phế-liệu. v. đập vụn ra; thải ra, loại/bỏ đi.

scrap n., v. (cuộc) ẩu-đả.

scrapbook n. anbom dán bài báo và tranh ảnh.

scrape n. tiếng sột-soạt, tiếng cạo ken-kẹt; cảnh bối-rối khó-khăn. v. cạo, nạo, vét, gạt; quét, quẹt vào.

scratch n. tiếng sột-soạt [ngòi bút]; vết xây-xát nhẹ; sự gãi/cào. to start from -- bắt đầu từ con số không. v. cạo, làm xước da; quẹt, nạo; gạch, xóa đi -- out; viết nguệch-ngoạc; gãi. He got off without a --. Anh ta thoát chết, mình-mẩy chẳng xây-xát gì cả. He --ed his head, speechless. Nó đứng im, gãi đầu gãi tai.

scrawl n., v. (chữ) viết nguệch-ngoạc.

scream n., v. (tiếng) la hét, kêu thất thanh.

screech n., v. (tiếng) kêu thét, kêu rít.

screech owl n. cú mèo.

screen n. màn che, bình phong wind--; màn, tấm chắn; màn ảnh, màn bạc; cái sàng. -- test sự đóng phim thử. v. che-chở, che-giấu; chắn; chuyển thành phim, quay thành phim, chiếu lên màn ảnh; sàng, lọc; sưu-tra, thẩm-tra.

screenplay n. kịch-bản phim.

screw n. đinh ốc, đinh vít; chân vịt, cánh quạt. to put the -- on gây áp-lực. to have a -- loose gàn dở. v. bắt vít, vặn vít; áp bức, đè nén.

screwball n. anh gàn; quả bóng xoáy.

screwdriver n. cái tua-vít, chìa vít.

screwy adj. dở hơi, gàn, bất sách.

scribble n., v. (chữ) viết nguệch-ngoạc.

scribe n. người viết thuê; người sao chép.

scrimmage n. sự cãi lộn; cuộc ẩu-đả; màn tập bóng bầu dục.

scrip n. đô-la đỏ.

script n. chữ viết tay; chữ viết, văn-tự; kịch-bản; bài phát-thanh.

scripture n. kinh thánh; kinh Phật Buddhist --s.

scriptwriter n. người viết bài [phát-thanh].

scrofula n. tràng nhạc.

scroll n. cuộn giấy, cuộn sách, cuộn câu đối.

scrollwork n. hình trang-trí có đường cuộn.

scrotum n. bìu dái.

scrounge v. ăn xin, ăn mày.

scrub n. bụi cây/rậm; cây còi, người còi.

scrub n. sự lau chùi. v. lau, chùi, cọ, kỳ-cọ; hủy bỏ, bỏ đi.

scruple n. tính quá thận-trọng, tính ngại-ngùng.

scrupulous adj. ngại-ngùng, quá cẩn-thận, quá thận-trọng, quá tỉ-mỉ, đúng nguyên-tắc.

scrutinize v. xem-xét/nghiên-cứu kỹ-lưỡng.

scrutiny n. sự xem-xét kỹ-lưỡng; sự nhìn kỹ.

scud v. chạy thẳng, bay thẳng.

scuffle n., v. (cuộc) ẩu-đả, xô-đẩy,giằng-co.

sculptor n. nhà điêu-khắc; thợ chạm.

sculpture n. thuật điêu-khắc/chạm-trổ; pho tượng, công-trình điêu-khắc. v. chạm-trổ, điêu-khắc.

scum n. bọt, váng; cặn-bã.

scurry v. chạy lon-ton, chạy gấp.

scurvy n. bệnh hoại-huyết, bệnh xicôbut.

scuttle n. xô, thùng [đựng than].

scuttle v. chạy trốn, chạy gấp.

scythe n. lưỡi hái, cái phổ.

sea n. bể, biển; đại-dương. to escape by -- trốn bằng đường biển. to put to -- ra khơi. by the -- bên bờ biển. human -- biển người. -- breeze gió biển. -- level mặt biển. -- mile hải-lý. -- power sức mạnh hải-quân; cường-quốc hải-quân.

seaboard n. bờ biển, miền duyên-hải.

seacoast n. bờ biển, miền duyên-hải.

seafarer n. người đi biển; thuỷ-thủ.

seafaring n., adj. (sự) đi biển, hàng-hải.

seafood n. đồ biển, tôm cá, tôm cua, hải-sản.

seagoing adj. [tàu vessel] đi biển.

seagull n. mòng biển, hải-âu.

seal n. con dấu, ấn, triện; xi, chì, dấu niêm-
phong. v. đóng dấu, áp triện; đóng/bịt kín, gắn
xi; quyết-định. His fate is --ed. Số-mệnh của
ông ấy đã được định-đoạt. -- off chặn, vây chặn.
--ing wax xi gắn, khằn.

seal n. chó biển, hải-cẩu.

seam n. đường may nối; chỗ nối; chỗ nứt; lớp.
burst at the --s chật quá, đông quá.

seaman n. lính thuỷ, thuỷ-thủ; người giỏi nghề
đi biển.

seamanship n. tài đi biển, tài hàng-hải.

seamless adj. liền, không có đường nối/hàn.

seamstress n. cô thợ may.

seaplane n. thuỷ-phi-cơ.

seaport n. cảng, hải-cảng, thành-phố cảng.

sear adj. khô, héo; [hoa, lá] tàn. v. làm khô
héo; đốt [vết thương]; đóng dấu bằng sắt nung;
làm thành chai đá.

search n. sự tìm kiếm; sự khám-xét/lục-soát. In
-- of buried gold đi tìm xem có vàng chôn không.
v. tìm kiếm; mò, sờ; khám xét, lục soát; dò,
thăm dò; điều-tra. -- warrant giấy phép khám nhà.

searchlight n. đèn pha, đèn chiếu/rọi.

seashore n. bờ biển; bãi biển.

seasick adj. say sóng.

seasickness n. chứng say sóng.

seaside n. bờ biển. Sam-son is a -- resort. Sầm-
sơn là một nơi nghỉ mát ở bờ biển.

season n. mùa. the four --s bốn mùa. the rainy
-- mùa mưa. Mangoes are in -- now. Bây giờ đang
mùa xoài. out of -- hết mùa. v. cho gia-vị,
cho mắm muối; luyện cho quen, làm dày-dạn. --ed
troops bộ-đội thiện-chiến. --ed wood gỗ đã khô.
highly --ed food đồ ăn cay [có nhiều gia-vị].

seasonable adj. đúng mùa, hợp thời-vụ; đúng lúc.

seasonal adj. từng mùa/vụ/thời.

seasoning n. đồ gia-vị, mắm muối, giấm ớt.

Season's Greetings Chúc Mừng Giáng-sinh/Năm Mới.

seat n. ghế, chỗ ngồi; yên xe đạp; mặt ghế; mông;

đũng quần; chỗ, nơi, thủ-phủ -- of government;
trung-tâm [of learning học-thuật, văn-hoá]. --
belt dâylưng an-toàn. -- cover bọc nệm ghế.

seaward adj., adv. hướng về phía biển.

seaway n. đường thuỷ ra biển, hải-đạo; biển động.

seaweed n. rong biển, tảo biển.

seaworthy adj. [tàu thuyền] có thể đi biển được.

secede v. ly-khai, rút ra [from khỏi].

secession n. sự ly-khai, sự rút ra [liên-bang].

seclude v. tách xa ra, tách-biệt. --d hẻo lánh.

seclusion n. sự tách-biệt; sự ẩn-dật; sự hẻo lánh.

second n. người/vật thứ hai; người về nhì; hàng
thứ-phẩm. -- in command người đứng thứ 2 trong
tổ-chức, chỉ-huy-phó. adj. thứ hai/nhì; phụ,
thứ-yếu. the -- of April mồng 2 tháng 4. She
finished --. Cô ấy về thứ hai, Cô ấy chiếm giải
nhì. the -- ballot vòng phiếu thứ nhì. -- to none
không chịu kém ai. v. giúp đỡ, phụ-lực; ủng-hộ,
tán-thành. John the S-- John Đệ-nhị. I -- the mo-
tion. Tôi xin ủng-hộ đề-nghị vừa rồi. Any -- to
this nomination? Có vị nào ủng-hộ lời suy-cử này
không? -- best hạng hai. -- class hạng nhì/2.

second n. giây đồng hồ ; giây lát, một chốc.
-- hand kim chỉ giây.

secondary n. địa-tầng thuộc đại-trung-sinh.
adj. thứ hai/nhì, phụ, thứ, không quan-trọng;
[trường] trung-học; thuộc đại-trung-sinh.

secondhand adj. [sách, quần áo] cũ, mua lại; [tin]
nghe qua người khác, được biết gián-tiếp.

second lieutenant n. thiếu-uý.

secondly adv. thứ hai là ....

second-rate adj. hạng nhì, hạng thường.

secrecy n. sự (giữ) bí-mật. In -- bí-mật.

secret n. điều bí-mật; sự huyền-bí; bí-quyết, bí-
truyền. In -- bí-mật. adj. bí-mật, kín đáo,
thầm kín, riêng tư; khuất nẻo, cách biệt. -- bal-
lot phiếu kín. -- society hội kín. the -- parts
chỗ kín.

secretariat n. phòng bí-thư; ban/chức bí-thư.

secretary n. thư-ký, bí-thư; tham-vụ, bí-thư toà
đại-sứ -- of embassy; bộ-trưởng, tổng-trưởng --
of state. Defense S-- Bộ-trưởng Quốc-phòng. S--
of State Bộ-trưởng Ngoại-giao; Quốc-vụ-khanh.

secretary-general n. tổng-thư-ký, tổng-bí-thư.

secrete v. tiết ra; cất, giấu.

secretion n. sự tiết; nước tiết ra; sự oa-trữ.

secretive adj. hay giấu-giếm.

sect n. giáo-phái religious --.

sectarian n., adj. (người) có óc bè phái.

sectarianism n. chủ-nghĩa bè phái.

section n. sự/chỗ cắt; đoạn cắt ra; mặt cắt, tiết
diện; đoạn, tiết [sách]; phần, khu-vực; tầng-lớp.
v. chia cắt [thành từng phần/nhóm/khu-vực].

sector n. hình quạt; quân-khu; ngành, khu-vực.

secular adj. thế-tục; trăm năm một lần; cổ?

secure adj. chắc, vững chắc, kiên-cố, an-toàn;
buộc/gói chặt, thất chặt; chắc-chắn, bảo-đảm.
v. buộc chặt, gói chặt, đóng chặt; củng-cố, làm
cho kiên-cố; đạt/chiếm được, kiếm được; bảo-đảm.

security n. sự yên-ổn/an-ninh/an-toàn; sự/tiền
bảo-đảm; chứng-khoán. Security Council Hội-đồng
Bảo-an Liên-hợp-quốc. -- check cuộc thẩm-tra/sưu-
tra lý-lịch.

sedan n. kiểu ô-tô mui kín.

sedan chair n. kiệu.   [điềm-tĩnh.

sedate adj. bình-tĩnh, trầm-tĩnh, khoan-thai,

sedative n., adj. (thuốc) giảm đau.

sedentary adj. ở nguyên một chỗ, không di-động.

sedge n. cây lau, cây sậy, cây lách.

sediment n. cáu, cặn; trầm-tích.

sedition n. sự xúi-giục nổi loạn; sự nổi loạn.

seditious adj. nổi loạn, dấy loạn.

seduce v. rủ-rê, cám-dỗ, dụ-dỗ, quyến-rũ.

seduction n. sự/sức quyến-rũ.

seductive adj. có sức quyến-rũ, làm say đắm.

see n. tòa Giám-mục. the Holy S-- Tòa Thánh.

see v. [saw; seen] trông, trông thấy, nhìn thấy,
xem, coi; hiểu rõ, nhận ra; đã sống/trải qua; đi
gặp, gặp, thăm; tiếp; lo-liệu, chăm lo. Let me --
(Để? tôi) xem nào. Please -- Mr. X. to the gate.
Anh làm ơn tiễn ông X. ra tận cổng. You --? Anh
thấy không? I --. Tôi hiểu rồi. as far as I can
-- theo như tôi hiểu. You'd better -- a doctor.
Anh nên đi thăm bác-sĩ. Please -- to it that....
Xin lo-liệu để cho .... *** to -- X off tiễn X.
to -- eye to eye with X. đồng-ý với X.

seed n. hạt, hạt giống, lúa giống; mầm mống.
v. rắc hạt, gieo giống; sinh hạt.

seedbed n. luống gieo hạt, ruộng mạ.

seedling n. cây con; (cây) mạ rice --.

seedy adj. nhiều hột/hạt; xơ-xác.

seek v. tìm, kiếm, tìm kiếm; tìm cách, cố-gắng.
I sought his advice. Tôi nhờ ông ta khuyên bảo.
-- after tìm kiếm. -- out cố tìm ra; tìm thấy. --
through lục soát. hide-and-seek trò ú-tim.

seem v. hình/dường như, có vẻ như, coi bộ. X --s
(to be) tired. X có vẻ mệt. It --s that X used
the wrong form. Hình như X không dùng đúng mẫu
đơn, Coi bộ X làm mẫu đơn. There --s to be some
misunderstanding. Hình như có chuyện hiểu lầm.

seemingly adv. bề ngoài có vẻ, tưởng chừng như.

seemly adv. nghiêm-chỉnh, đoan-trang; tề-chỉnh.

seen quá-khứ của see.

seep v. rỉ, thấm qua.

seepage n. sự rỉ, sự thấm qua.

seer n. nhà tiên-tri.

seersucker n. vải sọc.

seesaw n. cái đu bập-bênh; chuyện đẩy tới đẩy lui.

seethe v. sôi-sục, sôi-nổi; náo-động, lao-xao.

segment n. đoạn, miếng, khúc; tiết, đốt. -- of an
orange miếng/múi cam. -- of a circle hình viên-
phân. -- of a sphere hình cầu-phân. v. cắt khúc;
phân đoạn.

segregate v. tách riêng, phân-biệt; phân-ly.

segregation n. sự tách riêng; sự phânbiệt/phânly.

segregationist n. người chủ-trương phân-chủng.

seismograph n. máy ghi động đất, địa-chấn-kế.

seismology n. địa-chấn-học.

seize v. cướp, chiếm đoạt; nắm lấy [opportunity
cơ-hội]; bắt; hiểu, nắm vững; tịch-thu, tịch-biên.

seizure n. sự cướp, sự chiếm, sự nắm lấy; sự bắt;
sự tịch-thu; sự lên cơn, sự ngập máu.

seldom adv. ít khi, hiếm có.   [lựa chọn.

select adj., v. kén chọn; chọn lọc, tuyển lựa,

selection n. sự lựa-chọn, chọn lọc, tuyển lựa;
người/vật được lựa chọn; sự đào-thải.

selective adj. có tuyển-lựa. -- service sự
tuyển-binh.

selenium n. selen.

self n. bản-thân mình, cái tôi, bản-ngã, tự-ngã,
tự-kỷ.

self-addressed envelope phongbì để cho người gửi.

self-confidence n. sự/lòng tự-tin.

self-confident adj. tự-tin.

self-conscious adj. e-thẹn, ngượng-ngùng.

self-control n. sự bình-tĩnh/tự-chủ.

self-criticism n. sự/lời tự-phê-bình.

self-defense n. sự tự-vệ. in -- để tự-vệ.

self-denial n. sự hy-sinh cho người khác.

self-determination n. sự/quyền tự-quyết.

self-discipline n. kỷ-luật tự-giác.

self-esteem n. sự tự-trọng.

self-evident adj. rõ-ràng, hiển-nhiên.

self-government n. chế-độ tự-trị.

self-important adj. lên mặt ta đây, tự-phụ.

self-indulgence n. sự đam-mê, sự bê-tha.

self-interest n. quyền-lợi bản-thân, tư-lợi.

selfish adj. ích-kỷ.

selfless adj. không ích-kỷ, vị-tha, quên mình.

self-love n. lòng tự ái; tính ích-kỷ.

self-made adj. tự-lập, bạch thủ thành gia, tay
trắng làm nên cơ-đồ.

self-possessed adj. bình-tĩnh, không cuống.

self-reliant adj. tự-lực (cánh-sinh).

self-respect n. lòng/thái-độ tự-trọng.

self-sacrifice n. sự hy-sinh, sự quên mình.

selfsame adj. y như vậy, giống hệt như vậy.

self-seeking adj. tự-tư tự-lợi.

self-serve adj. [trạm xăng] tự phục-vụ, đồ lấy.

self-service n. [quán ăn] tự phục-vụ, tự-dụng.

self-styled adj. tự-xưng, tự cho là.

self-sufficient adj. tự-túc; tự-phụ, tự-mãn.

self-taught adj. tự-học.

self-timer n. bộ-phận chụp chậm [ở máy ảnh].

self-willed adj. bướng-bỉnh, ngoan-cố.

self-winding adj. [đồng hồ] tự lên dây.

sell v. [sold] bán; bán rẻ, phản-bội [danh-dự,
nước, lương-tâm] -- out. This --s for 10 bucks.
Cái này bán 10 đô-la. That book --s like hot
cakes. Sách đó bán chạy như tôm tươi. He is sold
on vitamins. Lão ta tin ở sinh-tố. That idea will
not --. Ý-kiến đó sẽ chẳng ai chấp-nhận. -- out
bán rẻ, bán tống bán táng, bán đổ bán tháo. --
down the river phản-bội.

seller n. người bán; hàng bán được. best --
sách bán chạy.

semantic adj. thuộc ngữ-nghĩa-học.

semantics n. ngữ-nghĩa-học, ý-nghĩa-học.

semblance n. vẻ ngoài, bề ngoài.

semester n. khoá học 6 tháng, học-kỳ 6 tháng,
lục-cá-nguyệt. fall -- khoá (sáu tháng) mùa thu.

semiannual adj. nửa năm một lần, sáu tháng một lần.

semiautomatic adj. nửa tự-động, bán-tự-động.

semicircle n. hình bán-nguyệt, nửa vòng tròn.

semicolon n. dấu chấm phảy.

semiconductor n. chất bán-dẫn.

semiconscious adj. nửa tỉnh nửa mê.

semifinal n. bán-kết.

semimonthly n. bán-nguyệt-san, tạp-chí nửa tháng
ra một kỳ. adj. nửa tháng một lần.

seminar n. xêmina, hội-nghị chuyên-đề, lớp chuyên
đề [cho sinh-viên cao-học]. [viện.

seminary n. trường nhà dòng, trường đạo, chủng-

semiotics n. triệu-chứng-học.

Semitic adj. [người, tiếng] Xê-mít.

semivowel n. bán-nguyên-âm.

senate n. thượng(-nghị)-viện; ban đại-diện, ban
giám-đốc, hội-đồng đại-học.

senator n. thượng-nghị-sĩ.

send v. [sent] gửi, sai, phái, điều, cho đi; bắn
ra, toả ra, đẩy đi; phát [tín-hiệu]. -- back gửi
trả lại. -- out gửi ra; toả ra. -- for gửi đặt
mua; cho mời đến. -- for a heart specialist kiếm
bác-sĩ chuyên về bệnh tim. -- off gửi đi; tiễn
đưa, hoan-tống; đuổi đi, tống-khứ.

sender n. người gửi; máy điện-báo.

send-off n. cuộc/lễ tiễn đưa, lễ hoan-tống.

senile adj. già yếu, suy-yếu, lão-suy.

senior n. học-sinh/sinh-viên năm chót [năm thứ
tư]; người nhiều tuổi hơn; người nhiều thâm-niên
hơn, người chức cao hơn. adj. nhiều tuổi hơn,
lâu năm hơn, thâm-niên hơn. John X. Senior [Sr.]
ông John X. Bố. -- citizen vị cao-niên. He is
three years my --. Ông ấy hơn tôi ba tuổi/năm.
-- high school trường cao-trung.

seniority n. sự thâm-niên.

sensation n. cảm-giác; sự xúc-động/náo-động.

sensational adj. gây xúc-động/náo-động, giật gân.

sense n. giác-quan; tri-giác, cảm-giác; ý-thức;
sự khôn-ngoan/thông-minh, lẽ phải, lương-tri
good/common --; ý-nghĩa; tình-cảm ý-nghĩ chung.
the five --s ngũ-quan. -- of responsibility ý-
thức trách-nhiệm. This sentence doesn't make --.
Câu này không có nghĩa gì cả. to talk -- nói có
lý, nói khôn. to make -- out of hiểu nổi.....

senseless adj. vô-nghĩa; ngu, điên-rồ; bất-tỉnh.

sensibility n. tính dễ/đa/nhạy cảm; cảm/tri-giác.

sensible adj. có cảm-giác, cảm thấy, có ý-thức;
hợp-lý, khôn-ngoan, biết điều, biết phải trái.

sensitive adj. dễ cảm, dễ cảm-động/cảm-xúc, nhạy
cảm; [tai] thính, [cân] nhạy; hay tủi thân, dễ
giận. -- to cold yếu chịu lạnh.

sensitivity n. tính nhạy cảm, tính dễ cảm-xúc;
tính/độ nhạy.

sensitize v. làm cho [phim/giấy ảnh] nhạy.

sensory adj. thuộc cảm-giác, thuộc giác-quan.

sensual adj. xác thịt, nhục-dục; dâm-dục; theo
thuyết duy-cảm.

sensuous adj. thuộc giác-quan; dâm-dục, dâm-đãng.

sent quá-khứ của send.

sentence n. câu, cú; án [của toà]. -- analysis
phân-tích câu, cú-pháp. simple -- câu đơn. com-
pound -- câu kép. death -- án tử-hình. v. kêu
án, tuyên án, kết án. --d to five years of prison
bị kết án năm năm tù (ở). suspended -- án treo.

sentiment n. tình, tình-cảm; ý-kiến; cảm-tính;
sự thương-cảm/đa-cảm.

sentimental adj. dễ cảm, (đa sầu) đa cảm;cảm-tính.

sentinel n. lính gác, lính canh.

sentry n. lính gác; sự canh gác. -- box chòi/bốt.

separable adj. có thể tách/phân ra.

separate n. vật rời; bản in rời; quần lẻ, áo lẻ.
adj. rời, riêng rẽ, không liền nhau, riêng biệt.
v. làm rời ra, phân/chia ra; tách ra; chia đôi;
can ra; chia tay, rời, phân-tán; làm xa cách,
chia (uyên) rẽ (thuý).

separation n. sự chia rẽ, sự chia cắt, sự phân-ly;
sự chia tay, sự biệt-ly; sự biệt-cư/ly-thân.

September n. tháng chín dương-lịch.

septic adj. nhiễm trùng; gây thối. -- tank hố rác
tự-hoại, hố phân tự-hoại.

sepulcher n. mộ cổ, mộ.

sequel n. cuốn/đoạn tiếp theo; kết-quả, hậu-quả.

sequence n. sự nối-tiếp/liên-tục; cảnh (phim);
sự phối-hợp [thời]; dãy [hàm function, số number]

sequester v. -- oneself sống ẩn-dật/cô-lập.

serenade n. khúc nhạc chiều, dạ-khúc. v. hát
khúc nhạc chiều [tặng người đẹp].

serene adj. trong, sáng-sủa; [biển] lặng; êm-đềm,
thanh-bình, trầm-lặng.

serenity n. cảnh trời quang mây tạnh; cảnh sống
yên biển lặng; sự êm-đềm/thanh-bình/thanh-thản.

serf n. nông-nô.

serfdom n. thân-phận nông-nô; giai-cấp nông-nô.

sergeant n. đội, trung-sĩ. master- -- trung-sĩ
nhất. -- -at-arms trung-sĩ trật-tự [toà án, quốc-
hội].

serial n. tạp-chí. adj. theo thứ-tự từng hàng/
dãy/lớp; [tạp-chí] ra từng kỳ. -- number số thứ-tự.

serialize v. đăng dần, đăng làm nhiều kỳ [trong
từng số báo]; xếp theo thứ-tự.

series n. loạt, dãy, hàng, dãy, tràng, đợt; hệ-
thống; [hoá] nhóm cùng gốc; [toán] chuỗi, cấp-số.

serious adj. đứng-đắn, nghiêm-trang, nghiêm-chỉnh,
nặng, trầm-trọng; nghiêm-trọng, quan-trọng, hệ-
trọng. Are you --? Anh không đùa chứ? Thật chứ?

sermon n. bài giảng đạo, bài thuyết-giáo/-pháp.

serpent n. con rắn.

serum n. huyết-thanh.

servant n. đầy-tớ, tôi-tớ, người ở, người làm;
bầy tôi [của Chúa]. public servant công-bộc/-chức.
civil -- công-chức, viên-chức nhà nước.

serve n. cú/lượt giao bóng/ban. Your --. Đến
lượt anh giao ban.

serve v. phục-vụ, phụng-sự; hầu-hạ; dọn ăn; cung-
cấp, tiếp-tế, phân-phát; đáp-ứng, thoả-mãn, có
lợi cho; [quần vợt] giao ban; dùng làm. to --
one's country phục-vụ tổ-quốc. to -- in the Air
Force phục-vụ trong Không-lực. to -- at table
hầu bàn. Dinner is --d. Cơm dọn rồi ạ. May I --
you some more soup? Tôi tiếp chị chút canh nữa
nhé? This sofa --s as a bed. Cái đivăng này dùng
làm giường ngủ được. He --d as Director of Culture
Ông ấy đã giữ chức Giám-đốc Văn-hoá.

service n. sự phục-vụ/hầu-hạ; việc/chỗ làm, công-
việc, công-tác; sự giúp đỡ, sự giúp ích; sở, ty,
ban, nha, vụ, cục, ngành; bộ ấm chén, bộ đĩa ăn;
cách/lượt giao ban; binh-chủng, quân-chủng. S--
is very slow in this restaurant. Quán ăn này
hầu dọn chậm lắm. health -- dịch-vụ y-tế; sở y-
tế. There is no bus -- in that city. Thành-phố
ấy không có xe buýt công-cộng. We are at your --.
Chúng tôi sẵn-sàng phục-vụ quý-khách. religious
-- buổi lễ tôn-giáo. tea -- bộ đồ trà. postal --
sở bưu-điện. v. sửa-chữa bảo-trì [xe cộ, máy].

-- charge phụ-phí. -- station trạm xăng có sửa chữa ô-tô.

serviceable adj. dùng được, có ích, tiện-lợi; bền.

servile adj. hèn-hạ, đê-tiện.

servility n. sự hèn-hạ/đê-tiện; tinh-thần nô-lệ.

servitude n. tình-trạng nô-lệ; tội khổ-sai.

sesame n. cây vừng; hạt vừng -- seed.

session n. khoá họp; kỳ/phiên/buổi họp; học-kỳ, khoá học; phiên toà. in -- đang họp.

set n. bộ [bát dĩa, khăn, đồ dùng, sách, dĩa hát hoặc răng giả]; [toán] tập-hợp; ván, xét [quần vợt]; giới, đoàn; hình-thể; phông cảnh dựng lên; máy thu-thanh, dài radio --, máy truyền-hình TV --, television --. adj. đã định, nhất-định, có ý; đã có sẵn, đã soạn trước; chằm-chằm, cố-định. v. [set] đặt, để; để [đồng hồ báo thức]; nạm, dắt, gắn [ngọc]; cài [bẫy]; làm [đầu, tóc hair]; nắn [xương]; sắp [chữ type]; bày [bàn ăn table]; định [giá], ấn định [ngày date]; nêu [gương example]; phổ nhạc -- to music; [thạch] đông đặc lại; [mặt trời] lặn. *** -- aside để dành, dành riêng; huỷ bỏ. -- forth nêu ra, đề ra, đưa ra; lên đường. -- off làm nổi bật; bắn, phóng.

setback n. sự giật lùi; sự thất-bại.

setting n. khung cảnh. type -- sự sắp chữ. bone -- sự nắn/bó xương.

settle v. giải quyết, hoà-giải, điều-đình; thanh-toán [đơn hàng]; ngồi, đậu; (làm) lắng xuống; định-cư, ổn-định cuộc sống, an-cư lạc-nghiệp. -- down ở yên, định-cư, sống cuộc đời ổn-định (khác trước). -- down to sửa-soạn làm .....

settlement n. sự dàn-xếp/giải-quyết/hoà-giải; sự thanh-toán; sự định-cư; khu định-cư; thuộc-địa.

settler n. người định-cư; người thực-dân.

setup n. dáng người thẳng; cách bố-trí; cơ-cấu.

seven n. số bảy; nhóm 7 người. adj. bảy.

seventeen n., adj. (số) mười bảy.

seventeenth n. một phần 17; người/vật thứ 17, ngày 17. adj. thứ mười bảy.

seventh n. một phần 7; người/vật thứ 7; mồng 7. adj. thứ bảy.

seventieth n. một phần 70; người/vật thứ 70. adj. thứ bảy mươi.

seventy n. số bảy mươi. the seventies những năm 70; những năm tuổi thọ trên 70. adj. bảy mươi.

sever v. cắt đứt, đoạn-tuyệt [quan-hệ relations].

several adj., pron. vài, nhiều. -- weeks vài tuần. -- of them vài người trong bọn họ.

severance n. sự cắt đứt. -- pay phụ-cấp thôi việc.

severe adj. nghiêm-khắc, nghiệt, nặng; [thời-tiết] khắc-nghiệt, rét lắm; [cơn đau] dữ-dội; [bệnh] nặng.

severity n. tính nghiêm-khắc/nghiêm-nghị; tính dữ-dội/gay-go/ác-liệt; sự nghiêm-phạt.

sew v. [sewed; sewn] khâu, may; khâu, đóng [sách].

sewage n. nước cống, rác cống.

sewer n. người khâu, người may; máy đóng sách.

sewer n. cống, rãnh. -- gas hơi cống. -- rat chuột cống.

sewerage n. hệ-thống cống rãnh. [cống.

sewing n. sự may vá, sự khâu vá. adj. -- box hộp khâu. -- machine máy khâu, máy may.

sewn quá-khứ của sew.

sex n. giới-tính; giới [đàn ông, phụ-nữ]; vấn-đề sinh-lý/dục-tình; giao-cấu, giao-hợp. SEX: MALE/FEMALE NAM HAY NỮ [trên những tờ khai]. without distinction of age or -- không phân-biệt giữa trẻ trai gái. the fair/weaker/gentle -- giới phụ-nữ, phái nữ-lưu, nữ-giới. the sterner -- giới đàn ông, nam-giới, giới mày râu. to have -- with ăn nằm với. -- appeal sự hấp-dẫn giới-tính. nothing but -- and violence in TV films phim truyền-hình toàn những chuyện trai gái và bạo-động giết chóc.

sextant n. kính lục-phân.

sexton n. người gác nhà thờ và nghĩa-địa.

sexual adj. giới-tính; sinh-dục. -- organs cơ quan sinh-dục. -- intercourse sự giao-hợp/giao-cấu. -- appetite tình-dục. -- relations giao-du thân-mật.

sexy adj. khêu gợi, gợi tình, khiêu-dâm.

shabby adj. [quần áo, nhà cửa] tồi-tàn, sờn, mòn, hư, nát, tiều-tụy; hèn, đáng khinh, đê-tiện.

shack n. lều, lán, chòi. v. ăn ở cùng với -- up.

shackle n. cái cùng/cùm; --s xiềng-xích. v. cùm lại, xích lại; ngăn cản, cản-trở.

shaddock n. quả/cây bòng.

shade n. bóng(tối); chỗ có bóng râm/mát; chụp đèn; mành-mành cửa sổ; sắc-thái; một chút/ít. Be sure to play in the --. Nhớ chơi trong bóng râm, đừng chơi ngoài nắng, con nhé. I see two different --s of blue. Tôi nhìn thấy hai sắc-thái khác nhau của màu xanh. a -- brighter tươi hơn một tí.

che bóng mát, che; đánh bóng; (tô) đậm/nhạt dần.
-- tree cây cho bóng mát.

shadow n. bóng, bóng tối/râm/mát; chỗ tối; hình
bóng; cảnh tối-tăm; sự che-chở. not the -- of a
doubt không một chút nghi-ngờ. -- government
chính-phủ ma. v. đánh bóng; theo dõi.

shadowy adj. tối, có bóng tối; mờ-mờ; mờ-ảo.

shady adj. có bóng râm/mát; mờ ám, ám-muội.

shaft n. hầm, lò [mỏ, thang máy]; cuống, cọng,
thân; mũi tên; cột cờ; càng xe; trục máy; tia
sáng.

shaggy adj. bờm-xờm; xồm-xoàm; rậm-rạp. a -- dog
story chuyện dây cà ra dây muống.

shake n. sự rung/lắc; sự giũ [khăn, áo]; sự run;
sữa sóc milk --. v. [shook; shaken] rung, lắc;
lung-lay, lúc-lắc; giũ; run lên; làm bàng-hoàng/
sửng-sốt; làm lung-lay/lay-chuyển; làm mất bình-
tĩnh. He shook his head. Anh ta lắc đầu. to --
hands with bắt tay X. -- down rung cây cho quả
rụng; lắc, vảy; tống tiền. -- off phủi, giũ; tống
đi. -- up lắc để trộn; làm thức-tỉnh.

shaken quá-khứ của *shake*.

shaker n. lọ muối salt--; bình lắc rượu cốctai.

shakeup n. sự lắc trộn; sự cải-tổ (chính-phủ).

shaky adj. [tay, chân, giọng] run; lung-lay.

shale n. đá phiến sét.

shall aux. v. We -- see. Chúng tôi sẽ chờ xem.
He -- be punished. Hắn nhất-định sẽ bị phạt. What
-- she do? Cô ta phải làm gì?

shallot n. hẹ tây.

shallow adj. nông, không sâu; nông-cạn, hời-hợt.
    shallows n. chỗ nông/cạn.

sham n. sự giả-mạo; người giả-mạo. adj. giả,giả
bộ, giả vờ, giả-mạo. v. giả bộ, giả vờ/tảng.

shambles n. lò sát-sinh; cảnh chém giết/hỗn-loạn.

shame n. sự hổ-thẹn; sự xấu hổ; sự sỉ-nhục, sự
nhục-nhã. to put X to -- làm cho X xấu-hổ. S-- on
you! Đã thấy xấu-hổ chưa! What a --! Đáng tiếc.
v. làm xấu-hổ, làm nhục, sỉ-nhục.

shamefaced adj. thẹn, thẹn-thùng, xấu-hổ.

shameful adj. làm xấu-hổ/hổ-thẹn, ô-nhục.

shameless adj. không biết xấu-hổ, vô-liêm-sỉ, trơ
trẽn, vô-sỉ.

shampoo n. thuốc/sự gội đầu. I need a --. Tôi
phải gội đầu một cái. v. gội đầu (cho).

shamrock n. cỏ lá chụm ba, cỏ trục xe [Ai-len].

shanghai v. bắt cóc; bắt ép.

shank n. (xương) ống chân; cán/chuôi; thân [cột].

shanty n. lều, lán, chòi, túp nhà lụp-xụp.

shantytown n. khu nhà lụp-xụp tồi-tàn,khu nhà tôn.

shape n. hình, hình-dạng/-thù; hình-thức, loại,
kiểu, thứ; dáng người; bóng người; khuôn, mẫu. to
take -- thành hình. in good -- sung sức. in bad
-- yếu, kém, bị khó khăn. out of -- méo-mó. v.
nặn/đẽo/gọt /gõ/tạo thành hình; uốn nắn; bày ra,
đặt, thảo [kế-hoạch, chính-sách]; thành hình.

shapeless adj. chẳng ra hình-thù gì; dị-hình/dạng.

shapely adj. [thân-hình phụ-nữ] đẹp, cân-đối.

share n. lưỡi cày plow--.

share n. phần; phần đóng góp; cổ-phần. v. chia,
chia sẻ; cùng tham-gia, cùng chịu; đồng-ý.

sharecropper n. người lĩnh canh, người cấy rẽ.

shareholder n. người có cổ-phần, cổ-đông.

shark n. cá mập; tên lừa-đảo; tay cừ. loan -- kẻ
cho vay nặng lãi. v. lừa-gạt.

sharp n. [nhạc] nốt thăng; dấu thăng. adj. sắc,
bén, nhọn; [ảnh] rõ nét; [sự phân-biệt] rõ-ràng;
thông-minh, [mắt] tinh; [tai, mũi] thính; [bước]
nhanh, rảo; [gió] lạnh buốt; [đau] dữ-dội; [lời]
gay-gắt, cay-nghiệt; [chỗ ngoặt] đột-ngột; diện,
bảnh, đẹp. adv. đúng. one o'clock -- đúng 1 giờ.

sharpen v. mài [dao]; gọt, vót [bút chì]; tăng.

sharpener n. đồ dùng để mài/gọt. pencil -- cái
gọt bút chì.

sharpshooter n. tay thiện-xạ.

shatter v. làm vỡ; làm tan vỡ, làm tiêu-tan.

shatterproof adj. không vỡ được.

shave n. sự cạo râu/mặt; sự suýt bị nguy. to get
a -- cạo râu một cái. to have a close -- suýt nữa
thì chết. v. [shaved; shaven] cạo râu, cạo mặt;
cạo [râu, mặt]; cạo mặt cho X; bào sơ qua.

shaver n. dao cạo. electric -- dao cạo điện.

shaving n. sự cạo; sự bào; --s vỏ bào. -- brush
chổi xoa xà-phòng cạo râu. -- cream kem cạo râu.
-- soap xà-phòng cạo râu.

shawl n. khăn san, khăn choàng.

she n. con gái, con cái, con mái. It is a --. Đó
là con cái. she-goat dê cái. pron. nó, bà ấy,
chị ấy, cô ấy; cái xe ấy, chiếc tàu ấy.

sheaf n. [sheaves] bó, lượm; thếp [giấy bạc].

shear n. a pair of --s cái kéo lớn [để xén lông
cừu, tỉa cây]; sự/lần xén, sự cắt. v. [sheared,
shorn] xén, cắt, hớt; cắt, chặt. shorn of ... bị
tước mất hết ....

sheath n. [sheaths] bao/vỏ kiếm; ống; màng,
áo, vỏ, bao; áo đắm thật chặt; bao dương-vật.

sheathe v. tra vào vỏ, bỏ vào bao; gói, bọc.

shed n. lán, lều, nhà nhỏ [chứa hàng, đồ làm
vườn]; chuồng [trâu, bò, ngựa]. v. [shed]
rụng [lá]; rắn lột [da]; rơi/nhỏ [lệ]; đổ [máu]
toả [ánh sáng];[lá, sừng] rụng;[rắn, cua, ve]lột.

she'd = she had, she would.

sheen n. nước bóng; sự lộng-lẫy.

sheep n. [sheep] con cừu.

sheepdog n. chó chăn cừu.

sheeptold n. bãi nhốt cừu.

sheepish adj. bối-rối, lúng-túng, ngượng-ngập.

sheepskin n. da cừu; áo da cừu; văn-bằng, bằng.

sheer n. vải mỏng trông thấy da.

sheer adj. chỉ là, hoàn-toàn; dốc thẳng đứng;
[vải] mỏng dính; trong. -- waste of time chỉ
phí thì-giờ. by -- force dùng sức mạnh.

sheet n. khăn trải giường; tờ [giấy]; tấm/miếng
[tôn]; lá, phiến; dải [băng]. a -- of newspaper
tờ giấy báo/nhật-trình. white as a -- sự xám mặt.
-- metal tôn lá. -- music bản nhạc in rời.

shelf n. [shelves] ngăn sách; giá, kệ; thềm lục
địa. on the -- xếp xó; ế chồng, không ai rước.

shell n. vỏ [ốc, hến, cua, tôm; dừa]; bao; mai,
mu [rùa]; vỏ [đậu, lạc]; vỏ tàu, tường nhà; đạn;
vỏ bề ngoài. coconut -- sọ dừa. egg-- vỏ trứng.
v. lột vỏ, bóc vỏ, tỉa [ngô]; bắn, nã pháo,
pháo-kích. -- out nhả tiền ra.

she'll = she shall, she will. [dầu.

shellac n. sơn quang dầu. v. quét sơn quang

shellfish n. tôm cua, sò hến.

shelter n. chỗ ẩn/núp/che, chỗ nương náu/nương tựa;
hầm trú-ẩn. air-raid -- hầm tránh bom. v. che,
che chở, bảo-vệ; ẩn, nấp, núp, trốn.

shelve v. đóng ngăn/kệ; xếp lên kệ/giá; bỏ xó.

shepherd n. người chăn cừu/dê, mục-đồng; mục-sư;
linh-mục. -- dog chó chăn cừu. v. chăn [cừu]
trông nom săn sóc, hướng-dẫn [đám đông].

sherbet n. xê-cấu. lime -- xê-cấu (vị chanh).

sheriff n. cảnh-sát-trưởng.

shield n. cái mộc, cái khiên, cái thuẫn; lá chắn;
huy-hiệu. v. che chở; chắn, che; che đậy.

shift n. sự sang số [ô-tô]; sự thay đổi; ca, kíp;
mưu-mẹo, phương-kế. stick -- sự sang số bằng
cần. -- key nút chữ hoa[ở máy chữ]. night -- ca
đêm. v. thay đổi; đổi chỗ, chuyển hướng; xoay
xở; sang [số ô-tô gears]. to -- for oneself tự
xoay-xở lấy.

shifty adj. tài xoay-xở; gian-giảo, quỷ-quyệt.

shilling n. đồng silinh.

shimmer n. ánh sáng lờ-mờ/lung-linh. v. chiếu
sáng (lờ-mờ).

shin n. cẳng chân; xương ống quyển, xương chày.

shinbone n. xương chày, xương ống quyển.

shine n. ánh sáng/nắng; nước bóng/láng. rain or
-- dù mưa hay nắng. v. [shined] đánh bóng;
[shone] chiếu sáng, soi sáng; sáng, bóng; trội.
sun-- nắng, ánh sáng mặt trời.

shingle n. ván lợp mái nhà; biển hàng [bác-sĩ,
luật-sư].

shingles n. bệnh zona, bệnh rộp da.

shining adj. sáng ngời, chói lọi, lỗi-lạc.

shiny adj. sáng, bóng.

ship n. tàu, tàu thuỷ; máy bay, phi-cơ. v. gửi
chở [bằng tàu thuỷ, xe lửa, máy bay]; đi tàu,
xuống tàu.

shipboard n. mạn tàu/thuyền. on -- trên tàu.

shipbuilding n. nghề đóng tàu.

shipload n. hàng-hoá trên tàu.

shipmate n. bạn thuỷ-thủ.

shipment n. sự gửi hàng; chuyến hàng.

shipowner n. chủ tàu.

shipper n. nhà vận-tải đường biển.

shipping n. sự chở hàng bằng tàu, sự vận-tải;
tàu biển; thương-thuyền, hàng-hải.

shipshape adj., adv. thứ-tự, ngăn-nắp.

ship-to-shore radio n. liên-lạc vô-tuyến với bờ.

shipwreck n., v. (vụ) đắm/chìm tàu.

shipwright n. thợ đóng tàu.

shipyard n. xưởng đóng tàu.

shire n. quận, huyện [nước Anh].

shirk v. trốn, trốn tránh, lẩn tránh.

shirt n. áo sơ-mi. short-sleeved -- sơ-mi-đết.
to lose one's -- mất sạch cơ-nghiệp. -- front
ngực sơ-mi(hồ cứng). -- sleeve tay áo sơ-mi.

In -- sleeves mặc sơ-mi trần.

shirttails n. đuôi áo sơ-mi.

shit n. cứt, phân. v. ỉa, bịnh, bậy.

shiver n., v. (sự) run, (sự) rùng mình.

shoal n. chỗ nông, chỗ cạn.

shoal n. đám đông, số đông; đàn cá.

shock n. sự đụng chạm; sự đột xuất; sự sửng-sốt, cảm-giác bất ngờ; sự động đất; sốc. to die of -- chết vì sốc. v. làm chướng tai gai mắt [vì xấu xa hay lỗ-bịch]; làm đau buồn; làm điện giật; gây sốc. --ed by the woman's attitude căm-phẫn vì thái-độ của người đàn bà đó. -- absorber lò-xo chống sốc. -- troops đội quân xung-kích.

shock n. mớ tóc bù-xù.

shock n. đống lúa. v. xếp thành đống.

shocking adj. chướng, khó coi; làm sửng-sốt.

shoddy adj. tồi, xấu.

shoe n. [shoes] giày; vành(sắt bịt) móng ngựa. the left -- chiếc giày bên trái. a pair of --s một đôi giày. dress --s giày điện. tennis --s giày ten-nít. v. [shod] đi/mang giày cho ...; đóng móng [ngựa]; bịt đầu [gậy].

shoeblack n. em bé đánh giày, người đánh giày.

shoehorn n. cái bót đi giày.

shoelace n. dây giày.

shoemaker n. thợ đóng giày.

shoeshine n. sự đánh giày.

shoestring n. dây giày; số tiền nhỏ. on a -- vốn liếng ít, lưng vốn ít.

shoetree n. cốt giày, cái nong giày.

shone quá-khứ của shine.

shook quá-khứ của shake.

shoot n. cành non, chồi; măng bamboo --; cuộc tập bắn; cuộc săn bắn; cú sút bóng. v. [shot] đâm ra, trồi ra; bắn, phóng, ném, liệng, quăng; bắn [tên, súng]; sút, đá [bóng]; chụp ảnh, quay phim. **shot in the chest** bị trúng đạn ở ngực. She shot the burglar. Bà ta bắn chết tên trộm. They shot the two spies. Họ xử tử hai tên gián-điệp. to -- down bắn rơi, hạ [máy bay]. to -- up bắn trúng nhiều phát; lớn mau/vọt; [lửa] phun lên;[giá] tăng vọt.

shooting n. sự bắn; sự phóng đi; cơn đau nhối; sự chụp ảnh, sự quay phim.

shooting gallery n. phòng tập bắn.

shooting star n. sao băng, sao sa, sao đổi ngôi.

shooting war n. chiến-tranh nóng/thật-sự.

shop n. cửa hàng, cửa hiệu, tiệm; xưởng. to talk -- nói chuyện buôn-bán/làm-ăn. v. đi mua hàng, đi chợ, đi sắm đồ. to -- for tìm mua. to -- around khảo giá, lùng đồ rẻ. to go --ping mua/sắm đồ, đi mua bán.

shopkeeper n. chủ hiệu, chủ tiệm.

shoplifter n. kẻ cắp trong cửa hàng.

shoplifting n. sự/tội ăn cắp trong cửa hàng.

shopper n. người mua hàng, khách mua hàng.

shopping n. sự đi mua hàng; các món hàng mua. -- bag bị đi chợ. -- center trung-tâm thương-mại.

shopwindow n. tủ hàng, tủ kính bày hàng.

shore n. bờ [biển, hồ]. lake-- bờ hồ.

shoreline n. đường bờ biển/hồ.

shorn quá-khứ của shear.

short n. phim ngắn; --s quần sóoc; mạch ngắn. adj. ngắn, cụt; thấp, lùn; thiếu, hụt, không đủ; gọn, tắt. In -- nói tóm lại. a -- memory trí nhớ kém. -- of help thiếu người làm. for -- gọi tắt. adv. to stop -- bất thình lình ngừng lại, chặn đứng, tự nhiên chấm dứt. to sell -- bán non.

shortage n. sự thiếu, sự khan. housing -- nạn khan nhà.

shortcake n. bánh ngọt trên bày quả (dâu) tươi.

short-change v. trả lại thiếu tiền; lừa bịp.

short-circuit v. làm ngắn/chập mạch.

shortcoming n. thiếu sót, khuyết-/nhược-điểm.

shortcut n. đường tắt.

shorten v. thu/rút ngắn lại; cho mỡ vào bánh.

shortening n. sự rút ngắn; mỡ pha vào bánh.

shorthand n. tốc-ký.   [công, neo người.

short-handed adj. thiếu người làm, thiếu nhân-

short-lived adj. ngắn-ngủi, chết yểu.

shortly adv. không lâu. -- afterward ít lâu sau.

short-sighted adj. cận-thị; thiển-cận.

short-tempered adj. nóng tính, hay cáu.

short-term adj. ngắn hạn/kỳ, đoản-kỳ.

shortwave n., adj. làn sóng điện ngắn.

shot n. phát súng, phát đạn; đạn, viên đạn; người bắn, xạ-thủ; sự làm thử, sự đoán cầu may; ảnh, phim, cảnh; quả tạ [to put ném]; cú sút; trái ban; mũi tiêm, liều [ma-túy], ngụm [rượu]. adj. hư nát; bị thất-bại.

shotgun n. súng ngắn.

shotput n. môn ném tạ; cú ném tạ.

should aux. If he waited for her, he -- miss the plane. Nếu anh ấy đợi cô ta thì sẽ lỡ máy bay. If I had waited for her, I -- have missed the plane. Nếu tôi cứ đợi cô ấy thì tôi đã bị lỡ máy bay. You -- go at once. Anh nên đi ngay lập tức. You -- have gone at once. Đáng lẽ anh nên đi ngay lúc ấy. I -- like to order ten more copies of the book. Tôi xin đặt mua thêm 10 cuốn sách nữa.

shoulder n. vai; lề xa-lộ. -- to -- vai kề vai. -- blade xương vai. -- strap cầu vai. v. vác lên vai; gánh [trách-nhiệm]; lách, len-lỏi.

shout n., v. (tiếng) kêu la, hò hét, reo hò. -- down kêu la phản-đối [diễn-giả].

shove n. sự xô đẩy. v. xô đẩy, xô lấn; nhét. -- off đẩy thuyền ra đi; ra đi, chuồn, cuốn gói.

shovel n. cái xẻng. v. xúc/hốt bằng xẻng; và.

show n. cuộc trưng bày, cuộc triển-lãm; bề ngoài, hình-thức; sự phô-trương/khoe-khoang; sự tỏ bày; cuộc biểu-diễn, tuồng, màn, phim. -- of force sự phô-trương lực-lượng/thanh-thế. by a -- of hands (biểu-quyết) bằng cách giơ tay. talent -- biểu-diễn văn-nghệ. variety -- tạp-diễn văn-nghệ. He runs the --. Ông ta lo hết buổi diễn/lễ này. v. [showed; shown] cho thấy, đưa cho xem/coi; trưng bày; tỏ ra; chứng-minh/tỏ; chỉ, bảo, vạch; dẫn, dắt; chiếu [phim]; hiện ra, lộ mặt, thò ra. -- off khoe-khoang. -- up lột mặt nạ; xuất-hiện. -- one's colors để lộ chân-tướng. -- bill bích-chương quảng-cáo vở hát/phim ảnh. -- business ngành kịch-hát điện-ảnh, văn-nghệ sân khấu.

showboat n. du-thuyền trên sông có văn-nghệ.

showcase n. tủ bày hàng, tủ kính.

showdown n. sự đặt bài xuống; giờ phút quyết-liệt, sự thử-thách cuối cùng. They are coming to a --. Hai bên sắp ăn thua quyết-liệt đến nơi rồi.

shower n. trận mưa rào; sự tắm vòi hương sen; trận mưa [cú đánh, đá, đạn, hỏn]; sự dồn-dập tới tấp. Telegrams and presents came in --s. Điện-tín và quà mừng gửi đến tới-tấp. to take a -- tắm một cái. The radio said there will be --s today. Đài dự-báo hôm nay sẽ có mưa rào. a -- of arrows tên bắn như mưa. We are planning a -- for her. Chúng tôi định tổ-chức một tiệc riêng cho cô ấy. v. đổ mưa, mưa như trút; bắn/rơi xuống như mưa;

(gửi) đến tới-tấp.

showgirl n. nữ diễn-viên, tài-tử, đào hát, vũ-nữ.

showman n. ông bầu.

shown quá-khứ của show.

showpiece n. vật/đồ triển-lãm.

showplace n. nơi tham-quan, nơi danh-thắng.

showroom n. phòng triển-lãm.

showy adj. phô-trương; loè-loẹt.

shrank quá-khứ của shrink.

shrapnel n. mảnh đạn, mảnh bom; đạn chì.

shred n. mảnh vụn, miếng nhỏ; một tí/chút. to tear to --s xé ra từng mảnh. not a -- of evidence không một tí chứng-cớ nào. v. [shredded, shred] cắt nhỏ, thái nhỏ, xé [thịt gà].

shrew n. mụ đàn bà đanh-đá.

shrewd adj. khôn, khôn-ngoan sắc-sảo, láu-cá.

shriek n., v. (tiếng) kêu thét, (tiếng) la thét.

shrill adj. the-thé, lanh-lảnh, điếc/inh tai.

shrimp n. con tôm. v. câu/bắt/đánh tôm.

shrine n. điện/miếu thờ; lăng, mộ; chỗ linh-thiêng.

shrink v. [shrank/shrunk; shrunk/shrunken] co lại, teo; [vải] co vào; chùn bước, lùi bước -- away/back[from trước].

shrinkage n. sự co.

shrivel v. teo lại, quăn/quắt lại; héo hon.

shroud n. vải liệm; màn [bí-mật]. v. liệm; che [giấu, che đậy.

shrub n. cây nhỏ, cây bụi.

shrubbery n. bụi cây.

shrug n., v. (cái) nhún vai. -- off nhún vai coi thường; giũ sạch.

shucks interj. tiếc quá! tức quá! chà!

shudder n., v. (sự) rùng mình.

shuffle n. sự trang bài; sự xáo-trộn; sự lê chân. v. trang [bài]; trang bài; xáo-trộn; lê [chân]; đi lê chân.

shun v. tránh, xa lánh, lảng xa [ai; trách nhiệm].

shunt v. chuyển hướng; xếp lại.

shut v. [shut] đóng/khép/đậy lại; nhắm [mắt]; gập [sách]. -- in giam, nhốt. -- off cắt, ngắt, cúp, tắt, khoá [điện, nước]. -- up giam, nhốt; bắt câm miệng; [tiệm] đóng cửa. S-- up. Câm đi.

shutdown n. sự đóng cửa, sự dẹp tiệm.

shutter n. lá chắn sáng[trong máy ảnh]; shutters cánh cửa chớp.

shuttle n. con thoi. v. đi đi lại lại -- back

and forth. -- bus xe buýt con thoi [giữa hai địa-
điểm gần]. -- train tàu con thoi. the New York -
Washington -- plane máy bay giữa New York và
Washington.

shuttlecock n. quả cầu, quả cầu lông [vũ-cầu].

shy adj. nhút-nhát, rụt-rè, bẽn-lẽn.

shy v. [ngựa] nhảy sang một bên; tránh né -- away
from ....

Siamese n., adj. (người/tiếng) Thái-lan, Xiêm.

Siberian n., adj. (người) Xi-bia, Xi-bê-ri, Tây-
bá-lợi-á.

sibilant n., adj. (âm) xuýt, (âm) xì.

sibling n. anh/chị/em ruột.

sic adv. [sic] dẫn đúng nguyên-văn.

sick adj. ốm, đau, có bệnh; muốn/buồn nôn. to take
-- bị ốm. the sick người ốm. I feel --, Mommy.
Mẹ ơi, con buồn nôn. -- and tired of chán ngấy.
-- to one's stomach lợm giọng, buồn nôn/mửa. --
leave phép nghỉ ốm, thời-gian nghỉ ốm.

sickbay n. bệnh-xá trên tàu.

sickbed n. giường bệnh.

sicken v. làm ốm/đau; bị ốm; tởm, kinh tởm.

sickening adj. kinh-tởm, ghê-tởm; làm chán-nản.

sickle n. lưỡi liềm. hammer and -- búa liềm.

sickly adj. hay ốm, đau yếu, quặt-quẹo, bệnh-hoạn.

sickness n. bệnh; sự đau yếu, bệnh-tật, bệnh-hoạn.

side n. mặt, bên; hông, bề, cạnh; sườn/triền núi,
bìa rừng; sườn, lườn [thịt]; bên, phía, phe, phái;
khía cạnh. on both --s of the sheet cả hai mặt tờ
giấy. opposite --s hai cạnh/bên đối nhau. -- by
-- sát cạnh. on the maternal -- bên ngoại. the
winning -- phe thắng. this -- up mặt này ở trên.
v. đứng về phía/phe -- with. -- arms vũ-khí đeo
cạnh người. -- dish món gọi thêm. -- door cửa bên.
-- effect ảnh-hưởng phụ. -- glance cái liếc. --
show trò phụ; việc phụ, việc thứ-yếu.

sideboard n. tủ bát đĩa; ván bên.

sideburns n. tóc mai để dài.

sideline n. đường biên; nghề phụ, nghề tay trái.
on the --s ngồi bên xem, bàng-quan, không dự vào.

sidelong adj. ở bên; [lời] bóng gió, nói cạnh.
adv. xiên về phía bên, nghiêng một bên.

sidesplitting adj. làm cười vỡ bụng.

side-step v. tránh sang một bên, né.

sidestroke n. kiểu bơi nghiêng.

sidetrack v. tránh; làm sai, đánh lạc hướng.

sideview n. hình trông nghiêng.

sidewalk n. vỉa hè, bờ hè. -- sale bán son ngoài
vỉa hè trước cửa tiệm. -- café quán ăn, quán
giải-khát hoặc cà-phê ngoài vỉa hè.

sideways adv. qua một bên, về một bên.

siding n. đường tàu tránh; lớp ván/nhôm bao ngoài
tường.

siege n. sự vây hãm, công-hãm. to lay -- to bao
vây. to raise a -- giải vây, phá vòng vây.

siesta n. giấc ngủ trưa.

sieve n. cái rây/sàng/giần. v. rây, sàng, giần.

sift v. rây, sàng, giần; chọn lọc, phân-tích.

sigh n., v. (tiếng) thở dài. to heave a -- of
relief thở dài một tiếng nhẹ-nhõm.

sight n. sức nhìn, thị-lực eye--; sự nhìn/trông;
cách nhìn, tầm; cảnh, cảnh đẹp, cảnh-tượng. in --
trông/nhìn thấy rồi. at first -- thoạt nhìn. out
of -- khuất mặt. sad -- cảnh-tượng buồn-thảm. to
catch of nhìn thấy. v. (nhìn/trông) thấy; ngắm.

sightless adj. đui, mù, lòa.

sightseeing n. sự đi xem phong-cảnh, sự tham-quan.

sightseer n. người tham-quan, du-khách.

sign n. dấu (hiệu), ký-hiệu; mật-hiệu; biểu-hiện,
điềm, tượng-trưng; dấu vết; triệu-chứng; biển để
trước cửa hàng/công-ốc. -- language ngôn-ngữ ra
dấu tay. v. làm dấu; ký tên; ra hiệu. -- up
muốn [nhân-viên] bằng giao kèo; đăng lính; ghi
tên. -- off ngừng phát-thanh.

signal n. dấu hiệu; tín-hiệu; hiệu-lệnh. -- tower
đài tín-hiệu. v. ra hiệu, báo hiệu. adj. nổi
tiếng, lớn lao, đáng kể, gương mẫu, oanh-liệt.
-- corps binh-chủng truyền-tin.

signatory n., adj. (người/nước) ký-kết.

signature n. chữ ký; cay-lê [nhà in].

signboard n. biển quảng-cáo; biển hàng.

signer n. người ký-kết, bên ký-kết.

signet n. ấn, dấu.

significance n. ý-nghĩa; tầm quan-trọng.

significant adj. đầy ý-nghĩa; quan-trọng.

signify v. có nghĩa là; tỏ cho biết, tuyên-bố.

signpost n. biển chỉ đường.

silence n. sự làm thinh, sự lặng thinh, sự nín
lặng/thinh; sự im hơi lặng tiếng; sự lãng quên;
sự yên-lặng/yên-tĩnh/tĩnh-mịch. v. bắt phải im.

silent adj. ít nói, làm thinh; yên-lặng, yên-tĩnh, tĩnh-mịch, thanh-vắng, im lặng; [chữ, phim] câm.

silhouette n. bóng, hình bóng, hình dáng.

silica n. silic dioxyt.

silicon n. silic.

silicone n. silicon.

silk n. lụa; tơ; tơ nhện; hàng lụa, đồ lụa. artificial --, man-made -- tơ nhân-tạo. -- hat mũ đại-lễ.

silken adj. mượt, óng-ánh; ngọt xớt; bằng lụa/tơ.

silkscreen printing n. thuật in giấy nến.

silkworm n. con tằm.

silky adj. mượt, óng-ánh; ngọt xớt.

sill n. ngưỡng cửa door--, window--.

silly adj. ngớ-ngẩn, ngờ-nghệch, khờ dại; khùng, điên; [chuyện] vớ-vẩn, ngu.

silo n. xilô [ủ cỏ/ngô cho trâu bò].

silt n. bùn, phù-sa.

silver n. bạc; đồng tiền; đồ bạc; màu bạc. -- spoon thìa bạc. -- foil lá bạc. -- lining chuyện may. -- screen màn bạc. v. mạ bạc, bịt bạc -- -plate; tráng thuỷ [vào gương].

silversmith n. thợ bạc.

silverware n. bộ dao dĩa bằng bạc.

similar adj. giống/như nhau, tương-tự; đồng-dạng.

similarity n. sự giống nhau, điểm/nét tương-tự.

simile n. lối so-sánh, lối ví-von, tỉ.

simmer n., v. (sự) đun nhỏ lửa cho sủi; (sự) nén.

simple adj. đơn, đơn giản; giản-dị, mộc-mạc, hồn-nhiên; xuềnh-xoàng; dễ hiểu, dễ làm; nhỏ mọn, tầm thường; ngu-dại.

simple-minded adj. chân-thật, chất-phác, chânchất, hồn-nhiên; ngây-thơ, ngớ-ngẩn, ngu-ngờ, khờ-khạo.

simpleton n. chàng ngốc, anh quỳnh, chàng khờ.

simplicity n. tính đơn-giản; tính mộc-mạc, tính hồn-nhiên/xuềnh-xoàng; tính dễ hiểu; sự ngu-dại.

simplify v. làm đơn-giản, đơn-giản-hoá.

simply adv. chỉ là ....; đơn-giản; mộc-mạc. -- dressed ăn mặc xuềnh-xoàng.

simulate v. giả vờ, giả cách; bắt chước.

simulation n. sự giả vờ, hình giả tạo, bắt chước.

simultaneous adj. cùng một lúc, đồng/cộng-thời. -- interpretation sự thông-dịch đuổi.

sin n. tội-lỗi, tội ác. v. phạm/mắc tội, gây tội.

since adv. từ đó; từ lâu. We parted in 1948 and

I have not seen him --. Chúng tôi chia tay hồi 48 và từ đó tôi chưa gặp anh ta. prep. từ (khi). We have been in Carbondale since 1969. Chúng tôi sống ở Carbondale từ 1969 (tới nay). conj. từ khi; vì lẽ, bởi chưng. -- leaving Hanoi từ lúc rời Hà-nội. -- it's too late now vì bây giờ đã quá khuya.

sincere adj. thành-thật, thật-thà, ngay-thật, chân thật, chân-thành, thật-tình, thành-khẩn.

sincerely adv. một cách thành-thật/chân-thành. S-- yours, Yours -- Kính thư.

sincerity n. tính thành-thật/thật-thà, lòng chân-thành.   [nước.

sinecure n. chức ngồi không, chức ngồi chơi xơi

sinew n. gân; bắp thịt, sức khoẻ; tài-nguyên.

sinewy adj. gân guốc, mạnh mẽ.

sinful adj. mắc/phạm tội, tội-lỗi.

sing v. [sang; sung] hát, ca, ca hát; ca ngợi; [chim] hót; [nước sôi] reo.

singe v. đốt sém; thui [gà, lợn].

singer n. người hát, ca-sĩ.

single n. người độc-thân; trận đánh đơn; vé một lượt (đi). adj. đơn, đơn-độc, một mình; đơn-độc, cô-đơn, không vợ/chồng. -- room phòng đơn. -- bed giường một. -- life cuộc sống đơn-độc. -- file hàng một. v. chọn ra, lựa ra, tách ra -- out.

single-breasted adj. [áo] một hàng khuy.

single-handed adj. một mình, đơn thương độc mã.

single-minded adj. chỉ có một mục-đích.

singly adv. một mình, đơn-độc; từng người/cái một.

singsong n., adj. (giọng) đều-đều, ê-a.

singular n., adj. số ít; phi-thường.

sinister adj. gở, hung; ác, độc-ác, nham-hiểm.

sink n. chậu rửa bát kitchen --.

sink v. [sank; sunk] làm chìm, đánh đắm; đào, khoan [giếng]; để kẹt [vốn]; [tàu] chìm; xuống thấp, lắng/lún xuống; hõm vào; ngập/khắc sâu vào.

sinless adj. vô-tội.

sinner n. người có/phạm tội.

sinologist n. nhà Hán-học.

sinology n. khoa Hán-học.   [ngoằn-ngoèo.

sinuous adj. quanh co, khúc-khuỷu, uốn khúc,

sinus n. xoang (mũi).

sip n. hớp, nhấp. v. nhấp, uống hớp (rượu).

siphon n. ống xi phông. v. hút bằng xi phông.

sir n. thưa ngài, thưa ông, thưa tiên-sinh; thưa thủ-trưởng/đại-uý, đại-tá, đại-tướng, v.v.; ngài, đức. Dear Sirs, Thưa Quý-ông. v. gọi bằng ngài.

sire n. Hoàng-thượng, Bệ-hạ, Thánh-thượng; cha. v. đẻ ra, là bố của ....

siren n. còi hụ/tầm, còi báo động; người đàn bà quyến-rũ; tiên chim [Hy-lạp].

sirloin n. thịt thăn bò.

sissy n. [-sies] người ẻo-lả yếu-đuối, phụ-thuộc.

sister n. chị, em gái; nữ-tu(-sĩ), ni-cô, bà xơ, bà phước.

sisterhood n. tình chị em.

sister-in-law n. chị dâu, em dâu; chị chồng/vợ, em chồng/vợ. [sisters-in-law]

sisterly adj. (thân-thiết) như chị em, ruột thịt.

sit v. [sat] ngồi; [gà mái] ấp trứng; ngồi cho người ta vẽ hoặc chụp ảnh; [quốc-hội] nhóm họp. -- down ngồi xuống. -- up ngồi dậy. -- still ngồi yên. -- tight ngồi lỳ. -- in dự, dự/bàng-thính [lớp học]. [ăn vạ.

sit-down strike n. cuộc đình-công ngồi; sự ngồi

site n. nơi, chỗ, vị-trí, địa-điểm. construction -- công-trường xây-dựng.

sit-in n. cuộc biểu-tình ngồi.

sitter n. người ngồi; người trông. baby-sitter người trông trẻ. house-sitter người trông nhà.

sitting n. buổi họp; lần/lượt ngồi; buổi ngồi. adj. -- duck mục-tiêu dễ trúng. -- room phòng ngồi chơi.

situated adj. ở, toạ-lạc[tại chân đồi at the foot of the hill]; ở vào một tình-thế nào đó.

situation n. tình-hình/-thế/-cảnh, hoàn-cảnh,cục-diện, trạng-thái; địa-thế, vị-trí; việc làm.

six n. số sáu; con sáu [bài, súc-sắc]. at sixes and sevens lung-tung; bất-hoà. adj. sáu. The boy is -- (years old). Thằng bé lên sáu.

sixteen n., adj. (số) mười sáu.

sixteenth n. một phần 16; người/vật thứ 16; ngày 16. adj. thứ 16.

sixth n. một phần 6; người/vật thứ 6; ngày mồng 6. adj. thứ 6.

sixtieth n. một phần 60; người/vật thứ 60. adj. thứ 60.

sixty n. số sáu mươi. the sixties [60's] những năm 60; những năm tuổi thọ trên 60. adj. 60.

sizable adj. khá to, khá lớn, có cỡ lớn.

size n. độ lớn, kích-thước; bề cao; số, cỡ, khổ. the -- of an orange to bằng quả cam. What -- hat do you wear? Ông đội mũ số mấy? What -- shoes do you wear? Chân em đi giày số mấy? v. đánh giá.

sizzle n., v. (tiếng) xèoxèo.

skate n. giày trượt băng ice --; patanh roller --. v. trượt băng; đi patanh.

skating rink n. sân băng để trượt chơi.

skein n. con chỉ, cuộn chỉ, cuộn len.

skeleton n. bộ xương; khung, sườn, nòng cốt.

skeptic n. người hay hoài-nghi.

skeptical adj. hoài-nghi, đa-nghi; có tư-tưởng hoặc theo chủ-nghĩa hoài-nghi.

skepticism n. chủ-nghĩa hoài-nghi.

sketch n. bức vẽ phác; bản tóm-tắt; dự-thảo, bản phác-thảo; vở kịch ngắn. v. vẽ phác, phác-hoạ, phác-thảo.

skew n., adj. (mặt/phần) nghiêng.

skewer n., v. (cái) xiên [thịt nướng, chả].

ski n. xki, ván trượt tuyết. v. đi xki, trượt tuyết. -- boots giày xki. go --ing đi chơi xki.

skid n., v. (sự) trượt bánh, làm cho trượt.

skid row n. khu lưu-manh tụ-tập.

skill n. sự khéo-léo, sự khéo tay, kỹ-xảo/-năng.

skilled adj. khéo-léo, lành nghề.

skillet n. chảo rán (nhỏ); xoong nhỏ có cán.

skillful adj. khéo(léo), khéo tay, tinh-xảo; tài, tài-tình, thành-thạo.

skim v. hớt [bọt, váng, kem, mỡ]; đọc lướt, đọc qua -- over, -- through. -- milk sữa đã lấy kem.

skimp v. bủn-xỉn [on về].

skimpy adj. bủn-xỉn, keo-kiệt; thiếu, không đủ.

skin n. da [người, thú]; bì; vỏ [cam, chuối]; vỏ tàu. outer -- biểu-bì. soaked to the -- bị ướt sũng. to strip to the -- cởi truồng. to escape by the -- of one's teeth may mà thoát chết, suýt nữa thì nguy. -- diver thợ lặn trần. -- grafting sự ghép/vá da. v. lột da; bóc/gọt vỏ; lừa đảo.

skin-deep adj. không sâu, nhẹ; hời-hợt, bề ngoài.

skinny adj. gầy (giơ xương), gầy nhom.

skip n. sự nhảy. v. nhảy, nhảy-nhót, nhảy câng; nhảy dây; nhảy, bỏ quãng; nhảy lớp; chuồn, lỉnh.

skipper n. thuyền-trưởng; hoa-tiêu-trưởng.

skirmish n., v. (cuộc) giao-tranh, đụng-độ.

skirt n. váy, xiêm; vạt áo, bờ, mép, rìa. v. đi
dọc theo, đi vòng quanh.

skull n. sọ, đầu lâu.

skullcap n. mũ chỏm [Do-thái].

skunk n. chồn hôi; người bần-thỉu hôi-hám.

sky n. trời, bầu trời; khí-hậu. under the open --
ngoài trời. to praise X to the skies tâng-bốc X
lên tận mây xanh. to look for warmer skies kiếm
nơi khí-hậu ấm-áp hơn.

skydiver n. người nhảy dù.

skylark n. chim chiền-chiện.

skylight n. cửa sổ ở mái/trần nhà.

skyline n. đường chân trời; hình [thành-phố, nhà
cửa] in lên chân trời.

skyrocket n. pháo thăng-thiên; [giá] tăng vọt.

skyscraper n. nhà chọc trời.

slab n. thanh, tấm; tấm bia; phiến đá.

slack n. phần dây chùng; sự buôn-bán ế-ẩm; slacks
cái quần. adj. chùng, lỏng; ế-ẩm; chênh-mảng,
bê-trễ. v. nới, làm chùng; chênh-mảng; tôi vôi.

slacken v. nới, làm chùng; thả/buông lỏng; làm
giảm bớt; [buôn bán] đình-trệ.

slain quá-khứ của slay.

slake v. làm nhẹ/dịu/nguôi; tôi [vôi].

slam n. tiếng cửa đóng sầm. v. đóng sầm, rập
mạnh; ném phịch; phê-bình gay-gắt.

slander n., v. (lời) nói xấu, (lời) phỉ-báng,
vu oan, vu-cáo, vu-khống.

slanderous adj. (có tính-cách) vu-khống, phỉ-báng.

slang n. tiếng lóng.

slant n. đường nghiêng; quan-điểm, thái độ; cách
nhìn. v. dốc nghiêng; làm nghiêng; trình-bày
theo một quan-điểm nào đó.

slap n. cái vỗ/đập; cái vả/tát; chuyện sỉ-nhục.
v. vỗ, đánh, tạt tai, bạt tai, vả, tát.

slapdash adj. ẩu, bừa, đại.

slapstick n. trò cười nhộn, trò tếu rẻ tiền.

slash n. vết chém/rạch/cắt. v. chém, rạch, cắt;
cắt bớt; quất, quật [roi]; đả-kích, đập. slash-
and-burn cách làm rẫy.

slat n. thanh gỗ mỏng, thanh tre [ở mành-mành].

slate n. đá đen, đá acđoa; bảng đá; liên-danh
[ứng-cử-viên].

slaughter n., v. (sự) giết thịt, mổ thịt; (cuộc)
chém giết, tàn-sát.

slaughterhouse n. lò lợn/heo, lò sát-sinh, lò mổ.

slave n. nô-lệ. v. làm việc đầu tắt mặt tối;
chăm học -- at. -- driver cai nô; chủ ác.

slavery n. cảnh/tình-trạng nô-lệ; chế-độ (chiếm-
hữu) nô-lệ.

Slavic n., adj. (thuộc) ngôn-ngữ Xla-vơ.

slavish adj. nô-lệ, khúm-núm; [bắt chước] mù-quáng.

slay v. [slew; slain] giết.

sled n., v. (đi bằng) xe trượt tuyết.

sledge hammer n. búa lớn, búa tạ.

sleek adj. bóng, láng, mượt; khéo, ngọt xớt.
v. đánh bóng, làm cho bóng/mượt.

sleep n. giấc ngủ; sự ngủ. go to -- đi ngủ; ngủ.
put to -- ru ngủ. v. [slept] ngủ; ngủ trọ/đỗ;
ăn nằm, ngủ. -- like a log ngủ say, ngủ như chết.
-- on (it) gác đến ngày mai. -- off a headache
ngủ cho hết nhức đầu. -- late ngủ trưa, dậy muộn.

sleeper n. người ngủ; giường ngủ, toa xe ngủ; xà
nhà; tà-vẹt [đường xe lửa].

sleeping bag n. chăn chui (khi cắm trại).

sleeping car n. toa(xe lửa có) giường ngủ.

sleeping pill n. viên thuốc ngủ.

sleepless adj. không ngủ, thức.

sleepwalker n. người ngủ mê đi rong, miên-hành.

sleepy adj. buồn ngủ, ngái ngủ; uể-oải.

sleet n., v. mưa tuyết.

sleeve n. tay áo; ống bọc ngoài, măngsông. roll
up one's --s xắn tay áo. short- --d shirt sơ-mi
cộc tay, sơ-mi-đết.

sleigh n. xe trượt tuyết (của ông già Nôen).

sleight of hand n. trò quỷ-thuật, trò ảo-thuật.

slender adj. thon, mảnh-khảnh, mảnh-dẻ; ít ỏi.

slept quá-khứ của sleep.

sleuth n. mật-thám, trinh-thám.

slew quá-khứ của slay.

slice n. miếng mỏng, lát mỏng; phần chia. v.
thái mỏng, lạng mỏng, cắt mỏng.

slick n. vết loang, oil -- vết dầu loang. adj.
bóng, mượt, trơn; đẹp, sang, bảnh-bao; quá khéo
nói. v. làm cho bóng/mượt; xếp gọn -- up.

slid quá-khứ của slide.

slide n. sự trượt; đường trượt; bộ-phận trượt;
dương-bản (ảnh màu); bản kính [để soi kính hiển-
vi]; cầu tuột [trò con chơi]. v. [slid] tuột,
trượt; lướt qua; đi qua, trôi qua; rơi vào.

-- fastener phécmơtuya, khoá rút. -- rule thước loga. -- valve van tự-động.

sliding door n. cửa kéo.

sliding scale n. thang đổi-chiếu.

slight n. sự coi thường/khinh. adj. mỏng (mảnh) thon, yếu-ớt; nhẹ, không đáng kể. v. không để ý đến, coi thường, coi nhẹ, xem khinh.

slightly adv. nhẹ, yếu, mỏng-mảnh; hơi, qua, sơ.

slim adj. thon, mảnh-khảnh, mảnh-dẻ; ít-ỏi, nghèo nàn. v. (làm) thon nhỏ đi -- down.

slime n. bùn; nhớt cá, nhớt ốc.

slimy adj. có bùn; nhầy, nhớt bẩn, lầy-nhầy.

sling n. súng cao-su; băng đeo [tay gãy]; dây đeo. v. [slung] bắn, quăng, ném, liệng; đeo, treo, móc.

slingshot n. súng cao-su.

slip n. sự trượt chân; sự lỡ lời, sự sơ-xuất; mẩu giấy, phiếu; cành giâm/ghép; váy trong. v. nhét, đút, giúi; tuột, thoát, sổng; tuột; trôi qua; lẻn, lẩn; mắc lỗi vì sơ ý. -- on mặc vội vào. -- off cởi vội. to let -- để sổng/mất. -- away chuồn, lẩn trốn. -- by [thời-gian] trôi qua; lẩn trốn. -- up lầm, lỡ lầm.

slipcover n. khăn phủ, vải phủ, áo đệm ghế.

slipper n. dép đi trong nhà pair of (house/bedroom) slippers. lady's-slipper lan tiên-hài.

slippery adj. trơn; khó nắm, khó xử, tế-nhị; láu cá, ranh, khôn. SLIPPERY WHEN WET ĐƯỜNG TRƠN KHI MƯA.

slipshod adj. cẩu-thả, không cẩn-thận.

slit n. khe hở, đường rạch. v. [slit] rọc, xé, rạch, chẻ, cắt. slit X's throat cắt họng X.

slogan n. khẩu-hiệu.

slop n. bùn; thức ăn lỏng-bỏng; người nhếch-nhác. v. (làm) đổ, (làm) tràn.

slope n. dốc, chỗ dốc, đường dốc, độ dốc. v. dốc, nghiêng.

sloppy adj. lỏng-bỏng, ướt-át; ướt bẩn; bẩn, bừa, luộm-thuộm, cẩu-thả, không kỹ.

slot n. khe [bỏ tiền, bỏ thư]. -- machine máy đánh bạc tiền bạc cắc.

sloth n. con lười; sự lười biếng.

slouch n. dáng đi vai thỏng. v. đi nặng-nề (vai thỏng xuống); bẻ cong vành mũ.

slough n. vũng bùn, bãi lầy.

slough n. xác rắn lột; vảy kết. v. lột da/xác; tróc [vảy]; bỏ, vứt bỏ -- off.

slovenly adj. lôi-thôi lếch-thếch, nhếch-nhác, xốc-xếch, nhớp-nhúa; luộm-thuộm, cẩu-thả.

slow adj. chậm, chậm-chạp; không nhanh trí khôn, trì-độn; chậm-rãi, thong-thả. adv. chậm. v. làm cho chậm lại; đi/chạy chậm lại -- down. SLOW. XIN ĐI CHẬM. in -- motion phim quay chậm.

sludge n. bùn đặc; tảng băng; cặn dầu.

slug n. viên đạn nhỏ; con ốc sên; cú đánh. v. đấm.

sluggish adj. chậm-chạp, lười biếng, uể-oải, lờ-đờ.

sluice n. kênh đào; cửa cống -- gate.

slum n. khu nhà ổ chuột, xóm nghèo.

slumber n. giấc ngủ. v. (thiu-thiu) ngủ.

slump n. sự sụt giá; sự đình-trệ/khủng-hoảng. v. [giá] sụt mau; [hàng] ế-ẩm, trầm-trệ.

slung quá-khứ của sling.

slur n. sự phát-âm không rõ; sự nói xấu; luyến âm. v. đọc không rõ, nói líu-nhíu; nói xấu, gièm pha; hát luyến; bỏ qua -- over.

slush n. bùn loãng; tuyết tan.

slut n. đàn bà nhếch-nhác bẩn-thỉu dĩ-thoã.

sly adj. ranh mãnh, nghịch-ngợm; mánh lới, gian xảo, xảo-trá/-quyệt, giảo-quyệt, quỷ-quyệt. on the -- vụng trộm, lén, kín đáo.

smack n. mùi/vị thoang-thoảng; vẻ, một chút/tí. v. thoảng có mùi/vị; có vẻ.

smack n. tiếng bốp/chát; tiếng chép môi; cái tát; cái hôn. v. tát; vỗ, đập; chép môi.

small adj. nhỏ, bé; [áo quần, giầy] chật; ít; nhỏ-mọn, không quan-trọng; nghèo hèn; nhỏ-nhen, bần-tiện. -- arms vũ-khí nhỏ. -- change tiền lẻ. -- fry tụi tiểu-yêu. -- potato người tầm-thường. -- talk chuyện phiếm. -- intestine ruột non. -- print chữ in nhỏ.

smallpox n. bệnh đậu mùa.

smart n. sự đau-đớn nhức-nhối. adj. nhanh trí, thông-minh, láu; nhanh, mau; diện, sang, lịch-sự; [đau] nhức, nhối. v. đau-đớn, nhức-nhối, đau.

smash n. sự đập tan; sự va mạnh; thành-công lớn. v. đập tan; đập mạnh [ban]; đấm mạnh; phá [kỷ-lục record]. -- hit (vở tuồng/kịch) thành-công.

smash-up n. sự tiêu-diệt; sự phá-sản/tan-vỡ.

smattering n. sự biết lõm-bõm [ngoại-ngữ].

smear n. vết bẩn; chất bôi lên bản kính; sự bôi

nhọ. v. làm dơ bẩn; bôi, phết, trét; bôi nhọ.

smell n. khứu-giác; mùi (thối); tài đánh hơi.

v. ngửi, hửi; ngửi thấy, thấy mùi; đánh hơi tìm

ra, đánh hơi thấy, khám phá; cảm thấy, nghi.

This --s of garlic. Cái này có mùi tỏi.

smelt v. nấu chảy [quặng].

smile n. nụ cười (tủm-tỉm); vẻ mặt tươi cười.

v. mỉm cười, cười tủm-tỉm.

smite v. [smote; smitten] đập, vỗ; đánh. smitten

with ... bị ... hoành-hành/ám-ảnh.

smith n. thợ rèn.

smithereens n. mảnh vụn. to -- tan ra từng mảnh.

smithy n. lò rèn, phân-xưởng rèn.

smitten quá-khứ của smite.

smock n. áo choàng, áo khoác, áo bơ-lu.

smog n. khói lẫn sương và hơi than bụi.

smoke n. khói; hơi thuốc (lá). -- -filled room

phòng đầy khói thuốc. -- bomb bom khói. --

screen màn hoả-mù, màn khói; bình phong. v. bốc/toả

khói; hút thuốc; hun, xông [thịt, cá].

smoker n. người hút thuốc, người nghiện thuốc;

phòng hút; toa hút. opium -- dân làng bẹp.

smokestack n. ống khói [nhà máy, tàu thuỷ].

smoking n. sự hút thuốc. NO SMOKING CẤM HÚT

THUỐC. -- car toa hút thuốc.

smoky adj. đầy khói, toả khói; ám khói.

smolder v. cháy âm-ỉ; âm-ỉ, nung-nấu.

smooth adj. nhẵn, trơn, mượt; lặng, êm, dịu-dàng;

hoà-nhã; ngọt xớt; [công việc] trôi chảy. v.

làm cho nhẵn; san bằng; dàn xếp ổn-thoả; giải-

quyết; gọt giũa, chuốt -- out.

smote quá-khứ của smite.

smother v. làm ngạt thở, bụp chết; để cháy âm-ỉ;

bao phủ, phủ kín; bưng-bít.

smudge n. vết bẩn/dơ, vết nhoè. v. làm bẩn/dơ,

làm nhoè.

smug adj. tự-mãn (tuy thiển-cận).

smuggle v. buôn lậu; đưa lén, mang lén.

smuggler n. người/tay buôn lậu.

smut n. vết nhọ nồi; bệnh than; lời/chuyện tục-

tĩu dâm-ô.

snack n. quà, bữa quà, bữa ăn qua-loa/chơi. --

bar quán bán quà, xơ-nách-ba.

snafu n. sự hỗn-loạn nhầm-lẫn lung-tung.

snag n. chân răng gãy; gốc cây gãy. v. buộc chỉ.

snail n. con ốc (sên). at a --'s pace chậm như sên

snake n. con rắn. -- in the grass kẻ thù bí-mật.

snap n. sự cắn/đớp; tiếng tách-tách/răng-rắc;

bánh quy ròn; ảnh chụp nhanh; khuy bấm; trò trẻ.

cold -- đợt rét đột-ngột. It's a --. Việc này

dễ ợt, chuyện ngon ơ. v. cắn, đớp; bật ngón tay,

quất roi; bẻ gãy; chụp mau [ảnh]; chộp/nắm lấy;

nói như cắn, nói cáu kỉnh; nổ đốp. -- out of it

bỏ thói xấu, thôi, chừa.

snapdragon n. hoa mõm chó.

snapshot n. ảnh chụp nhanh.

snare n. bẫy, lưới; cạm bẫy, sự cám dỗ; mưu.

v. đánh/gài/đặt bẫy; bẫy.

snarl n., v. (tiếng) gầm-gừ; (tiếng) cau-nhàu,

(tiếng) cằn-nhằn.

snarl n., v. (chỗ/sự) rối beng, bế-tắc.

snatch n. sự nắm/vồ lấy; khúc, đoạn; một lúc/lát.

v. nắm, vồ, chụp lẹ, giật lấy, chộp, giành.

sneak n. người hay lén-lút; kẻ hèn-hạ. v. trốn,

lén, ăn vụng; lẻn vào -- in, lẻn ra -- out.

sneakers n. giày ten-nít.

sneer n., v. (nụ) cười nhạo. -- at chế nhạo.

sneeze n., v. (cái) hắt hơi, nhảy mũi.

sniff n., v. (sự/tiếng) hít vào, ngửi, khụt-khịt.

snip n. sự cắt, vết cắt bằng kéo; --s kéo cắt

tôn. v. cắt bằng kéo. -- off cắt bớt.

snipe n. chim dẽ giun; sự bắn tỉa. v. bắn tỉa.

sniper n. người bắn tỉa.

snob n. người đua đòi; kẻ hợm mình.

snobbery n. tính đua đòi, tính trưởng-giả học

làm sang.

snobbish adj. đua đòi, trưởng-giả học làm sang.

snoopy adj. tò-mò, hay rình-mò.

snore n., v. (tiếng) ngáy.

snort n., v. (sự/tiếng) khịt mũi.

snout n. mũi, mõm; vòi ống.

snow n. tuyết. v. tuyết, rơi/mưa tuyết. to

shovel -- hót tuyết. It is --ing. Trời tuyết.

snowball n. nắm tuyết, hòn tuyết. v. ném tuyết.

snowfall n. mưa tuyết, cảnh tuyết rơi.

snowflake n. bông tuyết.

snowman n. người tuyết.

snowstorm n. bão tuyết.

snowy adj. đầy tuyết, nhiều tuyết, phủ tuyết.

snub   n., v.   (sự) chỉnh, làm mất mặt, làm nhục.

snub-nosed   adj.   mũi tẹt, tẹt mũi.

snuff   n.   hoa đèn, tàn.   v.   cắt hoa đèn.   -- out
làm tắt, thổi tắt; làm tiêu-tan.

snuff   n.   thuốc lá hít; mùi.   v.   hít thuốc (lá).

snug   adj.   êm, ấm-áp, ấm-cúng dễ chịu; chặt, khít;
giấu kín.   -- and warm ấm-áp, ấm-cúng.

snuggle   v.   xích lại gần, rúc vào; ôm chặt.

so   adv.   như thế, như vậy. if -- nếu thế. Is that
--? Thế à? I like Vietnamese food, and -- does
my wife. Tôi thích cơm Việt-nam, và nhà tôi cũng
thế. -- far cho tới nay, tính đến bây giờ. a day
or -- độ một ngày. -- much money bao nhiêu là
tiền! -- many books bao nhiêu là sách! -- as,
-- that để (cho), đặng, ngõ hầu. -- to speak đó
là nói vậy. S-- what? Thế thì đã sao? I hope --.
Tôi hy-vọng như thế. I think --. Tôi nghĩ vậy.
I told you --. Tôi đã bảo anh mà!   conj.   -- ...
that đến nỗi/đỗi. The dorm was -- noisy that I
couldn't study. Nhà ngủ ồn-ào đến nỗi tôi không
thể nào học được. and -- on/forth và vân vân.

soak   n.   sự ngâm/nhúng.   v.   ngâm, nhúng; làm ướt
đẫm; cưa/giã nặng, chém.

so-and-so   n.   cái này cái nọ, chuyện nọ chuyện
kia. Mr. So-and-so ông A ông B gì đó, ông Mỗ.

soap   n.   xà-phòng, xà-bông.   -- berry quả bồ-hòn.
-- bubble bong-bóng xà-phòng.   -- opera kịch rẻ
tiền [quảng-cáo]. a cake of -- bánh xà-phòng.

soapbox   n.   hòm dựng xà-phòng; bục diễn-giả.   --
orator diễn-giả đầu đường.

soapsuds   n.   bọt xà-phòng, nước xà-phòng.

soar   v.   bay vút lên cao; bay liệng.

s.o.b.   n.   [son of a bitch]   đồ chó đẻ.

sob   n., v.   (sự/tiếng) thổn-thức.

sober   adj.   không say; hết say, tỉnh rồi; điều-độ;
điềm-đạm, điềm-tĩnh; đúng mức, vừa phải; không
loè-loẹt.   v.   tỉnh rượu -- up.

sobriety   n.   sự điều-độ/tiết-độ; sự đúng mức.

so-called   adj.   cái gọi là. the -- "Vietnam scho-
lars" những tay gọi là "các nhà Việt-học."

soccer   n.   môn bóng đá, môn túc-cầu, bóng tròn.

sociable   adj.   thích xã-giao, thích kết bạn.

social   adj.   (có tính-chất) xã-hội, (thuộc) xã-
hội.   -- services công-tác/dịch-vụ xã-hội.   --
evil tệ-nạn xã-hội.   -- climber kẻ thấy người sang

bắt quàng làm họ/quen.   -- security bảo-hiểm xã-
hội.   -- worker phụ-tá xã-hội.

socialism   n.   chủ-nghĩa xã-hội.

socialist   adj.   xã-hội-chủ-nghĩa. the -- man con
người xã-hội-chủ-nghĩa. the S-- Party đảng Xã-hội.
n.   người theo chủ-nghĩa xã-hội; đảng-viên Xã-hội.

socialistic   adj.   xã-hội-chủ-nghĩa.

socialite   n.   người giao-thiệp rộng, tay rộng giao.

socialization   n.   sự xã-hội-hoá.

socialize   v.   xã-hội-hoá.

society   n.   xã-hội; hội, đoàn-thể, hội-đoàn.

sociologist   n.   nhà xã-hội-học.

sociology   n.   xã-hội-học.

sock   n.   chiếc bít-tất. a pair of --s một đôi bít-
tất.

sock   n.   quả đấm.   v.   đấm, thụi, thoi.

socket   n.   lỗ, hốc, hố; đế nến; đui đèn.

sod   n.   đám cỏ.   v.   trồng cỏ.

soda   n.   nước xô-đa; natri cacbonat.   -- fountain
quầy hàng bán nước ngọt.   -- water nước xô-đa.

sodden   adj.   đẫm nước; [bánh mì] lủi; đần-độn.

sodium   n.   natri, xút.

sodomy   n.   sự kê-gian; sự thú-dâm.

sofa   n.   trường-kỷ, ghế xôfa.

soft   adj.   mềm, dẻo;mịn; dịu, ôn-hoà, dịu-dàng,êm
dịu; dễ-dàng; yếu mềm.   -- drink nước ngọt.   --
pedal bàn đạp đàn piano.

soft-boiled egg   n.   trứng luộc lòng đào, la-cóốc.

soften   v.   làm mềm/dẻo; làm dịu; làm yếu đi, nhụt.

soggy   adj.   sũng nước, đẫm nước.

soil   n.   đất. native -- đất tổ. Vietnamese -- lãnh
thổ Việt-nam.

soil   n.   vết bẩn; vết nhơ.   v.   làm bẩn/dơ; dễ bẩn.

sojourn   n., v.   (sự) ở lại ít lâu.

solace   n.   niềm an-ủi.   v.   an-ủi, uý-lạo.

solar   adj.   thuộc mặt trời.   -- system hệ mặt trời,
thái-dương-hệ.   -- heating sưởi bằng ánh mặt trời.

sold   adj.   [sell]   sold out bán hết rồi.   -- on
mê/thích ...., khoái ....

solder   n.   sự hàn.   v.   hàn.   --ing iron mỏ hàn.

soldier   n.   lính, binh lính, quân-lính, binh-sĩ.
Tomb of the Unknown S-- Mồ Chiến-sĩ Vô-danh.
a great -- một nhà quân-sự đại-tài.   v.   đi lính.

sole   n.   cá bơn.

sole   n.   đế giày.   v.   đóng đế giày.

sole adj. độc-nhất, duy-nhất.

solely adv. duy-nhất, độc-nhất, chỉ.

solemn adj. long-trọng, trọng-thể, trang-nghiêm; nghiêm-trang, nghiêm-nghị.

solemnity n. sự long-trọng/trang-nghiêm; nghi-lễ.

solicit v. nài xin, van nài; gạ-gẫm, níu-kéo.

solicitation n. sự van-nài/khẩn-khoản; sự gạ-gẫm.

solicitor n. cố-vấn pháp-luật; người chào hàng.

solicitous adj. ước-ao; lo-lắng, lo-ngại.

solicitude n. sự lo-lắng/lo-ngại/lo-âu.

solid n. chất đặc; chất/thể rắn, cố-thể; khối lập-thể. adj. đặc, rắn, [máy] dày đặc; rắnchắc, vững-chắc; đồng nhất; [ý-kiến] nhất-trí; khối, lập-thể. -- argument luận-cứ đanh thép. -- gold bằng vàng khối, toàn bằng vàng. -- green toàn một màu xanh lá cây[không kể, không hoa]. -- geometry hình-học lập-thể/không-gian.

solidarity n. sự/tình đoàn-kết.

solidify v. làm cho đông-đặc; củng-cố, làm vững.

solidity n. sự rắn-chắc/vững-chắc, sự kiên-cố.

soliloquy n. sự nói một mình.

solitary adj. một mình, cô-độc/-đơn/-quạnh, đơn chiếc, đơn-độc; [chỗ] khuất nẻo, vắng-vẻ.

solitude n. cảnh cô-đơn; nơi tĩnh-mịch/hiu-quạnh.

solo n. bài/bản đơn-ca, màn độc-diễn. adv. một mình; [hát] đơn-ca; [bay] một mình.

soloist n. ca-sĩ đơn-ca, nhạc-sĩ độc-tấu.

solstice n. điểm chí. summer -- hạ-chí. winter -- đông-chí.

soluble adj. hoà tan được; giải-quyết được.

solution n. sự hoà tan; dung-dịch; cách giải quyết, giải-pháp; lời/phép giải; đáp-án; thuốc nước.

solve v. giải-quyết [vấn-đề]; [Toán] giải [phương-trình].

solvent adj. có thể hoà tan; có tiền trả nợ. n. dung-môi.

somber adj. tối, mờ, mờ tối, tối-tăm, tối mò, mờ-mịt, âm-đạm; rầu-rĩ, ủ-rũ, buồn-rầu.

some adj. -- young man một chàng trai nào đó. -- rice một chút cơm. -- bananas vài quả chuối. -- way or other cách này hay cách khác. pron. một vài người/cái. S-- hate her, others like her. Có người ghét cô ta, có người lại thích cô ta. S-- of those demonstrators got arrested. Một vài người trong số những người biểu-tình đó đã bị bắt. adv. khoảng chừng. -- two hundred students độ 200 học-sinh.

somebody pron. một người nào đó; ông này ông nọ. S-- must have tipped them off. Chắc có người nào đã mấy trước cho họ biết. -- else người nào khác.

somehow adv. bằng cách này cách nọ; thế/bề nào cũng.

someone See somebody.

somersault n. sự nhảy lộn nhào.

something n., pron. cái/việc/điều/vật/chuyện gì. I have -- to show you. Anh có cái này muốn khoe với em. I have -- to tell you. Tôi có chuyện này muốn nói với anh. -- else cái khác, chuyện khác.

sometime adv. một thời-gian; một lúc nào đó; trước kia. adj. đã có một thời.

sometimes adv. thỉnh-thoảng, lâu-lâu, một đôi khi. -- nice -- nasty lúc thì dễ thương, lúc thì khó chịu.

somewhat adv. hơi, gọi là, một chút. [khác.

somewhere adv. ở một nơi nào đó. -- else chỗ (nào)

somnolent adj. ngủ gà; ngái ngủ.

son n. con trai; con dân [một nước]. their only -- con một của ông bà ấy, con trai độc-nhất của họ.

song n. bài hát, điệu hát; tiếng hát; tiếng hót.

songster n. ca-sĩ; chim hay hót.

songstress n. nữ-ca-sĩ.

sonic adj. thuộc âm-thanh.

son-in-law n. [sons-in-law] con rể, chàng rể.

sonnet n. bài thơ xonê (14 câu).

sonorous adj. [âm, văn] kêu; nghe kêu.

soon adv. chẳng bao lâu (nữa), chẳng mấy chốc, sắp, một ngày gần đây. as -- as ngay khi. as -- as possible càng sớm càng tốt. how -- bao giờ. no --er said than done nói xong là làm liền. -- after my mother's death ít lâu sau khi mẹ tôi mất. --er sớm hơn. --er or later sớm hay muộn, chẳng chống thì chầy. too -- sớm quá. had --er thà..hơn.

soot n. bồ-hóng, nhọ nồi.

soothe v. làm dịu, làm đỡ đau; xoa-dịu, dỗ-dành.

soothsayer n. thầy bói.

sop n. mẩu bánh mì thả vào xúp; quà biếu. v. thả vào nước, nhúng vào nước; ướt sũng.

sophisticated adj. khôn, hiểu đời; tinh-vi.

sophistry n. phép ngụy-biện.

sophomore n. sinh-viên/học-sinh năm thứ hai.

soprano n. giọng nữ cao; người hát giọng nữ cao.

sorcerer n. thầy phù-thủy, thầy pháp.

sorceress n. mụ phù-thủy.

sorcery n. phép phù-thủy, yêu-thuật, ma-pháp.

sordid adj. bẩn-thỉu; hèn-hạ, đê-tiện, đê hèn.

sore n. chỗ lở, chỗ đau, vết thương; nỗi đau lòng. adj. đau, đau đớn, nhức. -- eyes đau mắt. -- throat khản cổ, đau họng. -- (at heart) giận, tức; buồn phiền.

sorely adv. hết sức, vô cùng. -- needed aid sự viện-trợ hết sức cần-thiết.

sorghum n. bo-bo, lúa miến, cao-lương.

sorority n. hữu-xã, câu-lạc-bộ nữ-sinh-viên.

sorrow n. sự buồn rầu, nỗi buồn, nỗi ưu-sầu.

sorrowful adj. buồn rầu, buồn phiền; đau-đớn.

sorry adj. lấy làm tiếc/buồn. be/feel -- for tội-nghiệp X, thương-hại cho X. We are -- to let you know that... Chúng tôi lấy làm tiếc phải báo ông rằng .... a -- plight tình-cảnh đáng buồn.

sort n. thứ, hạng, loại. of every -- and kind thuộc đủ hạng/loại. I felt -- of angry. Tôi thấy phần nào tức-giận. out of --s khó chịu, bực tức. v. xếp hạng, phân-loại, lựa-chọn -- out.

sortie n. chuyến bay, phi-vụ, xuất-kích.

SOS n. hiệu báo nguy [save our souls]. [thôi.

so-so adj., adv. vừa-vừa, tàm-tạm, đại-khái thế

soul n. linh-hồn; tâm-hồn, tâm-trí; hồn; người, dân. not a -- chẳng có ma nào.

sound n. âm, âm-thanh, tiếng, tiếng động; giọng. v. kêu, kêu vang, vang dội, vang lừng; nghe như; thổi [kèn]; gõ [nghe bệnh]; báo hiệu.

sound n. eo biển.

sound adj. khoẻ mạnh, lành mạnh, tráng-kiện; hợp-lý, vững, có cơ-sở; [giấc ngủ] ngon; vững về tài-chính; [trận đòn] nên thân.

sound v. dò; thăm dò -- out.

soundproof adj., v. (làm) cách âm.

soup n. xúp, canh; cháo. -- kitchen nơi phát cháo thí. -- spoon thìa xúp. -- tureen liễn xúp.

sour adj. chua; hay cáu. v. làm chua.

source n. nguồn (suối, sông); nguồn, nguồn gốc, căn-nguyên.

sourpuss n. người bẳn tính, người hay cáu.

soursop n. mãng-cầu Xiêm [= guanabana].

south n. hướng/phương/phía nam; miền nam. -- wind gió nam/nồm. the -- pole Nam-cực. adv. moving -- đi/tiến về phía nam, xuống miền nam, vào nam. S--Korea Nam Triều-tiên.

southeast n., adj., adv. (về) phía/hướng đông-nam.

southerly adj., adv. (về hướng) nam.

southern adj. [bán-cầu hemisphere] nam. the -- dialect phương-ngữ nam, giọng/tiếng nam.

southerner n. người miền nam.

southernmost adj. cực nam.

southward n., adj., adv. (về) phía/hướng nam.

southwards adv. về phía nam.

southwest n., adj., adv. (phía/miền) tây-nam.

souvenir n. vật kỷ-niệm.

sovereign n. vua, quốc-vương. adj. có chủquyền.

sovereignty n. chủ-quyền.

Soviet n., adj. xô-viết.

sow n. lợn cái, lợn nái.

sow v. [sowed; sown, sowed] gieo. S-- the wind and reap the whirlwind. Gieo gió thì gặt bão.

sown quá-khứ của sow. [đầu.

soy n. đậu tương, đậu nành --bean. -- sauce xì-

soybean n. đậu tương, đậu nành.

spa n. suối khoáng.

space n. không-gian, không-trung; khoảng, chỗ; khoảng cách. -- age thời-đại du-hành vũ-trụ. v. để cách, đặt cách nhau.

spacecraft n. tàu vũ-trụ, phi-thuyền không-gian.

spaceman n. nhà du-hành vũ-trụ, phi-hành-gia không-gian.

spaceship n. tàu vũ-trụ.

spacious adj. rộng-rãi.

spade n. con pích [bài tây]; cái mai, cái thuổng. v. đào bằng mai.

spaghetti n. mì [ăn với thịt băm và xốt cà-chua].

span n. gang tay; dịp cầu; khoảng cách; chiều dài; sải cánh. v. bắc (cầu) qua; nối; đo sải, đo bằng gang tay.

spangle v. trang-sức bằng trang-kim/bạc dát. the Star-Spangled Banner Lá Cờ Hoa.

Spaniard n. người Tây-ban-nha.

Spanish n., adj. (tiếng/dân) Tây-ban-nha.

spank n., v. (cái) phát vào đít, đánh đòn.

spanner n. chìa vặn đai ốc.

spar v. đánh nhau; tập đấu võ/quyền.

spare adj. thừa, dư, sẵn có, để dành đấy; để thay đổi/thay-thế; thanh-đạm, đạm-bạc, sơ-sài; gầy-gò. -- time thì giờ rảnh. -- room buồng ngủ dành cho khách. -- parts đồ phụ-tùng. v. để dành, tiết-kiệm; tiếc [công sức]; tha, miễn cho. We should -- no efforts. Chúng ta không nên tiếc sức (và phải cố-gắng). Our store can't -- him just now. Cửa hàng chúng tôi hiện rất cần đến nó. Can you -- me a buck? Anh có thể cho tôi vay tạm một tì không? The king --d her life. Nhà vua tha mạng cho nàng. S-- the rod and spoil the child. Yêu cho vọt, ghét cho chơi. -- tire lốp xơ-cua.

sparerib n. sườn lợn (nướng).

sparing adj. thanh-đạm, đạm-bạc, sơ-sài; dè-xẻn.

spark n. tia lửa/sáng; tàn lửa. -- coil cuộn cảm-ứng. -- plug bugi.

sparkle n.,v. (sự/ánh) lấp-lánh, lóng-lánh; ánh, nước [kim-cương].

sparkling adj. lấp-lánh, lóng-lánh; sủi tăm.

sparrow n. chim sẻ.

sparse adj. lơ-thơ, thưa; thưa-thớt, rải-rác.

spartan adj. giản-dị, khắc-khổ, xuềnh-xoàng.

spasm n. sự co thắt; cơn [ho, giận].

spasmodic adj. co thắt; không đều-đặn, lúc có lúc không, bữa đực bữa cái, lác-đác.

spat quá-khứ của spit.

spats n. ghệt ngắn (đến mắt-cá chân).

spat n., v. (cuộc) cãi vã, đấu khẩu.

spathe n. mo [cau, dừa].

spatial adj. thuộc không-gian.

spatter n., v. (sự) làm bắn tung-toé.

spatula n. cái đè lưỡi; thìa gỗ để xới cơm.

spawn n. trứng cá/tôm/sò/ếch. v. đẻ trứng.

spay v. hoạn, cắt buồng trứng [mèo cái, v.v.].

speak v. [spoke; spoken] nói [vài lời; một thứ tiếng]; nói lên [ý-kiến của mình, sự thật]; phát-biểu, diễn-thuyết, đọc diễn-văn. -- of nói đến, bàn tới, đề-cập đến. -- out/up nói to (lên); nói thẳng, nói toạc ra. S--ing Tôi nghe đây [ở điện-thoại], chính tôi đây ạ.

speakeasy n. quán bán rượu lậu.

speaker n. người nói, diễn-giả; loa, máy phóng thanh loud--; chủ-tịch Hạ-nghị-viện.

speaking n., adj. public -- tài nói trước công-chúng. not on -- terms with X không nói chuyện với X [vì giận nhau]. generally -- nói chung.

spear n. giáo, mác, thương; cái xiên. v. đâm.

spearhead n. mũi giáo/mác. v. cầm/dẫn đầu.

spearmint n. bạc-hà lục.

special n. chuyến xe(lửa)đặc-biệt, chuyến máy bay đặc-biệt; số báo đặc-biệt; cuộc thi đặc-biệt. adj. đặc-biệt, riêng-biệt. -- agent đặc-phái-viên. -- edition bản đặc-biệt; đặc-san. -- delivery [thư] phát riêng. -- envoy đặc-sứ.

specialist n. nhà chuyên-môn/khoa, chuyên-viên, chuyên-gia. ear-nose-throat -- bác-sĩ chuyên về tai, mũi, họng.

specialization n. sự chuyên-môn-hoá/chuyên-khoa.

specialize v. chuyên(-môn) [in về].

specialty n. ngành chuyên-môn, chuyên-khoa; món ăn đặc-biệt; sản-phẩm đặc-biệt, đặc-san.

specie n. tiền đồng, tiền thật [≠ tiền giấy].

species n. loài; loại, hạng, thứ.

specific adj. nói rõ, rõ ràng, dứt-khoát; xác-định(thuộc loài nào); đặc-thù, đặc-trưng, riêng. -- gravity trọng-lượng riêng, tỷ-trọng.

specifically adv. nói rõ, nói đích-danh.

specification n. sự chỉ/ghi rõ; --s chi-tiết/đặc-điểm kỹ-thuật [kích-thước, trọng-lượng, v.v.]

specify v. nói rõ, chỉ/ghi rõ (chi-tiết), dặn kỹ.

specimen n. mẫu, vật mẫu; hạng/thứ người, ngữ.

specious adj. chỉ có bề ngoài, chỉ tốt mã.

speck n. dấu, vết, đốm; hạt [bụi]. v. lốm-đốm.

speckle n. vết lốm-đốm. v. làm lốm-đốm.

spectacle n. quang-cảnh, cảnh-tượng; màn hát múa, màn ca-vũ; --s kính đeo mắt.

spectacular adj. đẹp mắt, ngoạn-mục; làm chú-ý.

spectator n. người xem, khán-giả.

specter n. bóng ma; điều (lo sợ) ám-ảnh.

spectrograph n. máy ghi phổ, máy quang-phổ.

spectrometer n. cái đo phổ, quang-phổ-kế.

spectroscope n. kính quang-phổ.

spectrum n. quang-phổ [prismatic lăng-kính; solar mặt trời].

speculate v. suy-xét, suy-cứu, nghiên-cứu; suy-luận, ức-đoán, đoán phỏng; đầu-cơ, tích-trữ.

speculation n. sự suy-xét; sự phỏng-đoán; sự đầu-cơ tích-trữ.

speculative adj. thuộc lý-thuyết; có tính-chất phỏng-đoán; đầu-cơ tích-trữ.

speculator n. tay đầu-cơ tích-trữ.

sped quá-khứ của speed.

speech n. khả-năng/năng-lực nói power/faculty of
   --; lời (nói); cách nói; bài nói, diễn-văn/-từ;
   ngôn-ngữ. -- clinic bệnh-viện chữa các tật về
   ngôn-ngữ. -- community cộng-đồng ngôn-ngữ. --
   disorder tật về nói. -- therapy cách chữa các
   tật về ngôn-ngữ.

speechless adj. không nói được nữa, mất tiếng;
   lặng đi [vì tức-giận, cảm-động, v.v.].

speed n. tốc-độ, tốc-lực. at full -- nhanh hết
   sức, mở hết tốc-lực. -- limit tốc-độ tối-đa [cấm
   vượt]. -- record kỷ-lục chạy nhanh. -- zone khu
   phải chạy xe chậm. v. [sped] làm tăng tốc-độ,
   gia-tốc, đẩy mạnh, xúc-tiến; đi nhanh, phóng mau;
   phóng quá tốc-độ cho phép. God -- you! Cầu Trời
   Phật phù-hộ cho anh thành-công! -- up gia-tốc,
   đẩy nhanh; đi nhanh hơn, tăng tốc-độ.

speeding n. sự/tội lái xe quá tốc-độ cho phép.

speedometer n. đồng hồ chỉ tốc-độ.

speed-up n. sự tăng tốc-độ, sự gia-tốc.

speedway n. trường đua (ô-tô, mô-tô); xa-lộ.

speedy adj. nhanh chóng, mau lẹ.

spell n. câu thần-chú; bùa mê; sự mê say, sức
   quyến-rũ. cast a -- on X làm X say mê.

spell v. đánh vần, viết từng chữ (theo đúng chính
   tả); có nghĩa, báo hiệu. -- out giải-thích rõ.

spell n. thời-gian ngắn; cơn ngắn; đợt, phiên.
   v. thay phiên. a cold -- một đợt rét.

spellbound adj. mê, say mê, mê tít, như bị bùa.

spelling n. sự đánh vần; cách viết (chính-tả).
   -- bee cuộc thi chính-tả, cuộc thi đánh vần.

spend v. [spent] tiêu, tiêu pha; dùng, tốn
   [thì giờ]; qua, sống qua; làm hao-phí, làm kiệt,
   tiêu phí. My boss --s too much money on liquor.
   Ông chủ tôi xài nhiều tiền về rượu quá. I -- one
   hour memorizing my lesson every morning. Sáng
   nào tôi cũng để ra một tiếng đồng hồ để học bài
   cho thuộc. He spent his boyhood in Hanoi. Ông ta
   sống buổi thiếu-thời ở Hà-nội. The storm finally
   spent itself. Mãi về sau trận bão mới dịu đi.

spendthrift n. người hoang-phí, tay tiêu hoang,
   tay xài hoang.

spent quá-khứ của spend.

sperm n. tinh-dịch.

spermatozoon n. tinh-trùng.

spew v. nôn/mửa ra; phun ra; thổ ra.

sphere n. hình cầu, khối cầu, quả cầu; thiên-thể;
   khu-vực, phạm-vi.

spherical adj. (có) hình cầu.

sphinx n. xphanh, quái-vật đầu đàn bà, mình sư-tử.

spice n. đồ gia-vị, hương-liệu; cái làm [chuyện]
   thêm đậm-đà. v. bỏ/thêm gia-vị; làm cho đậm-đà.

spick-and-span adj. sáng loáng, mới toanh; bảnh.

spicy adj. có đồ gia-vị, cay [tiêu, ớt]; [chuyện]
   hóm-hỉnh, tục, tiếu-lâm.

spider n. con nhện. -- crab con rạm.

spiderweb n. mạng nhện.

spike n. đầu nhọn, gai; đinh đế giày; đinh đường
   ray. v. cắm que nhọn; đóng bằng đinh; làm hỏng;
   pha rượu mạnh vào.

spill n. sự té lộn nhào. v. làm tràn/đổ [nước];
   làm văng, làm ngã; tràn/đổ/chảy ra -- over. to
   -- blood làm đổ máu. It's no use crying over
   spilt milk. Chuyện đã rồi: đừng tiếc rẻ nữa.

spillway n. đập tràn.

spin n. sự quay/xoay tròn; cuộc đi dạo; sự đâm
   xoáy [máy bay]. v. [spun] quay [tơ]; chăng
   [tơ nhện]; kéo kén; (làm) xoay tròn, lảo-đảo; kể
   [chuyện] -- out.

spinach n. rau êbina.

spinal adj. thuộc xương sống. -- column cột
   xương sống. -- cord tuỷ sống.

spindle n. con suốt, con quay; trục.

spin-dry v. quay khô [quần áo giặt máy].

spine n. xương sống; gai [quả, trái]; gai, ngạnh;
   cạnh sắc; gáy sách; lông nhím; lòng can-đảm.

spineless adj. không xương (sống); ẻo-lả, nhu nhược.

spinner n. người quay tơ; guồng quay tơ.

spinning wheel n. guồng/xa quay tơ; guồng xe chỉ.

spinster n. gái già, bà cô.

spiny adj. có nhiều gai; khó, hắc búa.

spiral n. đường xoắn/tròn ốc; sự lên/xuống từ-từ.
   v. chuyển-động theo hình tròn ốc; [giá cả] tăng
   dần-dần -- up; giảm dần-dần -- down.

spire n. tháp hình chóp [trên nóc nhà thờ].

spirit n. tinh-thần; sự hăng-hái, nhiệt-tình;
   lòng can-đảm, nghị-lực; linh-hồn; quỷ-thần, thần
   thánh, thần-linh; --s rượu mạnh. in high --s vui
   vẻ phấn-khởi. in low --s chán-nản buồn-rầu.

tutelary -- thành-hoàng. evil -- ma quỷ. both
the letter and the -- of the law cả chữ lẫn ý,
cả ngôn-từ lẫn tinh-thần của đạo luật.   v. cổ-
vũ; đem đi nhanh, bốc đi, đưa biến đi -- away.

spirited adj. hăng-hái, hăng-say, bồng-bột; sinh-
động, linh-hoạt.

spiritless adj. không có tinh-thần, mất tinh-thần,
nhút-nhát, ỉu, yếu đuối.

spiritual n. bài hát (tôn-giáo) của người Mỹ da
đen Negro --. adj. tinh-thần; thuộc linh-hồn/
tâm-hồn; tâm-linh; thần-thánh, tôn-giáo.

spit n. cái xiên [nướng thịt].

spit n. nước bọt/dãi/miếng; sự khạc nhổ. v [spat/
spit] nhổ (nước bọt/miếng), khạc. -- at X. phỉ
nhổ X, coi X như rác, nhổ vào mặt X.

spite n. sự giận; sự thù-hằn, mối thù-oán. in --
of mặc dầu. In -- of difficulties tuy bị khó-khăn.
v. làm trái ý, làm phiền, làm khó chịu, trêu tức

spiteful adj. hằn-học, đầy thù-hằn/hận-thù.

spitting image n. người/vật giống hệt/như đúc.

spittoon n. ống nhổ, ống phóng.

splash n. sự bắn toé/vung; tiếng (sóng) vỗ. make
a -- làm mọi người chú-ý.   v. té (nước) vào; làm
bắn vung lên; lội lõm-bõm; tiêu hoang, lãng-phí.

splashdown n. sự hạ xuống biển [của tàu vũ-trụ].

spleen n. lá lách, (con) tỳ; sự u-uất; sự hằn-học
[to vent on trút lên/vào].

splendid adj. rực-rỡ, đẹp-đẽ, lộng-lẫy, tráng-lệ,
huy-hoàng; đẹp, tốt, hay lắm, tuyệt.

splendor n. sự rực-rỡ/lộng-lẫy/huy-hoàng.

splice n., v. (chỗ) nối, ghép [dây, vải, băng nhạc].

splint n. thanh nẹp. v. bó [xương] bằng nẹp.

splinter n. mảnh vỡ, mảnh vụn; cái dằm [đâm vào
da]. -- group nhóm tách ra, phe/đảng phản-lập.
v. (làm) vỡ/tách ra từng mảnh.

split n., adj. (sự) nứt/rạn;(kẽ)hở, (đường)nứt;
(phần) chia nhau. v. chẻ, bổ, bửa, tách; chia
ra; chia nhau; chia rẽ, phân-hoá; tách [phân-tử],
làm vỡ [hạt-nhân]; nứt ra, vỡ, nẻ. -- hairs bới
móc, đi quá sâu vào chi-tiết. -- one's sides
laughing cười vỡ bụng. -- infinitive động-từ vô-
định (chưa chia) bị tách ra [ví-dụ: I decided to
slowly change my tactic. Tôi quyết-định dần-dần
đổi chiến-thuật.]

splurge n. sự phô-trương rầm-rộ, sự loè-bịp.

spoil n. đồ cướp được; spoils chiến-lợi-phẩm; lợi-
lộc, quyền-lợi, bổng-lộc, "đỉa bơ" [nhân-viên cao
cấp chia nhau sau khi đắc-cử]. v. cướp đoạt,
tước-đoạt; làm hỏng/hại; làm hư, chiều [trẻ con];
[hoa quả, cá] hư, thối, ươn. --ed brat thằng ranh
[được nuông - chiều].

spoke quá-khứ của speak.

spoke n. cái nan hoa; bậc/nấc thang; gậy chèn.

spoken quá-khứ của speak.

spokesman n. người phát-ngôn, phát-ngôn-viên.

sponge n. bọt biển; người ăn bám. -- cake bánh
xốp. -- rubber cao-su xốp. v. ăn bám/chực; bòn.

spongy adj. mềm, xốp, hút nước (như bọt biển).

sponsor n. cha/mẹ đỡ đầu; người đỡ đầu/bảo-đảm/
bảo-trợ; công-ty thuê quảng-cáo [phát-thanh hoặc
truyền-hình]. v. đỡ đầu; đứng bảo-đảm, bảo-trợ.

sponsorship n. sự đỡ đầu, sự bảo-trợ/bảo-lãnh.

spontaneous adj. tự-động, tự-ý; tự-phát, tự-sinh;
tự-nhiên, không ai bắt-buộc, không gò bó.

spook n. ma quỷ.

spool n. cuộn chỉ, cuộn phim; vòng [câu quăng].

spoon n. cái thìa, cái muỗng. v. múc bằng thìa,
hớt bằng thìa -- off. coffee-- thìa cà-phê.

spoonerism n. sự nói lái vô-tình [ví-dụ: định
nói dear old queen lại nói queer old dean].

spoonful n. thìa đầy, muỗng đầy.

sporadic adj. rải-rác, rời-rạc, không đều-đặn.

spore n. bào-tử.

sport n. thể-thao; sự chơi đùa; trò đùa; biến-dị;
người đàng-hoàng trung-thực. in -- để đùa chơi.
make -- of trêu. v. chưng, diện; chơi đùa. --
clothes quần áo thể-thao. --s fan người hâm-mộ
thể-thao. --s car xe thi. -- jacket áo vét xìpo.

sportsman n. nhà thể-thao, người thích thể-thao,

sportsmanship n. tinh-thần thể-thao; tinh-thần
thượng-võ.

spot n. dấu, vết; vết nhơ, tì vết; chỗ, nơi, chốn.
on the -- tại chỗ; bị khó-khăn lúng-túng. v. làm
dốm; làm bẩn; nhận ra, phát-hiện. -- announcement
lời thông-cáo xen vào giữa.

spot-check v. soát thử.

spotless adj. sạch-sẽ, không có vết; trong-trắng.

spotlight n. đèn rọi (sân khấu).

spouse n. chồng, vợ, người phối-ngẫu.

spout n. vòi ấm; ống máng; vòi nước, cây nước.
v. (làm) phun ra; phun nước; ngâm thơ.

sprain n. sự bong gân. v. làm bong gân.

sprang quá-khứ của spring.

sprawl n., v. (sự) nằm dài/ườn ra.

spray n. bụi nước; chất bơm, thuốc xịt; bình xịt, lọ bơm nước hoa. v. bơm, xịt, phun [thuốc].

spray n. cành cây nhỏ có hoa.

spread n. sự trải/giăng ra; sự truyền-bá/quảng-bá; khoảng rộng; khăn trải giường bed--; ảnh in suốt trang báo; bữa tiệc linh-đình; bơ/mứt để phết lên bánh mì. v. [spread] trải, căng, giăng/bày ra, trương ra; rải [cát, phân bón, truyền-đơn]; truyền bá; bày bàn ăn, bày thức ăn; phết; [tin] truyền đi, lan đi/ra; tản ra. -- oneself thin ôm-đồm quá.

spree n. cuộc vui chơi miệt-mài; sự tiệc-tùng ăn uống lu-bù. buying -- sự mua sắm lu-bù.

sprig n. cành cây nhỏ. [lợi.

sprightly adj. vui-vẻ, nhanh-nhẩu, hoạt-bát, linh

spring n. suối nước; mùa xuân; sự nhảy; sự bật lại, tính đàn-hồi; lò-xo, nhíp [xe]. v. [sprang, sprung] nhảy; bật mạnh; nảy ra, hiện ra; xuất-phát; đưa ra bất ngờ; đảm-bảo cho X được tha.

springboard n. ván nhún, ván dận.

springlike adj. như mùa xuân.

springtime n. mùa xuân, tiết xuân.

sprinkle n. một tí/chút; mưa phùn, mưa lún-phún. v. tưới, rải, rắc, rưới; mưa lún-phún.

sprinkler n. bình tưới nước; hệ-thống ống phun nước [tưới cây hoặc để chữa cháy] -- system.

sprinkling n. sự rải thưa, sự lác-đác; một ít; sự rắc/vảy nước.

sprint n. nước rút. v. chạy nước rút.

sprite n. yêu-tinh, ma-quỷ, yêu-quái.

sprocket n. răng đĩa xích. -- wheel đĩa/bánh xích

sprout n. mầm non, chồi; giá (đậu tương) bean--s. Brussels --s cải bruxen. v. mọc nhú lên; đâm chồi, nảy mầm, mọc mầm, đâm mộng.

spruce n. cây vân-sam.

spruce adj. chải-chuốt, diêm-dúa. v. làm bảnh.

sprung quá-khứ của spring.

spun quá-khứ của spin.

spur n. cựa [gà]; đinh thúc ngựa; sự kích-thích/ khích-lệ; đường (xe lửa) nhánh. v. thúc ngựa; khích-lệ, khuyến-khích.

spurious adj. giả, giả-mạo, không thật.

spurn n., v. (sự) bác-bỏ, hất-hủi, chê, khinh.

spurt n., v. (sự) bắn/phọt ra; (sự) gắng sức.

sputnik n. vệ-tinh nhân-tạo.

sputter v. nói lắp-bắp; [lửa] nổ lách-tách.

sputum n. nước bọt/miếng, nước dãi; đờm.

spy n. gián-điệp, điệp-viên. -- ring hệ-thống do-thám/gián-điệp. v. làm gián-điệp; do-thám, theo dõi -- on. -- out dùng mưu-mẹo mà khám-phá ra.

spyglass n. kính thiên-văn nhỏ.

squab n. bồ-câu non, bồ-câu chưa ra ràng.

squabble n., v. (sự) cãi nhau ầm-ĩ.

squad n. tiểu-đội, tổ, đội; kíp thợ; đội thể-thao. -- car xe đi tuần của cảnh-sát.

squadron n. đội binh, tiểu-đoàn; đội tàu, hạm-đội; đội máy bay, phi-đội.

squalid adj. nghèo khổ; dơ-dáy, bẩn-thỉu.

squall n. cơn gió/mưa; sự rối-loạn/náo-loạn.

squalor n. sự nghèo khổ; sự dơ-dáy/bẩn-thỉu.

squander v. hoang-phí, phung-phí, lãng-phí, phá của, xài phí.

square n. hình vuông; ô vuông; khu nhà giữa bốn phố; quảng-trường; thước thợ, thước vuông góc, ê-ke; bình-phương. adj. vuông; thật-thà, sòng-phẳng; [bữa ăn] đầy, đầy-đủ; cổ (lỗ sĩ), bảo-thủ. -- mile dặm vuông. adv. thật-thà, thẳng-thắn. v. làm cho vuông, đẽo cho vuông; bình-phương; trả, thanh toán; phù-hợp, đi đôi [with với]. -- dance nhảy phương-bộ. -- bracket dấu móc/ngoặc vuông.

squash n. quả bí; quả mướp.

squash n. sự ép/nén; bóng quần. orange -- nước cam. v. ép, nén; đè bẹp, đàn-áp; chen.

squat adj. ngồi xổm; béo lùn. n. thế ngồi xổm; thế ngồi chồm-chỗm. v. ngồi, ngồi xổm, ngồi chồm-chỗm; chiếm đất công ở ì.

squatter n. người chiếm đất công ở ì.

squaw n. đàn bà da đỏ.

squawk n., v. (tiếng) kêu quác-quác; (lời) than-văn phản-đối.

squeak n., v. (tiếng) cót-két; (tiếng) rúc-rích, (tiếng) chít-chít.

squeal n. tiếng eng-éc. v. [lợn] kêu eng-éc; mách lẻo, hớt, chỉ-điểm.

squeeze n. sự ép/vắt; sự siết chặt; sự ôm chặt; sự ăn bớt/chặn. v. ép [cam, chanh]; siết chặt [tay]; chen, ấn; bóp nặn, bòn mót, bòn rút.

squid n. con mực.

squint n. tật lác mắt; cái liếc mắt. v. lác, lé.
-- at liếc nhìn một tí. -- -eyed lác/lé mắt.

squire n. người hầu của hiệp-sĩ; người hộ-vệ; tên
nịnh đầm; địa-chủ, điền-chủ. v. đi hộ-vệ.

squirm n., v. (sự) ngoằn-ngoèo, vặn-vẹo.

squirrel n. con sóc.

squirt v. làm bắn/vọt ra, tia ra.

stab n. sự đâm, vết/nhát đâm; sự làm thử. -- in
the back sự nói xấu sau lưng; đòn ngầm. make a --
at thử làm .... v. đâm bằng dao; nhằm đánh vào.

stability n. sự vững-chắc/-vàng, sự ổn-định; độ
ổn-định; độ bền [nuclear hạt-nhân].

stabilization n. sự làm cho ổn-định, ổn-định-hoá.

stabilize v. làm ổn-định, ổn-định-hoá.

stable adj. vững-chắc, vững-vàng, chắc-chắn, kiên-
cố, ổn-định; cương-quyết, kiên-quyết/định; bền.

stable n. chuồng ngựa/bò/trâu. v. nhốt vào tàu,
cho vào chuồng; nằm, ở.

stack n. cây/đụn rơm; đống; cụm súng; ống khói
[nhà máy, xe lửa, tàu thuỷ]; --s giá/kệ sách ở
thư-viện. hay-- đụn cỏ khô. smoke-- ống khói.
to give X access to the --s cấp cho X quyền vào
kho sách thư-viện. v. đánh thành đống, chất
đống; xếp [bài] gian.

stadium n. sân vận-động, vận-động-trường.

staff n. (toàn-thể) nhân-viên, biên-chế, bộ phận;
bộ tham-mưu; ban, bộ; gậy, ba-toong; gậy quyền;
cán, cột; khuông nhạc; chỗ nương-tựa. -- head-
quarters tổng-hành-dinh bộ tham-mưu. -- officer
sĩ-quan tham-mưu. v. bố-trí cán-bộ cho, cung-
cấp/bổ-nhiệm nhân-viên cho [cơ-quan].

stag n. hươu/nai đực; bò thiến; đàn ông. go --
đi dự tiệc một mình. -- party tiệc cho đàn ông.

stage n. đoạn đường, quãng, trạm; giai-đoạn; cấp,
tầng [tên lửa]; xe ngựa chở khách --coach; phạm-
vi hoạt-động, vũ-đài; giàn, giáo; bục, bệ, đài;
bàn soi [kính hiển-vi]; sân khấu, nghề kịch, kịch
nghệ. by easy --s từng chặng nhỏ. by successive
--s từng đợt/cấp. to go on the -- trở thành tài-
tử/diễn-viên, đóng tuồng/kịch. -- door cửa dành
cho diễn-viên. -- effect tác-dụng sân khấu. --
fright sự run khi bước ra sân khấu. -- manager
đạo-diễn. v. dựng [vở hát]; tổ-chức, sắp xếp, mở.

stagecoach n. xe ngựa chở khách đường trường.

stagger v. làm choáng người; làm dao-động; xếp

chữ chi; bố-trí, trải ra [giờ làm, giờ xe chạy].

stagnant adj. tù, đọng, ứ; tù hãm; đình-đốn/-trệ.

stagnate v. [nước] đọng, ứ; tù-hãm; đình-trệ.

stagnation n. sự ứ đọng; sự đình-trệ.

staid adj. chắc-chắn, điềm-đạm, trầm-tĩnh; nghiêm.

stain n. vết bẩn/đen; vết nhơ, ô-nhục; thuốc màu.
v. làm bẩn, làm dơ; làm nhơ-nhuốc; đánh màu.
--ed glass kính màu.

stainless adj. [thép] không gỉ.

stair n. bậc thang; cầu thang --case, --way, flight
of --s. up the --s trên gác, trên lầu.

staircase n. cầu thang, thang lầu.

stairway n. cầu thang, thang lầu.

stake n. cọc, cột; cọc trói người bị thiêu sống;
tiền đánh cược/cá. at -- đang bị đe doạ, đang nguy.
to pull up --s dọn (nhà) đi nơi khác. v. đóng
cọc; khoanh cọc; buộc vào cọc; đặt cược; góp vốn.
to -- all đánh hết [được ăn cả, ngã về không].

stale adj. [bánh mì, rượu] cũ; [thịt] ôi; [câu nói
đùa] nhạt-nhẽo; [tin] cũ rích. smell -- hấp hơi.

stalemate n. thế cờ bí; sự bế-tắc. v. dồn vào
thế bí; làm bế-tắc.

stalk n. thân cây; cuống; thân [lông chim]; chân
cốc uống rượu.

stalk n. dáng đi oai-vệ. v. đi hiên-ngang, đi
một cách oai-vệ; đi lần theo, đuổi theo.

stall n. ngăn chuồng ngựa/bò; quầy, bàn bày hàng;
quán, sạp hàng. v. nhốt vào chuồng; [ngựa, xe]
sa lầy; [ô-tô] chết máy. to -- for time hoãn binh.

stallion n. ngựa giống, ngựa nòi.

stalwart n. đảng-viên tích-cực. adj. vạm vỡ, lực
lưỡng; tích-cực, can-đảm, kiên-quyết, quả-quyết.

stamen n. nhị hoa, nhị đực.

stamina n. sức chịu đựng.

stammer n. sự/tật nói lắp. v. nói lắp, cà-lăm.

stamp n. tem, cò postage --; dấu, con dấu; dấu
chứng-nhận/bảo-đảm, nhãn-hiệu; dấu hiệu; sự giậm
chân. v. dán tem vào; đóng dấu lên; in dấu lên;
in sâu; đóng dấu kiểm-nhận/chiếu-khán vào [thông-
hành/hộ-chiếu]; giậm chân. -- out dập tắt; dẹp.
-- collector người chơi tem, nhà sưu-tầm bưu-hoa.
-- pad lọ hộp mực đóng dấu.

stampede n. sự chạy tán-loạn; sự chạy trốn; phong
trào đổ dồn vào chuyện gì. v. (làm cho) chạy
tán-loạn.

stance n. thế đứng; thái-độ, lập-trường.

stand n. chỗ đứng, vị-trí; lập-trường, quan-điểm;
giá [ô], mắc [áo]; gian hàng; đế, chân, bệ, đài;
diễn-đài, khán-đài; sự đứng/dừng lại; sự chống-
cự. v. [stood] đứng; đứng, ở, có; bắt đứng,
đặt, để; dựng; giữ vững; đứng vững, bền; chịu
dựng. ** -- off đẩy lui. -- up bất chờ, cho ăn
thịt thỏ. -- aloof/aside (lãnh-đạm) đứng tránh
ra một bên. -- by sẵn-sàng, chuẩn-bị, cứ đợi đấy;
bênh, ủng-hộ; thi-hành [hứa hẹn]. -- fast kiên-
trì. -- for có nghĩa là; thay cho; bênh-vực, ủng
hộ; chịu-dựng, chấp-nhận, dung-thứ. -- in for
đại-diện cho. -- in line xếp hàng (đợi lượt mình)
-- out nổi bật lên. -- up đứng lên/dậy; đứng
nguyên. -- up against/to đương đầu với. -- up for
về hùa/phe với, ủng-hộ.

standard n. tiêu-chuẩn, chuẩn, mẫu; chuẩn-mực,
mức, trình-độ; bản-vị [tiền-tệ]; cờ, cờ hiệu;
chân, cột [đèn]. living --, -- of living mức/mực
sống, tiêu-chuẩn sinh-hoạt. up to -- đứng tiêu-
chuẩn. -- product sản-phẩm loại thường. -- gauge
đường sắt bề ngang tiêu-chuẩn. -- English tiếng
Anh tiêu-chuẩn/phổ-thông. -- time giờ tiêuchuẩn.

standardbearer n. người cầm cờ; lá cờ đầu.

standardize v. tiêu-chuẩn-hoá, chuẩn-hoá.

standee n. khán-giả phải đứng, người đứng xem.

stand-in n. người thay, vai phụ phòng hờ.

standing n. thế đứng; sự dừng xe; địa-vị; sự lâu
dài. NO STANDING. NO PARKING. CẤM DỪNG XE
NGỒI ĐỢI. CẤM ĐỖ XE. of high -- có địa-vị cao.
in good -- có thế, được quí-chuộng. a friend of
long -- một người bạn lâu năm. adj. [uỷ-ban,
quân] thường-trực; [nước] tù; [điều-lệ] hiện-
hành. -- room only hết ghế: chỉ có chỗ đứng thôi.

standpoint n. quan-điểm, lập-trường.

standstill n. sự đứng/ngừng lại; sự bế-tắc. to
come to a -- bị ngừng, đi đến chỗ bế-tắc.

stanza n. đoạn/tiết thơ, khổ thơ, bài thơ (tứ-
tuyệt).

staple n. đinh kẹp, dây thép rập giấy. -- remov-
er cái tháo đinh kẹp. v. đóng bằng đinh kẹp.

staple n. món ăn chính -- food; sản-phẩm chính.
adj. chủ-yếu. -- industries những ngành công-
nghiệp/kỹ-nghệ chủ-yếu.

stapler n. máy rập giấy, máy đóng/rập sách.

star n. sao, ngôi/vì sao, tinh-tú, tinh-thể; vật
hình sao; dấu sao, dấu hoa thị; nhân-vật nổi danh,
nghệ-sĩ nổi tiếng, ngôi sao, minh-tinh; sao chiếu
mệnh. v. đánh dấu sao, đánh dấu hoa thị [một
câu sai ngữ-pháp hoặc một thể giả-thiết]; [tài-tử]
đóng vai chính; [phim] có [X] đóng vai chính. That
film --red Tyrone Power, I remember. Tôi nhớ mà,
phim ấy có Tyrone Power thủ vai chính. shooting/
falling -- sao sa, sao băng. fixed -- định-tinh.
movie -- đào/kép xi-nê, tài-tử xi-nê, minh-tinh
màn bạc. a former Hollywood -- trước kia là một
ngôi sao sáng ở Hồ-ly-vọng/Hoa-lệ-ước. rising --
(người) đang lên. to see --s nổ đom-đóm mắt.

starboard n. mạn thuyền/tàu bên phải.

starch n. bột, tinh bột; hồ bột. v. hồ cứng.

stardom n. cương-vị minh-tinh (sân-khấu, màn bạc);
các ngôi sao, những minh-tinh(nói chung).

stare n. sự/cái nhìn chong-chọc. v. nhìn chong-
chọc/chằm-chằm; rành-rành, lồ-lộ.

starfish n. sao biển.

stargaze v. xem/ngắm sao; mơ-màng, mộng-tưởng.

stark adj. cứng đờ; lộ rõ; hoang-vu. adv. hoàn-
toàn. -- naked trần như nhộng.

starlet n. ngôi sao trẻ (có nhiều triển-vọng).

starlight n. ánh (sáng) sao.

starling n. chim sáo sậu, chim sáo đá.

starlit adj. có sao.

starry adj. nhiều sao, đầy sao; như sao. -- -eyed
mơ-mộng hão-huyền.

Stars and Stripes n. lá cờ sao sọc của Mỹ.

Star-Spangled Banner n. quốc-kỳ của Mỹ, cờ hoa.

start n. lúc bắt đầu, lúc khởi-thuỷ, ban đầu; sự/
chỗ khởi-hành; điểm/giờ xuất-phát; sự giật mình.
from -- to finish từ đầu đến/chí cuối. v. bắt
đầu [một việc gì]; bắt đầu [đi, làm, v.v.]; mở
[máy]; gây, nêu. Everything is difficult at the
--. Vạn sự khởi đầu nan. We had an early --. Tụi
con lên đường sớm. I -- work, I -- working next
week. Tuần sau tôi bắt đầu làm việc. The fat guy
--ed it all. Thằng béo đó gây sự trước. -- out
khởi-hành; khởi-công. -- with bắt đầu có/với....
To -- with,... Trước hết,... Kỳ thuỷ,..., Thoạt
đầu,.... --ing point khởi-điểm, điểm xuất-phát.

starter n. bộ khởi-động; người ra lệnh xuất-phát.

startle v. (làm) giật nảy mình.

startling adj. làm giật mình, làm sửng-sốt.

starvation n. sự thiếu ăn, sự đói; sự chết đói.
to die of -- chết đói. -- diet kiêng ăn mọi thứ.
-- wages đồng lương chết đói.

starve v. bắt nhịn đói, bỏ đói; (làm) chết đói.
--d to death đói đến chết, chết đói.

state n. tình-trạng, trạng-thái; quốc-gia, bang,
tiểu-bang; nhà nước, chính-quyền/-phủ; sự trọng-
thể/huy-hoàng. the -- of the art tình-trạng (một
ngành học-thuật). -- of health tình-trạng sức
khỏe. the S-- of the Union address diễn-văn về
tình-trạng quốc-gia. the original 13 --s 13 tiểu-
bang thời Hoa-Kỳ mới lập-quốc. police -- quốc-gia
cảnh-chế. to lie in -- được quàn. Department of
State, State Department Bộ Ngoại-giao Mỹ. Secret-
ary of State Bộ-trưởng Bộ Ngoại-giao Mỹ; Quốc-vụ-
khanh, Bộ-trưởng. v. nói rõ, bày tỏ, tuyên-bố,
phát-biểu; định rõ [ngày giờ].

statecraft n. nghệ-thuật quản-lý nhà nước.

statehood n. qui-chế tiểu-bang; vị-thế quốc-gia.

stateless adj. thất-sở, không có quốc-gia.

stately adj. oai-vệ, oai-nghiêm; nghiêm-trang.

statement n. lời/bản tuyên-bố; bản tường-trình.

stateroom n. phòng ngủ riêng [xe lửa, tàu thủy];
phòng khánh-tiết.

stateside adj. ở bên Mỹ.

statesman n. chính-khách (có tài).

static n. âm nhiễu; --s tĩnh-học. adj. [áp-lực,
điện] tĩnh.

station n. nhà ga xe lửa railroad --, nhà ga xe
buýt, bến xe đò bus --; trạm, đồn, điếm, ty; đài
(phát-thanh, truyền-hình); bóp cảnh-sát police --;
địa-vị. service --, gas -- trạm xăng, cột/cây
xăng. -- agent trưởng ga, xếp ga. -- break phút
ngưng (chương-trình phát-thanh/truyền-hình). --
house bóp cảnh-sát, trạm công-an. -- identifica-
tion sự nói rõ tên đài. -- wagon xe kiểu gia-đình.
v. [quân-đội] đóng, đồn-trú; đặt/để vào vị-trí.

stationary adj. đứng nguyên một chỗ.

stationer n. người bán dụng-cụ học-sinh/văn-phòng.

stationery n. giấy viết thư; đồ dùng văn-phòng.

statistical adj. thống-kê.

statistician n. nhà thống-kê.

statistics n. thống-kê, những con số thống-kê;
khoa-học thống-kê, thống-kê-học.

statue n. (pho/bức) tượng. the Statue of Liberty
Tượng Nữ-thần Tự-do [ở New York].

statuesque adj. đẹp như tượng.

stature n. vóc người; tầm vóc.

status n. thân-phận, thân-thế, địa-vị; tình-trạng.
-- seeker người bị ám-ảnh bởi chức-vị. -- symbol
vật tượng-trưng cho địa-vị xã-hội.

status quo n. hiện-trạng, nguyên-trạng.

statute n. quy-điều, điều-lệ; quy-chế, chế-độ;
luật-lệ. -- law luật thành-văn.

statutory adj. do luật-pháp quy-định.

staunch adj. trung-thành, đáng tin-cậy.

stave n. ván cong để đóng thùng rượu; bậc thang;
gậy; đoạn thơ, tiết nhạc; khuông nhạc. v. đục
thủng; làm bẹp -- in. -- off ngăn chặn, tránh.

stay n. sự ở/lưu lại; sự hoãn/đình lại; trở-ngại;
sức chịu-dựng; chỗ nương-tựa. v. ở lại, lưu lại;
đình lại, hoãn lại; chặn, ngăn chặn; chống đỡ.
*** -- away không đến (gặp/dự), vắng mặt. -- put
ì ra, không dụng-dậy. -- up (late) thức khuya.

stay n., v. (dây) néo/chằng cột buồm.

stay-at-home n., adj. (người) ru-rú xó nhà.

stead n. to act in X's -- hành-động thay mặt cho
X. to stand X in good -- giúp ích cho X.

steadfast adj. kiên-định, không lay-chuyển.

steady adj. vững-chắc, vững-vàng; đều, đều-đặn;
kiên-định, không thay-đổi. John and Mary go --
now. J. và M. đi chơi với nhau đều [chắc sẽ tính
chuyện xây-dựng gia-đình], là người yêu chính-
thức. v. (làm cho) trở nên vững-vàng.

steak n. thịt bít-tết; miếng cá/thịt nướng.

steal n. món hời, món hàng mua được rẻ; đồ ăn cắp.
v. [stole; stolen] ăn cắp, ăn trộm, xoáy. to --
a kiss hôn trộm một cái. He stole firewood from
the cooperative. Hắn ăn cắp củi của hợp-tác-xã.
The boy stole my transistor radio. Thằng bé đó ăn
cắp của tôi cái đài bán-dẫn. -- away lẻn/lẻn đi;
khéo-léo mà chiếm được. -- in lẻn vào.

stealth n. by -- một cách lén-lút, vụng, trộm.

stealthy adj. lén-lút, vụng-trộm, giấu-giếm.

steam n. hơi nước; hơi, sức, sức-lực, nghị-lực.
to get up -- đem hết nghị-lực. to let off -- xả
hơi. v. hấp, đồ, hấp cách thủy; bốc hơi, lên
hơi. to -- ahead làm việc hăng say tích-cực.

steamboat n. tàu (chạy bằng) hơi (nước).

steamer n. nồi đun hơi; tàu chạy bằng hơi nước.

steamship n. tàu chạy bằng hơi nước.

steed n. ngựa hay, tuấn-mã, chiến-mã.

steel n. thép; que thép mài dao; gươm, kiếm cold
--. v. luyện thép vào; bọc thép; tôi-luyện.
-- wool bùi-nhùi thép [để cọ nồi, đánh nhẵn bàn].

steelworks xưởng luyện thép, nhà máy thép.

steely adj. rắn như thép; nghiêm-khắc, sắt đá.

steelyard n. cái cân dọc [cân vàng, v.v.].

steep adj. dốc; [sự đòi hỏi] quá đáng.

steep v. ngâm; ngấm, thấm. --ed in miệt-mài, mải-
miết, mê-mệt.

steeple n. tháp chuông, gác chuông (nhà thờ).

steeplechase n. cuộc đua ngựa nhảy rào; cuộc thi
chạy việt-dã.

steer n. bò/trâu đực; bò non thiến.

steer v. lái, cầm lái [xe, tàu]. -- clear of lánh
xa, tránh.

steering committee n. uỷ-ban chỉ-đạo/lãnh-đạo.

steering wheel n. tay lái, vô-lăng.

stele n. [pl. stelae] tấm bia.

stellar adj. thuộc sao, thuộc tinh-tú.

stem n. thân [cây]; cuống, cọng [hoa, lá]; ống
[tẩu thuốc]; chân [cốc rượu]; thân từ; mũi tàu.
from -- to stern từ đầu (tàu) đến cuối (tàu).
v. xuất-phát [from từ].

stem v. đắp đập ngăn; ngăn-cản/-chặn, đẩy lui.

stench n. mùi hôi thối, mùi xú-uế.

stencil n. khuôn tô; hình tô; giấy nến, giấy in
rô-nê-ô. v. quay/in xtăngxin, in rô-nê-ô.

stenographer n. (cô) thư-ký tốc-ký.

stenography n. phép tốc-ký.

step n. bước, bước đi, bước chân; bước khiêu-vũ;
bậc thang, bậc thềm; dấu chân; cấp bậc; biện-pháp.
-- by -- từng bước một. in -- with đi đều bước
với. Watch your --! Coi chừng (không ngã); Anh
phải thận-trọng! v. bước, bước đi; bước vào --
into; giẫm lên, dận -- on. -- aside bước sang một
bên. -- back lùi lại. -- in bước vào; can-thiệp
vào. Step on it! Dận ga đi; Mau lên!

stepbrother n. anh/em cùng cha khác mẹ, anh/em
dị-bào; anh/em cùng mẹ khác cha.

stepchild n. con riêng [của vợ/chồng mình].

stepdaughter n. con gái riêng [của vợ/chồng
mình].

stepfather n. bố ghẻ/ghượng.

stepladder n. thang đứng, thang đôi.

stepmother n. dì ghẻ, mẹ ghẻ.

stepping stone n. đá để bước qua chỗ lội; bàn đạp.

stepsister n. chị/em cùng cha khác mẹ, chị/em dị-
bào; chị/em cùng mẹ khác cha.

stepson n. con trai riêng [của vợ/chồng mình].

stereo n., adj. (máy hát) âm-thanh nổi; âm-thanh
lập-thể.

stereophonic adj. có âm-thanh nổi.

stereoscope n. kính nhìn nổi, thể-thị-kính.

stereoscopic adj. nhìn nổi, lập-thể.

stereotyped adj. được mô-tả theo một mẫu sẵn có.

sterile adj. [người] không sinh đẻ, hiếm hoi; [đất]
khô-cằn, cằn-cỗi; vô-ích; vô-trùng, vô-khuẩn.

sterility n. sự không đẻ; sự khô cằn; sự vô-ích.

sterilization n. sự khử-trùng; sự làm mất khả-năng
sinh đẻ.

sterilize v. khử-trùng, diệt-khuẩn; làm mất khả-
năng sinh đẻ; nấu nước sôi [bầu sữa trẻ em].

sterling n. đồng bảng Anh pound --. adj. thật,
đúng tuổi. -- gold vàng mười. -- silver bạc thật.
a man of -- worth người có chân giá-trị.

stern n. phía đuôi tàu, phía sau tàu.

stern adj. nghiêm-nghị, nghiêm-khắc.

sternum n. xương ức, xương mỏ ác.

stethoscope n. ống nghe [của bác-sĩ].

stevedore n., v. (công-nhân) bốc dỡ ở cảng.

stew n. món thịt hầm, món ra-gu; sự lo-lắng. beef
-- thịt bò ra-gu. v. hầm, ninh, nấu ra-gu; nấu
nhừ [quả mận, cà chua].

steward n. quản-gia; chiêu-đãi-viên, người phục-
vụ [tàu thuỷ, máy bay].

stewardess n. cô chiêu-đãi-viên [tàu thuỷ/phi-cơ].

stick n. que, gậy; roi; cán [ô, chổi]; dùi trống
drum--; thỏi [kẹo cao-su, cốt-mìn]; đũa nhạctrưởng;
cột buồm. walking -- gậy, batoong, can. the --s
miền quê. v. [stuck] đâm, chọc, thọc; cắm,
cài; dán, dính; ló, thò [đầu], ưỡn [ngực], phình
[bụng]; làm sa lầy; làm luống-cuống. Stick 'em
up! Giơ tay lên! to be stuck bị sa lầy; bị kẹt,
bị vướng; tắc tị. to -- it out chịu đựng đến kỳ
cùng. to -- up ăn cướp bằng súng. -- out nhô ra,
chìa ra, ưỡn ra; rõ quá, lộ-liễu. to -- up for
X bênh-vực X [người vắng mặt].

sticker n. nhãn (dán vào đằng sau xe); vấn-đề nan giải, vấn-đề hắc-búa.

stick-up n. vụ cướp (ngân-hàng).

sticky adj. dính; nhớp-nháp; [trời] nóng ẩm, nồm; [vấn-đề]khó-khăn. -- rice gạo nếp; cơm nếp, xôi.

stiff n. xác chết. adj. cứng, cứng đờ/đơ, ngay đờ; cứng nhắc, thiếu tự-nhiên; khó, khó nhọc, vất vả; nghiệt-ngã; [giá] cao quá; kiên-quyết. a -- collar cổ áo hồ cứng. -- neck trẹo/sái cổ. a -- -necked boy thằng bé cứng đầu cứng cổ. -- shirt sơ-mi ngực hồ cứng. bored -- chán ngấy. scared -- sợ chết cứng.

stiffen v. làm cứng (thêm); làm mạnh thêm, củng-cố; làm đặc/quánh; trở nên cứng (rắn); trở nên khó-khăn hơn; thành đặc, đặc lại, quánh lại.

stifle v. làm nghẹt thở, bóp chết; chết ngộp.

stifling adj. khó thở, ngột-ngạt.

stigma n. vết nhơ, điều ô-danh/sỉ-nhục; đầu nhụy.

stigmatize v. bêu xấu, làm ô-danh.

stile n. bậc trèo, thang trèo.

still n. nồi nấu rượu (lậu); máy cất rượu.

still n. sự yên-tĩnh/tĩnh-mịch; bức ảnh chụp. adj. yên, im, không động-đậy, không nhúc-nhích; yên-lặng, tĩnh-mịch; nín lặng. v. làm cho yên-lặng; làm cho yên lòng, làm cho vững dạ, làm yên tâm, làm bớt [sợ], làm khỏi [lo]. adv. vẫn còn. The taxi is -- waiting. Xe tắc-xi vẫn còn đợi đó. We -- owe the bank a lot. Chúng tôi vẫn còn nợ nhà băng nhiều tiền lắm. It's a very awkward situation, I know. Still, our family cannot change it. Mẹ biết, tình-hình rất là khó xử. Tuy nhiên, gia-đình ta không làm gì để thay-đổi nó được.

stillborn adj. chết lúc đẻ, chết trong bụng mẹ.

still life n. (bức tranh) tĩnh vật.

stilt n. cà-kheo; cột nhà sàn. to walk on --s đi cà-kheo. house on --s nhà sàn.

stilted adj. [lối viết văn] không tự-nhiên.

stimulant n. chất kích-thích, rượu; tác-nhân kích thích. adj. kích-thích.

stimulate v. kích-thích, khuyến-khích, khích-lệ.

stimulus n. tác-nhân/tác-dụng kích-thích.

sting n. nọt (ong/muỗi) đốt; nọc; ngòi, vòi [để đốt]; sự đau nhói; sự day-dứt. v. [stung] đốt, chích, châm; làm cay (mắt); cắn rứt, day-dứt; đau nhói, đau nhức/buốt; [ong, muỗi] đốt.

stingy adj. hà-tiện, keo-kiệt, bủn-xỉn.

stink n. mùi hôi thối. v. [stank; stunk] thối um; tồm quá; tồi quá; làm thối um lên. *** --ing rich giàu lắm, giàu sụ.

stint n. phần việc; sự hạn-chế (cố-gắng). without -- không hạn-chế, hết sức mình. He did a 3-year -- in the army. Nó có đi lính ba năm rồi. v. hạn-chế; hà-tiện, tiếc.

stipend n. lương, tiền thù-lao, tiền học-bổng.

stipulate v. nói rõ, quy-định.

stipulation n. điều-khoản; điều-kiện.

stir n. sự quấy/khuấy; sự cời/khêu; sự chuyển/náo động [to create gây]. v. quấy, khuấy [cà-phê, sữa]; cời, khêu [củi, lửa]; làm lay-động; khích-động, khêu gợi; nhúc-nhích, cựa-quậy, động-đậy.

stirring adj. gây xúc động; sôi-nổi.

stirrup n. bàn đạp [ở yên ngựa].

stitch n. mũi khâu/đan/thêu; mũi khâu vết mổ; một mảnh, một tí. v. khâu; khâu[vết thương, sách].

stock n. kho, kho dự-trữ; hàng tồn kho; vốn liếng, cổ-phần; nước thịt, nước dùng; thân cây; để de; báng súng; gốc rễ, dòng-dõi; vật nuôi, trâu bò live--; giàn tàu --s; cái gông, cái cùm --s. in -- tồn kho. out of -- hiện bán hết. to take -- of kiểm-kê hàng-hoá; đánh giá, lượng giá. lock, -- and barrel tất cả, cả chỉ lẫn chài. v. tích-trữ (trong kho); nuôi thêm [trâu bò]; thả (cá) xuống [ao hồ]. *** -- company gánh hát tài-tử/nghiệp-dư. -- exchange thị-trường chứng-khoán. -- market thị-trường chứng-khoán. -- raising nghề chăn nuôi. -- car toa chở trâu bò.

stockade n. trại giam; hàng rào phòng-thủ.

stockbreeding n. nghề chăn nuôi.

stockbroker n. kinh-kỷ chứng-khoán.

stockholder n. cổ-đông, người có cổ-phần.

stocking n. bít-tất dài (đàn bà). a pair of nylon --s một đôi bít-tất dài bằng ni-lông.

stockpile n., v. (kho) dự-trữ.

stockroom n. buồng kho, nhà kho, kho hàng.

stocky adj. lùn nhưng chắc nịch.

stockyard n. bãi rào để giữ súc-vật [gần chợ, ga, lò sát sinh].

stoic n., adj. (người) theo phái xtôic tức chủ-nghĩa chịu-đựng.   [chịu-đựng.

stoicism n. triết-lý/chủ-nghĩa cấm-dục, đạm-bạc,

stoke v. đốt [lò], chụm [lò].

stoker n. người đốt lò; máy đổ than vào lò.

stole n. khăn choàng cổ; khăn choàng vai.

stole quá-khứ của steal.

stolen quá-khứ của steal.   [bơ.

stolid adj. thản-nhiên, điềm-tĩnh, phớt tỉnh, tỉnh

stomach n. dạ dày, bao-tử; bụng. v. chịu đựng,
cam chịu, nuốt [nhục, hận].

stomachache n. sự/cơn đau bụng.

stone n. đá, hòn đá; đá cuội; đá quý, ngọc pre-
cious --; sỏi, sạn [thận, bọng đái]; hột, hạch
[đào, mơ, mận]. v. ném đá vào X; bỏ hột [quả].
Stone Age thời-kỳ đồ đá, thời-đại thạch-khí. --
-broke kiết lỗ đít. -- -deaf điếc đặc. -- quarry
hầm đá, mỏ đá. within a --'s throw gần lắm, chỉ
cách đây một quãng ngắn.

stonemason n. thợ xây đá.

stonework n. nghề thợ nề xây đá; tường (xây) đá.

stony adj. nhiều/đầy đá; cứng như đá; sắt đá, chai
đá, sắt đá, lạnh-lùng, vô-tình.

stood quá-khứ của stand.

stooge n. hề phụ; vai phụ; bù-nhìn, người rơm.

stool n. ghế đẩu; phản, cứt; cò mồi -- pigeon.
-- pigeon chim bồ-câu mồi; cò mồi, chỉ-điểm.

stoop n. sự cúi nghiêng mình; dáng gù; sự hạ mình
v. cúi mình, khom người; cúi rạp xuống; hạ mình;
[diều-hâu] sà xuống. -- -shouldered gù lưng tôm.

stop n. sự dừng/ngừng lại, sự đỗ lại; chỗ đỗ xe
[lấy khách]; dấu chấm câu full --; phụ-âm tắc,
tắc-âm. to put a -- to ngừng, ngưng, đình-chỉ.
-- sign bảng tốp. Stop thief! Bắt lấy thằng kẻ
cắp. v. ngừng, nghỉ, thôi; chặn, ngăn chặn, can,
ngăn cản; bịt lại -- up; dừng/đứng lại, ngừng lại,
ở lại, lưu lại. to -- smoking thôi không hút nữa,
cai thuốc lá. -- off đỗ lại, nghỉ lại. -- off at
ghé vào một chút, tạt vào. -- over đỗ/dừng lại.

stopgap n. sự lấp chỗ trống. adj. tạm thời.

stoplight n. đèn đỏ.

stopover n. sự dừng lại; trạm dừng/ghé lại.

stoppage n. sự tạm ngừng, sự đình-chỉ; sự tắc.

stopper n. nút, nút chai.

stopwatch n. đồng-hồ bấm giờ.

storage n. sự cất vào kho; kho hàng; thuế (tồn-)
kho; sự tích-luỹ. to put in -- gửi người ta cất
đồ đạc bàn ghế vào kho. -- battery ắc-quy, pin,

bình điện.

store n. cửa hàng, cửa hiệu, hiệu, tiệm; kho hàng;
hàng/đồ dự-trữ. in -- có sẵn, chứa sẵn. to set
great -- by đánh giá cao. v. cất giữ, để vào
kho, để dành, tích-trữ; chứa, đựng, tích.

storehouse n. kho, vựa; kho [tài-liệu].

storekeeper n. chủ hiệu, chủ tiệm; viên thủ kho.

storeroom n. buồng kho, nhà kho.

stork n. con cò.

storm n. cơn bão, dông-tố; cơn sóng-gió; trận;
trận tấn-công ác-liệt. to take by -- đột chiếm.
v. đột-kích, đột chiếm; tấn-công; xông vào --
into. *** -- cloud mây bão. -- window/door cửa
kính phòng bão. -- troops bộ-đội xung-kích. snow
-- bão tuyết. sand-- bão cát. a -- of abuse một
trận xỉ-vả tàn-tệ.

stormy adj. có bão; như vũ như bão; sôi-nổi.

story n. chuyện, câu chuyện; truyện; cốt truyện,
tình-tiết; tiểu-sử, tiểu-truyện; lời nói láo.

stor(e)y n. tầng, tầng gác, tầng lầu.

stout n. thứ bia nặng, màu nâu. adj. chắc mập,
mập-mạp; dũng-cảm, kiên-cường.

stove n. lò [sưởi nhà]; bếp lò [khí, điện, than].

stow v. xếp gọn; chất, chứa, xếp [hàng-hoá ở tàu].
to -- away đi tàu thuỷ lậu vé.

stowaway n. hành-khách lậu vé tàu thuỷ.

straddle v. ngồi giạng chân hai bên, cưỡi [ngựa].

strafe v. bắn quét, bắn phá, oanh-tạc.

straggle v. đi rời-rạc; tụt lại đằng sau.

straggler n. người không theo hàng lối, tụt hậu.

straight adj. thẳng; thẳng-thắn, chân-thật, không
úp mở; ngay-ngắn, đều, ngăn-nắp, thứ-tự; [rượu]
không pha. adv. thẳng, suốt; đúng, chính-xác;
ngay lập-tức.

straighten v. làm cho thẳng, sửa cho ngay; xếp
dọn cho ngăn-nắp; thẳng ra, thẳng lên.

straightforward adj. thẳng-thắn, thành/chân-thật.

strain n. sự căng thẳng; dòng-dõi, giống; khuynh-
hướng, chiều-hướng; giọng, điệu; khúc/điệu nhạc.
mental -- sự căng thẳng tinh-thần. v. làm căng;
làm căng thẳng, làm mỏi [mắt]; làm cong/méo; lọc,
rây [cho hết nước]; hết sức cố-gắng.

strained adj. căng thẳng; [nụ cười] gượng-gạo.

strainer n. rây lọc [cho hết nước], bát-xoa.

strait n. eo biển. in dire --s trong cơn túngquẫn.

the Straits eo biển Ma-lắc-ca. the Straits of
Dover eo biển Ca-le. -- jacket áo mặc trói người
điên. -- -lâced quá khắt-khe/câu-nệ về đạo-đức.

straiten v. làm chật/hẹp lại; làm cho túng-bấn.

strand n. tao [dây]; chuỗi hạt đeo cổ; sợi [tóc].

strand n. bờ biển, bờ sông/hồ. v. mắc cạn.

stranded adj. mắc cạn; bị bỏ rơi, lỡ độ đường.

strange adj. lạ, xa lạ, không quen; lạ-lùng, kỳ-
lạ, kỳ-dị, kỳ-quặc, kỳ-cục, kỳ-quái.

stranger n. người lạ mặt, người xa lạ. X. is no
-- to us. Chúng tôi biết X., quen X. lắm.

strangle v. bóp cổ/họng; thắt cổ; làm nghẹt cổ,
bóp nghẹt; nén [cười]; đàn-áp [phong-trào].

strap n. dây, đai để chẳng [bằng da, vải, cao-su]
v. buộc bằng dây da, đánh đai; liếc dao cạo.

straphanger n. hành-khách đứng trong xe buýt (tay
nắm chặt vào dây da cho khỏi ngã).

strapless adj. [nịt-vú/xú-chiêng]không có dây,
[áo] không có cầu vai.

strapping adj. to lớn, vạm-vỡ.

strata Xem stratum.

stratagem n. mưu-kế, mưu-mẹo, mánh-lợi.

strategic adj. [vị-trí, vũ-khí] chiến-lược.

strategist n. nhà chiến-lược, chiến-lược-gia.

strategy n. chiến-lược.

stratify v. xếp thành tầng/lớp.

stratosphere n. tầng bình-lưu.

stratum n. [stratums, strata] địa-tầng, lớp,
vỉa; tầng-lớp xã-hội.

straw n. rơm; ống rơm, cọng [để uống nước]. --
hat mũ rơm. not worth a -- không có giá-trị gì.
-- man người rơm, bù-nhìn. -- mattress đệm rơm.
-- vote cuộc bỏ phiếu thử.

strawberry n. quả dâu tây; bụi dâu tây.

stray n. súc-vật bị lạc, trẻ con bị lạc. adj.
[người, đạn] lạc; rải-rác, lác-đác. v. lạc, đi
lạc, lạc đường; làm đường lạc lối, làm-lạc.

streak n. đường sọc/rạch, vệt, tia [lightning
chớp]; nét, một chút; hồi, cơn. like a -- nhanh
như chớp. v. làm cho có vệt; thành sọc/vệt;
chạy vụt; cởi truồng chạy nhanh qua chỗ đông [trò
đùa những năm 1970].

streaker n. thanh-niên (nam/nữ) trần như nhộng
chạy nhảy cỡn ở chỗ đông [những năm 1970].

stream n. dòng/ngọn/con suối, dòng sông nhỏ; dòng

nước, luồng nước. a -- of applicants dòng người
đến nộp đơn. the -- of time dòng thời-gian. a --
of light một luồng ánh sáng. against the -- ngược
dòng. v. chảy như suối, chảy ròng-ròng; trào ra,
tuôn/ùa ra; [lá cờ] tung bay phấp-phới.

streamer n. cờ đuôi nheo; tít chạy suốt trang báo.

streamlet n. suối nhỏ, ngòi.

streamlined adj. [kiểu xe hơi, xe lửa] có dáng
thuôn, có dáng khí-động; ngắn gọn, cô-động; được
cải-tổ cho thêm hợp-lý và hữu-hiệu.

street n. phố, đường, đường phố; hàng phố; lòng
đường. We live on Taylor Street. Chúng tôi ở Đường
Taylor. We live at 1605 Taylor Street. Chúng tôi
ở số nhà 1605 Đường Taylor. -- cleaner người quét
đường; xe quét đường. -- clothes quần áo thường.
-- floor tầng dưới cùng. -- sprinkler xe tưới nước.
-- urinal cầu tiêu-tiện ngoài đường.

streetcar n. xe điện.

streetlight n. đèn điện ngoài phố.

streetwalker n. gái điếm, gái ăn sương.

strength n. sức mạnh/khoẻ, sức-lực; cường-độ [của
điện]; nồng-độ [của rượu]; sức/độ bền [vải, vật-
liệu]; quân-số hiện có. on the -- of vì tin vào.

strengthen v. làm cho mạnh (thêm); củng-cố, tăng-
cường; trở nên hùng-mạnh, thành mạnh thêm.

strenuous adj. hoạt-động tích-cực, hăm-hở, hăng-
say; [công việc] nặng nhọc; [cố-gắng] mãnh-liệt.

stress n. sự cố-gắng; sự bắt-buộc; ứng-suất; sự
nhấn mạnh; trọng-âm. times of -- những lúc khẩn-
trương. to lay -- on nhấn mạnh vào [một điểm].
v. nhấn mạnh [một âm-tiết, một điểm]; cho tác-
dụng ứng-suất.

stretch n. sự kéo dài ra; sự duỗi [tay] ra; nghĩa
rộng; quãng đường, khoảng đất; dải. at a -- một
hơi, một mạch. in one -- làm một hơi/mạch, liền.
v. kéo ra, căng/giăng ra; duỗi [tay, chân]; lạm-
dụng; vươn vai -- oneself; (nong) rộng ra; giãn
ra; nằm sóng soài; [cánh đồng] trải dài ra, chạy.

stretcher n. cái cáng; cái để nong, khung để căng.

stretcherbearer n. người khiêng cáng.

strew v. [strewed; strewed/strewn] rắc, vãi, rải.

strewn quá-khứ của strew.

stricken [quá-khứ của strike] adj. bị. -- with
grief bị chuyện đau buồn. poverty- -- nghèo-túng.

strict adj. nghiêm-ngặt, nghiêm-khắc; chính-xác.

-- observance theo đúng. In -- confidence triệt-
để kín đáo, bí-mật.

stride n. bước dài; --s sự tiến-bộ. v. [strode;
stridden] đi dài bước; đứng giạng chân; bước qua
-- across/over. to -- along đi những bước dài.

strident adj. the-thé, inh tai, inh-ỏi.

strife n. sự cãi-cọ, sự xung-đột.

strike n. cuộc đình-công/bãi-công; sự tìm được
[dầu, quặng mỏ]; cú vụt bóng trúng [bóng chày].
to go on -- đình-công. hunger -- tuyệt-thực.
v. [struck; struck/stricken] đánh, đập; đánh
[match diêm]; đúc [tiền]; [đồng hồ] điểm giờ; làm
cho chú-ý; đâm rễ; tấn-công; bãi-công, đình-công;
đào trúng, tìm được [dầu, mỏ]. to -- it rich đào
trúng mỏ; phất to. The hour has struck. Giờ đã
điểm. to -- up an acquaintance làm quen. to -- up
a tune cất tiếng hát một điệu.

strikebreaker n. người phá cuộc đình-công.

striker n. người đình-công.

striking adj. [thợ] đang đình-công; nổi bật; đánh,
đả-kích, xung-kích. -- power sức xung-kích.

string n. dây, băng, dải; chuỗi, chùm, đoàn; xơ,
thớ; dây đàn; dây giày shoe--. a -- of pearls
một chuỗi hạt ngọc. a 16-stringed instrument một
thứ đàn có 16 dây. the --s đàn-nhị, nhạc-khí có
dây. to pull --s giật dây. with no --s attached
không có điều-kiện gì ràng-buộc cả. v. [strung]
buộc bằng dây; treo bằng dây; mắc dây vào đàn;
căng dây [vợt ten-nít]; xâu, xỏ [thành chuỗi].

string bean n. đậu tây, đậu đũa.

stringent adj. [luật-lệ] nghiêm-ngặt, chặt-chẽ.

strip n. mảnh, dải, miếng [hẹp và dài]; cột hí-
hoạ comic --; cuộn phim đèn chiếu film --; đường
băng air --, landing --. v. lột (trần), cởi áo
quần; tước đoạt; làm tròn răng [đinh vít]; lột
[vỏ] -- off. -- down tháo tung. -- mine mỏ lộ-
thiên. -- mining việc khai mỏ lộ-thiên.

stripe n. sọc, vằn; lon, quân-hàm. to win one's
--s được lên lon. Stars and Stripes Cờ sao sọc.

striped adj. có sọc, có vằn.

striptease n. điệu múa thoát-y, thoát-y-vũ.

strive v. [strove; striven] cố-gắng, phấn-đấu.
-- against đấu-tranh chống ....

striven quá-khứ của strive.

strode quá-khứ của stride.

stroke n. cú đánh đòn, trượng; đột quỵ; kiểu bơi;
nét bút -- of the pen; cái vuốt-ve. X. received
15 --s. X. bị phạt 15 trượng. X. had a -- last
night. Tối qua ông X. bị ngập máu đột-quỵ. I get
up at the -- of five every day. Hôm nào cũng vậy,
đồng hồ đánh năm giờ là tôi dậy rồi. v. vuốt-ve.

stroll n., v. (sự/cuộc) đi dạo, đi tản-bộ.

stroller n. người đi dạo; xe đẩy trẻ con.

strong adj. khoẻ, mạnh, tráng-kiện; bền, kiên-cố,
chắc-chắn; giỏi, cứng, có khả-năng; đặc, mạnh;
[mùi] nặng, hôi, thối; mãnh-liệt, kịch-liệt;
[động-từ] không theo quy-tắc. as -- as a horse
khoẻ như trâu/voi. a -- memory trí nhớ dai. -- in
math giỏi toán. -- measure biện-pháp cứng-rắn. --
language lời nói nặng.

stronghold n. đồn, đồn-luỹ, thành-luỹ; thành-trì.

strontium n. stronti.

strop n. miếng da để liếc dao cạo.

strove quá-khứ của strive.

struck quá-khứ của strike.

structural adj. kết-cấu, cơ-cấu, cấu-trúc; (để)
xây-dựng.

structure n. kết-cấu, cơ-cấu; cấu-thức, cấu-trúc;
công-trình kiến-trúc/xây-dựng.

struggle n. cuộc đấu-tranh/chiến-đấu, sự tranh-
đấu. class -- cuộc đấu-tranh giai-cấp. the -- for
national independence cuộc đấu-tranh giành độc-
lập quốc-gia. v. vùng-vẫy, vật-lộn; cố-gắng;
tranh-đấu, đấu-tranh (chống lại) -- against.

strum v. gảy, gãi, búng [ghi-ta].

strumpet n. gái điếm, đĩ.

strung quá-khứ của string.

strut v. đi khệnh-khạng, đi vênh-vang.

strut n. thanh chống, giàn chống.

stub n. gốc cây; mẩu [bút chì, thuốc lá, xì-gà];
cuống [chi-phiếu, vé]. v. vấp [ngón chân].

stubble n. gốc rạ; râu mọc lởm-chởm.

stubborn adj. bướng, bướng-bỉnh, ngoan-cố; ngoan
-cường; [vết] không sạch.

stucco n. vữa xi-măng trát tường.

stuck quá-khứ của stick.

stud n. ngựa giống --horse; trại nuôi ngựa nòi.

stud n. đinh đầu lớn; núm trang-trí; khuy rời;
đinh tán, rivê. v. đóng đinh; rải đầy/khắp.
--ded with rải-rác đầy, lốm-đốm đầy những ....

student n. học-sinh (trung-học), sinh-viên; người nghiên-cứu. high school -- học-sinh trung-học. college/university -- sinh-viên đại-học. -- body toàn-thể học-sinh/sinh-viên. -- center trung-tâm sinh-hoạt của sinh-viên. graduate -- sinh-viên cao học. fellow -- bạn học. former -- học trò cũ; cựu sinh-viên. history -- sinh-viên theo học khoa sử. a -- of history một người nghiên-cứu lịch-sử.

studied adj. cố-tình, cố-ý, tính trước; cẩn-trọng.

studio n. xưởng vẽ, xưởng điêu-khắc, hoạ-thất; xưởng phim, phim-trường; xtuđiô, phòng vi-âm.

studious adj. chăm/siêng học, cần-học, chăm-chỉ, chuyên-cần; chăm lo, sốt-sắng.

study n. sự học-tập, sự nghiên-cứu; đối-tượng học-tập/nghiên-cứu; phòng học, phòng làm việc; bài tập nhạc. v. học, nghiên-cứu. Center for Vietnamese Studies Trung-tâm Việt-học, Trung-tâm Nghiên-cứu Việt-nam.

stuff n. chất; thứ, món, vật-liệu, chất-liệu; the -- tiền nong, xìn. to know one's -- nắm vững môn của mình. v. nhồi, nhét, dồn, lèn; bịt [tai]; đút phiếu lậu [vào thùng phiếu bầu]; ngốn, tọng.

stuffed shirt n. người kiêu-căng huênh-hoang.

stuffy adj. thiếu không-khí, hấp hơi, khó thở, ngột-ngạt; có mùi mốc; buồn tẻ, chán; bảo-thủ quá.

stumble v. vấp, sẩy/trượt chân; nói/đọc vấp-váp; sai lầm; tình cờ gặp -- upon/across.

stumbling block n. vật chướng-ngại, trở-ngại.

stump n. gốc cây (còn lại); mẩu tay/chân cụt; chân răng; mẩu [bút chì, thuốc lá, xì-gà]. v. đánh bóng [hình vẽ]; quay, truy [thí-sinh]; đi vận động luyện-cử ở [một vùng]; đi khập-khiễng/cà-nhắc. -- speaker diễn-giả ở chỗ công-cộng.

stun v. làm choáng-váng; làm sửng-sốt/kinh-ngạc.

stung quá-khứ của sting.

stunk quá-khứ của stink.

stunning adj. làm choáng-váng; [hay, đẹp] tuyệt.

stunt n. người/vật còi cọc. v. làm còi cọc.

stunt n. trò biểu-diễn phô-trương táo-bạo. v. biểu-diễn nhào lộn, biểu-diễn trò nguy-hiểm. -- flying lái máy bay nhào lộn. -- man người đóng những vai nguy-hiểm.

stupefy v. làm cho u-mê đần-độn, làm ngây dại; làm sửng-sờ/sửng-sốt/kinh-ngạc.

stupendous adj. (to lớn) lạ thường, kỳ-dị/-diệu.

stupid adj. ngu-ngốc/-dại/-đần, đần-độn, ngố-ngẩn.

stupidity n. sự ngu-đần, sự ngu-xuẩn.

stupor n. trạng-thái sững-sờ.

sturdy adj. khoẻ mạnh, mạnh-mẽ, cứng-cáp, cường-tráng; mãnh-liệt, kịch-liệt, kiên-quyết.

stutter n. sự/tật nói lắp. v. nói lắp, cà-lăm.

sty n. chuồng lợn/heo pig--.

sty n. cái chắp, cái nhài quạt ở mắt.

style n. cách, lối; phong-cách, văn-phong, văn, lối hành-văn; kiểu, dáng, loại; mốt, thời-trang; vẻ sang-trọng lịch-sự; biệt-hiệu, tên tự. to live in great -- sống rất đế-vương. v. gọi tên là.

stylish adj. diện, đúng mốt, hợp thời-trang, bảnh, bảnh-bao, sang, sang-trọng.

stylist n. nhà văn trau chuốt; người lo kiểu áo kiểu tóc. hair -- thợ cắt tóc kiểu sang đẹp.

stylistics n. phong-cách-học; tu-từ-học.

stylize v. làm đúng kiểu, cách-điệu-hoá.

stylus n. bút nhọn, bút trâm; kim máy hát.

sub n. tàu ngầm, tiềm-thuỷ-đỉnh.

subcommittee n. tiểu-ban, phân-ban.

subconscious adj. tiềm-thức.

subcontinent n. lục-địa nhỏ, tiểu-lục-địa.

subcontract v. (cho) thầu lại.

subdivide v. chia nhỏ nữa ra.

subdivision n. chi-nhánh, phân-hiệu, phân-bộ/-cục.

subdue v. chinh-phục, khuất-phục, nén; đè nén; làm dịu/bớt đi.

subhead n. đầu-đề nhỏ, tiểu-đề, đề(-mục) phụ.

subject n. dân, thần-dân, bề-tôi; công-dân; đề-tài, đầu-đề, chủ-đề, vấn-đề; chủ-ngữ (trong câu); chủ-thể; đối-tượng nghiên-cứu; môn học, môn, món. adj. phụ-thuộc, phụ-dung, lệ-thuộc; phải chịu, dễ bị. -- to Senate ratification còn tuỳ Thượng-viện có phê-chuẩn hay không. v. chinh-phục [một nước]; bắt phải chịu. All erroneous ideas must be --ed to criticism. Tất cả những tư-tưởng sai-lầm đều phải đưa ra phê-bình chỉ-trích.

subjection n. sự chinh-phục/khuất-phục.

subjective adj. chủ-quan; thuộc chủ-cách.

subjectivism n. chủ-nghĩa chủ-quan.

subjugate v. chinh-phục, khuất-phục; chế-ngự.

subjunctive n., adj. (thuộc) lối cầu-khẩn.

sublease v. cho thuê lại; thuê lại.

sublet v. cho thuê lại.

sublimate v. (làm) thăng-hoa.

sublime adj. cao-cả, cao-siêu, cao-nhã; siêu-phàm, tuyệt-vời, tuyệt-luân, trác-tuyệt.

submachine gun n. súng tiểu-liên.

submarine n. tàu ngầm, tiềm-thuỷ-đĩnh. adj. ở dưới biển, ngầm.

submerge v. dìm/nhận xuống nước; làm ngập nước; [tàu ngầm] lặn.

submission n. sự phục-tùng/quy-phục; sự đệ-trình.

submissive adj. dễ bảo, ngoan, dễ phục-tùng.

submit v. chịu phục-tùng, cam chịu, quy-phục; trình-bày; đệ-trình.

subordinate n. người cấp dưới, thuộc-viên. adj. phụ-thuộc, lệ-thuộc; [mệnh-đề] phụ. v. đặt vào phía dưới, đặt xuống bậc dưới.

subpoena n., v. (trát) đòi ra hầu/trình toà.

subscribe v. quyên góp; mua [báo chí] dài hạn; tán-thành, đồng-ý.

subscriber n. người quyên góp; người mua năm.

subscription n. sự mua báo chí dài hạn, sự mua năm.

subsequent adj. đến sau, xảy ra sau, theo sau.

subsequently adv. về sau, rồi sau đó.

subservient adj. khép-nép, khúm-núm, quy-luỵ, quá lễ-phép.

subside v. [nước] rút xuống; [trận bão, tiếng ồn] bớt, ngớt, giảm cường-độ, lắng dịu.

subsidiary n. công-ty phụ. adj. phụ, trợ, nhỏ.

subsidize v. trợ-cấp cho.

subsidy n. tiền trợ-cấp.

subsist v. sống, sinh sống, sinh-nhai; tồn-tại.

subsistence n. sự sinh-nhai, sinh-kế; sự tồn-tại.

substance n. chất, vật-chất; thực-chất, căn-bản; đại-ý, nội-dung; của-cải; thực-thể.

substantial adj. có thật; có thực-chất, thực-tế; to-tát, lớn-lao, quan-trọng.

substantiate v. chứng-minh, minh-chứng.

substantive n. thể-từ, danh-từ. adj. lớn-lao, quan-trọng; thuộc/như thể-từ, thuộc/như danh-từ.

substation n. ga xếp, bóp nhánh, phân-cục.

substitute n. người thay-thế/điền-khuyết, giáo-viên phụ-khuyết ngắn hạn; vật thay-thế, món hàng thay-thế. v. thay, đổi, thay-thế; thay chân tạm thời cho -- for. to -- X for Y lấy X thay cho Y. I had to -- for her. Tôi phải dạy thay chị ấy.

substitution n. sự thế, sự thay-thế; sự đổi.

substratum n. lớp dưới; thể nền; cơ-sở.

subterfuge n. mưu-kế để lẩn-tránh/thoái-thác.

subterranean adj. ở dưới mặt đất; ngầm, kín.

subtitle n. tiểu-đề; phụ-đề.

subtle adj. tế-nhị, tinh-tế; khôn-khéo, khéo-léo; [mùi vị] phảng-phất; huyền-ảo.

subtlety n. sự tế-nhị/tinh-tế; sự ý-tứ/khéo-léo.

subtract v. trừ.

subtraction n. tính/phép trừ; sự trừ đi.

subtropical adj. cận-nhiệt-đới.

suburb n. ngoại-ô, ngoại-thành. the --s of Hanoi vùng ngoại-ô/ngoại-thành Hà-nội.

suburban adj. thuộc/ở ngoại-ô.

suburbanite n. dân ngoại-ô.

subvention n. tiền trợ-cấp, khoản trợ-cấp.

subversion n. sự lật đổ, sự đánh đổ.

subversive adj. có tính-chất phản-loạn/đả-phá.

subvert v. lật đổ; phá vỡ, đả-phá.

subway n. (đường) xe điện ngầm; hầm cho khách bộ-hành qua phố. -- station ga xe điện ngầm.

succeed v. tiếp theo, đến tiếp, kế-tiếp; nối ngôi vua, kế-vị, kế-nghiệp; thành-công. to -- one another nối đuôi nhau, kế-tiếp nhau. They --ed in raising a large sum of money to build a small library. Họ thành-công trong việc quyên món tiền to để xây một cái thư-viện nho-nhỏ.

success n. thành-công, thắng-lợi; người thànhcông.

successful adj. thành-công, thắng-lợi, thành-đạt, làm nên; trúng-tuyển, đỗ; trúng-cử, đắc-cử.

succession sự kế-tiếp/nối-tiếp; sự thừa-kế, sự ăn thừa-tự; sự nối ngôi, sự/quyền kế-vị; chuỗi/tràng. in -- liền nhau, liên-tiếp; liền tù-tì.

successive adj. lần-lượt; kế-tiếp, liên-tiếp/-tục.

successor n. người nối nghiệp/ngôi; con thừa-tự.

succinct adj. ngắn gọn, cô-đọng.

succor n. sự giúp-đỡ/cứu-giúp; viện-trợ, chi-viện.

succotash n. món rau gồm có ngô hột và đậu hột.

succulent adj. ngon, bổ; [cây] có lá mọng nước.

succumb v. thua, không chịu nổi, quỵ; chết.

such adj. như thế/vậy, thế đó; thật là, quả là; đến nỗi/đỗi. -- difficulties as this những sự khó-khăn như thế này. -- a leader một lãnh-tụ cỡ đó. -- a lousy leader một lãnh-tụ tệ như thế. -- a lovely morning một buổi sáng thật là đẹp. Mr. X writes in -- a way that nobody can understand

him. Ông X viết dở đến nỗi không ai có thể hiểu
được ông ấy viết gì. countries -- as/-- countries
as những nước như là. pron. 3-- was not my intent
at all. Điều đó không phải là chủ-ý của tôi.
as -- (cứ nguyên) như thế/vậy, với tư-cách đó.
-- and -- a policy một chính-sách nào đó. -- and
-- consequences những hậu-quả như thế như thế.

suck n. sự bú/mút, sự hút. v. bú, mút, hút;
hấp-thụ, tiếp-thu [kiến-thức] -- in.

sucker n. người nhẹ dạ dễ bịp.

suckle v. cho bú, nuôi sữa; bú.

suckling pig n. lợn sữa, heo sữa.

suction n. sự hút, sự mút. -- cup ống giác. --
pump bơm hút.

sudden adj. thình-lình, đột-ngột, đột-nhiên. all
of a -- (bất) thình-lình, bỗng-nhiên, bỗng chốc.

suddenly adv. (bất) thình-lình, đùng một cái.

suds n. bọt xà-phòng, nước xà-phòng.

sue v. kiện, thưa; đi kiện; yêu-cầu, cầu-khẩn,
thỉnh-cầu. I --d X for damages. Tôi đã kiện X để
đòi bồi-thường. When did they --? Họ khởi-tố bao
giờ? to -- for peace cầu hoà.

suede n. da đanh, da hoẵng.

suet n. mỡ thận, mỡ cật [bò, cừu].

suffer v. chịu, bị, chịu đựng, dung-thứ; đau, đau
đớn, đau khổ; bị thiệt-hại, bị tổn-hại. In that
battle the enemy --ed many casualties. Trận đó,
địch bị tổn-thất nặng-nề.

sufferance n. sự (mặc-nhiên) dung-thứ.

sufferer n. người chịu đựng; người bị thiệt-hại,
khổ-chủ, nạn-nhân.

suffering n. sự đau-đớn/đau-khổ, sự điêu-đứng.

suffice v. đủ, đủ để/cho ... S-- it to say that
Chỉ cần nói rằng ....

sufficiency n. sự đầy-đủ. self- -- sự tự-túc.

sufficient adj. đủ, vừa đủ, đầy-đủ.

suffix n. hậu-tố, vĩ-tố, tiếp vĩ ngữ. [ngặt.

suffocate v. (làm) nghẹt thở; nghẹn-ngào; chết

suffrage n. sự/quyền bỏ phiếu, quyền đi bầu.
universal -- sự phổ-thông đầu-phiếu.

sugar n. đường. two lumps of -- hai cục đường.
cane -- đường mía. beet -- đường củ cải. -- cane
mía, cây mía. -- beet củ cải đường. v. cho/bỏ
đường, rắc đường, bọc đường.

suggest v. gợi ý, dẫn ý; đề-nghị, đề-xướng.

suggestion n. ý-kiến gợi ý; đề-nghị; sự ám-thị.

suggestive adj. gợi ý, làm nhớ đến; khêu gợi.

suicidal adj. tự-tử, tự-vẫn, tự-sát.

suicide n., v. (vụ/sự) tự-tử, tự-sát, tự-vẫn.
to commit -- tự-tử, tự-sát, quyên-sinh.

suit n. bộ com-lê, bộ quần áo -- of clothes, --
of clothing; vụ kiện law--. to follow -- cũng
làm theo như thế. v. thích-hợp, thích-ứng; hợp
với, thích-hợp với; phù-hợp với.

suitable adj. hợp, phù-hợp, thích-hợp/-đáng/-nghi.

suitcase n. va-li.

suite n. dãy phòng (giấy); tổ-khúc; đoàn tùy-tùng.

suiting n. vải may com-lê, vải may quần áo tây.

suitor n. người cầu-hôn; đương-đơn, đương-sự.

sulfa drugs n. sunfamit.

sulfate n. sunfat.

sulfide n. sunfua. [huỳnh.

sulfur n., v., adj. (màu) lưu-huỳnh, (rắc) lưu-

sulfuric adj. sunfuric.

sulk v. hờn, hờn dỗi.

sulky adj. hay hờn dỗi; sưng-sỉa.

sullen adj. cau-có, nhăn-nhó, sưng-sỉa.

sully v. làm dơ, làm bẩn; làm xấu-xa nhơ-nhuốc.

sulphur Xem *sulfur.*

sultan n. vua (nước Hồi-giáo).

sultry adj. [trời] oi bức, khó thở.

sum n. tổng, tổng-số; số tiền -- of money. In --
nói tóm lại, nói tóm-tắt, ... v. cộng lại. --
up tóm-tắt, tổng-kết, đúc-kết; kết-luận.

summarize v. tóm-tắt, đúc-kết, tổng-kết.

summary n., adj. (bài/bản) tóm-tắt, tóm-lược, sơ-
lược, khái-lược, giản-lược, giản-yếu.

summer n. mùa hè, mùa hạ. -- school lớp hè, khoá
hè. -- holidays/vacation kỳ nghỉ hè. -- resort
thành-phố nghỉ hè, chỗ nghỉ mát.

summit n. đỉnh, chóp, chỏm; đỉnh cao. -- confer-
ence hội-nghị thượng-đỉnh/tột-đỉnh.

summon v. gọi đến, mời đến, triệu/vời đến. -- up
tập-trung hết [can-đảm].

summons n. trát đòi hầu toà.

sumptuous adj. lộng-lẫy, huy-hoàng.

sun n. mặt trời [to rise mọc, to set lặn]; nắng,
ánh nắng, ánh mặt trời. to rise with the -- dậy
sớm. In the -- ở chỗ nắng, ngoài nắng. v. phơi,
phơi nắng; tắm nắng. -- bath sự tắm nắng. -- lamp

đèn phơi nắng [trong buồng tắm], đèn tia cực tím, đèn tia tử-ngoại.

sunbathe v. tắm nắng.

sunbeam n. tia nắng.

sunburn n. sự sạm/rám nắng. v. sạm/rám nắng.

sundae n. kem bày thêm trái cây, sôcôla và lạc.

Sunday n. ngày chủ-nhật. -- best quần áo diện. -- school lớp đạo-pháp (dạy hôm chủ-nhật).

sundial n. đồng hồ mặt trời, nhật-quỹ.

sundown n. lúc mặt trời lặn.

sundries n. đồ lặt-vặt, đồ linh-tinh.

sundry adj. lặt-vặt.

sunflower n. hoa hướng-dương.

sung quá-khứ của *sing*.

sunglasses n. kính râm, kính đen, kính thầy bói.

sunk quá-khứ của *sink*.

sunken adj. bị chìm; [mắt] sâu, trũng, [má] hóp.

sunlight n. ánh sáng mặt trời.

sunlit adj. nắng chan hòa, ngập nắng.

sunny adj. nắng, có nắng; vui tươi, hớn-hở. -- side phía có nắng; khía-cạnh vui-tươi, phía thuận

sunrise n. lúc mặt trời mọc, bình-minh.   [lợi.

sunset n. lúc mặt trời lặn, hoàng-hôn.

sunshine n. ánh nắng, ánh sáng mặt trời; sự vui tươi hớn-hở.   [cảm thử.

sunstroke n. sự say nắng, sự trúng nắng, chứng

suntan n. màu sạm/rám nắng, nước da bánh mật. -- oil dầu bôi khi phơi nắng.

sunup n. lúc mặt trời mọc.

sup v. ăn cơm tối.

super n. vai phụ; người gác cổng. adj. tuyệt, cừ, chiến, số dách, hết sảy, hết ý.

superb adj. tuyệt giỏi/hay, tuyệt trần/vời; cao cả; nguy-nga tráng-lệ, hùng-vĩ.

supercilious adj. kiêu-ngạo/-căng/-kỳ, hợm-hĩnh.

superficial adj. nông-cạn, thiển-cận, sơ-thiển; hời-hợt, chỉ có bề ngoài.

superfluous adj. thừa, dư, không cần, vô-ích.

superhighway n. xa-lộ.

superhuman adj. siêu-phàm/-nhân, phi-thường.

superimpose v. đặt lên trên, chồng lên, thêm vào.

superintendent n. giám-đốc, hiệu-trưởng; quản-lý.

superior n. người trên; Cha Bề Trên; thượng-cấp. adj. ở trên, cao-cấp; khá hơn; tốt (hơn), giỏi (hơn); thượng-hạng, hảo-hạng; trịch thượng, hợm.

superiority n. sự cao hơn; chỗ trên; tính hơn hẳn; tính ưu-việt. air of -- vẻ hách dịch ta đây. -- complex phức-cảm/mặc-cảm tự-tôn.

superlative n., adj. (thể) tuyệt-đối; (sự) tột bực; (cấp so-sánh) cao nhất.

superman n. siêu-nhân.

supermarket n. siêu-thị, chợ lớn.

supernatural adj. siêu-(tự-)nhiên, linh-thiêng.

superpower n. siêu-cường(-quốc).

supersede v. [luật-lệ] thay-thế [luật-lệ cũ].

supersonic adj. siêu-âm(-thanh).

superstition n. điều mê-tín/dị-đoan, sự tin nhảm.

superstitious adj. tin nhảm, mê-tín, dị-đoan.

superstructure n. kiến-trúc/cơ-sở thượng-tầng.

supervise v. trông nom, giám-sát/-thị, quản-đốc.

supervision n. sự trông nom, sự giám-sát.

supervisor n. viên giám-sát/giám-thị, thanh-tra.

supper n. bữa cơm tối.

supplant v. thay-thế; giành chỗ, hất cẳng.

supple adj. dễ uốn, mềm; mềm-mỏng.

supplement n. phần phụ thêm, phần bổ-sung; phụ-trương. v. phụ thêm vào, bổ-túc/-sung/-khuyết.

supplementary adj. thêm, phụ, bổ-sung.

suppliant n., adj. (người) van xin, năn-nỉ.

supplication n. sự năn-nỉ; đơn thỉnh-cầu.

supplier n. người tiếp-tế, nhà thầu.

supply n. sự cung-cấp/tiếp-tế; đồ tiếp-tế/dự-trữ; supplies quân-nhu; thực-phẩm. in short -- khan hiếm. -- and demand cung (và) cầu. v. cung-cấp, cung-ứng, tiếp-tế; dẫn, đưa [chứng-cớ].

support n. cái chống, cột chống; sự ủng-hộ [fin-ancial tài-chính; moral tinh-thần]; sự cấp-dưỡng. v. chống, đỡ (cho khỏi đổ); ủng-hộ; nuôi-nắng, cấp-dưỡng [one's family vợ con].

suppose v. giả-thiết, giả-định, giả sử. S-- that he refuses to go along. Thế nhỡ hắn từ-chối khg theo mình. S-- we take a walk. Ta đi chơi một vòng nhé. I -- so. Tôi tưởng/nghĩ được. X. was --d to come. X. đáng lẽ phải đến (như đã định, như đã thoả-thuận).

supposedly adv. cho là. -- to study for his exam nói là phải học thi [nhưng chưa chắc đã đúng].

supposition n. sự giả-thiết; giả-thuyết, ức-thuyết.

suppress v. đàn-áp; cấm; nín, nén, cầm; giữ kín, ỉm đi.

supremacy n. quyền tối-cao; ưu-thế.

supreme adj. tối-cao, tối-thượng/-đại, chí-cao, chí-tôn. S-- Being Đấng Tối-cao, Đấng Chí-tôn. S-- Court Toà án tối-cao, Tối-cao Pháp-viện.

surcharge n., v. (phần) chở thêm; (tiền) phạt/thu thêm; (sự) nạp nhiều điện quá; phụ-thu.

sure adj. chắc, chắc-chắn; chắc-chắn, cẩn-thận; vững. for -- chắc-chắn. Be -- to say hello to your uncle. Nhớ nói tôi gửi lời chào Chú Năm nhé. to make -- one doesn't forget để chắc-chắn rằng mình không quên. S-- enough. Đúng/chắc mà! adv. chắc-chắn. It -- is cold. Gớm, lạnh thật!

surely adv. chắc-chắn; rõ-ràng; nhất-định là thế.

surf n. sóng vỗ vào bờ. v. lướt sóng.

surface n. bề mặt, mặt ngoài; mặt; bề ngoài; ở mặt biển. on the -- trông bề ngoài. -- mail thư từ gửi đường thuỷ, thư thường (không phải gửi máy bay). v. đánh bóng bề mặt; [tàu ngầm] nổi lên mặt nước, [công-an chìm, gián-điệp] ra mặt.

surface-to-air adj. [hoả-tiễn] đất đối không.

surface-to-surface adj. [hoả-tiễn] đất đối đất.

surfboard n. ván lướt sóng.

surfeit n., v. (sự) ăn nhiều quá phát ngấy.

surge n. sự dâng/trào lên; sóng cồn. v. dấy lên, dâng lên -- up. to -- forward lao lên/tới.

surgeon n. nhà giải-phẫu, bác-sĩ phẫu-thuật. He is the best -- in Vietnam. Ông ấy mổ giỏi nhất Việt-Nam. -- general giám-đốc quân-y. S-- General Tổng-giám-đốc Y-tế.

surgery n. khoa mổ-xẻ, khoa giải-phẫu/phẫu-thuật. plastic -- giải-phẫu thẩm-mỹ, phẫu-thuật tạo-hình. open-heart -- vụ mổ tim.

surgical adj. thuộc phẫu-thuật/giải-phẫu. -- instruments dụng-cụ mổ.

surly adj. cáu-kỉnh, cau-có, quạu, gắt-gỏng.

surmise n., v. (sự) đoán chừng, (sự) phỏng-đoán, (sự) ức-đoán.

surmount v. vượt qua, khắc-phục [khó-khăn].

surname n. họ. v. đặt tên họ cho; đặt tên hiệu.

surpass v. hơn, quá, vượt, trội hơn.

surplus n. số thừa, số dư, số thặng-dư.

surprise n. sự ngạc-nhiên; sự bất ngờ; thú-vị bất ngờ pleasant --. to my great -- lạ thay! -- attack trận đột-kích. -- party tiệc (bất ngờ). v. làm ngạc-nhiên; đánh úp, đột-kích; chộp bắt,

bắt quả-tang. I am -- d at her attitude. Tôi lấy làm lạ tại sao cô ấy lại có thái-độ đó.

surprising adj. làm (mọi người phải) ngạc-nhiên.

surrender n. sự đầu-hàng; sự giao lại cho; từ-bỏ. unconditional -- sự đầu-hàng không điều-kiện. v. từ-bỏ; giao lại, nộp, dâng; đầu-hàng, đầu-thú. to -- to temptation bị cám-dỗ mà không cưỡng được.

surreptitious adj. lén-lút, gian-lậu, vụng-trộm.

surrogate n. người thay-thế, người đại-diện.

surround v. bọc, bao/vây quanh; bao vây, bổ vây.

surrounding adj. xung quanh, phụ-cận.

surroundings n. vùng xung quanh, vùng phụ-cận, khu lân-cận; môi-trường, hoàn-cảnh.

surtax n. thuế phụ, thuế đánh thêm, thuế phụ-thu.

surveillance n. sự giám-sát. under (house) -- bị theo dõi.

survey n. cái nhìn tổng-quát; sự kiểm-điểm/-tra; sự xem-xét/nghiên-cứu; sự đo-đạc; bản đồ trắc-địa. to make a -- lập bản đồ địa-hình; làm một cuộc thăm dò (ý-kiến). v. nhìn chung, quan-sát toàn diện; xem-xét, nghiên-cứu; lập/vẽ bản đồ [đất-đai].

surveying n. khoa đạc-điền, khoa trắc-địa.

surveyor n. thanh-tra; trắc-địa-viên.

survival n. sự sống-sót; sự tồn-tại; tàn-tích.

survive v. sống lâu hơn; sống-sót, còn lại, tồn-tại. --d by his wife and three children (mất đi) để lại một vợ goá và ba con côi.

survivor n. người sống-sót.

susceptible adj. dễ bị, dễ mắc; dễ xúc-cảm, dễ giận.

suspect n. người bị tình-nghi. v. ngờ, nghi (ngờ).

suspend v. treo lơ-lửng/lủng-lẳng; hoãn lại, đình chỉ; đóng cửa, đình-bản [báo]; ngưng chức [ông X].

suspenders n. dây đeo quần; dây đeo bít-tất.

suspense n. sự chờ-đợi hồi-hộp.

suspension n. sự treo; sự đình-chỉ/đình-bản/ngưng chức; sự treo giò; sự tạm đuổi [học-sinh]; thể vấn. -- bridge cầu treo. the -- of X's driver's license việc X bị rút bằng cầm lái.

suspicion n. sự nghi-ngờ/ngờ-vực; một tí, một chút.

suspicious adj. đa-nghi, nghi-ngờ [of X]; đáng ngờ, khả-nghi; không minh-bạch, mập-mờ, ám-muội.

sustain v. chống đỡ; chịu-đựng; chịu, bị [thua, thiệt]; kéo dài. not enough to -- life không đủ sống. In order to -- the readers' interest để giữ sự chú-ý của độc-giả.

sustenance n. chất bổ; thức/đồ ăn; kế sinh-nhai.

suture n. đường khâu vết thương.

swab n. giẻ lau sàn nhà; miếng gạc. v. lau bằng giẻ; chùi, thấm [vết thương] bằng gạc.

swaddle v. bọc/quấn [trẻ con] bằng tã. swaddling clothes tã, lót.

swagger n., v. (vẻ/dáng) vênh-váo nghênh-ngang; (lời) khoác--lác.

swain n. thanh-niên nông-thôn; người cầu hôn.

swallow n. sự nuốt; miếng, ngụm. v. nuốt [đồ ăn]; nuốt [one's words lời]; nuốt [giận], chịu [nhục]; dễ tin.

swallow n. chim én, chim nhạn. -- -tailed coat áo đuôi tôm.

swam quá-khứ của swim.

swamp n. đầm lầy, bãi sình lầy. v. làm ngập; tràn ngập. --ed with requests bị thư yêu-cầu gửi đến tới-tấp.

swampy adj. lầy, sình lầy, có nhiều vũng lầy.

swan n. chim thiên-nga. -- song tiếng hót vĩnh-biệt (của thiên-nga); tác-phẩm cuối cùng.

swanky adj. đẹp, lịch-sự, trang-nhã.

swap n. sự đổi chác; sự đánh tráo. v. đổi, đổi chác; đánh tráo.

swarm n. đàn ong -- of bees; bầy, đám, bọn đông, đám đông, lũ. v. họp/tụ lại thành đàn; [chỗ] đầy nhung-nhúc những ..... -- with .....

swarthy adj. [nước da] ngăm đen, sạm.

swashbuckler n. du-côn, côn-đồ, côn-quang, ác-ôn.

swastika n. hình chữ vạn; hình chữ thập ngoặc.

swat n. cú đập mạnh. v. đập [ruồi].

swatch n. mẫu vải [ở cửa hàng thợ may].

sway n. sự lắc-lư/lúc-lắc/đu-đưa; sự cai/thống-trị. v. (làm) lắc-lư, lắc, (làm) đu-đưa; thống-trị, cai-trị.

swear n. lời thề; câu chửi-rủa. -- words câu chửi thề, lời nguyền-rủa. v. [swore; sworn] thề; bắt thề; chửi, nguyền-rủa -- at. *** -- in làm lễ tuyên-thệ nhậm-chức cho [viên-chức]. -- off thề chừa/bỏ/cai [rượu, thuốc phiện, v.v.]. -- by tin, tỏ ra rất tin vào; viện [Trời, Phật] mà thề. X. swore to avenge his father. X. thề sẽ báo thù cho cha.

sweat n. mồ-hôi; sự ra mồ-hôi; công việc vất-vả. v. ra mồ-hôi, đổ/toát mồ-hôi, xuất-hãn, toát

dương. nightly --s sự ra mồ-hôi trộm. to -- it out lo-sợ ấy-náy, nóng ruột đợi chờ. -- shirt áo nịt vải bông [mặc khi tập thể-thao].

sweater n. áo len (dài tay).

Swedish n., adj. (người/tiếng) Thụy-điển.

sweep n. sự quét dọn; sự đảo mắt, sự nhìn quanh; khúc/đường cong; dải; tầm súng. to make a clean -- of san bằng; được hết, vét hết. v. [swept] quét; vét [mìn]; bay vụt; trải ra.

sweeper n. người quét; máy quét, máy vét.

sweeping n. sự quét; --s rác-rưởi quét đi. adj. [lời nói] chung-chung, bao-quát, vơ đũa cả nắm.

sweepstakes n. xổ số (lấy quà); lối đánh cá ngựa được vơ hết.

sweet n. kẹo mứt, đồ ngọt, của ngọt --s. adj. ngọt; thơm; êm-ái, êm-đềm, du-dương; xinh-xắn, đáng yêu, dễ thương. too -- ngọt quá, ngọt lợ. -- rice gạo nếp; cơm nếp, xôi.

sweetbread n. lá lách con bê.

sweetbrier n. cây tầm-xuân.

sweeten v. làm cho ngọt, cho thêm đường; làm cho bớt đắng/chua; làm cho thơm; làm trong/dịu. --ed condensed milk sữa đặc có đường.

sweetheart n. người yêu/tình. pron. anh, em, mình, cưng.

sweetmeats n. kẹo mứt, của ngọt.

sweetness n. tính-chất ngọt (ngào); tính-chất tươi mát; tính dịu-dàng; tính dễ thương.

sweet potato n. khoai lang.

swell n. chỗ sưng; chỗ cao/gồ lên; sóng cồn. v. [swelled; swelled/swollen] sưng lên; phồng lên, to lên, căng ra; làm phình/phồng lên; làm tăng lên. This kind of rain will cause the river to --. Mưa thế này thì nước sông sẽ lên to.

swell adj. rất tốt, tốt lắm, (thế thì) tuyệt.

swelling n. chỗ sưng; sự phồng lên, sự căng ra.

swelter v. nóng oi-ả; mồ-hôi mồ-kê nhễ-nhại.

swept quá-khứ của sweep.

swerve n., v. (sự) đi chệch, (sự) đi lệch hướng.

swift n. chim én. adj., adv. nhanh, mau, lẹ.

swiftness n. sự nhanh, sự mau lẹ.

swim n. sự bơi lội. to be in the -- nắm được tình-hình chung. v. [swam; swum] bơi; [đầu] choáng-váng.

swimmer n. người bơi; tuyển-thủ bơi lội.

swimming n. sự bơi; môn bơi lội. -- pool bể bơi,
hồ tắm. -- suit áo tắm đàn bà. -- trunks quần bơi
đàn ông.

swindle n., v. (sự/vụ) lừa-đảo, bịp-bợm, gạt,
lường-gạt.

swine n. [swine] lợn, heo.

swing n. sự đu-đưa/lúc-lắc; cái đu; chuyến đi; cú
xuynh; nhạc xuynh; dáng đi nhún-nhảy. In full --
đang lúc hoạt-động/sôi-nổi nhất. v. [swung]
đu-đưa, lúc-lắc; đánh đu; treo lủng-lẳng/toòng-
teng; vung [tay, gậy]; quay ngoắt; đi nhún-nhảy.
--ing door cửa bật ra bật vào.   [cấp.

swipe n. cú đánh mạnh. v. đánh mạnh; xoáy, ăn

swirl n. chỗ nước xoáy. v. cuộn, xoáy; cuốn đi.

swish n., v. (tiếng) chảy ào-ào, chảy rào-rào;
(tiếng roi) vun-vút; (tiếng áo quần) sột-soạt.

Swiss n., adj. (người) Thụy-sĩ.

switch n. cành cây, roi, gậy mềm; sự đổi, sự tráo;
cái độn tóc; cái ngắt điện; ghi đường xe lửa.
v. quật, vụt; đổi, đánh tráo; bẻ ghi [xe lửa].
-- on cắm [điện, dây nói]; bật [đèn]. -- off cắt,
cúp; tắt.   [viên.

switchboard n. tổng-đài. -- operator điện-thoại-

swivel chair n. ghế quay.

swollen quá-khứ của swell.

swoon n., v. (sự) ngất đi, xỉu, bất-tỉnh.

swoop n. trận đột-kích; sự bổ nhào xuống. at one
fell -- chỉ một trận, trong một mẻ. v. tấn-công,
đột-kích; sà xuống, nhào xuống -- down on.

sword n. (thanh) gươm, kiếm. double-edged -- gươm
hai lưỡi. to put to the -- giết. to cross --s đọ
kiếm, đọ gươm; đấu trí.

swordfish n. cá mũi kiếm, cá đao.   [gươm.

swordsman n. kiếm-sĩ, nhà kiếm-thuật, võ-sĩ đánh

swore quá-khứ của swear.

sworn quá-khứ của swear. subscribed to and --
before me this seventeenth day of January 1924
đã ký và tuyên-thệ trước mặt tôi ngày 17-1-1924.
-- in [thông-dịch-viên] có tuyên-thệ, hữu-thệ.

swum quá-khứ của swim.

swung quá-khứ của swing. -- dash dấu ∿ [để thay
cho một chữ/từ].

sycamore n. cây sung.

sycophant n. tên nịnh-hót/bợ-đỡ hạ-tiện, lên
nịnh-thần ti-tiện; kẻ ăn bám.

syllable n. âm-tiết. two-syllable word từ hai âm-
tiết. You have to stress the first --, not the
second --. Từ này, phải nhấn âm-tiết thứ nhất,
chứ đừng đặt trọng-âm vào âm-tiết thứ nhì.

syllabus n. đề-cương khoá học; đề-cương luận-văn.

syllogism n. luận ba đoạn, tam-đoạn-luận.

symbiosis n. sự cộng-sinh.

symbol n. vật tượng-trưng; tiêu-biểu, biểu-tượng,
biểu-hiệu, biểu-hiện; ký-hiệu [hoá-học, ngữ-âm].

symbolic adj. tượng-trưng.

symbolize v. tượng-trưng cho....

symmetric(al) adj. đối-xứng, cân-đối, cân-xứng.

symmetry n. sự/tính đều nhau, sự/tính đối-xứng.

sympathetic n. hệ giao-cảm. adj. đồng-tình; đầy
cảm-tình, thân-ái; dễ thương.

sympathize v. hiểu đồng-tình, đồng-ý, thông-cảm.

sympathy n. lời chia buồn, lời phân-ưu; sự đồng-
tình/đồng-ý; sự thương-cảm.

symphony n. nhạc giao-hưởng, nhạc hoà-tấu; buổi
hoà nhạc giao-hưởng; dàn nhạc giao-hưởng.

symposium n. hội-nghị thảo-luận, hội-thảo, cuộc
toạ-đàm.

symptom n. triệu-chứng.

synagogue n. nhà thờ Do-thái, giáo-đường Do-thái.

synchronize v. đồng-bộ-hoá, căn giờ cho khớp.

syncope n. nhấn lệch [nốt nhạc]; sự ngắt.

syndicate n. tổ-chức cung-cấp bài báo và phim ảnh;
đảng[chuyên nghề cờ-bạc, mãi-dâm và bán ma-tuý]
crime --. v. cung-cấp [bài báo, phim ảnh] qua
tổ-chức.

syndrome n. hội-chứng.

synonym n. từ đồng-nghĩa.

synonymous adj. đồng-nghĩa [with với].

synopsis n. bản tóm-tắt, toát-yếu, khái-yếu.

syntax n. cú-pháp.

synthesis n. sự tổng-hợp.

synthesize v. tổng-hợp, thống-hợp.

synthetic adj. tổng-hợp; nhân-tạo.

syphilis n. bệnh giang-mai, bệnh tiêm-la.

syringe n. ống tiêm, ống thụt.

syrup n. nước đường, xi-rô.

system n. hệ-thống; chế-độ; hệ-thống phân-loại;
cơ-thể; phương-pháp.

systematic adj. có hệ-thống; có phương-pháp.

systematize v. hệ-thống-hoá, xếp thành hệ-thống.

TAB   264   TAKE

T

tab n. đầu, dải, vạt; nhãn. to keep --(s) on theo
dõi, canh chừng, kiểm-soát. to pick up the -- trả
tiền cho mọi người [sau bữa cơm, bữa rượu].

tabernacle n. ngai thờ; nhà thờ, nơi thờ cúng.

table n. cái bàn; bàn ăn; mâm cỗ, cỗ bàn, tiệc;
bảng, biểu; cao-nguyên. to set the -- bày bàn ăn.
to clear the -- dọn bàn. -- d'hôte bữa ăn giá nhất
định, thực-đơn thường. -- linen khăn bàn và khăn
ăn. -- manners phép lịch-sự ở bàn ăn. -- of cont-
ents mục-lục. -- talk câu chuyện lúc đang ăn cơm.
-- tennis bóng bàn. -- wine rượu vang thường.
v. hoãn lại chưa bàn vội.

tableau n. hoạt-cảnh.

tablecloth n. khăn trải bàn.

tableland n. cao-nguyên.

tablemate n. người ăn cùng bàn/mâm.

tablespoon n. thìa xúp, muỗng xúp.

tablespoonful n. (một) thìa xúp đầy [muối/đường].

tablet n. viên (thuốc), thanh, thỏi [sôcôla]; xếp
giấy viết; tấm, thẻ, bản; bảng kỷ-niệm; bài vị.

tabletop n. mặt bàn.

tableware n. dĩa bát dao dĩa nồi chung.

tabloid n. báo khổ nhỏ đăng tin giật gân.

taboo n., adj. (điều) kiêng ky, (điều) cấm-ky.
v. cấm, cấm-đoán, bất kiêng.

tabular adj. xếp thành bảng, xếp thành cột.

tabulate v. xếp [số-liệu] thành bảng/cột.

tabulator n. bộ-phận máy chữ đánh bảng/cột.

tacit adj. [đồng-ý, thoả-thuận] ngầm, không nói ra

taciturn adj. ít nói, trầm-mặc, lầm-lì.

tack n. đinh đầu bẹt, đinh rệp; đường khâu lược;
đường lối, chính-sách. v. đóng xuống; khâu lược.

tackle n. đồ dùng, dụng-cụ; puli, palăng; sự cản
cầu-thủ bên kia [bóng bầu dục]. v. túm lấy, nắm
lấy, ôm ghì; cản, chặn [cầu-thủ đối-phương]; tìm
cách giải-quyết. fishing -- đồ câu cá.

tact n. sự khéo-léo, tài xử-trí, cách xử-sự lịch-
thiệp.

tactful adj. khôn khéo, khéo xử, lịch-thiệp, ý-tứ.

tactical adj. (thuộc) chiến-thuật.

tactics n. chiến-thuật; sách-lược, binh-pháp.

tactless adj. vụng-về, không khéo xử, thiếu lịch-
thiệp, thiếu xã-giao, thiếu ý-tứ.

tadpole n. con nòng-nọc.

tael n. lạng, lượng [vàng, bạc].

taffeta n. vải mỏng.

tag n. nhãn, thẻ [ghi tên, địa-chỉ, giá tiền]; trò
chơi đuổi nhau. v. buộc/gắn nhãn; bắt được; bám
sát. to -- along behind X theo đuổi, bám sát X.
-- question câu hỏi "phải không?" [aren't you?
does she? did they?].

tail n. đuôi [thú, chim, cá; áo, sao chổi; đám
rước]; tails mặt sấp đồng tiền. to turn -- chuồn
mất, lỉnh mất. v. theo sát để rình; theo đuổi
-- after. *** -- assembly bộ đuôi [máy bay]. --
end đuôi, đoạn cuối/chót.

taillight n. đèn sau [xe hơi].

tailor n. thợ may. v. may [quần áo]; làm nghề
thợ may; làm riêng, soạn riêng [cho một nhu-cầu].
-- -made suit bộ com-lê may đo. -- shop cửa hàng
thợ may.

tailoring n. nghề may; đồ may.

tailwind n. gió xuôi.

taint n. vết bẩn/nhơ. v. làm bẩn, làm nhơ-nhuốc;
làm hoen-ố; [thức ăn] thối, ôi, ươn.

take n. mẻ [bắt được, săn được]; tiền thu vào;
cảnh [quay phim]. v. [took; taken] cầm, nắm,
giữ; lấy (đi/ra); mang (theo), đem (theo); theo
[lời khuyên; đường lối course]; dự, thi [kỳ thi];
nhân, thừa [dịp, cơ-hội opportunity]; chụp [ảnh];
mua năm [báo, chí]; tốn, mất [nửa giờ, ba tháng];
chịu đựng; dùng, chiếm, ngồi [chỗ, ghế]. It took
me a half-hour to walk to the library. Tôi đi bộ
đến thư-viện phải mất nửa giờ. This seat is taken
Ghế này có người ngồi rồi. Take it easy! Cứ từ-từ,
đừng cuống-quít; Xin cứ bình-tĩnh, đừng nóng; Từ
từ thôi, chớ làm việc quá sức. to be taken ill bị
ốm, làm bệnh. to take one's chance liều chơi xem
sao. *** -- after giống như; đuổi theo. -- away
lấy đi, đem đi; trừ đi. -- down bỏ xuống, hạ xuống;
phá [nhà]; biên/viết xuống. -- in cho [khách] ở
trọ; thu-hoạch [mùa màng]; làm hẹp [quần áo] lại;
bao gồm; đánh lừa. -- off cởi ra, bỏ ra; trừ bớt;
bắt chước, nhạo; bỏ đi; [máy bay] cất cánh. -- on
lấy, nhận [hành-khách]; nhận lãnh [trách-nhiệm];
mượn, tuyển, lấy [nhân-viên]. -- out lấy ra, moi
ra, đem ra, gấp ra, rút ra; TO TAKE OUT   MÓN ĂN

ĐEM VỀ NHÀ. to -- place xảy ra, xảy đến. to -- ...
from X. lấy của X .... -- up mang lên, đưa lên;
lên gấu [áo, quần]; chấp-nhận, áp-dụng; chọn, làm
[nghề]; bàn đến, để-cập đến [vấn-đề]. to -- to
the woods trốn vào rừng. -- up with làm bạn với,
kết-giao với, thân-mật với. -- over tiếp-nhận/quản

take-off n. sự cất cánh; sự nhại, sự bắt chước;
tranh biếm-họa.

talcum powder n. bột tan, phấn xoa rôm.

tale n. truyện, truyện ngắn; truyện bịa(-đặt).
folk -- truyện cổ-tích. fairy -- truyện tiên. the
Tale of Kieu Truyện Kiều.

talebearer n. người mách-lẻo, người hớt lẻo.

talent n. tài, tài-ba, tài-năng, tài-cán; người
tài, nhân-tài; thiên-tài; khiếu, năng-khiếu [for
về]. show chương-trình văn-nghệ (không chuyên).

talented adj. có tài.

talisman n. lá bùa, phù.

talk n. lời nói; lời xì-xào, tin đồn; bài/buổi
nói chuyện; --s cuộc đàm-phán/điều-đình. the --
of the town chuyện cả tỉnh đang bàn ra tán vào.
peace --s cuộc hoà-đàm, hoà-hội. v. nói; nói
chuyện, chuyện trò; bàn-tán; nói nhiều, bép-xép;
kể; nói về. -- of nói về/đến X. -- to/with nói
chuyện với X. -- over bàn (kỹ). -- back nói lại,
cãi lại, cãi giả. -- X into getting married dô-
dành cho X lấy vợ. -- X out of that plan can X
đừng theo chương-trình đó nữa.

talkative adj. nói nhiều, hay nói, thích nói; lắm
dồu, lắm lời, ba-hoa.

talkie n. phim nói.

tall adj. cao; cao lớn; phóng-đại, khoác-lác.

tallow n. mỡ [làm xà-phòng hoặc nến].

tally n. sự kiểm-điểm; bản đối-chiếu -- sheet.
v. đếm, kiểm; ăn khớp, phù-hợp [with với].

talon n. móng, vuốt.

tamarind n. quả me, trái me; cây me.

tame adj. đã thuần, thuần-hoá rồi, lành; buồn tẻ,
nhạt-nhẽo. v. nuôi, dạy cho quen/thuần, thuần
hoá; chế-ngự, đè nén, làm nhụt.

tamper v. -- with làm xáo-trộn, lục-lọi; làm giả
[khoá]; chữa, sửa [giấy tờ, tài-liệu]; mua chuộc
[người làm chứng].

tampon n. nút gạc; nút bông kinh-nguyệt.

tan n. màu da rám nắng, màu da ngăm-ngăm. adj.
màu vỏ dà, màu vàng nhạt. v. làm sạm/rám [nước
da]; [da] sạm lại, rám nắng; thuộc [da].

tandem n. xe đạp hai người.

tang n. vị, mùi vị, hương-vị; giọng, vẻ, ý.

tangent n. đường tiếp-tuyến; tang. to fly off at/
on a -- đi chệch ra ngoài đề, lạc đề.

tangerine n. quả quít.

tangible adj. có thể sờ mó được, hữu-hình; rõ-ràng,
hiển-nhiên, xác-thực.

tangle n. mớ bong-bong; tình-trạng lộn-xộn. v.
làm rối (tung/beng); rối, vướng; rối trí.

tango n. điệu nhảy tănggô. v. nhảy tănggô.

tank n. thùng, bể [nước, dầu, xăng]; xe tăng,
chiến-xa, tàu bò. -- truck xe chở sữa [dầu, v.v.]

tanker n. tàu chở dầu; xe chở sữa [dầu, v.v.];
máy bay tiếp-tế dầu [trên không].

tanner n. thợ thuộc da.

tannery n. xưởng thuộc da, nhà máy thuộc da.

tannin n. chất tanin.

tantalize v. như trêu người, chọc tức, làm khổ.

tantamount adj. ngang với, tương-đương với, chẳng
khác gì. -- to a surrender không khác gì đầu hàng.

tantrum n. cơn thịnh-nộ, cơn tam-bành.

Taoism n. đạo Lão, Lão-giáo.

Taoist n., adj. (người) theo đạo Lão. a -- priest
một vị đạo-sĩ, đạo-gia.

tap n. vòi nước; vòi thùng rượu; đường dây phụ.
beer on -- bia ở thùng ra. v. giùi lỗ [thùng
rượu]; rạch [cây] lấy mủ; (mắc dây) nghe trộm
[điện-thoại]; rút, khai-thác [nhân-lực, tài-tư].

tap n. cái đập/vỗ nhẹ; tiếng gõ nhẹ; --s kèn báo
hiệu tắt đèn; kèn trong buổi lễ quân-táng. --
dancing điệu nhảy clacket.

tape n. dây, băng, dải; băng điện-tín, băng ghi
âm, băng máy đánh chữ điện-tử. -- measure thước
dây. -- recorder máy ghi âm, máy manhêtôphôn.
cassette -- băng catxét. -- noodles bánh phở.

taper n. cây nến. v. thon, nhọn, hình búp măng.

tapestry n. tấm thảm.

tapeworm n. sán dây, sán xơ mít.

tapioca n. bột sắn hột, bột báng, tapiôca.

taproom n. tiệm rượu, quán rượu.

tar n. nhựa đường, hắc-ín. v. rải nhựa; bôi
hắc-ín. to -- and feather bôi hắc-ín rồi trét
lông vào [tội-nhân].

tardy adj. trễ, muộn; chậm-chạp.

target n. bia (bắn tên/súng); đích, mục-tiêu; chỉ tiêu cần đạt được. -- area vùng mục-tiêu. -- language ngôn-ngữ mục-tiêu. -- practice tập bắn bia.

tariff n. giá; thuế quan, thuế xuất-nhập-cảng, thuế xuất-nhập-khẩu; biểu thuế quan.

tarnish n. sự mờ/xỉn; vết nhơ. v. làm mờ, làm xỉn; mờ đi, xỉn đi; làm nhơ-nhuốc.

taro n. khoai sọ, khoai môn, khoai nước.

tarpaulin n. vải dầu, vải nhựa không thấm nước.

tarry v. ở/lưu lại, nán lại; chậm, trễ.

tart n. bánh nhân hoa quả, bánh nhân mứt.

tart adj. chua; chua chát, chua cay.

tartar n. cao răng.

tartar sauce n. xốt mayonne để chấm cá.

task n. nhiệm-vụ; công-việc, công-tác. -- force đơn-vị (tác-chiến) đặc-biệt, nhóm đặc-nhiệm. to bring/take to -- phê-bình, trách-mắng.

tassel n. tua, núm tua; râu ngô, cờ ngô.

taste n. vị, mùi, mùi vị, hương-vị; khẩu-vị; sự nếm mùi, sự trải qua; sở-thích, thị-hiếu; khiếu thẩm-mỹ; một chút. Everyone to his --. Nhân-tâm tùy thích. a man of (good) -- người có óc thẩm-mỹ. v. nếm; được nếm mùi, hưởng, thưởng-thức; có vị. to -- of garlic có mùi tỏi, có vị tỏi. to -- like mint có vị bạc-hà.

tasteful adj. nhã, trang-nhã, đứng-đắn; có gu.

tasteless adj. nhạt, vô-vị; không nhã, lố-lăng, bất-nhã, khiếm-nhã.

tasty adj. [món ăn] ngon.

tat n. tit for -- ăn miếng trả miếng.

tatters n. miếng, mảnh; quần áo rách-rưới.

tattered adj. ăn mặc rách-rưới; rách tả-tơi.

tattoo n. hình xăm trên da. v. vẽ/xăm mình.

taught quá-khứ của teach.

taunt n., v. (lời) mắng nhiếc; (lời) chế-nhạo.

taut adj. [dây] căng, kéo căng; [thần-kinh, tình hình] căng thẳng.

tavern n. quán rượu; hàng ăn, tiệm ăn.

tawdry adj. lòe-loẹt, hào-nhoáng.

tawny adj. ngăm-ngăm đen; hung-hung.

tax n. thuế. income -- thuế lợi-tức/thu-nhập. -- return tờ khai thuế. v. đánh thuế; thử-thách, đòi hỏi. to tax X with chê X là .... -- collector người thu thuế. -- cut sự giảm thuế. -- free,

-- exempt miễn thuế, được trừ thuế. -- rate thuế-suất. -- deductible có thể khai để trừ thuế.

taxable adj. có thể đánh thuế, bị đánh thuế.

taxation n. sự đánh thuế; hệ-thống thuế-má.

taxi n. xe tắc-xi. v. đi/ngồi tắc-xi; [máy bay] chạy trên mặt đất [lúc sắp cất cánh, sau khi hạ].

taxicab n. xe tắc-xi.

taxpayer n. người đóng thuế, người dân.

tea n. (nước) chè, (nước) trà; tiệc trà. a cup of -- một chén trà, một tách trà. iced -- chè đá. -- dance trà-vũ. 5 o'clock -- bữa trà lúc năm giờ. -- break giờ nghỉ uống trà. -- cosy ấm giỏ.

teach v. [taught] dạy, dạy học; dạy bảo, dạy dỗ, giáo-dục. She --es school. Bà ấy (làm nghề) dạy học. He --es judo. Ông ấy dạy nhu-đạo. X. taught me (how) to play the piano. X. dạy tôi đánh piano.

teacher n. thầy giáo, cô giáo; giáo-viên, giáo-sư trung-học. university -- giáo-sư đại-học.

teaching n. sự giảng dạy; nghề dạy học, nghề giáo; lời dạy, lời giáo-huấn. practice -- tập dạy, thực-tập giáo-khoa. -- staff các cán-bộ giảng-dạy, ban giảng-huấn. -- aid đồ dùng dạy học, đồ trợ-huấn.

teacup n. chén/tách uống trà.

teahouse n. phòng trà, quán trà, trà-thất.

teak n. gỗ tếch.

teakettle n. ấm đun nước pha trà.

team n. đội, tổ; cỗ [ngựa, bò]. basketball -- đội bóng rổ. v. to -- up with hợp sức với X.

teammate n. bạn đồng-đội.

teamster n. tài-xế xe vận-tải, người lái xe tải.

teamwork n. sự hợp-tác; tinh-thần đồng-đội.

teapot n. ấm trà, bình trà.

tear n. nước mắt, giọt lệ [to shed rơi/nhỏ]. to move X to --s làm cho X ứa nước mắt. to burst into --s khóc oà lên. wet with --s đẫm lệ. -- bomb lựu-đạn cay. -- gas hơi cay chảy nước mắt.

tear n. chỗ rách, vết rách. v. [tore; torn] xé rách, xé; làm rách; kéo, giật, bứt [tóc]. -- away, -- down, -- off, -- out giật ra, giật xuống. -- up xé nát, xé vụn; cày lên. -- along chạy vụt đi.

teardrop n. giọt nước mắt, giọt lệ, lụy.

tearful adj. khóc-lóc, nước mắt chan hoà, đẫm lệ.

tearoom n. phòng trà.

tease v. chòng/trêu ghẹo, trêu chọc.

teaspoon n. thìa uống trà, thìa/muỗng cà-phê.

teaspoonful n. một thìa cà-phê đầy.

teat n. đầu vú, núm vú; núm vú cao-su.

technical adj. chuyên-môn, kỹ-thuật. -- school
trường kỹ-thuật. -- terms danh-từ chuyên-môn,
thuật-ngữ kỹ-thuật.

technicality n. chi-tiết chuyên-môn/kỹ-thuật.

technician n. nhà chuyên-môn/kỹ-thuật, chuyênviên.

technique n. kỹ-thuật; kỹ-xảo.

technocracy n. kỹ-trị.

technological adj. kỹ-thuật. the scientific and
-- revolution cuộc cách-mạng khoa-học kỹ-thuật.

technology n. kỹ-thuật; kỹ-thuật-học.

teddy bear n. con gấu bông [trẻ con chơi].

tedious adj. chán ngắt, buồn tẻ, nhạt, buồn ngủ.

teem v. (có) nhiều, đầy, đông, nhung-nhúc -- with.

teen-age adj. thuộc lứa tuổi mười mấy [13-19].

teen-ager n. thiếu-niên, thiếu-nữ.

teens n. tuổi mười mấy, tuổi thanh thiếu-niên,
tuổi thanh-xuân. In her late -- [cô gái]gần 20.

teeth số nhiều của tooth.

teethe v. mọc răng.

teething n. sự mọc răng.

teetotaler n. người kiêng rượu.

teetotum n. con thò-lò.

telecast n. chương-trình truyền-hình. v. phát
đi, truyền đi [chương-trình truyền-hình].

telecommunication n. viễn-thông. -- satellite vệ-
tinh viễn-thông.

telegram n. bức điện, điện-tín, dây thép.

telegraph n. máy điện-báo. v. đánh/gửi điện.
-- pole cột dây thép.

telegraphic adj. [địa-chỉ] điện-báo; vắn-tắt.

telegraphy n. thuật điện-báo.

telepathy n. cách-cảm, viễn-cảm.

telephone n. dây nói, điện-thoại. v. gọi/kêu
dây nói cho, điện-thoại cho. -- booth phòng điện-
thoại. -- call cú điện-thoại, cú tê-lê-phôn. --
directory sổ điện-thoại, niên-giám điện-thoại.
-- operator điện-thoại-viên.

telephoto lens n. ống kính chụp xa.

telescope n. kính viễn-vọng/thiên-văn, kính nhìn
xa. v. [hai ống kính, hai bộ-phận] lồng nhau.

teletype n. máy viễn-ấn, máy điện-báo đánh chữ.

televise v. truyền-hình [trận đấu, buổi lễ].

television n. phép vô-tuyến truyền-hình; máy têvê,

máy thu-hình, máy ti-vi -- set.

telex n. máy điện-báo tư, máy tê-lách.

tell v. [told] nói, nói lên, nói ra; nói với,
bảo; chỉ, tỏ, biểu-lộ, biểu-thị; kể/thuật lại;
phân-biệt; đếm. to tell X. off nói thẳng vào mặt
X. We have been told that .... Người ta bảo chúng
tôi rằng .... I cannot -- the difference. Tôi chịu
không phân-biệt được. Who can --? Ai mà biết được?
all told tất cả, cả thảy, tổng-cộng.

teller n. người kể chuyện; thủ-quỹ ngân-hàng.

temper n. tính, tâm-tính, tính-tình/-khí; cơn giận,
sự cáu giận; sự bình-tĩnh. X. kept his/her --. X.
giữ bình-tĩnh, không nóng-nảy. X. lost his/her --.
X. mất bình-tĩnh, cáu quá, nổi nóng/hung. v. tôi
[thép]; tôi-luyện; kiềm-chế, ngăn lại.

temperament n. tính, tính-khí, khí-chất.

temperance n. sự chừng-mực, sự điều-độ/tiết-độ.

temperate adj. [khí-hậu] ôn-hoà; giữ-gìn, đắn-đo.

temporature n. độ nhiệt, nhiệt-độ, ôn-độ; sốt. to
take X's -- đo độ nhiệt cho X, cặp sốt cho X.

tempest n. trận bão, dông-tố, bão-tố.

tempestuous adj. như bão-tố; huyên-náo, dữ-dội.

temple n. đền (thờ), điện, miếu, chùa Buddhist --,
nhà thờ, giáo-đường, thánh-đường, thánh-thất.

temple n. thái-dương, màng-tang.

tempo n. độ nhanh; nhịp, nhịp độ.

temporal adj. thế-tục, thế-gian, trần-tục. [lát.

temporary adj. tạm-thời, lâm-thời, nhất-thời,chốc

temporize v. kéo dài, trì-hoãn, diên-trì, chờ.

tempt v. xúi, xúi-giục; nhử, cám-dỗ, dụ-dỗ.

temptation n. sự xúi-giục; sự cám-dỗ/quyến-rũ.

tempting adj. cám-dỗ, lôi cuốn, khêu gợi, gây/gợi
thèm, hấp dẫn.

ten n., adj. (số) mười; bộ mười; tờ giấy 10 đôla.
about -- students độ 10 cậu học-sinh. -- o'clock
10 giờ. -- a.m. 10 giờ sáng. -- hours 10 tiếng.
--s of thousands hàng chục ngàn.

tenacious adj. dai, bền, bám chặt; kiên-trì.

tenancy n. sự thuê nhà/đất; sự lĩnh-canh.

tenant n. người thuê nhà/đất; tá-điền -- farmer.

tend v. chăm nom, chăm sóc; giữ gìn.

tend v. hướng/nhắm tới; có khuynh-hướng .....

tendency n. xu-hướng, khuynh-hướng, thiên-hướng.

tender n. người trông/chăn/giữ; toa than/nước.

tender adj. [thịt] mềm; [cỏ] non; [cây] yếu-ớt;

âu-yếm; dịu-dàng, nhẹ-nhàng; nhạy cảm, dễ xúc-động.

tender n. đề-nghị (mời); sự bỏ thầu. v. mời,
xin, yêu-cầu, đề-nghị; nộp [đơn từ-chức]; bỏ thầu.

tenderfoot n. người mới đến [chưa quen khổ]; lính
mới "tô-te", người mới vào hội/đảng.

tenderloin n. thịt thăn, thịt phi-lê.

tendon n. gân.

tendril n. tua, râu [cây nho, các cây leo].

tenement n. nhà ở; nhà nhiều buồng, nhà tập-thể
[không được sạch-sẽ sang-trọng] -- house.

tenet n. giáo-lý, giáo-điều, chủ-nghĩa.

tennis n. quần-vợt, ten-nít. -- ball bóng quần
vợt. -- court sân quần vợt. -- racket vợt ten-nít.
-- shoes giày ten-nít.

tenor n. phương-hướng/khuynh-hướng chung; ý-nghĩa
chung, nội-dung chính; giọng nam cao; bè têno.

tense n. thời [của động-từ trong các ngôn-ngữ Ấn-
Âu]. the past -- thời quá-khứ. the present --
thời hiện-tại.   [thẳng.

tense adj. [dây] căng; [tình-hình] găng, căng

tension n. sự căng; sự căng thẳng; áp-lực, sức
ép; điện-áp; tình-trạng khẩn-trương.

tent n. lều, tăng, rạp [to pitch cắm, dựng].

tentacle n. tua cảm, vòi, xúc-tu.

tentative adj. [chương-trình] thử, ướm, chưa chắc.

tenth n. một phần mười; người/vật thứ 10; hôm/ngày
mồng 10. adj. thứ mười.

tenuous adj. nhỏ, mảnh; ít, loãng, không đặc; tế-
nhị, tinh-tế, vi-tế.

tenure n. thời-gian chiếm-hữu/hưởng-dụng; nhiệm-
kỳ -- of office; quy-chế không đuổi được [của
giáo-sư đại-học].

tepee n. lều của người da đỏ.

tepid adj. âm-ấm; nhạt-nhẽo, hững-hờ, lạnh-nhạt.

term n. danh-từ/thuật-ngữ chuyên-môn; thời-hạn,
thời-kỳ, hạn, kỳ-hạn; nhiệm-kỳ -- of office; kỳ/
khoá học, học-kỳ, quý; terms điều-kiện/-khoản,
giá; lời-lẽ; sự giao-thiệp, giao-hảo, quan-hệ.
--s of payment điều-kiện trả tiền. v. gọi, kêu,
đặt tên là. *** -- paper luận-văn cuối khoá.

terminal n. ga cuối cùng, ga chót; cực, đầu dây;
máy điện-toán ở đầu cuối. adj. cuối (cùng), tận
cùng, chót. -- cancer bệnh ung-thư nan-y.

terminate v. (làm) xong, chấm dứt, kết-thúc, hoàn
thành, kết-liễu; định giới-hạn; giới-hạn.

termination n. sự kết-thúc/hoàn-thành/hoàn-tất.

terminology n. thuật-ngữ, danh-từ chuyên-môn.

terminus n. ga/bến cuối cùng; điểm chót.

termite n. con mối [đục tường gỗ].

terrace n. nền đất đắp cao; sân thượng. -- rice-
fields ruộng bậc thang. v. đắp cao.

terra cotta n. đồ bằng đất nung, đồ sành.

terra firma n. đất liền, đất chắc.

terrain n. địa-thế, địa-hình.

terrestrial adj. thuộc (trái) đất; ở trên cạn.

terrible adj. dễ sợ, ghê-gớm, kinh-khủng, khủng-
khiếp; xấu/dở kinh-khủng, tồi, tệ-hại, thậm-tệ.

terrific adj. kinh-khủng; hay lắm, hết ý/sẩy, tốt
hết sức, tuyệt, ngon vô-tả.

terrify v. làm kinh-hãi, làm khiếp-sợ.

territorial adj. thuộc khu-vực/địa-hạt/lãnh-thổ.
-- integrity sự toàn-vẹn lãnh-thổ. -- waters vùng
biển, lãnh-hải [của một nước], hải-phận.

territory n. đất-đai, địa-hạt, lãnh-thổ; khu-vực,
vùng, miền; thuộc-địa; vùng đất chưa thành tiểu-
bang.That is not in my --. Chuyện ấy không thuộc
phạm-vi của tôi.

terror n. sự khiếp sợ; người/vật làm khiếp sợ;
sự khủng-bố.

terrorism n. sự khủng-bố, chính-sách khủng-bố.

terrorist n. tên/quân khủng-bố.

terrorize v. khủng-bố.

terry cloth n. vải khăn mặt.

terse adj. [lời] ngắn gọn; [văn] súc-tích.

tertiary adj. thứ ba; thuộc kỷ thứ ba. -- educa-
tion giáo-dục đại-học.

test n. bài thi, bài kiểm-tra; sự sát-hạch, trắc-
nghiệm; vật để thử, đá thử vàng; sự thử, sự làm
thử. blood -- sự thử máu. written -- bài thi viết.
road -- thi lái xe [để lấy bằng]. English profi-
ciency -- thi trắc-nghiệm năng-lực tiếng Anh.
v. thử, kiểm-tra, trắc-nghiệm; thử-thách; phân-
tích, thí-nghiệm. *** -- ban cấm thử vũ-khí hạt-
nhân. -- flight chuyến bay thử. -- pilot phi công
lái máy bay thử. -- tube ống thử. -- -tube baby
hài-nhi thụ-tinh nhân-tạo.

testament n. di-chúc, chúc-thư/-ngôn; kinh Thánh.
the Old T-- Kinh Cựu-ước. the New T-- Tân-ước.

testator n. người làm di-chúc, người để di-chúc/
chúc-thư lại.

testicle n. hòn dái, ngoại-thận, cao-hoàn.

testify v. khai, làm chứng, chứng-/xác-nhận.

testimonial n. giấy chứng-nhận; quà/vật tặng.

testimony n. bằng-chứng; sự nhận thức, sự chứng-
nhận; lời khai, lời cung-khai.

testy adj. dễ bị động lòng; hay giận-dỗi.

tetanus n. bệnh (sài) uốn ván, chứng phong đòn
gánh.

tête-à-tête n. cuộc nói chuyện tay đôi.

tether n., v. (dây) buộc [bò, ngựa]. at the end
of one's -- hết hơi, kiệt sức; vô phương-kế.

text n. bản văn, văn-bản; nguyên-văn/-bản; đoạn
ngắn [trích từ Kinh Thánh]; đề, đề-mục, chủ-đề;
sách giáo-khoa --book.

textbook n. sách giáo-khoa. -- service sở Tu-thư.

textile n. hàng dệt, vải, tơ lụa; nguyên-liệu
dệt, sợi, bông, gai, đay. -- mill nhà máy dệt.

textual adj. thuộc nguyên-văn; theo nguyên-bản.

texture n. lối dệt; mặt vải; cơ/kết-cấu, cách cấu
tạo, tổ-chức.

Thai n., adj. (người/tiếng) Thái-lan.

than conj. hơn. more -- ten nhiều hơn 10 người.
This bus is faster -- that one. Xe buýt này nhanh
hơn xe buýt đó. I will get there earlier -- you
(will). Tôi sẽ đến sớm hơn anh. no other -- an
ambitious politician chỉ là một tay chính-trị
đầy tham-vọng (không hơn không kém). They'd rather
die -- surrender. Họ thà chết còn hơn đầu hàng.

thank n. thanks lời cảm ơn [to express tỏ]. T--s
a lot; Many thanks; Thanks very much. Xin cảm ơn
ông lắm. No, --s! Thôi, cảm ơn ông/bà/anh (tôi đủ
rồi; việc đó không cần-thiết). --s to your help
last year,... nhờ có sự giúp-đỡ của ông bà năm
ngoái,.... v. cảm ơn, cảm ơn, cảm-tạ. T-- you
very much. Xin đa-tạ ông/bà/cô [for your hospit-
ality đã tiếp-đãi tôi; for helping my nephew đã
giúp cháu tôi].

thankful adj. biết ơn, tri-ân.

thankless adj. vô ơn, vong ơn/ăn bạc nghĩa;[công
việc] bạc-bẽo, chẳng lợi-lộc gì.

thanksgiving n. sự tạ ơn. Thanksgiving Day Lễ Tạ
ơn [ngày thứ năm tuần lễ chót trong tháng 11].

that adj. ấy/đó. I know -- boy. Tôi biết thằng bé
ấy. You should buy this pen instead of -- one.
Anh nên mua cái bút này thay vì cái bút kia.

This tie is prettier but -- one costs less. Cái
ca-vát này đẹp hơn thật, nhưng cái kia rẻ hơn.
pron. đó, đấy, cái ấy/đó. T-- is the right way.
Cách đó là đúng. I like -- better. Tôi thích cái
đó hơn. Which picture do you prefer, this or --?
Anh thích bức tranh nào hơn, bức này hay bức kia?
the lawyer that I know (cái) ông luật-sư mà tôi
quen. the year that my wife and I went abroad
năm mà nhà tôi và tôi đi ngoại-quốc. T--'s all.
Tất cả có thế thôi. T-- will do. Thế/ngần ấy đủ
rồi. conj. I know -- he will succeed. Tôi biết
rằng anh ta sẽ thành-công. X. ran so fast -- he/she
was ten minutes early. X. chạy nhanh thành ra đến
nơi sớm mười phút. in order -- we won't miss the
plane để cho chúng ta không lỡ chuyến máy bay.
adv. thế, vậy. -- much money nhiều tiền thế.
many books nhiều sách thế. -- far xa thế. You can-
not stay up -- late. Con không được thức khuya thế.

thatch n. rơm, rạ, tranh, lá. v. lợp rơm, lợp rạ,
lợp tranh, lợp lá.

thaw n. sự tan tuyết/giá/nước đá. v. làm tan;
[tuyết, băng] tan; [trời] dở giá rét, ấm hơn; bớt
dè-dặt, bớt lạnh-lùng, vồn-vã hơn, cởi-mở hơn.

the art. the white house cái nhà sơn trắng. the
Tale of Kieu Truyện Kiều. -- place to eat Chinese
food chỗ (nên đi) ăn cơm tàu. -- Red River Sông
Hồng. -- Pacific (Ocean) Thái-bình-dương. -- Swiss
người Thụy-sĩ. I hate -- guy. Tôi rất ghét gã đó.
He is the translator around here. Quanh đây chỉ
có ông ấy là thông-dịch-viên thật là giỏi mà thôi.
adv. so much -- better càng tốt, càng hay. I--
longer you wait -- more money you spend. Anh mà
càng đợi lâu thì càng tiêu nhiều tiền. T-- sooner
-- better. Càng sớm càng tốt. T-- more -- merrier.
Càng đông càng vui.

theater n. rạp hát, nhà hát; rạp chiếu bóng movie
--; nghề ca-kịch, sân khấu, kịch-nghệ; chỗ, nơi;
hý-viện, hý-trường. the -- of war chiến-trường.

theatergoer n. người hay đi xem hát/kịch, người
hâm-mộ kịch-trường.

theatrical adj. thuộc về sân khấu, kịch hát/trường;
có vẻ đóng kịch, không thật, không tự-nhiên.

thee pron. người, con, anh [ngôi thứ hai, đối-
cách] [Tôn-giáo] May the Lord bless --. Xin
Chúa ban phúc lành cho anh. [ngôi thứ hai, danh-

cách] [người theo đạo Quakers] T-- speaks harsh-
ly. Anh nói dữ quá.

theft n. sự/tội trộm cắp. petty -- sự ăn cắp vặt.

their adj. của họ, của chúng (nó).

theirs pron. cái của họ, cái của chúng (nó). Our
house is smaller than --. Nhà chúng tôi bé hơn
nhà của ông bà ấy.

them pron. họ, chúng (nó); những cái ấy. The boys
are my friends; please look after --. Những cậu
này là bạn tôi cả; xin ông trông-nom họ nhé. The
books are new; take good care of --. Những quyển
sách đó là sách mới; anh hãy giữ-gìn cẩn-thận nhé.
both of -- cả hai người; cả hai ông bà; cả hai
cái/chiếc/con, v.v.

theme n. chủ-đề, đề-tài, đại-ý; bài luận, luận văn;
nhạc chủ-đề, nhạc hiệu -- song.

themselves pron. chính họ, bản-thân họ; tự, tự họ,
tự chúng. They did it --. Chính họ làm chuyện đó.
They injured --. Họ bị thương; Họ tự làm hại mình.
X. and Y. assembled the motorbike by --. X. và Y.
một mình lắp chiếc xe mô-tô ấy, không ai giúp cả.

then n. lúc ấy/đó, khi ấy, hồi đó. By -- we will
know the result. Lúc đó chắc chúng ta sẽ biết kết
quả rồi. until -- cho đến lúc ấy. from -- on từ
đó trở đi. every now and -- thỉnh-thoảng, năm
thì mười hoạ. adv. lúc ấy/đó; sau đó, rồi thì,
rồi; và lại. Prices were much lower --. Hồi ấy,
vật-giá rẻ hơn nhiều. First comes fall, -- winter.
Thoạt tiên là mùa thu, rồi đến mùa đông. The noise
stopped, and -- started again. Tiếng ầm ngừng lại,
rồi liền sau đó lại bắt đầu oang-oang lên. This
dress seems toogood to throw away, and -- it's so
becoming to you. Chiếc áo dài còn tốt lắm, sao
lại vứt đi; vả lại, chị mặc đẹp lắm mà! -- and
there ngay lúc ấy và ngay tại chỗ. conj. thế
thì, vậy thì, trong trường-hợp đó. If you don't
like it, -- you should have said so. Nếu con không
thích thì đáng lẽ con phải nói cho họ biết chứ!
adj. the -- Minister of Education Bộ-trưởng Bộ
Giáo-dục lúc ấy.

thence adv. từ đó; do đó, vì lý-do ấy, vì cớ ấy.

thenceforth adv. từ đó, từ dạo ấy, từ bấy về sau.

theologian n. nhà thần-học, giáo-sư thần-học.

theology n. khoa thần-học.

theorem n. định-lý.

theoretical adj. thuộc lý-thuyết, về lý-thuyết.

theory n. lý-thuyết, lý-luận, nguyên-lý; thuyết,
học-thuyết. in -- về lý-thuyết, theo lý-thuyết.

theosophy n. thuyết thần-trí.

therapeutic adj. thuộc phép chữa bệnh, trị-liệu.

therapeutics n. phép chữa bệnh, phép trị-liệu.

therapy n. phép chữa bệnh, (trị-)liệu-pháp.

there adv., n. chỗ ấy/đó, đấy, ở đó, tại đó, đằng
ấy. Sit --. Ngồi đấy đi. You should go -- at once.
Anh phải đi liền tới đó đi. You are mistaken --.
Điểm ấy thì anh lầm rồi. T-- is a mailbox near
here. Gần đây có thùng thư. T-- are two Vietnamese
restaurants near the campus. Gần khu đại-học có
hai tiệm ăn Việt-Nam. Wasn't -- any policeman by
the station? Gần nhà ga lúc ấy không có viên cảnh-
sát nào à? T-- goes the bell. A, đấy, chuông reo
rồi. From -- take the bus home. Từ chỗ ấy, anh đi
xe buýt về nhà được rồi. over -- ở đó, ở bên ấy.
down -- dưới đó. in -- trong đó. up -- trên ấy/đó.
out -- ngoài đó/ấy, ở ngoài. T-- you are! Anh
nhìn mà xem; Được rồi, Chạy rồi; Đấy, xong rồi!

thereabout(s) adv. quanh đó, gần chỗ ấy; khoảng,
ước chừng, độ chừng, chừng, xấp-xỉ, lối.

thereafter adv. về sau, sau đó.

thereat adv. ở chỗ đó, lúc ấy; do đó, vì thế.

thereby adv. theo/bằng cách ấy; có liên-quan tới
cái đó, có dính-dáng đến chuyện ấy.

therefor adv. về việc đó.

therefore adv. thế thì, vậy thì, bởi vậy cho nên.
X. went to the movies and -- did not study. X. đi
xi-nê nên không học bài.

therein adv. ở đấy, tại đó, trong đó.

thereof adv. của nó, của việc ấy; từ đó. three
witnesses -- ba người làm chứng về chuyện đó.

thereon adv. trên ấy/đó; ngay/liền sau đó.

thereto adv. thêm vào đó; ngoài ra, hơn nữa.

thereupon adv. ngay sau đó, liền sau đó; do đó,
vì vậy; trên ấy, trên đó.

therewith(al) adv. với cái đó, với điều đó, với
chuyện đó; thêm vào đó, ngoài ra, hơn nữa.

thermal adj. nóng, nhiệt. -- spring suối nước nóng
ôn-tuyền. -- capacity nhiệt-dung. -- underwear
quần áo lót, quần áo ếch.

thermocouple n. cặp nhiệt-điện.

thermodynamic adj. nhiệt-động-lực.

thermodynamics n. nhiệt-động-lực-học.

thermometer n. cái đo nhiệt, nhiệt-kế, nhiệt-biểu, hàn-thử-biểu, cái cặp sốt.

thermonuclear adj. [bom, vũ-khí, phản-ứng, chiến-tranh] hạt-nhân nóng, nhiệt-hạch.

thermos bottle n. phích, tecmốt, bình thuỷ.

thermostat n. máy điều-nhiệt.

thesaurus n. [thesauri] từ-điển từ-ngữ [xếp theo mục-loại, chứ không theo thứ-tự a-b-c; thường kê những từ đồng-nghĩa hoặc cùng họ]; toàn-thư.

these adj., pron. Xem this. T-- days are cold. Những ngày này trời lạnh. T-- are not your shoes. Tôi giày này đâu phải của anh.

theses Xem thesis.

thesis n. [theses] luận-văn, luận-án [to defend/uphold bảo-vệ]; luận-đề/-điểm, thuyết; chính-đề.

they pron. họ, chúng nó, chúng, bọn chúng, các ông/bà/cô ấy. T-- say that ... Người ta nói là ..., Họ bảo rằng, Thiên-hạ đồn rằng ....

thick n. in the -- of the forest chính giữa rừng. the -- of the fight giai-đoạn ác-liệt nhất của trận đánh ấy. adj. [tường, giấy, môi] dày, khg mỏng ; to, mập; [tóc, rừng] rậm;[cây-cối] rậmrạp; [sương mù] dày đặc;[đạn] nhiều và khít, như mưa; đặc, quánh, sền-sệt, không loãng; [giọng] lè-nhè; tối dạ, ngu-đần, đần-độn; ăn ý, ăn cánh, thân. through -- and thin bất chấp sóng gió bão bùng.

thicken v. làm cho dày thêm; trở nên dày; rậmrạp hơn; thành đặc, đặc lại. The plot --s. Câu chuyện trở nên ly-kỳ hơn.

thicket n. bụi cây, lùm cây.

thickset adj. mập, chắc nịch, vạm-vỡ.

thief n. [thieves] kẻ trộm, kẻ cắp, thằng ăn cắp.

thieve v. ăn trộm, ăn cắp, lấy trộm, đánh cắp.

thievery n. sự/tội ăn cắp ăn trộm.

thieves số nhiều của thief.

thigh n. bắp đùi, bắp vế.

thighbone n. xương đùi.

thimble n. cái đê, cái bao tay [dùng lúc khâu].

thin adj. mỏng, không dày; [dây] mảnh; gầy, mảnh-dẻ, mảnh-khảnh; [tóc] thưa, lơ-thơ;[người ở, dân] thưa-thớt; [cháo, súp, không-khí] loãng; [giọng] yếu-ớt, nhỏ-nhẹ; [lý-do, cớ] không vững. v. làm mỏng, mỏng ra, mảnh đi; gầy đi; pha loãng, loãng ra; làm thưa, tỉa bớt, thưa đi -- out.

thing n. vật, đồ, đồ-vật, thứ, thức, cái; điều, sự, việc, chuyện; đồ-đạc quần-áo, đồ tế-nhuyễn của riêng tây; công-việc, sự-việc; người. What are those --s in the field? Những cái gì ngoài đồng kia? How are --s going? Thế nào, dạo này công-việc anh ra sao? the best -- to do now điều tốt nhất phải làm ngay bây giờ. I felt sorry for the poor --. Tôi thấy tội-nghiệp thằng bé quá. Please gather your --s: we're leaving in an hour. Xếp dọn quần áo đồ-vật lại đi: một giờ nữa là ta khởi-hành rồi.

think v. [thought] nghĩ, suy-nghĩ, nghĩ-ngợi, ngẫm-nghĩ; tưởng, tưởng-tượng, nghĩ rằng/là, cho là; nghĩ kỹ, suy-tư, suy-tưởng. I -- so. Tôi cho là thế. I don't -- so. Tôi không cho là thế. I thought so. Tôi tưởng thế. ** -- about suy-nghĩ về. -- of nghĩ đến/về; nhớ đến; định, tính; nghĩ ra được; có ý-kiến về. -- over suy-nghĩ kỹ về. -- up nghĩ ra....

thinker n. nhà tư-tưởng.

thinking n. sự suy-nghĩ; ý-kiến, tư-tưởng. to my -- theo ý tôi, theo thiển-ý. adj. suy-xét.

third n. một phần ba; người/vật thứ ba; ngày mồng ba. adj. thứ ba. the twenty- -- of April ngày 23 tháng tư. Fifty- -- Street Phố 53. Rockefeller 3rd Rockefeller cháu. -- degree sự cảnh-sát tra-tấn bắt cung-khai. -- degree burn vết bỏng nặng. -- party người thứ 3, đệ-tam-nhân. -- country đệ-tam-quốc-gia, nước thứ 3. -- person ngôi thứ ba. -- rate loại ba, kém, tồi. T-- World Thế-giới thứ ba. *** thirdly adv. (thứ)ba là ....

thirst n. sự khát nước; sự thèm khát, sự khaokhát. v. khát nước; thèm khát, khao-khát, thèm thuồng -- for/after. -- -quenching [nước] giải khát.

thirsty adj. khát (nước). blood- -- khát máu.

thirteen n., adj. mười ba.

thirteenth n. một phần 13; người/vật thứ 13; ngày 13. adj. thứ mười ba.

thirtieth n. một phần 30; người/vật thứ 30; ngày 30. adj. thứ ba mươi.

thirty n., adj. ba mươi. the thirties [30's] những năm 30; những năm tuổi trên 30.

this adj. [these] này. -- minute phút này. -- very day đúng hôm nay. these two years hai năm nay. pron. [these] cái/điều/chuyện/việc này.

He doesn't like --. Anh ấy không thích cái này.
You wind it like --. Con quận nó như thế này này.
adv. như thế này. -- much nhiều như thế này, bấy
nhiêu. -- thick dày như thế này.

thistle n. cây kế, cây thảo-nhi.

thither adv. (tới) chỗ ấy, ở đó, qua bên.

thong n. dây da; roi da.

thorax n. [thoraxes, thoraces] ngực.

thorn n. gai; cây/bụi gai. a -- in one's side cái
gai trước mắt, chuyện bực mình.   [búa.

thorny adj. có/nhiều gai; gai-góc, khó-khăn, hắc

thorough adj. hoàn-toàn; kỹ, kỹ-lưỡng, cẩn-thận,
tỉ-mỉ.

thoroughbred n., adj. (ngựa) thuần-chủng, nòi.

thoroughfare n. đường (giao-thông) lớn, đường
phố lớn. NO THOROUGHFARE. ĐƯỜNG CẤM.

those adj., pron. Xem that. T-- books are mine.
Những cuốn sách đó là của tôi. You may take these
pens but not --. Anh có thể lấy những cái bút này
chứ đừng lấy những cái đó.

thou pron. người, con, anh [ngôi thứ hai, danh-
cách] [Tôn-giáo] Thou shalt not kill. Con chớ có
sát sinh.

though conj. dù (cho), dẫu cho, mặc dù/dầu, tuy.
T-- it was pouring, they went out. Tuy trời mưa
như trút, họ vẫn đi (ra ngoài) chơi. Even -- you
fail, you should try again. Dù có thất-bại chăng
nữa, con cũng vẫn phải cố-gắng mãi. as -- dường
như, như thể là, khác nào như. adv. tuy vậy,
tuy thế, thế nhưng, tuy-nhiên. I am sorry about
our quarrel; you started it, --. Tôi rất tiếc về
việc chúng mình cãi nhau (hôm qua); tuy-nhiên,
chính anh bắt đầu trước.

thought quá-khứ của think. I -- it would not rain
today. Tôi tưởng (lầm) hôm nay không mưa chứ.
n. ý-nghĩ, ý-tưởng, tư-tưởng; ý, ý-định/-muốn,
ý-kiến; sự nghĩ-ngợi/suy-nghĩ/suy-tư; sự lo-lắng,
sự để ý, sự quan-tâm [đến người khác]. -- control
kiểm-soát tư-tưởng.

thoughtful adj. ngẫm-nghĩ, tư-lự, trầm-tư mặc-
tưởng; có suy-nghĩ, chín-chắn, thận-trọng; quan-
tâm, ân-cần, lo-lắng, chu-đáo.

thoughtless adj. không suy-nghĩ, vô-tâm; thiếu
suy-nghĩ, không chín-chắn, khinh-suất; không ý-
tứ, không ân-cần, không quan-tâm [đến ai cả].

thousand n., adj. (số) một nghìn, một ngàn. --s
of people hàng nghìn/ngàn người. the year one --
nine hundred and eighty-four năm 1984.

thousandth n., adj. một phần nghìn; (người/vật)
thứ một nghìn.

thrall n. người nô-lệ; cảnh nô-lệ, cảnh tôi-đòi.

thrash v. đánh, đánh đòn, đập; đập [lúa]; đánh
bại; quẫy, vỗ, đập; bàn kỹ, thảo-luận -- out.

thread n. chỉ, dây; dòng, mạch; đường ren. to hang
by a -- như treo đầu sợi tóc. to lose the -- of
mất mạch-lạc. v. xâu, xỏ [kim]; lách qua, len.

threadbare adj. [quần áo, lốp xe] mòn xơ, sờn, xơ
xác; [lời nói, truyện cười] cũ rích.

threat n. lời doạ-nạt/de-doạ/hăm-doạ; sự de-doạ.

threaten v. doạ, hăm, de-doạ, hăm-doạ, doạ-nạt,
nạt-nộ. They --ed to kill X. Họ doạ (sẽ) giết X.
Those clouds -- rain. Những đám mây kia báo hiệu
thế nào cũng mưa. A flood --ed the city. Nạn lụt
de-doạ thành-phố.

three n., adj. (số) ba; con ba; quân ba/tam.
-- o'clock ba giờ. The baby is -- now. Em bé lên
ba rồi. the -- R's (reading, writing and arith-
metic) ba điều sơ-đẳng: đọc, viết và làm tính.

threefold adj., adv. gấp ba, ba lần.

threescore adj. sáu mươi.

threesome n., adj. (nhóm) ba người.

thresh v. đập [lúa]; đập lung-tung, quẫy. --ing
floor sàn đập lúa (phơi thóc). --ing machine máy
đập lúa.

threshold n. ngưỡng cửa, bậu cửa; bước đầu.

threw quá-khứ của throw.

thrice adv. ba lần, bằng ba.-- as much.

thrift n. sự/tính tằn-tiện, tiết-kiệm.

thrifty adj. tằn-tiện, tiết-kiệm, kiệm-ước, tiện
tặn; thịnh-vượng, phồn-vinh.

thrill n. sự sướng rộn lên, sự rộn-ràng;sự rùng
mình. v. làm rộn-ràng/hồi-hộp; làm run lên,
làm rùng mình; rộn-ràng, hồi-hộp, rùng mình, run
lên [vì sướng, vì sợ]; [giọng] rung/ngân lên.

thriller n. truyện/tuồng/phim trinh-thám giật
gân, truyện ly-kỳ rùng-rợn.

thrive v. [throve/thrived; thrived/thriven] phát
đạt, thịnh-vượng; chóng lớn, phát-triển mạnh.

throat n. họng, cổ họng, cuống họng. to have a
sore -- đau cổ. to clear one's -- đằng-hắng.

throb n. sự/tiếng đập mạnh;tiếng vù-vù. v. đập, nhảy mạnh, đập rộn lên; [động-cơ] keu vù-vù.

throes n. cơn đau [of childbirth đẻ; of death lúc rãy chết]. in the -- of đang khi vật-lộn với ....

thrombosis n. chứng nghẽn mạch/tim [vì máu đóng].

throne n. ngôi (vua), ngôi báu; ngai (vàng), đế-vị, vương-vị, vương-quyền.

throng n. đám đông. v. xúm đông; xúm-xít lại.

throttle n. van bướm, van tiết-lưu, van ga cánh bướm [trong động-cơ]. v. điều-tiết lưu-lượng, tiết-lưu; bóp cổ; bóp nghẹt.

through adj. [tàu, vé] suốt, thẳng; làm xong việc. -- traffic xe cộ đi thẳng [suốt qua thành-phố]. I am almost --. Tôi gần xong rồi. prep. xuyên qua, qua, suốt; vì, do, nhờ, tại. -- a window đi qua cửa sổ. to travel -- that state đi du-lịch qua (tiểu)-bang đó. X. ran -- fear. X. sợ quá nên chạy. We found her -- X. Chúng tôi tìm ra bà ấy là nhờ X. adv. từ đầu đến cuối; suốt, đến cùng to go -- with a plan thực-hiện chương-trình.

throughout prep., adv. khắp, suốt, từ đầu đến cuối. -- the country khắp trong nước. -- my dad's life suốt đời cha tôi. air-conditioned -- khắp nhà có máy lạnh.

throve quá-khứ của thrive.

throw n. sự ném/quăng/thảy/liệng; khoảng ném xa. v. [threw; thrown] ném, quăng, thảy, liệng,vứt, quẳng, lao; vật ngã, hất ngã; bỏ/ném/vứt vào; cố tình thua [cuộc đấu] [vì ăn gian]. *** -- away vứt đi, bỏ lỡ. -- back đẩy lui; phản-chiếu. -- in cho thêm. -- out đuổi ra, trục-xuất; phóng ra, văng [lực]; ưỡn [ngực]. -- over bỏ, rời bỏ. -- up nôn ra, mửa ra; giơ [tay] lên; vứt lên; từ bỏ.

throwback n. sự giật lùi; sự thất-bại.

thrown quá-khứ của throw.

thru Xem through. *** thruway xa-lộ lớn.

thrush n. chim hét, chim hoạ-mi.

thrust n. sự đẩy mạnh; nhát đâm [dao, kiếm/gươm]; sức đẩy/đè/ép. v. [thrust] đẩy, ấn, thọc; đâm (mạnh). -- and parry đâm và né; đấu trí.

thud n. tiếng thịch/uỵch. v. đánh uỵch một cái, ngã uỵch một cái.

thug n. du-côn, côn-đồ, côn-quang; tên sát-nhân.

thumb n. ngón tay cái. all --s vụng-về. under X's -- bị X chi-phối. v. lật dở [trang sách].to --

a ride đứng bên xa-lộ ra hiệu tay xin đi nhờ xe.

thumbtack n. đinh rệp.

thump n. quả đấm/thụi, cú đánh mạnh. v. đập, đập mạnh, đấm (thình-thình), đập (thình-thình).

thunder n. sấm sét; tiếng vang như sấm. v. có sấm, nổi sấm, sấm động; ầm-ầm như sấm; la-lối, quát-tháo ầm-ĩ.

thunderbolt n. tiếng sét; tin như sét đánh.

thunderclap n. tiếng sấm sét.

thunderous adj. dông-tố, bão-tố; vang như sấm.

thundershower n. mưa rào có sấm chớp.

thunderstorm n. bão lớn có sấm chớp.

thunderstruck adj. bị sét đánh; sửng-sốt.

Thursday n. ngày thứ năm.

thus adv. như thế, như vậy; vì thế/vậy, vậy thì; đến như thế. She spoke --. Cô ấy nói như vậy. X. studied hard; -- he got high marks. X. học chăm nên được điểm cao. -- far đến đó; cho đến bâygiờ.

thwack n., v. (cái) vụt mạnh.

thwart v. cản-trở, ngăn-trở, làm trở-ngại, phá.

thy adj. [Tôn-giáo] của Ngài, của người/mày/anh.

thyme n. bách-lý-hương, xạ hương.

thyroid n., adj. (thuộc) tuyến giáp(-trạng).

thyself pron. [Tôn-giáo] tự/chính người.

tiara n. mũ miện tiara.

tic n. tật giật tay, tật co giật.

tick n. tiếng tích-tắc (như đồng hồ); dấu nháy, dấu kiểm. v. kêu tích-tắc; đánh dấu nháy.

tick n. con bét, con ve, con bọ chó.

tick n. vải bọc [nệm, gối].

ticker n. máy điện-báo; đồng-hồ; quả tim.

ticket n. vé; phiếu, bông; nhãn ghi giá hàng; danh-sách ứng-cử-viên, liên-danh; vé phạt ô-tô. -- agent người bán vé. -- office phòng bán vé. return -- vé khứ-hồi. v. dán nhãn; phát vé; biên giấy phạt.

tickle n. sự cù (lét); cảm-giác buồn-buồn. v. cù, cù lét, thọc cù lét; làm cho khoái, mơntrớn; buồn-buồn, ngưa-ngứa.

ticklish adj. có máu buồn, hay nhột; [vấn-đề] tế nhị, [tình-hình] khó xử.

tick-tack-toe n. trò chơi cờ ca-rô.

tidal adj. thuộc con nước, thuộc thuỷ-triều. -- wave sóng triều, sóng thần; cao-trào, tư-trào.

tidbit n. miếng ngon.

tide n. triều, thuỷ-triều, con nước; dòng (nước), dòng; chiều hướng, trào-lưu. v. giúp đỡ tạm; vượt, khắc-phục [khó-khăn] -- over.

tidewater n. nước triều; bờ biển.

tidings n. tin, tin-tức.

tidy adj. sạch-sẽ, gọn-gàng, ngăn-nắp, có thứ-tự; [món tiền] khá lớn. v. xếp dọn, dọn-dẹp, làm cho gọn-gàng; sửa-sang trang-điểm một tí -- up.

tie n. dây [để buộc/trói]; sự ràng buộc, liên-hệ, quan-hệ; nơ, nút; ca-vát neck--; sự ngang điểm/ phiếu, sự hoà/huề; dấu nối [nhạc]; tà-vẹt đường ray xe lửa. v. buộc, cột, trói; thắt [nút, ca-vát]; ràng buộc, trói buộc; hoà với ...; hoà nhau vì ngang điểm/phiếu. --d up bận, kẹt. -- down cột, ràng buộc. -- up buộc; trói lại; buộc, băng [vết thương]; giữ nằm im [ngân-khoản]; [xe cộ, đường điện-thoại] bận quá, bị kẹt.

tier n. tầng, lớp; bậc; bậc thang.

tiff n. sự xích-mích, sự bất-hoà/huých-tường.

tiger n. con hổ, con cọp.

tight adj. chặt, khít; căng, căng thẳng; chật, bó sát; kín, kín mít, không thấm nước; [tiền] khó kiếm, eo-hẹp; chặt-chẽ, hà-tiện; say bí-tỉ. adv. chặt, kín, khít. to hold -- giữ chặt, ôm chặt. to shut -- đóng kín mít. to sit -- ngồi im, ẩn bình bất động. ** tights n. quần áo nịt [để múa].

tighten v. buộc/thắt/siết chặt; kéo cho căng; vặn chặt; chặt hơn, khít lại; căng (thẳng) ra.

tight-fisted adj. chặt-chẽ, keo cú, hà-tiện.

tight-fitting adj. chặt, bó sát, khít.

tightrope n. dây kéo căng [ở rạp xiếc].

tigress n. hổ cái, cọp cái; sư-tử cái, đàn-bà dữ.

tile n. ngói; gạch hoa, gạch vuông, ca-rô, đá lát. -- roof mái ngói. v. lợp ngói; lát gạch hoa.

till n. ngăn kéo tiền.

till v. trồng-trọt, cày-cấy.

till prep. đến, tới. -- now cho đến nay. -- then đến lúc đó.

tillage n. việc trồng-trọt cày-cấy.

tiller n. người trồng-trọt; dân cày, nhà nông, người làm ruộng. land to the -- người cày có đất.

tiller n. tay bánh lái [thuyền/tàu].

tilt n. độ nghiêng; cuộc (cưỡi ngựa)đấu thương. v. (làm)nghiêng đi. -- back kéo nghiêng về phía sau; ngả ra đằng sau. -- up dựng đứng/ngược lên.

timber n. gỗ làm nhà; cây gỗ; xà nhà, kèo.

timberland n. đất trồng rừng lấy gỗ.

timbre n. âm-sắc.

time n. thì-giờ; thời-gian; giờ; lần, phen; thời-hạn, kỳ-hạn; thời-buổi; dịp, lúc, cơ-hội; nhịp. Do you have the time? Anh có biết mấy giờ rồi không? six --s in all sáu lần tất cả. Five --s two is ten. Năm lần hai là mười. at that -- lúc đó. at the present -- hiện nay, lúc này. at the same -- đồng thời. at --s một đôi khi, có khi. behind the --s lạc-hậu. full -- toàn thời-gian. in due -- đúng lúc, đúng ngày đúng tháng. in no -- chỉ trong chốc lát. on -- đúng giờ. several --s nhiều lần. -- and -- again nhiều lần. to have a good -- vui thích, nô-đùa thoả-thích. v. bấm giờ, đo thì-giờ; điều-chỉnh cho đúng/đều; chọn đúng lúc. *** -- bomb bom nổ chậm. -- clock đồng hồ xưởng máy [ghi giờ đến giờ về]. -- sheet tờ giấy ghi giờ. ---honored được tôn-trọng vì đã quen làm thế.

timekeeper n. người ghi giờ; đồng hồ (bấm giờ).

timeless adj. vô-tận, vĩnh-viễn.

timely adj. đúng lúc, hợp-thời, thích-đáng.

timepiece n. đồng hồ.

timetable n. biểu thời-gian, thời-khắc-biểu, thời dụng-biểu, giờ xe/tàu chạy.

timid adj. nhút-nhát, e-lệ, rụt-rè.

timidity n. tính nhút-nhát rụt-rè.

timing n. sự bấm giờ; sự căn giờ, sự phối-hợp thời-gian; sự đo giờ; sự chọn đúng lúc.

timorous adj. rụt-rè nhút-nhát, e sợ.

tin n. thiếc; sắt tây; hộp thiếc, hộp sắt tây. v. tráng thiếc. -- foil giấy thiếc.

tincture n. cồn thuốc; nét thoảng; chút ít.

tinder n. bùi-nhùi, vật nhóm lửa.

tine n. răng [nĩa, phóng-xiết].

tinge n. màu nhẹ; nét thoảng. v. pha màu nhẹ.

tingle n., v. (sự) ngứa ran; (sự) náo-nức.

tinker n. thợ hàn nồi. v. hàn; chắp vá, vá víu.

tinkle n. tiếng leng-keng. v. (làm cho) kêu leng-keng, rung [chuông].

tinsel n. kim-tuyến; vật hào-nhoáng.

tint n. màu nhẹ. v. nhuộm màu, tô màu.

tiny adj. bé tí, nhỏ xíu.

tip n. đầu, chóp, đỉnh, ngọn; đầu bịt. v. bịt.

tip n. tiền điểm thuốc, tiền trà nước; lời mách,

tuy-ô; lời chỉ-điểm, lời báo-cáo mật (cảnh-sát).

v. thưởng, cho tiền diêm thuốc, cho puốc-boa;

mách, báo-cáo mật cho -- off; cho tuy-ô.

tip v. lật/làm nghiêng [cân cán *the scales*]; lật

ngược -- over.

tip-off n. tin-tức bí-mật; lời mách/cảnh-cáo.

tipsy adj. chếnh-choáng (hơi men), ngà-ngà say.

tiptoe n. đầu ngón chân. on -- đi nhón chân, đi

nhón-nhén; thấp-thỏm; kín-đáo bí-mật. v. đi

nhón chân, đi nhón-nhén.

tirade n. diễn-văn dài; diễn-văn đả-kích, tràng/

chuỗi những lời chửi-rủa công-kích.

tire n. lốp/vỏ bánh xe. rubber -- lốp cao-su.

-- chain xích lốp xe [dùng khi có tuyết]. --

gauge cái thử lốp. -- iron cái tháo lốp xe. --

pump bơm. tubeless -- lốp xe không có ruột.

tire v. (làm) mệt, (làm) mệt-mỏi, (làm)chán.

tired adj. mệt (mỏi), mệt-nhọc; chán (ngấy) [of

vì]. to grow -- of phát chán, phát ngấy vì .....

tireless adj. không (biết) mệt; không ngừng, bền

bỉ, kiên-nhẫn.   [chán, làm khó-chịu /ray.

tiresome adj. làm mệt, mệt nhọc; chán ngắt, làm

tissue n. mô; vải mỏng; giấy lụa; giấy vệ-sinh,

giấy đi cầu, giấy chùi đít; mùi-soa giấy.

tit n. -- for tat ăn miếng trả miếng.

titanic adj. to lớn, khổng-lồ.

tithes n. thuế thập-phân đóng cho nhà thờ.

title n. tên, nhan [sách]; đầu-đề [bài hát/thơ];

tước, tước-vị/-hiệu, danh-hiệu; tư-cách, cương-

vị, danh-nghĩa; bằng-khoán, chứng-thư, văn-tự;

tuổi, chuẩn-độ [vàng]. -- dood văn-tự nhà đất.

-- page trang tít. -- role vai chính. v. gọi là.

titter v. cười khúc-khích.

titular adj. giữ chức; danh-nghĩa.

to prep. đến, sang, về phía; mãi đến; để; với

mục-đích; đến một vị-trí/tình-trạng nào đó; đến

nỗi gây nên; thành; theo, cùng với; so với; của;

để mừng; vào; về. Go -- the left. Đi về phía

tay trái. faithful -- the end trung-thành đến

cùng. He ran -- her rescue. Anh chạy đi cứu cô

ta. I went -- sleep. Tôi (đi)ngủ. To my horror

the beast approached. Con ác-thú đi gần lại làm

tôi kinh-hãi biết bao. The letter was torn --

pieces. Bức thư bị xé tan ra thành từng mảnh.

I used -- like it a lot. Trước tôi thường thích.

We danced -- the lovely tune. Chúng tôi nhảy múa

theo điệu nhạc du-dương ấy. The score was 10 -- 6.

Kết-quả trận đấu là 10 với 6. the key -- my room

chìa khoá vào buồng tôi. the key -- this puzzle

cái khoá để giải vấn-đề này. Let us drink -- our

teacher. Chúng ta hãy nâng cốc để chúc mừng thầy/

cô giáo chúng ta. Tie it -- the desk. Trói nó vào

cái bàn đi. What did she say -- that? Thế cô ấy

nói gì về ý-kiến đó? not even four bananas -- the

pound mỗi boong chưa được đến bốn quả chuối. X.

began -- cry. X. bắt đầu khóc. I like -- read.

Tôi thích đọc sách. adv. -- and fro đi đi lại

lại. when X. came --, khi X. tỉnh lại,.... ***

-- this day cho đến ngày nay. a quarter -- eight

tám giờ kém/thiếu 15. -- a certain extent đến/tới

một chừng-mực nào đó. from x -- y từ x đến y.

toad n. con cóc.

toadstool n. nấm mũ [độc].

toady n., v. (kẻ) nịnh-hót, xu nịnh, bợ-đỡ.

toast n. bánh mì nướng. v. nướng [bánh mì].

toast n. chén/ly rượu mừng; người được bàn tiệc

nâng cốc chúc mừng. I propose a -- to X. Tôi xin

mời các bạn nâng cốc chúc mừng X. v. nâng cốc

chúc mừng.

toaster n. máy nướng bánh mì.

toastmaster n. người chủ-toạ tiệc mừng [thường

giới-thiệu các diễn-giả và tuyên-bố nâng cốc].

tobacco n. thuốc lá; cây thuốc lá. -- pouch túi

dựng thuốc lá [để hút tẩu/píp].

toboggan n., v. (đi) xe trượt băng.

today n., adv. hôm nay; ngày nay.

toddle n., v. (sự) đi chập-chững không vững.

toddler n. đứa trẻ mới biết đi (chập-chững).

to-do n. sự ầm-ĩ, sự om-sòm, sự làm to chuyện.

toe n. ngón chân; mũi [giày]. the big -- ngón

chân cái. from top to -- từ đầu đến chân.

v. to -- the line/mark tuân theo mệnh-lệnh.

toenail n. móng chân.

together adv. cùng (với), cùng nhau; cùng một

lúc, đồng thời. Call your friends --. Hãy họp

các bạn của anh lại. X. worked for days --. X.

làm việc liền mấy ngày.

toil n. công-việc khó-nhọc. v. làm việc khó-

nhọc/vất-vả; đi một cách khó-khăn mệt-nhọc.

toilet n. phòng rửa tay, nhà tắm, nhà vệ-sinh,

cầu tiểu; cách ăn-mặc, phục-sức; sự trang-điểm.
-- paper giấy vệ-sinh, giấy đi cầu/chùi đít. --
soap xà-phòng thơm/tắm/rửa mặt. -- bowl cầu tiểu.
-- seat ghế ngồi cầu tiểu.

toiletry n. xà-phòng nước hoa, phấn sáp, v.v.

token n. dấu hiệu, biểu-hiện; vật kỷ-niệm; đồng
giơ-tông [để trả tiền xe, gọi dây nói]; thẻ. In
-- of để làm dấu hiệu cho ... by the same -- cũng
là, để thêm vào đó, và lại.

told quá-khứ của *tell*.

tolerable adj. có thể chịu-đựng/tha-thứ được; tàm
tạm, kha-khá.

tolerance n. lòng khoan-dung/khoan-thứ; sự/sức
chịu đựng; sự chịu thuốc.

tolerant adj. khoan-dung, khoan-thứ, tha-thứ.

tolerate v. tha-thứ, khoan-thứ; chịu đựng; chịu.

toll n. tiếng chuông. v. rung, đánh [chuông];
rung/điểm chuông (báo tử).

toll n. thuế qua đường/cầu, tiền mãi-lộ; số nạn-
nhân, số người tử-nạn; lệ-phí gọi dây nói liên-
tỉnh. The storm took a heavy --. Trận bão làm vô
số người thiệt-mạng. -- bridge cầu phải trả tiền.
-- call cú dây nói liên-tỉnh. -- -free [cú điện-
thoại liên-tỉnh]miễn-phí.

tollgate n. cổng thu thuế [trên xa-lộ].

tollkeeper n. nhân-viên thu thuế đường.

tomahawk n. rìu nhỏ [của người da đỏ].

tomato n. [tomatoes] quả cà chua. -- juice nước
cà chua. -- sauce xốt cà chua. cherry -- cà chua
nhỏ [cỡ quả anh-đào].

tomb n. mả, mồ, mộ, phần mộ. T-- of the Unknown
Soldier Mồ Chiến-sĩ Vô-danh.

tomboy n. con gái nghịch và đi đứng như con trai.

tombstone n. bia, mộ-chí, mộ-thạch.

tome n. tập, quyển.

Tommy gun n. súng tiểu-liên.

tomorrow n., adv. mai, ngày mai. -- morning sáng
mai. the day after -- ngày kia, mốt.

tomtom n. trống cơm.

ton n. tấn [= short ton, ở Mỹ và Canada bằng 2000
boòng; = long ton, ở Anh bằng 2240 boòng]; ton
[đơn-vị dung-tích tàu biển]; ton[đơn-vị trọng-tải
tàu biển freight --];số lớn, rất nhiều.

tone n. tiếng; âm; thanh-điệu; giọng; sắc; vẻ,
phong-thái; sức, cường-lực. v. so dây đàn; hòa

hợp, ăn nhịp; (làm) dịu đi, (làm) bớt gay-gắt --
down; (làm) tươi/đậm hơn, (làm) khoẻ hơn -- up.
Vietnamese has six --s. Tiếng Việt có 6 thanhđiệu.

tongs n. cái kẹp, cái cặp.

tongue n. cái lưỡi; miệng lưỡi, cách ăn nói, mồm
mép; tiếng, ngôn-ngữ; vật hình lưỡi. mother --
tiếng mẹ đẻ. native -- tiếng bản-ngữ. to hold one's
-- không nói gì, nín lặng. on everyone's -- được
thiên-hạ bàn-tán xôn-xao. -- twister từ-ngữ khóđọc.
-- -tied líu lưỡi [vì sợ, thẹn, v.v.].

tonic n. thuốc bổ; âm chủ, chủ-âm. adj. bổ, tầm
bổ, bổ-âm, bổ dưỡng, bổ-tỳ, v.v.; thuộc chủ-âm.

tonight n., adv. tối nay, đêm nay.

tonnage n. trọng-tải [của tàu thuyền].

tonsil n. amiđan, hạch hạnh-nhân.

tonsillectomy n. thuật cắt amiđan.

tonsillitis n. viêm amiđan, viêm hạch hạnh-nhân.

tonsure n. sự cạo đầu; lễ thí-phát.

too adv. quá, quá đáng; rất; cũng ... nữa. -- long
dài quá. -- much/many nhiều quá. It's -- bad she
cannot come. Tiếc quá, cô ấy không đến được. I am
only -- glad to help. Tôi rất vui mừng có thể đỡ
chị được một tay. X. is intelligent, young, and
rich --. X. thông-minh, trẻ và còn giàu nữa. We
like tea. I do, --. Chúng tôi thích nước trà. Tôi
cũng thế.

took quá-khứ của *take*.

tool n. đồ dùng, dụng-cụ; công-cụ, lợi-khí, tay
sai. X. is only a -- of the party boss. X. chỉ là
tay sai của tên đảng-trưởng. farm -- nông-cụ, điền
khí. garden -- đồ làm vườn. research -- công-cụ
khảo-cứu. -- subject môn học công-cụ. -- box hộp
đồ nghề. --shed nhà nhỏ để đồ làm vườn.

toot n. tiếng còi/kèn. v. bóp còi, bóp kèn,
rúc còi, nhận kèn.

tooth n. [teeth] răng [người, vật]; răng [lược,
bừa, cào, cưa, bánh xe]. wisdom -- răng khôn. to
fight -- and nail đánh nhau dữ-dội, cắn xé nhau.
to cut teeth mọc răng. decayed -- răng sâu. front
-- răng cửa. armed to the teeth vũ-trang đầy-đủ.
to grind/grit/gnash one's teeth nghiến răng.

toothache n. đau răng.

toothbrush n. bàn chải răng.

toothless adj. sún (răng), không có răng, móm.

toothpaste n. thuốc đánh răng.

toothpick n. tăm xỉa răng.

top n. chóp, chỏm, đầu, ngọn, đỉnh; mặt [bàn]; nắp, vung; mui xe. at the -- of ở/đứng đầu .... at the -- of one's voice (nói/kêu) lớn, ầm. from -- to bottom từ đầu đến chân/cuối. on -- of that thêm vào đó, hơn nữa. at -- speed với tốc-độ cao nhất. -- floor tầng cao nhất, tầng thượng. -- ten mười bản nhạc hay nhất, mười quyển sách bán chạy nhất. -- secret tối-mật. v. ở trên đỉnh/ngọn; lên tới đỉnh, trèo lên ngọn; cao hơn; vượt hẳn, hay hơn. -- hat mũ chóp cao [lễ-phục].

top n. con quay, con cù, bông vụ. to sleep like a -- ngủ say, ngủ như chết.

topcoat n. áo choàng mỏng. [ký.

top-drawer adj. hàng đầu, quan-trọng nhất, nặng

top-heavy adj. nặng đầu; nhiều người quá ở cấp trên.

topic n. vấn-đề; đề-tài, chủ-đề.

topless adj. mất ngọn; không có phần trên; không mặc yếm. -- dancer vũ-nữ ở trần.

topmost adj. cao nhất.

topnotch adj. bậc nhất, ưu-tú, xuất-sắc, số dách.

topography n. địa-hình; phép vẽ địa-hình.

topple v. (làm) ngã, (lật) đổ, đổ nhào.

topsoil n. lớp đất ở trên cùng.

topsy-turvy adj., adv. lộn-bậy, lộn-xộn, đảo lộn, lung-tung, hỗn-loạn; lộn nhào.

torch n. đuốc; ngọn đuốc [of liberty tự-do]; đèn.

torchbearer n. người cầm đuốc; người bênh-vực.

torchlight n. ánh đuốc. -- procession rước đuốc.

tore quá-khứ của tear.

torment n. sự giày-vò/day-dứt/giằn-vặt, sự đau-khổ. v. làm đau khổ, giày-vò, day-dứt.

torn quá-khứ của tear. -- to pieces xé rách tan.

tornado n. [tornadoes, tornados] bão táp, bão lốc, bão xoáy. -- watch báo-động có bão xoáy.

torpedo n. [torpedoes] ngư-lôi. v. phóng ngư-lôi để đánh đắm; phá-hoại, phá-huỷ. -- boat tàu phóng ngư-lôi/thuỷ-lôi.

torpid adj. mụ, mụ óc, mê mụ, trì-độn, bơ-thờ.

torrent n. dòng nước lũ; tràng lời chửi-rủa.

torrid adj. nóng như thiêu.

torso n. tượng bán-thân; thân trên.

tortoise n. rùa. -- shell mu rùa; đồi-mồi.

tortuous adj. quanh-co, khúc-khuỷu; xảo-trá.

torture n. sự tra-tấn; nỗi giày-vò. v. tra-tấn, tra-khảo; làm khổ-sở điêu-đứng, hành-hạ.

toss n. sự ném/tung; cái hất [đầu]. v. tung, ném lên, quăng lên; hất [đầu]; tung [đồng tiền xem sấp hay ngửa]; lúc-lắc tròng-trành; trở mình trăn-trọc to -- and turn.

tossup n. trò chơi sấp ngửa; vấn-đề không chắc.

tot n. trẻ nhỏ, đứa bé con.

total n. tổng-số. adj. tổng-cộng, toàn-thể-bộ, hoàn-toàn. -- war chiến-tranh toàn-diện. -- failure sự thất-bại hoàn-toàn. v. cộng lại; lên tới. The money spent each year on defense --s millions of dollars. Số tiền tiêu hàng năm cho quốc-phòng lên tới hàng triệu đôla.

totalitarian adj. chuyên-chế, độc-đoán, cực-quyền.

totality n. toàn-bộ, toàn-thể, tổng-số, toàn-phần.

tote v. khuân, mang, vác vai. -- bag túi đeo vai.

totem n. vật-tổ, tôtem.

totter v. đi lẩy-bẩy; lung-lay, sắp đổ, sắp sụp.

touch n. sự sờ/mó/rờ; xúc-giác; sự tiếp-xúc/giao-thiệp; lối đánh đàn, kiểu đánh máy; một chút/tí; nét vẽ. in -- with liên-lạc với... a -- of garlic một chút tỏi. a -- of fever hơi sốt một tí. v. sờ, mó; đụng, chạm; vuốt, bấm [dây đàn]; dính-dáng, đụng tới; đạt tới; làm cảm-động/xúc-động. -- on nói đến. -- off phát-động, gây nên. -- up tô, sửa [bức vẽ, tấm ảnh].

touching adj. cảm-động. prep. nói về, đối với.

touchy adj. dễ động lòng; hay giận-dỗi.

tough adj. dai, bền; dai sức, khoẻ, mạnh; khó, gay go; bướng, ương, ngoan-cố; [khu] dữ, du-côn.

tour n. cuộc du-lịch; cuộc đi thăm; cuộc kinh-lý. on -- đang đi lưu-diễn. v. đi du-lịch; lưu-diễn.

tourist n. nhà du-lịch, khách du-lịch, du-khách.

tournament n. cuộc đấu; cuộc đấu thương thời cổ.

tourniquet n. cái quay cầm máu.

tousle v. làm bù/rối [tóc]; làm nhàu.

tow n., v. (sự) dắt đi, kéo đi. They may -- your car away. Coi chừng, họ có thể kéo xe của anh đi.

toward(s) prep. về phía; đối với. my attitude -- war thái-độ của tôi đối với chiến-tranh. -- the end of the year vào quãng cuối năm. to save money -- my son's education để dành tiền cho con trai tôi đi học sau này.

towboat n. tàu kéo.

towel n. khăn lau; khăn mặt; khăn tắm bath --. dish -- khăn lau bát. paper -- khăn giấy. -- rack giá khăn mặt.

tower n. tháp, lầu, đài; pháo-đài. watch-- chòi canh. control -- đài kiểm-soát không-lưu. ivory -- tháp ngà. v. đứng cao hơn, vượt hẳn lên.

towering adj. cao ngất.

town n. thị-xã, thành-phố nhỏ, tỉnh nhỏ; bà con hàng phố. -- clerk thư-ký thị-sảnh. -- council hội-đồng thành-phố. -- hall toà thị-chính, thị-sảnh. -- planning quy-hoạch/thiết-kế thành-phố.

township n. quận, huyện, xã, khu, hạt.

townspeople n. dân thành-thị/thành-phố.

toxic adj. độc.

toxicology n. khoa chất độc, độc-chất-học.

toxin n. độc-tố, tocxin.

toy n. đồ chơi; đồ vô-giá-trị. -- car ô-tô con. -- soldier lính chì. v. chơi với, đùa với, giỡn, thử với [ý-tưởng].

trace n. vết (chân); dấu, vết tích; một chút/tí. --s of rabbits on the snow vết chân thỏ trên mặt tuyết. a -- of gray in her hair vài sợi tóc bạc trên đầu bà ta. v. đi theo vết chân; vạch, kẻ, vẽ; truy-nguyên đến -- back; chép, đồ lại, can.

trachea n. [tracheae] khí-quản.

track n. vết/dấu chân; dấu, vết; đường/lối đi; đường ray xe lửa; trường đua race --; bánh xích; môn điền-kinh, chạy nhảy. to keep -- of theo dõi. to lose -- of mất dấu vết, mất hút. on the right -- đi đúng đường. v. để vết; theo vết/dõi, nã bắt, lùng bắt. -- down tìm thấy/ra, theo bắt.

tract n. dải, khoảng, vùng, miền. digestive -- bộ máy tiêu-hoá. respiratory -- bộ máy hô-hấp.

tract n. sách nhỏ (về tôn-giáo, chính-trị).

traction n. sự kéo; sức kéo.

tractor n. máy kéo.

trade n. sự buôn bán, thương-mại, thương-nghiệp, mậu-dịch; nghề, nghề-nghiệp; những người trong cùng ngành nghề. foreign -- ngoại-thương. -- name tên thương-nghiệp, tên hãng. -- school trường học nghề. -- union nghiệp-đoàn, công-đoàn. -- winds gió mậu-dịch. v. buôn bán. They -- in cement. Họ buôn bán xi-măng. accused of trading with the enemy bị buộc tội buôn bán với địch. I --d in my old car for a 1982 Ford. Tôi đổi xe cũ lấy xe Fo

1982. to -- on lợi-dụng ....

trade-in n. sự đổi đồ/xe cũ các tiền lấy đồ/xe mới.

trademark n. nhãn-hiệu.

trader n. nhà buôn, thương-gia/-nhân; tàu buôn.

tradesman n. nhà buôn; chủ tiệm; người giao hàng.

tradition n. truyền-thống; truyền-thuyết/-thoại, sự truyền miệng.

traditional adj. theo/thuộc truyền-thống; (theo) cổ-truyền, theo lối cổ, theo cổ-lệ.

traffic n. sự đi lại, sự lưu-thông/giao-thông; xe cộ; sự buôn-bán/thương-mại/đổi-chác; sự vận-tải, sự chuyên-chở. v. buôn bán, mua bán. *** -- circle đường vòng, bùng binh. -- cop cảnh-sát giao thông/công-lộ. -- jam kẹt xe. -- light đèn xanh đèn đỏ. -- sign bảng hiệu. -- ticket vé phạt.

tragedian n. tác-giả/diễn-viên bi-kịch.

tragedy n. bi-kịch; thảm-trạng, tấn thảm-kịch.

tragic adj. thuộc bi-kịch; bi-thảm, thảm-thương.

trail n. vệt dài, vạch; vết, dấu vết, hơi; đường mòn. v. kéo lê, quét; theo dấu vết, truy-lùng; bò, leo. hot on the -- theo riết/sát.

trailer n. xe rơ-moóc; nhà nhỏ kéo theo xe khi đi du-lịch cắm trại -- home. -- court bãi cho xe rơ-moóc và nhà rơ-moóc đậu nghỉ đêm.

train n. xe lửa; chuỗi, loạt; đuôi áo dài lê-thê; đoàn tùy-tùng. night -- chuyến tàu đêm. local -- tàu vét. express/fast -- xe/tàu tốc-hành. my -- of thought dòng tư-tưởng của tôi.

train v. dạy, dạy-dỗ, tập; huấn-luyện, rèn-luyện, đào-luyện, luyện-tập, đào-tạo; tập-dượt; uốn [cây cảnh], chĩa [súng].

trainee n. người được huấn-luyện, dự-tập-viên, thực-tập-sinh.

trainer n. huấn-luyện-viên, người dạy/luyện.

training n. sự huấn-luyện/đào-tạo; sự tập-dượt.

trait n. nét, điểm, sắc-thái.

traitor n. kẻ phản-bội/phản-nghịch, tên phản-quốc, tên Việt-gian/Hán-gian/Mỹ-gian, v.v.

traitorous adj. phản-bội.

trajectory n. đường đạn, đạn-đạo; quỹ-đạo.

tramp n. người đi lang-thang; cuộc đi bộ dài; tiếng chân bước nặng-nề; tàu hàng không có lộ-trình nhất-định. v. đi lang-thang; cuốc bộ; bước nặng-nề.

trample n., v. (sự) giẫm lên, giẫm nát; (sự) chà

đạp, (sự) giày-xéo.

trampoline n. đệm nhún để nhảy.

trance n. sự xuất-thần lên đồng; sự hôn-mê.

tranquil adj. lặng, yên-lặng, lặng-lẽ; yên-tĩnh, yên-ổn, thanh-bình.

tranquilize v. làm cho yên-tâm/vững-dạ.

tranquilizer n. thuốc giảm đau/thống, thuốc chỉ-thống, thuốc làm cho đỡ đau.

tranquillity n. sự yên-tĩnh; sự thanh-bình.

transact v. thương-lượng giải-quyết [công-việc]; buôn-bán, kinh-doanh, giao-dịch.

transaction n. công việc kinh-doanh giao-dịch; sự thương-lượng điều-đình để giải-quyết; --s văn kiện hội-nghị, biên-bản hội-nghị.

transatlantic adj. bên kia/vượt qua Đại-tây-dương.

transcend v. vượt qua/quá, hơn.

transcendentalism n. thuyết tiên-nghiệm.

transcribe v. sao/chép lại, chuyển-tả; ghi lại; chuyển-dịch [tốc-ký]; chuyển-biên; phiên-âm.

transcript n. bản sao lại (học-bạ); bản dịch.

transcription n. sự/bản sao lại; chương-trình ghi âm; sự chuyển-dịch; sự chuyển-biên; phiên-âm.

transfer n. sự chuyển-nhượng, sự nhường lại; sự dời chỗ, sự di-chuyển; sự truyền [nhiệt]; sự chuyển-giao [quyền-hành]; sự thuyên-chuyển; sự chuyển-ngân/chuyển-khoản; bản đồ/in lại; vé đổi xe, vé chuyển xe tàu. v. nhường, nhượng, chuyển nhượng; dọn, dời, chuyển, di-chuyển; chuyển-giao; thuyên-chuyển, đổi [nhân-viên]; chuyển [tiền, đồ lại]; đồ lại, in lại; đổi xe, chuyển xe.

transfiguration n. sự biến-hình/biến-dạng.

transfix v. làm sững-sờ; đâm xuyên qua.

transform v. (làm) thay đổi, (làm) biến-đổi; biến hình, biến-trạng; biến-chất, biến-tính; biến-hoá; biến-cải, cải-biến, biến-tạo.

transformation n. sự thay-đổi/biến-đổi; sự biến-chất/biến-tính; phép biến-đổi/cải-biến [toán-học, ngữ-pháp].

transformational grammar n. ngữ-pháp cải-biến; ngữ-pháp biến-tạo.

transformer n. máy biến-thế.

transfusion n. sự rót/đổ sang; sự truyền [máu]. blood -- sự truyền/sang/tiếp máu.

transgress v. phạm, vi-phạm.

transgression n. sự vi-phạm; sự phạm-pháp.

transient n. khách trọ ngắn ngày. adj. [khách trọ] chỉ ở thời-gian ngắn, không thuê lâu; chóng tàn, nhất thời, ngắn-ngủi; tạm-thời; thoáng qua.

transistor n. bóng bán-dẫn, tranzito. -- radio đài bán-dẫn, máy thu bán-dẫn.

transit n. sự đi/vượt qua; sự chuyển-chở qua, sự quá-cảnh; đường đi. in -- dọc đường.

transition n. sự chuyển-tiếp/quá-độ; chuyển giọng.

transitive adj. [động-từ] ngoại-động.

transitory adj. không bền, nhất-thời, tạm-thời.

translate v. dịch, thông-dịch, phiên-dịch; chuyển, biến [into thành]; [toán] cho tịnh-tiến.

translation n. sự dịch, bản/bài dịch; sự chuyển/ biến (thành); sự tịnh-tiến.

translator n. người dịch, thông-dịch-viên, phiên-dịch-viên.

transliterate v. chuyển chữ, phiên âm.

transliteration n. sự chuyển chữ, sự phiên âm.

translucent adj. trong mờ.

transmission n. sự truyền [tin, điện, lệnh, bệnh]; sự sang số; hộp số [ô-tô].

transmit v. truyền, chuyển-giao, tống-đạt; truyền [tin, điện, lệnh, bệnh]; truyền-thanh, phát-thanh.

transmitter n. máy phát-thanh; máy điện-báo.

transmutation n. sự biến-đổi/-hoá; sự biến-tố.

transom n. cửa sổ con [ở phía trên cửa lớn].

transparence n. tính trong suốt.

transparency n. dương-bản, xi-lai.

transparent adj. trong suốt; trong-trẻo.

transpire v. ra/toát mồ-hôi; tiết-lộ; xảy ra.

transplant n. bộ-phận cấy/ghép; sự cấy/ghép [thận, mô, v.v.]. v. cấy [lúa]; cấy, ghép [thận, v.v.]; đưa đi chỗ khác, di-thực, bắt di cư. to -- rice seedlings cấy những cây mạ.

transport n. sự chuyển-chở/vận-tải; phương-tiện chuyển-vận; tàu chở lính/quan. public -- chuyển chở công-cộng. -- worker công-nhân vận-tải. v. chuyển-chở, vận-tải; gây xúc-cảm mạnh. --ed with joy mừng quýnh lên, mừng rối lên.

transportation n. sự chuyển-chở/vận-tải; phiếu chuyển-chở/vận-tải, vé.

transpose v. đổi chỗ, đảo; chuyển-vị, hoán-vị; dịch giọng, đổi giọng.

transship v. chuyển/sang tàu, tăng-bo.

transversal n., adj. (đường) ngang.

trap   n.   bẫy [to set/lay đặt, gài; to fall into, to be caught in rơi vào, mắc]; cạm bẫy; cửa sập, cửa lật -- door; xifông, ống chữ U; mõm, mỏm.   v.   bẫy, đặt bẫy, cài bẫy. --s bộ trống nhạc ja.

trapeze   n.   đu lộn, xà treo; hình thang trapezoid.   flying -- đu bay.

trapezoid   n.   hình thang.

trapper   n.   người đánh bẫy [loài thú để lấy lông].

trappings   n.   đồ trang-sức/trang-điểm; mũ áo, cân-đai bố-tử; yên cương [thắng vào ngựa].

trash   n.   bã (mía); rác-rưởi; đồ vô-giá-trị; sách nhảm-nhí láo-lếu; đồ cặn bã, quân vô-lại; cành cây tỉa bớt.   -- can thùng rác.

trauma   n.   chấn-thương.

traumatic   adj.   [kinh-nghiệm] thuộc chấn-thương.

travail   n.   sự đau đẻ; công việc khó-nhọc vất-vả.

travel   n.   cuộc du-lịch/du-hành; sự/đường chạy. air -- du-lịch bằng máy bay. -- bureau hãng du-lịch.   v.   đi xa, đi chơi,(đi)du-lịch, ngao-du, du-hành, di-chuyển; đi, chạy, chuyển-động; [tin] lan truyền đi, đồn đi.

traveler   n.   người du-lịch, khách du-lịch/du-hành. --'s check séc du-lịch, chi-phiếu du-khách.

traveling   n., adj.   -- expenses tiền ăn đường, phí-tổn đi đường, lộ-phí. -- salesman người đi chào hàng [từ tỉnh này sang tỉnh khác].

traverse   n.   đường ngang.   v.   đi ngang qua.

travesty   n., v.   (sự) bắt chước đùa, nhại/nhái.

trawl   n.   lưới rà -- net.   v.   giăng, thả lưới rà.

trawler   n.   tàu đánh cá bằng lưới rà.

tray   n.   khay, mâm; ngăn; chậu.

treacherous   adj.   phản-phúc, phản-bội, phụ-bạc, phản-trắc, bội-bạc; dối-trá, xảo-trá.

treachery   n.   sự phản-bội, hành-động phản-trắc.

tread   n.   bước đi, dáng đi; tiếng chân bước; mặt bậc cầu thang; đế giày; gai, talông lốp xe.   v.   [trod; trodden] đặt chân lên, bước/giẫm lên; [chim] đạp mái. to -- the boards đóng tuồng/kịch, làm diễn-viên sân khấu.

treadle   n.   bàn đạp [máy khâu].

treadmill   n.   cối xay guồng; công việc buồn tẻ.

treason   n.   sự làm/mưu phản; tội phản-quốc high --

treasure   n.   tiền bạc, châu báu, của-cải, kho của quý, kho tàng; vật quý, người yêu-quý. -- -house kho báu, kho tàng. -- -trove của báu tìm được.

v.   quý-trọng, trân-trọng giữ-gìn.

treasurer   n.   thủ-quỹ; giám-đốc ngân-khố, chánh kho bạc; Bộ-trưởng Ngân-khố (Mỹ).

treasury   n.   kho bạc, ngân-khố; (ngân-)quỹ; kho; bộ Ngân-khố/Tài-chính.

treat   n.   sự thết-đãi; bữa tiệc (lớn), yến-tiệc; điều vui thích.   v.   đối-đãi, đối-xử, cư-xử, ăn ở; thết, thết-đãi, bao; bàn xét, nói đến, nghiên-cứu; xem như, coi như; chữa, điều-trị. It's my -- to-day. Hôm nay đến lượt tôi thết (ăn, uống, v.v.).

treatise   n.   luận-án, luận-thuyết.

treatment   n.   sự đối-đãi, cách đối-xử; sự/cách chữa bệnh, sự điều-trị; sự xử-lý/chế-hoá (theo hoá-học); sự nghiên-cứu/luận-bàn.

treaty   n.   điều-ước, hiệp-ước. peace -- hoà-ước.

treble   n.   giọng trẻ cao.   adj.   gấp ba; [giọng] cao, kim.   v.   nhân ba, tăng gấp ba.

tree   n.   cây; cái nong giày shoe--; cây phả-hệ family/genealogical --. -- farm khu trồng cây gây rừng. -- surgery thuật tu-bổ cắt-xén cây. a tree-lined street phố có trồng cây hai bên đường.

treetop   n.   ngọn cây.

trek   n.   cuộc đi (xe bò); cuộc di-cư.   v.   đi bằng xe bò; di-cư.

trellis   n.   hàng rào mắt cáo; giàn cây, giàn hoa.

tremble   n., v.   (sự) run, run sợ, lo sợ; (sự) run lập-cập; (sự) rung.

tremendous   adj.   ghê-gớm, kinh-khủng, khủng-khiếp; to lớn, lớn-lao (kinh-khủng); kỳ-lạ, kỳ-dị.

tremor   n.   sự rung-rinh; sự rung-động/-chuyển; sự chấn-động; vụ động đất (nhỏ) earth --.

trench   n.   hào, hầm; rãnh, mương. -- coat áo tăng-quát, áo choàng đi mưa. -- mortar súng cối tầm ngắn.

trenchant   adj.   [lý-luận] sắc bén, đanh thép.

trend   n.   chiều hướng, khuynh-hướng, xu-hướng, thiên-hướng; phương-hướng.

trepidation   n.   sự rung-động; sự náo-động/bối-rối.

trespass   n.   sự xâm-nhập; sự xâm-phạm/vi-phạm.   v.   xâm-phạm; vi-phạm -- against; lạm-dụng -- on. NO TRESPASSING. CẤM VÀO.

trespasser   n.   người vào đất tư, người vào chỗ cấm; kẻ vi-phạm.

tress   n.   bím tóc; bộ tóc.

trestle   n.   mễ, giá [để kê phản/bàn]; trụ cầu.

trial n. sự thử, sự thí-nghiệm; sự thử-thách, nỗi gian-nan, sự khổ-tâm; vụ xử án. on -- để/làm thử; bị đem ra xử. to bring to -- đưa ra tòa (xử). by -- and error bằng cách mò-mẫm. -- by jury xử án bằng đoàn bồi-thẩm/phụ-thẩm. -- balloon bóng thăm dò. -- order đặt mua thử. -- run sự chạy thử.

triangle n. hình tam-giác [right-angle vuông; equilateral đều; isosceles cân]; kẻng ba góc; bộ ba (cặp-kè).

triangular adj. ba góc, tam-giác; ba phe/bên.

tribal adj. thuộc bộ-lạc/bộ-tộc.

tribe n. bộ-lạc, bộ-tộc; đám, bọn, lũ, tụi.

tribesman n. thành-viên bộ-lạc.

tribulation n. nỗi khổ-cực, mối khổ-não.

tribunal n. tòa án, pháp-đình.

tribune n. diễn-đàn, công-đàn.

tributary n. sông nhánh, phụ-lưu. adj. [nước] phải triều-cống, phụ-dung, chư-hầu, phụ-thuộc.

tribute n. đồ cống, cống-vật, cống-lễ; vật tặng, tặng-vật; lời khen, lời mừng, lời chúc-tụng.

trice n. in a -- chỉ trong nháy mắt.

trick n. trò khéo, trò ảo-thuật; trò tinh nghịch, trò chơi xỏ/khăm; trò gian-trá, thủ-đoạn, mưu-mẹo, ngón, mánh-lới, mánh-khoé, đòn phép; nước bài; tật, thói. to play a dirty -- on X xỏ X một vố. --s of the trade mánh-lới nhà nghề. v. lừa, đánh lừa, lừa gạt, lường gạt [X out of ... X để lấy...]

trickery n. ngón/trò bịp(bợm), thủ-đoạn gian-trá.

trickle n. dòng (nước/máu) nhỏ. v. chảy nhỏ giọt.

trickster n. tên bịp, quân lường-đảo.

tricky adj. mánh-lới, láu cá (láu tôm), mưu-mẹo, xỏ lá, xảo-quyệt,(nhiều)thủ-đoạn; rắc-rối, phức-tạp, khúc-mắc, khó giải-quyết.

tricolor n., adj. (cờ) tam-tài/tam-sắc, ba màu.

tricycle n. xe đạp ba bánh.   [thành.

tried adj. đã được thử-thách, đáng tin-cậy, trung

trifle n. chuyện nhỏ mọn, món tiền nhỏ. a -- short hơi ngắn một tí. v. đùa (cợt), rỡn; lãng-phí.

trifling adj. vặt(vãnh), không đáng kể, nhỏ mọn.

trigger n. cò súng [to pull bóp]; nút bấm. to be -- -happy bắn súng bừa-bãi. v. gây nên/ra.

trigonometry n. lượng-giác-học.

trilingual adj. bằng ba thứ tiếng.

trill n. âm rung. v. đọc rung chữ "r"; láy rền.

trillion n. một nghìn tỷ [Mỹ, Pháp]; một tỷ tỷ.

trilogy n. tác-phẩm bộ ba.

trim n. thứ-tự, sự sắp đặt (gọn-gàng, sẵn-sàng); cách phục-sức; sự xoay buồm. adj. gọn-gàng,ngăn nắp, đẹp, diêm-dúa. v. tỉa, xén, hớt [tóc]; bày biện, trang-hoàng [cây Nô-en]; gạt [bấc đèn]; xén bớt, tỉa [cành, lá]; xén [lề sách]; xoay [buồm]. cắt bớt, giảm bớt -- down.

trinity n. nhóm ba; the T-- Ba ngôi một thể.

trinket n. đồ nữ-trang rẻ tiền, đồ Mỹ-ký.

trio n. bộ ba.

trip n. cuộc đi, chuyến đi, cuộc hành-trình; bước trật/hụt, sự vấp; sự vấp-váp/sai-lầm; sự ngáng. v. ngáng (làm cho ngã) -- up; vấp, bước hụt, hụt chân; nói lỡ lời, lầm-lỗi.

tripartite adj. tay ba, giữa ba bên/phía.

tripe n. cỗ lòng, sách; cuốn truyện/sách tồi.

triple adj. gấp ba, ba lần; gồm ba phần/cái. v. nhân ba, (tăng) gấp ba.

triplet n. đứa trẻ sinh ba; đoạn thơ ba câu; bộ ba. --s con sinh ba.

triplicate n. bản thứ 3. in -- viết/đánh ba bản. adj. thành ba bản; ba lần.

tripod n. kiềng ba chân, giá ba chân [máy ảnh].

trite adj. sáo, nhàm, lặp đi lặp lại.

triumph n. chiến-thắng/thắng-lợi lớn, đại-thắng; cuộc/lễ khải-hoàn; sự hân-hoan. v. thắng, chiến-thắng, đánh bại -- over.

triumphal arch n. cổng khải-hoàn, khải-hoàn-môn.

triumphant adj. chiến-thắng, khải-hoàn, đắc-thắng.

trivia n. những chuyện nhỏ-mọn, điều tầm-thường.

trivial adj. tầm-thường, không đáng kể, không lấy gì làm quan-trọng, vặt-vãnh.

triviality n. tính tầm-thường; trivialities điều vô-giá-trị, chuyện tầm-thường.

trod quá-khứ của tread.

trodden quá-khứ của tread.

trolley n. xe đẩy tay; xe điện -- car.

trombone n. kèn trombon.

troop n. bọn, lũ, đám, toán, đoàn; đội hướng-đạo; troops quân, lính, bộ-đội. v. xúm đông lại.

trooper n. kỵ-binh; công-an (cưỡi ngựa) state --.

trophy n. chiến-tích, vật kỷ-niệm chiến-thắng, chiến-lợi-phẩm; cúp, giải thưởng (thể-thao).

tropic n. chí-tuyến [of Cancer hạ; of Capricorn đông]; the --s (vùng) nhiệt-đới.

tropical adj. (thuộc) nhiệt-đới.

trot n. nước kiệu. on the -- bận-rộn tíu-tít.

v. đi/chạy nước kiệu; chạy lon-ton. -- out khoe.

troth n. sự thật. in -- quả thật.

trouble n. điều lo-lắng; chuyện phiền-nhiễu/-hà;
sự khổ nhọc; tình-trạng lộn-xộn; bệnh; sự trục-
trặc. That's not worth the --. Làm thế không bõ
công. The -- is that.... Điều khó-khăn là ....,
Khốn nỗi,.... to be in -- có chuyện phiền-muộn;
[đàn bà] có chửa/mang. to get into -- gặp chuyện
rắc-rối lôi-thôi; [gái chưa chồng] có chửa. to
get X. into -- làm cho X. bị rắc-rối lôi-thôi;
làm [con nhà người ta] chửa. to take the -- to...
chịu khó mất công (làm việc gì). v. làm phiền,
quấy-quả, quấy rầy; làm cho băn-khoăn lo-lắng;
làm khổ-sở; làm đục lên; lo-lắng, bận-tâm.

troublemaker n. kẻ phá rối, kẻ gây rối-loạn.

troubleshooter n. thợ chữa máy; người hoà-giải,
người làm trung-gian để dàn-xếp.

troublesome adj. lôi-thôi, rắc-rối, phiền-phức,
rầy-rà; làm phiền, làm khó chịu, quấy rầy.

trough n. máng ăn [cho súc-vật]; máng nhào bột.

trounce v. đánh bại, đánh thua, thắng.

troupe n. gánh hát, đoàn kịch, đoàn văn-công.

trousers n. quần. a pair of -- một chiếc/cái quần.
two pairs of -- một đôi quần.

trousseau n. quần áo chăn màn của cô dâu.

trout n. cá hồi, cá hương.

trowel n. cái bay thợ nề; cái bứng cỏ.

truant n., adj. (học-sinh) trốn học. to play --
trốn học.

truce n. sự ngừng bắn, đình-chiến, hưu-chiến.

truck n. xe tải, xe vận-tải, xe cam-nhông; xe dỡ
hành-lý, xe đẩy của công-nhân khuân-vác. -- farm-
ing nghề trồng rau. -- garden vườn rau. v. chở
cam-nhông, chở bằng xe tải.

truckdriver n. tài-xế cam-nhông, người lái xe tải.

trucking n. sự chuyên-chở bằng cam-nhông.

truckle bed n. giường đẩy ở phía dưới cái khác.

truculent adj. hung-hăng, hùng-hổ, hung-dữ.

trudge v. đi mệt nhọc, lê bước.

true adj. thật, thực, có thật, đúng sự thật, xác-
thực; trung-thành; chân-thành, thành-khẩn; chính-
xác. a -- copy of the original bản sao y chính-bản.
to come -- trở thành sự-thật. true-hearted chân-

thành, thành-thực.

truelove n. người yêu.

truffle n. nấm cục, nấm truyp.

truism n. sự thật hiển-nhiên (mà ai cũng biết).

truly adv. thật, thật sự; thành-thật, chân-thành;
thật vậy. Yours truly,. Kính thư,.

trump n. lá bài chủ -- card; người tốt, người đàng
hoàng. v. cất bằng quân bài chủ; bịa-đặt -- up.

trumpet n. kèn trompet.

truncate v. cắt cụt; cắt xén, bỏ bớt [đoạn văn].

truncheon n. dùi cui, ma-trắc.

trunk n. thân người; thân [cây]; hòm, rương; vòi
[voi]; thùng xe ô-tô; trunks quần cộc (để bơi).

truss n. giàn, vì kèo; băng giữ. v. đỡ bằng giàn;
buộc [gà] lại (trước khi quay).

trust n. sự tin-cậy/tín-nhiệm, lòng tin; sự hy-/
kỳ-vọng; sự giao-phó/uỷ-thác; trách-nhiệm; tơrơt.
-- company công-ty quản-lý tài-sản. breach of --
tội bội-tín. v. tin, tin-cậy, tín-nhiệm; giao-
phó, phó-thác; bán chịu, cho chịu; hy-vọng.

trustee n. người được uỷ-thác quản-trị tài-sản;
nhân-viên ban quản-trị (trường đại-học).

trusteeship n. chức-vụ quản-trị/uỷ-trị/quản-thác.
T-- Council Hội-đồng Uỷ-trị/Quản-thác Liên-hợp-
quốc.

trustful adj. hay tin người, dễ tin người.

trustworthy adj. đáng tin-cậy.

truth n. sự thật, chân-lý; sự đúng, sự có thật.
to tell the -- nói thật. in -- thật sự, đúng ra.

truthful adj. thật, thực, đúng sự thật/thực; [bức
vẽ] trung-thành, chính-xác; trung-thực.

try n. sự thử; lần thử. v. thử, làm thử; dùng
thử, ăn thử; thử-thách; xử, xét xử; cố-gắng. to
-- one's luck thử thời-vận. X. was tried and found
guilty. X. bị toà xử là có tội. Please -- to help
them. Xin anh cố giúp họ nhé.

trying adj. [tình-hình] khó-khăn, gay-go, cam-go.

tryst n. chỗ hẹn-hò.

tsar n. Nga-hoàng.

T-shirt n. áo lót ngắn tay, may-ô có tay.

tub n. bồn tắm, chậu tắm bath--; chậu gỗ; sự tắm.

tube n. ống; săm, ruột (xe đạp, ô-tô) inner --;
tàu điện ngầm; ống điện-tử, đèn.

tuber n. thân củ, củ.

tuberculosis n. bệnh lao.

tuck n. nếp gấp. v. gấp lên; giắt [chăn, màn]
cho trẻ con ngủ -- in. -- away giấu kỹ, cất kín.
-- in nhét, giắt, đút. -- up vén lên, xắn lên.

Tuesday n. (ngày)thứ ba,(hôm)thứ ba.

tuft n. chùm [lông]; chòm [lá]; búi [tóc, cỏ];
cụm, khóm, bụi.

tug n. sự giật/kéo mạnh; tàu kéo --boat. -- of war
trò chơi kéo co. v. kéo mạnh, giật mạnh; kéo.

tugboat n. tàu kéo, tàu lai.

tuition n. tiền học, học-phí -- fees.

tulip n. hoa tuylíp, hoa uất-kim-hương.

tumble n. cái ngã; sự nhào lộn; sự lộn-xộn. v.
ngã, sụp đổ, đổ nhào, té nhào; nhào lộn; hiểu.
-- down ngã lộn, té nhào; đổ sụp.

tumble-down adj. [nhà] ọp-ẹp, xiêu-vẹo.

tumbler n. cốc, ly [không có chân]; người nhào lộn.

tumor n. u, khối u, bướu. malignant -- u ác-tính.

tumult n. tiếng ồn-ào/om-sòm; sự náo-động.

tuna n. cá thu, cá ngừ -- fish.

tune n. điệu hát; giọng; sự hoà-âm; hoà-thuận.
in -- lên dây đúng; đúng điệu; hợp với. out of --
lên dây sai; sai, lạc điệu. to change one's --
đổi giọng; đổi thái-độ. v. lên dây, so dây;
điều-chỉnh [làn sóng điện]; vặn [đài], nghe. --
up điều-chỉnh, làm [máy].

tungsten n. vonfam.

tunic n. áo chẽn; áo dài.

tuning fork n. âm-thoa, thanh mẫu.

tunnel n. đường hầm, đường xuyên-sơn; hang, ổ;
đường hầm ở mỏ than.

turban n. khăn xếp, khăn đóng.

turbid adj. đục; dày, đặc.

turbine n. tuabin.   [tuabin.

turbojet n. tuabin phản-lực, máy bay phản-lực

turbulent adj. náo-động, hỗn-loạn.

tureen n. cái liễn.

turf n. bãi cỏ; trường đua ngựa; cuộc đua ngựa.

turkey n. gà tây, gà lôi; thịt gà tây/lôi.

Turkey n. nước Thổ-nhĩ-kỳ.

Turkish n., adj. (tiếng) Thổ-nhĩ-kỳ. -- bath tắm
hơi theo kiểu Thổ-nhĩ-kỳ [có xoa bóp].

turmeric n. củ nghệ.

turmoil n. tình-trạng náo-động/hỗn-loạn.

turn n. sự quay; vòng quay; sự rẽ, chỗ ngoặt; sự
diễn-biến; lần, lượt, phiên; hành-động. in --

lần-lượt. by --s lần-lượt. at every -- khắp nơi,
mọi lúc. to take --s thay phiên nhau. Whose -- is
it? Đến lượt ai bây giờ? v. quay, xoay, vặn;
lộn (trong ra ngoài); ngoảnh, quay [đầu]; ngoặt,
rẽ; dịch; đổi; quay, xoay tròn; trở nên/thành;
giở [trang sách]. -- off tắt [nước, điện]. -- on
vặn [nước, điện, đài]. -- out sản-xuất; tắt đi.
-- out to be .... về sau thành ra ..., hoá ra ...
-- over lật; chuyển-giao; cân-nhắc. --ed-up nose
mũi hếch. -- of life hồi-xuân.

turncoat n. kẻ phản-bội.

turning point n. bước ngoặt.

turnip n. củ cải.

turnout n. đám đông; sản-lượng.

turnover n. sự lật đổ; doanh-thu; sự thay đổi nhân
công; bánh nhân táo [hình bánh bẻ].

turnpike n. xa-lộ có thu thuế.

turnstile n. cửa xoay.

turntable n. mâm tròn (để quay đĩa hát).

turpentine n. dầu thông.

turpitude n. chuyện xấu-xa.

turquoise n. ngọc lam, lam-ngọc.

turret n. tháp nhỏ; tháp pháo, tháp đặt súng.

turtle n. rùa. -- shell đồi-mồi.

turtledove n. chim gáy.

turtleneck n. cổ lọ; áo len cổ lọ.

tusk n. ngà [voi]; răng nanh [lợn lòi].

tussle n., v. (cuộc) ẩu-đả.

tutelage n. sự giám-hộ/thủ-hộ; sự dạy-dỗ.

tutelary adj. che-chở. -- deity thành-hoàng.

tutor n. gia-sư, thầy/cô giáo kèm riêng; trợ-lý
học-tập. v. kèm học, bảo học; giám-hộ.

tux(edo) n. áo ximốckinh, lễ-phục đàn ông.

TV n. vô-tuyến truyền-hình. -- set máy tivi.

twaddle n. chuyện lăng-nhăng. v. nói lăngnhăng,
viết lăngnhăng.

twang n. tiếng tưng [đàn]; giọng mũi.

tweed n. hàng len mặt sùi-sùi. --s quần áo may
bằng hàng tuýt sùi-sùi.

tweet n., v. (tiếng chim) kêu chiêm-chiếp.

tweezers n. cái nhíp pair of --.

twelfth n. một phần 12; người/vật thứ 12; ngày
12. adj. thứ mười hai.

twelve n., adj. (số) mười hai. about -- chừng độ
một tá. -- o'clock mười hai giờ (trưa/đêm).

twentieth n. một phần 20; người/vật thứ 20; ngày 20. adj. thứ hai mươi.

twenty n. số hai mươi. the twenties (the 20's) những năm 20; những năm tuổi trên 20 [từ 20 đến 29]. adj. hai mươi.

twice n. hai lần; gấp hai. -- over hai lần. -- a week mỗi tuần hai lần. -- as much/many nhiều gấp đôi. to think -- suy-nghĩ thật chín-chắn.

twiddle v. xoay-xoay, vặn, ngoáy-ngoáy [ngón tay cái one's thumbs], xoe [râu mép one's mustache].

twig n. cành cây nhỏ.

twilight n. hoàng-hôn, lúc chập tối, lúc tranh tối tranh sáng.

twill n. vải chéo go.

twin n. trẻ sinh đôi. identical --s hai đứa song sinh giống hệt nhau. -- beds giường đôi. -- brothers anh em sinh đôi. -- sisters chị em sinh đôi. -- cities hai thành-phố liền nhau.

twine n. sợi xe, dây bện; dây gai buộc gói.

twinge n. sự nhói, sự nhức-nhối; sự cắn rứt.

twinkle n., v. (sự) lấp-lánh; long-lanh, lóng-lánh. in a -- trong nháy mắt.

twirl n., v. (sự) xoay nhanh, quay nhanh.

twist n. sự xoắn, sự vặn, sự bện; vòng; khúc uốn lượn, khúc cong; sự trẹo gân/xương; điệu nhảy tuýt; bản-tính, khuynh-hướng, sự thất-thường. the --s and turns những chỗ/cái ngoắt-ngoéo. v. xoắn, vặn, bện, kết, xe; vặn-vẹo; uốn khúc; trật, sái, (làm) trẹo; bóp méo [sự thật, lời nói] to -- and turn [con đường] quanh co, lượn vòng; [người ngủ] cựa mình, giở mình nhiều lần. I had to -- X's arm, I had to do some arm-twisting. Tôi đã phải dùng một chút áp-lực.

twister n. trận gió xoáy; vấn-đề khó.

twit v. chê-trách, trách-móc.

twitch n., v. (sự) co rúm, co quắp, giật.

twitter n., v. (tiếng) hót líu-lo. in a -- xốn-xang, dao-động.

two n. số hai; đôi, cặp; quân/cây hai, con hai. adj. hai, đôi. a week or -- độ một hai tuần. to divide in -- chia đôi. to put -- and -- together suy-luận đúng. -- o'clock hai giờ. Our baby is -- (years old). Cháu bé lên hai. --cylinder hai xylanh. -- -edged hai lưỡi. --engined có hai động-cơ. -- -seater ô-tô/phi-cơ hai chỗ ngồi.

-- -speed có hai tốc-độ. -- -time cắm sừng, cho mọc sừng. -- -way [đường, từ-điển] hai chiều.

twofold adj., adv. gấp đôi.

twosome n. trò chơi tay đôi; cặp vợ chồng; cặp.

tycoon n. trùm tư-bản, vua [dầu hoả, thép, v.v.].

type n. kiểu-mẫu; kiểu; (cỡ) chữ in. to set -- sắp chữ. large -- chữ lớn. v. đánh máy --write; xếp loại mẫu.

typeface n. kiểu chữ, cỡ chữ.

typescript n. bản đánh máy.

typesetter n. thợ sắp chữ; máy sắp chữ.

typewrite v. đánh máy.

typewriter n. máy chữ [portable xách tay; electric điện; Vietnamese-keyboard có bàn chữ Việt]. -- ribbon ruybăng máy chữ.

typewriting n. công-việc đánh máy; thuật đả-tự. -- school trường dạy đánh máy.

typhoid fever n. bệnh sốt thương-hàn.

typhoon n. bão.

typhus n. bệnh sốt phát ban, bệnh chấy rận.

typical adj. điển-hình, tiêu-biểu; đặc-thù.

typify v. tượng-trưng cho, là điển-hình của.

typing n. sự đánh máy. -- error lỗi đánh máy.

typist n. người đánh máy, thư-ký đánh máy.

typographical adj. thuộc nhà/nghề in. -- error lỗi nhà in, lỗi ấn-công.

typography n. thuật in; kiểu in, cách trình-bày.

tyrannical adj. bạo-ngược, tàn-bạo, chuyên-chế.

tyrannize v. hành-hạ, áp-chế, ngược-đãi.

tyranny n. bạo-chính, hà-chính, chính-thể chuyên-chế, sự áp-chế, sự chuyên-quyền.

tyrant n. bạo-chúa, bạo-quân, kẻ bạo-ngược.

tyre n. Xem tire.

tyro n. người mới tập nghề, "lính mới tò-te".

tzar n. [= czar] Nga-hoàng.

𝒰

ubiquitous adj. ở đâu cũng có, ở đâu cũng thấy.

udder n. bầu vú [bò, cừu].

ugliness n. sự/tính xấu-xí, vẻ xấu; tính xấu-xa.

ugly adj. xấu, xấu-xí; xấu, xấu-xa, đáng sợ.

ukulele n. đàn ghita nhỏ bốn dây [ở Ha-oai].

ulcer n. loét.

ulcerate v. (làm) loét ra.

ulterior adj. kín đáo, không nói ra; về sau.
-- motive lý-do sâu kín, hậu-ý.

ultimate adj. cuối cùng, chót, tối-hậu; tối-đa;
căn-bản, cơ-bản.

ultimatum n. [ultimatums/ultimata] tối-hậu-thư.

ultraconservative adj. bảo-thủ cực-đoan.

ultrashort adj. cực ngắn.

ultraviolet adj. cực tím, tử-ngoại.

umbilical cord n. dây rốn.

umbrage n. oán-hận, sự mếch lòng.

umbrella n. ô, dù [to open, to put up giương lên,
to shut cụp xuống]; sự bảo-vệ. -- stand giá ô.

umpire n. trọng-tài. v. làm trọng-tài.

unable adj. không có khả-năng; không thể.....
được.

unabridged adj. không tóm tắt, nguyên-vẹn, đầy-đủ.

unacceptable adj. không thể chấp-nhận được.

unaccounted-for adj. không được giải thích; mất.

unaccustomed adj. không quen.

unaffected adj. không bị ảnh-hưởng; không màu-mè.

unanimity n. sự đồng-thanh, sự nhất-trí.

unanimous adj. đồng-thanh, nhất-trí. [không.

unarmed adj. không có vũ-trang/khí-giới, tay

unassuming adj. nhún-nhường, khiêm-tốn.

unavailable adj. không có sẵn, không kiếm được.

unavoidable adj. không thể tránh được.

unaware adj. không biết, không hay. -- of the
danger không biết đến sự nguy-hiểm.

unawares adv. bất ngờ, thình-lình, đột-nhiên,
bỗng-nhiên; vô-ý, vô-tình, lỡ ra.

unbalanced adj. không thăng-bằng; [đầu óc] rối-
loạn, không bình-thường; không quyết-toán.

unbearable adj. không thể chịu nổi/được.

unbelievable adj. khó tin, không thể tin được.

unbending adj. cứng rắn, cứng-cỏi, bất-khuất.

unbind v. cởi, tháo, mở, thả ra.

unbleached adj. [vải] chưa chuội, mộc.

unborn adj. chưa đẻ/sinh; sau này, tương-lai.

unbosom v. bày tỏ, thổ-lộ [oneself can-tràng,
tâm-can].

unbreakable adj. không vỡ/bể được; không thể phá
tan hoặc bẻ gãy được.

unbroken adj. nguyên-vẹn; không bị gián-đoạn;
không nao-núng; [ngựa] chưa dạy cho thuần được.

unburden v. làm nhẹ bớt; bộc-lộ tâm-tình.

unbutton v. cởi khuy, mở khuy.

uncalled-for adj. không cần-thiết, không đáng.

uncanny adj. ly-kỳ, kỳ-lạ, huyền-bí.

uncertain adj. không chắc-chắn; hay thay đổi.

uncertainty n. sự/điều không chắc-chắn.

unclad adj. không mặc quần áo.

unclaimed adj. không ai nhận.

unclassified adj. [tài-liệu] không mật.

uncle n. bác (trai); chú; cậu; giượng. Uncle Sam
Chú Xam.

unclean adj. bẩn, bẩn thỉu, dơ bẩn.

uncomfortable adj. khó chịu, không thoải-mái, bực
bội; lo-lắng, áy-náy; không tiện, bất-tiện.

uncommon adj. không thông-thường, ít có; lạ-lùng.

uncompromising adj. không nhượng-bộ/thoả-hiệp.

unconcerned adj. không quan-tâm, lãnh-đạm, vô-tình.

unconditional adj. vô/không điều-kiện.

unconditioned adj. [phản-xạ reflex] vô-điều-kiện.

unconquerable adj. không thể chinh-phục/chế-ngự.

unconscious adj. ngất đi, bất-tỉnh; không biết,
vô-ý-thức. n. the -- tiềm-thức.

unconstitutional adj. trái hiến-pháp, vi-hiến.

unconventional adj. không theo quy-ước, độc-đáo.

uncouth adj. thô-lỗ, lỗ-mãng, vụng-về.

uncover v. mở vung, mở nắp, bỏ mũ; tiết-lộ, khám
phá, phát-hiện.

unction n. lễ xức dầu.

unctuous adj. nhờn; [lời nói] ngọt xớt.

undaunted adj. không bị khuất-phục, ngoan-cường.

undecided adj. không nhất-định/nhất-quyết, không
dứt-khoát, lưỡng-lự, do-dự, trù-trừ.

undefeated adj. chưa hề bị thua.

undeniable adj. không thể chối-cãi được.

under adj., adv. dưới. to go -- chìm dưới nước.
to keep X. -- bắt X. phục-tùng. prep. dưới, ở
dưới; non, chưa đầy/đến; đang, trong. -- fifty
dưới 50 tuổi. -- the circumstances trong trường-
hợp/hoàn-cảnh này. -- treatment đang được chữa
bệnh, đang được điều-trị. -- repair đang sửa chữa.
-- the microscope soi kính hiển-vi. -- examination
đang được cứu-xét. -- the terms of that treaty
theo (điều-khoản) bản hiệp-ước đó. Look it up --
Nguyen. Tra chữ Nguyễn. -- the cover of night
thừa lúc đêm khuya.

underbrush n. bụi cây thấp.

underclothes n. quần áo lót, quần áo trong.

undercover adj. bí-mật, chìm.

undercurrent n. dòng nước ngầm; phong-trào ngầm.

underdeveloped adj. kém mở-mang/phát-triển.

underdog n. người bị áp-bức; phe/bên bị thua.

underdone adj. [thịt] chưa chín.

underemployment n. tình-trạng thiếu việc làm,
   khiếm-dụng; sự sử-dụng không hết (người làm).

underestimate v. đánh giá thấp, coi thường.

underexposed adj. [ảnh] non, thiếu ánh sáng.

underfed adj. thiếu ăn, bị ăn đói.

underfoot adv. dưới chân.

undergarment n. quần/áo lót, quần/áo trong.

undergo v. [underwent; undergone] bị, chịu, trải
   qua [surgery vụ mổ, giải-phẫu; repairs sửa-chữa;
   trial sự thử-thách].

undergraduate n. sinh-viên chưa tốt-nghiệp [bốn
   năm đầu]; sinh-viên cử-nhân.

underground n. xe điện ngầm, mêtrô; phong-trào
   (kháng-chiến) bí-mật, chiến-khu, bưng. adj. ở
   dưới đất, ngầm, địa-hạ; kín, bí-mật. adv. dưới
   mặt đất, ngầm; kín, bí-mật. to go -- vào bóng
   tối, ra bưng. to work -- hoạt-động bí-mật.

undergrowth n. bụi/tầng cây thấp; sự chậm lớn.

underhanded adj. giấu-giếm, lén-lút, không quang-
   minh chính-đại; nham-hiểm, thủ-đoạn.

underlie v. làm nền-tảng/cơ-sở cho [thuyết].
   the principles that -- our foreign policy những
   nguyên-tắc làm cơ-sở cho chính-sách đối-ngoại
   của chúng ta.

underline v. gạch dưới, gạch đít; nhấn mạnh.

underling n. tay chân, bộ-hạ, tay sai.

underlying adj. cơ-sở, cơ-bản.

undermine v. xói mòn; làm hao-mòn, phá-hoại, phá
   ngầm, đục-khoét.

underneath n. bên/phần dưới. adj., adv., prep.
   ở dưới, dưới, bên dưới.

undernourished adj. thiếu ăn.

underpaid adj. trả lương ít/thấp.

underpass n. đường chui, đường hầm.

underpopulated adj. thưa dân, dân ở thưa-thớt.

underprivileged adj. bị thiệt-thòi, có ít quyền-
   lợi, được hưởng ít quyền-lợi.

underrate v. coi thường, đánh giá thấp.

underscore v. gạch dưới; nhấn mạnh.

undersea adj. dưới mặt biển. adv. undersea(s)
   dưới mặt biển.

undersecretary n. thứ-trưởng.

undersell v. [undersold] bán rẻ (hơn).

undershirt n. áo lót, may-ô.

undersigned n. I, the -- Tôi ký tên dưới đây.....

understand v. [understood] hiểu, hiểu ý, hiểu
   biết; thông-cảm; hiểu ngầm. It is understood that
   Người ta hiểu rằng.... to make oneself understood
   giải-thích cho người khác hiểu mình.

understanding n. sự hiểu-biết/am-hiểu; sự thông-
   minh; sự thoả-thuận; điều-kiện. to come to an --
   đi đến một thoả-thuận. on the -- that với điều-
   kiện là.... mutual -- sự hiểu-biết lẫn nhau.

understood quá-khứ của understand.

understudy n., v. (người) đóng thay.

undertake v. [undertook; undertaken] làm, định
   làm; nhận lời làm; cam-kết, cam-đoan.

undertaken quá-khứ của undertake.

undertaker n. người chủ hãng xe đòn đám ma, người
   làm nghề lo đám tang.

undertaking n. công-việc, công-cuộc (kinh-doanh).

undertone n. màu nhạt, màu dịu; giọng thấp.

undertook quá-khứ của undertake.

undertow n. sóng dội từ bờ ra; sóng ngầm.

underwear n. quần áo lót mình.

underweight adj. nhẹ cân, nhẹ cân quá.

underwent quá-khứ của undergo.

underworld n. địa-ngục, âm-phủ, âm-ti; lớp cặn-
   bã của xã-hội, bọn vô-lại/trộm-cướp/lưu-manh.

underwriter n. người/hãng bảo-hiểm.

undesirable n., adj. (người) không ai ưa. [chấp.

undisputed adj. không cãi được; không bị tranh-

undo v. [undid; undone] tháo, cởi, mở, làm tung
   ra, làm bung ra; làm hỏng, làm hư-hỏng.

undoing n. sự tháo; sự/cái làm hư-hỏng.

undone adj. làm tung/bung ra; bỏ dở, chưa xong.
   to leave nothing -- không bỏ sót chuyện gì.

undoubtedly adv. chắc-chắn, không còn ngờ gì nữa.

undress v. cởi quần áo; thoát y.

undue adj. thái quá, quá chừng quá đỗi; quá mức,
   vô-lý, phi-lý; không xứng-đáng.

undulate v. gợn sóng, chập-chờn như sóng.

unduly adv. quá, quá mức, quá đáng.

undying adj. bất-tử, bất-diệt.

unearth v. đào lên, khai-quật; mò/tìm ra, phát-
hiện được [new facts tài-liệu mới].

unearthly adj. siêu-phàm, phi-thường; kỳ-dị.

uneasy adj. lo-lắng, băn-khoăn; khó chịu, bứt-rứt,
không yên-tâm; khó xử, bất-tiện.

uneducated adj. không có học-thức/văn-hoá, vô-học;
không được giáo-dục/giáo-hoá.

unemployed n. the -- những người thất-nghiệp.
adj. thất-nghiệp, mất việc.

unemployment n. sự thất-nghiệp, nạn thất-nghiệp.
-- insurance/compensation bảo-hiểm thất-nghiệp.

unending adj. mãi không hết, vô-tận, liên-miên.

unequal adj. không bằng/ngang, không đều (nhau);
không/bất bình-đẳng; thất-thường. -- to that task
không kham nổi nhiệm-vụ đó.

unequal(l)ed adj. không ai sánh kịp, không ai bì
được, vô-địch, vô-song, độc-nhất vô-nhị.

unequivocal adj. rõ-rệt, hai năm rõ mười, không
mập-mờ, không ú-ớ, không giải-thích khác được.

unerring adj. không thể sai, chính-xác.

unethical adj. trái với luân-thường đạo-lý, trái
nguyên-tắc (đạo-đức), không được đúng-đắn, [cạnh-
tranh] bất-chính.

uneven adj. không phẳng, không đều, gồ-ghề; [số]
lẻ; thất-thường, đồng-bóng, hay thay đổi.

uneventful adj. không có chuyện gì xảy ra, bình-
tĩnh, yên-ổn, không có biến-cố (gì đáng kể).

unexpected adj. không ngờ, không mong đợi, thình-
lình, ý-ngoại, đột-nhiên.

unexplored adj. chưa ai thăm-dò/thám-hiểm.

unexposed adj. [phim] chưa chụp; chưa bị nguy.

unfailing adj. không hề sai; chắc-chắn (thành-
công), công=hiệu, không bao giờ cạn, vô-tận.

unfair adj. không công-bằng, bất-công, thiên-vị,
tây-vị; gian-lận.

unfaithful adj. không trung-thành, phản-bội/-trắc.

unfamiliar adj. không quen/biết, lạ; không rõ,
không am-hiểu, không am-tường.

unfasten v. tháo, cởi, nới, mở.

unfathomable adj. không dò được, khó dò (ra).

unfavorable adj. không thuận-lợi, bất-lợi; không
lợi; không tán-thành, không thuận, không cho hảo-
ý, không chấp-thuận.

unfeeling adj. không cảm-giác/cảm-động, nhẫn-tâm.

unfilled adj. không đổ đầy; [chỗ position] trống.

unfinished adj. chưa xong, chưa hoàn-thành/hoàn-
tất, bỏ dở, dở-dang.

unfit adj. không thích-hợp; thiếu khả-năng, không
đủ tư-cách; không đủ sức khoẻ.

unfold v. mở [tờ báo, v.v.] ra; bày tỏ, bộc-lộ.

unforeseeable adj. không đoán trước được.

unforgettable adj. không thể quên được.

unforgivable adj. không thể tha-thứ được.

unfortunate adj. không may, rủi-ro, khốn-nạn, bất
hạnh; đáng tiếc. --ly adv. tiếc thay, khốn nỗi.
--ly for him không may cho anh ta,.....

unfounded adj. [tin đồn] không căn-cứ, vô-căn-cứ.

unfriendly adj. không thân-thiện; thù-địch, cừu-
địch, cừu-thị; bất-lợi.

unfruitful adj. không có kết-quả, vô-hiệu.

unfulfilled adj. chưa (làm) tròn, chưa thực-hiện
được; chưa đạt được, chưa toại [ý, nguyện].

unfurl v. mở, phất [cờ]; giương [buồm] ra.

unfurnished adj. [căn nhà] không có đồ-đạc.

ungainly adj. vụng-về, khó coi, vô-duyên, bất-nhã.

ungentlemanly adj. thiếu lịch-sự/lễ-độ, vô-lễ.

ungodly adj. không/chống tôn-giáo; vô-thần; tội-
lỗi, bạt-mạng; [giờ-giấc] chướng, lạ-lùng, oái-oăm.

ungracious adj. thiếu nhã-nhặn/lịch-sự, khiếm-nhã.

ungrammatical adj. sai ngữ-pháp, sai văn-phạm.

ungrateful adj. bạc, không biết ơn, vô ơn, vong-
ân bội-nghĩa; [công-việc] bạc-bẽo, không thú-vị.

ungrudgingly adv. rộng-rãi, không tiếc.

unguarded adj. không canh-phòng, không phòng-thủ;
khinh-suất, không đề-phòng/giữ-gìn/thận-trọng.

unguent n. thuốc cao, thuốc bôi.

unhappy adj. khổ, khổ-sở, thiếu hạnh-phúc; không
may, không hay/tốt, bất-hạnh, rủi, buồn.

unharmed adj. không sao, không can gì, bình-yên
vô-sự, an-toàn; nguyên-vẹn, toàn-vẹn.

unhealthy adj. hại sức khoẻ; bệnh-tật, bệnh-hoạn.

unheard-of adj. chưa nghe nói đến, chưa từng có.

unholy adj. báng-bổ; kinh-khủng, tệ, xấu-xa.

unhook v. mở khuy, tháo móc.

unhoped-for adj. không hề mong-ước, bất-ngờ.

unhurt adj. không bị hề-hấn gì, không sao, vô-sự.

unicorn n. con kỳ-lân, con lân.

unidentified adj. chưa nhận-dạng được; chưa tìm
ra căn-cước/lai-lịch/gốc-tích.

unification n. sự thống-nhất/hợp-nhất/thống-hợp.

uniform n. đồng-phục, quân-phục. adj. cùng một kiểu, giống nhau, đồng-dạng; đều nhau, bất-biến.

uniformity n. sự/tính giống nhau, tính đồng-dạng.

unify v. hợp-nhất, thống-nhất, thống-hợp.

unilateral adj. một phía/bên, đơn-phương.

unimaginable adj. không thể tưởng-tượng được.

unimportant adj. không đáng kể, không quan-trọng.

uninflected adj. [ngôn-ngữ] không có biến-cách.

uninhabited adj. bỏ không, không có người ở.

uninhibited adj. tự-do, không bị hạn-chế/kiềm-chế.

unintelligent adj. không thông-minh, tối dạ, ngu.

unintelligible adj. khó hiểu, không hiểu được.

uninterested adj. không để/chú ý, không quan-tâm.

uninteresting adj. không hay, chán, vô-vị.

uninterrupted adj. liên-tiếp, liên-tục, không bị đứt quãng, không bị gián-đoạn; không bị ngắt lời.

union n. sự kết-hợp/liên-kết; sự nhất-trí/đoàn-kết; đồng-minh, liên-minh, liên-hiệp; liên-bang; công-hội, công-đoàn, nghiệp-đoàn; hôn-nhân; trụ-sở/câu-lạc-bộ sinh-viên student --. -- shop hãng hoặc xưởng mà công-nhân đã vào nghiệp-đoàn. -- suit bộ quần áo lót may liền, bộ quần áo con éch. -- catalog mục-lục tổng-kê sách trong (nhiều) thư viện. Union Jack quốc-kỳ Anh. -- card thẻ hội-viên nghiệp-đoàn. trade -- nghiệp-đoàn. labor -- nghiệp-đoàn lao-động, công-đoàn.

unionize v. tổ-chức thành nghiệp-đoàn.

unique adj. có một, duy-nhất, độc-nhất, đơn-nhất, vô-song, có một không hai, độc-nhất vô-nhị.

unison n. sự hoà-hợp nhất-trí. in -- đồng-thanh, cả nhóm; hợp-xướng. to act in -- hành động nhất trí.

unit n. đơn-vị; một, một cái.

unitarian n., adj. (người) theo phái Nhất-thể.

unite v. hợp làm một, hợp-nhất; liên-kết, đoàn-kết (với nhau); kết-hợp, liên-hiệp.

united adj. liên-hợp, liên-hiệp, liên-kết, kết-liền; hoà-hợp, đoàn-kết. the United Kingdom nước Anh. the U-- Nations Liên-hợp-quốc. the U-- States (of America) nước Mỹ, Hoa-Kỳ. -- front mặt trận liên-hiệp.

unity n. tính đồng-nhất; sự thống-nhất; sự đoàn-kết, sự hoà-thuận.

universal n. điều chung, sắc-thái phổ-biến. adj. chung, phổ-thông, phổ-biến; cả thế-giới, thuộc vũ-trụ/vạn-vật. -- gravitation sức hấp-dẫn của vạn-vật. -- suffrage sự đầu-phiếu phổ-thông. There is a -- desire for peace. Toàn-thể thế-giới đều mong-muốn hoà-bình.

universe n. vũ-trụ, vạn-vật; thế-giới, thiên-hạ.

university n. (trường/viện) đại-học, trường cao-đẳng, trường đại-học tổng-hợp. -- president/rector viện-trưởng đại-học, hiệu-trưởng trường đại-học. -- student sinh-viên đại-học. state -- đại-học nhà nước, đại-học tiểu-bang. national -- đại-học quốc-gia. -- professor/teacher giáo-sư đại-học.

unjust adj. không công-bằng, bất-công; phi-lý.

unjustified adj. không thể bào-chữa/biện-minh.

unkempt adj. [tóc] rối bù; [quần áo] lôi-thôi cẩu thả, lôi-thôi lếch-thếch.

unkind adj. không tử-tế, ác, tàn-nhẫn, [lời] nặng.

unknown n. ẩn-số. adj. không biết, chưa biết, lạ; không tiếng-tăm gì, vô-danh. Tomb of the Unknown Soldier Mộ Chiến-sĩ Vô-danh.

unlawful adj. trái luật/phép, không/bất hợp-pháp, bất-chính.

unleash v. thả xích [chó]; gây ra [chiến-tranh].

unless conj. trừ phi, trừ khi. We will not have the picnic -- the weather is good. Chúng ta sẽ không đi ăn ngoài trời trừ phi/khi trời đẹp = Trời có đẹp thì chúng ta mới đi ăn ngoài trời. -- we hear to the contrary trừ phi chúng tôi được loan báo là có chuyện thay-đổi.

unlettered adj. mù chữ; dốt chữ nghĩa.

unlike adj. không giống, khác; [hai cực] đối nhau. prep. khác với. -- his father, khác với cha nó,..

unlikely adj. không chắc (sẽ xảy ra). She is -- to come. Cô ấy không chắc sẽ đến /vị tất đã đến.

unlimited adj. không giới-hạn/hạn-chế, vô-cùng, vô-tận, vô-hạn, vô-biên, tha-hồ bao nhiêu cũng được, vô-kể.

unload v. cất gánh nặng, dỡ hàng/đồ; tháo đạn ra.

unlock v. mở khoá; tiết-lộ.

unlucky adj. không may, rủi, xui, xúi, đen-đủi, vận áo xám; [điềm] gở, không hay, xấu.

unmanageable adj. khó quản-lý; khó dạy, bất-trị.

unmanly adj. nhu-nhược, không xứng-đáng là trang nam-nhi, không xứng-đáng là hạng mày-râu [=đáng tu-mi].

unmanned adj. không có người điều-khiển.

unmannerly adj. vô-lễ, mất dạy, bất-lịch-sự.

unmarried adj. chưa lấy vợ/chồng, chưa lập gia-
đình, còn độc-thân, chưa thành gia-thất; ở vậy.

unmask v. lột mặt nạ; lộ chân-tướng.

unmatched adj. chưa ai bì/sánh kịp, chưa ai địch
nổi, vô-song, vô-địch; lẻ, lẻ đôi, lẻ bộ.

unmerciful adj. nhẫn-tâm, không thương-hại, tàn-
nhẫn, thiếu từ-tâm, không có lòng từ-bi.

unmindful adj. quên, không chú-ý/lưu-tâm[of đến].

unmistakable adj. không thể lầm/sai được, rõ-ràng

unmitigated adj. không giảm bớt; tuyệt-đối, đại-.
an -- fool một gã đại-ngốc.

unmoved adj. không nhúc-nhích; thản-nhiên, không
cảm-động, không mủi lòng.

unnatural adj. không tự-nhiên, giả-tạo, gượnggạo,
điệu, điệu-bộ; trái với thiên-nhiên.

unnecessary adj. không cần-thiết, vô-ích, thừa,
vô-dụng. unnecessarily adv. không cần mà cũng.

unnerve v. làm nản, làm nhụt nhuệ-khí/can-đảm.

unnoticed adj. không ai để ý, không ai thấy.

unobtainable adj. không kiếm/tìm ra được.

unoccupied adj. trống, chưa ai ngồi, không có ai
ở/chiếm; rảnh, nhàn, nhàn rỗi.

unofficial adj. không chính-thức.

unopposed adj. không ai chống; không có đối-thủ.

unorthodox adj. không chính-thống.

unpack v. mở [va-li], lấy đồ ra; tháo [gói hàng].

unpaid adj. không (trả) công, không lương, công
không; chưa trả, chưa thanh-toán.

unpalatable adj. nhạt-nhẽo, không ngon, vô-vị.

unparalleled adj. vô-song, không ai bì/sánh kịp.

unpleasant adj. khó chịu, khó ưa, đáng ghét.

unplug v. tháo nút ra, tháo phích (điện) ra.

unpopular adj. không được ưa-chuộng, không được
hoan-nghênh, bị mất nhân-tâm, chẳng ai thích/mê.

unprecedented adj. không tiền khoáng hậu, chưa hề
có/thấy, chưa từng có, chưa từng thấy (trước đây)

unprejudiced adj. không thành-kiến/thiên-vị, vô-
tư, khách-quan.   [định trước.

unpremeditated adj. không chủ-tâm/chủ-ý, không

unprepared adj. không sẵn-sàng, không chuẩn-bị.

unpretending adj. khiêm-tốn, không kiêu-căng.

unpretentious adj. khiêm-tốn, không kiêu-căng.

unprincipled adj. thiếu đạo-đức, vô-luân-thường.

unqualified adj. [sự ủng-hộ, sự ưng-thuận] không
hạn-chế, tuyệt-đối, hoàn-toàn; không đủ khả-năng.

unquestionable adj. không thể nghi-ngờ được.

unquote v. chấm dứt lời trích-dẫn; hết lời ông X.

unravel v. tháo, gỡ [mối chỉ]; giải-quyết [bí mật].

unreal adj. không thực; không-tưởng, hão-huyền.

unreasonable adj. vô-lý, quá-quắt, không biết điều

unrelated adj. không có liên-quan/quan-hệ, không
dính-dáng, không có họ [to với...].

unrelenting adj. không bớt/nguôi; tàn-nhẫn.

unreliable adj. [người, tin] không đáng tin-cậy.

unremitting adj. không ngừng/dứt, liên-tiếp/-tục.

unrequited love n. tình yêu không được đáp lại.

unrest n. tình-trạng náo-động/xôn-xao/bất-an; sự
băn-khoăn lo-ngại, sự không yên-tâm.

unripe adj. [quả] xanh, chưa chín; chưa chín muồi.

unrival(l)ed adj. vô-địch, vô-song.

unroll v. mở ra, tháo [cuộn] ra, trải ra.

unruffled adj. bình-tĩnh, điềm-tĩnh, không nóng.

unruly adj. khó dạy, ngỗ-nghịch, bất-trị.

unsafe adj. không an-toàn, nguy-hiểm.

unsaid adj. không nói ra.

unsanitary adj. thiếu vệ-sinh.

unsatisfactory adj. không làm vừa lòng/ý.

unsatisfied adj. không được thoả-mãn, chưa hả.

unsavory adj. vô-vị, nhạt-nhẽo; tởm, ghê tởm.

unscientific adj. không/phản khoa-học.

unscrew v. tháo/vặn [ốc] ra.

unscrupulous adj. vô-lương-tâm.

unseasonable adj. trái mùa; không đúng lúc.

unseemly adj. không thích-đáng; bất-lịch-sự.

unseen adj. không (nhìn) thấy được, vô-hình.

unselfish adj. không ích-kỷ.

unsettled adj. hay thay-đổi; không ổn-định; chưa
có người đến định-cư; chưa giải-quyết/thanh-toán.

unsightly adj. khó coi, xấu-xí, bẩn mắt.

unskilled adj. [công-nhân] không có chuyên-môn.

unsound adj. điên, rối-loạn, không lành-mạnh; [đồ
ăn] thiu, ôi, hư; [lý-luận] không vững.

unspeakable adj. không thể nói được; không tả xiết.

unstable adj. không vững/chắc, không ổn-định.

unsteady adj. lung-lay, không vững/chắc; lảo-đảo;
run-run; [đèn lửa] leo-lét, chập-chờn.

unsuccessful adj. hỏng, thất-bại, không thànhcông.

unsuitable adj. không đủ tư-cách, bất-tài; không
thích-hợp.

unswerving adj. khó lay-chuyển, kiên-định.

untactful adj. không có ý-tứ, không ngoại-giao.

untamed adj. chưa được thuần; không được chế-ngự.

untangle v. gỡ rối, gỡ ra.

untenable adj. [vị-trí, lập-trường] không vững, không giữ được, không bênh-vực/bảo-vệ được.

unthankful adj. bạc, vô ơn, không biết ơn.

unthinkable adj. không thể tưởng-tượng/có được.

unthinking adj. không suy-xét, khinh-suất.

untidy adj. không gọn-gàng, lộn-xộn, bừa-bãi; bù rối, không chải; lôi-thôi lếch-thếch.

untie v. tháo, cởi [dây, ca-vát]; cởi trói.

until prep., conj. cho đến khi/lúc. The library opens -- midnight. Thư-viện mở cửa đến nửa đêm. But it doesn't open -- 9 o'clock. Nhưng đến 9 giờ sáng thư-viện mới bắt đầu mở cửa. Wait -- the manager comes back. Anh hãy đợi (đến lúc) ông quản-lý quay lại.

untimely adj. [cái chết *death*] non, yếu, sớm quá; [lời nói, hành-động] không đúng lúc, trái khoáy.

untiring adj. không mệt-mỏi, không biết mỏi-mệt, kiên-trì.

untold adj. không nói ra, không kể lại; không kể xiết, vô kể, vô số, không biết bao nhiêu mà kể.

untouchable n. tiện-dân. adj. không được động đến, không được mó đến, đừng có đụng-chạm tới.

untouched adj. còn nguyên, nguyên si; chưa đả-động đến, chưa bàn đến; không xúc-động/động-tâm.

untoward adj. rủi-ro; bất-lịch-sự, vô-lễ.

untrained adj. không được huấn-luyện, chưa thạo.

untrue adj. không đúng, sai (sự thật); không trung-thành.

untrustworthy adj. không đáng tin-cậy.

untruth n. điều nói dối/láo; chuyện giả-dối.

untruthful adj. nói láo, giả-dối; sai sự thật.

unused adj. chưa dùng đến; -- to không quen.....

unusual adj. lạ (thường), khác thường, ít có, hãn hữu; phi-thường, tuyệt.

unvarnished adj. không đánh véc-ni; không phấn son, không tô-điểm, tự-nhiên.

unveil v. bỏ mạng che mặt; khánh-thành; tiết-lộ.

unvoiced adj. [nguyên-âm] điếc, không kêu/tỏ.

unwanted adj. không ai muốn, không ai cần; thừa.

unwarranted adj. không có lý-do; không bảo-đảm.

unwary adj. không cẩn-thận/thận-trọng, lơ-đãng, coi thường, khinh-suất.

unwavering adj. không lung-lay, cương-quyết, kiên quyết, không nao-núng.

unwelcome adj. [khách] không được hoan-nghênh; [tin-tức] dữ, gở, không hay.

unwell adj. khó ở, không khoẻ; thấy thằng/kinh.

unwholesome adj. độc, không lành; không lành mạnh.

unwieldy adj. khó cầm, khó sử-dụng; khó trị.

unwilling adj. không vui lòng, không sẵn lòng.

unwillingly adv. miễn cưỡng, bất đắc dĩ, cực chẳng đã mới ..., vì không đừng được.

unwind v. tháo ra, không cuộn nữa; thư-giản.

unwise adj. dại-dột, khờ-dại, không khôn-ngoan.

unwittingly adv. vô-tình, không cố-ý.

unwonted adj. ít có, hiếm có, không quen.

unworldly adj. không trần-tục, thoát tục, ra ngoài thế-tục, siêu-tục.

unworthy adj. không xứng-đáng.

unwrap v. mở gói, mở bọc, cởi khăn.

unwrinkled adj. không có vết nhăn; không nhàu.

unwritten adj. nói miệng, chưa viết xuống; [giấy] trắng, chưa viết; [luật] do tập-quán quy-định; [ngôn-ngữ] chưa có chữ viết, chưa có văn-tự; chưa thành văn.

unyielding adj. cứng rắn, không chịu nhượng-bộ/khuất-phục, không chịu thua.

up n. sự lên, sự thăng. the --s and downs những sự thăng-trầm. adj. đang (đi) lên; đang đứng; hết hạn. adv. ở trên, lên trên, lên; lên, dậy; đến, tới; hết, hoàn-toàn; to lên. -- against chạm phải, đụng phải. -- in the air trên trời, trên không. I get -- very early. Tôi dậy rất sớm. I wake -- very early. Tôi thức giấc rất sớm. to go -- to Hanoi đi ra Hà-nội. to walk -- to the gate đi bộ đến tận cổng. Time is --. Hết giờ rồi. Fill her --. Xin ông đổ dầy thùng xăng cho tôi. It's -- to you. Cái đó tuỳ anh. Please stand --. Xin ông đứng dậy. Please speak --. Xin ông nói to lên một tí. to be -- and about khỏi bệnh rồi, đã đứng dậy đi lại được rồi. -- to xứng-đáng với. -- to now cho đến nay. prep. ở trên, lên, ngược lên. -- the hill ở trên đồi. -- the river ngược dòng sông. v. tăng vọt lên.

upbraid v. quở mắng, mắng nhiếc.

upbringing n. sự dạy-dỗ, sự giáo-dục/giáo-dưỡng.

update v. cập-nhật-hoá, hiện-đại-hoá.

upgrade v. nâng cấp; thăng cấp, thăng trật.

upheaval n. sự thay-đổi/biến-động đột-ngột; sự
dấy lên, sự nổi dậy. political -- chính-biến.

upheld quá-khứ của *uphold*.

uphill adj. [đường] dốc; khó-khăn, vất-vả. adv.
lên dốc. to run -- chạy lên dốc.

uphold v. [upheld] nâng lên; giương cao; ủng-hộ,
tán-thành; giữ vững, duy-trì, kiên-trì; xác-nhận.

upholster v. nhồi nệm, trang-bị nệm [ghế, đi-văng]
bọc nệm.

upholsterer n. người làm/bán nệm ghế.

upholstery n. nghề bọc nệm; nệm ghế, nệm xe hơi.

upkeep n. sự/tiền bảo-trì, bảo-dưỡng, sửa-sang.

upland n. vùng cao, cao-nguyên, miền thượng.

uplift n. sự nâng/nhấc lên; sự nâng cao, đề cao;
sự tiến-bộ; hứng-khởi. v. nâng/nhấc/dở lên;
nâng cao, đề-cao.

upon prep. ở trên; vào lúc; nhờ vào; theo, với.
-- my arrival lúc tôi đến nơi. to depend -- nhờ
vào .... Once -- a time, there lived X. Ngày xưa
có ông/cô X.

upper n. mũ giầy. adj. trên, cao, thượng. --
berth giường trên [ở tàu thuỷ, xe lửa]. -- lip
môi trên. the Upper Chamber/House Thượngnghịviện.
-- classes giai-cấp thượng-lưu. -- hand ưu-thế.

uppermost adj., adv. trên hết, cao nhất, tối-cao;
tối-thượng, quan-trọng hơn hết.

upright n. trụ đứng, cột. adj., adv. đứng thẳng;
đứng; thẳng góc; ngay thẳng, chính-trực. an --
piano piano tủ.

uprising n. cuộc nổi dậy, cuộc khởi-nghĩa.

uproar n. tiếng ồn-ào, tiếng ầm-ĩ; sự náo-động.

uproarious adj. làm ầm, ồn ầm, huyên-náo.

uproot v. nhổ bật rễ. --ed bị nhổ rễ, mất gốc.

upset n. sự đổ, sự lật đổ; sự khó chịu, sự bối-
rối, sự lo ngại, tình-trạng bất-an. v. làm đổ,
lật đổ, làm lật úp; đảo lộn, làm xáo trộn; làm
rối loạn; làm lo-ngại, làm khó chịu, làm bối-rối.

upshot n. kết-cục, kết-quả, kết-luận.

upside n. phần trên, phía trên. -- down đảo lộn,
lộn ngược, ngược, lộn đầu đuôi.

upstairs adj., adv. ở trên gác, ở tầng trên; lên
gác/lầu, lỗn tầng trên.

upstart n. người mới phát, tay mới giầu nổi.

upstream adv. ngược dòng sông/suối.

upsurge n. đợt bột-phát, cơn, cao-trào.

upswing n. cử-động lên, chuyển-động lên; cải-tiến.

up-to-date adj. mới nhất, tối-tân, hiện-đại; cập-
nhật.

uptown n., adj. (thuộc) khu phố trên, khu phía
bắc một thành-phố.

upturn n. sự tăng/lên (giá); sự cải-tiến/tiến-bộ.

upturned adj. [quần áo] lơ-vê; [mũi] hếch.

upward adj. hướng lên trên, đi lên. adv. [= up-
wards] hướng lên trên, về phía trên; hơn -- of.

uranium n. urani, u-ra-ni-om.

urban adj. thuộc thành-phố/thành-thị/đô-thị.

urbane adj. lịch-sự, tao-nhã, phong-nhã, trang-nhã,
đúng là người kẻ chợ, đúng là dân hàng phố.

urbanite n. dân thành-phố, dân kẻ chợ, thị-dân.

urbanity n. phong-cách lịch-sự, cử-chỉ trang-nhã.

urbanize v. đô-thị-hoá, thành-thị-hoá.

urchin n. thằng ranh con; trẻ con cầu-bơ cầu-bất,
bụi đời street --; nhím biển sea --.

urea n. urê.

urethra n. ống đái.

urge n. sự thúc-đẩy; dục-vọng mãnh-liệt. v. thúc
giục, thúc, thôi-thúc, giục-giã; nài-nỉ; cố-gắng
thuyết-phục, khuyến-khích. I strongly -- you to
be patient and not to resort to violence. Tôi xin
các bạn hãy kiên-nhẫn, đừng có bạo-động.

urgency n. sự khẩn-cấp, sự cấp-bách, sự vội.

urgent adj. gấp, cần-kíp, khẩn-cấp, cấp-bách.

urgently adv. cần-kíp, cấp-bách. Blood is --
needed by the hospital. Bệnh-viện rất cần máu.

urinal n. bình đái; cầu tiểu công-cộng ngoài phố.

urinary adj. thuộc nước tiểu. -- bladder bọng
đái. -- tract niệu-đạo. -- calculus sỏi thận.

urinate v. đái, đi đái, đi tiểu, tiểu-tiện.

urine n. nước đái, nước tiểu.

urn n. lư, vạc; đỉnh dynastic --; bình đựng tro
hoả-táng; bình trà lớn, bình cà-phê lớn ở tiệm.

us pron. chúng tôi; chúng mình/ta [tân-cách của
we]. We like him, and he likes --. Chúng tôi ưa
anh ta, và anh ta cũng thích chúng tôi. Let --
remember that. Chúng ta hãy nhớ điều đó. the
two of -- hai chúng mình. all of -- tất cả chúng
tôi/ta. Let's not go. Thôi mình đừng đi (anh ạ).

usage n. cách dùng (thông-thường); thói quen, tập
quán, tục-lệ; sự dùng quen.

use n. sự dùng; cách dùng; quyền sử-dụng; thói quen; ích-lợi. in -- được dùng; có người ngồi. out of -- không dùng nữa. Of what -- is it? Cái này/đó dùng để làm gì? to be of no -- vô-ích. to have no -- for X. không ưa X. to make -- of dùng, sử-dụng. What's the --? Vô ích, ăn thua gì! v. dùng, sử-dụng; áp-dụng, lợi-dụng; tiêu dùng, tiêu-thụ. to -- up dùng hết; dùng cho đến khi X. kiệt-sức. I --d to go fishing every weekend. Trước kia, tôi thường đi câu cá mỗi ngày thứ bảy chủ nhật. There --d to be a banyan tree right here. Trước kia ở ngay chỗ này có một cây đa.

used adj. cũ, đã dùng rồi; (đang) được dùng; quen. -- car ô-tô cũ, xe hơi cũ. -- car lot bãi để xe cũ (để bán). -- as a substitute for silk được dùng thay tơ-lụa thật. -- to coffee quen uống cà-phê. -- up bị kiệt sức, bị kiệt-lực, hết gối.

useful adj. có ích, hữu-ích, dùng được.

usefulness n. sự ích-lợi; khả-năng; sự thànhthạo.

useless adj. vô-ích, vô-dụng, không dùng được.

user n. người (hay) dùng, người sử-dụng. X. is a constant -- of the telephone. Lúc nào X. cũng nói chuyện điện-thoại. dictionary -- người tra tự-vị, người dùng từ-điển.

usher n. người đưa ghế, người chỉ chỗ ngồi [cho khán-giả]; người đón khách đến dự lễ cưới (ở nhà thờ). v. đưa, dẫn [in/into vào; out ra; to đến]; báo hiệu, mở đầu [a new era một kỷ-nguyên mới] -- in.

usherette n. cô đưa ghế, cô chỉ chỗ ngồi.

usual adj. thường, thường dùng, thông-thường, quen dùng. as -- như thường (lệ). earlier than -- sớm hơn mọi khi.

usually adv. thường-thường, bình-thường.

usurer n. người cho vay nặng-lãi/cắt-cổ.

usurp v. lấn chiếm, chiếm đoạt, cướp đoạt [the throne ngôi vua/vàng; power quyền-hành]; tiếm.

usurpation n. sự chiếm-đoạt; sự cướp/tiếm ngôi.

usurper n. kẻ cướp ngôi, tên tiếm-vị.

usury n. nạn/sự cho vay nặng lãi; lãi nặng.

utensil n. đồ dùng, dụng-cụ, khí-cụ. kitchen -- đồ dùng trong bếp, nồi niêu xoong chảo.

uterine adj. thuộc dạ con, thuộc tử-cung; [anh chị em] cùng mẹ khác cha. Intra-- device [IUD] vòng ngừa thai (để trong tử-cung).

uterus n. dạ con, tử-cung.

utilitarian n. người theo thuyết vị-lợi/thực-dụng. adj. vị-lợi, thực-dụng, thực-lợi.

utility n. sự ích-lợi; utilities điện nước và khí đốt public utilities.

utilize v. dùng, sử-dụng; lợi-dụng. fully --d được tận-dụng.

utmost n. mức tối-đa, chỗ tột cùng, cực/tột điểm. to the -- đến cùng, đến mức tối-đa, đến cực-độ. to do one's -- làm hết sức mình, hết sức cố-gắng. adj. hết sức, tột bực, vô-cùng; cuối cùng, xa nhất, lớn nhất, cực-điểm.

utopia n. điều không-tưởng, chuyện viển-vông.

utopian n., adj. (người) không-tưởng.

utter adj. hoàn-toàn, tuyệt-đối. -- nonsense chuyện hoàn-toàn vô-lý, chuyện láo 100 phần trăm.

utter v. thốt ra, nói ra, phát ra; bày tỏ.

utterance n. lời, lời nói; câu nói; cách nói. to give -- to phát-biểu, diễn-tả, biểu-tả/-hiện.

utterly adv. hoàn-toàn.

U-turn n. sự quay xe để đi ngược lại.

uvula n. lưỡi gà [trong họng].

uvular adj. [âm] lưỡi gà.

uxorious adj. quá yêu vợ, nhất vợ nhì trời; sợ vợ, cụ-nội, bị vợ xỏ mũi.

V

vacancy n. khoảng trống; chỗ trống, chỗ khuyết; nhà/phòng trống (để cho thuê). NO VACANCY KHÔNG CÒN PHÒNG CHO THUÊ. (XIN ĐỪNG HỎI).

vacant adj. trống, bỏ không; [chức-vụ] khuyết; [cái nhìn] lơ-đãng. -- lot bãi đất trống.

vacate v. rời bỏ [ghế, nhà]; bỏ trống; dọn đi.

vacation n. kỳ nghỉ, thời-gian nghỉ; kỳ nghỉ hè summer --. on -- đang đi nghỉ (hè). -- with pay nghỉ ăn lương. v. đi nghỉ.

vacationist n. người đi nghỉ (hè).

vaccinate v. chủng, tiêm chủng, trồng đậu/trái.

vaccination n. sự (tiêm) chủng, sự trồng đậu/trái.

vaccine n. vacxin, thuốc chủng, thuốc chích.

vacillate v. lúc-lắc, lắc-lư, lảo-đảo, chập-chờn; do-dự, lưỡng-lự, không quyết-định.

vacuity n. chỗ trống, khoảng không; sự trốngrỗng (tư-tưởng/tâm-hồn).

vacuous adj. trống; trống rỗng; ngớ-ngẩn.

vacuum n. chân-không [vật-lý]. v. hút bụi. -- cleaner máy hút bụi. -- pump bơm chân-không. -- tube đèn chân-không.

vagabond n. người lang-thang/lêu-lổng; du-đãng.

vagina n. âm-đạo.

vagrant n., adj. (người) lang-thang.

vague adj. mơ-hồ, mập-mờ, lờ-mờ, không rõ, hàm-hồ; [cái nhìn] lơ-đãng.

vain adj. tự-phụ, tự-đắc, quá để ý đến nhan-sắc áo-quần của mình; vô-ích, vô hiệu-quả. They died in --. Họ đã hy-sinh mạng sống một cách vô-ích.

valance n. diềm màn (cửa sổ).

vale n. thung-lũng.

valedictorian n. học-sinh/sinh-viên đọc diễn-văn từ-biệt hôm lĩnh bằng.

valedictory n. diễn-văn từ-biệt nhà trường.

valence n. hoá-trị.

valentine n. thiệp mừng hoặc quà tặng vào ngày Valentine [14 tháng 2]; bạn gái vào dịp đó. V-- Day ngày Lễ Thánh Valăngtanh.

valet n. người hầu phòng đàn ông [lo quần áo cho ông chủ nhà hoặc khách trọ]. v. hầu, hầu-hạ.

valiant adj. can-đảm, dũng-cảm, anh-dũng.

valid adj. có giá-trị/hiệu-lực; có căn-cứ, vững. chính-đáng. His passport is no longer --. Hộ-chiếu/thông-hành của anh ấy hết hiệu-lực rồi.

validity n. hiệu-lực, giá-trị (pháp-lý).

valise n. túi du-lịch.

valley n. thung-lũng, lưu-vực; khe núi.

valor n. sự can-đảm, sự dũng-cảm.

valuable n. valuables đồ quý-giá, đồ tế-nhuyễn, nữ-trang, tài-sản. adj. có giá-trị, quý-giá, quý-báu.

value n. giá-trị; giá, giá-cả; năng-suất; nghĩa, ý-nghĩa. of no -- không có giá-trị, vô-giá-trị. to set a -- on đánh giá, lượng giá. market -- giá thị-trường, thời-giá. cultural --s giá-trị văn-hoá. moral/ethical --s tiêu-chuẩn đạo-đức. v. quý, trọng, chuộng, coi trọng, đánh giá cao; sùng-thượng; đánh giá, định giá.

valueless adj. vô-giá-trị, không có giá-trị gì.

valve n. van [ruột bánh xe, tim]; mảnh vỏ [sò]. -- cap mũ đầu van. -- spring lò-xo xupap.

vamp n. mũi giày; miếng vá-víu. v. thay mũi giày; vá-víu, chắp-vá.

vamp n. người đàn bà mồi-chài đàn ông.

vampire n. ma hút máu, ma cà-rồng; người đàn bà ve-vãn/mồi-chài đàn ông; dơi quỷ.

van n. cam-nhông nhỏ, xe tải, xe hành-lý, xe dọn nhà; toa xe lửa chở hàng.

van n. quân tiền-phong, tiền-đội --guard.

vandal n. kẻ phá-hoại công-trình văn-nghệ, người phá-hoại cơ-sở công-ích.

vandalism n. hành-động phá-hoại.

vane n. chong-chóng gió weather--; cánh quạt [cối xay, chân vịt, tuabin].

vanguard n. quân tiền-phong, tiền-đội. in the -- đứng mũi chịu sào, tiền-phong.

vanilla n. vani. -- ice cream kem vani.

vanish v. biến mất, lẩn mất; tiêu-tan.

vanishing cream n. kem nền xoa mặt.

vanity n. tính tự-cao tự-đại, tính kiêu-căng; sự hư-vô, tính hư-ảo; chuyện phù-hoa; bàn đánh phấn, bàn trang-điểm; hộp đựng phấn son -- case.

vanquish v. thắng, được, đánh bại; chế-ngự, chiến-thắng.

vantage point n. thế lợi, lợi-thế, ưu-thế.

vapor n. hơi, hơi nước.

vaporize v. (làm) bốc hơi, lên hơi; bơm, xì.

vaporizer n. bình/lọ bơm (nước hoa), bình xì.

variable n. biến-số, biến. adj. (có thể) thay đổi, biến-thiên.

variance n. sự khác nhau, sự không ăn khớp; sự thay-đổi. at -- with không đi đôi với ....

variant n. biến-thể, biến-thái, cách đọc/viết khác. adj. khác (nhau) chút ít.

variation n. sự biến đổi/thay-đổi, sự khác nhau; biến-dạng, biến-thể, biến-thiên; biến-tấu.

varicose veins n. tĩnh-mạch bị giãn.

varied adj. khác nhau; lắm vẻ, đa-dạng.

variegated adj. khác nhau; lẫn màu, màu sắc khác nhau, sặc-sỡ.

variety n. trạng-thái khác nhau; tính-chất bất-đồng, tính đa-dạng. for a -- of reasons vì nhiều lý-do. -- show chương-trình văn-nghệ nhiều tiết-mục. this -- of rice loại lúa này, thứ gạo này.

various adj. (nhiều thứ) khác nhau. for -- reasons vì nhiều lý-do khác nhau.

varnish n. véc-ni, sơn dầu; nước bóng; men; mã.

v. quét sơn dầu, đánh vécni; tô vẽ, tô son điểm phấn, tô-điểm thêm.

varsity n., adj. (của/giữa) đại-học.

vary v. thay-đổi; đổi khác, thay-đổi, biến-đổi; khác với; không đồng-ý; biến-thiên; biến-tấu.

vascular adj. thuộc mạch máu. -- system hệ mạch.

vase n. lọ (cắm hoa), bình.

vaselin n. vazơlin.

vassal n. chư-hầu; kẻ lệ-thuộc, đầy-tớ.

vast adj. rộng lớn, bao-la, mênh-mông, bát-ngát.

vat n. thùng lớn, vạc, bể.

Vatican n. Toà Thánh Vaticăng.

vaudeville n. kịch vui, tạp-kịch, vôdơvin.

vault n. mái vòm, khung vòm; hầm; hầm mộ; phòng có tủ sắt lớn của nhà băng.

vault n. cái nhảy qua. v. nhảy qua, nhảy tốt; nhảy sào pole-vault. pole -- món nhảy sào.

vaunt n., v. (lời) khoe-khoang, khoác-lác.

V-Day n. ngày Chiến-thắng của Đồng-minh (31 tháng 12 năm 1946).

veal n. thịt bê.

V-E Day n. ngày Đồng-minh thắng trận ở châu Âu (8 tháng 5 năm 1945).

veer n. sự xoay chiều, sự đổi hướng. v. thay đổi chiều-hướng; thay-đổi ý-kiến.

vegetable n. rau. -- garden vườn rau. -- soup xúp rau, xúp lêghim/laghim. adj. thực-vật.

vegetarian n., adj. (người) ăn chay, không ăn chay; chay, không có thịt. -- food cơm chay. -- diet chế-độ ăn toàn rau, chế-độ kiêng thịt.

vegetation n. cây-cỏ, cây-cối, thảo-mộc, thực-vật. tropical -- cây-cỏ vùng nhiệt-đới.

vehemence n. sự dữ-dội, sự mãnh-liệt/kịch-liệt.

vehement adj. mạnh, dữ, dữ-dội, mãnh/kịch-liệt.

vehicle n. xe, xe-cộ; phương-tiện truyền-bá. motor -- xe hơi, ô-tô. government -- công-xa.

veil n. mạng che mặt; khăn quàng đầu; trướng, màn che; màn [sương, đêm, mây]; lốt, bề ngoài. v. che mạng; che, phủ; che giấu, che đậy.

vein n. tĩnh-mạch; mạch máu; gân lá; gân cánh [sâu bọ]; vân [gỗ, đá]; mạch [than, quặng]; hứng thơ, thi-hứng; lối, kiểu (nói).

velar n., adj. (âm) vòm mềm, của mềm.

velocipede n. xe đạp ba bánh [của trẻ con].

velocity n. tốc-độ, tốc-lực; sự nhanh-chóng.

velvet n. nhung; tiền lãi, tiền lời, món bổng. -- glove cách đối-xử dịu-dàng ngoài mặt thôi.

velveteen n. nhung vải.

velvety adj. mượt như nhung; nhẹ-nhàng, dịu-dàng.

venal adj. tham-nhũng, dễ mua chuộc, dễ hối-lộ. hay ăn của đút, hay ăn hối-lộ.

vendetta n. mối thù truyền-kiếp, mối thù máu.

vending machine n. máy bán hàng [kẹo, thuốc lá, nước ngọt, tem, v.v.].

vendor n. người bán. street -- người bán rong.

veneer n. lớp gỗ mặt; vỏ/bề ngoài, mã (ngoài). v. dán lớp gỗ tốt lên trên; dùng bề ngoài chegiấu.

venerable n., adj. người đáng tôn-kính. The V-- A.B. Thượng-toạ Thích A.B. a -- historian một sử-gia đáng tôn-kính.

venerate v. tôn-kính, tôn-sùng, sùng-thượng.

venereal adj. [bệnh *disease*] hoa-liễu, phong-tình.

Venetian blind n. mành-mành (Vơnidơ), sáo.

vengeance n. sự trả/báo thù, sự phục-thù. to seek/ take -- on X. tìm cách trả thù X. with a -- một cách dữ-dội.

vengeful adj. có óc báo thù, thích trả thù.

venison n. thịt hươu, thịt nai.

venom n. nọc độc; sự độc-ác, ác-ý.

venomous adj. độc, có nọc độc; độc-địa, ác-độc.

vent n. lỗ, lỗ hổng, lỗ thông/thoát; ống khói; lối thoát. to give -- to trút [one's anger cơn giận]. v. trút, bộc-lộ, thổ-lộ, phát-tiết.

ventilate v. thông gió/hơi; thảo-luận công-khai.

ventilation n. sự thông gió, sự thông hơi.

ventilator n. cửa thông hơi/gió; quạt.

ventricle n. thất; tâm-thất; não-thất. Xem *auricle* tâm-nhĩ.

ventriloquism n. tài nói tiếng bụng.

ventriloquist n. người nói tiếng bụng.

venture n. việc liều-lĩnh, việc mạo-hiểm. at a -- liều, cầu may, tuỳ may rủi. v. liều, dám, đánh bạo, mạo-hiểm. They -- their lives in war. Họ liều mạng đánh giặc. to -- an objection dám lên tiếng phản-đối. I -- to say that Tôi dám nói là....

venturesome adj. liều, liều-lĩnh, mạo-hiểm, hơi phiêu-lưu.

venue n. chỗ hẹn gặp; địa-điểm tập-hợp; nơi xử án.

veracious adj. thành-thật, chân-thực; xác-thực.

veracity n. tính chân-thực; tính xác-thực.

veranda(h) n. hiên, hè.

verb n. động-từ [transitive ngoại-động, intransitive nội-động]. auxiliary -- trợ-động-từ. -- phrase cụm động-từ, từ-tổ động-từ, động-ngữ.

verbal n. từ mà gốc là động-từ; động-từ. adj. thuộc động-từ; bằng lời nói, bằng miệng; dịch từng chữ một. -- agreement đồng-ý bằng miệng, chứ chưa viết xuống. -- note công-hàm thường.

verbalize v. phát-biểu bằng lời nói; động-từ-hoá.

verbally adv. bằng lời nói, bằng miệng.

verbatim adj., adv. đúng nguyên-văn, từng chữ một.

verbose adj. dài dòng; nói dài dòng văn-tự.

verdant adj. xanh tươi, đầy cỏ; ngây-thơ.

verdict n. lời tuyên-án/phán-quyết; quyết-định của phụ-thẩm/bồi-thẩm [to return tuyên-bố].

verdure n. (màu xanh tươi của) cây cỏ thắm tốt.

verge n. bờ, ven, biên, rìa. on the -- of gần, sắp, suýt .... v. tiến sát gần, gần như, nằm sát -- on/upon.

verification n. sự kiểm-tra/thẩm-tra/xác-minh.

verify v. soát lại, kiểm lại, thẩm-tra, kiểm-tra; xác-nhận, xác-minh, chứng-minh, chứng-nhận.

veritable adj. thật, thực, đích thực, quả thực.

verity n. sự thực, sự thật, chân-lý.

vermicelli n. bún, miến, mì nhỏ sợi.

vermiform adj. hình giun. -- appendix ruột thừa.

vermilion n. son, thần-sa. adj. màu đỏ son.

vermin n. sâu bọ, chấy rận; bọn vô-lại.

vernacular n. tiếng bản-xứ, tiếng mẹ đẻ, thổ-ngữ; tiếng thông-thường/thông-tục; tiếng riêng, tiếng lóng trong nghề. adj. bằng tiếng địa-phương.

vernal adj. thuộc mùa xuân; thuộc tuổi thanhxuân. equinox (điểm) xuân-phân

versatile adj. có nhiều tài, uyên-bác; có nhiều công-dụng.

verse n. thơ; câu thơ, đoạn thơ, bài thơ; tiết [trong một chương Kinh Thánh]. free -- thơ tự-do. narrative in -- truyện thơ.

versed adj. giỏi, thạo, sành, rành. -- in archeology giỏi về khảo-cổ-học.

versification n. phép làm thơ, luật thơ, lối thơ, thi-pháp; sự chuyển thành thơ, sự làm văn vần.

versify v. làm thơ; chuyển thành thơ, viết ra thơ.

version n. bản dịch; cách thuật lại, thoại, cách giải-thích.

verso n. trang sau; mặt sau.

versus prep. chống, chống lại; đối với. X. versus Y. vụ kiện X. chống lại Y. traveling by plane versus [= vs.]traveling by train du-lịch bằng máy bay so với du-lịch bằng xe lửa.

vertebra n. [vertebrae] đốt xương sống.

vertebrate n., adj. (động-vật) có xương sống.

vertex n. [vertexes, vertices] chóp, chỏm, ngọn, đỉnh; đỉnh đầu; cực-điểm, cực-đỉnh; thiên-đỉnh.

vertical n., adj. (đường) thẳng đứng. -- plane mặt phẳng thẳng đứng.

vertigo n. sự chóng mặt.

very adv. rất, lắm, quá; chính, đúng. Watch out, the soup is -- hot. Coi chừng, canh nóng/cay lắm đấy. X. stood in the -- same place for two hours. X. đứng ngay chỗ đó hai giờ liền. adj. chính, ngay; chỉ; thực, thực-sự. The -- people who used to support them hate them now. Ngay đến các người trước kia ủng-hộ họ bây giờ cũng thù ghét họ. Ihe -- thought of blood makes X. sick. Chỉ mới nghĩ đến máu là X. đã thấy khó chịu (buồn nôn) rồi. She seemed a -- queen. Bà ta thật đúng dáng một bà hoàng-hậu. caught in the -- act bị bắt quả tang.

vesicle n. bọng, túi, tiểu-nang; mụn nước; lỗ.

vespers n. kinh chiều, kinh vãn-khoá.

vessel n. thuyền lớn, tàu thuỷ; mạch, ống; bình, lọ, thùng, chậu. blood -- mạch máu.

vest n. áo gi-lê [đàn ông, đàn bà]; áo lót. v. mặc quần áo cho; ban, phong, trao quyền cho.

vested adj. -- suit bộ com-lê có cả gi-lê. -- interests giới lãnh-đạo kinh-tế tài-chính.

vestibule n. phòng ngoài, tiền-sảnh; hành-lang giữa hai toa xe lửa nhà khánh

vestige n. dấu vết, vết tích, di-tích, tàn-tích.

vestment n. áo tế, lễ-phục.

vestry n. phòng họp nhà thờ; uỷ-ban quản-trị.

veteran n. cựu-(chiến-)binh, binh-sĩ thoái-ngũ; tay kỳ-cựu. adj. kỳ-cựu, lão-luyện.

veterinarian n. bác-sĩ thú-y, thú-y-sĩ.

veterinary n., adj. (thuộc) thú-y.

veto n. quyền phủ-quyết power/right of --. v. bác-bỏ, phủ-quyết.

vex v. làm phật ý, làm bực, làm khó chịu.

vexation n. sự/điều bực mình, chuyện khó chịu.

via prep. qua. -- the Canal qua ngả kênh ....

viability n. khả-năng sống được; khả-năng đứng vững được hoặc thành-tựu được.

viable adj. có thể tồn-tại/thành-tựu được.

viaduct n. cầu cạn, cầu xe lửa ở chỗ cạn.

vial n. lọ thuốc nước.

viands n. đồ ăn, thức ăn. [rã.

vibrant adj. rung (động); run-run; sôi-nổi, rộn-

vibrate v. rung (động); chấn-động, lúc-lắc; run lên, rộn-ràng, rộn-rã.

vibration n. sự rung-động; sự chấn-động/lúc-lắc.

vibrator n. bộ chấn-động; máy xoa-bóp.

vicar n. mục-sư, cha sở.

vicarious adj. chịu thay cho người khác; chia sẻ với người khác; được uỷ-nhiệm thay-thế.

vice n. thói/nết xấu, thói hư tật xấu; sự đồi bại, sự truỵ-lạc; chứng/tật [của ngựa]; thiếu sót.

vice n. êtô, mỏ cặp.

vice- prefix phó-, thứ-.

vice-admiral n. phó-đô-đốc. [phó ban.

vice-chairman n. phó-chủ-tịch, phó-chủ-nhiệm,

vice-chancellor n. phó-trưởng-ấn; phó-viện-trưởng, phó-hiệu-trưởng [đại-học].

vice-consul n. phó-lãnh-sự.

vice-minister n. thứ-trưởng.

vice-president n. phó-tổng-thống, phó-chủ-tịch.

viceroy n. phó-vương; kinh-lược, tổng-trấn.

vice squad n. đội kiểm-tục (của sở cảnh-sát).

vice versa adv. ngược lại, trái lại, trở lại.

vicinity n. vùng lân-cận/phụ-cận; sự gần-gũi. in the -- of Hanoi ở gần Hà-nội.

vicious n. xấu-xa, đồi-bại, dâm-đãng; độc-ác, ác, xấu chơi; [ngựa] dữ; sai, trật. -- circle vòng luẩn-quẩn.

vicissitude n. sự lên xuống, nỗi thăng-trầm, sự thịnh-suy; sự hưng-bại; sự thay-đổi/phù-trầm.

victim n. nạn-nhân [tai nạn, chiến-tranh, vụ lừa đảo]; vật tế thần, vật hy-sinh.

victimize v. đem hy-sinh; lừa bịp, lường-gạt.

victor n. người thắng trận/cuộc, kẻ chiến-thắng.

victorious adj. thắng trận/cuộc, chiến-thắng, đắc thắng; được cuộc, được bầu, đắc-cử, thắng-cử.

victory n. sự thắng trận/cuộc, sự chiến-thắng; thắng-lợi [to gain/score/win giành được].

victuals n. đồ ăn, thức ăn, lương-thực.

video n., adj. truyền-hình.

vie v. ganh đua, tranh đua, thi đua.

Vietnamese n., adj. (người/tiếng) Việt-nam.

view n. sự nhìn/thấy; tầm mắt; cảnh, quang-cảnh; cách nhìn, quan-điểm, ý-kiến. to come into -- hiện ra trước mắt. point of --, --point quan-điểm. in -- of xét vì, bởi, xét thấy, vì lý-do.... political -- chính-kiến. on -- được nhìn thấy. with a -- to increasing our production với ý-định tăng gia sản-xuất. in my -- theo ý tôi, theo thiển-ý. v. trông/nhìn thấy, xem; xem-xét kỹ, nghĩ về.

viewer n. người xem (truyền-hình); máy chiếu nhỏ.

viewfinder n. kính ngắm.

viewpoint n. quan-điểm, lập-trường.

vigil n. sự thức để trông-nom/canh-phòng. to keep a -- over thức khuya để trông-nom [người ốm].

vigilance n. sự cảnh-giác, sự cẩn-mật.

vigilant adj. cảnh-giác, cẩn-mật, thận-trọng.

vignette n. tiểu-phẩm văn-học; hoạ-tiết, hình vẽ [ở đầu hoặc cuối chương sách].

vigor n. sức mạnh, cường-lực, sự cường-tráng, khí lực; sức hăng-hái mãnh-liệt.

vigorous adj. mạnh-khoẻ, mạnh-mẽ, cường-tráng; mãnh-liệt.

vile adj. [thời-tiết] xấu, khó chịu; [mùi] thối, ghê tởm; [lời-lẽ] xấu-xa, bỉ-ổi; hèn-hạ, đê-hèn.

villa n. biệt-thự.

village n. làng, xã, hương-thôn.

villager n. dân làng.

villain n. kẻ hung-ác, tên côn-đồ, tên vô-lại; thằng lưu-manh, tên phản-bội [trong phim, kịch].

villainous adj. đê-hèn, đê-tiện, hạ-tiện; xấu, xấu-xa, bẩn-thỉu, ghê-tởm; du-côn du-kề, hung-ác.

villainy n. tính hèn-hạ/đê-tiện/ti-tiện; tính chất ghê-tởm; hành-động du-côn du-kề.

vim n. sức mạnh, sức sống, khí-lực.

vindicate v. bào chữa, bênh-vực, chứng-minh [cho người bị nghi hoặc tố-cáo oan].

vindictive adj. thù oán, (hay)báo/trả thù.

vine n. cây leo, cây bò; cây nho. -- grower người/nhà trồng nho.

vinegar n. giấm. oil and -- dầu giấm.

vineyard n. vườn nho, ruộng nho.

vintage n. sự/mùa hái nho; nho hái được; rượu nổi tiếng; loại [rượu, ô-tô, máy bay] (đã cũ). -- wine vang tốt. -- year năm sản-xuất rượu vang tốt.

vintner n. người chế rượu vang; người buôn rượu.

vinyl n. chất vinin.

viol n. đàn viôn, vĩ-cầm.

viola n. đàn viôlông lớn, đàn antô.

violate v. phạm, vi-phạm, xâm-phạm; xúc-phạm; lỗi [thề], bội [ước], làm trái với; hãm-hiếp.

violation n. sự vi-phạm/xâm-phạm; sự xúc-phạm; sự phá-rối.

violence n. sự mạnh-mẽ dữ-dội; bạo-lực, vũ-lực, sự cưỡng-bức, tính-chất bạo-động/quá-khích; tội bạo-hành, tội hành-hung.

violent adj. mạnh(-mẽ), dữ(-dội), mãnh-liệt; hung tợn, hung-bạo, hung-dữ, quá-khích, kịch-liệt. -- language thứ ngôn-từ thô-bạo. -- pain cơn đau dữ, cơn đau kịch-liệt. -- death cái chết bất đắc kỳ tử. a -- color một màu sặc-sỡ quá. [tím.

violet n. cây hoa tím, hoa tím; màu tím. adj.

violin n. đàn viôlông, vĩ-cầm; người kéo viôlông.

violinist n. người chơi/kéo viôlông/vĩ-cầm, tay viôlông, tay vĩ-cầm.

violoncello n. đàn viôlôngxen.

viper n. rắn độc, rắn vipe; người hiểm-ác.

virago n. đàn bà đanh-đá gây-gổ; đàn bà lăng loàn.

virgin n. gái tân, gái (đồng-)trinh, trinh-nữ; trai tân. the Virgin Đức Mẹ Đồng-trinh. adj. còn tân, còn trinh, trinh-khiết, trong-trắng; [đất] chưa khai phá. -- forest rừng hoang.

virginity n. chữ trinh, sự trinh-bạch/trinh khiết, sự trong-trắng; tính-chất còn mới nguyên.

virile adj. thuộc đàn ông, nam-tính; hùng-dũng, hùng, cương-cường, đáng bậc tu-mi nam-tử.

virility n. tính-chất đàn ông, nam-tính; tính cương-cường đáng là đáng mày râu.

virology n. khoa virút.

virtual adj. thực-sự, thực-tế, có thật; [Physics, Mechanics] ảo, giả. a -- prisoner chẳng khác gì một người ở tù. -- focus tiêu-điểm ảo.

virtue n. tính tốt, đức, đức-tính, đức-hạnh; trinh-tiết; cái hay, cái lợi, ưu-điểm; hiệu-quả, hiệu-lực [của phương thuốc]. by -- of theo, vì...

virtuosity n. trình-độ nghệ-thuật cao.

virtuous adj. có đức, có đạo-đức, có đức-hạnh; tiết-hạnh, tiết-trinh, trung-trinh, đoan-chính.

virulent adj. độc, có thể làm chết người; do vi-rút gây nôn; độc-địa, hiểm-ác.

virus n. virút; độc-chất, độc-tố; mầm độc, mối độc-hại.

visa n. chiếu-khán, thị-thực [trên thông-hành/hộ-chiếu]. entry -- thị-thực nhập-cảnh. exit -- thị-thực xuất-cảnh. transit -- thị-thực quá-cảnh. v. đóng dấu chiếu-khán/thị-thực cho.

visage n. sắc/vẻ mặt, nét mặt, diện-mục.

vis-à-vis prep. đối với .....

viscera n. nội-tạng, (lục-)phủ (ngũ-)tạng.

viscount n. tử-tước.

viscous adj. nhớt, lầy-nhầy, sền-sệt; dính, dẻo.

vise n. mỏ cặp, êtô.

visibility n. sự trông thấy rõ hay không; sự thấy được. low -- nhìn xa không thấy rõ [vì trời xấu].

visible adj. (có thể trông) thấy được. The light-house was barely -- through the fog. Vì có sương mù nên phải nhìn kỹ lắm mới hơi thấy ngọn hải-đăng. without -- cause không có nguyên-nhân rõ rệt.

vision n. sức nhìn/trông, thị-lực; điều mơ-ước; ảo-tưởng, ảo-ảnh, ảo-cảnh, ảo-mộng; ảo-giác; sức tưởng-tượng, cái nhìn xa. field of -- thị-trường.

visionary n., adj. (người) mơ-mộng hư-ảo, (người) không thực-tế.

visit n. sự đi thăm, sự thăm viếng; chuyến tham-quan, cuộc đi thăm/chơi; câu chuyện thân-mật; sự khám/thăm bệnh. v. thăm, thăm hỏi, đến thăm, đến chơi, thăm viếng; tham-quan, đi thăm [chỗ, nơi, nước]; [tai-họa, dịch-tễ] giáng xuống. on a two-week -- to Beijing hiện ở thăm Bắc-Kinh hai tuần. to pay X. a -- đến chào thăm X. He was --ed by many troubles. Nhiều chuyện khó-khăn đã giáng xuống đầu ông ta.

visitation n. sự/cuộc viếng thăm; cuộc thị-sát, sự kiểm-tra; sự trừng-phạt, họa/phúc Trời giáng.

visiting adj. đang ở thăm. -- card danh-thiếp. -- hours giờ tiếp/thăm bệnh-nhân, giờ thăm tù. -- professor giáo-sư biệt-thỉnh.

visitor n. khách, người đến thăm; người đi xem [triển-lãm, viện bảo-tàng, v.v.], du-khách.

visor n. lưỡi trai mũ; tấm che nắng [trong xe].

vista n. cảnh nhìn xa; viễn-cảnh/-tượng.

visual adj. thuộc sự nhìn, thuộc thị-giác. audio -- nghe và nhìn, thính-thị.

visualize v. hình-dung, mường-tượng được.

vital n. --s bộ-phận cần-thiết (cho đời sống).

adj. cần cho sự sống; sống còn, quan-trọng, quan
yếu; nguy-hiểm (đến tính-mạng); sinh-động, đầy
sức sống. -- statistics (thống-kê) sinh tử giả thử

vitality n. sức sống, sinh-lực/-khí, hoạt-lực/khí;
khả-năng sống lâu; sức mạnh, sinh-khí, khí-lực.

vitamin n. vitamin.

vitriolic adj. sunfuric; cay-độc, chua cay.

vivacious adj. nhanh-nhẩu, hoạt-bát, linh-lợi.

vivacity n. tính nhanh-nhẩu/hoạt-bát.

vivid adj. [bức tranh, sự miêu-tả] sinh-động; [kỷ
niệm] rõ-ràng, rõ-rệt, sâu-sắc; [màu] rực, chói.

vixen n. cáo cái, chồn cái; đàn bà đanh-đá.

V-J Day n. ngày Đồng-minh thắng Nhật, 14-8-1945.

vocabulary n. từ-vựng, ngữ-vựng.

vocal adj. thuộc phát-âm, thuộc âm-thanh; to/lớn
tiếng, hay nói; bằng miệng; thích nói tự-do. --
cords/bands thanh-đới. -- organs cơ-quan phát-âm.
-- music thanh-nhạc.

vocalist n. người hát, ca-sĩ.

vocalize v. phát-âm, đọc; xướng nguyên-âm; nói
ra, nói lên, diễn-tả.

vocation n. nghề, nghề-nghiệp, ngành-nghề; tài-
năng, thiên-hướng; thiên-chức.

vocational adj. thuộc nghề-nghiệp. -- education
giáo-dục nghề-nghiệp/chức-nghiệp. -- guidance sự
hướng-dẫn nghề-nghiệp. -- school trường dạy nghề.

vociferous adj. la-lối om-sòm, la hét ầm-ĩ.

vogue n. mốt, thời-trang. in -- đang thịnh-hành.

voice n. giọng nói, tiếng nói, tiếng; lời nói, sự
tỏ bày, sự phát-biểu; quyền ăn nói; âm kêu/to;
dạng. in a loud -- nói to. In a low -- nói khẽ.
with one -- đồng-thanh, nhất-trí. He lost his --.
Anh ấy bị mất tiếng [vì bị cảm]. I have no -- in
this matter. Tôi không có tiếng nói về vấn-đề này.
active -- dạng chủ-động. passive -- dạng bị-động.
v. nói lên, bày tỏ, phát-biểu; phát thành âm kêu.

voiced adj. [phụ-âm] kêu, tỏ [thanh-đới rung].

voiceless adj. [phụ-âm] không kêu, điếc; câm.

void n. chỗ trống, khoảng trống [to fill lấp]; sự
trống rỗng. adj. trống, trống rỗng, bỏ không,
khuyết; không có hiệu-lực, vô-giá-trị. -- of khg
có .... v. huỷ-bỏ, làm cho mất giá-trị/hiệu-lực;
bài-tiết. null and -- hết giá-trị, vô-hiệu.

volatile adj. dễ bay hơi; nhẹ dạ; vui vẻ, hoạt-bát.

volcanic adj. thuộc núi lửa; nóng-nảy, sôi-sục.

volcano n. [volcanoes] núi lửa, hoả-diệm-sơn
[extinct đã tắt; dormant nằm im; active đang phun].

volition n. ý, ý-chí. of one's own -- tự ý mình.

volley n. loạt [đạn], tràng [pháo tay], chuỗi
[cười]; quả vôlê. v. ném/bắn hàng loạt, tuôn
ra hàng tràng; đánh vôlê.

volleyball n. bóng chuyền.

volt n. vôn [đơn-vị điện-áp].

voltage n. điện-áp. high -- điện-áp cao, điện-thế/
thế-hiệu cao, cao-thế. low -- thế-hiệu thấp, hạ-
thế.

voltmeter n. vôn-kế, cái đo vôn.

voluble adj. lém, liến-thoắng, ăn nói trôi-chảy/
lưu-loát, lưu-lợi, lợi-khẩu.

volume n. quyển, cuốn, tập; khối; thể-tích, dung-
tích; âm-lượng, độ vang. a two-volume dictionary
một bộ từ-điển hai tập/cuốn. the bound --s of the
journal Ngôn-ngữ những tập tạp-chí Ngôn-ngữ đã
đóng bìa. --s of smoke nhiều đám khói. The figures
speak/tell --s for the tremendous changes that
have taken place in our country. Những con số này
nói lên một cách hùng-hồn về những biến-chuyển kỳ-
diệu đã xảy ra trong nước chúng tôi.

voluminous adj. to lớn, vĩ-đại; gồm nhiều tập.

voluntary adj. tự-ý, tự-nguyện, tự-giác; tình/chí-
nguyện; cố-ý. -- manslaughter tội cố-ý giết người,
tội cố-sát.

volunteer n. người tình-nguyện; quân tình-nguyện,
quân chí-nguyện. Any --? Có ai xung-phong không?
v. tình-nguyện (đi lính), xung-phong (tòng-quân);
xung-phong [làm việc gì], tự-động đưa ra [an ex-
planation cách giải-thích]. He --ed a blood dona-
tion; He --ed to donate his blood Anh ấy đã tình-
nguyện cho máu. X. --ed for the task. X. xung-
phong làm công-tác đó.

voluptuous adj. ưa nhục-dục, hiếu-sắc, dâm-đãng;
khêu gợi, gây khoái-lạc, đầy khoái-lạc.

vomit n. chất nôn mửa ra. v. nôn, mửa; phun ra.
to -- blood nôn ra máu, thổ huyết.

voodoo n. tà-thuật, ma-thuật. v. bỏ bùa mê, thư,
trù, chài.

voracious adj. tham ăn, ham ăn, phàm ăn. a --
reader người đọc nhiều sách, người ngốn sách.

vortex n. gió cuốn, gió xoáy, xoáy nước, cơn lốc
[of revolution của cách-mạng].

vote n. sự/quyền bỏ phiếu; lá phiếu; số phiếu; sự biểu-quyết, nghị-quyết. to cast a -- bỏ lá phiếu. to give one's -- to bầu cho X. to put ... to the vote đem ... ra biểu-quyết. v. bỏ/đầu phiếu, bầu-cử; bỏ phiếu thông-qua. to -- in bầu cho X. to -- out bỏ phiếu chống X. to -- down bỏ phiếu bác. to -- for bỏ phiếu tán-thành. to -- against bỏ phiếu phản-đối, bỏ phiếu bác.

voter n. người bỏ phiếu, người đi bầu, cử-tri.

voting n. sự bỏ/đầu phiếu. -- booth phòng bỏ phiếu. -- machine máy bầu.

votive adj. để dâng cúng.

vouch v. xác-nhận, xác-minh; cam-đoan, bảo-đảm.

voucher n. người bảo-đảm; biên-lai, chứng-từ/chỉ.

vouchsafe v. hạ-cố, hạ-từ, ban cho; thèm..... He --d me no reply. Hắn chẳng thèm trả lời tôi.

vow n. lời thề/nguyện, lời thệ-ước/thề-nguyện. a -- of secrecy lời thề giữ bí-mật. to take --s đi tu. v. thề-nguyện, thề, nguyện. to -- revenge thề sẽ báo thù. She --ed herself to the service of Buddha. Cô ta nguyện đến nương-nhờ của Phật.

vowel n. nguyên-âm, mẫu-âm; chữ cái ghi nguyên-âm.

voyage n. chuyến du-lịch bằng đường biển hoặc máy bay. v. đi du-lịch xa (bằng đường biển).

vulcanize v. lưu-hoá [cao su].

vulgar adj. thô-tục, thô-bỉ; tục-tĩu; thường, thông-thường, thông-tục, bình-dân, đại-chúng.

vulgarity n. tính thô-tục; sự/lời tục-tĩu.

vulnerable adj. có chỗ yếu, có nhược-điểm; có thể bị công-kích/chỉ-trích.

vulture n. con kền-kền; người tham-tàn.

vulva n. âm-hộ, âm-môn.

vying adj. ganh đua, thi đua, đua tranh. xem vie.

W

wad n. núi bông; sấp giấy bạc; nút lòng súng. v. chèn, lót; đút nút, nhét bông vào.

waddle n., v. (dáng) đi lạch-bạch như vịt.

wade v. lội, lội qua [chỗ nông]. to -- into công kích dữ-dội. to -- through a book đọc mãi mới hết một quyển sách.

wading bird n. chim lội, chim cao cẳng, cò, vạc.

wafer n. bánh quế, bánh kẹp; bánh thánh.

waffle n. bánh kẹp, bánh quả tim.

waft v. thoảng/nhẹ đưa; gửi vọng; thoảng qua.

wag n., v. (sự) lắc [đầu]; (sự) vẫy [đuôi], vevẫy; người hay nói đùa, người hay bông-phèng.

wage n. tiền lương, tiền công --s [to earn/get được trả, kiếm được]. -- earner người làm công ăn lương. starvation --s đồng lương chết đói.

wage v. tiến-hành [chiến-tranh], đánh nhau với.

wager n. sự đánh cuộc/cá. v. đánh cuộc, đánh cá [= to lay a --].

wagon n. xe bò, xe ngựa; xe goòng. to be on the -- kiêng rượu.

waif n. trẻ bị bỏ rơi, đứa trẻ vô-thừa-nhận, đứa bé bơ-vơ; chó lạc, mèo lạc; vật vô-chủ.

wail n., v. (tiếng) than-khóc, than-van, rên-rỉ.

waist n. chỗ thắt lưng, eo; áo chẽn đàn bà. -- -deep đến thắt lưng, đến ngang lưng.

waistband n. dây thắt lưng.

waistcoat n. áo gi-lê.

waistline n. vòng thắt lưng, eo [keep/watch giữ].

wait n. thời-gian chờ-đợi; sự rình. to lie in -- for nằm rình, mai-phục. v. chờ, đợi -- for; hầu bàn. to -- one's turn đợi đến lượt mình. Please -- until X. comes. Xin đợi tới lúc X. đến. Please -- a moment/minute. Xin Ông/Bà/Cô đợi một chút. I had to -- on her. Tôi phải hầu-hạ cô ấy. He had to work through college by --ing on table [=being a waiter]. Thời-gian đi học đại-học, anh ấy phải làm việc hầu bàn để kiếm tiền ăn học. the wait-and-see policy chính-sách chờ xem.

waiter n. người hầu bàn.

waiting n. sự đợi chờ; việc hầu bàn. adj. -- list danh-sách ghi trước. -- room phòng đợi.

waitress n. cô hầu bàn, chị hầu bàn.

waive v. từ-bỏ, khước-từ.

waiver n. sự từ-bỏ/khước-từ; sự/giấy cho hoãn. tuition -- sự tha đóng tiền học, miễn học-phí.

wake n. lằn tàu. In the -- of the earthquake sau vụ động đất ấy.

wake n. thức canh người chết. v. [waked/woke; waked] thức giấc, thức dậy, tỉnh dậy -- up; đánh thức -- X. up.

wakeful adj. tỉnh-táo, thao-láo; cảnh-giác.

waken v. đánh thức; gợi lại; thức dậy, tỉnh dậy.

walk n. sự đi bộ; cuộc đi dạo chơi, đi tản-bộ; quãng đường đi bộ; dáng đi; đường đi, lối đi;

nghề-nghiệp, tầng-lớp xã-hội. Let's take a --, Let's go for a --. Chúng ta hãy dạo chơi một vòng đi. The campus is only a short -- from my house. Khu đại-học chỉ cách nhà tôi một quãng ngắn. different --s of life đủ các tầng-lớp xã-hội khác nhau. v. đi, đi bộ, đi lang-thang; đi tản-bộ, đi chơi; đi chân. I'll -- you home. Anh sẽ đưa em về nhà. to -- a horse dắt ngựa đi từng bước. to -- one's dog dắt chó đi một vòng (khỏi nhà). to -- away bỏ đi; năng đi, cuỗm mất *[with my raincoat cải áo đi mưa của tôi].* to -- off with năng đi, cuỗm mất, chuỗn đi đem theo .... to -- out bỏ ra đi, thình-lình bỏ đi; đình-công, bãi-công. to -- out on X. bỏ ai mà đi *[vì tức-giận].*

walker n. người đi bộ, khách bộ-hành; người đang đi bộ *[để dạo chơi hay vận-động].*

walkie-talkie n. radiô xách tay, radiô vừa đi vừa nói.

walking papers n. to give X his -- đuổi, sa-thải.

walking stick n. gậy, can, batoong.

walk-on n. vai phụ.

walkout n. cuộc đình-công.

walkover n. cuộc thi/đấu dễ thắng.

walk-up n. căn nhà không có thang máy.

wall n. tường, vách; thành *[giếng, mạch máu, tim];* thành, thành-luỹ, thành-quách. a brick -- một bức tường gạch. the Great Wall of China Vạn-lý Trường-thành. to go to the -- bị thất-bại, bị phá-sản. to be pushed/driven to the -- bị dồn vào chân tường, bị dồn vào thế bí. Walls have ears. Tai vách mạch rừng. v. xây tường/thành bao quanh. to -- up xây bịt lại.

wallet n. ví da, ví tiền.

wallflower n. cây quế trúc; cô gái không được ai mời nhảy.

wallow v. *[trâu]* đầm mình *[in mud trong bùn];* bơi, đầm mình *[in wealth tiền của, nhung lụa; in debauch truỵ-lạc, truy-hoan].*

wallpaper n. giấy hoa dán tường.

walnut n. quả óc chó, quả hồ-đào; cây/gỗ hồ-đào.

walrus n. con moóc, hải-mã, hải-tượng.

waltz n. điệu nhạc/nhảy vanxơ. v. nhảy vanxơ.

wan adj. xanh-xao, nhợt-nhạt, yếu-ớt, tái mét.

wand n. đũa thần, gậy phép; que đánh nhịp, đũa nhạc-trưởng; gậy quyền, quyền-trượng.

wander v. đi lang-thang, đi thơ-thẩn; đi chệch đường, lạc đề; lơ-đễnh, nghĩ lan-man.

wanderer n. người đi lang-thang, khách lãng-du.

wanderlust n. tính thích du-lịch, tính lãng-tu.

wane n. sự/lúc tàn, lúc hết thời; tuần trăng lúc khuyết. on the -- khuyết; xế bóng, về già, tàn-tạ, suy-giảm, lu-mờ, hết thời (oanh-liệt), thân bại danh liệt. v. khuyết, xế; giảm đi, suy-yếu, tàn-tạ.

wangle v. dùng mánh-khoé/thủ-đoạn để đạt được....

want n. sự thiếu, sự cần, sự cần-thiết; nhu-cầu; cảnh túng-thiếu. for -- of vì thiếu.... to be in -- sống thiếu-thốn. v. muốn, muốn có; cần, cần có, cần dùng; thiếu, không có. to -- money muốn có tiền. I -- to go with you. Tôi muốn đi với anh. X. --s a rest. X. cần được nghỉ-ngơi. We -- you to join us for dinner. Chúng tôi muốn anh cùng đi ăn cơm tối với chúng tôi (cho vui). to be --ing *[đồ vật, vật-liệu]* thiếu. want ads mục rao vặt.

wanton adj. bậy-bạ, bừa-bãi, lung-tung; dâm-đãng, dâm-ô; nghịch-ngợm, tinh-nghịch; um-tùm, sum-suê.

war n. chiến-tranh; sự đấu-tranh. -- and peace chiến-tranh và hoà-bình. to declare -- tuyên chiến. to make/wage -- on đánh nhau với ... aggressive --, -- of aggression chiến-tranh xâm-lược. local -- chiến-tranh cục-bộ. total -- chiến-tranh toàn-diện. nuclear -- chiến-tranh nguyên-tử/hạt-nhân. -- of nerves chiến-tranh cân-não. psychological -- chiến-tranh tâm-lý. World War I trận Thế-giới Đại-chiến I. World War II trận Thế-chiến thứ 2. -- cloud mây đen chiến-tranh. -- correspondent ký-giả/phóng-viên chiến-trường. -- cry tiếng hò xung-trận. -- reparations bồi-thường chiến-tranh.

warble n., v. (tiếng) hót líu-lo.

warbler n. chim chích.

ward n. người vị-thành-niên được giám-hộ *[theo pháp-luật];* nghĩa-tử của nhà nước; sự giám-hộ, sự bảo-trợ; khu-vực (tuyển-cử); phòng/khu nhà thương; phòng giam. v. đỡ, gạt, tránh to -- off; phòng, ngăn-ngừa.

warden n. cai tù/ngục, ngục-lại, ngục-tốt; người gác; quản-lý nhà thờ; người coi khu rừng cấm săn bắn game --.

wardrobe n. quần áo (của một người); tủ quần áo. -- trunk hòm/rương đứng treo quần áo được.

ware n. đồ dùng; wares hàng-hoá. silver-- dao nĩa.

warehouse n. kho hàng.

warfare n. chiến-tranh [chemical hoá-học; guerrilla du-kích; nuclear nguyên-tử/hạt-nhân; bacteriological vi-trùng; psychological tâm-lý].

warhead n. đầu nổ [của tên lửa, bom, ngư-lôi].

warily adv. một cách thận-trọng/cảnh-giác.

warlike adj. hiếu-chiến; thuộc chiến-tranh.

warm adj. nóng, ấm; [lời cảm ơn, sự tiếp đón, bạn] niềm-nở, nồng-nhiệt, nồng-hậu; sôi-nổi, nhiệt-liệt. It is warm today. Hôm nay trời ấm-áp. Put some -- clothes on. Mặc áo ấm vào. v. hâm nóng, hấp lên cho nóng, làm cho nóng/ấm, sưởi ấm; nóng lên, ấm lên; (làm) sôi-nổi lên -- up. *** warm-blooded có máu nóng; nóng-nảy, hay giận; sôi-nổi, đa-tình, đa-cảm. warm-hearted tốt bụng, nhiệt-tâm/-tình. warm-up cử-động cho nóng người [trước khi tập/đấu]

warmonger n. kẻ gây chiến, kẻ hiếu-chiến.

warmth n. hơi nóng, nhiệt; sự ấm-áp; sự ân-cần, niềm-nở, nồng-nhiệt, nồng-hậu; nhiệt-tình.

warn v. báo trước cho biết; cảnh-cáo, răn, can.

warning n. sự báo trước; sự/lời cảnh-cáo. without -- không báo trước, đùng một cái. hurricane --s lời cảnh-cáo bão. -- signal dấu-hiệu báo nguy. -- shot phát súng cảnh-cáo. to take -- from X.'s example lấy gương ông X. làm bài học cho mình.

warp n. sợi dọc; sự vênh/cong. v. làm vênh/oằn, làm cong; làm sai-lạc/thiên-lệch; vênh, oằn, cong.

warplane n. máy bay/phi-cơ chiến-đấu.

warrant n. sự bảo-đảm; giấy chứng-nhận; trát; lý-do (xác-đáng). search -- trát khám nhà. -- officer thượng-sĩ. chief -- officer thượng-sĩ nhất. v. bảo-đảm, chứng-thực, chứng-nhận; biện-hộ cho. That does not -- those conclusions. Điều ấy không cho phép ta đi đến kết-luận đó.

warranty n. sự bảo-đảm; sự cho phép.

warrior n. chiến-sĩ, quan-nhân; chinh-phu.

warship n. tàu chiến, chiến-hạm

wart n. hột cơm, mụn cóc; bướu cây.

wartime n. thời chiến.

wary adj. cẩn-thận, thận-trọng, cảnh-giác.

was Xem to be.

wash n. sự rửa, sự rửa-ráy/tắm-rửa/ tắm-gội; sự giặt-giũ, quần áo đem giặt, quần áo giặt rồi; nước rửa/gội, nước rửa bát, nước vo gạo; nước vôi quét tường, lớp tráng. v. rửa [mặt, tay,

chân; bát dĩa, chén, cốc; xe]; gội [one's hair đầu]; giặt [quần áo]; rửa-ráy; [nước] vỗ vào; cuốn đi. to -- away rửa sạch; làm lở, cuốn đi mất.

washable adj. vải có thể giặt được.

wash-and-wear adj. giặt mặc ngay không cần là/ủi.

washbasin n. chậu rửa (mặt), lavabô.

washboard n. ván giặt.

washbowl n. chậu rửa (mặt), lavabô.

washcloth n. khăn lau mặt, khăn mặt nhỏ.

washday n. ngày giặt quần áo [cho cả nhà].

washer n. người rửa/giặt; máy giặt; vòng đệm, lông-đền; máy rửa bát dish--; máy đãi quặng.

washing n. sự rửa-ráy/tắm-rửa/tắm-gội; sự giặtgiũ; quần áo giặt; sự đãi quặng.

washing machine n. máy giặt.

washout n. chỗ xói lở; người thất-bại.   [lầm.

washroom n. phòng rửa mặt, phòng rửa-ráy, phòng

washstand n. giá rửa mặt; chậu rửa mặt.

washtub n. chậu giặt.

wasp n. ong bắp cày, ong nghệ. -- waist lưng ong.

waste n. sự phí-phạm, sự phung-phí/lãng-phí/hao-phí; đồ thừa, rác-rưởi, vật phế-thải; đất hoang, hoang-địa, chỗ hoang-vu. to lay -- tàn-phá.... v. phí, tiêu phí, phung-phí, lãng-phí, làm phí, uổng-phí; tàn-phá; làm hao mòn dần, làm tiêu-hao.

wasteful adj. hoang-phí, lãng-phí, phí-phạo.

waste(paper)basket n. sọt giấy vụn, sọt rác.

watch n. đồng hồ đeo tay wrist--, đồng hồ quả quít pocket --.

watch n. sự canh-phòng/canh-gác; lính canh, người canh, người gác/trực; phiên gác; tổ trực. to be on the -- canh gác, trông chừng, thấp-thỏm chờ. to keep -- over canh, gác, canh chừng. v. canh, gác, trông, trông nom; nhìn xem, quan-sát; rình, theo dõi; chờ. to -- for để ý xem, quan-sát; chờ, rình. to -- out coi chừng, cẩn-thận, dè ý. to -- over trông, canh. Watch out! Coi chừng! Đề-phòng!

watchdog n. chó giữ nhà. -- committee uỷ-ban giám sát.

watcher n. người canh/rình; người quan-sát.

watchful adj. cẩn-thận, chu-đáo, thận-trọng, đề-phòng, cảnh-giác.

watchmaker n. thợ đồng-hồ.

watchman n. người gác (dan); trương-tuần night--.

watchtower n. chòi canh, vọng gác.

watchword n. khẩu-lệnh; khẩu-hiệu.

water n. nước, nước uống, nước rửa; dung-dịch; sóng nước, đường thuỷ, biển [to cross vượt]; thuỷ triều; nước (bóng/láng). of the first -- hạng nhất; [kim-cương]nước tốt nhất. to back -- chèo ngược. to be in hot -- bị lôi-thôi, rắc-rối, khó khăn. to fish in troubled --s lợi-dụng lúc đục nước béo cò. to hold -- đứng vững. to make -- đi đái, (đi) tiểu-tiện. to pour/throw cold -- on giội gáo nước lạnh vào. to swim under -- đi hàng hai, bắt cá hai tay. -- buffalo trâu. -- closet cầu tiêu. -- color (tranh) màu nước. -- heater thùng đun nước nóng. -- lily cây hoa súng. -- line ngấn nước; mực nước. -- main ống nước chính. -- pipe ống nước. -- polo bóng nước. -- power sức nước, than trắng. -- skiing môn chơi xki nước. v. tưới, tưới nước; cho [súc-vật] uống nước;làm loãng; uống nước; chảy nước, ứa nước. to -- down làm giảm bớt,làm dịu đi.

watercourse n. sông, suối; lòng sông/suối.

watercress n. cải xoong.

waterfall n. thác nước.

watering n. sự tưới; sự cho uống nước; sự pha loãng. -- can bình tưới. -- place chỗ cho ngựa uống nước; nơi có suối chữa bệnh; bãi biển.

watermark n. ngấn nước; hình mờ [ở giấy viết thư]

watermelon n. dưa hấu, dưa đỏ.

waterproof adj. không thấm nước. v. làm cho [vải, áo] không thấm nước.

watershed n. đường phân nước; lưu-vực sông.

watertight adj. kín nước, nước không thấm được; [lý-lẽ, lập-luận] chặt-chẽ, vững-chắc, không bẻ được, không công-kích được.

waterway n. thuỷ-đạo, thuỷ-lộ.

waterworks n. nhà máy nước.

watery adj. ướt, đẫm nước, sũng nước; đẫm lệ; loãng, lỏng, nhạt, lõng-bõng; nhạt-nhẽo; bạc.

watt n. oát. watt-hour oát giờ.

wattle n. yếm [gà tây/lôi]; râu [cá].

wattle n. phên liếp. -- and daub phên trét đất.

wave n. sóng, làn sóng [ở biển, ở tóc uốn quăn]; cái vẫy tay; đợt [nóng, lạnh, người]; sóng điện. v. phất [cờ]; vẫy [mùi-soa]; vung, múa [gươm, gậy]; uốn [tóc]; [cánh đồng] gợn sóng; [tóc] quăn tự-nhiên; [cờ] phấp-phới ; vẫy tay ra hiệu.

*** to -- aside gạt sang một bên. to -- goodbye vẫy tay chào từ-biệt. to -- to X. vẫy tay ra hiệu cho, vẫy tay chào X.

wavelength n. bước sóng.

waver v. chập-chờn, rung-rinh; lưỡng-lự, do-dự.

wavy adj. [mặt đường, cánh đồng lúa, tóc] gợn sóng; [mặt nước] lăn-tăn; [đường kẻ] uốn lượn, sóng.

wax n. sáp ong bees--. v. đánh sáp, bôi/vuốt sáp. floor -- sáp đánh sàn. car -- sáp đánh bóng ô-tô. ear -- ráy tai. -- paper giấy sáp. -- museum viện bảo-tàng người sáp. I just --ed the floor last week. Tôi vừa mới đánh bóng cái sàn này tuần rồi.

wax v. trăng tròn dần. to -- and -- khi tròn khi khuyết; khi tăng khi giảm, khi lên khi xuống. to -- indignant nổi cơn tức-giận/thịnh-nộ.

waxen adj. giống sáp; màu sáp vàng; mềm yếu.

way n. đường, đường/lối đi; đoạn/khúc đường; phía, chiều, hướng; cách, phương-pháp, biện-pháp; lối, lề thói; mặt, phương-diện. all the -- đến cùng. by the -- à này, nhân tiện đây. by -- of Bangkok qua ngả Băng-cốc. by -- of introduction để giới-thiệu .... Get out of the --. Tránh ra. in a -- về một nghĩa nào đó. in every -- về mọi phương diện. in her own -- theo cách riêng của cô ấy. in no -- tuyệt-nhiên không, tuyệt-đối không. on the -- to Paris trên đường đi đến Paris. out of the -- hẻo lánh. this -- lối này. to be in the -- làm vướng người khác. to give -- nhường bước. to know one's -- around biết rõ đường đi nước bước. to lead the -- dẫn đường. to make -- for nhường chỗ cho. to mend one's --s tu-tỉnh, cải-tà qui-chính. under -- đang tiến-hành. way in lối vào. way out lối ra.

wayfarer n. người đi du-lịch; khách lãng-du.

waylay v. [waylaid] rình, mai-phục.

wayside n. bờ/lề đường.

wayward adj. hay thay đổi, đồng bóng; bướng-bỉnh.

we pron. chúng ta; chúng tôi. We have to unite. Chúng ta phải đoàn-kết. We Vietnamese suffered as much as you did. Người Việt-nam chúng tôi cũng phải chịu cực-khổ như các ông.

weak adj. yếu, yếu ớt; yếu đuối, mềm yếu, nhu-nhược; kém, không giỏi; loãng, nhạt, lạt.

weaken v. (làm) yếu đi, (làm) nhụt, suy-nhược đi.

weakling n. người ốm-yếu/yếu-ớt; kẻ nhu-nhược.

weakness n. tính yếu-đuối/yếu-ớt; tính mềm-yếu,

tính nhu-nhược; sự kém; điểm yếu, nhược-điểm.

wealth n. tiền nong, tiền của, của cải; sự giàu
có; sự phong-phú. material -- của-cải vật-chất.

wealthy adj. giàu có, phong-phú, sung-túc.

wean v. cai sữa, thôi cho bú; làm cho X. dứt bỏ.

weapon n. vũ-khí, khí-giới.

weaponry n. (kho) vũ-khí nói chung.

wear n. sự mặc/mang; quần áo, y-phục, giày dép;
sự mòn, sự hao mòn, sự hư-hỏng; sự bền còn mặc
được. clothing for summer -- quần áo mặc mùa hè.
children's -- quần áo trẻ con. This rug shows --.
Tấm thảm này trông mòn rồi. There is still much
-- in these shoes. Đôi giày này còn đi được lâu.
v. [wore; worn] mặc [quần áo]; đội [mũ, nón];
deo, mang [earrings hoa tai; necktie ca-vát; ring
nhẫn; glasses kính; wristwatch đồng hồ; denture
hàm răng giả; wig tóc giả]; đi, mang [shoes giày,
socks bít-tất]; để [tóc, râu]; dùng mòn/cũ; làm
cho hao mòn; mang/có [vỏ]; bị mòn, mòn/cũ đi;
dùng lâu, bền. -- and tear sự hao-mòn hư-hỏng,
sự hư-hao. This tire --s rapidly. Chiếc lốp này
chóng mòn. *** to -- down/out làm mòn; làm kiệt
sức dần. to -- off (làm) mòn mất; mất đi, qua đi.
to -- on trôi qua, trôi đi; tiếp-diễn. to -- out
hết dần. to -- well dùng bền, mặc bền; lâu bền.

weariness n. sự mệt-nhọc, sự mệt-mỏi; sự chán.

wearing apparel n. quần áo, y-phục.

wearisome adj. mệt, mệt nhọc; làm mệt; chán, ngán.

weary adj. mệt, mệt-mỏi, mệt lử, rã-rời; chán,
ngáy, chán ngắt, ngán. v. làm cho mệt/chán; mệt.

weasel n. chuột vàng.

weather n. trời, tiết trời, thời-tiết; bản thông
báo thời-tiết -- forecast. What is the -- like?
Thời-tiết thế nào? to be under the -- khó ở, hơi
mệt, ươn mình. -- -beaten bị mưa gió làm hư nát;
dày-dạn phong sương.   bureau sở khí-tượng. --
forecast thông-báo thời-tiết, dự-báo thời-tiết.
-- vane chong-chóng gió, phong-tiêu. v. vượt
qua [trận bão]; vượt, khắc-phục [khó-khăn]; mòn,
đổi màu, đổi thay [vì mưa gió].

weathercock n. chong-chóng gió; người xoay chiều.

weatherman n. nhà khí-tượng-học.

weave n. kiểu dệt. v. [wove; woven] dệt; đan.
to -- one's way through the crowd đi lách, đi
len-lỏi qua đám đông. to -- in and out chạy xe

len ra len vào trên xa-lộ.

weaver n. thợ dệt, người dệt vải; chức-nữ.

web n. mạng [spider's nhện]; vải dệt, tấm vải; súc
giấy, cuộn giấy [in báo]; màng da [chân con vịt].
web-footed có chân màng (như vịt).

wed v. lấy [chồng/vợ], cưới [vợ/chồng], kết-hôn với;
làm lễ cưới cho; lấy nhau, cưới nhau, kết-hôn.

wedded adj. có vợ có chồng, lấy nhau, đã thành lứa
đôi; kết-hợp, hòa-hợp; gắn bó chặt-chẽ [to với...].

wedding n. lễ cưới, hôn-lễ -- ceremony. -- banquet
cỗ/tiệc cưới. -- cake bánh cưới. -- day ngày cưới.
-- dress áo cưới, áo cô dâu. -- night đêm tân-hôn,
đêm động-phòng. -- present quà (mừng đám) cưới.
-- ring nhẫn cưới.

wedge n. cái nêm. v. nêm, chèm; chen vào.

wedlock n. sự kết-hôn, hôn-thú, cưới xin (đàng-
hoàng). born out of -- [đứa con] hoang, riêng, tư-
sinh.

Wednesday n. ngày thứ tư.

wee adj. nhỏ xíu. a -- bit hơi, hơi hơi.

weed n. cỏ dại, cỏ hoang; the -- thuốc lá. v.
nhổ cỏ, giẫy cỏ, làm cỏ. to -- out loại bỏ/trừ.

weeds n. quần áo tang, tang-phục.

weedy adj. có nhiều cỏ dại; gầy còm, ốm yếu.

week n. tuần, tuần lễ. a -- from today bây giờ
tuần sau, ngày này tuần sau. last -- tuần trước.
the -- before last tuần trước nữa. -- in -- out
hết tuần này đến tuần khác. a three-week vacation
kỳ nghỉ ba tuần liền.

weekday n. ngày trong tuần [từ thứ hai đến thứ sáu]

weekend n. cuối tuần, thứ bảy chủ nhật. v. nghỉ
cuối tuần, đi chơi cuối tuần.

weekly n. báo hằng tuần, tuần-báo, tuần-san. adj.
hằng tuần, ra mỗi tuần một lần. semi-- mỗi tuần
hai lần. bi-- hai tuần một lần. adv. hằng tuần.

weep v. [wept] khóc; ứa nước, chảy nước.

weeping willow n. liễu rủ, thùy-liễu, lệ-liễu.

weevil n. mọt (lúa). boll -- mọt bông.

weft n. sợi ngang [Xem warp]; vải.

weigh v. cân; cân nhắc, đắn đo; cân nặng, nặng....
to -- down làm nghiêng/lệch cán cân. to -- in
one's hand cầm trong tay xem nặng nhẹ thế nào.
to -- the pros and cons cân nhắc lợi hại, đắn-đo
không biết có nên hay không, đắn-đo khả phủ.

weight n. sức nặng, trọng-lượng; tải-trọng; quả

cân; cái chặn giấy paper--; tạ *[to lift cử]*; tầm
quan-trọng, ảnh-hưởng, uy-tín. to gain -- lên cân.
to lose -- xuống/sụt cân. to lift --s tập tạ. --s
and measures đơn-vị cân-đo. v. đè nặng, chất
nặng; làm nặng thêm to -- down. -- control sự
hạn-chế lên cân *[bằng chế-độ ăn uống tập-tành]*.
-- lifter người tập tạ. -- lifting môn cử tạ.

weighty adj. nặng; *[vấn-đề, nỗi lo-lắng]* nặng-nề,
chồng-chất; *[lập-luận]* vững, có sức thuyết-phục;
quan-trọng, có ảnh-hưởng/uy-tín.

weir n. đập nước; lưới cá, đăng cá.

weird adj. kỳ-quặc; siêu-tự-nhiên, phi-thường.

welcome n. sự tiếp-đón *[warm niềm-nở/nồng-nhiệt;*
cold lạnh-nhạt]; sự hoan-nghênh. adj. được tiếp-
đãi ân-cần niềm-nở, được hoan-nghênh; cứ tự-nhiên
(sử-dụng), cứ tuỳ-ý. Thank you. -- You're --.
Cảm ơn ông. -- Tôi không dám, có gì/chi đâu (mà
ơn với huệ). -- news tin vui. a -- change một sự
thay-đổi dễ chịu (mọi người mong đợi). You are --
to (use) my typewriter. Anh cứ việc dùng mấy chữ
của tôi nhé, đừng ngần-ngại, cứ tự-nhiên. W-- to
Carbondale! Hoan-nghênh các bạn tới thăm thànhphố
Carbondale! v. tiếp-đón ân-cần, hoan-nghênh,
tiếp-rước niềm-nở, hoan-nghênh nhiệt-liệt.

weld n. mối hàn. v. hàn; gắn chặt, gắn-bó.

welder n. thợ hàn.

welding n. sự hàn; món hàn, kỹ-thuật hàn.

welfare n. hạnh-phúc, phúc-lợi, an-sinh; trợ-cấp
xã-hội. public -- phúc-lợi công-cộng. -- work
công-tác xã-hội. to be on -- ăn trợ-cấp xã-hội.
-- fund quỹ phúc-lợi *[để lo cho công-nhân ốm đau*
hay mất việc].

well n. giếng (nước) *[to sink/dig đào]*, giếng
dầu oil --; nguồn *[tình-cảm]*; lồng cầu thang stair
--; lọ mực ink--. v. phun lên/ra, vọt lên/ra,
tuôn ra -- up/out/forth. Tears --ed up in her
eyes. Hai mắt cô giọt lệ tuôn tràn.

well adj., adv. *[better; best]* khoẻ, mạnh-khoẻ,
mạnh-giỏi; tốt, hay, tốt lành, đúng lúc, nên, cần;
giỏi, hay, khéo; khá, khăm-khá; sung-túc, phong-
lưu; kỹ, rõ, nhiều. My mother is very --, thank
you. Cảm ơn anh, mẹ tôi mạnh-giỏi lắm. All is --
with them. Ông bà ấy đều được mọi sự tốt lành.
very -- tốt/giỏi lắm, hay/được lắm. to swim --
bơi giỏi. to sleep -- ngủ ngon. X. is doing very

--. X. học-hành/làm-ăn khá lắm. to be -- off khá,
phong-lưu, đầy-đủ. -- done làm tốt/kỹ, nấu thật
chín/nhừ. Shake -- before using. Trước khi dùng,
xin lắc kỹ (lọ/chai thuốc này). The fair brought
in -- over $2,000. Cuộc chợ phiên thu được quá
2.000 đôla. I couldn't very -- refuse. Tôi không
có cách nào từ-chối được. to get -- bình-phục.
You might as -- get paid for the job. (Đằng nào
cũng thế thì) cứ việc nhận tiền công cho việc ấy.
She is good as -- as beautiful. Cô ấy vừa ngoan
vừa đẹp. exports as -- as imports hàng xuất-khẩu
cũng như hàng nhập-cảng. interj. Well, who
would have thought he could do it! Đấy, trước kia
ai nào có tưởng nó làm nổi chuyện ấy! Well, there
is no need to worry! Forget about it! Thôi nào,
chẳng cần lo việc ấy, cứ quên nó đi!

well-behaved adj. ngoan, hạnh-kiểm tốt, có dạy.

well-being n. hạnh-phúc, phúc-lợi.

well-bred adj. có giáo-dục; *[ngựa]* tốt giống, nòi.

well-founded adj. có căn-cứ/cơ-sở, đáng tin-cậy.

well-groomed adj. ăn mặc đẹp, ăn mặc bảnh-bao.

well-heeled adj. giàu có, khá giả.

well-informed adj. thạo tin; biết rõ.

well-intentioned adj. có ý tốt, có hảo-ý.

well-kept adj. giữ kỹ, sửa-sang tốt, bảo-trì tốt,
bảo-quản tốt; *[bí-mật]* giữ kín.

well-known adj. ai cũng biết, có tiếng/danh, nổi
tiếng/danh, hữu-danh, danh tiếng.

well-matched adj. xứng đôi vừa lứa; đối nhau.

well-meaning adj. có thiện-chí.

well-nigh adv. gần, hầu như, suýt.

well-off adj. phong-lưu, sung-túc.

well-preserved adj. tốt lão, đẹp lão.

well-read adj. đọc rộng biết nhiều, có học(-thức).

well-spent adj. *[thì-giờ, công-sức]* dùng hợp-lý.

wellspring n. nguồn (suối) vô-tận.

well-thought-of adj. được quý-trọng, có tiếng.

well-timed adj. đúng lúc/dịp, phối-hợp thật khéo.

well-to-do adj. khá giả, sung-túc, có máu mặt.

well-wisher n. bạn-bè tốt, người cầu mong điều
tốt lành cho X.

well-worn adj. sờn rách, mặc đã cũ; cũ rích, nhai
đi nhai lại, lặp đi lặp lại mãi/hoài.

welt n. diềm *[ở giày]*; đường viền; lằn roi.

welter n. sự rối-loạn; mớ hỗn-độn. v. đắm mình.

welterweight n. võ-sĩ quyền Anh hạng bán trung.

wench n. cô gái, thiếu-nữ, cô thôn-nữ.

went quá-khứ của *go*.

wept quá-khứ của *weep*.

were quá-khứ của *be*.

west n. hướng/phương/phía tây; miền tây. -- wind gió tây. adv. ở phía tây; về hướng tây. moving -- đi/tiến về phía tây, sang miền tây. W-- Germany Tây Đức. north-- tây-bắc. south-- tây-nam.

westerly adj. [gió, hướng] tây.

western n. phim cao-bồi. adj. thuộc phía tây; của phương Tây, Tây-phương. W-- Hemisphere Tây-bán-cầu.

westerner n. người phương Tây, dân Tây-phương; người Âu-Tây, người Âu-Mỹ; dân miền tây (Hoa-kỳ).

westernize v. tây-phương-hoá, âu-hoá.

westernmost adj. cực-tây.

westward adj., adv. về phía tây; theo hướng tây.

westwards adv. về phía tây.

wet n. mưa, trời mưa; người phản-đối luật cấm tửu, người chủ-trương cho tự-do uống rượu. adj. ướt, đẫm nước, đầm-đìa; ẩm, ẩm-ướt; [trời, mùa] mưa; [sơn] còn ướt. all -- sai bét, lầm, láo. -- to the skin ướt sạch/đẫm. v. làm ướt, thấm nước, dấp nước; [trẻ con, chó] đái vào/lên. *bedwetting* chứng/tội đái dầm. -- blanket người làm mất vui. -- nurse u em, vú em, vú nuôi. WET PAINT (COI CHỪNG) SƠN CÒN ƯỚT.

whack n. cú đánh mạnh. to have a -- at thử làm. v. đánh mạnh, vụt mạnh.

whale n. cá voi. to have a -- of a time vui chơi thoả-thích, vui nhộn như điên.

wharf n. [wharves/wharfs] bến tàu, cầu tàu.

what adj. W-- time is it? Mấy giờ rồi? W-- course are you taking this semester? Khoá này, anh học lớp/cua nào? I'll give you -- sugar I have left. Còn bao nhiêu đường tôi sẽ đưa cho chị cả. She knows -- dish you like best. Bà ấy biết cô thích món gì nhất. pron. W-- happened after we left? Chúng tôi về rồi thì có chuyện gì xảy ra? W-- are you doing? Chị đang làm gì thế? W-- are you doing? Cái anh này kỳ-quặc, làm gì vậy? W-- is X. like? Tính-nết X. ra sao? W-- (did you say)? Anh nói gì kia? Cái gì? W-- else? Còn gì nữa? W-- for? Để làm gì? W-- if X. were to die? Thế nhỡ

X. chết thì sao? So --? Thế thì đã sao? W-- now? Lại chuyện gì nữa đây? W-- then? Rồi sau đó còn chi nữa? We have -- you need. Hiệu chúng tôi có thứ hàng mà ông cần. I know -- you are thinking of. Anh biết em đang nghĩ gì. to know --'s -- biết rõ chuyện gì với chuyện gì. interj. W-- a handsome boy! Thằng bé mới đẹp trai làm sao! W-- a crowd! Ô, sao mà đông thế! W-- a pity! Tiếc thật! Tiếc quá!

whatever adj. nào; bất cứ cái nào, dù thế nào đi chăng nữa. Is there any hope --? Có chút hy-vọng nào không? W-- profession you choose,... Bất luận con chọn nghề nào,.... pron. Take -- you like. Bất cứ anh thích cái gì thì cứ việc lấy. W-- you do will affect the child's future. Bất cứ hành-động nào của bà cũng sẽ ảnh-hưởng đến tương-lai của đứa trẻ.

what's-his-name n. cái ông tên gì nhỉ!

whatsoever adj. adv. nào; bất cứ cái nào; dù gì. I didn't buy any book --. Tôi chẳng mua bất cứ một quyển sách nào.

wheat n. lúa mì; cây lúa mì. -- germ mầm lúa mì.

wheedle v. dỗ-dành; tán-tỉnh.

wheel n. bánh xe; tay lái ô-tô steering --. rear -- bánh sau. front -- bánh trước. the man at the -- người lái xe. the -- of government guồng máy chính-quyền. He's a big --. Ông ấy làm to/lớn. v. lăn, đẩy cho lăn; quay, xoay; [chim] lượn vòng. to -- about/around quay lại.

wheelbarrow n. xe cút-kít.

wheelbase n. khoảng trục bánh xe (bốn bánh).

wheelchair n. ghế đẩy, xe lăn.

whelp n. chó sói con; hổ con, sư-tử con.

when adv. bao giờ, lúc nào, khi nào, hồi nào. W-- are you going? Bao giờ anh đi? W-- did X. leave home? X. từ nhà ra đi bao giờ? I do not remember -- he left. Tôi không nhớ anh ấy đi lúc nào. conj. khi, lúc, hồi; trong khi mà. W-- I was a kid I used to be afraid of ghosts. Lúc bé tôi hay sợ ma. the time -- Daddy was busy typing lúc bố đang bận đánh máy. X. is watching TV -- he should be doing his homework. Đáng lẽ phải làm bài thì X. đang coi truyền-hình. since -- từ bao giờ. n. lúc, ngày tháng, thời-gian. the where and the -- địa-điểm và thời-gian.

whence adv., pron. từ/do đâu; từ đó, do đó mà ...
W-- do you come? Người từ đâu tới đó? Let him
return to the land -- he came. Hắn hãy nên trở
lại nơi chốn mà hắn đã rời bỏ.

whenever adv., conj. bất cứ lúc nào; mỗi lần/khi.
Call me -- you need me. Bất cứ lúc nào anh cần
tôi thì cứ gọi nhé! W-- it snows I think of you,
sweetheart. Em yêu, mỗi lần tuyết xuống anh lại
nhớ đến em.

where adv. đâu, ở đâu, đến đâu, từ đâu; nơi mà,
chỗ mà, địa-điểm mà. Where is X.? X. đâu rồi? W--
is she going? Cô ấy (sẽ) đi đâu? W- did you get
that story? Anh nghe chuyện đó ở đâu? the house
-- I was born in Hanoi ngôi nhà tôi sinh ra tại
Hà-nội. W-- is the harm in trying? Cứ thử thì đã
có hại gì? conj. The dictionary is -- you left
it yesterday. Hôm qua anh để cuốn từ-điển ở đâu
thì nó vẫn còn đó chứ đâu! n. địa-điểm. I must
know the --s and the whens. Tôi cần biết rõ về
địa-điểm và thời-gian [ở đâu và bao giờ].

whereabouts n. chỗ ở, nơi ở. No clue as to X.'s
--. Không có manh-mối gì cho biết hiện nay X. ở
đâu. adv., conj. ở đâu, ở chỗ nào (vậy).

whereas conj. trong khi mà, còn, chứ còn; xét vì.
Some children like soccer -- others do not. Trẻ
con có đứa thích bóng đá nhưng lại có đứa không
thích. X. came promptly, -- Y. did not show up
until last week. X. đến liền, trong khi Y. thì
mãi tuần trước mới thò mặt ra. Whereas X. is the
deceased's legal heir,.... Xét vì/rằng X. là
người thừa-kế hợp-pháp của đương-sự (là người đã
qua đời),....

whereby conj. nhờ đó, bởi đó. There is no other
plan -- X. can be saved. Không có kế-hoạch nào
khác để cứu X. cả.

wherefore adv. tại/vì sao. conj. do đó, vì thế.
n. cớ, lý-do.

wherein adv. ở chỗ/điểm nào. conj. ở nơi ấy, ở
đó. the cause -- we believe chính-nghĩa mà chúng
tôi tin-tưởng.

whereof adv., conj. X. knew -- he spoke. X. biết
mình nói gì.

whereon adv., conj. trên cái gì, về cái gì; trên
(cái) đó, về cái đó. the foundation -- he built
his theory cơ-sở trên đó ông dựng nên lý-thuyết.

whereupon adv., conj. về cái đó; ngay lúc đó, nhân
đó. a constitution -- a single party runs the go-
vernment một bản hiến-pháp theo đó một chính-đảng
duy-nhất chi-phối chính-phủ. They got into an ar-
gument, -- my father left the room. Các ông ấy
cãi nhau, ngay lúc đó bố tôi đi ra khỏi phòng.

wherever conj. bất cứ ở đâu. W-- you settle, let
us stay with you. Bất cứ Bác định định-cư ở đâu,
xin Bác cho chúng cháu ở với Bác. Stop -- they
sell gasoline. Dừng lại bất cứ chỗ nào có bán xăng.
Sit -- you wish. Muốn ngồi đâu thì ngồi.

whet v. mài [dao]; gợi [appetite sự thèm (ăn)].

whether conj. dù ... hay ...; không biết có ...
hay không. W-- sick or well, X. is always cheerful.
Dù ốm hay khoẻ, X. lúc nào cũng tươi-cười.vui-vẻ.
It matters little -- they go or stay. Họ đi hay ở
lại thì cũng chẳng quan-trọng gì nhiều. It's not
clear -- X. will accept the nomination. Người ta
không rõ liệu X. có nhận sự đề-cử/tiến-cử đó không.

whetstone n. đá mài.

whey n. nước sữa.

which adj. nào. Which university do you prefer?
Con thích trường đại-học nào hơn? W-- one? Người
nào? Cái nào? Be careful -- way you turn. Phải để
ý xem rẽ chỗ nào. pron. người nào, ai, cái gì,
cái nào. Which is the largest number? Con số nào
(là con số) lớn nhất? I cannot tell -- is --. Tôi
chịu không phân-biệt nổi cái nào vào cái nào. the
book -- you just bought quyển sách mà anh vừa mua.
the bicycle of -- X. spoke = the bicycle -- X.
spoke of chiếc xe đạp mà X. nói đến. part of that
-- was sold at the auction một phần những đồ đem
bán đấu giá. My oldest brother's house, -- he was
so fond of, was taken away. Ngôi nhà của anh cả
tôi (ông ấy mê cái nhà đó lắm) đã bị tịch-thu.
X. stayed for hours, and -- was worse, kept me
from doing my work. X. ngồi hàng giờ, và tệ hơn
nữa, làm tôi chẳng làm được việc gì cả.

whichever adj., pron. bất cứ (cái/người) nào.
I shall be satisfied -- side wins. Bất luận bên
nào được, tôi cũng vừa lòng. Take -- you wish.
Anh muốn lấy cái nào thì lấy.

whiff n. hơi nhẹ, mùi thoảng. v. thổi nhẹ.

while n. lúc, chốc, lát. a long -- một lúc lâu,
một thời-gian lâu. a long -- ago đã từ lâu. In a

little -- chốc/lát nữa. for a -- một lúc. all tho
-- suốt thời-gian đó. conj. trong khi; còn thì,
tuy. While the sponsor was speaking X. said no-
thing. Trong khi người bảo-trợ đang phát-biểu ý-
kiến thì X. không nói gì cả. W-- I like the color
of the raincoat, I do not like its cut. Tuy tôi
thích màu cái áo mưa này nhưng tôi không thích
cái kiểu cắt của nó. v. để trôi qua, giết [thì
giờ] -- away.

whilst conj. = while.

whim n. ý chợt có, ý-thích chợt nảy ra.

whimper n. tiếng khóc thút-thít; giọng than-van,
giọng rên-rỉ. v. vừa nói vừa khóc thút-thít;
than-van, rên-rỉ.

whimsical adj. bất-thường, hay thay-đổi, không
chừng, đồng-bóng; kỳ-cục, kỳ-dị.

whine n., v. (tiếng) rên-rỉ, than-van, khóc nhai-
nhải; (tiếng) rên-rỉ.

whinny n. tiếng ngựa hí. v. [ngựa] hí.

whip n. roi, roi da, roi ngựa horse --; nghị-sĩ
phụ-trách kỷ-luật của đảng mình trong Quốc-hội.
v. đánh bằng roi, vụt, quất; rút nhanh ra; cởi
phắt [áo]; đánh bại, thắng; đánh [kem, trứng].
to -- up nấu nhanh/vội [bữa cơm]; khích-lệ.
hand tay roi; tay trên, phần hơn, thế lợi, lợi thế.

whiplash n. dây buộc đầu roi; sự cổ người lái xe
bị giật khi ô-tô đụng mạnh. Whiplash (injury) re-
sulted when his car was struck from behind. Anh
ấy bị giật cổ khi chiếc xe sau đâm vào xe anh.

whipped cream n. kem đánh rồi, kem săng ti-i.

whipper-snapper n. thằng nhóc con, nhãi con.

whipping n. trận roi, trận đòn. -- boy người làm
bung-xung. -- post cột trói kẻ bị phạt roi.

whir, whirr n., v. (tiếng) kêu vù-vù, (tiếng) kêu
vo-vo.

whirl n. sự xoay tít; hoạt-động quay-cuồng, sự
chóng mặt. v. xoay tít, xoáy, quay lộn/tít;
quay cuồng; chóng mặt.

whirlpool n. xoáy nước.

whirlwind n. gió cuốn, gió lốc. Sow the wind and
reap the whirlwind. Gieo gió thì gặt bão.

whirlybird n. (máy bay)trực-thăng, phi-cơ trực-
thăng, máy bay lên thẳng.

whisk n. cái vẫy nhẹ, cái đập nhẹ; chổi quét bụi;
cái đánh trứng/kem. v. vẫy; quét; đánh lên; đi

lướt nhanh như gió. to -- away/off đem đi nhanh;
lấy biến đi. -- broom chổi chải quần áo.

whiskers n. tóc mai dài; râu, ria [mèo, chuột];
râu quai nón; những sợi râu.

whiskey, whisky n. rượu uýt-ky.

whisper n. tiếng nói thầm; tiếng lá xì-xào; tiếng
gió xào-xạc; lời xì-xào, tin đồn. v. nói thầm,
thì-thầm nhỏ to; [lá] xì-xào; [gió] xào-xạc; bàn-
tán xì-xào, đồn thổi, đồn-đại.

whispering n. tiếng nói thầm, tiếng thì-thầm nhỏ
to; tiếng xì-xào, tiếng xào-xạc; lời xì-xào.

whistle n. cái còi; tiếng còi; sự huýt/thổi còi,
sự huýt sáo/gió; tiếng hót, tiếng rít, tiếng réo.
to wet one's -- nhấp họng. v. huýt/thổi còi;
huýt sáo/gió; [chim] hót; [gió] rít; [đạn] réo.
to -- for huýt sáo/gió để gọi; đợi mong vô-ích.
-- stop ga xép, tỉnh nhỏ; nơi dừng lại trên đường.

whit n. một chút, một tí. not a -- of truth không
có tí sự thật nào.

white n. màu trắng; quần áo trắng; đồ trắng; lòng
trắng trứng egg --; tròng trắng mắt; người da
trắng. whites khí hư. adj. trắng, bạc, bạch;
trắng bệch, tái mét; trong-trắng; sạch-sẽ, lương-
thiện. -- hair tóc bạc. to turn -- tái đi. to
bleed X. -- bòn rút X. không còn gì, hút máu hút
mủ [dân thuộc-địa]. as -- as a sheet xanh như tàu
lá. -- elephant con bạch-tượng; vật cồng-kềnh vô-
dụng. -- coal than trắng, sức nước. -- collar(ed)
thuộc dân thầy, công-chức tư-chức (cổ somi trắng).
-- cell huyết-cầu trắng, bạch-huyết-cầu. To show
the -- feather tỏ dấu hiệu hèn-nhát nao-núng. --
goods hàng bông/vải [khăn trải giường, khăn mặt];
thiết-bị, gia-cụ lớn [như tủ lạnh, v.v.]. the
White House Bạch-ốc, Bạch-cung, Toà Nhà Trắng.
-- lie nói dối đại (chuyện không quan-trọng).

whiten v. làm trắng; làm bạc; chuội [tơ lụa]; sơn
trắng, bôi trắng; trắng ra; trắng bệch ra, tái đi.

whitewash n. nước vôi quét tường; sự che-giấu.
v. quét vôi trắng; che-đậy, che-giấu [chuyện tai
tiếng].

whither adv., conj. đâu, đến/tới đâu, về đâu; nơi
mà.... Whither Vietnam? Việt-nam sẽ đi về đâu?

whittle v. vót, gọt, chuốt; đẽo. to -- away/down
làm hao-mòn/tiêu-hao dần.

whiz, whizz n., v. (tiếng) vèo, (tiếng) rít.

who pron. ai, người nào, người như thế nào; (cái)
(người) mà, (những người) mà. Who said so? Ai nói
thế? Who is there? Ai đó? (Đứng lại.) Who else?
Còn ai khác nữa? Who's speaking, please? Thưa ai
ở đầu dây đấy ạ? Xin ông/bà/cô cho biết quý-danh
ạ. The teacher who spoke is my best friend. Cái
ông/cô giáo vừa phát-biểu ý-kiến là bạn thân nhất
của tôi. Who is not for us is against us. Ai mà
không ủng-hộ chúng ta tức là chống lại chúng ta.

whodunit n. truyện trinh-thám, phim trinh-thám.

whoever pron. bất cứ ai, bất cứ người nào mà.
Whoever wants the umbrella may have it. Bất cứ
ai muốn cái ô đó cũng có thể giữ luôn được. --
you are bất luận ông là ai. Whoever else goes
hungry, he won't. Ai đói thì cứ đói, chứ anh ta
thì chẳng chịu đói đâu.

whole n. tất cả, toàn-bộ, toàn-thể, tổng-thể,
chỉnh-thể. as a -- xét toàn-bộ, nói chung. on
the -- tổng-cộng, nói tổng-quát. adj. đầy-đủ,
trọn-vẹn, nguyên-vẹn. the -- country cả nước,
toàn-quốc. the -- class cả lớp. the -- watermelon
cả quả dưa hấu. a -- set of dishes nguyên cả bộ
bát đĩa. He got out of a fight with a -- skin.
Hắn được bình-an vô-sự sau trận ẩu-đả. -- number
số nguyên; số tuổi đời [của tạp-chí, tập-san].

wholehearted adj. một lòng một dạ, tận-tâm/-tình.

wholesale n. sự bán buôn/sỉ. adj., adv. buôn,
sỉ, mớ; hàng đống/mớ, hàng loạt, đại-quy-mô. --
price giá ban buôn. -- trade sự bán buôn. a --
massacre sự tàn-sát hàng loạt. v. bán buôn.

wholesome adj. lành, không độc; khoẻ mạnh; lành-
mạnh, bổ-ích.

wholly adv. hoàn-toàn, một trăm phần trăm.

whom pron. ai, người nào, những ai, những người;
(những) người mà. Whom do you like best? Cháu ưa
ai nhất? Of -- are you thinking? Anh đang nghĩ
đến ai đấy? the carpenter -- you saw bác thợ mộc
mà anh thấy. the two poets -- he quoted hai nhà
thơ mà ông ta trích-dẫn.

whoop n., v. (tiếng) kêu/la lớn; (tiếng) ho rũ.

whooping cough n. chứng ho gà.

whopper n. cái gì thật to lớn; chuyện láo.

whore n. đĩ, gái điếm, con nhà thổ.

whose pron. của ai; của người mà, mà. Whose
book is this? Đây là sách của ai? Sách của ai

đấy? The girl -- painting got the prize is the
youngest in the class. Cô mà có bức tranh được
giải thưởng là học-sinh trẻ nhất trong lớp.

why n. [whys] lý-do tại sao. adv. Why did you
do it Tại sao con lại làm thế That is -- X. had
to raise the question. Vì thế nên X. đã phải nêu
câu hỏi ấy lên. That is the reason -- X. failed.
Đó là lý-do khiến cho X. thất-bại. -- not? tại
sao lại không? (thôi, cứ làm đi). interj. sao!
thế nào! Why, yes! Có chứ! Why, certainly! I'll
be delighted. Chắc chứ, tôi sẽ rất vui thích mà
nhận lời mời.

wick n. bấc đèn.

wicked adj. ác, hung-ác, hung-dữ; xấu, hư, tệ.

wicker n. liễu gai. -- basket thúng đan bằng liễu

wickerwork n. đồ đan bằng liễu gai.   [gai.

wide adj. rộng, rộng lớn; mở to/rộng; uyên-thâm,
uyên-bác. nine meters -- rộng 9 mét. adv. rộng,
rộng khắp, rộng-rãi. Open --! Há (miệng) to ra.
-- -angle ảnh rộng chiều ngang. -- -awake tỉnh
hẳn, tỉnh như sáo; tỉnh-táo. -- -open mở toang,
mở rộng; trống, trống-trải.

widen v. mở rộng, nới rộng; rộng ra; làm lan rộng.

widespread adj. dang ra; lan rộng, lan-tràn.

widow n. đàn bà goá, quả-phụ. v. to be --ed
bị goá (chồng/vợ).

widower n. người goá vợ.

width n. bề/chiều rộng, bề/chiều ngang, khổ vải.

wield v. nắm và sử-dụng [đồ dùng, quyền-hành].

wife n. [wives] vợ.

wiener n. xúc-xích.(dùng cho món hot dog).

wig n. bộ tóc giả.

wiggle n., v. (sự) ngọ-nguậy.

wigwam n. lều người da đỏ.

wild n. vùng hoang-vu, hoang-địa the --s.
adj. hoang, dại, rừng; chưa thuần; man-rợ; dữ-
dội, bão-táp, điên-cuồng, điên-loạn, cuồng-nhiệt;
ngông cuồng, rồ dại; phóng-túng, phóng-đãng; bừa
bãi. -- animal/beast dã-thú. -- passion tình yêu
cuồng-loạn. -- schemes những mưu-đồ rồ-dại. a --
way of life lối sống phóng-đãng bừa-bãi. adv.
lung-tung. a -- flower một bông hoa rừng/dại. --
goose ngỗng trời. to go on a -- goose chase theo
đuổi chuyện viễn-vông. to sow one's -- oats chơi
bời trác-táng.

wildcat n. mèo rừng. -- strike cuộc đình-công tự phát [không chính-thức].

wilderness n. chốn hoang-vu, miền hoang-dã.

wildfire n. đám cháy lan nhanh. to spread like -- [tin] lan truyền thật nhanh..

wildlife n. chim muông ở rừng, mãnh-thú dã-cầm.

wile n. mưu-mẹo/-kế/-chước, gian-kế. v. lừa, dụ.

will n. ý-định, ý-chí, lòng, chí; sự quyết-tâm; ý muốn, nguyện-vọng; di-chúc, di-mệnh, chúc-thư, di-ngôn. free -- tự-do ý-chí. Where there's a -- there's a way. Có chí thì nên = Hữu chí cánh thành at -- theo ý mình, tùy ý. good -- thiện-ý/-chí. ill -- ác-ý. of one's own (free) -- do ý muốn của chính mình (chứ không phải tại ai ép buộc). X. did it against his/her --. X. làm việc đó trái với ý mình [= một cách miễn-cưỡng]. v. muốn; [trời] định; để lại bằng di-chúc. Do as you --. Anh cứ việc làm theo ý anh muốn. aux. [would] sẽ, nhất-định sẽ; lúc đó sẽ; tất nhiên, hẳn là. X. -- arrive early. X. sẽ đến sớm. X. have arrived before I leave. Chắc lúc tôi đi thì X. (sẽ) đến rồi. After breakfast X. -- go out for a walk every day. Thường thường hôm nào cũng vậy cứ ăn sáng xong là X. đi bộ một vòng. I won't do that again. Con(xin hứa)sẽ không làm như thế nữa. Will you show me the way, please. Ông làm ơn chỉ đường cho tôi. Anh chỉ đường cho tôi nhé!

willful adj. cố ý, chủ-tâm: bướng-bỉnh, ngoan-cố.

willing adj. sẵn lòng, sẵn sàng, muốn, vui lòng [to help others giúp-đỡ kẻ khác]. --ly adv.

willingness n. sự sẵn lòng, sự sốt-sắng.

will-o'-the-wisp n. ma trơi.

willow n. cây liễu. weeping -- lệ-liễu.

wilt v. làm héo; tàn héo; tàn-tạ, hao mòn.

wily adj. cáo, lắm mưu, đa-mưu túc-kế, quỷ-quyệt.

win n. sự thắng cuộc, sự được. v. [won] thắng, thắng cuộc, thắng trận; chiếm, đoạt [giải]. to -- back lấy lại, chiếm lại, giành lại. to -- over thu-phục, lôi kéo, chiêu-hồi. to -- out thắng.

wince n., v. (sự) rụt lại [vì đau/sợ]. without a -- không nhăn, thản-nhiên như không.

winch n. cái tời; cái tay quay, maniven.

wind n. gió; tin phong-thanh; hơi thở. north -- gió bắc. south -- gió nam/nồm. The deer got -- of the hunter and ran off. Con nai ngửi thấy hơi nhà

đi săn và nhảy chạy đi mất. The runner lost his --. Người chạy bị hết hơi. X. got -- of a coup plot. X. nghe phong thanh có âm-mưu đảo-chính. the --, -- instrument nhạc-khí thổi. to break -- đánh rắm. v. đánh hơi; làm mệt đứt hơi.

wind v. [wound] cuộn, quấn, cuộn tròn lại; lên dây [đồng hồ]; làm xong, giải-quyết, thanh-toán; uốn khúc, quanh-co, uốn lượn.

windbag n. người ba-hoa.

windbreak n. hàng cây chắn gió, tường chắn gió.

windfall n. quả rụng; của trời cho.

windlass n. cái tời, cái trục.

windmill n. cối xay gió, máy xay gió.

window n. cửa sổ; tủ kính store --; ghi-xê; cửa kính [ô-tô, xe lửa]. -- dressing nghệ-thuật bày tủ kính; bề ngoài giả-dối. -- envelope phong-bì có cửa sổ. -- screen lưới cửa sổ. rear -- kính hậu.

windowpane n. ô kính cửa sổ.   [mua.

window-shop v. dán mắt/mũi xem tủ kính (chứ không

windowsill n. ngưỡng cửa sổ.

windpipe n. khí-quản.

windshield n. kính chắn gió (ô-tô). -- wiper cái gạt nước mưa. -- washer bộ-phận rửa kính chắn gió.

windy adj. có (nhiều) gió, lộng gió; nói nhiều, dài-dòng văn-tự.

wine n. rượu vang/chất; rượu. red -- vang đỏ. rice -- rượu ta, ba-xi-đế. white -- vang trắng. -- cellar hầm rượu. -- press máy ép nho. v. đãi rượu. to -- and dine thết-đãi ăn uống (lu-bù).

wing n. cánh chim, sâu bọ, máy bay ; cánh, chái nhà ; cánh quân, đảng ; phi-đội; wings phù-hiệu phi-công; wings cánh gà sân-khấu. to take -- cất cánh bay. on the -- đang bay. in the --s trong hậu-trường. the left -- cánh/phe tả, tả-dực. v. bắn trúng cánh (tay); bay to -- one's way.

wink n. (sự) nháy mắt, khoảnh-khắc. in a -- trong nháy mắt. I didn't sleep a --.Tôi không chợp mắt được tí nào. v. nháy mắt (ra hiệu); nhắm mắt làm ngơ -- at.

winner n. người thắng; người được cuộc/giải.

winning n. sự thắng. --s tiền được bạc/cuộc. adj. [nụ cười] hấp-dẫn, quyến-rũ.

winnow v. sảy, quạt, sàng [thóc]; sàng lọc, phân-biệt [falsehood from truth hư thật].

winsome adj. quyến-rũ, lôi-cuốn, hấp-dẫn.

winter n. mùa đông, mùa rét/lạnh. v. tránh rét.

winterize v. chuẩn-bị [lương-thực, ô-tô] cho mùa
đông.   [lạnh giá.

wintry adj. về mùa đông, như/thuộc tiết đông,

wipe n. sự lau, sự chùi; lần chùi. v. lau,chùi.
to -- away lau (sạch) đi, tẩy đi. to -- off lau
đi, lau sạch; xoá sạch. to -- out lau đi/sạch;
tiêu-diệt, bài-trừ, triệt-hạ.

wiper n. giẻ/khăn lau; cái gạt nước mưa.

wire n. dây [bằng kim-loại]; điện-tín, điện-báo,
điện-văn, bức điện, dây thép. steel -- dây thép.
copper -- dây đồng. barbed -- dây thép/kẽm gai.
telephone -- dây điện-thoại. Reply by --. Xin trả
lời bằng điện-báo. Hold the --, please. Xin ông
giữ máy (điện-thoại). to pull the --s giật dây.
v. buộc bằng dây sắt; đánh/gửi điện; bắt điện,
mắc dây điện. -- cutter kìm cắt dây thép.

wireless n. radiô. adj. không dây, radiô, vô-
tuyến. -- set máy thu-thanh, radiô, đài. -- tele-
graphy vô-tuyến điện-báo.

wirephoto n. ảnh truyền bằng điện-báo.

wiretap n., v. (sự) nghe trộm dây nói.

wiry adj. [tóc] cứng, rễ tre; gầy nhưng gân.

wisdom n. sự khôn-ngoan, trí-tuệ; kiến-thức. --
tooth răng khôn.

wise n. cách, lối. in no -- không có cách nào.
adj. khôn, khôn ngoan; từng trải, lịch-duyệt, có
kinh-nghiệm; láu, ma-lanh. to be -- to thấy rõ
thủ-đoạn của. -- guy tay láu-lỉnh ma-lanh. We're
none the --r for his explanations. Ông ấy đã giải
thích rồi mà chúng tôi cũng không biết gì hơn.
v. to -- up khôn ra, khôn hơn trước, tỉnh-ngộ.

wisecrack n. lời châm-biếm dí-dỏm.

wish n. điều mong-ước, điều ao-ước; ý muốn, lệnh;
--es lời chúc-mừng/chúc-tụng. to make a -- cầu
ước một điều gì. Best --es Xin gửi lời chào thân
mến. our best --es những lời chúc mừng tốt-đẹp
nhất của chúng tôi. last --es lời trối-trăng.
v. muốn, mong, hy-vọng; chúc; ước ao. When do
you -- to start? Ông muốn bao giờ bắt đầu làm?
I -- to see the manager. Tôi muốn gặp ông quản-lý.
We -- you lots of happiness. Chúng tôi xin chúc
cô thật nhiều hạnh-phúc. I -- I had money. Ước
gì tôi có tiền! I -- I were taller. Ước gì tôi
cao hơn! I -- the brat would shut up. Tôi chỉ

ước sao cho thằng ranh con câm mồm đi cho rồi.

wishful adj. ao-ước, thèm-muốn. -- thinking chuyện
ước-mơ/lạc-quan quá-đáng.

wisp n. nắm [tóc]; mớ [rơm, cỏ]; làn [khói].

wistful adj. thèm-muốn, khao-khát; đăm-chiêu.

wit n. trí, trí thông-minh, trí khôn, trí-tuệ, tài
trí; người dí-dỏm, người hóm-hỉnh, người lanh trí.
She was at her --'s end. Cô ta bị đuối/hết lý. He
lives by his --s. Hắn có tài xoay-xở để sống.

witch n. mụ phù-thủy; mụ già xấu-xí. -- doctor phù
thủy lang băm, thầy mo, vu-y.

witchcraft n. phép phù-thủy, ma-thuật, vu-thuật.

with prep. với, cùng, cùng với; trong số; có, mang
theo, kèm theo; bằng; dùng, cho thấy; thêm vào; về
phần; đối với; vì; theo (tỷ-lệ); tách ra; chống
lại. Come -- me. Hãy đi với tôi. to mix -- the
crowd trà-trộn vào đám đông. a boy -- brains một
cậu bé có óc thông-minh. the man -- a mustache cái
ông để râu mép. a telegram -- good news một bức
điện báo tin mừng. to cut beef -- a sharp knife
cắt thịt bò bằng một con dao sắc. to work -- care
làm việc cẩn-thận. X. doesn't want sugar -- his
coffee. X. không cho đường vào cà-phê. We are very
pleased -- your son. Chúng tôi rất hài lòng về
cháu trai của ông bà. to shake -- cold run lên vì
lạnh, lạnh run lên. I left the lemon grass -- my
neighbor. Tôi để cây xả cho bà láng-giềng coi hộ.
The army's power increases -- its size. Quân-đội
càng đông thì quyền-hành càng tăng. It was hard
for X. to part -- that toy car. X. khổ-tâm lắm
mới chịu cho cái ô-tô (con) ấy đi. The English
fought -- the Germans. Người Anh đánh nhau với
người Đức. -- open arms mở rộng vòng tay đón rước.
-- these words nói đoạn. W-- all her merits I do
not like her. Mặc dầu tất cả những ưu-điểm đó,tôi
vẫn không thích cô ta.

withdraw v. [withdrew; withdrawn] rụt, rút về,
rút lại, rút khỏi; rút lui, triệt-thoái; huỷ-bỏ;
thu-hồi; rút quân; rút lui/ra.

withdrawal n. sự rút [tiền, binh, đơn]; sự rút
lui, sự triệt-thoái; sự huỷ-bỏ/thu-hồi.

withdrawn quá-khứ của withdraw.

withdrew quá-khứ của withdraw.

wither v. (làm) héo, tàn, úa; héo mòn, tàn-tạ.
Grief --ed her heart. Tim nàng héo-hon vì sầu-muộn.

withheld quá-khứ của *withhold*.

withhold v. *[withheld]* trừ, .khấu-trừ, giữ lại
[tiền, thuế]; từ-chối (không cho/giúp); che-giấu.

within prep. ở trong, trong, bên trong, nội trong;
trong vòng, trong khoảng, trong phạm-vi. -- that
house nội trong cái nhà ấy. -- two weeks chỉ nội
trong vòng hai tuần. -- two kilometers of their
house cách nhà họ không quá hai cây số. -- reach
với được, vừa tầm tay. -- X's power trong phạm-vi
quyền-hạn của X. adv. ở trong; trong thâm-tâm.

without prep. không có; ở bên ngoài. -- a home
không nhà, không nơi trú-ngụ. -- the citadel bên
ngoài thành. to do -- a sweater không cần mặc áo
len. X. left -- seeing his uncle. X. ra đi không
chào ông chú, X. đi khỏi tỉnh ấy mà không đến thăm
ông chú. X. lett -- anyone seeing him. X. đi mà
không ai gặp/trông thấy. adv. ở ngoài, ở bên
ngoài. from -- từ bên ngoài, từ ngoài vào.

withstand v. *[withstood]* chống lại, chống cự, để
kháng; chịu đựng.

withstood quá-khứ của *withstand*.

witness n. người(làm)chứng, nhân-chứng, chứng-nhân;
người được chứng-kiến; bằng-chứng, chứng-cớ. to
bear -- to làm chứng cho *[điều/việc]*. IN WITNESS
WHEREOF để chứng-thực điều đó. -- stand ghế nhân
chứng. v. chứng-kiến *[accident* tai nạn; *murder*
vụ giết người]; nói lên, chứng-tỏ, để lộ ra; ký
chứng-nhận, chứng-thực, nhận thực, thị-thực.

witty adj. dí-dỏm, tế-nhị, cơ-trí.

wives số nhiều của *wife*.

wizard n. thầy phù-thuỷ, thuật-sĩ; người tài giỏi.

wizened adj. khô xác, nhăn-nheo.

wobble v. lung-lay; lắc-lư; lảo-đảo, loạng-choạng;
lưỡng-lự, do-dự; [giọng] run-run.

woe n. sự đau-khổ/đau-buồn/bi-thống/thống-khổ;
tai-hoạ, tai-ương, tai-ách.

woeful adj. buồn rầu, đau khổ; bi-ai.

woke quá-khứ của *wake*.

wolf n. *[wolves]* chó sói; đồ lang sói, quân sài
lang; người hung-tàn; người hay chim gái. a -- in
sheep's clothing con chó sói đội lốt cừu = người
khẩu phật tâm xà. v. ngốn, ăn ngấu ăn nghiến.

wolfram n. vonfam, tungsten.

wolves số nhiều của *wolf*.

woman n. *[women]* đàn bà, phụ-nữ. -- doctor nữ

bác-sĩ. -- laborer nữ-công-nhân. -- preacher nữ-
mục-sư. married women phụ-nữ có chồng.

womanhood n. tính-chất phụ-nữ, nữ-tính; tư-cách/
địa-vị phụ-nữ; giới đàn bà, giới nữ-lưu, nữ-giới.

womankind n. giới đàn bà, giới phụ-nữ, nữ-giới.

womanly adj. thuộc/của đàn bà; nhu-mì, thuỳ-mị.

womb n. dạ con, tử-cung.

women số nhiều của *woman*. --'s rights quyền phụ-nữ,
nữ-quyền. WOMEN PHÒNG VỆ-SINH/TẮM NỮ.

won quá-khứ của *win*.

wonder n. vật kỳ-diệu, điều kỳ-lạ, kỳ-quan/-công;
sự ngạc-nhiên/kinh-ngạc. to work --s kiến-hiệu lạ
thường; thành-công rực-rỡ. No --! Thảo nào!
v. lấy làm lạ, ngạc-nhiên; tự hỏi, muốn biết. I
-- what time it is. Tôi không biết bây giờ mấy
giờ rồi. I -- whether we can trust X. Tôi tự-hỏi
không biết chúng ta có thể tin X. hay không.

wonderful adj. kỳ-lạ, phi-thường, kỳ-diệu, thần-
kỳ; hay lắm, tuyệt, tuyệt diệu.

wonderland n. thế-giới thần-tiên/thần-kỳ, .tiên-
giới, tiên-cảnh.

wondrous adj. = *wonderful*.

wont adj. (có thói) quen .... -- to wait until
the last minute quen đợi đến phút cuối cùng.

won't = *will not*.

woo v. chim, tán, ve, cua *[gái]*; dạm hỏi, cầu hôn;
theo đuổi, truy-cầu.

wood n. gỗ; củi fire--; rừng woods; nhạc-khí bằng
gỗ, kèn gỗ, sáo gỗ/tre. made of -- làm bằng gỗ.
to fetch -- đi kiếm củi. to take to the --s chạy
trốn (vào rừng). out of the --s thoát nguy/nạn.
-- carving tượng gỗ.

woodcut n. tranh/bản khắc gỗ, mộc-bản.

wooded adj. có nhiều cây-cối, có rừng.

wooden adj. bằng gỗ; cứng đờ, cứng nhắc.

woodland n. đất rừng, miền/khu rừng, vùng rừng.

woodpecker n. chim gõ mõ, chim gõ kiến.

woodprint n. bản khắc gỗ, mộc-bản.

woodsman n. người đẵn gỗ, tiều-phu.

woodwinds n. kèn sáo bằng gỗ.

woodwork n. đồ gỗ, đồ mộc; nghề mộc.

woody adj. nhiều cây-cối; có rừng; như chất gỗ.

wool n. lông cừu, lông chiên; len, đồ/hàng len.

woolen, woollen adj. bằng len. n. --s đồ len,
hàng len.

word n. tiếng, từ; lời, lời nói; tin-tức, âm-tín;
lời hứa-hẹn; lệnh, khẩu-hiệu; sự cãi nhau. Don't
translate -- for --. Xin đừng dịch từng chữ/từ.
the --s of a song lời của một bản nhạc. Please
say a few --s. Xin ông nói vài lời với anh chị em.
the spoken -- lời nói. In other --s nói khác đi.
by -- of mouth bằng lời nói, truyền miệng/khẩu.
Please leave -- that X. has to pay his rent this
week. Xin ông nhắn hộ là X. phải trả tiền nhà nội
tuần này. She broke her --. Cô ấy không giữ lời
hứa. to have a -- with X. có một điều muốn nói
với X. to have --s with X. cãi vã, to tiếng với X.
In a/one -- nói tóm lại. X. gave them -- to cut
aid to that country. X. ra lệnh cúp viện-trợ cho
nước ấy. to put in a good -- for X. gửi-gấm cho X,
nói hộ X. v. nói ra, viết ra, diễn-tả [diplo-
matically một cách khéo léo]. -- play chơi chữ.
wording n. cách viết, cách dùng chữ/từ, lời văn.
wordless adj. không nói được, lặng đi, không nói
nên lời.
wordy adj. dài-dòng văn-tự, dài-dòng, không gọn.
wore quá-khứ của wear.
work n. việc, việc làm, công việc, công-tác, công
trình; đồ làm ra, sản-phẩm, tác-phẩm. at -- đi
làm (chứ không có nhà); đang làm việc. out of --
mất việc, thất-nghiệp. a -- of prose một tác-phẩm
văn xuôi. MEN AT WORK! COI CHỪNG, SỞ LÀM! public
works công-chính, sở lục-lộ. Iron --s xưởng sắt,
xưởng đúc gang. irrigation --s công-trình thuỷlợi.
the --s of this clock máy chiếc đồng hồ này.
v. làm, làm việc, lao-động; hoạt-động; tác-động;
chạy, tiến-hành, tiến-triển; làm cho chạy, chuyển
vận; thi-hành, thực-hiện; làm, rèn, nhào, nặn, vẽ;
khai-thác mỏ . to -- hard làm việc chăm-chỉ. to
-- too hard làm việc quá sức. This elevator does
not --. Cái thang máy này không chạy. Your plan
will not --. Kế-hoạch của cậu sẽ không thành. The
yeast started to --. Men bắt đầu lên rồi. That
screw has --ed loose. Cái vít đó bị lỏng ra rồi.
*** work out thảo, vạch ra [kế-hoạch]; thực-hiện,
thi-hành; giải [bài toán]. I'm glad things --ed
out so well for you. Tôi rất mừng là mọi việc của
anh tiến-triển tốt-đẹp như thế. -- up gây nên/ra,
gieo rắc, dẫn-khởi; lên dần, tiến dần; tạo-dựng
dần dần; khích-động; khiêu-khích.

workable adj. có thể làm được, có thể thực-hiện
được; dễ dùng.
worker n. thợ, công-nhân; người làm việc, người
lao-động; ong/kiến thợ. social -- phụ-tá công-tác
xã-hội. research -- nhà khảo-cứu. a model -- một
công-nhân gương mẫu.
working n. sự làm việc; hoạt-động; sự chuyển-vận;
tác-dụng, công-dụng. adj. thuộc/của công-nhân;
chạy, hoạt-động; chấp-nhận được. the -- class giai
cấp công-nhân. the -- people nhân-dân lao-động.
-- clothes quần áo đi làm. -- hours giờ làm việc.
-- capital vốn luân-chuyển/luân-lưu. -- day ngày
làm việc.
workingman n. công-nhân.
workman n. công-nhân.
workmanship n. tay nghề; sự khéo léo, tài-nghệ.
workout n. buổi luyện-tập của lực-sĩ.
workshop n. xưởng; hội-thảo, xêmina.
world n. quả đất, địa-cầu, hoàn-cầu; thế-giới; cả
thế-giới, tất cả mọi người; thế-gian, xã-hội, thế-
sự, thế-cố. the whole -- toàn thế-giới. through-
out the -- trên khắp thế-giới/hoàn-cầu. the Third
World thế-giới thứ ba, đệ-tam thế-giới. the -- of
art giới nghệ-thuật. the animal -- giới động-vật.
The whole -- knows it. Thiên-hạ đều biết hết. a
man of the -- một người lịch-duyệt. a -- of money
nhiều tiền lắm, vô-số là tiền. -- war chiến-tranh
thế-giới, thế-chiến, đại-chiến. world's fair hội-
chợ quốc-tế. World Bank Ngân-hàng Thế-giới.
worldly adj. hiện-thế, thế-tục, trần-tục, vật-chất.
world-wide adj. rộng khắp, khắp thế-giới, lan tràn
khắp mọi nơi.
worm n. con giun; con sâu/trùng; đường ren. v.
bắt sâu, trừ sâu; moi [tiền, bí-mật]; chui, luồn,
lẩn, lẻn.
worn quá-khứ của wear. đã mặc; mòn, hư; mệt mỏi.
X. has -- that suit for nine years. X. mặc bộ đồ
chín năm rồi.
worn-out adj. mòn hẳn, mòn vẹt; mệt lả, đứt hơi.
worry n. sự lo-lắng/phiền-não; sự làm phiền; [chó]
sự nhay. full of worries có nhiều chuyện lo-nghĩ.
v. lo, lo nghĩ, lo ngại, lo-lắng; làm phiền, làm
khó chịu, quấy rầy; [chó] nhay. Don't -- too
much, Mom. Mẹ đừng lo quá, mẹ ạ. X. is --ing
about losing his/her job. X. đang lo mất việc.

worse n. cái xấu hơn, cái tệ/tồi hơn. to go from
bad to -- càng ngày càng xấu/tệ hơn. adj. xấu
hơn, tồi/dở/tệ hơn; nguy-hiểm hơn; ốm nặng hơn.
to get -- tồi hơn, dở hơn; đau/ốm nặng hơn. --
and -- càng ngày càng tệ. and to make matters --
và khổ hơn nữa,... So much the -- for X. Thây
kệ nó, Kệ xác nó. adv. It's raining -- than
ever. Bây giờ còn mưa to hơn nữa ấy. Xem *bad*.

worsen v. (làm cho) xấu hơn, tồi hơn, tệ hơn.

worship n. sự thờ cúng, sự sùng-bái/tôn-sùng. free-
dom of -- sự tự-do thờ-phượng. ancestor -- sự
thờ cúng tổ-tiên. a place/house of -- nơi thờ
cúng, đền thờ, nhà thờ. v. thờ, thờ cúng, thờ
phụng, cúng bái; tôn-kính, tôn-thờ, tôn-sùng, suy
tôn; đi lễ, lễ bái.

worst adj., adv. xấu nhất, tệ nhất, tồi nhất, dở
nhất; nguy-hiểm nhất, nặng nhất, tệ-hại nhất.
n. cái xấu nhất, cái tồi nhất. to prepare for
the -- sẵn sàng đợi chuyện không may nhất. the
-- looking girl cô gái xấu nhất. If -- comes to
--, we still have some money in reserve. Trong
trường-hợp rủi-ro nhất, chúng ta vẫn còn chút ít
tiền để dành. to get the -- of thất-bại, thua.

worsted n. vải len xe.

worth n. giá, giá cả; giá-trị. a discovery of
great -- một sự phát-hiện có giá-trị lớn. a dol-
lar's -- of candy một đôla kẹo. adj. đáng, bõ
công; đáng giá; có (tài-sản đáng giá).... This
book is -- reading. Cuốn sách này đáng được đọc.
--while bõ công. not -- a piaster không đáng một
đồng. X. is -- millions. X. có hàng triệu đồng.

worthless adj. không có giá-trị, vô-dụng, không
ra gì, vô-tích-sự.

worthwhile adj. bõ công, đáng làm, có bổ-ích.

worthy adj. xứng-đáng; [người] xứng-đáng, có giá-
trị, đáng kính/trọng, khả-kính.

would aux. [Xem *will*] sẽ. He said that he -- come.
Anh ấy bảo sẽ đến mà. He -- come if he could. Nếu
đến được thì anh ấy sẽ đến. He -- have come if the
weather had been nice. Nếu trời không xấu như thế
thì anh ấy đã đến rồi còn gì nữa. X. -- visit us
every day. Dạo ấy hôm nào X. cũng đến chơi chúng
tôi. W-- you help us, please? Xin ông làm ơn giúp
chúng tôi. a would-be scholar người thích trở nên
học-giả, người thích làm điệu học-giả.

wound n. vết thương, thương-tích; điều xúc-phạm,
điều làm tổn-thương. v. làm bị thương; làm tổn-
thương, chạm đến, xúc-phạm.

wound quá-khứ của *wind*.

wounded adj. bị thương. three dead and six others
-- ba người chết và sáu người bị thương. The --
have been taken to the hospital. Những người bị
thương đã được chở/xe đi nhà thương.

wove quá-khứ của *weave*.

woven quá-khứ của *weave*.

wow interj. ái chà!, chà!, úi chao ôi!

wrangle n., v. (vụ) cãi nhau lớn/to.

wrap n. chăn, mền, khăn choàng, áo choàng.
v. gói, bọc, bao, quấn; bao phủ, bao trùm. --ped
up bọc kỹ, quấn kỹ. --ped up in her children chỉ
nghĩ đến con thôi.

wrapper n. áo choàng đàn bà; người gói; cái bọc
sách, băng tờ báo; giấy gói, vải gói.

wrapping paper n. giấy gói.

wrath n. sự/cơn tức giận, cơn phẫn-nộ, thịnh-nộ.

wrathful adj. tức giận, phẫn-nộ.

wreath n. [*wreaths*] vòng hoa (Nôen); vòng hoa
tang; luồng khói, đám mây cuốn. The state guest
went to lay a -- at the Tomb of the Unknown Sol-
dier. Vị quốc-khách đến đặt vòng hoa tại Mộ Chiến-
sĩ Vô-danh.

wreathe v. tết thành vòng hoa; cuộn lại; cuộn lên.

wreck n. sự tàn-phá/phá-hoại (tàu, nhà, xe, v.v.);
đống gạch vụn; xác tàu chìm; vụ đắm tàu ship--;
vụ đổ máy bay, vụ xe lửa trật bánh; vật trôi giạt.
v. làm đắm tàu, làm đổ máy bay, làm trật bánh;
làm hỏng, làm tan vỡ, làm sụp đổ; phá-hoại, làm
thất-bại.

wreckage n. mảnh vỡ, vật trôi giạt; tàn-dư.

wrecker n. người đi kéo xe hỏng; xe khoẻ để kéo
xe hỏng [= *wrecking car*].

wren n. chim hồng-tước, chim tiêu-liêu.

wrench n. chìa vặn đai ốc, mỏ-lết; sự vặn mạnh,
sự giật mạnh; sự trật/sái [mất cá chân]; sự day-
dứt. open end -- lắc-lê hai đầu có miệng mở. mon-
key --, adjustable -- mỏ-lết. v. vặn/giật mạnh;
làm trật, làm sái [mất cá chân]; làm trệch đi.

wrest v. giật mạnh, vặn mạnh; giằng lấy.

wrestle n. cuộc đấu vật; sự vật lộn. v. vật,
đánh vật; vật lộn, chiến-đấu [*with* với].

wrestler n. đô vật.

wrestling n. sự đấu vật, môn vật; sự vật lộn.
a -- match một keo vật.

wretch n. người khổ-sở/bất-hạnh; kẻ đê-tiện.

wretched adj. khổ-sở, bất-hạnh, cùng-khổ, khốn-
đốn; [thời-tiết] xấu; tồi, dở, tệ; thảm-hại.

wriggle v. (bò) quần-quại; len, luồn, lách; vặn-
vẹo, uốn-éo, ngoe-nguẩy, ngọ-nguậy. to -- out of
khéo-léo lách ra khỏi....

wring v. [wrung] vắt [quần áo]; vắt [nước]-- out;
siết chặt, bóp chặt; nặn, moi [tiền, bí-mật].

wrinkle n. vết nhăn; vết nhàu quần áo; sóng gợn
[trên mặt nước]. v. nhăn, cau; làm nhàu; [vải]
nhàu; [da] nhăn.

wrist n. cổ tay. -- watch đồng hồ đeo tay.

wristband n. miếng bao cổ tay.

writ n. lệnh, trát, giấy đòi.

write v. [wrote; written] viết, biên, ghi; viết
văn; viết thư. to learn how to -- học viết. to
-- in pencil viết bút chì. W-- your name in cap-
ital letters. Xin viết tên bạn bằng chữ hoa. Her
ambition was to --. Tham-vọng của cô ấy là làm
văn-sĩ. X. wrote for the Washington Post. X. viết
cho tờ Bưu-báo Hoa-thịnh-đốn. I have written to
my parents every two weeks during the past year.
Năm vừa qua, tôi viết thư đều-đặn cho bố mẹ tôi
cứ hai tuần lễ một lần. *** -- down biên xuống.
-- in thêm vào. -- off xoá bỏ [món nợ], gạch đi.
-- up tường-thuật; viết bài tán-dương. -- back
viết thư trả lời, hồi-âm.

writer n. người viết; ký-giả, trước-giả this --;
tác-giả, tác-gia, nhà văn, văn-sĩ.

writhe v. quần-quại; uất-ức, bực-tức.

writing n. sự viết; lối viết, kiểu viết; chữ, mặt
chữ, dạng chữ; bản viết (tay), bài viết; sách,
bài báo, tác-phẩm; nghề viết văn, nghiệp bút-
nghiên. at this -- lúc báo lên khuôn. -- desk bàn
viết/giấy. -- paper giấy viết thư. Cao Bá Quát's
own -- đúng tự-tích Cao Bá Quát.

wrong n. điều xấu/trái, cái xấu; điều hại, chuyện
bất-công. In the -- trái. adj. xấu, tồi, trái;
sai, lầm, không đúng; hỏng; trái, ngược. adv.
sai, không đúng, bậy, láo. Something is -- with
the engine. Máy bị trục-trặc làm sao ấy. to go
-- lầm đường; hỏng, không chạy; hư, sa ngã.

wrongdoer n. người làm điều trái, người làm bậy;
kẻ phạm tội.

wrongdoing n. điều trái, việc xấu; tội.

wrote quá-khứ của write.

wrought quá-khứ của work. đã rèn; đã thuộc; đã bào
kỹ. -- iron sắt rèn. wrought-up cuống-quít cả lên.

wrung quá-khứ của wring.

wry adj. méo-mó, nhăn-nhó; [cái cười] gượng.

𝒳

xanthic adj. xantic.

X-axis n. trục hoành.

xenophobe adj. bài-ngoại.

xenophobia n. tính bài-ngoại.

xerox v. chụp ảnh [trang giấy], chụp phóng-ảnh.
-- copy bản phóng-ảnh, bản đê-rốc.

Xmas n. lễ Giáng-sinh, lễ Nô-en.

X-ray n. tia X, quang-tuyến X. v. chụp tia X,
chụp hình (phổi, v.v.), rọi kính. X-ray treatment
phép điều-trị bằng tia X, phương-pháppchạy điện.

xylophone n. mộc-cầm, đàn phiến gỗ.

𝒴

yacht n. du-thuyền, thuyền buồm nhẹ, thuyền yat.

yak n. trâu Tây-tạng, bò Tây-tạng.

yam n. khoai lang; củ từ, khoai mỡ.

yank n., v. (cái) kéo mạnh, giật mạnh.

Yankee n. người Mỹ, người Hoa-kỳ.

yap n., v. (tiếng) sủa ăng-ẳng; (nói) chuyện phiếm.

yard n. sân [front trước; rear sau]; sân nuôi (gà
vịt), bãi rào; xưởng, kho.

yard n. mã, iát, thước Anh [= 0,914 mét; gồm có
3 foot hoặc 36 inch].(One yard equals three feet
or 36 inches.)

yardstick n. thước đo (dài 1 yard).

yarn n. sợi, chỉ; chuyện bịa [to spin kể].

yawn n. cái ngáp. v. ngáp; há hốc, mở toang.

yaws n. bệnh ghẻ cóc.

Y-axis n. trục tung.

ye pron. = you.

yea n. phiếu thuận. adv. được.

year n. năm; tuổi. this -- năm nay. last -- năm
ngoái. next -- sang năm, năm tới. leap -- năm

nhuận. in the -- 1924 năm 1924. lunar -- năm âm-
lịch. the Year of the Hog/Pig năm Hợi, tuổi Hợi.
--s ago cách đây nhiều năm. in the past 5 --s
trong khoảng 5 năm vừa qua. the next/following
-- năm sau đó. within the next 10 years trong
vòng 10 năm tới. New Year's Day ngày Tết (Nguyên-
đán). the new -- năm mới, tân-niên. Happy New
Year! Chúc mừng năm mới! Cung chúc tân niên! --
after -- trong nhiều năm ròng. -- in -- out suốt
năm, cả năm, quanh năm. ten --s old lên 10 tuổi.
a ten-year-old boy một cậu bé 10 tuổi.

yearbook n. niên-giám, niên-báo.

yearling n. thú-vật một tuổi.

yearly adj., adv. hằng năm. -- income lợi-tức
hằng năm, thu-nhập mỗi năm.

yearn v. nóng lòng, mong mỏi, ao ước, khao khát
-- after/for. I -- to fly home to be with my
sisters. Tôi ao-ước muốn đáp máy bay về nhà gặp
các chị tôi.

yearning n. sự mong-mỏi/ao-ước/khao-khát, khát-
vọng.

yeast n. men, men rượu, men bia; men làm bánh.

yell n., v. (tiếng/sự) la hét, kêu la, la lớn.

yellow n. màu vàng; tính nhút-nhát; bệnh vàng da.
adj. màu vàng, vàng, da vàng; nhát gan, nhút-
nhát. the -- race giống da vàng. the Yellow Ri-
ver Hoàng-hà. to turn -- hoá vàng, vàng ra, vàng
úa. -- fever bệnh sốt vàng, bệnh hoàng-đản. --
flag cờ vàng; cờ kiểm-dịch. -- spot điểm vàng.

yellowish adj. vàng vàng, hơi vàng.

yellowjacket n. ong nghệ.

yelp n., v. (tiếng) kêu ăng-ẳng.

yen n. đồng yên của Nhật-bản.

yen n. sự thèm, sự thèm-thuồng, sự thèm muốn.

yeoman n. hạ-sĩ-quan (Mỹ) làm việc bàn giấy; địa
chủ nhỏ bên Anh.

yes n. tiếng vang dạ; phiếu thuận. adv. vâng,
phải, dạ, được, ừ, có. a yes-or-no question loại
câu hỏi hỏi có hay không. Will you go? Yes.
Anh có đi không? Có. Didn't you go to the game?
Yes, I did. Anh không đi xem đá bóng (hôm qua)à?
Có chứ, tôi có đi mà. nine yeses and three nos/
noes 9 phiếu thuận và 3 phiếu nghịch. -- man tay
ba phải, người cái gì cũng ừ.

yesterday n., adv. hôm qua. -- afternoon chiều

hôm qua. the day before -- hôm kia. fashions of
-- những thời-trang cũ, những mốt năm xưa.

yet adv. bây giờ, lúc này; còn, hãy còn, còn nữa;
dù thế nào, một lúc nào đó; hơn nữa, và lại. not
-- finished chưa hết, chưa xong. Don't go --. Xin
đừng đi vội. X. is talking --. X. vẫn còn đang nói
chuyện. The thief will be caught --. Rồi thì người
ta cũng sẽ bắt được tên ăn cắp. We have 5 minutes
--. Chúng ta còn 5 phút nữa. as -- cho đến nay.
conj. mà, ấy thế mà, tuy nhiên. expensive, -- not
very good đắt mà không tốt lắm.

yew n. cây thuỷ-tùng --tree.

yield n. hoa-lợi, sản-lượng; hiệu-suất; lợi-tức,
lợi-nhuận. v. sinh ra, sản-xuất; sinh lợi; chịu
nhường, nhường bước, chịu thua, khoan-nhượng; đầu
hàng, khuất-phục. YIELD! NHUONG UU TIEN!

yielding adj. mềm dẻo, mềm mỏng; đang sinh lợi; oằn.

yoke n. ách. the -- of colonialism ách thực-dân.

yolk n. lòng đỏ trứng.

yonder adj., adv. đằng (xa) kia.

yore adv. of -- xưa.

you pron. ông, bà, cô, ngài, anh, chị; các ông,v.v.

young n. thú con, chim non. adj. trẻ, bé, non,
chưa già; non-nớt, chưa có kinh-nghiệm; thanh-niên.

youngster n. đứa bé, đứa trẻ; cậu thanh-niên.

your adj. của ông/bà/cô/anh/chị/mày; của các ông...

yours pron. cái của ông/bà/cô, v.v. This pencil is
--. Cái bút chì này của mày. My bike is here;where
is --? Xe đạp tôi đây, còn xe đạp của anh đâu?

yourself pron. [yourselves] tự ông/cô/anh/mày,...,
chính bà/chị/anh/mày,....

youth n. tuổi trẻ, tuổi thanh-niên, tuổi thanh-
xuân; buổi ban đầu; thanh-niên, chàng thanh-niên;
lứa tuổi thanh-niên. -- hostel quán trọ thanh-niên.

youthful adj. trẻ, trẻ tuổi; trông còn trẻ; thuộc
tuổi trẻ, thanh-xuân.

yowl n. tiếng tru; tiếng ngoao. v. tru; ngoao.
tru-tréo.

yoyo n. cái yôyô.

Y-shaped adj. hình chữ Y.

Yugoslav n., adj. (người) Nam-tư.

Yule n. lễ Giáng-sinh, lễ Nô-en; mùa Giáng-sinh,
mùa Nô-en Yuletide. Yule log khúc củi đốt đêm
Giáng-sinh; cái bánh hình khúc củi Nô-en.

yummy adj. ngon quá, ngon tuyệt, ngon ơi là ngon!

Z

zany   n.   anh hề, người thích làm trò hề.

zeal   n.   lòng hăng-hái, lòng sốt-sắng, nhiệt-tâm.
revolutionary -- nhiệt-tình cách-mạng. with --
với nhiệt-tâm, với nhiệt-tình.

zealot   n.   người cuồng-tín, người quá-khích.

zealous   adj.   hăng-hái, sốt-sắng, có nhiệt-tâm, có
nhiệt-huyết, nhiệt-thành.

zebra   n.   ngựa vằn. -- crossing đường kẻ vằn cho
khách bộ-hành qua đường ở góc phố.

zebu   n.   bò u, bò có bướu.

zenith   n.   thiên-đỉnh; điểm cao nhất, cực/tuyệt-
đỉnh, cực-điểm, tột đỉnh.

zephyr   n.   gió tây; gió mát, gió nhẹ.

zero   n., num.   số không, zêrô. eight degrees below
-- 8 độ dưới không-độ. absolute -- zêrô tuyệt-đối.
-- hour giờ quyết-định; giờ khởi-sự/tấn-công.

zest   n.   thú-vị; vị ngon, mùi thơm; sự thích-thú,
sự say mê; chất gia-vị.

zigzag   n.   hình/đường chữ chi. adj., adv.   ngoằn
ngoèo, theo đường chữ chi. v.   chạy ngoằn-ngoèo.

zinc   n.   kẽm.

zinnia   n.   cúc zinnia.

Zionism   n.   chủ-nghĩa phục-quốc Do-thái.

Zionist   n.   người theo chủ-nghĩa phục-quốc Do-thái.

zip   n.   tiếng rít; nghị-lực.   v.   bay rít/vèo qua;
kéo phéc-mơ-tuya -- up.

zip   [Z(one) I(mprovement) P(rogram)] code mã-hiệu
khu bưu-chính.

zipper   n.   khoá kéo, phéc-mơ-tuya.

zirconium   n.   ziriconi.

zither   n.   đàn tam-thập-lục [gảy tay như thập-lục].

zodiac   n.   hoàng-đạo.

zone   n.   đới; miền, vùng, khu-vực. demilitarized --
[DMZ] vùng phi-quân-sự.   v.   chia/khoanh/quy vùng.

zoo   n.   vườn bách-thú, vườn thú, sở thú.

zoological   adj.   thuộc động-vật-học. -- garden sở
thú, vườn bách-thú.

zoologist   n.   nhà động-vật-học.

zoology   n.   động-vật-học.

zoom   n.   tiếng kêu vù-vù; sự bay vọt lên.   v.   vù vù;
bay vọt; vặn ống kính cho gần. -- lens ống chụp gần.

zoot suit   n.   bộ quần áo dứt, bộ quần áo da-du.

Zoroastrianism   n.   đạo thờ lửa, bái-hoả-giáo.

zygote   n.   hợp-tử.